திராவிட இயக்க வரலாறு

பாகம் 1

ஆர். முத்துக்குமார்

மயிலாடுதுறையில் பிறந்தவர். எம்.சி.ஏ முடித்தபிறகு கல்கி பத்திரிகையில் அரசியல் கட்டுரைகள் எழுதத் தொடங்கினார். இந்திய மற்றும் தமிழ்நாடு அரசியல் குறித்து தமிழின் முன்னணி இதழ்களில் தொடர்ந்து எழுதி வருகிறார். இந்தியாவின் முக்கிய அரசியல் ஆளுமைகளான பெரியார், அம்பேத்கர், இந்திரா காந்தி, எம்.ஜி.ஆர் ஆகியோரின் வாழ்க்கை வரலாறுகளைப் புத்தகமாகப் பதிவு செய்திருக்கிறார்.

இணையத் தளம்: http://www.rmuthukumar.com

ஆர். முத்துக்குமாரின் பிற நூல்கள்

பெரியார்
அம்பேத்கர்
வாத்யார் : எம்.ஜி.ஆரின் வாழ்க்கை
இந்திரா
சஞ்சய் காந்தி
அத்வானி
ஒபாமா, பராக்!
அன்புள்ள ஜீவா
லாலு பிரசாத் யாதவ்
உல்ஃபா: ஓர் அறிமுகம்
மகா அலெக்சாண்டர்

திராவிட இயக்க வரலாறு

பாகம் 1

ஆர். முத்துக்குமார்

கிழக்கு

திராவிட இயக்க வரலாறு - பாகம் 1
Dravida Iyakka Varalaru - Part 1
by R. Muthukumar ©

First Edition: December 2010
344 Pages

ISBN: 978-81-8493-598-1
Title No: Kizhakku 584

Kizhakku Pathippagam
177/103, First Floor,
Ambal's Building, Lloyds Road,
Royapettah, Chennai 600 014.
Ph: +91-44-4200-9603
Email : support@nhm.in
Website : www.nhm.in

Author's Email: writermuthukumar@gmail.com
Cover Images : S.V. Jayababu, Wikimedia

Kizhakku Pathippagam is an imprint of New Horizon Media Private Limited

This book is sold subject to the condition that it shall not, by way of trade or otherwise, be lent, resold, hired out, or otherwise circulated without the publisher's prior written consent in any form of binding or cover other than that in which it is published and without a similar condition including this the rights under copyright reserved above, no part of this publication may be reproduced, stored in or introduced into a retrieval system, or transmitted in any form or by any means (electronic, mechanical, photocopying, recording or otherwise), without the prior written permission of both the copyright owner and the above-mentioned publisher of this book.

அன்புடன்

மயிலாடுதுறை
தி.ப.தி.அர. தேசிய மேல்நிலைப்பள்ளி ஆசிரியர்கள்
எம். கிருஷ்ணமூர்த்தி அவர்களுக்கும்
கே. பத்மநாபன் அவர்களுக்கும்

பொருளடக்கம்

	என்னுரை	09
1.	எங்கும் ஆங்கிலம்	13
2.	சென்னை திராவிடர் சங்கம்	18
3.	தென்னிந்திய நலவுரிமைச் சங்கம்	25
4.	கொள்கை அறிக்கை	31
5.	ஜஸ்டிஸ்	38
6.	சென்னை மாகாண சங்கம்	42
7.	மாண்டேகு - செம்ஸ்போர்டு	50
8.	டி.எம். நாயர்	56
9.	மெஸ்டன் தீர்ப்பு	62
10.	நீதிக்கட்சி ஆட்சியைப் பிடித்தது	69
11.	இரட்டை ஆட்சி முறை	75
12.	காங்கிரஸில் ஈ.வெ.ரா.	82
13.	குடி அரசு தொடக்கம்	89
14.	கம்யூனல் ஜி.ஓ	96
15.	மீண்டும் நீதிக்கட்சி அரசு	102

16.	சரிவை நோக்கி நீதிக்கட்சி	● 109
17.	வேண்டும் சுயமரியாதை	● 119
18.	சமதர்மமும் சேர்ந்துகொண்டது	● 126
19.	நீதிக்கட்சிக்கு ஏன் வாக்கு?	● 135
20.	இந்தி	● 141
21.	நடராசன் - தாலமுத்து	● 146
22.	வேண்டும் திராவிட நாடு!	● 155
23.	எரிக்கப்பட்ட நூல்கள்	● 161
24.	அண்ணாதுரை தீர்மானங்கள்	● 168
25.	ஏன் வேண்டும் திராவிட நாடு?	● 174
26.	கறுப்புச்சட்டைப் படை	● 181
27.	துக்கநாள் - இன்பநாள்	● 186
28.	மூன்று சிறுகதைகள்	● 194
29.	பெட்டிச்சாவி	● 201
30.	தனிவழி காண்போம்	● 208
31.	கண்ணீர்த்துளிகள்	● 215
32.	ராபின்சன் பூங்கா	● 223

33.	முதல் திருத்தம்	230
34.	முதல் துரோகம்	235
35.	வேண்டாம் குலக்கல்வி	241
36.	இரண்டு பெட்டிகள்	249
37.	பதினைந்து பேர்	256
38.	கருணாநிதிக்குக் கணையாழி	264
39.	இந்தி எதிர்ப்பு ஏன்?	271
40.	ஈ.வெ.கி சம்பத் Vs மு. கருணாநிதி	276
41.	வேலூர் பொதுக்குழு	283
42.	பகல் கனவு	291
43.	அண்ணாவின் தோல்வி	295
44.	பிரிவினைத் தடைச் சட்டம்	304
45.	ஆட்சி மொழி மசோதா	311
46.	மொழிப்போர்!	316
47.	பதினோரு லட்சம்	322
48.	ஆட்சியில் திமுக	328
49.	அண்ணாவின் மரணம்	334
	முக்கிய ஆதாரங்கள்	341

என்னுரை

கடந்த நூறு ஆண்டுகளில் தமிழக மக்கள் அதிகம் உச்சரித்த பெயர்கள் என்று நான்கைச் சொல்லலாம். பெரியார். அண்ணா. கலைஞர். எம்.ஜி.ஆர். தமிழகத்தின் அரசியல் வரலாற்றைத் தீர்மானித்த இந்த நான்கு ஆளுமைகளின் அரசியல் வாழ்க்கையை முழுமையாகப் பதிவு செய்யும் வகையில் தனித்தனி புத்தகங்கள் எழுதவேண்டும் என்பது என்னுடைய கனவு.

பெரியாரில் தொடங்கினேன். அள்ள அள்ளக் குறையாத அவருடைய எழுத்துகள் என்னை பிரமிக்க வைத்தன. பிறகு வாசிப்பை அண்ணாவுக்கும் கலைஞருக்கும் நீட்டித்தபோது என்னுடைய கனவு பரிணாம வளர்ச்சி பெற்றது. ஆம். தனித்தனி வாழ்க்கை வரலாறுகளைக் காட்டிலும் இந்த நான்கு சக்திகளும் நிலைகொண்டிருந்த திராவிட இயக்கத்தின் வரலாற்றைப் பதிவுசெய்யும் ஆர்வம் முளைவிட்டது.

தேடலைத் தொடங்கியபோது திராவிட இயக்கம் தொடர்பாக நிறைய புத்தகங்கள் கிடைத்தன. குறிப்பாக, நாவலர் நெடுஞ்செழியன், முரசொலி மாறன் எழுதிய புத்தகங்கள். நீதிக்கட்சியைப் பற்றிய ஓரிரு ஆங்கிலப் புத்தகங்கள். அவற்றில் பெரும்பாலானவை அச்சில் இல்லை; தீவிரமான தேடலுக்குப் பிறகு இணையத்தில் கிடைத்தன.

தகவல் செறிவு நிறைந்த புத்தகங்களாக இருந்தாலும் அவற்றை எல்லாம் திராவிட இயக்க வரலாற்றின் தனித்தனி அத்தியாயங்களாக மட்டுமே பார்க்கமுடியும் என்பது புரிந்தது. திராவிட இயக்க சித்தாந்தத்தின் தோற்றம் தொடங்கி கட்சி அரசியல் வரையிலான முழுமையான பதிவின் அவசியத்தையும் உணர முடிந்தது. எழுதத் தொடங்கி விட்டேன்.

●

புத்தகம் இரண்டு பாகங்களைக் கொண்டது. நீதிக்கட்சி முதல் அண்ணா ஆட்சி வரை முதல் பாகம். அண்ணாவுக்குப் பிறகான அரசியல் வரலாறு இரண்டாவது பாகம்.

திராவிட இயக்கத்தின் தொடக்கப்புள்ளியாக நீதிக்கட்சியைக் குறிப்பிடுவது தான் பொதுவான வழக்கம். நான் சற்றே மாறுபடுகிறேன். திராவிட இயக்க வரலாறு என்பது தனிப்பட்ட கட்சியின் வரலாறு அல்ல; தென்னிந்தியாவில் உருவான மாபெரும் மக்கள் இயக்கத்தின் வரலாறு; ஆதிக்கத்துக்கு எதிரான

போராட்டத்தின் வரலாறு. அதன் ஆணிவேர் பிராமணர் - பிராமணர் அல்லாதார் பிரச்னையில் தொடங்குகிறது. ஆகவே, 1909ல் உருவான சென்னை பிராமணர் அல்லாதார் சங்கத்தில் இருந்து திராவிட இயக்க வரலாறைத் தொடங்கினேன்.

நீதிக்கட்சியின் உருவாக்கத்துக்கு முந்தைய பிராமணர் அல்லாதார் இயக்கங்கள் - அரசியல் சூழல், நீதிக்கட்சி உருவான வரலாறு, நீதிக்கட்சி அரசின் சாதனைகள் - சறுக்கல்கள், பெரியார் தொடங்கிய சுயமரியாதை இயக்கம், திராவிடர் கழகத்தின் வளர்ச்சி, மொழிப்போராட்டம், திராவிட நாடு கோரிக்கை, திமுக தோன்றிய பின்னணி, அண்ணா ஆட்சியைப் பிடித்த வரலாறு என்று அறுபது ஆண்டுகால அரசியல் வரலாறை முதல் பாகத்தில் பதிவு செய்திருக்கிறேன்.

கலைஞர் தலைமையில் திமுக செயல்பட்ட விதம், பெரியாரின் மறைவு, எம்.ஜி.ஆரின் விலகல், திமுகவின் எதிர்நீச்சல், மாநில சுயாட்சிக் கோரிக்கை, சமூக நீதிப் போராட்டம், ஈழப்பிரச்னை, ஜெயலலிதாவின் வருகை, மறுமலர்ச்சி திமுகவின் உருவாக்கம் என்று அண்ணாவுக்குப் பிறகான நாற்பது ஆண்டுகால அரசியல் வரலாறை இரண்டாவது பாகத்தில் பதிவு செய்திருக்கிறேன்.

•

திராவிட இயக்கம் குறித்த புரிதலுக்காகவும் ஆய்வுக்காகவும் ஒப்பீட்டு ஆய்வுக்காகவும் உதவிய புத்தகங்களின் பட்டியலை இரண்டாம் பாகத்தின் இறுதியில் இணைத்திருக்கிறேன். எனக்கு உதவிய புத்தகங்கள் என்பதற்காக மட்டும் அல்லாமல், திராவிட இயக்க வரலாற்றை மேலும் வாசிக்க விரும்பு வோருக்கு உதவ வேண்டும் என்ற நோக்கத்துடன் இணைத்திருக்கிறேன். சில புத்தகங்களைப் பற்றி மட்டும் இங்கே சொல்லவேண்டும்.

பெரியார், அண்ணா இருவருடைய நேரடிப் பதிவுகள் அனைத்துமே பிரதானமானவை. இருப்பினும், பெரியார் பகுத்தறிவு நூலகம் மற்றும் ஆய்வு மையத்தில் எனக்குக் காணக்கிடைத்த **நீதிக்கட்சி பொன்விழா மலர்**, முரசொலி மாறனின் **திராவிட இயக்க வரலாறு, ஏன் வேண்டும் இன்பத் திராவிடம்?**, கே.எஸ். ஆனந்தம் எழுதிய **மலர்க, மாநில சுயாட்சி**, கன்னிமரா நூலகத்தில் கிடைத்த நாவலர் நெடுஞ்செழியனின் சுயசரிதமான **வாழ்வில் நான் கண்டதும் கேட்டதும்**, வாழ்க்கை வரலாறு என்ற பெயரில் தமிழக அரசியல் வரலாற்றின் ஒவ்வொரு அசைவையும் பதிவு செய்திருக்கும் கலைஞரின் **நெஞ்சுக்கு நீதி (நான்கு பாகங்கள்)** ஆகியவை குறிப்பிடத்தக்க முன்னோடி நூல்கள். பி. ராமமூர்த்தி எழுதிய **விடுதலைப் போரும் திராவிடர் இயக்கமும்**, அதற்கு மறுப்பு நூலாக கி. வீரமணி எழுதிய **உண்மை வரலாறு** இரண்டும் முக்கியமானவை.

P. ராஜாராமன் எழுதிய The Justice Party – A Historical Perspective (1916 – 1937) மற்றும் Eugene F. Irschick எழுதிய Politics and Social Conflict in South India : The Non – Brahman Movement and Tamil Separatism

(1916 – 1929) என்ற இரண்டு முக்கியப் புத்தகங்களும் இணையத்தில் கிடைத்தன. புத்தகத்தின் எழுத்துப்பணி முடியும் தருணத்தில் வெளியான க. திருநாவுக்கர எழுதிய நீதிக்கட்சி வரலாறு (இரண்டு பாகங்கள்) ஒப்பீட்டு ஆய்வுக்கு மிகவும் உதவியாக இருந்தன.

வரலாற்று நிகழ்வுகளைப் பதிவு செய்யும்போது, மூலக்கருத்து மாறிவிடாம லிருக்க, தொடர்புடைய தலைவர்கள் மேற்கோள்களை நன்றியுடன் பயன்படுத்தியுள்ளேன். தலைவர்களுடைய சொல்லாடல்களைப் படிக்கும் போது வாசகர்களுக்கு செய்தியின் மீதான நம்பகத்தன்மை அதிகரிக்கும் என்று நினைக்கிறேன்.

•

புத்தகம் எழுதத் தொடங்கியது முதல் திராவிட இயக்கம் தொடர்பாக என்னைப் பாதித்த செய்திகளை - சம்பவங்களைச் சொல்லும்போது என்னுடைய ஆர்வத்துக்கு அணை போடாமல் பொறுமையுடன் செவிசாய்த்து, என்னை ஊக்கப்படுத்திய என்னுடைய தந்தை திரு. ராமசாமி மற்றும் தாயார் திருமதி ராணி இருவருக்கும் சொல்லித் தீராத நன்றிகள். புத்தகத்தை எழுதி முடிக்கத் தொடர்ச்சியாக ஊக்கமருந்து செலுத்திய என்னுடைய முதன்மை ஆசிரியர் பா. ராகவனுக்கு நன்றிகள் பல.

நீண்ட தேடலையும் கவனம் பிசகாத கடும் உழைப்பையும் கோரிய இந்தப் புத்தகத்தின் உருவாக்கத்துக்கு எனக்கு உதவியாக இருந்தவர்கள் பலர். பேராசிரியர் ஆய்வு நூலகத்தின் நூலகர் சுந்தரராசன், பெரியார் பகுத்தறிவு நூலகத்தின் நூலகர் கோவிந்தன், நூலகப் பணியாளர் சமநீதி, கன்னிமரா நூலகப் பணியாளர்கள், ரோஜா முத்தையா நூலகத்தினர், ராயப்பேட்டை ஈஸ்வரி லெண்டிங் லைப்ரரி, இதழ் சேகரிப்பாளர் எஸ்.வி. ஜெயபாபு ஆகியோருக்கு என்னுடைய மனப்பூர்வமான நன்றிகள்.

திராவிட இயக்கத்தின் வரலாற்றைப் பதிவு செய்வதன்மூலம் தமிழகத்தின் நூறாண்டுகால அரசியல் வரலாற்றைப் பதிவு செய்யும் என்னுடைய நோக்கம் எந்த அளவுக்கு நிறைவேறியிருக்கிறது என்பதை வாசகர்களாகிய நீங்கள்தான் சொல்லவேண்டும். இனி இது உங்கள் சொத்து.

அன்புடன்

ஆர். முத்துக்குமார்

15 டிசம்பர் 2010

1 எங்கும் ஆங்கிலம்

நாற்பத்தியெட்டு வீடுகள் மட்டுமே கொண்ட சின்னஞ்சிறு அக்ரஹாரம் அது. உத்தமதானபுரம் என்று பெயர். தஞ்சாவூர் மாவட்டம் பாபநாசத்துக்கு அருகில் இருக்கிறது. அக்ரஹாரவாசிகள் செய்யும் தொழில்கள் வெகு சொற்பம். வேதம் சொல்லிக் கொடுப்பார்கள். பாடம் சொல்லிக்கொடுப்பார்கள். திருமணம் செய்து வைப்பார்கள். நல்ல காரியங்கள், துக்க காரியங்களுக்கு புரோகிதம் செய்யப் போவார்கள். ஜாதகம் பார்ப்பார்கள். அக்கம்பக்கத்து ஊர்களில் நடக்கும் அனைத்து வைதிகக் காரியங்களுக்கும் அங்கிருந்துதான் அந்தணர்களை அழைத்துச் செல்லவேண்டும்.

அந்த அக்ரஹாரத்தில் வசித்த அண்ணா ஜோஸ்யர் என்ற பிராமணருக்கு ஜோதிடம் பார்ப்பது தொழில். முறையாகக் கற்றுக்கொண்ட தொழிலை முழுமூச்சுடன் செய்யக்கூடியவர். கணிசமாக வருமானம் தரக்கூடிய தொழில்தான். என்ன ஒன்று, அடிக்கடி வெளியூர் சென்று தொழில் செய்யவேண்டியிருக்கும். அன்றும் அப்படித் தான், தொழில் நிமித்தமாக வெளியூர் சென்றுவிட்டு அக்ரஹாரத்துக்குத் திரும்பிக்கொண்டிருந்தார்.

பாபநாசத்துக்கு அருகில் வந்துகொண்டிருக்கும்போது யாரோ அவரைக் கூப்பிடும் சத்தம் கேட்டது. திரும்பிப் பார்த்தால் எதிர்த்திசையில் ஒருவர். அரசாங்க அலுவலர் போன்ற தோற்றம். கலெக்டரின் உதவியாளர் என்று தன்னை அறிமுகம் செய்துகொண்டார்.

‘தஞ்சாவூர் கலெக்டர் இங்கே முகாம் போட்டிருக்கிறார். உங்களை அழைத்துவரச் சொன்னார்.’

என்னவாக இருக்கும்? யோசித்தபடி போனார்.

‘உமக்கு எழுதப் படிக்கத் தெரியுமா?’

ஜோதிடரைப் பார்த்து கலெக்டர் கேட்ட முதல் கேள்வி இதுதான்.

‘தெரியும்.’ கணீர்க்குரலில் பதில் கொடுத்தார் ஜோதிடர். கலெக்டர் முகத்தில் லேசான புன்னகை.

‘கணக்கு வழக்குகள் பார்க்கத் தெரியுமா?’

‘ஜோதிடம் பார்க்கக் தெரியும். கணக்கும் போடத் தெரியும்.’

‘கிராமத்துக் கணக்கு வேலைகளைப் பார்ப்பீர்களா?’

நல்ல பதிலை எதிர்பார்த்து அந்தக் கேள்வியைக் கேட்டார் கலெக்டர். கடந்த கேள்விகளுக்குச் சொன்னதைப் போலவே கொஞ்சமும் தயக்கம் இல்லாமல் பதில் சொன்னார் ஜோதிடர்.

‘கொடுத்தால் பார்ப்பேன்.’

கலெக்டர் தன் உதவியாளரைப் பார்த்தார். அந்தப் பார்வையில் அண்ணா ஜோஸ்யருக்கு அரசாங்க வேலை கிடைத்தது.

விண்ணப்பம் இல்லை. கோரிக்கை இல்லை. போட்டி இல்லை. படிக்கத் தெரியும். கணக்கு தெரியும். போதாது? வேலை வாய்ப்புகள் பிராமணர்களின் மடியில் தாமாக வந்து விழுந்தன.

உத்தமதானபுரம் ஜோதிடருக்குக் கிடைத்தது போலத்தான் எல்லா பிராமணர்களுக்கும் வேலை கிடைத்ததா என்றால் இல்லை. ஒவ்வொரு வருக்கு ஒவ்வொரு முறையில். சிலருக்குப் படிப்பைப் பார்த்து. சிலருக்குப் பேச்சைப் பார்த்து. சிலருக்குத் திறமையைப் பார்த்து. எல்லாவற்றுக்கும் அடிப்படை கல்வி. அது அவர்களிடம் அதிகமாகவே இருந்தது.

தவிரவும் சமஸ்கிருத அறிவு. வேதங்களையும் சாஸ்திரங்களையும் அறிந்தவர்கள் என்ற பெயர். அதனாலேயே சமூகத்தில் இருந்த மரியாதை. அதனாலேயே ஏற்பட்டிருந்த அடக்கி ஆளும் சுபாவம்.

கல்வி கற்றவர்களை அருகில் வைத்துக்கொள்ளவேண்டும் என்று ஆட்சியாளர்கள் விரும்பிய சமயத்தில் அவர்களுடைய தேர்வு பிராமணர்கள் தான். தளவாய்கள், பிரதானிகள், ராயசங்கள் போன்ற கௌரவம் நிறைந்த பதவிகள் பிராமணர்களைத் தேடி வந்தன. கிடைத்த வாய்ப்புகளைக் கச்சிதமாகப் பிடித்துக்கொண்டனர். பிராமணர்கள் வீட்டுக் குழந்தைகள் வேதங்களையும் உபநிடதங்களையும் பயில்வதற்கான கல்வி நிலையங்களையும் மன்னர்கள் அமைத்துக் கொடுத்தனர். அதையும் பக்குவ மாகப் பயன்படுத்திக்கொண்டனர்.

கல்வி. பட்டம். பதவி. எஞ்சியது பரிசு? அதுவும் கொடுத்தார்கள். நிலங்களாக. சோழ மன்னர்கள் காலத்தில் பிராமணர்களின் திறமையைப் பாராட்டும் வகையில் ஏராளமான நிலங்களைப் பரிசாகக் கொடுத்தனர். முதலாம் குலோத்துங்கச் சோழன் 108 பிராமணர்களுக்கு நிலங்களைப் பரிசாகக் கொடுத்துள்ளார். அந்த நிலங்களுக்கு பிராமணர்கள் எந்தவிதமான வரியையும் செலுத்த வேண்டியதில்லை. அந்த நிலங்களைக் கொண்டு பிராமணர்கள் வசிக்கக்கூடிய மங்கலங்களும் அக்ரஹாரங்களும் உருவாகின.

இந்திய மக்களுடன் பிரிட்டிஷ் அதிகாரிகள் பழகுவதற்கு நிறைய தடைகள் இருந்தன. புதிய மண். புதிய மனிதர்கள். முக்கியமாக, மொழி. அந்தத் தடையை உடைக்க அவர்களுக்கு ஒத்தாசையாக இருந்தவர்கள் பிராமணர்கள்தான்.

சூசகமாகச் சொல்வதைக்கூட சுலபத்தில் புரிந்துகொண்டார்கள் பிராமணர்கள். ஆங்கிலம் தெரியாத மக்களுக்கு நேரடியாக உத்தரவு போடுவதைக் காட்டிலும் பிராமணர்கள் மூலமாக உத்தரவு போடுவது பிரிட்டிஷாருக்கு எளிதாக இருந்தது. ஆங்கிலம்தான் எதிர்காலம் என்றதும் அதைக் கற்றுக்கொள்வதில் ஆர்வம் செலுத்திய பிராமணர்கள், எளிதில் தங்களை பிரிட்டிஷாருடன் இணைத்துக்கொண்டார்கள்.

படித்த மனிதர்கள் என்றால் பிரிட்டிஷாருக்கு மிகவும் பிடிக்கும். தங்களைச் சுற்றிலும் படித்த மனிதர்கள் இருக்கவேண்டும். அவர்களுடன் விவாதிக்கவேண்டும். அதேசமயம் குறைந்த எண்ணிக்கையில் படித்தவர்கள் எண்ணிக்கை இருப்பது பிரிட்டிஷாருக்கு உறுத்தலாகவே இருந்தது. இந்தியர்கள் கல்வி கற்கிறார்கள். ஆனால் சொற்ப எண்ணிக்கையில். அதுவும் பிராமணர்கள் மாத்திரமே அதிகம் கற்கிறார்கள். மற்றவர்கள் எல்லாம் என்ன செய்துகொண்டிருக்கிறார்கள்? பிராமணர்கள் மட்டும் படித்தவர்களாக இருந்தால் போதாது. மற்ற சமூகத்தினரின் கல்வித் தரமும் உயரவேண்டும். அது கம்பெனிக்கு லாபம். பிரிட்டிஷாருக்கு லாபம். எனில், எப்படி அவர்களுக்குக் கல்வியைப் புகட்டுவது?

மெக்காலே கல்வித்திட்டம்

1835ம் ஆண்டின் தொடக்கம் அது. லார்ட் தாமஸ் பாபிங்டன் மெக்காலே என்ற பிரிட்டிஷ் அதிகாரி இந்தியாவுக்கு அழைத்துவரப்பட்டார். இந்தியர்களுக்குக் கல்வி கொடுக்கவேண்டும். சாத்தியமா? எனில், எப்படிக் கொடுப்பது? எங்கே கொடுப்பது? கொஞ்சம் ஆய்வு செய்யுங்கள். ஆழமாகச் செய்யுங்கள். அறிக்கை கொடுங்கள். உத்தரவு போட்டார் பெண்டிங் பிரபு. ஆகட்டும் என்று சொல்லிவிட்டு உடனடியாகக் களம் இறங்கினார் மெக்காலே.

இந்தியர்களுக்கு அப்போது சமஸ்கிருதத்திலும் அரபியிலும் பாடம் சொல்லித்தரப்பட்டுவந்தன. ஆங்கிலக் கல்வியும் இருந்தது, அங்கொன்றும் இங்கொன்றுமாக. ஆய்வுப் பணியில் இறங்கியதுமே மெக்காலேவுக்குச் சில

விஷயங்கள் பிடிபட்டுவிட்டன. இனியும் சமஸ்கிருத, அராபிய மொழிகளில் பாடம் சொல்லிக் கொடுப்பதில் பலன் இல்லை. இனியும் அந்த மொழிப் புத்தகங்களுக்காகப் பணம் செலவழிப்பதில் லாபம் இல்லை. எல்லா வற்றையும் ஒதுக்கவேண்டும். இந்தியர்களை உயர்த்த ஒரே வழிதான் இருக்கிறது. ஆங்கிலக் கல்வி.

புதிய கல்வித் திட்டத்தின் மூலம் இந்தியர்களின் அடிப்படையே மாறப்போகிறது. நிறத்தாலும் ரத்தத்தாலும் மட்டுமே அவர்கள் இந்தியர்கள். கருத்து, விருப்பம், அறிவு, திறமை அனைத்திலும் அவர்கள் இனி பிரிட்டனைச் சேர்ந்தவர்கள். உரத்த குரலில் சொன்னார் மெக்காலே. 7 மார்ச் 1835 அன்று ஆங்கிலமே பிரிட்டிஷ் இந்தியாவின் அதிகாரபூர்வ மொழி என்ற அறிவிப்பை வெளியிட்டார் வில்லியம் பெண்டிங் பிரபு.

அதன் அர்த்தம், இனி அலுவலகங்களில் ஆங்கிலமே இருக்கும். ஆங்கிலப் பாடமுறையே பள்ளிகளில் இருக்கும். இனி கல்விக்காக ஒதுக்கப்படும் நிதி அனைத்தும் ஆங்கிலக் கல்விக்கே. அதே சமயம் பாரம்பரியமாக நடந்துவரும் சமஸ்கிருத கல்லூரிகள், அரபு மதரஸாக்கள் உடனடியாக மூடப்படாது. அவை ஒருபக்கம் இயங்கட்டும். பிறகு பார்த்துக்கொள்ளலாம். இப்போதைக்கு எங்கும் ஆங்கிலம்! எதிலும் ஆங்கிலம்!

மெக்காலேவின் திட்டத்தின்படி அமலுக்கு வந்த ஆங்கிலக் கல்வியைப் புன்னகை தவழ வரவேற்றவர்களில் முக்கியமானவர்கள் பிராமணர்கள். ஏற்கெனவே கல்வியின் அருமையைப் புரிந்தவர்கள். ஆங்கிலத்தின் அனுகூலங்களை அனுபவித்தவர்கள். அரசல் புரசலாகக் கற்றுக் கொண்ட ஆங்கிலமே நமக்கு ஏராளமான வாய்ப்புகளை வாரிக் கொடுத்திருக்கிறது. அதையே அதிகாரபூர்வமாகக் கற்றுக்கொடுக்கிறோம் என்று சொல்கிறார்கள். விட்டுவிட முடியுமா? சிந்தாமல் சிதறாமல் பயன்படுத்திக்கொள்ளவேண்டும் இல்லையா?

பிராமணக் குழந்தைகள் உற்சாகமாகப் பள்ளியில் சேர்க்கப்பட்டனர். ஆங்கிலக் கல்வியில்தான் எதிர்காலம் இருக்கிறது என்பது புரிந்தவர்கள் வீட்டுக் குழந்தைகள் அத்தனையும் ஆங்கிலப் பள்ளியில் சேர்க்கப்பட்டனர். தவிரவும், அரசாங்கத்தின் சாதாரண பொறுப்புகளுக்குக்கூட ஆங்கிலம் படித்தவர்களுக்கு மட்டுமே முன்னுரிமை தரப்படும் என்ற அறிவிப்பை பிரிட்டிஷ் அரசு வெளியிட்டது. வாழ்க ஆங்கிலம்! படித்து முடித்த பிராமண மாணவர்களுக்கு சுலபத்தில் அரசாங்க வேலைவாய்ப்புகள் கிடைத்தன. பல முக்கியப் பொறுப்புகளில் பிராமணர்கள் அமர்த்தப்பட்டனர். ஒரு கட்டத்தில் அரசு வேலை என்றாலே அது பிராமணர்களுக்கானது மட்டுமே என்ற அளவுக்கு நிலைமை சென்றது.

சென்னை மாகாணத்தின் அப்போதைய (1890) மொத்த மக்கள் தொகை நான்கரை கோடி. அவற்றில் ஏறக்குறைய நான்கு கோடி பேர் பிராமணர் அல்லாதவர்கள். அரை கோடிக்கும் குறைவான எண்ணிக்கையில் இருப்பவர்கள் பிராமணர்கள். ஆனால் 1892 முதல் 1904 வரை நடந்த இந்திய

சிவில் சர்வீஸ் தேர்வில் வெற்றி பெற்ற 16 பேரில் 15 பேர் பிராமணர்கள். கடந்த இருபது ஆண்டுகளில் உதவிப் பொறியாளர் வேலைக்கு எடுக்கப்பட்ட 21 பேரில் 17 பேர் பிராமணர்கள். நான்கு பேர் மட்டுமே பிராமணர் அல்லாதவர்கள். உதவி கலெக்டர் பதவிக்குத் தேர்ந்தெடுக்கப்பட்ட 140 பேரில் 77 பேர் பிராமணர்கள். நிலையான பதவிகளிலும் அவர்களே. கொஞ்சம் தாற்காலிகமான பதவிகளிலும் அவர்களே.

பிரிட்டிஷார் கொண்டுவந்த கல்வித் திட்டத்தைப் பயன்படுத்தி பிராமணர் மட்டும்தான் படித்தனரா? பதவிக்கு வந்தனரா? பிராமணர் அல்லாத மாணவர்கள் எவரும் படிக்கவில்லையா? அவர்களுக்கு வேலைவாய்ப்புகள் தரப்படவில்லையா? படித்தனர். வேலை வாய்ப்புகளும் கிடைத்தன. ஆனால் சதவீத இடைவெளி மிக அதிகம். அதிலும், பணக்காரக் குடும்பங்களைச் சேர்ந்தவர்கள் வீட்டுக் குழந்தைகளுக்குத்தான் அந்த வாய்ப்பும் கிடைத்தது. மற்ற பிராமணர் அல்லாத குடும்பங்களுக்குக் கிடைக்கவில்லை.

விஷயம் புரிந்து, களத்தில் இறங்கி, படித்து முடித்து வேலைக்குத் தயாராகும்போது உரிய அரசுப் பதவிகள் அனைத்திலும் பிராமணர்களே இருந்தனர். ஆம். ஏற்கெனவே படித்துமுடித்து வேலைக்கு வந்தவர்கள்தான். பல தலைமுறைகளாகப் படித்த குடும்பங்களாக இருக்கும் பிராமணர் வீட்டுப் பிள்ளைகளுடன் புத்தம் புதிதாகப் படித்த பிராமணர் அல்லாத வீட்டுப் பிள்ளைகள் போட்டி போடும்போது அது பிராமணர்களுக்கே சாதகமாக இருந்தது.

அரசுப் பணிகளையும் கல்வியறிவும் ஆங்கில அறிவும் தேவைப்படும் அனைத்து இடங்களையும் ஆக்கிரமித்திருக்கும் பிராமணர்களுக்கு எதிராக பிராமணர் அல்லாதவர்கள் மத்தியில் அதிருப்தியும் ஆவேசமும் அதிகரிக்கத் தொடங்கின. அதன் காரணமாகப் புலம்பல்களும் அதிகரித்தன. வெறுமனே புலம்பிக்கொண்டிருப்பதில் அர்த்தம் இல்லை. மனத்துக்குள் புழுங்கிக் கொண்டிருப்பதிலும் பலன் இல்லை. துணிந்து களத்தில் இறங்கவேண்டும். ஆதிக்கத்துக்கு எதிராக. ஆக்கிரமிப்புக்கு எதிராக. யார் இறங்குவது?

2 சென்னை திராவிடர் சங்கம்

பாதிப்புக்கு உள்ளாகும் அத்தனை பேருமே பிராமணர் அல்லாத மக்கள். எனில், ஏன் அவர்கள் அத்தனை பேரையும் ஒற்றைக் குடையின்கீழ் திரட்டக் கூடாது? சங்கம் வைத்துத் தமிழைத்தான் வளர்க்க வேண்டுமா என்ன? உரிமைப் போர்களையும் நடத்தலாம். உரிமை களைப் பெறவேண்டும் என்றால் ஒருங்கிணைவதைத் தவிர வேறு வழியில்லை. ஒருங்கிணைக்க நாங்கள் தயார் என்று சொன்னார்கள் சென்னையைச் சேர்ந்த இரண்டு வழக்கறிஞர்கள். பி. சுப்பிரமணியம், எம். புருஷோத்தம நாயுடு. அந்த நொடியில் உருவான இயக்கம், சென்னை பிராமணர் அல்லாதார் சங்கம். ஆங்கிலத்தில், The Madras Non-Brahmin Association.

சங்கம் தொடங்கப்பட்டது என்னவோ 1909ல்தான். ஆனால் அதற்குப் பல ஆண்டுகளுக்கு முன்னரே பிராமணர் அல்லாதாரின் பிரச்னைகள் குறித்து வேறு சிலரும் யோசித்திருந்தனர்.

அதற்கு சாட்சியாக இருப்பவை 1893ல் வெளியான இரண்டு புத்தகங்கள். பிராமணர் அல்லாதார் இனங்களும் இந்திய அரசுப் பணியும் (The Non – Brahmin Races and Indian Public Service) என்பது முதல் புத்தகத்தின் பெயர். பிராமணர் அல்லாதார் இனங்கள் தெளிவு பெறுவதற்கான வழிவகைகள் (The Ways and Means for the Amelioration of Non – Brahmin Races) என்பது இரண்டாவது புத்தகத்தின் பெயர். இரண் டிலுமே நூலாசிரியர் பெயர் Fair play என்று குறிப்பிடப்பட்டுள்ளது.

நூற்றைம்பது ஆண்டுகளாகப் பெயருக்குத்தான் ஆங்கிலேயர்கள் ஆட்சி செய்கிறார்கள். உண்மையில் இங்கே பிராமணர்களின் ஆட்சிதான் நடந்து வருகிறது. பிராமணர்களின் நலனுக்காக மட்டுமே காங்கிரஸ் கட்சி இயங்கு கிறது. இந்திய அரசுப் பணிகள் அனைத்தும் பிராமணர்களுக்கு மட்டுமே என்ற நிலைதான் இன்னமும் நீடித்துவருகிறது. இவைதான் முதல் புத்தகத்தின் சாரம்.

அனைத்து அரசுப் பணிகளுமே பிராமணர்களுக்கு என்ற நிலையை மாற்ற வேண்டும் என்றால் வேலைவாய்ப்பு என்பதை மட்டுமே மையமாகக் கொண்டு புதிய இயக்கம் ஒன்று உருவாக்கப்பட வேண்டும். அதற்கு பிராமணர் அல்லாதார் அனைவரும் ஒருங்கிணைந்து செயல்படவேண்டும். புரிதலையும் விழிப்புணர்வையும் உத்வேகத்தையும் ஏற்படுத்தும் வகையில் பிராமணர் அல்லாதார் தங்களுக்கென்றே சில பத்திரிகைகளைத் தொடங்க வேண்டும். இவை இரண்டாவது புத்தகத்தின் அம்சங்கள்.

பிரச்னைகளை விளக்கும் வகையில் முதல் புத்தகமும் அவற்றுக்கான தீர்வுகளைச் சொல்லும் வகையில் இரண்டாவது புத்தகமும் அமைந்திருந்தன.

1909ல் சென்னை பிராமணர் அல்லாதார் சங்கத்தைத் தொடங்கிய இரண்டு வழக்கறிஞர்களும் அதன் கொள்கைத் திட்டங்களை செய்தித்தாள்களில் வெளி யிட்டனர். ஒவ்வொரு திட்டமும் பிராமணர் அல்லாத மக்களின் பிரச்னைகள் பற்றிப் பேசியது. எதிர்காலம் குறித்து ஏங்கியது. முன்னேற்றம் குறித்து விவாதித்தது.

- சமூக அளவில் மிகவும் தாழ்ந்த நிலையில் இருக்கும் பிராமணர் அல்லாத மக்களை முன்னேற்ற வேண்டும் என்பதுதான் சங்கத்தின் முதன்மையான நோக்கம். சமூக ஏணியில் முன்னேற்றம் அடைவதற்கானத் தகுதிகளைப் பெற அவர்களுக்கு உதவி செய்ய சங்கம் தயாராக இருக்கிறது.

- நல்ல புத்திக் கூர்மையும், கல்வி கற்கும் ஆர்வமும் இருக்கிறது, மேற்கொண்டு படிப்பதற்கு வசதியில்லை என்ற நிலையில் இருக்கும் பிராமணர் அல்லாத பிள்ளைகளை மேற்படிப்பு படிக்க வைக்க சங்கம் தேவையான உதவிகளைச் செய்யும்.

- பிராமணர் அல்லாத இளைஞர்கள் வெளிநாடுகளுக்குச் சென்று தொழில்நுட்பக் கல்விப் பயிற்சி பெற சங்கம் உதவும். அப்படிப் பயிற்சி பெற்ற இளைஞர்கள் தாய்நாடு திரும்பி, புதிய தொழில்களைத் தொடங்க விருப்பம் தெரிவித்தால், அவர்களுக்கு அனைத்து விதமான உதவி களையும் ஊக்கத்தையும் சங்கம் கொடுக்கும்.

- பிராமணர் அல்லாத மக்களின் முன்னேற்றத்தை மட்டுமே குறிக் கோளாகக் கொண்டு செயல்படத் தொடங்கியுள்ள சென்னை பிராமணர் அல்லாத சங்கம் முழுக்க முழுக்கச் சமுதாய முன்னேற்ற அமைப்பாகச் செயல்படும். அரசியல் சார்பற்ற முறையில் தொடர்ந்து இயங்கும்.

சங்கத்துக்கு உறுப்பினர்களைச் சேர்க்கும் பணிகள் தொடங்கின. செய்தித்தாள்களில் விளம்பரம் செய்தால் அதிக அளவில் உறுப்பினர்கள்

சேரக்கூடும் என்று நினைத்தனர். இந்த இடத்தில்தான் முதல் சிக்கல் தொடங்கியது. சங்கத்தைத் தொடங்கிய இரண்டு வழக்கறிஞர்களுமே பொருளாதார ரீதியாகப் பலவீனமாக இருந்தனர். ஆற்றல் இருந்தது. ஆர்வம் இருந்தது. நிதி ஆதாரம் இல்லை. சங்கம் வளர்ச்சி அடைவதில் சுணக்கம் ஏற்பட்டது.

போதாக்குறைக்கு சென்னை மாகாணத்தைச் சேர்ந்த சில முக்கியப் பிராமணத் தலைவர்கள் புதிய சங்கத்தைக் கண்டிக்கத் தொடங்கினர். வகுப்புவாதத்தைத் தூண்டுகிறார்கள்; இனவெறியைப் பரப்புகிறார்கள்; நான் பிராமின் அசோசியேசனை ஊக்குவிக்கக்கூடாது; உடனடியாகக் கடிவாளம் போட்டே தீரவேண்டும்; வெறுமனே பேசுவதோடு நிறுத்திக்கொள்ளவில்லை. மாகாணத்தில் இருக்கும் முக்கியப் பத்திரிகைகளுக்குக் கடிதங்கள் எழுதினர். கிடுக்கிப்பிடி போடுவதற்கான முயற்சிகள் தொடங்கின.

எதிர்ப்பு வரும் என்பது இரண்டு பேருக்குமே நன்றாகத் தெரியும். அதைச் சமாளிக்கும் வித்தையும் அவர்களுக்குத் தெரியும். தெரிந்து என்ன செய்ய? பொருளாதாரப் பிரச்னை இடிக்கிறதே? திட்டமிட்டபடி சங்கத்தை வளர்த்தெடுக்கும் பணியில் அவர்களால் ஈடுபட முடியவில்லை. ஆயிரம் உறுப்பினர்கள் சேரும்வரை சமாளித்துவிட்டால் போதும்; பிறகு வளர்ந்துவிடலாம் என்று நினைத்தனர். ஆனால் அது எடுபடவில்லை. மெல்ல மெல்ல அடங்கிப் போனது முதல் நெருப்பு.

சென்னை ஐக்கியக் கழகம்

மூன்று ஆண்டுகள் அதிருப்தியாகவே நகர்ந்தன. பிராமணர் அல்லாத மக்கள் மத்தியில் மீண்டும் ஒரு எழுச்சி ஏற்பட்டது. பின்னணியில் இருந்தவர்கள்: அரசு வேலைகளில் இருந்த பிராமணர் அல்லாத பணியாளர்கள். அரசு அலுவலகங்களில் இருக்கும் பிராமணர்களுக்கும் பிராமணர் அல்லாதவர்களுக்கும் இடையே மோதல்கள் ஏற்படத் தொடங்கின. உயர் பதவிகளில் எல்லாம் பிராமணர்கள் இருந்தார்கள். அவர்களுக்குக் கீழே இருக்கும் பதவிகள் பிராமணர் அல்லாத மக்களுக்கு. உத்தரவு போடுவது பிராமணர்களின் உரிமை. அதைச் செய்துமுடிப்பது பிராமணர் அல்லாதாரின் கடமை. இந்த விதியில் இருந்து அணுவளவு பிசகினாலும் வேலைக்கு ஆபத்து.

தொடர்ந்து மிரட்டுகின்றனர். விடாமல் அதட்டுகின்றனர். அவமதிப்புக்கும் பஞ்சமில்லை. பிராமணர் அல்லாதார் என்ற ஒரே காரணத்துக்காகப் பணியிடங்களில் புறக்கணிக்கிறார்கள். பதவி உயர்வை மறுக்கிறார்கள். இனியும் கைகட்டி, வாய்ப்பொத்தி, மௌனம் காப்பது எதிர்காலத்தை ஊனப் படுத்திவிடும். அடங்கிக் கிடந்தால் அழுத்தப்பட்டுவிடுவோம். நிமிர்ந்து நிற்பதைத் தவிர வேறு வாய்ப்பு இல்லை என்று ஆவேசப்பட்டனர் அரசுப் பணியில் இருந்த பிராமணர் அல்லாதவர்கள்.

ஒருங்கிணைப்பு அவசியம் என்று உணர்ந்ததும் சரவண பிள்ளை, ஜி. வீராசாமி நாயுடு, துரைசாமி முதலியார், என். நாராயணசாமி நாயுடு போன்ற பிராமணர்

அல்லாத பிரமுகர்கள் இணைந்து ஆலோசனை செய்தனர். விளைவு, 1912ல் சென்னை ஐக்கியக் கழகம் (The Madras United League) என்ற புதிய இயக்கம் உருவாக்கப்பட்டது. திராவிட இயக்கங்களின் பெயர்களில் 'கழகம்' என்ற சொல் இடம்பெறுவதற்கான தொடக்கப்புள்ளி இதுதான்.

வாருங்கள் பேசுவோம். குறைகளைக் கண்டறிவோம். ஒன்றுபட்டுக் குரல் கொடுப்போம். தீர்வை நோக்கி நகர்வோம். இவைதான் சென்னை ஐக்கியக் கழகத்தின் முழக்கங்கள். வடிகாலைத் தேடி ஏங்கிக்கொண்டிருந்த சமயத்தில் கழகம் உருவானதால் பிராமணர் அல்லாத பணியாளர்கள் பலரும் சென்னை ஐக்கியக் கழகத்துக்குத் தங்களுடைய ஆதரவைக் கொடுக்க முன்வந்தனர். அவர்களில் பெரும்பாலானவர்கள் வருவாய்த்துறையில் வேலை பார்ப்பவர்கள்.

இயக்கத்தை வழிநடத்தும் செயலாளர் பொறுப்பை பிரபல மருத்துவரான டாக்டர் சி. நடேச முதலியார் ஏற்றுக்கொண்டார். எஸ்.ஜி. அரங்க ராமானுஜம் சென்னை ஐக்கியக் கழகத்தின் துணைச் செயலாளராகத் தேர்வு செய்யப் பட்டார். அடிக்கடி சந்திக்கவேண்டும். ஆக்கப்பூர்வப் பணிகள் பற்றிப் பேச வேண்டும். ஐக்கிய கழகத்தின் கூட்டங்களை எங்கள் வீட்டிலேயே வைத்துக் கொள்ளலாம் என்றார் நடேச முதலியார்.

சென்னை திருவல்லிக்கேணி பெரிய தெருவில் இருந்த நடேச முதலியாரின் வீட்டிலேயே கழகத்தின் கூட்டங்கள் அடிக்கடி நடைபெற்றன. பிராமணர் அல்லாத அரசுப் பணியாளர்கள் அதிகளவில் பாதிப்புக்கு இலக்காகியிருந்த தால் கழகக் கூட்டங்களில் அவர்கள் அதிகம் கலந்துகொண்டனர். அந்தக் கூட்டங்களில் விவாதிக்கப்படும் விஷயங்கள் வாய்வழியாகவே பரவத் தொடங்கின. கழகம் வளரத் தொடங்கியது.

தொடக்கத்தில் கழகத்தின் முக்கியப்பணிகள் இரண்டு. முதியோர் கல்வி இயக்கம் நடத்துவது முதல் பணி. கழகத்தில் இணைந்து செயல்பட்ட அரசுப் பணியாளர்களே அந்தப் பணியில் தங்களை ஈடுபடுத்திக்கொண்டனர். பட்டப் படிப்பு முடித்துவரும் பிராமணர் அல்லாத இளைஞர்களுக்குப் பாராட்டு விழாக்கள் நடத்தி, அவர்களை ஊக்கப்படுத்தி, சமுதாயப் பணிகளைச் செய்வதற்கு அவர்களைத் தயார்ப்படுத்தும் பணியிலும் கழகம் தன்னை ஈடுபடுத்திக்கொண்டது.

சென்னை திராவிடர் சங்கம்

கழகம் தொடங்கிய ஓராண்டு முடிவில் ஓரளவுக்கு வளர்ந்திருந்தது. ஆனால் வேகம்தான் எதிர்பார்த்த அளவுக்கு இல்லை. வளர்ச்சியின் வேகத்தை அதிகரிக்க வேண்டும், இயக்கம் முன்பைக் காட்டிலும் வேகமாக வளர்ச்சி அடைய வேண்டும். என்ன செய்யலாம்? இயக்கத்தின் பெயரை மாற்ற வேண்டும் என்றொரு குரல் எழுந்தது. புதிதாக வைக்கப்படும் பெயர், பிராமணர் அல்லாத மக்கள் அனைவரையும் வசீகரிக்கும் வகையில் இருக்கவேண்டும் என்றது இன்னொரு குரல்.

பெயர் அழகாக இருக்கிறதா, ஈர்ப்புடன் இருக்கிறதா என்பது முக்கியமில்லை. துடிப்புடன் இருக்கிறதா என்பது முக்கியம். பெயரைக் கொண்டே இயக்கத்தின் நோக்கங்கள் புரியவேண்டும் என்பது முக்கியம். எனில், பிராமணர் அல்லாதார் சங்கம் என்ற பெயர்தான் பொருத்தமாக இருக்கும். பலருக்கும் அந்தப் பெயரில் மகிழ்ச்சி. ஏற்கெனவே அந்தப் பெயரைப் போலவே 1909ல் ஒரு இயக்கம் உருவாகி, மறைந்துவிட்டது. அதையே வைத்துக்கொள்ளலாம். என்ன ஒன்று, எதிர்மறைப் பெயராக இருக்கிறது. வாதங்கள் நீடித்தன. இறுதியில் திராவிடர் சங்கம் (Dravidian Association) என்று பெயர் வைத்துவிடலாம் என்று முடிவு செய்தார்கள்.

திராவிடர் என்பது ஓர் இனத்தைக் குறிக்கும் பெயர். சென்னை, கேரளம், கர்நாடகம், ஆந்திரம் ஆகிய இந்தியாவின் தென்பகுதியைச் சேர்ந்த பிராமணர் அல்லாத மக்களுக்கான பொதுவான பெயராக திராவிடர் என்ற சொல் பயன்படுத்தப்பட்டது. உண்மையில் திராவிடர் என்ற சொல்லை சென்னை ஐக்கியக் கழகத்தினர் பயன்படுத்திக் கொள்வதற்கு முன்பே இன்னொரு இயக்கம் பயன்படுத்தியிருந்தது. 1892ல் தாழ்த்தப்பட்ட சமுதாயத்தைச் சேர்ந்த அயோத்திதாசப் பண்டிதர் உள்ளிட்ட முக்கியத் தலைவர்கள் தங்களுடைய இயக்கத்துக்கு திராவிட ஜன சபை என்று பெயர் வைத்திருந்தனர். இனி, சென்னை ஐக்கியக் கழகத்தின் பெயர், சென்னை திராவிடர் சங்கம்.

10 நவம்பர் 1912 முதல் செயல்படத் தொடங்கிய திராவிடர் சங்கத்துக்குத் தலைவர் என்ற பதவி உருவாக்கப்படவில்லை. சிறப்பு செயலாளர் என்ற பதவியே தலைமைப் பதவி. டாக்டர் சி. நடேச முதலியார் அந்தப் பொறுப்பை ஏற்றுச் செயல்படத் தொடங்கினார். மாகாணம் தழுவிய அளவில் பொதுக் கூட்டங்களையும் ஆலோசனைக் கூட்டங்களையும் கருத்தரங்குகளையும் தொடர்ச்சியாக நடத்தியது திராவிடர் சங்கம். அரசியலுக்குக் கொடுத்த அளவுக்கு இலக்கியத்துக்கும் முக்கியத்துவம் தரப்பட்டது.

பிராமணர் அல்லாத சமூகத்தைச் சேர்ந்த பிரபலமானவர்கள், படித்தவர்கள், இளைஞர்கள் அந்தக் கூட்டங்களில் ஆர்வத்துடன் கலந்துகொண்டனர். சங்கத்தின் முதல் ஆண்டுவிழா நடந்த/போது சர். பிட்டி. தியாகராயர், ராமராய நிங்கார் உள்ளிட்ட பிராமணர் அல்லாத பிரபல மனிதர்கள் கலந்துகொண்டனர். அவர்களில் முக்கியமானவர், தரவாத் மாதவன் நாயர் என்கிற டி.எம். நாயர்.

தரவாத் மாதவன் நாயர் அடிப்படையில் ஒரு மருத்துவர். இங்கிலாந்தில் படிப்பை முடித்தபிறகு இந்தியா திரும்பிய அவர், மருத்துவப் பணிகளைச் செய்யத் தொடங்கினார். ஆண்ட்டிசெப்டிக் என்ற மருத்துவப் பத்திரிகை ஒன்றையும் நடத்தினார். அரசியல் ஆர்வம் ஏற்பட்டபோது காங்கிரஸ் கட்சியில் இணைந்தார். சென்னை நகராட்சி மன்ற உறுப்பினராக இருந்த அவர் மக்களின் பிரச்னைகளைக் கச்சிதமாகப் புரிந்துகொண்டு, அதை எல்லோருக்கும் புரியும் வகையில் மன்றங்களில் பேசினார்.

டி.எம். நாயர் என்ற பெயருடன் அரசியல் வட்டாரத்தில் பிரபலமடையத் தொடங்கி, சென்னை மாநகராட்சியின் சார்பாக சென்னை சட்டமன்றத்துக்குத்

தேர்வு செய்யப்பட்டார் (1904). காங்கிரஸ் கட்சியில் உறுப்பினராக இருந்த போதே பிராமணர் அல்லாத மக்களின் வாழ்க்கை நிலை குறித்துப் பேசியும் எழுதியும் வந்தார் நாயர். சென்னை திராவிடர் சங்கத்தின் முதலாம் ஆண்டுவிழாவில் சிறப்புரை ஆற்றிய டி.எம். நாயர், 'விழி, எழு, இன்றேல் என்றும் வீழ்ந்துபட்டோர் ஆவீர்' என்று உரத்தகுரலில் பேசினார்.

சென்னை திராவிடர் சங்கம் 1915ல் இரண்டு கருத்துவிளக்க நூல்களை வெளியிட்டது. அவற்றில் ஒன்று, பிராமணர் அல்லாதார் கடிதங்கள். (Non - Brahmin Letters) எஸ்.என்.கே என்பவர் தொகுத்த அந்த நூலில் பிராமணர் அல்லாத தலைவர்கள் எழுதிய இருபத்தியோரு கடிதங்கள் இடம்பெற்றன. ஒவ்வொரு கடிதமும் அந்தக் காலத்தில் பிராமணர் அல்லாத மக்களின் மீது நடத்தப்பட்ட ஒதுக்கல்களையும் இழிவுகளையும் வெளிச்சம் போட்டுக் காட்டின. முக்கியமாக, திராவிட மகாசபை என்ற பெயரில் விரிவான அரசியல் அமைப்பு ஒன்றைத் தொடங்கி, மாவட்டம், மாநகரம், நகரம், கிராமம் என்று பல்வேறு மட்டங்களில் அந்த இயக்கத்தை வளர்த்தெடுக்கவேண்டும் என்ற கருத்து அந்தக் கடிதங்களில் இடம்பெற்றிருந்தது.

அடுத்தது, திராவிடப் பெருமக்கள் (Dravidian Worthies) என்ற நூல். சி. சங்கரன் நாயர் எழுதிய இந்தப் புத்தகத்தில் பிராமணர் அல்லாதாரின் கல்விநிலை குறித்து விவாதிக்கப்பட்டு இருந்தது. கல்வி கற்பதில் பிராமணர் அல்லாத மக்கள் கவனம் செலுத்துவதில்லை, பிராமணர் அல்லாத மக்களுக்குள் முறையான ஒருங்கிணைப்புகள் எதுவும் இல்லை, ஒற்றுமை இல்லை, பரம்பரைத் தொழிலைத் தொடர்வதில் மட்டுமே ஆர்வம் செலுத்துகின்றனர், அரசு வேலைகளில் சேர்வதற்குக் கிடைத்த வாய்ப்புகளை எல்லாம் தவறவிட்டுவிட்டனர், மனு தர்மத்தின் மீது ஏற்பட்ட மயக்கம் காரணமாக, தங்களுடைய இழிநிலைக்குத் தாங்களே காரணமாகிவிட்டார்கள், பிராமணர் அல்லாத மக்கள் சமூகத்தில் தங்களுக்குரிய இடத்தைப் பெற வேண்டும் என்றால் அமைப்பு ரீதியாக ஒன்றிணையவேண்டும் என்பன போன்ற பல கருத்துகள் இடம்பெற்றிருந்தன.

மேல் படிப்பு படிப்பதற்கு ஆர்வம் இருந்தும் அதற்கான வாய்ப்பு, வசதிகள் இல்லாதது பிராமணர் அல்லாத மாணவர்களை வெகுவாகப் பாதித்திருந்தது. சென்னை மற்றும் திருச்சி என்ற இரண்டு இடங்களில் மட்டுமே அப்போது முதல்தரக் கல்லூரிகள் இருந்தன. மாகாணம் முழுக்க இருக்கும் மாணவர்கள் மேல்படிப்புக்காக அந்த இரண்டு ஊர்களில் ஒன்றைத்தான் தேர்ந்தெடுக்க வேண்டும். அங்குதான் தங்கிப் படிக்கவேண்டும். பிரச்னை என்னவென்றால், கல்லூரிகள் சேர்ந்து படிக்கும் பிராமணர் அல்லாத மாணவர்கள் தாங்கள் தங்கியிருக்கும் பிராமணர் விடுதிகளில் சாப்பிடுவதற்கு அனுமதி இல்லை. வெளியே சென்று தனியார் கடைகளில் எடுப்பு சாப்பாடு எடுத்துவந்து சாப்பிட வேண்டும்.

பிராமணர் அல்லாத மாணவர்களின் நிலையைப் புரிந்துகொண்ட டாக்டர் சி. நடேச முதலியார் புதிய திட்டம் ஒன்றைக் கொண்டு வந்தார். பிராமணர்

அல்லாத மாணவர்கள் தங்குவதற்கும் சாப்பிடுவதற்கும் ஏற்றவகையில் திராவிடர் சங்க விடுதி (Dravidian Association Hostel) ஒன்றை சென்னை திருவல்லிக்கேணி அக்பர் சாகிப் தெருவில் தொடங்கினார். 1916 ஜூன் மாதத்தில் முதல் விடுதி தொடங்கப்பட்டது. அதை நிர்வகிக்கும் பொறுப்பை அவரே ஏற்றுக் கொண்டார். (திராவிடர் சங்க விடுதி 1914ல் தொடங்கப் பட்டதாகப் பதிவு செய்திருக்கிறார் The Justice Party – A Historical Perspective என்ற புத்தகத்தை எழுதிய P. ராஜாராமன்)

திராவிடர் சங்கத்தின் வளர்ச்சியை காங்கிரஸ் கட்சியில் இருந்த சர். பிட்டி. தியாகராய செட்டியார், டாக்டர் டி.எம். நாயர் உள்ளிட்ட தலைவர்கள் உன்னிப்பாகக் கவனித்துக் கொண்டிருந்தனர்.

திடீரென டி.எம். நாயரின் அரசியல் வாழ்க்கையில் திருப்பத்தை ஏற்படுத்தக் கூடிய முக்கியச் சம்பவம் ஒன்று நிகழ்ந்தது.

1916 ஆகஸ்டு மாதத்தில் டெல்லி சட்டசபை என்கிற இம்பீரியல் லெஜிஸ்லேடிவ் கௌன்சிலுக்குத் தேர்தல் நடைபெற்றது. இரண்டு இடங்களுக்கான தேர்தலில் மொத்தம் ஏழுபேர் போட்டியிட்டனர். டி.எம். நாயர், வி.எஸ். சீனுவாச சாஸ்திரி, பி.என். சர்மா, சி. விஜயராகவாச்சாரியார், என். சுப்பாராவ் பந்துலு, சி. கருணாகர மேனன், நவாப் சையத் முகமது ஆகியோரும் போட்டியில் இருந்தனர்.

சென்னை மாகாணச் சட்டசபையில் இருக்கும் அதிகாரிகள் அல்லாத உறுப்பினர்கள் வாக்களித்துத் தேர்வு செய்யப்படுபவரே டெல்லி சட்ட சபைக்குச் செல்லமுடியும். பிராமணர் அல்லாத உறுப்பினர்கள்தான் சென்னை மாகாண சட்டமன்றத்தில் பெரும்பான்மையாக இருந்தனர். ஆகவே, டி.எம். நாயருக்கு வெற்றி நிச்சயம் என்பதுதான் பிராமணர் அல்லாத மக்கள் மத்தியில் நிலவிய பொதுவான எதிர்பார்ப்பு. ஆனாலும் டி.எம். நாயர் தோல்வியடைந் தார். நாயரை எதிர்த்துப் போட்டியிட்ட சீனிவாச சாஸ்திரி என்ற பிராமணர் வெற்றிபெற்றார். இன்னொரு இடத்துக்கு பி.என். சர்மா தேர்ந்தெடுக்கப் பட்டிருந்தார்.

டெல்லி சட்டசபைத் தேர்தலில் தோல்வியடைந்தது டி.எம். நாயரை வெகு வாகப் பாதித்துவிட்டது. பிராமணர்கள் தன்னைத் திட்டமிட்டுத் தோற்கடித்து விட்டார்கள் என்று அதிருப்தி அடைந்தார். டி.எம். நாயரின் தோல்வி காங்கிரஸில் இருக்கும் பிராமணர் அல்லாத தலைவர்களுக்கான சாவுமணி என்றுதான் பிராமணர்கள் நினைத்தனர். ஆனால் அந்தத் தோல்வி திராவிட இயக்கத்தின் புதிய அத்தியாயத்துக்கான முரசொலியாக அமைந்தது. கூடவே, ஒரு எச்சரிக்கை மணியும் கேட்டது. அதனை ஒலிக்கச் செய்தவர், அன்னிபெசண்ட்!

3 தென்னிந்திய நலவுரிமைச் சங்கம்

அயர்லாந்து. பிரிட்டிஷ் ஆட்சிக்கு எதிராக சுதந்தர வேட்கையுடன் போராடிய வீரர்கள் நிறைந்த பூமி. அங்கிருந்து 1893ல் இந்தியாவுக்கு வந்தவர் டாக்டர் அன்னிபெசன்ட். கடவுள் மறுப்புக் கொள்கையில் ஆர்வம் உடையவர். வசீகரிக்கும் பேச்சாளர். தேசிய மதச்சார்பற்ற சங்கத்தில் தன்னை இணைத்துக் கொண்டு சொற்பொழிவுகள் நடத்தத் தொடங்கினர். பெண் ணுரிமை, குடும்பக் கட்டுப்பாடு போன்ற விஷயங்கள் குறித்து மக்களுக்கு அவர் கொடுத்த ஆலோசனைகள் பலரது கவனத்தையும் கவர்ந்தன. பிறகு ஃபோபியன் சொசைட்டி என்கிற சோஷலிச இயக்கத்தில் இணைந்தார்.

திடீரென ஞான மார்க்கத்தின்மீது அவருக்கு ஆர்வம் ஏற்பட்டது. தியாசாபிகல் சொசைட்டி என்கிற பிரம்ம ஞானசபையின் உறுப்பினராகப் பணியாற்றத் தொடங்கி னார். உலக சகோதரத்துவம்தான் அந்த இயக்கத்தின் உயிர்நாடிக் கொள்கை. தொண்டராகப் பணியைத் தொடங்கிய டாக்டர் அன்னிபெசன்ட், ஒரு நாட்டில் இரண்டு தேசிய இனங்கள் இருக்கமுடியாது என்ற கருத்தை முன்வைத்தார். ஒரு தேசம் ஒரு தேசிய இனத்துக்கு மட்டுமே சொந்தமாக இருக்கமுடியும். ஆகவே, இந்தியாவில் இந்து - முஸ்லிம் என்ற இரண்டு தேசிய இனங்களுக்கு வாய்ப்பில்லை என்றார்

அன்னிபெசன்ட். இதுதான் இந்துக்களை, குறிப்பாக பிராமணர்களை அன்னிபெசண்ட் பக்கம் திருப்பியது.

1907ல் பிரம்ம ஞான சபையின் தலைமைப் பதவியை ஏற்றுக்கொண்டார். அந்தச் சங்கத்தின் தலைமையகம் சென்னை அடையாறில் இருந்ததால் அடிக்கடி சென்னை வரத் தொடங்கினார். சென்னையிலிருந்து இந்தியாவின் பல இடங்களுக்கும் சுற்றுப்பயணம் செய்தார்.

இந்து மதத்தின் பெருமைகள்தான் அவருடைய மேடைப்பொருள். இந்தியாவின் ஆன்மிகப் பண்பாடு, மேற்கத்திய ஆன்மிகப் பண்பாட்டைக் காட்டிலும் பல மடங்கு உயர்ந்தது என்று பிரசாரம் செய்தார். இந்துக்களின் புனித நூலாகக் கருதப்படும் பகவத் கீதையை ஆங்கிலத்தில் மொழிபெயர்த்தது பல இந்துக்களையும் மகிழ்ச்சியில் ஆழ்த்தியது.

இந்து மதத்தைப் புகழ்ந்து பேசுவதால் பிராமணர்கள் பலருக்கும் அவர் மீது ஈர்ப்பு ஏற்பட்டது. அவருடைய சொற்பொழிவு நிகழ்ச்சிகளில் அதிக அளவில் கலந்துகொள்ளத் தொடங்கினர்.

பிராமணர்களுக்குக் இந்திய தேசிய காங்கிரஸுடன் நெருக்கமான தொடர்பு உண்டு. அதன் அடிப்படையில் அன்னிபெசன்ட் - பிராமணர்கள் - காங்கிரஸ் என்ற மூன்று அமைப்புகளும் நெருக்கமாக இணைந்துப் பணியாற்றத் தொடங்கின. மெல்ல மெல்ல அன்னிபெசன்டுக்கு அரசியல் ஆர்வம் தொற்றிக் கொண்டது.

1914ல் காங்கிரஸ் கட்சியில் சேர்ந்தார். ஒவ்வொரு ஆண்டும் நடக்கும் காங்கிரஸ் மகாநாடுகளில் கலந்துகொண்டார். காங்கிரஸ் கட்சியின் தலைவர்கள் மிதவாதிகள், தீவிரவாதிகள் என்ற இரண்டு கூறுகளாகப் பிரிந்து செயல்பட்டுக் கொண்டிருந்த காலகட்டம் அது. கட்சியில் சேர்ந்ததும் மெட்ராஸ் ஸ்டேண்டார்டு என்ற பெயரில் வெளியான பத்திரிகையை விலை கொடுத்து வாங்கினார். அதற்கு 'நியூ இந்தியா' என்று பெயர் வைத்து வெளியிட்டார். வழக்கம்போல இந்து மதப் பெருமைகளைப் பற்றிப் பேசிய அவரது பத்திரிகை அரசியல் கருத்துகளுக்கும் அதிக முக்கியத்துவம் கொடுத்தது.

ஹோம் ரூல்

முதல் உலகப்போர் உருவாக்கியிருக்கும் பதற்றம் நிறைந்த சூழலில் இந்தியாவின் உதவி, இந்தியர்களின் உதவி இங்கிலாந்துக்குத் தேவை. ஆகவே, கிடைத்த தருணத்தை இந்தியாவுக்குச் சாதகமாகப் பயன்படுத்திக் கொள்ள வேண்டும். சுயாட்சி கோரிக்கையை வலியுறுத்தவேண்டும் என்றார் அன்னி பெசன்ட். சுயாட்சி குறித்து தொடர்ந்து பிரசாரம் செய்தார். அத்துடன் மிதவாதிகளையும் தீவிரவாதிகளையும் இணைத்து வைக்கும் முயற்சியிலும் ஈடுபட்டிருந்தார். குறிப்பாக, பால கங்காதர திலகரின் ஆதரவு அன்னிபெசன்ட்டுக்கு இருந்தது.

1915ல் லக்னோவில் நடைபெற்ற காங்கிரஸ் மாநாட்டில் முக்கியத்துவம் வாய்ந்த தீர்மானம் ஒன்று நிறைவேற்றப்பட்டது. பிரிட்டிஷ் சாம்ராஜ்ஜியத்தின்

திருந்திய அமைப்பில் இந்தியா சம அந்தஸ்துடைய சுயாட்சி பெறவேண்டும் என்பதுதான் அந்தத் தீர்மானம். கடந்த ஆண்டு நடந்த பம்பாய் மாநாட்டில் அன்னிபெசன்ட் கொண்டுவந்த தீர்மானம்தான். அப்போது நிராகரிக்கப்பட்டு, பிறகு விவாதிக்கப்பட்டு, தற்போது ஏற்கப்பட்டிருந்தது.

அதன் தொடர்ச்சியாக 12 செப்டெம்பர் 1916 அன்று ஹோம் ரூல் என்ற புதிய இயக்கத்தைத் தொடங்கினார் அன்னிபெசன்ட். உண்மையில் காங்கிரஸ் கட்சியையே ஹோம் ரூல் இயக்கமாக மாற்றுங்கள் என்று கோரிக்கை விடுத்தார் அன்னிபெசன்ட். அது ஏற்கப்படாததால் தனது தலைமையில் புதிய இயக்கத்தைத் தொடங்கிவிட்டார். காங்கிரஸ் கட்சிக்கு மாற்றாக அல்லாமல், அதன் ஆதரவுடன் இயங்கும் வகையில் உருவான இயக்கம் அது. பிரிட்டிஷ் ஆட்சிக்கு விசுவாசம் கொண்ட சுயாட்சி பெற்ற சுதந்தர இந்தியா என்ற கோரிக்கையை முன்வைத்தது அவரது ஹோம் ரூல் இயக்கம்.

காங்கிரஸ் கட்சியுடன் ஒப்புதலுடன் தொடங்கப்பட்ட இந்த இயக்கத்தில் காங்கிரஸ் கட்சியின் உறுப்பினர்கள் பலரும் இணைந்து கொண்டனர். நாடு தழுவிய அளவில் ஹோம் ரூல் இயக்கத்துக்கான கிளைகள் தொடங்கப் பட்டன. இதே நோக்கத்துடன் மராட்டியப் பகுதிகளில் பால கங்காதரத் திலகர் ஹோம் ரூல் லீக் என்ற இயக்கத்தை முன்கூட்டியே தொடங்கியிருந்தார். இரண்டு ஹோம் ரூல் இயக்கங்களால் ஏற்படும் குழப்பங்களைத் தவிர்க்க மராட்டியப் பகுதிகளில் மட்டும் தன்னுடைய இயக்கம் செயல்படும் என்றும் இந்தியாவின் ஏனைய பகுதிகள் அன்னிபெசண்டின் ஹோம் ரூல் இயக்கம் செயல்படும் என்றும் அறிவித்தார் திலகர்.

ஹோம் ரூல் இயக்கத்தின் தலைவராக டாக்டர் அன்னிபெசண்ட். ஒருங்கிணைப்புச் செயலாளர் அருண்டேல். பொதுச்செயலாளர் பொறுப்புக்கு சி.பி. ராமசாமி அய்யர். பொருளாளர் பொறுப்புக்கு சி.பி. வாடியா. இவர்கள் தவிர மோதிலால் நேரு, சி.ஆர். தாஸ், தேஜ்பகதூர் சாப்ரு, எம்.ஆர். ஜெயகர், முகமது அலி ஜின்னா போன்ற முக்கியத் தலைவர்கள் ஹோம் ரூல் இயக்கத்துக்கு ஆதரவளித்தனர்.

ஏற்கெனவே பிரம்ம ஞான சபையுடன் தொடர்பு கொண்டவர் என்பதால் அவருடன் தொடர்பில் இருந்த பிராமணர்கள் ஹோம் ரூல் இயக்கத்தின் மீது ஆர்வம் செலுத்தத் தொடங்கினர். காங்கிரஸ் கட்சியில் இருந்து ஒதுங்கியும் ஒதுக்கப்பட்டும் இருந்த தீவிரவாத சிந்தனை கொண்ட தலைவர்கள் அன்னிபெசன்டின் ஹோம் ரூல் இயக்கத்தில் தங்களை இணைத்துக் கொண்டனர். குறிப்பாக, மாணவர்கள். அந்த இயக்கத்துக்கு மக்கள் மத்தியில் நல்ல எழுச்சியும் விளம்பரமும் கிடைத்தது.

அன்னிபெசண்டின் வார்த்தைகளில் அரசுக்கு எதிரான கருத்துகள் வெளிப்படும். எழுத்திலும் அப்படியே. விளைவு, அவருடைய பத்திரிகைக்கு அடிக்கடி நெருக்கடிகள் வந்தன. ஜாமீன் தொகை கட்டவேண்டும் என்று அரசாங்கம் அவ்வப்போது உத்தரவிட்டது. தொகையைக் கட்டிய மறுநாளே அரசை எதிர்த்து மீண்டும் கட்டுரை எழுதுவார் அன்னிபெசண்ட். மீண்டும்

ஜாமீன் தொகை கட்டுங்கள் என்று உத்தரவு வரும். ஜாமீன் கட்டுவதும் பிறகு எதிர்த்து எழுதுவதும் அன்றாட நடவடிக்கையாக மாறியிருந்தன. அவருடைய சுற்றுப்பயணங்களுக்குத் தடை விதித்தது அரசு.

ஆதரவு, எதிர்ப்பு என்று இரண்டு வகைகளிலும் ஹோம் ரூல் இயக்கம், அன்னிபெசன்ட் பற்றிய செய்திகள் பத்திரிகைகளில் தொடர்ச்சியாக இடம் பெற்றன. நாளுக்கு நாள் பிரபலமாகிக் கொண்டிருந்தார் அன்னிபெசண்ட். இனியும் அவரை வெளியே விட்டுவைப்பது நல்லதல்ல என்ற முடிவுக்கு வந்தது பிரிட்டிஷ் அரசு. கைது செய்யப்பட்டார் அன்னிபெசண்ட். அதுவும் அவருக்கு விளம்பரத்தையே கொடுத்தது.

சிறையில் இருந்து வெளிவந்த பிறகு மீண்டும் வேத பாராயணம் செய்பவர்களும் பஜனை கோஷ்டி நடத்துபவர்களும் அன்னிபெசண்டைப் பின்தொடர்ந்தனர். அடையாறு வாசியான டாக்டர் அன்னிபெசண்ட் அம்மையாருக்கு மயிலாப்பூர் வழக்கறிஞர்களின் ஆதரவு இருந்தது. தங்கள் தலைவரான வி. கிருஷ்ணசாமி அய்யர் மரணம் அடைந்துவிட்டதால் மயிலாப்பூர் வழக்கறிஞர்களுக்குக் கொழுகொம்பாகப் பயன்பட்டார் அன்னிபெசண்ட். சர். சி.பி. ராமசாமி அய்யரும் டாக்டர் பெசண்டைப் பின்பற்ற முன்வந்தார். டாக்டர் பெசன்டின் பங்களிப்பு காரணமாக மயிலாப்பூர் வக்கீல்களின் மிதவாதப் போக்கிலேயும் சிறிது மாறுதல் ஏற்பட்டது என்று தன்னுடைய விடுதலைப் போரில் தமிழகம் என்ற புத்தகத்தில் எழுதியிருக்கிறார் ம.பொ.சிவஞானம்.

தென்னிந்திய நலவுரிமைச் சங்கம்

பிராமணர்கள் மீண்டும் அணி திரள்கிறார்கள். அன்னிபெசண்ட் என்ற புதிய தலைவர் வேறு அவர்களுக்குக் கிடைத்திருக்கிறார். நடப்பதை எல்லாம் உன்னிப்பாகக் கவனித்துக் கொண்டிருந்தார் டாக்டர் சி. நடேச முதலியார். கவனித்த தோடு நிறுத்திக்கொள்ளவில்லை. யோசிக்கவும் தொடங்கினார். பிராமணர்களின் அதிரடி தாக்குதல் எப்போது வேண்டுமானாலும் தொடங்கலாம். அதற்கு முன்னால் நாம் தயாராகிவிட வேண்டும். அப்போது அவருக்கு நினைவுக்கு வந்த பெயர்கள் இரண்டு. டி.எம். நாயர் மற்றும் பிட்டி. தியாகராய செட்டியார்.

இருவருமே தலைவர்கள். இருவருமே செயல்வீரர்கள். எனில், ஏன் அவர்களை இணைத்துப் புதிய பாதையைத் திறக்கக்கூடாது. சக்தி மிக்க கைகள் இணைவது நல்லதில்தான் முடியும். நினைத்த மாத்திரத்தில் இருவரையும் சந்தித்துப் பேசினார் நடேச முதலியார்.

20 நவம்பர் 1916 அன்று சென்னை வேப்பேரியில் இருக்கும் வழக்கறிஞர் டி. எத்திராஜுலு முதலியார் இல்லத்தில் பிராமணர் அல்லாத தலைவர்கள் மற்றும் பிரமுகர்களின் அமைப்புக் கூட்டம் ஒன்று கூடியது. சென்னை மாகாணத்தின் பல்வேறு பகுதிகளில் இருந்தும் தலைவர்களும் பிரமுகர்களும் ஆர்வலர்களும் கலந்துகொண்டனர்.

திவான் பகதூர் பிட்டி. தியாகராய செட்டியார், டாக்டர் டி.எம். நாயர், திவான் பகதூர் பி. ராஜரத்தின முதலியார், டாக்டர் சி. நடேச முதலியார், திவான்

பகதூர் பி.எம். சிவஞான முதலியார், திவான் பகதூர் பி. ராமராய நிங்கார், திவான் பகதூர் எம்.ஜி. ஆரோக்கியசாமிப் பிள்ளை, திவான் பகதூர் ஜி. நாராயண சாமி ரெட்டி, ராவ் பகதூர் ஓ. தணிகாசலம் செட்டியார், ராவ் பகதூர் எம்.சி. ராஜா, டாக்டர் முகமது உஸ்மான் சாகிப், ஜே.எம். நல்லுசாமிப்பிள்ளை, ராவ் பகதூர் கே. வேங்கட்டரெட்டி நாயுடு (கே.வி. ரெட்டி நாயுடு), ராவ் பகதூர் ஏ.பி. பாத்ரோ, டி. எத்திராஜுலு முதலியார், ஓ. கந்தசாமி செட்டியார், ஜே.என். ராமநாதன், கான் பகதூர் ஏ.கே.ஜி. அகமது தம்பி மரைக்காயர், அலர்மேலு மங்கைத் தாயாரம்மாள், ஏ. ராமசாமி முதலியார், திவான் பகதூர் கருணாகர மேனன், டி. வரதராஜுலு நாயுடு, எல்.கே. துளசிராம், கே. அப்பாராவ் நாயுடுகாரு, எஸ். முத்தையா முதலியார், மூப்பில் நாயர் உள்ளிட்ட தலைவர்கள் அந்தக் கூட்டத்தில் கலந்துகொண்டவர்களில் முக்கியமானவர்கள்.

பிராமணர் அல்லாதாரின் பிரச்னைகள் குறித்த பேச்சுகள் தொடங்கின. பிறகு விவாதங்கள் நடந்தன. இறுதியில் ஆலோசனைகள் முன்வைக்கப்பட்டன. பிராமணர் அல்லாத மக்களின் நலன்களை வலியுறுத்தவேண்டும். அவர்களுக்கு விழிப்புணர்வை ஏற்படுத்தவேண்டும். இதுதான் அடிப்படை. எனில், பத்திரிகைகள் தொடங்குவதுதான் முதல்வேலை என்று முடிவு செய்யப்பட்டது.

தமிழ், தெலுங்கு, ஆங்கிலம் என்ற மூன்று மொழிகளில் மூன்று பத்திரிகைகளைத் தொடங்கலாம். ஆனால் மூன்றையும் பொதுவான நிர்வாக அமைப்புக்குள் கொண்டுவருவதுதான் சரியாக இருக்கும் என்ற கருத்து எழுந்தது. தென்னிந்திய மக்கள் சங்கம் (South Indian People's Association Ltd.,) என்ற கூட்டுப்பங்கு நிறுவனம் தொடங்கப்பட்டது. மூன்று பத்திரிகைகளையும் இந்தச் சங்கம் நிர்வகிக்கும் என்று தீர்மானிக்கப்பட்டது.

பத்திரிகை தொடங்கலாம் சரி. இயக்கம்? அதுதான் அடுத்த இலக்கு. பிராமணர் அல்லாத மக்களின் உரிமைகளைப் பாதுகாக்கும் நோக்கத்துடன் ஒரு புதிய இயக்கத்தைத் தொடங்கியே தீரவேண்டும் என்ற தங்களுடைய விருப்பத்தைப் பலரும் பதிவு செய்தனர். ஏற்கெனவே சென்னை திராவிடர் சங்கம் இயங்கிவருகிறதே... அதையே தொடரலாமே?

உண்மைதான். ஆனால் இன்று நிலைமை மாறியிருக்கிறது. எதிரிகள் அதிகரித்துள்ளனர். அவர்களுக்குத் தலைமை தாங்கப் புதியவர் ஒருவர் வந்திருக்கிறார். தவிரவும், நம்முடைய கூட்டத்துக்குப் புதிய பிரதிநிதிகள் பலரும் வந்திருக்கிறார்கள். புதிய சிந்தனைகள் வந்திருக்கின்றன. புதிய எண்ணங்கள் வந்திருக்கின்றன. ஆகவே, அனைத்தையும் ஒருங்கிணைக்கும் வகையில் புதிய இயக்கத்தைத் தொடங்குவதுதான் சரியாக இருக்கும். ஏற்றுக்கொண்டனர் தலைவர்கள்.

தென்னிந்திய நலவுரிமைச் சங்கம் (South Indian Liberal Federation) என்ற அரசியல் இயக்கம் தொடங்கப்பட்டது. புதிய இயக்கத்துக்கான கொள்கை விளக்க அறிக்கை விரைவில் வெளியிட வேண்டும் என்று அந்தக் கூட்டத்தில் முடிவு செய்யப்பட்டது.

புதிய இயக்கத்தின் கூட்டு நிறுவனர்களாக டி.எம். நாயரும் பிட்டி தியாகராய செட்டியாரும் இருந்தனர். தலைவராக ராஜரத்ன முதலியார், துணைத் தலைவர்களாக ராமராய நிங்கார், பிட்டி. தியாகராய செட்டியார், கே.ஜி. அகமது தம்பி மரைக்காயர், எம்.ஜி. ஆரோக்கியசாமி பிள்ளை ஆகியோர் தேர்வு செய்யப்பட்டனர். பி.எம். சிவஞான முதலியார், பி. நாராயணசாமி முதலியார், முகமது உஸ்மான், எம். கோவிந்தராஜுலு நாயுடு ஆகியோர் செயலாளர்களாகவும் ஜி. நாராயணசாமி செட்டியார் பொருளாளராகவும் செயல்பட்டனர். செயற்குழு உறுப்பினர்களுள் ஒருவராக டி.எம். நாயர் தேர்ந்தெடுக்கப்பட்டார்.

கட்சியின் அமைப்பு பொதுவாகத் தென்னிந்திய மாநிலங்கள் அனைத்தும் ஒன்றுபட்டு இணைந்து செயலாற்ற வேண்டுமென்ற குறிக்கோளைக் கொண்டதாக இருந்தது என்று பதிவு செய்திருக்கிறார் பி.டி. ராஜன்.

4 கொள்கை அறிக்கை

பிரெஞ்சுப் புரட்சி நடப்பதற்கு முன்னால் பிரான்ஸ் நாட்டில் சகல அதிகாரங்களும் பிரபுக்கள் வசமே இருந்தன. உயர்குடி மக்கள். பிரபுக்கள் அல்லாதோருக்கு எதுவும் கிடையாது. பள்ளிகளை நடத்துவதும் அவர்கள் தான். படிப்பதும் அவர்கள்தான். மற்றவர்களுக்கு நுழையக்கூட அனுமதி இல்லை.

எல்லாவற்றுக்கும் பிரபுக்கள் சொன்ன காரணங்கள் இவைதான். பிரபுக்களைப்போல அறிவும் ஆற்றலும் பிரபுக்கள் அல்லாத மற்ற வகுப்பு மக்களுக்குக் கிடையாது. அவர்கள் அனைவரும் கீழ்க்குலத்தினர். தாழ்ந்த வகுப்பினர். அவர்கள் ஆட்சியில் பங்கு பெற்றால் நாட்டுக்குத் தீமைதான் விளையும்.

சரி, பிரபுக்கள் சமுதாயத்துக்கு மட்டும் எப்படி எல்லாத் தகுதிகளும் இருக்கிறதாம்?

பிரபுக்கள் வகுப்பினரும் அரச குலத்தினரும் மட்டுமே கடவுளின் கடாட்சம் பெற்றவர்கள். மற்ற மக்களைப் போல கீழ்மையான நிலையோ பிறப்போ உடையவர் அல்லர். பிரபுக்கள் சமுதாயத்தினர் உயர்வாழ்வு வாழ்வதற்காகக் கடவுளால் படைக்கப்பட்டவர்களே கீழ்ச்சாதியினர். அனைத்து சமூகத்தினரும் பிரபுக்களுக்குக் கீழ்ப்பட்ட வாழ்வே வாழப் பிறந்தவர்கள். இதுதான் பிரபுக்கள் சொன்ன கருத்து.

பிரபுக்கள் வகுப்பினரின் ஆதிக்கவெறியை அடியோடு அழித்தொழிக்க வேண்டும் என்ற நோக்கத்துடன் பிரபுக்கள் அல்லாத பிரெஞ்சு மக்கள் அனைவரும் ஒன்றிணைந்து புதிய இயக்கம் ஒன்றை உருவாக்கினர். அதன் பெயர், ரேடிக்கல் ரிபப்ளிகன் கட்சி. பிரபுக்கள் அல்லாதார் கட்சி என்றும் இன்னொரு பெயர் உண்டு. பிரபுக்கள் வகுப்பைச் சேர்ந்த எவரையும் கட்சிக் குள் சேர்த்துக்கொள்ளக்கூடாது என்பதுதான் அந்தக் கட்சி தனக்குத்தானே விதித்துக்கொண்ட கட்டுப்பாடு. அந்த அளவுக்கு பிரபுக்கள் வகுப்பினரால் பிரபுக்கள் அல்லாதவர்கள் தொல்லைகளுக்கு ஆளாகியிருந்தனர்.

பலத்த போராட்டங்களுக்குப் பிறகு ரேடிக்கல் ரிபப்ளிகன் கட்சி பிரான்சில் நிலவிய பிரபுக்களின் ஆதிக்கத்தை அழித்தொழித்தது. புதிய மக்கள் அரசு உருவானது. அந்தச் வரலாற்றுத் திருப்புமுனையை நிகழ்த்திய ரேடிக்கல் ரிபப்ளிகன் கட்சியின் மீதும் அதன் புரட்சிகர கொள்கைகள் மீதும் தரவாத் மாதவன் நாயருக்கு ஒருவித ஈர்ப்பு. குறிப்பாக, அந்தக் கட்சியின் தலைவர் களுள் ஒருவரான ஜியோர்ஜஸ் கிளமென்ஸோ (Georges Clemenceau) மீது.

தீவிர அரசியல்வாதியான கிளமென்ஸோ அடிப்படையில் தொழில்முறை மருத்துவர். பத்திரிகை நடத்துவதில் ஆர்வம் உள்ளவர். லீ டிரிவெயில், லீ மாட்டீன் என்ற இரண்டு பத்திரிகைகளை நடத்தினார் கிளமென்ஸோ. பிறகு 1880ல் La justice என்ற பத்திரிகையைத் தொடங்கினார். அந்தப் பெயர் டி.எம்.நாயரை வெகுவாகக் கவர்ந்துவிட்டது.

தாங்கள் புதிதாக உருவாக்கியிருக்கும் தென்னிந்திய நலவுரிமைச்சங்கத்துக்கும் ரேடிக்கல் ரிபப்ளிகன் கட்சிக்கும் நிறைய பொருத்தங்கள் இருக்கின்றன. அங்கே பிரபுக்கள் என்றால் இங்கே பிராமணர்கள். மற்றபடி பிரச்னைகள் எல்லாம் ஏறக்குறைய ஒன்றுதான். அந்தக் கட்சியின் முக்கிய நோக்கமே பிரபுக்கள் அல்லாதார் வாழ்க! பிரபுக்கள் அல்லாதார் உரிமைகள் ஓங்குக! என்பதுதான். அதைப்போலவே பிராமணர் அல்லாதார் வாழ்க! பிராமணர் அல்லாதார் உரிமைகள் ஓங்குக! என்று புதிய கட்சியின் கொள்கை முழக்கங்களை வைத்துக்கொள்ளலாம். முடிவு செய்துவிட்டார் டி.எம். நாயர்.

பிரான்ஸில் தேர்தல் நடைபெற்று, ரேடிகல் ரிபப்ளிகன் கட்சி ஆட்சிக்கு வந்ததும் மதவாதம் பேசுபவர்களுக்கு எதிராகத் தீவிர நடவடிக்கைகள் எடுக்கப்பட்டன. தேவாலயத்துக்குச் சொந்தமான சொத்துக்கள் பறிமுதல் செய்யப்பட்டன. கிட்டத்தட்ட இதேபோன்ற நிலையை தென்னிந்திய நலவுரிமைச் சங்கம் ஏற்படுத்தவேண்டும் என்பதுதான் டி.எம். நாயரின் திட்டம். சங்கத்துக்கு சட்ட திட்டங்கள் வகுத்துக் கொடுக்கும் பொறுப்பு டி.எம். நாயர் வசம் இருந்தது. ஆகவே, தென்னிந்திய நலவுரிமைச் சங்கத்தின் கொள்கைகள், சட்டத்திட்டங்கள் ஆகியவற்றில் ரேடிக்கல் ரிபப்ளிகன் கட்சியின் சாயல் கூடுதலாகவே இருந்தது.

இந்த இடத்தில் பிராமணர்கள் யார்? பிராமணர் அல்லாதார் யார்? என்பதைத் தெரிந்துகொள்வது அவசியம். ஏனெனில் பிராமணர் அல்லாதார் நலன்களை

உத்தேசித்து கொள்கைத் திட்டங்களை அறிவிக்க இருக்கிறது தென்னிந்திய நலவுரிமைச் சங்கம்.

இந்துமதத்தின் சமூக ஏணியில் பிராமணர்களே உச்சத்தில் இருப்பவர்கள். உணவுமுறையில் தொடங்கி உணவு, பழக்கவழக்கம், நம்பிக்கைகள், குணநலன்கள் எல்லமே மற்றவர்களிடம் இருந்து பெரிய அளவில் வேறுபட்டு இருக்கின்றன. பிராமணர்கள் ஆச்சாரமானவர்கள். மத நம்பிக்கைகளைக் கடைப்பிடிப்பவர்கள்.

நியோகி பிராமணர்கள். தெலுங்கு மொழி வழங்கும் பகுதிகளில் வசிக்கும் பிராமணர்கள். கர்ணம் என்ற கிராமக் கணக்கு அலுவலர்கள் என்ற பதவியை வகிப்பார்கள். தமிழ் வழங்கும் பகுதியில் பிராமணர்கள் இருவகை. ஸ்மார்த்த பிராமணர்கள் (அய்யர்). வைணவ பிராமணர்கள் (அய்யங்கார்) அய்யர்களுக்கு சங்கராச்சாரியார் வழிகாட்டி. அய்யங்கார்களுக்கு ராமனுஜர் வழிகாட்டி. நாட்டுப்புறக் கடவுள்களையோ அல்லது கிராம தேவதைகளையோ பிராமணர்கள் வழிபட மாட்டர்கள். தமிழ் பிராமணர்களைப் பொறுத்தவரை மூன்று பகுதிகளில் அதிகம் வசித்தனர். தஞ்சாவூர், திருச்சிராப்பள்ளி மற்றும் திருநெல்வேலி.

மலையாளம் மொழி வழங்கும் பகுதியில் இருக்கும் பிராமணர்களுக்கு நம்பூதிரி பிராமணர்கள் என்று பெயர். மலபார் பகுதியில் நம்பூதிரி பிராமணர்கள் அதிகம். பட்டர் பிராமணர்கள் திருவாங்கூர் மற்றும் கொச்சி பகுதியில் அதிகம். ஆங்கிலக் கல்வியில் அதிகம் ஆர்வம் அவர்களுக்கு.

பிராமணர்களுக்கு அதிகம் நிலங்கள் உண்டு. ஆனால் நிலங்களை உழுது, பயிர் செய்யும் வேலையில் அவர்கள் ஈடுபட மாட்டார்கள். ஆகவே, நிலங்களை பிராமணர் அல்லாதவர்களை குறிப்பாக ஆதி திராவிடர்களைக் கொண்டு விவசாயம் செய்வார்கள் அல்லது வேறு யாரிடமேனும் குத்தகைக்கு விட்டு அதற்கான தொகையைப் பணமாக அல்லது தானியங்களாகப் பெற்றுக் கொள்வார்கள்.

பிராமணர் அல்லாதவர்கள்

சென்னை மாகாணத்தில் பிராமணர் அல்லாதவர்களை மூன்று வகைகளில் அடக்கலாம். வர்த்தகர்கள். விவசாயிகள். வினைவலர்கள்.

முதல் பிரிவான வர்த்தகர்களில் செட்டியார்களே அதிகம். உதாரணமாக, நாட்டுக்கோட்டை செட்டியார்கள், பேரி செட்டியார்கள், கோமுட்டி செட்டியார்கள், வாணிய செட்டியார்கள் என்று பல பிரிவினர்.

இரண்டாவது பிரிவான விவசாயிகள் பிரிவில் வேளாளர்கள், ரெட்டிகள், கம்மா நாயுடுகள், பலிஜா நாயுடுகள், மலையாள நாயர்கள் ஆகியோர் அடங்குவர். வேளாளர்களைப் பொறுத்தவரை தொண்டை மண்டல வேளாளர்கள், கார்காத்த வேளாளர்கள், கொங்கு வேளாளர்கள் என்று பல பிரிவுகள்.

மூன்றாவது பிரிவான வினைவலர்கள் பிரிவில் பொற்கொல்லர்கள், கருமார்கள், ஆசாரிகள்.

இந்த மூன்று பிரிவுகளுக்கு அடுத்தபடியாக தாழ்த்தப்பட்ட (தீண்டப்படாத) சாதியினர் வருகிறார்கள். பஞ்சமர்கள் என்றும் இவர்களுக்குப் பெயர் உண்டு. அட்டவனைச் சாதியினர் என்பதுதான் இந்திய அரசு ஆவணப்பெயர். தமிழ்ப் பகுதிகளில் பறையர் என்றும் மலையாளப் பகுதிகளில் புலையர்கள் என்றும் தெலுங்குப் பகுதிகளில் மடிகாஸ் என்றும் பெயர். ஊருக்குள் வசிக்க அவர் களுக்கு அனுமதியில்லை. சேரிப்பகுதிகளில்தான் ஒதுங்கி வசிப்பார்கள். கழிப்பறை கழுவுவது, தெருக்களைக் கூட்டுவதுதான் இவர்களுக்கான பணிகள்.

20 டிசம்பர் 1916 அன்று பிராமணர் அல்லாதார் கொள்கை அறிக்கை (The Non – Brahmin Manifesto December 1916) வெளியானது. அறிக்கையில் கையெழுத்து போட்டவர் சங்கத்தின் செயலாளர் பிட்டி. தியாகராய செட்டியார். விரிவான, விளக்கமான அறிக்கை அது.

மாநிலத்தின் மக்கள் தொகை நாலரை கோடி. அதில் நாலு கோடிக்குக் குறையாதவர்கள் பிராமணர் அல்லாத மக்கள். வரி செலுத்துவோரில் பெரும்பான்மையோர் அவர்களே. ஆனாலும் அரசியலைத் தம் வாழ்க்கைக்கு வருவாய் தரும் தொழிலாக உடைய அரசியல் வணிகர்களும் மக்களிடையே செல்வாக்கு இல்லாத தான்தோன்றிகளும் நாட்டின் தலைவர்கள் என்றும் மக்களின் பிரதிநிதிகள் என்றும் கூறிக்கொண்டு நாட்டில் உலவிக் கொண்டிருக் கிறார்கள். அவர்களைத் தடுத்து நிறுத்தும் ஆற்றல் கொண்ட எந்த அமைப்பை யும் பிராமணர் அல்லாத மக்கள் உருவாக்கவில்லை என்ற ஆதங்கத்தை முதலில் தெரிவித்துக் கொண்டது தென்னிந்திய நலவுரிமைச் சங்கம்.

அரசின் வேலைவாய்ப்புகள் எப்படி பிராமணர்களுக்கு மட்டுமே அதிக அளவில் பங்கீடு செய்யப்படுகிறது என்பது சென்னை எக்ஸிக்யூட்டிவ் கவுன்சில் உறுப்பினராக இருந்த சர் அலெக்சாண்டர் கார்டியூ 1913ல் பப்ளிக் சர்வீஸ் கமிஷனிடம் அளித்த சாட்சியத்தைக் கொண்டு கொள்கை அறிக்கையில் விளக்கப்பட்டது. அவர் கொடுத்த சாட்சியம் இதுதான்.

'இந்தியன் சிவில் சர்வீஸுக்கென இங்கிலாந்திலும் இந்தியாவிலும் ஒரே சமயத்தில் வைக்கப்படும் தேர்வுகளில் பிராமணர்களே முழுவதும் வெற்றி பெறுகின்றனர். 1892 முதல் 1904 வரை நடைபெற்ற போட்டித் தேர்வுகளில் வெற்றிபெற்ற பதினாறு பேர்களில் பதினைந்து பேர் பிராமணர்கள். சென்னை மாகாணத்தில் உதவி கலெக்டர் 140 இடங்களில் பிராமணர்களுக்கு 77 இடங்கள். பிராமணர் அல்லாதவருக்கு 30 இடங்கள். ஆச்சரியம் என்னவென்றால், போட்டித் தேர்வு வைக்காத ஆண்டுகளிலும்கூட ஆட்களை நியமனம் செய்வதில் பெரும் பகுதி, பிராமணர் கையில்தான் இருந்தது.'

அரசாங்க அலுவலகங்களில் காணப்பட்ட நிலையே நகரவை, மாவட்டக் கழகம் முதலிய நிறுவனங்களிலும் இருந்துவந்தது. பிராமண வாக்காளர்கள்

அதிகமாக இருந்த தொகுதிகளில் பிராமணர் அல்லாதார் போட்டியிட்டு வெற்றிபெற முடியாது. பிராமணர் அல்லாத வாக்காளர்கள் எல்லோரும் ஒற்றுமையாக ஒருவரை ஆதரிப்பது கிடையாது. ஆனால், பிராமணர்கள், யார் போட்டியிட்டாலும் பிராமணர்களையே ஆதரிப்பர். இதுதான் அப்போதைய அரசியல் சூழ்நிலை.

1914க்குரிய சென்னைச் சட்டமன்ற மேலவைக்கூட்டத்தில் காலஞ்சென்ற குஞ்ஞுராமன் நாயர் (குன்கிராமன் நாயர்) கேட்ட கேள்விக்கு, 'சென்னைப் பல்கலைக் கழகத்தில் பதிவு செய்யப்பட்ட பட்டதாரிகள் 650 பேரில் பிராமணர்கள் 452 பேர், பிராமணர் அல்லாத இந்துக்கள் 12 பேர், பிற இனத்தினர் 74 பேர்' என்று பதில் கூறப்பட்டது.

கல்வி கற்பதில் பிராமணர்களுக்கு அதிக வாய்ப்புகள் இருந்ததற்கும் பிராமணர் அல்லாதவர்களுக்கு அந்த வாய்ப்புகள் இல்லாததற்கும் சில காரணங்களைச் சொன்னது அந்த அறிக்கை.

'பிராமண ஆதிக்கத்துக்குக் காரணம் கூறுபவர்கள், பிராமணர் அல்லாதார்களை விடக் கல்லூரிப் படிப்பு பெற்ற பிராமணர்கள் அதிகமாக இருப்பதால்தான் அரசாங்க அலுவலகங்களிலும் பிற நிறுவனங்களிலும் அவர்கள் அதிகமாக இருக்கின்றனர் என்பர். இதை யாரும் மறுக்கவில்லை. பழங்காலந்தொட்டே பிராமணர்களால் உருவாக்கப்பட்ட பாரம்பரியம், இந்துக்களிலே உயர்ந்த, புனிதமான சாதி என்று கருதும் தன்மை, நிலையான நம்பிக்கை, இவற்றை நூல்கள் வாயிலாகவும் வாய்மொழியாகவும் சொல்லி சொல்லித் தாங்களே ஏனையோரைவிட உயர்ந்தவர்கள், தாங்களே கடவுளின் நேரடிப் பிரதிநிதிகள் என்ற எண்ணத்தை உருவாக்கிவிட்டனர். இவையெல்லாம் ஏனைய இனத்தாரைவிட அவர்களுக்கு ஆங்கிலேயர் ஆட்சிக்காலத்திலும் செல்வாக்கைத் தேடித்தந்தன.'

அதேசமயம் பிராமணர் அல்லாதவர்களும் கணிசமான அளவுக்குக் கல்வியறிவைப் பெற்றிருந்தார்கள் என்பதையும் எடுத்துச் சொன்னது அந்த அறிக்கை.

'கல்வியைப் பொறுத்தமட்டிலும்கூடப் பிராமணர்கள் தாம் படித்தவர்கள் என்றும் கூறமுடியாது. வெகுகாலத்துக்குப் பின்பு படிக்கத் தொடங்கினாலும் பிராமணர் அல்லாதாரும் அத்துறையில் முன்னேறிவருகின்றனர். ஒவ்வொரு இனத்தினரும் ஒவ்வொரு நிலையில் இருக்கின்றனர். செட்டியார், கோமுட்டி, நாயுடு, நாயர், முதலியார் முதலிய வகுப்பினர் மிகவிரைவாக முன்னேறி வருகின்றனர். மிகப்பின்தங்கியவர்கள்கூட மிக அக்கறையுடன் முன்னேறு வதற்காக உழைத்துவருகின்றனர். படிக்கவேண்டும் என்ற எண்ணம் எல்லோருக்கும் ஏற்பட்டுவிட்டது.

'அறிவுத்துறையில் போட்டி அதிகமாக இருக்கும் இக்காலத்தில் தேர்வுகளில் தேறுவதற்கு ஒரு தனித்திறமை வேண்டும் என்பதை நாம் மறுக்கவில்லை. எங்களால் புரிந்துகொள்ள முடியாதது என்னவெனில், ஆங்கிலம் படித்த

சிறுபான்மையான ஒரு வகுப்பினர் மட்டும் அரசாங்க அலுவல்களில் உயர்ந்தது, தாழ்ந்தது ஆகிய எல்லாவற்றையும் ஏகபோகமாக உரிமையாக்கிக் கொண்டு, பெரும்பான்மை வகுப்பினர்களில் படித்த ஒரு சிலருக்குக்கூட இடங்கொடுக்காமல் இருந்துவருவதுதான்.'

பிரிட்டிஷாரின் ஆட்சி பற்றிய தங்களுடைய எண்ணங்களையும் பதிவுசெய்தது கொள்கை அறிக்கை.

'ஆங்கிலேயர் ஆட்சியின் செல்வாக்கைக் குறைக்கும் எந்தத் திட்டத்தையும் நாங்கள் விரும்பவில்லை. இன்று நாடு இருக்கும் நிலையில் வெவ்வேறு சாதியினர், வகுப்பினர்களுக்கு நீதி கிடைக்கவும் அவர்களிடையே ஒற்றுமையை ஏற்படுத்தவும் தேசிய ஒருமைப்பாட்டை உண்டாக்கவும் கூடியவர்கள் ஆங்கிலேயர்கள்தான். தவறினால், நாட்டில் தேசபக்தி இன்றி, ஒற்றுமையின்றி, ஒருவருக்கொருவர் சண்டையிட்டுக் கொண்டு, சீரழிய நேரிடும். யாதொரு தகுதியுமற்ற அரசியல் அமைப்பைத் தயார் செய்வதைச் சில அரசியல்வாதிகள் பொழுதுபோக்காகக் கொண்டுள்ளனர். அத்தகைய அரசியல் அமைப்பை நாங்கள் விரும்பவில்லை. மக்களிடத்தில் படிப்படியாக ஆட்சியை எப்படி ஒப்படைக்கவேண்டும் என்பதை முடிவுசெய்து, முன் யோசனையுடன், தாராளமாக உரிமைகளைக் கொடுத்து ஆட்சி நடத்த மக்களைத் தகுதியுடையவர்களாக ஆக்கவேண்டும்.

'இந்தியாவின் உண்மையான நன்மையைக் கருதி, ஆங்கில ஆட்சிமுறையைப் போன்று நீதியும் சம உரிமையும் விளங்கும் ஆட்சியே வேண்டுமென்று நாங்கள் விரும்புகிறோம். நாங்கள் ஆங்கில ஆட்சியில் பற்றுடையவர்கள். அவர்களுக்கு மிகவும் கடமைப்பட்டுள்ளோம். அவ்வாட்சியில் பல குறைபாடுகளும் குற்றங்களும் காணப்படினும் அது நேர்மையாகவும் அனுதாபத்துடனும் நடைபெறுகிறது.

'போரில் வெற்றிகண்டவுடன் ஆங்கில அரசியல்வாதிகளும் பாராளுமன்றமும் இந்திய அரசியல் அமைப்பைப் பற்றிக் கவனிப்பார்கள். அரசியல் உரிமைகள் வேண்டும் என்று கோருவதற்கு இந்தியா உரிமை பெற்றுவிட்டது. அரசியல் அமைப்பு எப்படி இருக்கவேண்டும் என்றால் உண்மையான உரிமைகள் விரிவாக இருக்கவேண்டும். ஒவ்வொரு இனத்தினருக்கும், வகுப்பினருக்கும் அவரவர்களுக்கு நாட்டிலுள்ள செல்வாக்கு, தகுதி, எண்ணிக்கையை மனத்தில்கொண்டு அவரவர்களுக்கு உரிய பொறுப்பைக் கொடுக்க வேண்டும். உள்நாட்டு விவகாரங்களைப் பொறுத்தவரை முழு அதிகாரமும், நிதியைப் பயன்படுத்தும் உரிமையையும் கொடுக்கவேண்டும். சுயமரியாதைக்கு இழிவு இல்லாது, ஆங்கில சாம்ராஜ்ஜியத்துக்கு உட்பட்ட பிற சுதந்தர நாடுகளுக்கு ஒப்பான தகுதியைக் கொடுக்கவேண்டும்.'

அறிக்கையின் முடிவில் பிராமணர் அல்லாதாருக்கு சில அறிவுரைகளும் கோரிக்கைகளும் இடம்பெற்றன.

'விழிப்படைந்த பிராமணர் அல்லாதார்கள் விரைந்து செயலாற்ற முன்வர வேண்டும் என்று கேட்டுக்கொள்கிறோம். அவர்களுடைய பிற்காலம் அவர்கள்

கையில்தான் இருக்கின்றது. அவர்கள் செய்யவேண்டிய காரியம் மிகப்பெரிது. அத்துடன் மிக அவசரமானதுமாகும். முதல் வேலையாக, சிறுவர் சிறுமிகளை இன்னும் அதிகமான அளவில் நாம் படிக்கவைக்கவேண்டும். பல இடங்களில் சங்கங்களைத் தோற்றுவித்து, பிராமணர் அல்லாதாருக்கு எந்தெந்த சலுகைகள் உண்டு என்பதை எடுத்துக்கூறி, அதிகமானவர்களைப் படிக்கச்செய்யவேண்டும். நிதி திரட்டி, ஏழைகள் படிப்பதற்கு உதவிசெய்யவேண்டும்.

'கல்வித்துறையில் நாம் முன்னரே கவனம் செலுத்தத் தவறிவிட்டோம். அதனால் இப்பொழுது நாம் அதில் தீவிரமாக ஈடுபடவேண்டும். கல்வியில் கவனம் செலுத்துவதுடன் சமுதாய முன்னேற்றம், அரசியல் முன்னேற்றம் முதலியவற்றுக்கும் நாம் தீவிரமாக உழைக்கவேண்டும். அதற்கான பல பத்திரிகைகளைத் தொடங்கி, சங்கங்களும் ஆங்காங்கே அமைக்கவேண்டும். உரிமைகளுக்காகப் போராடவேண்டும். இவைகளைச் செய்யாது நாம் இதுவரை வாளாவிருந்தோம். அதை சில சுயநலவாதிகள் தங்கள் நலத்துக்குப் பயன்படுத்திக் கொண்டனர்.

'பிராமணர் அல்லாத மக்கள் முதலில் தங்களுக்குத் தாங்களே உதவி செய்துகொள்ள முன்வரவேண்டும். கல்வி, சமுதாயம், அரசியல், பொருளாதாரம் என்று பல துறைகளில் முன்னேற்றம் அடைவதற்குத் தேவையான அனைத்து செயல்களையும் மேற்கொள்வது அவசியம்.

'இன்னும் சிறிது காலத்துக்காவது ஒவ்வொரு வகுப்பாரும் தங்களுடைய வளர்ச்சியை முதன்மையாகக் கருதவேண்டும். பிற வகுப்பினர்களுடன் சேர்ந்து பணியாற்றும்போது, தான் தாழ்ந்தவன் என்று கருதாது, சுயமரியாதை யுடன், சம உரிமை பெற்றவன் என்று எண்ணவேண்டும். சுயமரியாதையுடன் சமநிலையில் இருந்து மற்றவர்களுடன் பணியாற்றுவதையே ஒவ்வொரு வரும் குறிக்கோளாகக் கொள்ளவேண்டும்.'

Non-Brahmin Manifesto என்கிற பிராமணர் அல்லாதார் கொள்கை விளக்க அறிக்கை வெளியானது. பிராமணர்கள் மத்தியில் பதற்றம் தொற்றிக் கொண்டது. 'பிராமணர் அல்லாதார் கொள்கை விளக்க அறிக்கையை மிகவும் துயரத்துடனும் ஆச்சரியத்துடனும் நாங்கள் ஆய்வு செய்தோம். அந்த அறிக்கை தேசிய நலனுக்கு ஆபத்து விளைவிப்பது. இதன் காரணமாக, தேசிய முன்னேற்றத்தின் எதிரிகளுக்குத் துணைபோகும் நிலை உருவாகும்.' - என்றது, தி ஹிந்து பத்திரிகை.

தென்னிந்திய நலவுரிமைச் சங்கம் ஒரு விஷமத்தனமான இயக்கம். அந்தச் சங்கத்தின் நிறுவனர்களை இந்த தேசத்தின் நண்பர்களாகக் கருதமுடியாது என்பது டாக்டர் அன்னிபெசண்ட் நடத்திவந்த நியூ இந்தியா பத்திரிகையின் விமரிசனம். வெறுமனே எழுத்து அளவில்தான் தென்னிந்திய நலவுரிமைச் சங்கம் உருவாகியிருந்தது. நேரடியாகக் களத்தில் இறங்கவில்லை. உறுப்பினர் சேர்க்கும் படலம் கூட இனிமேல்தான் முறைப்படி தொடங்கப்பட வேண்டும். அதற்கு முன்பாகவே கண்டனக் கணைகள். பழுப்பதற்கு முன்பே கல்லடிகள், பழுத்துவிடும் என்பதால்!

5 ஜஸ்டிஸ்

பிராமணர் அல்லாத மக்களைப் பற்றிப் பேசவேண்டும். அவர்களுடைய பிரச்னைகளைப் பற்றி எழுதவேண்டும். கொள்கைகளை விளக்கவேண்டும். கோரிக்கைகளை ஒலிக்கவேண்டும். அதற்கு பத்திரிகை தொடங்க வேண்டும். ஏற்கெனவே முடிவுசெய்யப்பட்ட விஷயம். வேலைகள் ஆரம்பித்தன. தென்னிந்திய மக்கள் சங்கம் (South Indian Peoples Association) என்ற அமைப்பு தொடங்கப்பட்டது. தென்னிந்திய நலவுரிமைச் சங்கத்தின் சார்பில் வெளியிடப்பட இருக்கும் பத்திரிகைகளை நிர்வகிப்பது இந்த மக்கள் சங்கத்தின் பொறுப்பு. அதன் செயலாளர் பொறுப்பை பிட்டி. தியாகராயர் ஏற்றுக்கொண்டார்.

மொத்தம் மூன்று பத்திரிகைகள். ஆங்கிலத்துக்கு, Justice. தமிழுக்கு, திராவிடன். தெலுங்குக்கு, ஆந்திர பிரகாசினி. பத்திரிகைகளுக்குப் பெயர்கள் எல்லாம் தயார். நிதி? பங்குகளை உருவாக்கி, அதை விற்பனை செய்வது. அதன்மூலம் கிடைக்கும் நிதியைக் கொண்டு பத்திரிகைகளைத் தொடங்குவது. துல்லியமாகத் திட்டமிட்டுச் செயல்பட்டனர் தென்னிந்திய நலவுரிமைச் சங்கத்தினர். ஒரு பங்கின் விலை நூறு ரூபாய். மொத்தம் 640 பங்குகள் விற்கப்பட்டன. கிடைத்த பணத்தைக் கொண்டு அச்சகம் ஒன்று வாங்கப்பட்டது.

26 பிப்ரவரி 1917. டாக்டர் டி. எம். நாயரை ஆசிரியராகக் கொண்டு ஜஸ்டிஸ் என்ற ஆங்கில நாளேடு தொடங்கப் பட்டது. பக்தவத்சலம் பிள்ளையை ஆசிரியராகக்

கொண்டு திராவிடன் என்ற தமிழ் நாளேடும் தொடங்கப்பட்டது. ஆந்திரப் பிரகாசினி என்ற தெலுங்கு நாளேடு கிட்டத்தட்ட முப்பது ஆண்டுகளாக நடத்தப்பட்டு வந்தது. உடனடியாக அந்த ஏட்டின் உரிமை வாங்கப்பட்டது. ஏ.சி. பார்த்தசாரதி நாயுடு அதன் ஆசிரியராக நியமிக்கப்பட்டார். ஆக, மூன்று பத்திரிகைகள் தென்னிந்திய மக்கள் சங்கத்தால் தொடங்கப்பட்டன.

26 பிப்ரவரி 1917 அன்று வெளியான ஜஸ்டிஸ் ஆங்கில நாளேட்டின் முதல் இதழின் தலையங்கப் பக்கத்தில் பத்திரிகைகள் தொடங்கப்படுவதன் நோக்கம் விரிவாக பிரசுரம் செய்யப்பட்டிருந்தது.

> தேசியத் திராவிடர்களாகிய நம்மனோர் முன்னுக்கு வருவதற்குத் தடையாக உள்ள தப்பான அபிப்ராயங்களையும் விபரீதக் கொள்கை களையும் பேதித்தெறிந்து உண்மையைச் சாதித்து நிலை நிறுத்துவதே திராவிடனாகிய இப்பத்திரிகையின் திருத்தமுள்ளதொரு நோக்கமாகும். நமக்கு எவ்வளவோ நன்மை தந்து உதவிய பிரிட்டிஷ் ராஜாங்கத்தின்மீது இடையறாத அன்பையும் தளர்வுறாத விசுவாசத்தையும் என்றென்றும் காட்டிச் செல்வதே இணையில்லாத நமது நோக்கமாக இருக்கும்.

•

தராசு. தென்னிந்திய நலவுரிமைச் சங்கத்துக்கான கொடியை உருவாக்கும் வேலைகள் தொடங்கியபோது தலைவர்களுக்கு தோன்றிய சின்னம் இதுதான். சிவப்பு நிறக் கொடியின் நடுவில் வெள்ளை நிறத்தில் தராசுச் சின்னம் பொறிக்கப்பட்ட கொடி உருவாக்கப்பட்டது. சமூக நீதியை சமத்துவ அடிப் படையில் நிறைவேற்றவேண்டும் என்பதற்கான அடையாளம்தான் தராசு.

1917 அக்டோபர் மாதத்தில் தென்னிந்திய நலவுரிமைச் சங்கத்தின் கொள்கைகள் மற்றும் குறிக்கோள்கள் வெளியிடப்பட்டன.

- அரசியல் சட்ட நெறிமுறைகளைக் கொண்டு முழு தன்னாட்சி உரிமையைப் பெறுதல்.
- இஸ்லாமியர்கள், கிறித்தவர்கள், இந்துக்கள் அல்லாதவர்கள் உள்ளிட்ட அனைத்து பிராமணர் அல்லாத மக்களுக்கு இடையே சகோதரத்துவத்தை உருவாக்கி, மேம்படுத்துதல்.
- பொதுவாக, நாட்டின் நலன்களைப் பேணிப் பாதுகாப்பது. குறிப்பாக, பிராமணர் அல்லாத மக்களின் நலன்களின் கூடுதல் கவனம் செலுத்துவது.
- மத்திய சட்டசபை மற்றும் மாகாண சட்டசபை, நிர்வாக அமைப்புகள், பொது நிறுவனங்கள் ஆகியவற்றில் பிராமணர் அல்லாத மக்களுக்குக் கணிசமான பிரதிநிதித்துவத்தை உருவாக்கிக் கொடுத்தல்.
- பிராமணர் அல்லாத மக்களிடையே சிறப்பான எண்ணங்களை உருவாக்குவதற்கு ஏற்ற முறையில் பொதுக்கூட்டங்கள், மாநாடுகள், கருத்தரங்குகளுக்கு ஏற்பாடு செய்தல்.

- துண்டு விளக்க அறிக்கைகள் வெளியிடுதல், அரிய நூல்களைக் கொண்டுவருதல் போன்ற செயல்பாடுகளை மேற்கொள்ளுதல்.
- மேலே கூறப்பட்டுள்ள காரியங்களை நிறைவேற்றத் தேவையான அனைத்து செயல்களையும் மேற்கொள்ளுதல்.

21 வயது நிரம்பி, சங்கத்தின் கொள்கைகளை ஏற்றுக்கொள்ளும் எவரும் தென்னிந்திய நலவுரிமைச் சங்கத்தின் உறுப்பினராக முடியும். பிராமணர்களுக்கு மட்டும் அனுமதி இல்லை. சங்கத்தின் நிர்வாகக்குழுவில் ஒரு தலைவர், பத்து துணைத் தலைவர்கள், மூன்று செயலாளர்கள், ஒரு பொருளாளர் மற்றும் இருபது சாதாரண உறுப்பினர்கள் இடம்பெற்றனர்.

தென்னிந்திய நலவுரிமைச் சங்கத்தில் தங்களை இணைத்துக் கொள்ள விரும்பும் எவரும் அதற்குரிய ஒப்பந்தத்தில் கையெழுத்திட வேண்டும்.

கட்சியின் கொள்கைகளை ஒப்புக்கொள்கிறேன். வன்முறை மூலமான அல்லது திடீரென்று செய்யப்படுகின்ற அரசியல் சட்ட மாற்றங்களுக்கு உடன்படவில்லை. படிப்படியான அரசியல் மாற்றத்தையே ஆதரிக்கிறேன். சுயாட்சியை அடைவதற்கு எல்லா வகுப்பாருக்கும் முழுப்பிரதி நிதித்துவம் கிடைக்கச் செய்யாத ஒரு இடைப்பட்ட வழி மேற்கொள்ளப் படும் என்றால் அதற்கு சம்மதிக்கமுடியாது.

14 மார்ச் 1917. சென்னை முத்தியால்பேட்டை முஸ்லிம் அஞ்சுமான் அமைப்பின் சார்பில் வி.பி. ஹாலில் 'நமது உடனடி அரசியல் நோக்கு' என்ற தலைப்பில் டி.எம். நாயர் பேசினார்.

நாங்கள் திட்டவட்டமாகவும் தெளிவாகவும் வகுத்து, வற்புறுத்திவரும் கொள்கைகளையும் கோட்பாடுகளையும், எல்லா முறைகளிலும் நடைமுறைப்படுத்தவேண்டும் என்பதுதான் எங்களுடைய உடனடியாக அரசியல் குறிக்கோள். எங்களுக்குச் சமூகநீதி வேண்டும்; அதனை நிறை வேற்ற அரசியல் உரிமைகள் வேண்டும்; பிரிட்டிஷ் அரசு அதற்கு ஏற்றவகையில் சலுகைகளை அதிகரித்துத் தரவேண்டும்; டாக்டர் அன்னிபெசன்ட் வற்புறுத்தும் தன்னாட்சி, பிராமணர்களுக்குப் பாது காப்பும் பயனும் அளிக்கக்கூடியதாக இருக்கும். நாங்கள் எங்களுடைய சமுதாய, தார்மிக, அரசியல் உரிமைகளைத்தான் கேட்கிறோம். அரசு உத்தியோகங்களில் எங்களுக்கு உரிய பங்கைத்தான் கேட்கிறோம். ஏன்? அரசு உத்தியோகங்களைப் பெற்றால் அதன்மூலம் பிராமணர் அல்லாத சமுதாயங்கள் மனித வர்க்கத்தின் மிகவும் மேம்பட்ட சமுதாயங்களாக மாறிவிடும் என்று கருதுகிற காரணத்தாலா? இல்லை. அரசு உத்தியோகங் களில் அரசியல் அதிகாரம் இருக்கிறது. பிராமணர் அல்லாதாரின் எதிர்காலம் பிராமணர் அல்லாதாரின் கைகளில்தான் இருக்கிறது.

டி.எம். நாயரின் பேச்சுகள் காங்கிரஸ்காரர்களைக் கலவரப்படுத்தின. தென்னிந்திய நலவுரிமைச் சங்கத்தின் சார்பாக நடக்கும் பொதுக் கூட்டங்களுக்கு நேரில் சென்று வாக்குவாதத்தில் ஈடுபடுடத் தொடங்கினர்.

ஆங்காங்கே சில கலகச் சம்பவங்களும் நடந்தன. குறிப்பாக, வி. கலியாண சுந்தர முதலியார் சங்கத் தலைவர்களுடன் நேரடி விவாதத்தில் ஈடுபட்டார்.

சென்னை டவுன் ஹாலில் நடந்த பொதுக்கூட்டத்தில் டி.எம். நாயர் பேசிக்கொண்டிருந்தபோது திடீரென கூட்டத்தில் இருந்து ஒரு குரல்:

நீங்கள் ஏன் காங்கிரஸை விடுத்து வகுப்புவாதக் கட்சியில் சேர்ந்தீர்கள்? வகுப்புவாதத்தால் நாடு சுயராஜ்ஜியம் பெறுமா? அப்படி யாண்டாயினும் நிகழ்ந்திருக்கிறதா? சரித்திரச் சான்று உண்டா?

கேள்வியைக் கேட்டவர் திரு.வி. கலியாண சுந்தர முதலியார். உடனடியாகப் பதிலளிக்கத் தொடங்கினார் டி.எம். நாயர்.

யான் காங்கிரஸில் தொண்டு செய்தவனே. அது பார்ப்பனர் உடைமை யாகியதை நான் உணர்ந்தேன். காங்கிரஸால் தென்னாட்டுப் பெருமக்களுக்குத் தீமை விளைதல் கண்டு, அதை விடுத்து, நண்பர் தியாகராயருடன் கலந்து, ஜஸ்டிஸ் கட்சியை அமைக்கலானேன். வகுப்புவாதத்தால் சுயராஜ்ஜியம் வரும் என்று எவருங்கூறார். வகுப்பு வேற்றுமை உணர்வு தடித்து நிற்கும் வரை சுயராஜ்ஜியம் என்பது வெறுங்கனவேயாகும். வகுப்பு வேற்றுமை உணர்வின் தடிப்பை வகுப்புவாதத்தால் போக்கிய பின்னரே சுயராஜ்ஜியத் தொண்டில் இறங்கவேண்டும் என்பது எனது கருத்து.

பொதுக்கூட்டங்களில் பேசினர். பத்திரிகைகளில் எழுதினர். கேட்க வாய்ப்பு கிடைத்தவர்கள் கேட்டனர். படிக்க வாய்ப்பு கிடைத்தவர்கள் படித்தனர். சங்கத்தின் அதிகாரபூர்வ ஏடான ஜஸ்டிஸ் மக்கள் மத்தியில் பிரபலமடையத் தொடங்கியது. தென்னிந்திய நலவுரிமைச் சங்கத்தையே ஜஸ்டிஸ் கட்சி என்று அழைக்கும் அளவுக்கு பிரபலத்தின் உச்சத்தை நோக்கிச் சென்றது. அவ்வளவுதான். காங்கிரஸ் தலைவர்களின் முகங்களில் கவலை ரேகைகள் ஓடத் தொடங்கின. கூடாது. அனுமதிக்கவே கூடாது. முளையிலேயே கிள்ளி எறிய வேண்டும். ஒற்றுமையை உருக்குலைக்க ஒரு அற்புதமான ஆயுதம் வேண்டும். தேடலில் கிடைத்ததுதான் அந்த யோசனை.

போட்டி இயக்கம்.

6 சென்னை மாகாண சங்கம்

15 செப்டெம்பர் 1917 அன்று சென்னை கோகலே மண்டபத்தில் ஏராளமான பிராமணர் அல்லாத பிரமுகர்கள் திரண்டனர். கூட்டி பி. கேசவ பிள்ளை அந்தக் கூட்டத்துக்குத் தலைமை வகித்தார். காங்கிரஸ் கட்சி 1885ல் தொடங்கப்பட்டபோது அந்தக் கூட்டத்தில் கலந்துகொண்டவர் இவர். தவிரவும், சி. கருணாகர மேனன், வி. கலியாணசுந்தர முதலியார் உள்ளிட்ட முக்கியத் தலைவர்கள் பலரும் வந்திருந்தனர்.

தென்னிந்திய நலவுரிமைச் சங்கம் தொடர்ந்து வளர்ந்து வருகிறது. அதன் கொடிகள் எங்கும் பறக்கத் தொடங்கி விட்டன. காங்கிரஸ் கட்சியில் இருக்கும் பிராமணர் அல்லாத மக்களுக்கு அந்தச் சங்கத்தின் கொள்கைகள் மீது கவர்ச்சி ஏற்படத் தொடங்கியுள்ளது. அதைத் தடுத்து நிறுத்த வேண்டும். அதற்கு காங்கிரஸ் கட்சிக்கு உள்ளேயே பிராமணர் அல்லாதாரைப் பிரதிநிதித்துவம் செய்யும் வகையும் கிளை அமைப்பு ஒன்றைத் தொடங்க வேண்டும். இதுதான் அந்தக் கூட்டத்தில் விவாதிக்கப் பட்ட பொருளின் சாரம்.

புதிய அமைப்பைத் தொடங்குவதன்மூலம் நிறைய காரியங்களைச் சாதிக்கலாம். காங்கிரஸ் உணர்வு கொண்ட பிராமணர் அல்லாத மக்களைக் காங்கிரஸ் கட்சிக்குள்ளேயே தக்கவைக்கமுடியும். தென்னிந்திய நலவுரிமைச் சங்கத்தின் வளர்ச்சியைத் தடுத்து நிறுத்தமுடியும். முக்கியமாக, பிராமணர் அல்லாத

மக்களிடையே குழப்பத்தை ஏற்படுத்தமுடியும். இதுதான் அவர்கள் போட்ட கணக்கு.

பிராமணர் அல்லாத பெருங்குடி மக்களே! நாங்கள்தான் உங்களுடைய உண்மையான பிரதிநிதிகள்! எங்களை நம்புங்கள்! எங்களை நோக்கி வாருங்கள்! பகிரங்க அழைப்பு விடுத்தனர்.

கூட்டம் நடந்துகொண்டிருக்கும்போதே திடீரென ஒரு கூட்டம் கோகலே மண்டபத்துக்குள் நுழைந்தது. அவர்களுக்குத் தலைமை ஏற்றவர் ஓ. கந்தசாமி செட்டியார். ஆம். வந்தவர்கள் தென்னிந்திய நலவுரிமைச் சங்கத்தினர். பழைய கடனைத் திரும்பக் கொடுக்க வந்திருந்தனர். கூச்சல். குழப்பம். விளைவு, கூட்டத்தைத் தொடர்ந்து நடத்தமுடியவில்லை. காவல்துறை வந்து நிலைமையைக் கட்டுக்குள் கொண்டுவந்தனர். அதன்பிறகு 20 செப்டெம்பர் 1917 அன்று கூட்டம் மீண்டும் கூட்டப்பட்டது. அந்தக் கூட்டத்தில்தான் சென்னை மாகாண சங்கம் (Madras Presidency Association) என்ற போட்டி இயக்கம் தொடங்கப்பட்டது.

உள்நோக்கங்கள் பல இருந்தாலும் வெளிப்படையாக அறிவித்தது இதைத்தான். காங்கிரஸ் நோக்கத்துக்கு முரண்படாத வகையில் தென்னாட்டு பிராமணர் அல்லாத மக்களின் நலனை நாடுவதுதான் சென்னை மாகாணச் சங்கத்தின் நோக்கம். அந்தச் சங்கத்துக்கு கூட்டி பி. கேசவ பிள்ளை தலைவர். துணைத் தலைவர்களாக லாட் கோவிந்ததாஸ், சல்லா குருசாமி செட்டியார், ஈரோடு ராமசாமி, நாகை வி. பக்கிரிசாமிப் பிள்ளை, சீர்காழி சிதம்பர முதலியார், தஞ்சை சீனிவாச பிள்ளை, ஜார்ஜ் ஜோசப் ஆகியோர் தேர்வு செய்யப்பட்டனர். அமைச்சர்களாக தி.வி. கோபாலசாமி முதலியார், குருசாமி நாயுடு, டாக்டர் வரதராஜுலு நாயுடு, சர்க்கரைச் செட்டியார், வி. கலியாண சுந்தர முதலியார் ஆகியோர் தேர்ந்தெடுக்கப்பட்டனர்.

இவர்களில் ஈரோடு ராமசாமி மட்டும் வித்தியாசமானவர். அடிப்படையில் காங்கிரஸ்காரர் அல்ல; ஆனால் காங்கிரஸ் தலைவர்களுடன் நல்ல தொடர்பு வட்டத்தை உருவாக்கி வைத்திருந்தவர். குறிப்பாக, சி. ராஜகோபாலாச்சாரியார் (ராஜாஜி), டாக்டர் அன்னிபெசண்ட், டாக்டர் வரதராஜுலு, கருணாகர மேனன் போன்ற தலைவர்களுடன் பழக்கம் உண்டு. அவர்களுடைய அழைப்பின் பேரில் காங்கிரஸ் கூட்டங்களிலும் அவ்வப்போது கலந்துகொள்வார். இந்த விஷயத்தை ஈரோடு ராமசாமியே தன்னுடைய சுயசரிதையில் பதிவு செய்துள்ளார்.

> டாக்டர் வரதராஜுலு நாயுடு அவர்கள் ஜஸ்டிஸ் கட்சிக்கு எதிர்ப்பாகவும் பெசண்ட் அம்மைக்கு எதிர்ப்பாகவும் ஒரு வாரப் பேப்பர் நடத்திக்கொண்டு சந்தா சேர்க்க ஈரோட்டுக்கு வந்தார். அவருக்கு ஈரோடு கடைவீதிகளில் பல சந்தா சேர்த்துக் கொடுத்து, வீட்டில் விருந்து செய்து பெருமைப்படுத்தினேன்; என்றாலும், இண்டியன் பேட்ரியட் பத்திரிகை அடிக்கடி என்னைப் பற்றி புகழ்ந்து எழுதும். அதன் ஆசிரியர் கருணாகர மேனனுக்கு என் மீது அன்பு உண்டு. அதில், அப்போது உதவி ஆசிரியராக

இருந்த ரங்கையர் எனக்கு நல்ல பழக்கமுடையவர். இந்தக் கூட்டத்தில் இருந்த என்னை டாக்டர் வரதராஜுலு நாயுடுவின் சிநேகமானது பெசன்ட் அம்மைக் கூட்டத்தில் இருந்து பிரித்துவிட்டது. இதற்கு முன்பே எனக்கும் சி.ராஜகோபாலாச்சாரியாருக்கும் அவர் வக்கீல் என்கிற முறையில் பழக்கம் இருந்தது. அவர்கள் கூப்பிடும் கூட்டங்களுக்கெல்லாம் செல்ல ஆரம்பித்தேன். இதற்கு மத்தியில் ஜஸ்டிஸ் கட்சிக்கு விரோதமாக சென்னை மாகாணச் சங்கம் என்ற பெயரால் பிராமணர் அல்லாதாருக்கென்று ஒரு சங்கம் தொடங்கி வேலைசெய்து வந்தது. அதில் நான் அதிக பங்கெடுத்துக் கொண்டேன்.

பிராமணர் அல்லாத மக்களின் நலனை முன்னிட்டு தென்னிந்திய நலவுரிமைச் சங்கம் தொடங்கப்பட்டபோது அதற்குக் கண்டனம் தெரிவித்தது ஹிந்து ஏடு. அதே நோக்கம்தான் எங்களுக்கும் என்று சொல்லி தொடங்கப்பட்ட சென்னை மாகாணச் சங்கத்துக்கு வாழ்த்துரை வழங்கியது. நீதிக்கட்சியுடன் போட்டி போட வேண்டும் என்றால் இப்படியொரு தாற்காலிக அமைப்பு அவசியம் என்று எழுதியது இந்து ஏடு. எதிர்காலத்தில் சென்னை மாகாணச் சங்கம் காங்கிரஸ் கட்சிக்குள் பிளவை ஏற்படுத்திவிடக்கூடாது, அந்தச் சங்கம் நிலைபெற்றுவிடக்கூடாது, அதன்மூலம் காங்கிரஸுக்குள் பிராமணர் அல்லாத மக்களின் செல்வாக்கு உயர்ந்துவிடக்கூடாது என்று எச்சரிப்பதுதான் 'தாற்காலிக' என்பதன் அர்த்தம்.

தென்னிந்திய நலவுரிமைச் சங்கம் எந்த அளவுக்கு காங்கிரஸ் தலைவர்களைப் பதற்றமடையச் செய்தது என்பதற்கும் போட்டி இயக்கம் தொடங்க எத்தகைய முயற்சிகளைச் செய்தனர் என்பதற்கும் சரியான ஆதாரங்களை திரு.வி. கலியாண சுந்தர முதலியார் தனது வாழ்க்கைக் குறிப்புகளில் விட்டுச் சென்றுள்ளார்.

ஜஸ்டிஸ் கட்சி தென்னாட்டுப் பிராமணரல்லாதாரெல்லார்க்கும் உரியதாகாது என்றும் அவருள் பெரும்பான்மையோர் காங்கிரஸ் மனப்பான்மை உடையவர் என்றும் தெளிவுசெய்தேன். காங்கிரஸ் மனப்பாண்மையுடைய பிராமணர் அல்லாதார் ஆங்காங்கே கூட்டங்கூட்டி, ஜஸ்டிஸ் கட்சி தமக்குரியதன்றென்று உலகுக்குப் புலப்படுத்த விரைதல் வேண்டுமென்று வலியுறுத்தினேன். அந்தப்பேச்சு பத்திரிகைகளில் வெளியாயிற்று. என் பேச்சு காங்கிரஸ் பிராமணரல்லாதாரை ஊக்கமுறச் செய்தது. தனக்கென ஒரு தனிச்சங்கம் காணத் தூண்டியது. அவ்வேளையில் நியூ இந்தியாவில் வேலைபார்த்துவந்த சபாபதிப் பிள்ளை, ஏ.எஸ். ராமுலு முதலியோர் தனிச்சங்கத்தின் அவசியத்தை வலியுறுத்தி பத்திரிகைகட்குக் கட்டுரைகள் எழுதினர். அவைகட்கு ஆதரவு சீர்காழி சிதம்பரநாத முதலியார், தஞ்சை சீனிவாசப் பிள்ளை முதலியோரிடமிருந்து கிடைத்தது. தனிச்சங்கங்காணும் முயற்சி தி.வி. கோபால்சாமி முதலியாரால் தொடங்கப்பட்டது.

•

சென்னை மாகாணச் சங்கம் என்ற போட்டி இயக்கம் தொடங்குவதற்கு ஒரு மாதத்துக்கு முன்பே 19 ஆகஸ்டு 1917 அன்று கோயம்புத்தூர் ஒப்பணக்காரத் தெருவில் இருக்கும் திரையரங்கு ஒன்றில் பிராமணரல்லாதார் மாநாடு நடத்தப்பட்டது. அதுதான் தென்னிந்திய நலவுரிமைச் சங்கத்தின் சார்பில் நடத்தப்பட்ட முதல் மாநாடு. ஏற்பாடுகள் அனைத்தும் சங்கத்தின் பொறுப்பு என்றாலும் 'பிராமணர் அல்லாதார் மாநாடு' என்பதுதான் அனைத்துக்கும் பொதுப்பெயர்.

மாநாட்டுத் தலைமை, பி. ராமராய நிங்கார். வரவேற்புக் குழுவின் தலைவராக ஊத்துக்குளி ஜமீன்தார் எம்.ஆர். காளிங்கராயர் இருந்தார். டி.எம்.நாயர், டாக்டர் சி. நடேச முதலியார் ஆகியோரும் மாநாட்டுக்கு வந்திருந்தனர். வரவேற்புரை நிகழ்த்திய எம்.ஆர். காளிங்கராயர் தென்னிந்திய நலவுரிமைச் சங்கத்துக்கு காங்கிரஸ் தலைவர்களால் தரப்படும் குடைச்சல்கள் பற்றிப் பேசினார்.

> இம்மகாநாடு கூட்டு முயற்சியில் நாம் ஈடுபட்டது முதல் நமது எதிரிகள் நம்மைப் பலவழிகளில் தாக்கத் தொடங்கி இருக்கிறார்கள். நம்மைப் பிற்போக்காளர் எனத் தூற்றிவருகிறார்கள். அம்மட்டோ! நாம் தேசத் துரோகிகளாம்! கெட்ட எண்ணத்துடன் இம்மகாநாட்டைக் கூட்டுகிறோமாம்! எனவே, எதிரிகளுக்கு ஒரு வார்த்தை கூற விரும்புகிறேன். உங்கள் விஷமப் பிரசாரத்தினால் எவரும் ஏமாந்து போகமாட்டார்கள். எங்கள் சமூகத்துக்கு உழைக்கவே நாங்கள் முன்வந்து இருக்கிறோம்! எங்கள் சமூகப் பற்றினாலேயே மகாநாட்டைக் கூட்டுகிறோம்.

மாநாட்டுத் தலைவர் ராமராய நிங்காரின் பேச்சு விரிவாகவும் விளக்கமாகவும் இருந்தது.

> இந்தியர்கள் பேரால் பேசத் தமக்கே உரிமை உண்டெனப் பொக்கம் பேசும் நமது எதிரிகள் (பிராமணர்கள்) நாம் வகுப்புவாதிகள் என்று குற்றம் சாட்டுகிறார்கள். பிராமணரே இந்திய 'நேஷன்' என்றும் பிராமணர் நலனே இந்தியரின் நலன் என்றும் சாதனை செய்து பழகிப்போன பிராமணர்கள், இந்த மகாநாடு இந்த மாகாண மக்கள் பெரும்பாலானோரின் பிரதிநிதி என்பதை மறந்துவிட்டார்கள். தாமே இந்தியாவின் பிரதிநிதி என அவர்கள் சொல்லிக் கொண்டிருந்த காலம் ஒன்று இருந்தது. அதை மறுக்க முன்வராததினால் நமக்கு ஏற்பட்ட கஷ்டம் அளவிடற்கரியது.
>
> *பிராமணர் அல்லாதாராகிய நாம் ஹோம் ரூல் இயக்கத்தை ஏன் எதிர்க்கிறோம்?*
>
> இப்போது சுயராஜ்ஜியம் வழங்கப்பட்டால் பிராமணரல்லாதார் நமது பழைய ஆதரவற்ற, அடிமை நிலையை அடையவும் பிரிட்டிஷார் ஸ்தானத்தில் நம்மை அடிமையாக்கிய கூட்டத்தார் அமர்ந்து நம்மை மேலும் நசுக்கவும் நேருமென்று அஞ்சியே நாம் ஹோம் ரூல் கிளர்ச்சியை இப்போது எதிர்க்கிறோம்.

பிரிட்டிஷாரின் உதவியுடன் தென்னிந்திய நலவுரிமைச் சங்கம் தொடங்கப் பட்டுள்ளது என்று காங்கிரஸ் தலைவர்கள் முன்வைத்த குற்றச்சாட்டுக்கு பதிலளிக்கும் வகையில் டி.எம். நாயர் பேசினார்.

> பிரிட்டிஷாருக்கு உதவி அளிக்க நாம் முன் வந்திருப்பதாலேயே நமது இயக்கம் சர்க்கார் உதவியால் தோற்றுவிக்கப்பட்ட இயக்கம் எனச் சொல்லப்படுகிறது. தென்னிந்திய நலவுரிமைச் சங்க டைரக்டர்களைத் தவிர வேறு யாரும் நம் இயக்கத்தைத் தோற்றுவிக்கவில்லை. நமக்கு எவர் உதவியும் தேவையில்லை. பிறர் உதவியின்றியே நமக்கு இவ்வியக்கத்தைச் செம்மையாக நடத்த ஆற்றலுடைய அறிவாளிகள் நம்மிடையே இருக்கிறார்கள்.

முதல் மாநாடு முடிந்த 20 ஆகஸ்டு 1917 அன்று இங்கிலாந்தின் இந்திய அமைச்சராக இருந்த எட்வின் மாண்டேகு பிரபு லண்டன் நாடாளுமன்றத்தில் புதிய அறிவிப்பு ஒன்றை வெளியிட்டார்.

> இந்தியாவில் பொறுப்பாட்சியைப் படிப்படியாக உருவாக்கும் நோக்கத்துடன் நிர்வாகத்தின் ஒவ்வொரு பிரிவிலும் இந்தியர்களை அதிகமாகப் பங்கெடுத்துக் கொள்ளச் செய்வதும் சுயாட்சி அமைப்புகளை வளர்ச்சியுறச் செய்வதும்தான் பிரிட்டிஷ் அரசின் கொள்கை.

பிரிட்டிஷ் ஆட்சியாளர்களிடம் இருந்து வந்த முதல் சமிக்ஞை அதுதான். அறிவிப்பின் தொடர்ச்சியாக உத்தேச அரசியல் சீர்திருத்தத்துக்குச் செயல்வடிவம் கொடுப்பதற்காக ஒரு தூதுக் குழுவுடன் இந்தியா வந்தார் எட்வின் மாண்டேகு. இந்தியப் பிரதிநிதிகள் பலரையும் சந்தித்து, கருத்துகளைக் கேட்டறிந்து, நிலைமையை நேரில் கண்டறிய இருப்பதாகவும் அறிவித்தார் மாண்டேகு.

ஸ்பர்டாங்க் பேச்சு

மாண்டேகுவின் அறிவிப்பு தென்னிந்திய நலவுரிமைச் சங்கத்தினரை உத்வேகம் கொள்ளச் செய்தது. பிராமணர் அல்லாத மக்களின் கோரிக்கைகள், உரிமைகள் பற்றித் தீவிரமாக விவாதிக்கத் தொடங்கினர். அந்த எண்ணம் 7 அக்டோபர் 1917 அன்று சென்னை ஸ்பர்டாங்க் சாலைப் பகுதியில் நடந்த தென்னிந்திய நலவுரிமைச் சங்கப் பொதுக்கூட்டத்தில் எதிரொலித்தது. ஆதி திராவிடர் சமுதாயத்தைச் சேர்ந்த முக்கியத் தலைவர்களான எம்.சி.ராஜா மற்றும் ஜான் ரத்தினம் இருவரும் ஏற்பாடு செய்த அந்தக் கூட்டத்தில் பேசிய டி.எம். நாயர், என் ஆதி திராவிடத் தோழர்களே! தோழியர்களே என்று தொடங்கினார். அந்த உரையில் இருந்து சில பகுதிகள்:

> உங்களை ஆதிதிராவிடர்களென பெருமையோடு விளித்தேன். காரணம்; இந்நாட்டில் இரண்டு இனங்களுண்டு. ஒன்று, இந்த நாட்டின் சொந்தக்காரர்கள் இனமான திராவிடர் இனம். மற்றொன்று, நாம் அசட்டையாகத் தூங்கிக் கொண்டு இருக்கும்போது வீட்டுக்குள் நுழைந்துவிடும் திருடன் போன்ற ஆரியர் இனம்.

ஆரிய வஞ்சகன் தன்னுடைய வெண்ணிறத்தைக் காட்டி தன்னை உயர்ந்தவன் என்றும் திராவிடர்களின் கறுப்பு நிறத்தைக் காட்டி அவனிலும் தாழ்ந்தவன் என்றும் கூறினர். கடவுளின் தலையிலிருந்து பிளந்து வந்தவன்தான் பிராமணன் என்றும் கடவுளின் கையில் இருந்து பிளந்து வந்தவன் சத்திரியன் என்றும் கடவுளின் இடுப்பில் இருந்து பிளந்து வந்தவன் வைசியன் என்றும் கடவுளின் காலில் இருந்து பிளந்து வந்தவன் சூத்திரன் என்றும் கூறி, திராவிட அப்பாவிகளை நம்பவைத்தனர்.

கடவுளின் மேற்பகுதி உறுப்புகளில் இருந்து மகப்பேறு பெற்று வெளி வந்த ஆரியர்கள், தங்களுக்கே நாடு, வீடு, தோட்டம், துரவு, காடு, கழனி, பணம், காசு எல்லாம் சொந்தம் என்று ஆக்கிக்கொண்டுவிட்டார்கள். சூத்திரர்களும் பஞ்சமர்களும் கல்வி, சொத்துரிமை போன்றவற்றில் எந்தவொரு உரிமையும் கொண்டாட முடியாது; கொண்டாடக் கூடாது என்று ஆக்கிவிட்டனர்.

இவையெல்லாம் ஒவ்வொருவரின் முன் பிறப்பில் செய்த பாவ, புண்ணியங்களின் அடிப்படையில் ஏற்பட்டவை என்று ஆரிய தெய்வீகச் சட்டங்கள் கூறுகின்றன. இதற்குத் தலைவிதி என்றும் பெயர் வைத்துவிட்டார்கள். இதையெல்லாம் நம்பி நடப்பவனுக்குத்தான் இறப்புக்குப் பின் மோட்சம் கிடைக்கும் என்றும் நம்பாதவன் இறப்புக்குப் பின் நரகத்தில் சித்திரவதை செய்யப்படுவான் என்றும் சொல்லிவைத்தார்கள். இத்தகைய கடவுள் திட்டத்துக்கு வர்ணாசிரமத் தர்மம் என்று பெயர்.

ஆரியர்கள், திராவிடர்களிலேயே சிலருக்கு மட்டும் சாதி உயர்வுப் பட்டம் அளித்து, மற்றவர்களை வேறுபடுத்தித் தாழ்த்தி வைக்க முற்பட்டனர். திராவிடர்களான நெசவாளர்களை தேவாங்கப் பிராமணர் என்றும் விவசாயிகளை வன்னியகுல சத்திரியர் என்றும் நாயுடு மற்றும் ரெட்டியார்களை கௌரவ சத்திரியர் என்றும் திராவிடக் கோமுட்டிகளை ஆரிய வைசியர் என்றும் நாட்டுக் கோட்டைச் செட்டியார்களை தன வைசியர் என்றும் பொற்கொல்லர்களை விஸ்வகர்ம பிராமணர் என்றும் பலவாறாகப் பெயர்களை சூட்டி, திராவிடர்களின் கோட்டைக்குள்ளேயே குத்து வெட்டு, போட்டா போட்டி, பொறாமை பொச்சரிப்பு போன்ற குழப்பங்களை ஏற்படுத்தினர்.

நசூத்ராய மதிமம் தத்யா என்றொரு ஸ்லோகம் இருக்கிறது. அதன் பொருள் என்னவென்றால், சூத்திரன் படிக்கக்கூடாது என்பதாகும். அப்படியானால் 'நீ எப்படிப் படித்தாய்?' என்று கேட்பீர்களேயானால், இந்தச் சண்டாளப் பூனைக் கண்ணன், செம்பட்டை மயிரன் ஆன வெள்ளைக்காரனுடைய யூனியன் ஜாக் கொடி அல்லவா இப்போது நாட்டில் பறக்கிறது. அதன் தயவால்தான் நான் படித்து முன்னேறினேன்.

பரதர்மோ பயாவஹ என்ற ஸ்லோகத்தின் பொருள் அவனவன் சாதித் தொழிலையே அவனவன் செய்யவேண்டும். இல்லாவிட்டால் மரண தண்டனை, நரகம் போன்ற தண்டனைகள்தாம் கிடைக்கும் என்கிறது கீதை. இதுதான் இந்தியாவின் அவலநிலை. இங்கேதான் பிரம்ம, சத்திரிய, வைசிய, சூத்திரர் என்ற ஆரிய முதலாளித்துவ வித்து அசைக்கமுடியாத அளவுக்கு ஆழமாக வேரூன்றிச் சென்றிருக்கிறது. இதனை வெட்டி வீழ்த்தி, அதில் கொதிக்கக் கொதிக்க வெந்நீர் ஊற்றி, இந்த வர்ணாசிரமம் என்னும் நச்சுமரத்தை அக்குறுவேறு, ஆணிவேறாகப் பிய்த்து எறிந்து, அழித்து ஒழிக்கவேண்டும்.

நமது பாமர மக்களின் கட்சியான தராசுச் சின்னம் தாங்கும் நீதிக்கட்சி என்ன சொல்கிறது? என்பதை அனைவரும் புரிந்துகொள்ளவேண்டும். படிப்பற்ற, வசதியற்ற, அரசை நடத்திச் செல்லும் அரசியல் அதிகாரமற்ற மக்களாக, 100க்கு 85 பேர்களாக உள்ள பாமர மக்களை, முதலில் கல்வி மூலமும், ஏற்றமுள்ள உயர்நிலைகளுக்கு ஆயத்தப்படுத்திவிட்டுப் பின்னர் அவர்கள் கைக்குத் தன்னாட்சி உரிமைகள் வரவேண்டும் என்று வாதாடுகிறது.

ஆனால் இப்போது காங்கிரஸ் பிராமணர்களால் கோரப்படும் தன்னாட்சியானது, நண்டைச் சுட்டு, அதற்கு நரியைக் காவல் வைப்பது போலவும், ஆட்டுக் குட்டியையும் ஓநாயையும் ஒரே பட்டியில் அடைத்துவைப்பது போலவும் ஆன சூழ்நிலையை ஏற்படுத்திவிடும் என்பது எமது கருத்து.

பிட்டி தியாகராயரையும் என்னையும் ஏனையத் தலைவர்களையும் காங்கிரஸின் வஞ்சகப் பார்ப்பனர்கள், தேசத்துரோகிகள், வகுப்பு வாதிகள், வெள்ளைக்காரன் வால்பிடிக்கிகள், வெள்ளைக்காரன் பூட்ஸ் காலை நக்கிகள் என்று கண்டபடி பிதற்றித் திரிகிறார்கள்.

வெள்ளையன் பூட்ஸில் என்ன வெல்லப் பாகையா தடவி வைத்துக் கொண்டிருக்கிறான்? அதை நக்கிப் பார்க்க! ராமனின் செருப்பை 14 ஆண்டுகள் சிம்மாசனத்தில் வைத்து, அதற்குப் பாலாபிஷேகம், பழ அபிஷேகம், பஞ்சாமிர்த அபிஷேகம் ஆகியவற்றைச் செய்து, அவற்றை நக்கிப் பார்த்து மகிழ்ந்தவர்கள்தாம் இந்தப் பார்ப்பனரின் முன்னோர்கள். அவர்களுக்குத்தான் பூட்ஸ் ருசியும் தெரியுமேயல்லாமல், அபிஷேகத்தில் நம்பிக்கையற்ற என்னைப் போன்றவர்க்கு எப்படி பூட்ஸின் ருசி தெரிய வரும்?

வகுப்புவாரிப் பிரதிநிதித்துவம் வராமல் நாங்கள் ஓயமாட்டோம்! உட்கார மாட்டோம்! என்ற முழக்கத்தை எல்லோரும் எழுப்பவேண்டும். பழைய திராவிடநாடு மறுபடியும் புத்துயிர் பெறவேண்டும். இதற்கு முதற்கண் பிரசாரம் பெருகவேண்டும். மேலும் மேலும் எங்கும் பரவ வேண்டும். நமக்கு மூன்று செய்தித்தாள்கள் போதா. முந்நூறு செய்தித்தாள்கள் வேண்டும். புற்றீசல் போல அவை கிளம்பவேண்டும்.

திராவிடத் தோழர்களே, எல்லோரும் நீதிக்கட்சியில் சேருங்கள்! நீதிக் கட்சியின் இலட்சியம் வெற்றிப் பெறப் பாடுபடுங்கள். முடிந்தால் வாய்ப்பு ஏற்படும்போதெல்லாம் போராடுங்கள். வெற்றி நமதே. நன்றி. வணக்கம்.

டி.எம். நாயரின் உரைக்கு ஸ்பர்டேங் பேருரை என்று திராவிட இயக்கத் தலைவர்கள் பெயர் கொடுத்தனர். இன்னமும் அந்த உரை காங்கிரஸ் தலைவர்களால் பலமாக விமரிசிக்கப்பட்டு வருகிறது. அதற்குரிய பதிலடிகளையும் திராவிட இயக்கத் தலைவர்கள் கொடுத்துவருகின்றனர்.

7 மாண்டேகு - செம்ஸ்போர்டு

சீரான இடைவெளியில் மாநாடுகள் நடத்தத் திட்டமிடப்பட்டன. கோதாவரி மாவட்டம் பிக்கோவால் (27 அக்டோபர் 1917), புலிவெந்தலா மற்றும் திருநெல்வேலி (3 நவம்பர் 1917), சேலம் (9 டிசம்பர் 1917) என்று தொடர்ச்சியாக பிராமணர் அல்லாதார் மாநாடுகள் நடைபெற்றன.

மாநாடுகளும் அதற்குத் திரண்டு வந்த கூட்டமும் காங்கிரஸ் தலைவர்களையும் சென்னை மாகாணச் சங்கத்தினரையும் பதற்றம் கொள்ளச் செய்தன. நீதிக்கட்சி பிரபலமாகிவருகிறது; அதன் காரணமாக பலமடைந்து வருகிறது. தடுத்து நிறுத்தவேண்டும் என்றால் சென்னை மாகாணச் சங்கத்தை நீதிக்கட்சிக்குச் சமமாகப் பிரபலப்படுத்தவேண்டும். நீதிக்கட்சிக்குப் பத்திரிகைகள் இருக்கின்றன. ஆனால் சென்னை மாகாணச் சங்கத்துக்கு? இதுவரை இல்லை.

இனி இருக்கும் என்றார் வி. கலியாணசுந்தர முதலியார். ஆம். 7 டிசம்பர் 1917 அன்று தேச பக்தன் என்ற தமிழ் நாளேட்டைத் தொடங்கினர். சென்னை மாகாணச் சங்கத்தை ஆதரித்து அந்த ஏட்டில் கட்டுரைகள் எழுதப் பட்டன. அதற்கு ஜஸ்டிஸும் திராவிடனும் பதிலடி கொடுத்தன.

> காங்கிரஸ் கூட்டங்களில் ஜஸ்டிஸ் கட்சியின் கொள்கையை மறுப்பதை யான் ஒரு பெருந்தொண்டாகக் கொண்டேன். அத்தொண்டு

காலத்துக்கு உரியதாகியது. வகுப்புவாதத்தால் நாட்டின் ஒருமைப்பாடு குலையும் என்று யான் நம்பினேன். ஜஸ்டிஸ் கட்சியைக் குலைக்கும் தொண்டு சென்னையில் நானாபக்கமும் நிகழ்ந்தது; வெளியூர்களிலும் நிகழ்ந்தது. செல்ஜாக்குடைய 'தேசபக்தனும்' தமிழ்நாட்டிலுள்ள பலப் பல தொழிற்சங்கங்களும் என் வயப்பட்டிருந்தமையால் ஜஸ்டிஸ் கட்சியின் ஆதிக்கத்தைச் சிதைப்பது எனக்கு அருமையாகத் தோன்றிய தில்லை.

ஜஸ்டிஸும் தேச பக்தனும் கருத்து மோதலில் ஈடுபட்டிருந்த சூழலில் வைஸ்ராய் மாண்டேகுவும் இந்திய அமைச்சர் செம்ஸ்போர்டும் 14 டிசம்பர் 1917 அன்று சென்னை வந்தனர். உத்தேச அரசியல் சீர்திருத்தம் தொடர்பாக பல தரப்பினரின் கருத்துகளைக் கேட்பதற்காக வந்த அந்தக் குழுவிடம் சென்னை மாகாணத்தின் சார்பில் சாட்சியம் கொடுக்க ஏராளமானோர் தயார் நிலையில் இருந்தனர்.

'தற்போது நடைபெற்றுவரும் பிரிட்டிஷ் ஆட்சிமுறை மக்களின் எதிர்பார்ப்புகளை நிறைவேற்றும் திறமை கொண்டதாக இல்லை. அதற்கு சுயாட்சி அமைவதுதான் ஒரே தீர்வு. அதற்கான ஆணையை பிரிட்டிஷ் அரசு வெளியிட வேண்டும். பிரிட்டிஷாரின் அடிமை என்ற நிலையில் இருந்து பிரிட்டிஷாருக்கு சமமான நாடு என்ற நிலைக்கு இந்தியா வரவேண்டும்' - இது, இந்திய தேசிய காங்கிரஸ், மாண்டேகு - செம்ஸ்போர்டு தூதுக்குழுவிடம் முன்வைத்த கோரிக்கையின் சாரம். கிட்டத்தட்ட இதே கோரிக்கையைத்தான் முஸ்லிம் லீகும் முன்வைத்தது. இந்திய தேசிய காங்கிரஸ் மற்றும் முஸ்லிம் லீகின் கருத்துகளை ஆதரிக்கிறோம் என்பது சென்னை மாகாணச் சங்கத்தின் சாட்சியம். இந்தியாவின் மத்திய சட்டமன்ற உறுப்பினர்கள் 19 பேர் அடங்கிய குழு சாட்சியம் அளித்தது.

விரிவான, விளக்கமான அறிக்கை ஒன்றை மாண்டேகு - செம்ஸ்போர்டு குழுவிடம் தென்னிந்திய நலவுரிமைச் சங்கம் கொடுத்தது.

> பொறுப்பாட்சி முறை உயர்சாதி வகுப்பினரான பிராமணர்களுக்கு அதிக அரசியல் ஆதிக்கத்தை ஏற்படுத்துவதாக இருக்கிறது. ஏழை எளியவர்களாக, அரசியல் மற்றும் சமூக உரிமைகள் அற்றவர்களாக இருக்கும் பிராமணர் அல்லாத மக்களுக்குப் பெருந்தீங்குகள் இழைப்பதாக உள்ளது. முதல் உலகப் போர் முடிந்தபிறகு மக்கள் பிரதிநிதிகளால் நடத்தப்படும் உள்ளாட்சி மன்றங்கள் கூடுதலான சலுகைகளையும் அதிகாரங்களையும் பெறவேண்டும். அரசின் நிர்வாகத் துறைகள் அனைத்திலும் வகுப்புவாரிப் பிரதிநிதித்துவ அடிப்படையில் பதவி ஒதுக்கீடுகள், தரத்துக்கு ஏற்ப, முறைப்படி செய்யப்பட வேண்டும்.

> பொறுப்பாட்சியில் அமையப்போகும் சட்டமன்றத்தில் எல்லாச் சமூகத்தினரின் நலன்களும் உரிமைகளும் பாதுகாக்கப்படத்தக்க வகையில் உறுப்பினர்கள் வகுப்புவாரிப் பிரதிநிதித்துவ அடிப்படையில் தேர்ந்தெடுக்கப்படவேண்டும். உள்ளாட்சித்துறை, கல்வி, விவசாயம்,

கூட்டுறவு, தொழில்கள், தொழிலாளர் நலம், சமூக நலம் போன்ற துறைகள் மக்களால் தேர்ந்தெடுக்கப்படும் அமைச்சர்கள் வசம் ஒப்படைக்கப்படவேண்டும். மக்களால் தேர்ந்தெடுக்கப்படும் ஒருவர் தான் மாகாணப் பொறுப்பாட்சிக்குத் தலைமை தாங்குபவராக இருக்க வேண்டும்.

சமூகச் சீர்திருத்தம் ஏற்பட்டு, சாதிப்பிரிவுகள் அனைத்தும் அடியோடு ஒழிகின்ற காலம் வரையில் சமத்துவ அடிப்படையில் சமூகநீதி ஏற்படுவது என்பது கடினமான செயலாகத்தான் இருந்துவரும். எனவே தான் ஒவ்வொரு சமூகப் பிரிவுகளின் நலன்களும் உரிமைகளும் பாதுகாக்கப்படுகின்ற முறையில் புதிய பொறுப்பாட்சி அரசு அமைய வேண்டும்.

பிராமணர் அல்லாதார் அனைவரும் பின்தங்கிய நிலையில் இருக்கின்றனர். ஆகவே, தனிச்சலுகைகள் எதுவும் இல்லாமல் அவர்கள் அரசியலில் தலை தூக்குவது சாத்தியமில்லை. சுயாட்சிக்கு இந்தியா பக்குவம் அடையவில்லை. சென்னை மாகாணக் குடிகள் 4 கோடியே 65 லட்சம் பேரில் 4 கோடி பேர் அரசியல் உணர்வு அற்றவர்களாக இருக்கிறார்கள். தற்கால நிலையில் அனைத்து சமூகங்களுக்கும் சம நீதி வழங்க பிரிட்டிஷார் இன்னும் கொஞ்ச காலத்துக்கு இந்தியாவில் இருந்தே தீரவேண்டும்.

பிறகு பல்வேறு பிராமணர் அல்லாதார் குழுக்களின் சார்பில் உருவாக்கப்பட்ட தூதுக்குழுவுக்கு ராவ்பகதூர் ஆர். வெங்கடரத்தினம் நாயுடுவும் ஏ. பி. பாத்ரோவும் தலைமை தாங்கினர். அந்தத் தூதுக்குழு மாண்டேகு - செம்ஸ்போர்டு குழுவிடம் அறிக்கை ஒன்றைத் தாக்கல் செய்தது.

இந்தியாவுக்கு ஏற்றதொரு பொறுப்பாட்சியை வகுத்துத் தருவதற்கு முன்னால் இந்த நாட்டில் நிலவிவரும் பல்வேறு சமூகப் பிரிவினரின் நிலைமைகளைக் குழு தெள்ளத் தெளிவாகப் புரிந்துகொள்ளவேண்டும். இந்தியாவில், குறிப்பாக சென்னை மாகாணத்தில் முக்கியமான அரசியல் பொறுப்புகளும் நிர்வாக அதிகாரப் பொறுப்புகளும் ஒரு குறிப்பிட்ட உயர்ந்த சாதியினரான பிராமணர்களிடத்தில் மட்டுமே குவிந்துகிடக் கின்றன. வரிகளைச் செலுத்தி வசதிகள் பலவற்றையும் செய்துகொடுப்பவர்கள் அப்பாவிப் பிராமணர் அல்லாத மக்களாக இருந்து வருகின்றனர். ஆனால் அவற்றின் பலன்கள் அனைத்தையும் நுகர்பவர்கள் பிராமணர்களே.

எடுத்துக்காட்டாகச் சொல்லவேண்டும் என்றால், உள்ளாட்சி மன்றங்களின் சார்பாகச் சட்டமன்றத்துக்கான பிரதிநிதிகள் தேர்ந்தெடுக்கப் படும் சூழ்நிலை அண்மையில் வந்தபோது பத்து பேரில் ஒன்பது பேர் பிராமணர்களாகவே தேர்ந்தெடுக்கப்பட்டனர். ஒருவர் மட்டுமே பிராமணர் அல்லாதவர். இத்தனைக்கும் பிராமணர் அல்லாதாரே வாக்காளர்களில் மிகப் பெரும்பான்மையினராக அமைந்துள்ளனர்.

இருந்தும்கூட, பிராமணர்கள் 100க்குத் 90 பங்கு வெற்றிபெறுவதற்குக் காரணம், பிராமணர்களின் அரசியல் ஆதிக்க அதிகாரமே. அப்படிப்பட்ட நபர்களிடத்தில் பொறுப்பாட்சி போய்விடாமல் பார்த்துக்கொள்ள வேண்டிய கடமை, விசாரணைக் குழுவைச் சார்ந்ததாகும்.

பிரிட்டிஷ் பேரரசு எத்தகைய அரசியல் சீர்திருத்தத்தை இங்கு வழங்குவதாக இருந்தாலும் அது வரி செலுத்தும் பிராமணர் அல்லாத மக்களுக்குப் பெரிதும் பயன்படுவதாக அமைய வேண்டும். இதற்கு வகுப்புவாரிப் பிரதிநிதித்துவ முறையை எல்லாத்துறைகளிலும் நடைமுறைப்படுத்துவதுதான் ஏற்ற, சிறந்த வழியாக இருக்கும்.

தென்னிந்திய நலவுரிமைச் சங்கம் மாத்திரம் அல்ல, தென்னிந்திய கத்தோலிக்க இந்தியர்சங்கம், சென்னை மாகாண முஸ்லிம் லீக், தென்னிந்திய இஸ்லாமிய லீக், சென்னை மாகாண சமீன்தார், நிலக்கிழார் சங்கம், சென்னை ஆதி திராவிட ஜன சபை, தென்னிந்திய ஒடுக்கப்பட்டோர் சங்கம், சென்னை மாகாண லிங்காயத்துகள் சங்கம், நாட்டுக்கோட்டை செட்டியார்கள் சங்கம், மறவர் மாகாண சங்கம், தென்னிந்திய சமணர் சங்கம் என்று சென்னை மாகாணத்தில் செயல்பட்டுவந்த ஏராளமான அமைப்புகளும் இயக்கங்களும் சங்கங்களும் தத்தமது கருத்துகளை அறிக்கை வடிவில் மாண்டேகு - செம்ஸ்போர்டு குழுவினரிடம் கொடுத்தனர்.

மாண்டேகுவும் செம்ஸ்போர்டும் இந்தியாவின் பல பகுதிகளுக்குப் பயணம் செய்து பல்வேறு தரப்பினரிடம் கருத்துகளைக் கேட்டறிந்தனர். எல்லாவற்றையும் பதிவுசெய்துகொண்ட வைஸ்ராய் மாண்டேகு பிரபு 23 டிசம்பர் 1917 அன்று லண்டன் புறப்பட்டார். விரைவில் மாண்டேகு - செம்ஸ்போர்டு அறிக்கை வெளியிடப்படும் என்ற சூழ்நிலை உருவாகியிருந்தது.

பிரச்னை பிரிட்டிஷ் இந்தியாவைப் பற்றியது. சாட்சியங்கள் பெறப்பட்டதும் பிரிட்டிஷ் இந்தியாவில்தான். ஆனால் முடிவெடுக்கும் அதிகாரம் லண்டன் வசம். ஆகவே, லண்டன் சென்றுவிட்டார் எட்வின் மாண்டேகு. வெறுமனே சாட்சியம் அளித்ததோடு நம் கடமை இனிதே முடிந்தது என்று ஒதுங்கிவிட நீதிக்கட்சித் தலைவர்கள் விரும்பவில்லை. பிராமணர் அல்லாதார் நலன் தொடர்பாக முன்வைக்கப்பட்ட கோரிக்கைகள் அனைத்தும் மாண்டேகு - செம்ஸ்போர்டு அறிக்கையில் இடம்பெறச்செய்ய வேண்டும்; நீதிக்கட்சியின் பிரதான கொள்கையான வகுப்புவாரிப் பிரதிநிதித்துவம் பற்றிய போதுமான புரிதல் இங்கிலாந்தில் இருப்பவர்களுக்கு ஏற்படவேண்டும். நேரில் சென்று வலியுறுத்துவதுதான் சரியாக இருக்கும். நீதிக்கட்சித் தலைவர்கள் முடிவுசெய்துவிட்டனர்.

லண்டனுக்கு யாரை அனுப்புவது?

31 மார்ச் 1918 அன்று நீதிக்கட்சி மாநாடு தஞ்சாவூரில் கூடியது. நீதிக்கட்சியின் சார்பாக இங்கிலாந்துக்குத் தூதுக்குழு அனுப்புவது; அந்தக் குழுவுக்கு டி.எம். நாயரைத் தலைமையேற்கச் செய்வது; இவைதான் மாநாட்டில் எடுக்கப்பட்ட

முடிவுகள். ஹோம் ரூல் இயக்கத்தினரின் தவறான பிரசாரத்தை முறியடிக்கும் நோக்கத்துடன் டாக்டர் டி.எம். நாயர் தலைமையில் இங்கிலாந்துக்குத் தூதுக்குழு அனுப்பப்படும் என்று அந்த மாநாட்டில் பகிரங்கமாக அறிவிப்பு வெளியானது.

உண்மையில் அது யுத்தக்காலம் என்பதால் இங்கிலாந்துக்குச் செல்ல அனுமதி மறுக்கப்பட்டு வந்தது. முன்னதாக, பால கங்காதர திலகர் தலைமையில் ஐவர் குழு ஒன்று இங்கிலாந்து செல்ல முதலில் அனுமதி தரப்பட்டது. அவர்கள் கொழும்பு வழியாகப் பயணம் செய்தனர். திடீரென அவர்களுடைய பாஸ்போர்ட்டை இங்கிலாந்து அரசு ரத்து செய்தது. பயணம் பாதியில் முடிந்தது.

திலகரைப் போலவே நாயருக்கும் தடை விதிக்கக்கூடும் என்ற பீதி கிளம்பியது. அதுவே நடந்தது. நாயர் தலைமையிலான தூதுக்குழுவுக்கு அனுமதி இல்லை என்று அறிவித்தது அரசு. ஆனாலும் டாக்டர் நாயருக்கு நீரிழிவு நோய் இருந்ததால் மருத்துவ சிகிச்சை செய்துகொள்ள அவருக்கு மட்டும் இங்கிலாந்து செல்ல அனுமதி தரப்பட்டது. மருத்துவ சிகிச்சை முடிந்ததும் உடனடியாக இந்தியா திரும்பிவிடுவேன் என்று நாயரிடம் உறுதிமொழி வாங்கிக்கொண்ட பிறகே அனுமதி கிடைத்தது.

1918 ஜூன் மாதத்தில் லண்டனில் இறங்கினார் டி.எம்.நாயர். பிரிட்டிஷ் ராணுவ அதிகாரி ஒருவர் நாயரிடம் ஒரு படிவத்தை நீட்டிக் கையெழுத்து கேட்டார். மருத்துவ சிகிச்சைக்காக வந்துள்ள நீங்கள் எந்தவிதமான அரசியல் நடவடிக்கையிலும் ஈடுபடக் கூடாது. இதுதான் அந்த உத்தரவுப் படிவத்தில் எழுதப்பட்டிருந்த வாசகம். அந்த உத்தரவில் நாயரிடம் கையெழுத்து வாங்கிக் கொண்டார் பிரிட்டிஷ் ராணுவ அதிகாரி.

2 ஜூலை 1918. எட்வின் மாண்டேகுவும் லார்டு செம்ஸ்போர்டும் கையெழுத்திட்ட மாண்ட்போர்டு அறிக்கை அரசிதழில் வெளியானது. அது, மூன்று முக்கிய சங்கதிகளைக் கொண்டிருந்தது.

முதல் சங்கதி

இதுவரை உள்ளாட்சித் துறையிலே இருந்த சுயாட்சி மாநில அளவில் நீடிக்கப்படும். ஆனால், மாநில அரசின் அனைத்துத் துறைகளையும் தேர்ந்தெடுக்கப்பட்ட மக்கள் பிரதிநிதிகளின் கையில் ஒப்படைக்கும் துணிவு பிரிட்டிஷ் அரசுக்கு வரவில்லை. எனவே, சட்டம், ஒழுங்கு, நிதி போன்ற முக்கியத் துறைகளை கவர்னருக்கு நேரடியாகப் பொறுப்பாக உள்ள அவரது நிர்வாகச் சபையைச் சார்ந்த பிரிட்டிஷ் ஐ.சி.எஸ் அதிகாரிகளின் கையிலும் கல்வி, விவசாயம் போன்ற வளர்ச்சிப் பணிகளை மட்டும் சட்டசபைக்குப் பொறுப்பாக உள்ள அமைச்சர்கள் கையிலும் ஒப்புவிக்கலாம்

இவ்வாறு அரசுப் பொறுப்புகள் மாநில அளவில் இரண்டாகப் பங்கிடப்பட்டு, ஒரு பகுதி அதிகாரிகள் மற்றும் நியமனம் செய்யப்படுவோர் கையிலும் இன்னொரு பகுதி மக்கள் பிரதிநிதிகள் கையிலும் ஒப்படைக்கப்படுவதால்

இரட்டை ஆட்சி முறை (Dyarchy) என்று இந்த ஆட்சி முறைக்குப் பெயரிடப்பட்டது. ஆனால் எந்தெந்தத் துறை, எவர் வசம் ஒப்படைக்கப்பட வேண்டும் என்பதை அந்த அறிக்கை தெளிவாக வரையறுத்துச் சொல்ல வில்லை. மாறாக, ஃபீதாம் என்பவர் தலைமையிலான குழு (Feetham Committee) அந்தப் பணியைச் செய்யும் என்று அறிவிக்கப்பட்டது.

இரண்டாவது சங்கதி

முஸ்லிம்களுக்கும் சீக்கியர்களுக்கும் தவிர இதர வகுப்பினருக்குத் தனித்தொகுதிமுறை கிடையது என்று அந்த அறிக்கை கூறியது. இதர வகுப்பினருக்குத் தனித் தொகுதி என்ற சலுகை தரப்பட்டால் அதன் காரணமாக அந்த வகுப்பினரிடையே மந்தநிலை ஏற்பட்டு, தங்கள் சுயபலத்தைத் திரட்டித் தேர்தல் களத்தில் இறங்கும் தகுதியைப் பெறாமல், அரசாங்கம் வழங்கும் ஊன்றுகோலின் உதவியையே எப்போதும் நாடி நிற்கும் மனப்பான்மை உருவாகி, அது அவர்களது மொத்த நலனையே வருங்காலத்தில் பாதித்து விடும். யார் யாருக்கு வாக்குரிமை அளிப்பது, தொகுதிகளை எவ்வாறு அமைப்பது என்பன போன்ற தகவல்களைச் சேகரித்து முடிவுசெய்யும் பொறுப்பு செளத்பரோ குழுவிடம் (Southborough Committee) ஒப்படைக்கப்படும்.

மூன்றாவது சங்கதி

இங்கிலாந்தில் இயங்கிவரும் இந்திய ஆட்சி அலுவலகம் பற்றி ஆராய்ந்து அறிக்கை அளிக்க மார்குவேஸ் ஆம்க்ரூ கமிட்டி அமைக்கப்படும். மாண்டேகு - செம்ஸ்போர்டு சீர்திருத்தங்கள் சட்டவடிவம் பெறுவதற்கு முன்னால் ஃபீதாம் மற்றும் செளத்பரோ கமிட்டிகளின் முடிவுகள் அறிவிக்கப்பட வேண்டும். அதன்பிறகு பிரிட்டிஷ் நாடாளுமன்றத்தில் சீர்திருத்த மசோதா முன்மொழியப்படும். அங்கு இரண்டாவது வாசிப்பை முடித்துக் கொண்டு, இறுதி வடிவம் பெற பொறுக்குக் குழுவுக்குச் (Selection Committee) செல்லவேண்டும்.

8 டி.எம். நாயர்

அறிக்கையைப் படிக்கப் படிக்க ஏமாற்றமாக இருந்தது நீதிக்கட்சித் தலைவர்களுக்கு. எத்தனைத் தீர்க்கமான சாட்சியங்கள். எத்தனை விளக்கமான அறிக்கைகள். எதற்கும் பலனில்லாமல் போய்விட்டதே... வகுப்பு வாரிப் பிரதிநிதித்துவம் வேண்டும் என்ற நம்முடைய உயிர்நாடிக் கோரிக்கையை அறிக்கை கண்டுகொள்ள வில்லையே? அதிருப்தி. பலத்த அதிருப்தி. சோர்ந்துபோய் நின்றனர் நீதிக்கட்சித் தலைவர்கள்.

எதிர்த்துப் பேசக்கூட வாய்ப்பில்லாத வகையில் வாய்ப் பூட்டு போடப்பட்டுள்ளதை நினைத்து வேதனைப் பட்டார் டி.எம்.நாயர். வருத்தத்தைத் துடைக்கும் நோக்கத்துடன் மூன்று நேசக்கரங்கள் நாயரை நோக்கி நீண்டன. லார்டு லாமிங்டன். லார்டு சிடென்ஹாம். லார்டு கார்மைக்கேல். மூவருமே இங்கிலாந்து நாடாளு மன்ற உறுப்பினர்கள். நாங்கள் இருக்கிறோம். கவலை வேண்டாம். விரைவில் வாய்ப்பூட்டு அகற்றப்படும். ஆவன செய்கிறோம். வாக்குறுதி கொடுத்தனர்.

சொன்னதைப் போலவே நாடாளுமன்றத்துக்குச் சென்று நாயரின் நிலைகுறித்துப் பேசினர்.

‘இந்தியாவில் உள்ள உழைக்கும் மக்களின் குறைகள், பிரச்னைகள் ஆகியவற்றை முழுமையான புரிதலுடன் பேசக்கூடியவர் டி.எம். நாயர். இங்கே இருப்பவர்கள் இந்தியர்களின் பிரச்னைகளைப் புரிந்துகொள்ள டி.எம்.

நாயரின் பிரசாரம் அவசியம். ஆகவே, தன்னுடைய அரசியல் கருத்துகளைச் சொல்ல எந்தத் தடையும் நாயருக்கு இருக்கக்கூடாது.'

மூவர் முன்வைத்த வாதங்கள் நாயரின் வாய்ப்பூட்டைத் தகர்த்தெறிந்தன. பிராமணர் அல்லாத மக்களுக்கான உரிமைக் குரலை எழுப்ப இனி தடையேதும் இல்லை. நிமிர்ந்து உட்கார்ந்தார் நாயர். வகுப்புவாரிப் பிரதிநிதித்துவ முறையை அமல்படுத்துவதே பிராமணர் அல்லாத மக்களுக்கு விடியலைக் கொடுக்கும். இதை இங்கிலாந்து நாடாளுமன்ற உறுப்பினர்களுக்குப் புரியவைக்க வேண்டும். புரிய வைப்பேன். மூன்று நாடாளுமன்ற உறுப்பினர்களுக்கும் நன்றி கூறிவிட்டுத் தனது பிரசாரத்தைத் தொடங்கினார்.

2 ஆகஸ்டு 1918. இங்கிலாந்து நாடாளுமன்ற உறுப்பினர்களின் சிறப்புக் கூட்டம் ஒன்றுக்கு ஏற்பாடு செய்யப்பட்டது. மக்கள் (சாமானியர்கள்) சபை, பிரபுக்கள் சபை உறுப்பினர்கள் பலரும் அந்தக் கூட்டத்தில் கலந்து கொண்டனர். நீதிக்கட்சியின் கொள்கைகள், கோட்பாடுகள், கோரிக்கைகள், எதிர்பார்ப்புகள் பற்றிப் பேசினார் நாயர். முக்கியமாக, மாண்டேகு - செம்ஸ் போர்டு அறிக்கையில் இருக்கும் பல அம்சங்கள் வரவேற்கக்கூடியதுதான். இருப்பினும் தென்னிந்தியாவில் வாழும் பிற்படுத்தப்பட்ட சமூகங்களுக்கு வகுப்புவாரிப் பிரதிநிதித்துவ அடிப்படையில் சமூகநீதி வழங்க மாண்டேகு - செம்ஸ்போர்டு அறிக்கை தவறிவிட்டது. அந்த அறிக்கை பிராமணர்களுக்குச் சாதகமாகவே இருக்கிறது. அதிருப்திகள். குறைகள். பாராட்டுகள். மனத்தில் தோன்றிய அனைத்தையும் பதிவு செய்தார் நாயர்.

மேடைகளில் பேசுகிறோம். அரங்குகளில் பேசுகிறோம். வேறு என்ன வாய்ப்புகள் இருக்கின்றன? பத்திரிகை. லண்டனில் நிறைய பத்திரிகைகள் இருக்கின்றன. எழுதலாம் என்று முடிவெடுத்தார். எடின்பரோ ரிவியூ, டெய்லி டெலக்ராஃப், ஸ்பெக்டேட்டர் என்று பல பத்திரிகைகளில் எழுதும் வாய்ப்புகள் உருவாக்கின. உருவாக்கிக்கொண்டார். நாயர் எழுதிய கட்டுரைகளை பல பத்திரிகைகள் பிரசுரம் செய்தன.

'பிராமணர்கள் உடலுழைப்பில் ஈடுபடுவதில்லை. நூல் நூற்பதில்லை. வியர்வை சிந்தும் அடிமைகள் அவர்களுக்காக அனைத்தையும் செய்கிறார்கள். அவர்கள் தங்கள் பங்குக்கு ஆன்மிகத் துறையைப் பயிற்சி செய்தார்கள்... மாண்டேகு - செம்ஸ்போர்டு சீர்திருத்தம் அமலுக்கு வருமானால் சாதி உயர்வைப் பேணிக் காத்துவரும் பிராமணர்கள் கையில் அதிகாரம் ஒப்படைக்கப்பட்டு, அதன் விளைவாக மனு மீண்டும் செயல்வடிவத்துக்கு வரும் வாய்ப்புகள் உருவாகும்.'

மேடைகளிலும் பத்திரிகைகளிலும் பிராமணர் அல்லாதாரின் உரிமைகள் குறித்தும் பிராமணர்களின் ஆக்கிரமிப்புகள் குறித்தும் நாயர் முழங்கிய நாயர் லண்டன் பயணத்தை முடித்துக்கொண்டு இந்தியா திரும்பினார்.

சௌத்பரோ கமிட்டி

14 செப்டெம்பர் 1918. சென்னை மாகாண அரசிடம் நீதிக்கட்சி சார்பில் மனு ஒன்று தரப்பட்டது. 'தென்னிந்தியாவில் உள்ள பிராமணர் அல்லாத மக்கள்

மாண்டேகு - செம்ஸ்போர்டு அறிக்கை குறித்து மன நிறைவு பெறவோ அல்லது மகிழ்ச்சி அடையவோ எதுவும் இல்லை. அந்த அறிக்கை குறித்து மக்கள் பெரிதும் கவலையுடன் இருக்கிறார்கள். மக்களின் விருப்பத்தை நிறைவேற்றும் வகையில் அறிக்கை வழங்கப்படவில்லை. விருப்பத்துக்கு மாறாகச் சென்னை மாகாண மக்கள் மீது அந்த அறிக்கை திணிக்கப் பட்டுள்ளது.'

எனினும், மாண்டேகு - செம்ஸ்போர்டு அறிக்கையை நடைமுறைக்குக் கொண்டு வருவதற்கான பணிகள் தொடங்கின. தொகுதிகளைப் பற்றியும் வாக்குரிமை பற்றியும் நிர்ணயிப்பதற்காக சௌத்பரோ குழுவில் சர். பிராங்ஸ்லை, சாஹேப் சதா அஃப்தாப் அகமது கான், டபிள்யு.எம்.ஹெய்லி, சுரேந்திரநாத் பானர்ஜி, வி.எஸ். சீனிவாச சாஸ்திரி, மால்கம் என். காக் ஆகியோர் உறுப்பினர்களாக இருந்தனர். குழுவின் செயலாளராக பி.சி. டேலண்ட்ஸ் நியமிக்கப்பட்டார்.

முக்கியத்துவம் வாய்ந்த கமிட்டியில் திடுதிப்பென பானர்ஜி, சாஸ்திரி என்ற இரண்டு பிராமணர்களைச் சேர்த்தது நீதிக்கட்சித் தலைவர்களை ஆத்திரம் கொள்ளச்செய்தது. கூடாது. அவர்கள் இருவரும் குழுவில் இடம்பெறக் கூடாது. உடனடியாக அவர்களைக் குழுவில் இருந்து அப்புறப்படுத்த வேண்டும். மேடைக்கு மேடை ஆவேசப்பட்டனர். மாநாடு போட்டு அவர்களை நீக்கவேண்டும் என்று தீர்மானம் கொண்டுவந்தனர்.

20 அக்டோபர் 1918 அன்று தென்னிந்திய பிராமணர் அல்லாதார் சிறப்பு மாநாடு சென்னையில் நடத்தப்பட்டது. பிட்டி. தியாகராயர் அதற்குத் தலைமை வகித்தார். அதில் மாண்டேகு - செம்ஸ்போர்டு அறிக்கையைக் கண்டித்துப் பேசப்பட்டது. குறிப்பாக, பிட்டி. தியாகராய செட்டியார் எடுத்துவைத்த வாதங்கள் அனலைக் கக்கின.

'பிராமணர் அல்லாதாரைப் பார்த்து நீங்கள் பெரும்பான்மையாக இருக்கிறீர்கள் என்றுகூறும் மண்டேகுவும் செம்ஸ்போர்டும் பிராமணர் அல்லாதார் இருக்கும் இடத்தைத் தேடித்திரிந்து கண்டுபிடிக்க வேண்டியுள்ள நிலையைக் கண்டும் காணாமல் இருப்பது ஏன்?... கல்வி, சமுதாயம், அரசியல், வேலைவாய்ப்பு உள்ளிட்ட துறைகளில் போதிய பங்கும் இடமும் அதிகாரமும் பெறும் வரையில் பிராமணர் அல்லாதார் தனி வாக்குரிமை பெற்றவர்களாக இருந்தே தீரவேண்டும்'

இந்திய வைஸ்ராய்க்குக் கடிதம் ஒன்று எழுதப்பட்டது.

'சீனிவாச சாஸ்திரி எந்த விதத்திலாவது பிராமணர் அல்லாத மக்களுக்குப் பிரதிநிதித்துவம் வகிக்கிறார் என்று கற்பனை செய்துகொள்ளப்பட்டிருந்தால் நாங்கள் அந்த எண்ணத்தை வன்மையாக மறுக்கிறோம்... இந்தப் பிராமணர் சென்னை சட்டசபையில் உள்ள பிராமண உறுப்பினர்களால் டில்லி சட்ட சபைக்குத் தேர்ந்தெடுக்கப்பட்டவர்... அவர் தேர்ந்தெடுக்கப்பட்டதற்கும் இந்த மாகாணத்து பிராமணர் அல்லாதாருக்கும் எந்தப் பங்கும் கிடையாது'

ஜஸ்டிஸ் ஏட்டில் எழுதப்பட்ட தலையங்கங்களும் அறிக்கையைக் கண்டிக்கும் வகையில் இருந்தன. ஆனாலும் பிரிட்டிஷார் அசைந்துகொடுக்கவில்லை. நீதிக்கட்சித் தலைவர்களின் எதிர்ப்புகள் புறந்தள்ளப்பட்டன. சௌத்பரோ கமிட்டி தனது வேலைகளைத் தொடங்கியது. சென்னை மாகாணத்துக்கு வந்தபோது திவான் பகதூர் எல்.டி. சாமிக்கண்ணுப் பிள்ளை, கடலூர் திவான் பகதூர் ஏ. சுப்பராயலு ரெட்டியார் ஆகியோரைக் குழுவில் சேர்த்துக்கொண்டு விசாரணை நடத்தத் தொடங்கியது.

நீதிக்கட்சி, சென்னை மாகாண சங்கம், சென்னை மகாஜன சபா, சென்னை மாகாண காங்கிரஸ், சென்னை மாகாண முஸ்லிம் லீக் உள்ளிட்ட அனைத்து முக்கிய அமைப்புகளுக்கும் சௌத்பரோ கமிட்டி அழைப்பு அனுப்பியது. அவரவர்க்கு ஒதுக்கப்பட்ட நேரத்தில் சம்பந்தப்பட்ட பிரதிநிதிகள் சாட்சியம் அளித்துச் சென்றனர், நீதிக்கட்சியைத் தவிர.

என்னுடைய அரசியல் எதிரிகளால் தீர்ப்பளிக்கப்படும் நிலைக்கு நான் என்னை ஆட்படுத்திக் கொள்ளமாட்டேன் என்று திட்டவட்டமாகச் சொன்ன டி.எம். நாயர், தனது நிலையை விளக்கி சென்னை மாகாண அரசுக்குக் கடிதம் எழுதினார். அதில் சௌத்பரோ உள்ளிட்ட கமிட்டிகள் பகிரங்க விசாரணை நடத்தி, கூறுவோரின் கருத்துகளையும் எண்ணங்களையும் எழுத்துமூலம் குறித்துக்கொள்ளப் போவதில்லை என்பதால் அதில் வந்து சாட்சியம் அளிக்கத் தனக்கு விருப்பம் இல்லை என்றார்.

11 ஜனவரி 1919ல் பிராமணர் அல்லாதாரின் இரண்டாவது மாநாடு (நீதிக் கட்சியின் ஏற்பாட்டில்) கூடியது. பிட்டி. தியாகராய செட்டியார், டி.எம். நாயர் உள்ளிட்ட முக்கியத் தலைவர்கள் பலரும் கலந்துகொண்டனர். பலத்த ஆலோசனைகளுக்குப் பிறகு இரண்டு முக்கிய முடிவுகள் எடுக்கப்பட்டன. ஒன்று, சௌத்பரோ குழுவிடம் எவரும் சாட்சியம் அளிக்கக்கூடாது. மற்றொன்று, டி.எம். நாயர் தலைமையில் நீதிக்கட்சிக் குழு ஒன்று இங்கிலாந்துக்கு அனுப்பி பிராமணர் அல்லாதாரின் எண்ணங்களைத் தெள்ளத் தெளிவாகப் புரியவைக்கவேண்டும்.

அதன் தொடர்ச்சியாகவே பிட்டி. தியாகராய செட்டியார் சென்னை மாகாண அரசுக்குக் கடிதம் ஒன்றை 12 ஜனவரி 1919 அன்று எழுதினார்.

> ஒருதலைப்பட்சமாகவும் ஒரு சாராரை ஆதரிக்கும் விதத்திலும் அரசின் தன்மை இருப்பதாலும் இந்த விஷயத்தில் பிராமணர் அல்லாதார் ஆத்திரத் துடன் தெரிவித்த கடும் கண்டனத்துக்கு அரசு மௌனம் சாதித்து வருவதாலும் பிராமணச் சிறுபான்மை ஆட்சி அமைந்திட வக்காலத்து வாங்குவோருக்கு அரசு புகழாரம் சூட்டிக் கொண்டிருப்பதாலும் தென்னிந்திய நலவுரிமைச் சங்கம் சௌத்பரோ குழுவைப் புறக்கணிக்க முடிவு செய்திருக்கிறது

மாண்டேகு - செம்ஸ்போர்டு அறிக்கை தொடர்பாக அனைத்து மாகாண அரசுகளும் கருத்து தெரிவிக்கவேண்டும் என்று உத்தரவிடப்பட்டிருந்தது. அதன்படி சென்னை மாகாண அரசு தனது கருத்தைத் தெரிவித்தது.

> தற்போதைய சட்டமன்றத்தில் 260 லட்சம் மக்கள் தொகையைக் கொண்ட பிராமணர் அல்லாத இந்துக்கள் தற்போதைய பிரதேச வாரித் தேர்தலால் ஒரேயொரு பிரதிநிதியை மட்டுமே பெற்றுள்ளனர். ஆனால் 15 லட்சம் மக்கள் தொகையைக் கொண்டுள்ள பிராமணர்களோ 9 பிரதி நிதிகளைப் பெற்றுள்ளார்கள். நீதிக்கும் நேர்மைக்கும் பொருந்தாத இந்தத் தேர்தல் முறையானது வாக்குரிமைக் கமிட்டியினரால் நன்கு பரிசீலிக்கப்படும் என்றும் பெரும் மக்கள் தொகையைக் கொண்டுள்ள பிராமணர் அல்லாத இந்துக்கள் போதிய பிரதிநிதித்துவம் அடைந்திடும் வழிவகைகள் காணப்படும் என்று இம்மாகாண அரசாங்கம் பெரிதும் நம்புகிறது.

5 அக்டோபர் 1919 அன்று தனது அறிக்கையை வெளியிட்டது சௌத்பரோ கமிட்டி.

முஸ்லிம்கள், இந்தியக் கிறித்தவர் தவிர வேறு யாருக்கும் குறிப்பிட்ட வகுப்புத் தொகுதிகள் தேவையில்லை. தாழ்த்தப்பட்டோர் தவிர்த்த பிராமணர் அல்லாதார் மக்கள்தொகையில் பிராமணரை ஒப்பிடும்போது 22:1 என்கிற விகிதத்தில் பெரும்பான்மையாக இருக்கின்றனர். இப்போது வாக்குரிமை அளிக்கப்பட்டுள்ளவர்களைக் கணக்கில் எடுத்துக்கொண்டால் பிராமணர் அல்லாத வாக்காளர்களும் பிராமண வாக்காளர்களும் 4:1 என்ற விகிதத்தில் இருப்பார்கள். எனவே, இந்த எண்ணிக்கைப் பெரும்பான்மையைக் கருதி பிராமணர் அல்லாதார்க்கு தனித்தொகுதி ஒதுக்கீடு முறை தேவையில்லை.

பிராமணர் அல்லாதார் இதுவரை அரசியலுக்குச் செலவழித்த சக்தியை இந்தப் பெரிய பெரும்பான்மைச் சமுதாயத்தை அமைப்பு ரீதியாக ஒரு அணியில் திரட்டச் செலவிட்டிருந்தால் பிராமணர்களின் அதிகாரத்தையும் செல்வாக்கையும் மீறி அவர்கள் தங்கள் சக்தியை செயல்வடிவத்துக்குக் கொண்டுவந்திருக்கமுடியும் என்பதை எங்களால் நினைக்காமல் இருக்க முடியவில்லை.

இதுதான் சௌத்பரோ குழுவின் அறிக்கையின் சாரம்.

நீதிக்கட்சியைப் போலவே சென்னை மாகாண அரசும் சௌத்பரோ கமிட்டியின் பரிந்துரைகளை ஏற்கவில்லை. **கல்வி, சமுதாயம், மதம் என்ற மூன்று விஷயங்களில் ஆதிக்கம் செலுத்துவோருக்கு முன்னால் எண்ணிக்கை பலம் என்பது ஒன்றுமே இல்லை.** (அழுத்தம் ஆசிரியருடையது) சௌத்பரோ கமிட்டி இதை உணர்ந்துகொள்ளத் தவறிவிட்டது என்றது சென்னை மாகாண அரசு.

டி.எம். நாயர் மரணம்

மாண்டேகு - செம்ஸ்போர்டு அறிக்கை மக்கள் சபை மற்றும் பிரபுக்கள் சபை உறுப்பினர்கள் அடங்கிய கூட்டுப்பொறுக்குக் குழுவுக்கு அனுப்பிவைக்கப் பட்டன. சீர்திருத்தங்களில் அதிருப்தி இருப்பவர்கள் இந்தக் குழுவில் தங்களது குறைகளை எடுத்துச்சொல்லி, அவற்றுக்குப் பரிகாரம்

தேடிக்கொள்வதற்கான இறுதி வாய்ப்பு. ஆகவே, காங்கிரஸ், முஸ்லிம் லீக், ஹோம் ரூல் கட்சி உள்ளிட்டோர் இங்கிலாந்து சென்று அந்தக் குழுவிடம் பேச்சுவார்த்தை நடத்தச் சென்றனர்.

ஏற்கெனவே திட்டமிட்டபடி தென்னிந்திய நலவுரிமைச் சங்கத்தின் சார்பாக டி.எம். நாயர் மீண்டும் லண்டன் புறப்பட்டார். அவருடன் கே.வி. ரெட்டி நாயுடு, கோக்காஅப்பாராவ் நாயுடு, கே. சுப்பாராவ், ராமராய நிங்கார், எல்.கே. துளசிராம், ஏ.பி. பாத்ரோ ஆகியோர் சென்றனர். சென்னை மாகாணச் சங்கத்தின் சார்பாக வி. சக்கரைச் செட்டியார், பி. செஞ்சயா ஆகியோரும் சென்னை திராவிடச் சங்கத்தின் சார்பாக சர் ஏ. ராமசாமி முதலியாரும் காங்கிரஸ் சார்பாக சத்தியமூர்த்தி அய்யர், எஸ். சீனுவாச சாஸ்திரி, எம். ராமச்சந்திர ராவ், ஏ. ராமசாமி அய்யங்கார் ஆகியோரும், ஹோம் ரூல் சார்பாக டாக்டர் அன்னிபெசண்டும் லண்டன் வந்திருந்தனர்.

நாயரின் உடல்நிலை மோசமடைந்தது. கூட்டுப் பொறுக்குக் குழுவுக்கு முன்னால் நாயர் சாட்சியம் அளிக்கமுடியவில்லை. உடனே ஜூலை 18, 1919 அன்று கூட்டுப் பொறுக்குக் குழுவே (Joint Selection Committee) நாயர் தங்கியிருக்கும் மருத்துவ மனைக்கு வந்து அவருடைய சாட்சியத்தைப் பெற்றுக்கொள்வதாக அறிவித்தது. ஆனால் அதற்கு முந்தைய நாள் காலை ஐந்து மணிக்கு டாக்டர் நாயர் மரணம் அடைந்தார். லண்டனிலேயே அவருக்கு இறுதிக் காரியங்கள் நடத்தப்பட்டன.

9 மெஸ்டன் தீர்ப்பு

நாயரின் மறைவால் உறைந்து போயிருந்த நீதிக்கட்சித் தலைவர்கள் சுதாரித்து எழுவதற்குச் சிலகாலம் பிடித்தது. கூட்டுப் பொறுக்குக் குழுவிடம் நாயர் கொடுக்க வேண்டிய அறிக்கை அப்படியே இருந்தது. அதை நாயருக்குப் பதிலாக மற்ற பிரதிநிதிகள் கூட்டுப் பொறுக்குக் குழுவின் தலைவர் செல்போர்ன் பிரபுவிடம் கொடுத்தனர்.

அந்த அறிக்கையின் சாரம் இதுதான்.

> பிராமணர்கள் தாங்கள் ஆரிய இனத்தை சேர்ந்தவர்கள் என்ற உணர்வைக் கொண்டிருப்பது போலவே பிராமணர் அல்லாத மக்கள் அனைவரும் தாங்கள் திராவிட இனத்தைச் சேர்ந்தவர்கள் என்ற பெருமித உணர்வோடு வாழ்ந்து வருகின்றனர். இரு இனத்தவர்களும் ஒரே விதமான இந்து சமய நெறிக் கோட்பாடுகளைப் பின்பற்றிவருகிறார்கள் என்பதைத் தவிர, மற்றபடி எண்ணம், செயல், போக்கு, நடைமுறைப் பழக்கவழக்கம் ஆகியவற்றில் தனித்தனித்தன்மை உடையவர்களாகவே இருக்கிறார்கள். வகுப்புவாரிப் பிரதிநிதித்துவ அடிப்படையில் சட்டமன்றப் பிரதிநிதிகளைத் தேர்ந்தெடுக்கும் வாய்ப்பை, அரசியல் சீர்திருத்தம் மூலம் அளித்து, சமூகநீதி நிலவிட வழிவகுக்கவேண்டும் என்பது தான் பிராமணர் அல்லாத மக்களின் கோரிக்கை.

வகுப்புவாரிப் பிரதிநிதித்துவ முறைக்கு அரசியல் சீர்திருத்தத்தில் வழி செய்யாவிட்டால் தேர்தலில் எல்லாத் தொகுதிகளையும் ஆதிக்க அதிகாரம் கொண்ட பிராமணத் தலைவர்களே கைப்பற்றிக் கொள்வதற்கான நிலைமை ஏற்பட்டுவிடும். அரசுப் பதவிகள் அனைத்திலும் பிராமணர்களே முழு ஆதிக்கம் செலுத்தும் தன்மை உருவாகிவிடும். அதன் காரணமாக, அரசாட்சி ஆதிக்கம் முழுவதும் பிராமணர்களின் கைகளுக்குப் போய்விடும். பிராமண ஆதிக்கம் ஏற்பட்டுவிட்டது என்ற நிலைதான் இறுதியில் ஏற்படும்.

மாண்டேகு செம்ஸ்போர்டு அறிக்கையின்படியான அரசியல் சீர்திருத்தம் நடைமுறைப்படுத்தப்படுமேயானால் பிராமணர் அல்லாத மக்கள் ஆடுமாடுகளைப் போல் ஒரு எஜமானரிடம் இருந்து இன்னொரு எஜமானருக்கு விற்கப்படும் நிலைக்குத்தான் ஆளாகிவிடுவார்கள். இந்தியாவில், குறிப்பாகத் தென்னிந்தியாவில் சிறுபான்மைச் சமூகத்தினரான பிராமணர்கள் பெரும்பான்மைச் சமூகத்தினரான பிராமணர் அல்லாதார் மீது ஆதிக்கம் செலுத்தும் ஒரு நிலையை ஏற்படுத்திவிட்டால், எதிர்காலத்தில் எங்கு பார்த்தாலும் சட்டம் ஒழுங்கு கெட்டு, ரத்தக்களறிகள் ஏற்பட்டு விடும் என்பதை சுட்டிக்காட்ட விரும்புகிறோம். இந்திய மக்களிடையே அமைதி, மன நிறைவு, நீதி ஆகியவை ஏற்படத்தக்க வகையில் புதிய அரசியல் சீர்திருத்தம் உருவாக்கப்பட வேண்டும். இதுதான் அந்த அறிக்கையின் இறுதிப்பகுதி.

பிரிட்டிஷார் என்னதான் நல்லாட்சி நடத்தினாலும் அது எவ்வாறு இந்தியர்கள் தங்களைத் தாங்களே ஆண்டுகொள்ளும் சுயாட்சிக்குத் தகுந்த மாற்றாகாதோ அதைப்போலவே பிராமணர்கள் என்னதான் நல்லாட்சி கொடுத்தாலும் அது பிராமணர் அல்லாதாரின் சுயாட்சிக்குத் தகுந்த மாற்றாகாது என்பதுதான் கே.வி.ரெட்டி நாயுடு வலியுறுத்திச் சொன்ன கருத்து.

சென்னை திராவிட சங்கத்தின் சார்பாக வந்திருந்த ஏ. ராமசாமி முதலியார், ‘நாங்கள் கோரும் வகுப்புவாரிப் பிரதிநிதித்துவ உரிமை எப்போதுமே நீடித்து வரவேண்டி இருக்காது என்பது என்னுடைய சொந்தக் கருத்து. இடைப்பட்ட காலத்துக்குள் பிராமணர் அல்லாதார் தங்கள் வகுப்புநலனைப் பாதுகாத்துக் கொள்ளும் அளவுக்கு அரசியல் அறிவும் ஆற்றலும் பெற்று விடுவார்கள். பிராமணர் ஆதிக்கம் பற்றி இனியும் அச்சம்கொள்ளத் தேவையில்லை என்ற நம்பிக்கையையும் அவர்கள் அடைந்துவிடுவார்கள். ஆகவே, இந்தக் கூட்டுப் பொறுக்குக் குழுவினர் நாங்கள் இப்போது கோரிடும் வகுப்புரிமைக் கோரிக்கையில் உள்ள உண்மையையும் அவசியத்தையும் உணர்ந்து, அந்த உரிமையை அளிக்கத் தயங்கக்கூடாது.’ என்றார்.

இவர்களுடைய சாட்சியங்களை முழுமையாகப் பெற்றுக்கொண்டாலும்கூட மேலும் சில பிராமணர் அல்லாத தலைவர்களின் சாட்சியங்களை நேரக் குறைவைக் காரணம் காட்டி பதிவு செய்ய மறுத்தது லேசான சலசலப்பை ஏற்படுத்தியது. நிலைமையை உணர்ந்துகொண்ட மாண்டேகு நீதிக்கட்சித்

தலைவர்களை அழைத்துப் பேசினார். சமரசத் திட்டங்களைத் தயார்செய்து வைத்திருந்தார். பேச்சுவார்த்தையின் போக்கைப் பொறுத்து ஒவ்வொன்றாக எடுத்துவைக்கலாம் என்பது மாண்டேகுவின் திட்டம்.

சென்னை மாகாண சட்டசபையில் ஆறு சிறப்புத் தொகுதிகளை பிராமணர் அல்லாதாருக்கு ஒதுக்குகிறேன் என்றார் மாண்டேகு. 97 சதவீதம் உள்ள பிராமணர் அல்லாத மக்களுக்கு இந்த எண்ணிக்கை வெகு சொற்பம். உடனடியாக அந்த வாய்ப்பை நிராகரித்தனர் நீதிக்கட்சித் தலைவர்கள். அடுத்து, இரட்டை உறுப்பினர் தொகுதிகளில் முப்பது தொகுதிகளைப் பிராமணர் அல்லாத மக்களுக்கு ஒதுக்கீடு செய்யத் தயாராக இருப்பதாகக் கூறினார் மாண்டேகு. ஆனால் அதிலும் நீதிக்கட்சியினர் சமாதானம் அடைய வில்லை.

மாண்டேகுவின் முகம் சுருங்கத் தொடங்கியது. பிராமணத் தலைவர்கள் - பிராமணர் அல்லாத தலைவர்கள் அமர்ந்து பேசி முடிவுக்கு வாருங்கள். பிரச்னை சுமுகமாகத் தீர்க்கப்படவேண்டும். எனக்கு வேண்டியது அதுதான். புறப்பட்டுவிட்டார் மாண்டேகு. பேச்சுவார்த்தைகள் தொடங்கின. வாதத்திறமையில் யார் வல்லவர்கள் என்பதற்கான போட்டி போல இருந்தது பேச்சுவார்த்தை. முடிவு எதுவும் எடுக்கப்படாமலேயே பேச்சுவார்த்தை முடிந்துபோனது.

தலைவர்களின் சாட்சியங்களைப் பதிவுசெய்யும் பணிகள் முடிந்ததும் 17 நவம்பர் 1919 அன்று கூட்டுப் பொறுக்குக்குழு தன்னுடைய இறுதி அறிக்கையை வெளியிட்டது.

'சென்னை மாகாணத்துப் பிராமணர் அல்லாதாருக்குச் சில இடங்களை ஒதுக்கீடு செய்வதன் மூலம் தனிப்பிரதிநிதித்துவம் தரவேண்டும். பிராமணரும் பிராமணர் அல்லாதாரும் இதுகுறித்துப் பேச்சுவார்த்தை நடத்தி உடன்பாடு காண அழைக்கப்படவேண்டும். இந்த விதத்தில் அவர்களிடையே ஒருமித்த கருத்து உருவாகாவிட்டால் இந்திய அரசு ஒரு நடுவரை (ஆர்பிட்ரேட்டர்) நியமித்துத் தீர்ப்பு பெறவேண்டும்'

கூட்டுப் பொறுக்குக் குழுவின் இறுதி அறிக்கையை நீதிக்கட்சி கடுமையாக எதிர்த்தது. ஆனாலும் பிராமணர் அல்லாதார்க்கு சட்டமன்றத்தில் தனிப் பிரதிநிதித்துவம் என்பதைக் கொள்கை அளவில் சாதித்த மகிழ்ச்சி மட்டுமே மிச்சமிருந்தது.

பிரச்னை தீர்ந்தபாடில்லை. பஞ்சாயத்து முடிந்தபாடில்லை. இன்னொரு முயற்சி செய்து பார்க்கலாம் என்று நினைத்தார் சென்னை ஆளுநர் வெல்லிங்டன் பிரபு. 13 ஜனவரி 1920. சென்னை மாகாணத்தைச் சேர்ந்த பிராமணர் மற்றும் பிராமணர் அல்லாத தலைவர்களின் கூட்டம் ஒன்றுக்கு அழைப்பு விடுத்தார். கூட்டுப்பொறுக்குக்குழுவின் அறிக்கையை பிராமணர் அல்லாதவர்கள் ஏற்கவேண்டும் என்பதுதான் அவருடைய விருப்பம். இப்படிச் சொன்னதற்குப் பின்னணியில் இருந்தது சமீபத்தில் நடந்துமுடிந்த

சென்னை மாநகராட்சித் தேர்தலில் வந்திருந்த முடிவுகளும் அதில் பிராமணர் அல்லாத உறுப்பினர்களுக்குக் கிடைத்த வெற்றிகளும்தான்.

அப்படி என்ன பெரிதாக வெற்றிபெற்றுவிட்டார்கள் பிராமணர் அல்லாதவர்கள்?

மொத்தம் முப்பது இடங்களுக்கு நடைபெற்ற தேர்தல் அது. வெற்றிபெற்றவர்களில் பத்தொன்பது பேர் பிராமணர் அல்லாத இந்துக்கள். ஏழு பேர் பிராமணர்கள். கிறித்தவர்கள், முஸ்லிம்கள் தலா இரண்டு பேர். பிராமணர் அல்லாத மக்கள் இத்தனை பெரிய வெற்றியைப் பெற்றிருக்கும்போது எதற்காக அவர்கள் தனித்தொகுதி கோரவேண்டும், எதற்காகக் கொடுக்க வேண்டும் என்பதுதான் வெல்லிங்டன் எழுப்பிய கேள்விகள். ஆனால் நீதிக்கட்சித் தலைவர்கள் வெலிங்டனின் கோரிக்கையை நிராகரித்து விட்டனர். கூட்டம் தோல்வியில் முடிந்தது.

பிறகு ஜனவரி மாத இறுதியில் மீண்டும் ஒருமுறை இருதரப்புத் தலைவர்களையும் அழைத்துப் பேசினார். பிராமணர்களின் பிரதிநிதியாக சி.பி. ராமசாமி அய்யர் மற்றும் ராமச்சந்திர ராவ் இருவரும் கலந்துகொண்டனர். பிராமணர் அல்லாதார் சார்பில் பிட்டி. தியாகராயரும், கே.வி. ரெட்டி நாயுடுவும் கலந்து கொண்டனர்.

மொத்த வாக்காளர்களின் எண்ணிக்கையில் பிராமணர் அல்லாதார் எந்த அளவு இருக்கிறார்களோ அந்த விகிதாச்சாரத்துக்கு ஏற்ற வகையில் அவர்களுக்கென்று தனித்தொகுதிகள் ஒதுக்கப்பட வேண்டும் என்பது நீதிக்கட்சித் தலைவர் பிட்டி. தியாகராயரின் வாதம். எட்டு பேருக்கு ஒருவராக இருக்கும் பிராமணர்களுக்கு மொத்தமுள்ள 63 சட்டமன்றத் தொகுதிகளில் ஏழு இடங்கள் மட்டுமே பிராமணர்களுக்கு மிஞ்சும். சி.பி. ராமசாமி அய்யருக்கு இந்தமாதிரியான கணக்குகள் எதுவும் பிடிக்கவில்லை. வாக்காளர் எண்ணிக்கை, மக்கள்தொகை எண்ணிக்கை எல்லாம் ஒத்துவராது, வேண்டுமானால் ஒரு குறைந்தபட்ச அளவு இடங்களை மட்டும் பிராமணர் அல்லாத மக்களுக்கு ஒதுக்கலாம் என்றார்.

வெலிங்டன் பிரபு மொத்தமுள்ள 63 இடங்களில் 31 இடங்களை பிராமணர் அல்லாத மக்களுக்கு ஒதுக்க முன்வந்தார். பிட்டி. தியாகராய செட்டியாரோ எழுபத்தைந்து சதவீதத்தில் உறுதியாக இருந்தார். அதற்கு வெலிங்டன் பிரபு சம்மதிக்கவில்லை. பேச்சுவார்த்தை மீண்டும் தோல்வியில் முடிந்தது. இனியும் தன்னால் பஞ்சாயத்து பேசிக்கொண்டிருக்க முடியாது. உடனடியாக நடுவர் ஒருவரைக் கொண்டு ஏதேனும் ஒரு முடிவுக்கு வருவதுதான் சரியாக இருக்கும் என்று மத்திய அரசுக்குக் கடிதம் எழுதிவிட்டார் வெலிங்டன் பிரபு.

லார்டு மெஸ்டன். புதிய பஞ்சாயத்து தலைவர். அதாவது, ஆர்பிட்ரேட்டர். இனி இவர்தான் பிரச்னையை விசாரித்துத் தீர்க்கப் போகிறார் என்று அறிவித்தது பிரிட்டிஷ் அரசு.

1 மார்ச் 1920 அன்று மெஸ்டன் குழுவினரின் முன்னால் இருதரப்புப் பிரதிநிதி களும் ஆஜராகினர்.

பிராமணர் அல்லாத மக்களின் பிரதிநிதிகளாக பிட்டி. தியாகராயர், ஏ. ராமசாமி முதலியார், எல்.கே. துளசிராம் ஆகியோர் வந்திருந்தனர். பி.கேசவப் பிள்ளை, சக்கரைச் செட்டியார், லாட் கோவிந்த தாஸ் ஆகியோர் சென்னை மாகாணச் சங்கத்தின் சார்பில் வந்திருந்தனர். பிராமணர்கள் சார்பாக சி.பி. ராமசாமி அய்யர், டி.பி. ராமச்சந்திர அய்யர், பி.வி. நரசிம்ம அய்யர், கே. ராம அய்யங்கார், பி. நாராயண மூர்த்தி, ராமச்சந்திர ராவ் ஆகியோர் கலந்துகொண்டனர்.

இருதரப்பைச் சேர்ந்தவர்களிடமும் தனித்தனியாகக் கருத்துகளைக் கேட்டார் லார்ட் மெஸ்டன். மொத்தமுள்ள 66 தொகுதிகளில் 42 தொகுதிகளை பிராமணர் அல்லாத மக்களுக்கு ஒதுக்க வேண்டும் என்பது நீதிக்கட்சி முன்வைத்த கோரிக்கை. அதையே சென்னை மாகாணச் சங்கமும் வலியுறுத்தியது. திடீரென நீதிக்கட்சியும் சென்னை மாகாணச் சங்கமும் ஓரணியில் திரண்டது மற்ற பிராமணத் தலைவர்களை ஆச்சரியப்படுத்தியது.

நாங்களே சிறுபான்மையினர். எங்களுக்குத்தான் தனித்தொகுதி என்ற பாதுகாப்பு ஏற்பாடுகள் தேவை. 65 தொகுதிகள் ஒதுக்கப்பட்டால் அவற்றில் 25 தொகுதிகள் மட்டுமே பிராமணர் அல்லாத மக்களுக்கு ஒதுக்கவேண்டும் என்பது பிராமணத் தலைவர்களின் வாதம். அதேசமயம் பிராமணர் அல்லாத மக்களுக்கு தனித் தொகுதிகள் ஒதுக்கப்படுவதையும் கடுமையாக எதிர்த்தனர்.

எல்லாவற்றையும் கேட்டுக்கொண்டார் லார்ட் மெஸ்டன். பிறகு 18 மார்ச் 1920 அன்று தீர்ப்பை எழுதினார்.

'மொத்தமுள்ள 65 பொதுத் தொகுதிகளில் 28 தொகுதிகள் பிராமணர் அல்லாத மக்களுக்கு ஒதுக்கப்படும்.'

பிராமணர்கள், பிராமணர் அல்லாதவர்கள் என்ற இருதரப்பு வாதங்களையும் பெயரளவில் மட்டுமே கேட்டு, பிராமணர்களின் கோரிக்கைக்கு மட்டுமே ஏற்றுக்கொண்டிருக்கிறார் மெஸ்டன் என்பது அவரது தீர்ப்பில் இருந்தும் அதற்காக அவர் அளித்த விளக்கங்களில் இருந்தும் தெள்ளத் தெளிவாகப் புரிந்தது. அந்த விளக்கம் இதுதான்:

> தேர்தலில் பிராமணர் அல்லாதார் தங்களுக்குப் பாதுகாப்பு கேட்பதன் காரணம் சிறுபான்மை இனத்தவரான பிராமணர்களுக்கு சமூகத்தில் இருக்கும் ஆதிக்கத்தாலும் தேர்தல் தந்திர உத்திகளாலும் தேர்தலில் மைனாரிட்டி ஆகிவிடுவோம் என்று அச்சப்படுவதுதான். ஆனால் வாக்காளர் எண்ணிக்கையைக் கணக்கிட்டுப் பார்த்தால் பிராமணர், பிராமணர் அல்லாதார் சதவீதம் 1: 8 என்ற விகிதத்தில் இருக்கிறது. இத்தனை பெரிய வித்தியாசம் இருப்பதால் பிராமணர் அல்லாத மக்களுக்கு சட்டமன்றத்தில் நிரந்தரமாகத் தனிப் பெரும்பான்மை கிடைக்க வழிசெய்யும் வகையில் தனித்தொகுதி ஒதுக்கத் தேவையில்லை. தனிப்பெரும்பான்மை கிடைப்பதற்குத் தேவையான

அளவைவிடக் குறைந்த அளவு இடங்களை ஒதுக்கினால் மட்டுமே தேர்தலில் வெற்றிபெறவேண்டும் என்ற எண்ணம் பிராமணர் அல்லாத மக்களுக்கு ஏற்படும். இதுதான் மெஸ்டன் கொடுத்த விளக்கம்.

கனவு கலைந்தது போல இருந்தது நீதிக்கட்சியினருக்கு. உண்மையிலேயே மிகப்பெரிய ஏமாற்றத்தைச் சந்தித்தனர் பிராமணர் அல்லாத தலைவர்கள். மெஸ்டனின் தீர்ப்பு பிராமணர்களுக்கு சாமரம் வீசும் தீர்ப்பு என்று விமரிசனம் செய்யப்பட்டது.

மெஸ்டன் தீர்ப்புக்குப் பிறகு சென்னை மாகாண சட்டசபைக்குத் தேர்தல் நடத்துவதற்கான வேலைகள் தொடங்கின. தேர்தல் வேலைகளைச் செய்துமுடிக்கும் பொறுப்பு ஏ.ஆர். நாப் (A.R. Knapp) என்ற தலைமைச் செயலக உறுப்பினர் வசம் தரப்பட்டது. மாகாண சட்டசபையின் ஆயுள்காலம் மூன்று ஆண்டுகள். கவர்னர் விரும்பினால் ஆயுள்காலத்தை மேலும் இரண்டு ஆண்டுகள் நீட்டிப்பு செய்யலாம். அதேசமயம் மூன்று ஆண்டுகளுக்குள் சட்டசபையைக் கலைக்கும் உரிமையும் கவர்னருக்கு உண்டு.

முதல்கட்டமாக சட்டமன்றத்துக்கான உறுப்பினர் எண்ணிக்கை எத்தனை இருக்கவேண்டும் என்பது குறித்து விவாதிக்கப்பட்டது. பொதுத்தேர்தல் மூலம் தேர்ந்தெடுக்கப்படும் உறுப்பினர்களின் 65 தொகுதிகளுக்கும் முகமதியர் அல்லாத தொகுதிகள் என்று புதிய பெயர் வைக்கப்பட்டது. முதலில் பிராமணர் அல்லாதாருக்கான தனித்தொகுதிகள் என்றுதான் பெயர் இருந்தது. ஆனால் அதை சிலருடைய தலையீட்டின்கீழ் முகமதியர் அல்லாத தொகுதிகள் என்று மாற்றிவிட்டதாக ஒரு செய்தி இருக்கிறது.

இவைதவிர, முஸ்லிம்களுக்கு 13, இந்திய கிறித்தவர்களுக்கு 5, ஐரோப்பியர் களுக்கு 1, ஆங்கிலோ இந்தியர்களுக்கு 1, ஜமீன்தார்களுக்கு 6, ஐரோப்பிய வர்த்தகக் கழகத்துக்கு 4, இந்திய வர்த்தகக் கழகத்துக்கு 2, பல்கலைக் கழகத்துக்கு 1 என்ற அளவில் தனித்தொகுதிகள் ஒதுக்கப்பட்டன. மேலே இருக்கும் 33 இடங்களும் தேர்தல் மூலமே நிரப்பப்படும். இவைதவிர, அதிகாரிகள் 7, தாழ்த்தப்பட்டோர் 10, விடுபட்ட பிரிவினர் 12 ஆகியோர் நியமனம் செய்யப்படுவார்கள். ஆக, சென்னை மாகாண சட்டமன்றத்தின் மொத்த உறுப்பினர்களின் எண்ணிக்கை 127.

தொகுதிகள் தயார். நல்லது. வாக்காளர்கள்? சொத்து இருப்பவர்கள், வரி செலுத்துபவர்கள், எழுதப் படிக்கத் தெரிந்தவர்கள் ஆகியோர் மட்டுமே தேர்தலில் வாக்களிக்கத் தகுதியுடையவர்கள். பத்து ரூபாயை நிலவரியாகக் கட்டுபவர்களுக்கு கிராமப் புறங்களில் வாக்களிக்கும் உரிமை உண்டு. நகராட்சிக்கு மூன்று ரூபாயை வரியாகச் செலுத்துபவர்கள் நகர்ப்புறங்களில் வாக்களிக்க முடியும். ஆக, மொத்த வாக்காளர்களின் எண்ணிக்கை பன்னிரண்டரை லட்சம்.

பெண்களுக்கு வாக்களிக்கத் தகுதியில்லை என்பது அதிர்ச்சி தரும் அறிவிப்பு. வேண்டுமானால் தேர்தலுக்குப் பிறகு அமையும் புதிய சட்டமன்றம்

பெண்களுக்கான வாக்குரிமை குறித்து முடிவெடுத்துக் கொள்ளலாம் என்று தீர்மானிக்கப்பட்டது. பெண்கள் தவிர, பிரிட்டிஷ் குடியுரிமை பெறாதவர்கள், 21 வயதுக்குக் கீழே இருப்பவர்கள், மனநலம் பாதிக்கப்பட்டவர்கள் ஆகியோரும் தேர்தலில் வாக்களிக்க முடியாது.

1920 செப்டெம்பர் மாதத்தில் தேர்தல் நடத்தப்படும் என்று அறிவிக்கப்பட்டது. அதில் கலந்துகொள்ள நீதிக்கட்சி தயாராகிவிட்டது. அந்தச் சமயத்தில் இந்தியாவின் மிகப்பெரிய தேசிய இயக்கமான இந்திய தேசிய காங்கிரஸ் என்ன செய்துகொண்டிருந்தது?

10 நீதிக்கட்சி ஆட்சியைப் பிடித்தது

சீராரு நமிந்திய சக்ரவர்த்தினியம்மை ஜெயம்
தின மோங்குகவே!

பாரார்கதி ரோனொளி மாழ்கலிலாப் பரிபாலன
ராச்சிய மோங்குகவே!

கொஞ்சம் புரியும்படி சொல்லலாமா?

'மகாராணியின் அனுகூலமான என்றும் மறப்பரிய கீர்த்திமிக்க ஆட்சியின் ஐம்பது வருஷம் முடிவு பெற்றதைக் குறித்தும் சக்ரவர்த்தியிடம் முறைப்படி உண்மையான மகிழ்ச்சி தெரிவிப்பதுடன் பாரத தேசத்தின் எல்லாப் பகுதிகளினின்றும் பிரதிநிதிகள் வந்துகூடிய இந்த ஜனசபை, பிரிட்டிஷ் ராஜ்ஜியத்தின்மீது அம்மகாராணி இன்னும் பல வருஷம் ஆள வேண்டுமென்று வாழ்த்துகிறது.'

பிரிட்டிஷாரிடம் இருந்து இந்தியாவை மீட்கப் புறப்பட்ட இந்திய தேசிய காங்கிரஸ் கட்சியின் ஆண்டு மாநாடுகளில் பாடப்படும் வாழ்த்துப்பாடலும் வாழ்த்தும் தீர்மானமுமே மேலே இருப்பவை. இந்திய தேசிய காங்கிரஸின் உருவாக்கமே சுவையானது.

சிப்பாய் புரட்சி அடங்கிய பிறகும்கூட பிரிட்டிஷாருக்குக் கொஞ்சம் சந்தேகம் இருந்தது. எப்போது வேண்டு மானாலும் புரட்சி வெடிக்கக்கூடும் என்ற பயம் அவர்களை வாட்டியது. மீண்டும் ஒரு புரட்சியில் இருந்தும் ஆபத்தில் இருந்தும் பிரிட்டிஷ் அரசு காப்பாற்றப்பட வேண்டும் என்றால் அதற்கு ஒரு

சேஃப்டி வால்வு அவசியம் என்ற கருத்து எழுந்தது. எழுப்பியவர் ஆலன் ஆக்டேவியன் ஹ்யூம். ஓய்வுபெற்ற பிரிட்டிஷ் அதிகாரி.

பிரிட்டிஷ் இந்தியாவில் ஏற்கெனவே இந்தியன் அசோஷியேஷன் ஆஃப் கல்கத்தா. பிரசிடென்சி அசோஷியேஷன் ஆஃப் பாம்பே, சென்னை மகாஜன சபா என்று ஏராளமான சங்கங்களும் சபாக்களும் இருக்கின்றன. பம்பாயில் பேசுகிறார்கள். கல்கத்தாவில் பேசுகிறார்கள். சென்னையில் பேசுகிறார்கள். இன்னும் பல இடங்களில் பேசுகிறார்கள். அந்த அமைப்புகளில் இருப்ப வர்கள் எல்லாம் படித்தவர்கள். பணக்காரர்கள். அவர்களைப் பின்பற்று பவர்கள்தான் இந்தியாவில் நிரம்பியிருக்கிறார்கள். தனித்தனித் தீவுகளாக இருக்கும் சங்கங்களையும் சபாக்களையும் ஒரே குடையின்கீழ் திரட்டி விட்டால் அற்புதமான சேஃப்டி வால்வு தயார். அதன் பெயர் இந்திய தேசிய காங்கிரஸ்.

வைஸ்ராய் டஃப்ரின் பிரபுவின் ஆசியுடன் இந்திய தேசிய காங்கிரஸ் உருவானது. 28 டிசம்பர் 1885 அன்று பம்பாயில் இருக்கும் கோகுல்தாஸ் தேஜ்பல் சமஸ்க்ருதக் கல்லூரி அரங்கில் இந்திய தேசிய காங்கிரஸின் முதல் கூட்டம் கூடியது. உமேஷ் சந்திர பானர்ஜி முதல் தலைவர். பொதுச்செயலாள ராக ஆலன் ஆக்டேவியன் ஹ்யூம். ஒவ்வொரு ஆண்டும் டிசம்பர் மாதத்தில் காங்கிரஸ் கட்சியின் மாநாடு கூடும் என்று அறிவிக்கப்பட்டது. ஒவ்வொரு ஆண்டும் புதிய தலைவர் தேர்ந்தெடுக்கப்பட்டபோதும் பொதுச்செயலாளர் பதவியில் ஹ்யூமே 1885 முதல் 1906 வரை தொடர்ந்து நீடித்தார்.

இங்கிலீஷ் ராஜ்ஜியத்தினிடம் நாம் பூர்ணமாக அன்பும் ஆதரவும் கொண்டிருக்கிறோம். அவர்கள் நமக்குச் செய்த நன்றிகளையெல்லாம் மறக்கமாட்டோம். அவர்கள் நமக்குக் கொடுத்த கல்வியினால் புதியதோர் ஒளி பெற்றோம். ஜனங்களுடைய நன்மைக்காக ராஜாவேயொழிய, ராஜாவுக்காக ஜனங்களில்லை என்று பாடம் அவர்கள் நமக்குக் கற்றுக்கொடுத்தார்கள். ஆசியாவின் கொடுங்கோன்மையாகிய இருளுக்கிடையே ஆங்கிலேய நாகரிகத்தின் ஒளி நமக்குக் கிடைத்தது என்று 1914ல் கல்கத்தாவில் நடந்த காங்கிரஸ் மாநாட்டில் பேசினார் தாதாபாய் நௌரோஜி.

பிரிட்டிஷாருக்கு நெருக்கமாகவும் மகாராணிக்கு வாழ்த்துப்பா பாடிக் கொண்டும் இருந்த இந்திய தேசிய காங்கிரஸ் ரௌலட் சட்டம், ஜாலியன் வாலாபாக் படுகொலை, கிலாபத் அநீதி ஆகியவற்றின் காரணமாக பிரிட்டிஷ் அரசுக்கு எதிராக ஒத்துழையாமை இயக்கத்தைத் தொடங்கியிருந்தது. ஒத்துழையாமை என்றால் தேர்தலிலும் ஒத்துழையாமைதான். மாண்டேகு - செம்ஸ்போர்டு சீர்திருத்தத்தின்படி நடக்கும் மத்திய மற்றும் மாகாண சட்டசபைத் தேர்தல்களில் இந்திய தேசிய காங்கிரஸ் போட்டியிடாது என்று அறிவித்திருந்தார் காந்தி.

தேர்தல் புறக்கணிப்பு என்பது சென்னை மாகாணக் காங்கிரஸ் தலைவர்களுக்கு அதிருப்தியாக இருந்தது. வேண்டாம் இந்த விபரீத விளையாட்டு. கொஞ்சம் அசந்தாலும் ஆட்சியைக் கைப்பற்றிவிடக் காத்திருக்கிறது நீதிக்கட்சி.

கொஞ்சம் கருணை காட்டுங்கள் என்றனர் இங்குள்ள காங்கிரஸ் தலைவர்கள். அதாவது, காங்கிரஸில் இருக்கும் முக்கியப் பிராமணத் தலைவர்கள். ஒருபக்கம் காந்திக்கு விண்ணப்பம் அனுப்பிக்கொண்டே இன்னொரு பக்கம் தேர்தல் பிரசாரத்திலும் மறைமுகமாக ஈடுபட்டுக் கொண்டிருந்தனர். முக்கியமாக, 'இந்து' கஸ்தூரி ரங்க அய்யங்கார் மற்றும் சத்தியமூர்த்தி அய்யர் இருவரும் நீதிக்கட்சியை எதிர்த்துக் காங்கிரஸைக் களமிறக்கியே தீருவது என்ற முடிவில் உறுதியாக இருந்தனர்.

தேர்தல் புறக்கணிப்பில் எவ்வித மாற்றமும் இல்லை என்று திட்டவட்டமாகச் சொல்லிவிட்டார் காந்தி. தேர்தலும் வேண்டும். காந்தியும் வேண்டும். மதில் மேல் பூனையாக நின்றுகொண்டிருந்தனர் சென்னை மாகாண காங்கிரஸ் தலைவர்கள். பல கேள்விகளுக்குப் பதில் கொடுக்கும் வகையில் காங்கிரஸ் சிறப்பு மாநாடு செப்டெம்பர் 4,6,8 - 1920 ஆகிய தேதிகளில் கல்கத்தாவில் கூடியது. ஒத்துழையாமை இயக்கம் குறித்த இறுதி முடிவை எடுக்கவேண்டும் என்பதுதான் மாநாடு கூட்டப்பட்டதன் நோக்கம். அதில் பல திகைப்பூட்டும் முடிவுகள் எடுக்கப்பட்டன.

பிரிட்டிஷ் அரசிடம் இருந்து பெற்றுள்ள பட்டங்களைத் துறத்தல், அரசாங்க கௌரவப் பதவிகளில் இருந்து விலகுதல், அரசு விழாக்களில் கலந்துகொள்ளாமல் புறக்கணித்தல், பிரிட்டிஷாரின் நீதிமன்றங்களை இந்திய வழக்கறிஞர்கள் புறக்கணித்தல் போன்ற பல முடிவுகள் எடுக்கப்பட்டன. எல்லாவற்றைக் காட்டிலும் முக்கியமானது, மாண்டேகு - செம்ஸ்போர்டு சீர்திருத்தத்தின் விளைவாக நடத்தப்பட இருக்கும் தேர்தலைப் புறக்கணிப்பது என்று இந்திய தேசிய காங்கிரஸ் முடிவு செய்தது. தவித்துப் போனார்கள் சென்னை மாகாண காங்கிரஸ் தலைவர்கள்.

காங்கிரஸ் கட்சியின் தீர்மானம் நாட்டு மக்களைக் குழப்பும் முயற்சி என்று விமரிசனம் செய்த நீதிக்கட்சி, சென்னை மாகாணத்தில் தேர்தலைச் சந்திக்கத் தன்னைத் தயார்ப்படுத்திக் கொண்டது. தேர்தலில் போட்டியிடவில்லை என்று காங்கிரஸ் தலைமை அறிவித்தபிறகு அந்தக் கட்சியின் மறைமுக ஆதரவுடன் பல வேட்பாளர்கள் நீதிக்கட்சி வேட்பாளர்களை எதிர்த்து சுயேட்சையாக நின்றனர். ஹோம் ரூல் இயக்கமும் தனது வேட்பாளர்களை நிறுத்தியிருந்தது.

அந்தத் தேர்தலில் சென்னைக்கு நான்கு இடங்கள்தரப்பட்டு, அனைத்தும் ஒரே தொகுதியாகக் கொள்ளப்பட்டது. ஆக, வேட்பாளர்கள் அனைவரும் சென்னை என்ற ஒற்றைத் தொகுதிக்கே போட்டியிடுவார்கள். அந்த நான்கில் இரண்டு இடங்கள் பிராமணர் அல்லாதவர்களுக்கு ஒதுக்கப்பட்டிருந்தன. அதன்படி வாக்காளர்கள் அனைவரும் இந்த நால்வரில் தங்களுக்குப் பிடித்தவர்களுக்கு வாக்களிக்கவேண்டும்.

அதிக வாக்குகளைப் பெற்ற முதல் இரண்டு பிராமணர் அல்லாத வேட்பாளர்கள் பிராமணர் அல்லாத இரண்டு இடங்களின் உறுப்பினர்களாகத் தேர்வு செய்யப்பட்டதாக அறிவிக்கப்படுவர். இந்த இரண்டு பேரையும் தவிர்த்த மற்ற வேட்பாளர்களில் அதிக எண்ணிக்கை பெற்ற இரண்டு

வேட்பாளர்கள் மற்ற இரண்டு இடங்களுக்குத் தேர்வு செய்யப்பட்டதாக அறிவிக்கப்படுவர்.

பிராமணக் கொடுங்கோன்மையில் இருந்து மீளவும், மீண்டும் சுதந்தரப் பிரஜைகளாக நாம் வாழவும் இந்தத் தேர்தல் ஒரு அரிய சந்தர்ப்பம். இந்தத் தேர்தல் முடிவைப் பொறுத்தே நமது கட்சியின் எதிர்காலமும் பிராமணர் அல்லாதார் சமுதாயத்தின் எதிர்காலமும் அமையப் போகிறது. பிராமணர்கள் ஆட்சிக்கு வந்துவிட்டால் அவர்கள் தங்கள் நிலையைக் கெட்டியாக்கிக் கொள்வார்கள். அது நமக்கு என்றும் நீங்காத பாதகமாகிவிடும். இப்போது இல்லை என்றால் இனி எப்போதுமே நமக்கு இந்த வாய்ப்பு கிடைக்காது; கிடைக்கவே கிடைக்காது. நாம் அதிக அளவு சட்டசபைக்கு அனுப்பி வைக்கப்படவில்லை என்றால் நாம் இந்த அரிய வாய்ப்பை இழந்தவர்களாக ஆகிவிடுவோம். நமது முன்னேற்றக் கடிகாரத்தின் முள் இருபது ஆண்டுகள் பின்னுக்குத் தள்ளி வைக்கப்படும். கடந்த மூன்று ஆண்டுகாலப் பணி வீணாகிவிடும். எனவே நண்பர்களே, கிராமங்களுக்குப் போய் நமது வாக்கின் அருமையை எடுத்துச் சொல்லுங்கள். பிராமணர் அல்லாதோர்தான் பெரும்பான்மையாக இருக்கிறோம். பிராமண அதிகாரி, புரோகிதன், வக்கீல் ஆகியோரின் தீங்கு பயக்கும் பின்விளைவுகளில் இருந்து ரகசிய ஓட்டுமுறை அவர்களைக் காப்பாற்றும் என்பதை எடுத்துச் சொல்லுங்கள் என்று பிரசாரம் செய்தார் கே.வி. ரெட்டி நாயுடு.

தேர்தலின்போது நீதிக்கட்சி கொடுத்த வாக்குறுதிகள் முக்கியமானவை.

- அரசுப் பணிகள் அனைத்திலும் பிராமணர் அல்லாதார்க்கு உரிய முக்கியத்துவம் கொடுக்க சட்டமும் விதிகளும் இயற்றப்படும்.
- கோயில் சொத்துகளைத் தனியார் கொள்ளையிடுவதில் இருந்து காப்பாற்ற சட்டம் கொண்டுவரப்படும்.
- அனைத்து உள்ளாட்சித் துறைகளுக்கும் அதிக அதிகாரங்கள் வழங்கப்படும்.
- விவசாய வளர்ச்சிக்கும் விவசாயிகளின் நலன்களுக்கும் உடனடித் திட்டங்கள் நிறைவேற்றப்படும்.

முதல் வெற்றி

30 நவம்பர் 1920 அன்று தேர்தல் நடைபெற்றது. வன்முறைச் சம்பவங்கள், கலகங்கள், தகராறுகள் ஆங்காங்கே நடந்துகொண்டிருந்தன. இறுதியில் முடிவுகள் அறிவிக்கப்பட்டபோது பிராமணர் அல்லாத வேட்பாளர் பெருவாரியான இடங்களைக் கைப்பற்றியிருந்தனர். ஆம். தேர்தல் மூலம் தேர்ந்தெடுக்கப்பட்ட 98 இடங்களில் நீதிக்கட்சிக்கு 63 இடங்கள் கிடைத்திருந்தன.

சென்னை தொகுதியில் நீதிக்கட்சி சார்பில் பிட்டி. தியாகராய செட்டியார், டாக்டர். சி. நடேச முதலியார், ஓ. தணிகாசலம் செட்டியார், வி. திருமலைப் பிள்ளை ஆகிய நால்வர் போட்டியிட்டனர். அவர்களை எதிர்த்து ஹோம் ரூல் சார்பில் சி.பி. ராமசாமி அய்யர், டாக்டர் யூ. ராமாராவ், சல்லா குருசாமி

செட்டியார், எம். விஜயராகவலு ஆகியோர் நிறுத்தப்பட்டனர். கே. வியாசராவ் என்ற சுயேட்சை வேட்பாளரும் களத்தில் இருந்தார்.

வாக்கு எண்ணிக்கை விவரம்:

1.	பிட்டி. தியாகராய செட்டியார்	-	4996
2.	சி.பி. ராமசாமி அய்யர்	-	4933
3.	டாக்டர் யூ. ராமாராவ்	-	4408
4.	ஓ. தணிகாசலம் செட்டியார்	-	4127
5.	டாக்டர் சி. நடேச முதலியார்	-	3311
6.	வி. திருமலைப் பிள்ளை	-	3236
7.	சல்லா குருசாமி செட்டியார்	-	2982
8.	எம். விஜயராகவலு	-	1135
9.	கே. வியாசராவ்	-	581

ஆக, அதிக வாக்குகள் பெற்ற பிராமணர் அல்லாத வேட்பாளர்களான பிட்டி. தியாகராய செட்டியாரும் ஓ. தணிகாசலம் செட்டியாரும் முதல் இரண்டு தனி இடங்களுக்குத் தேர்வு செய்யப்பட்டதாக அறிவிக்கப்பட்டனர். இவர்களைத் தவிர்த்த மற்ற வேட்பாளர்களின் அதிக இடங்களைப் பெற்ற சி.பி. ராமசாமி அய்யரும் டாக்டர் யூ. ராமாராவும் அடுத்த இரண்டு பொது இடங்களுக்காகத் தேர்ந்தெடுக்கப்பட்டனர்.

நீதிக்கட்சியின் நிறுவனர்களுள் ஒருவரான டாக்டர் சி. நடேச முதலியார் சட்டமன்றத்துக்குத் தேர்வு செய்யப்படாதது சோகம் என்றால் நீதிக்கட்சித் தலைவர்களுக்கு இடையே நிலவிய பிணக்குகள்தான் தோல்விக்குக் காரணம் என்பது மிகப்பெரிய சோகம்.

மதுரையில் இருந்து பி.டி. ராசன், சி. பொன்னுசாமி நாயுடு, கே.பி. கோபால மேனன் ஆகிய மூவரும் வெற்றிபெற்றனர். தென்னார்க்காடு மாவட்டத்தில் இருந்து ஏ. சுப்பராயலு ரெட்டியார் வெற்றிபெற்றிருந்தார். இந்திய தேசிய காங்கிரஸ் பெயரளவில் புறக்கணித்த தேர்தல் இது. ஆனால் ஹோம் ரூல் இயக்கத்தினராலும் சுயேட்சைகளாலும் அனைத்து தொகுதிகளிலும் கடுமையான போட்டியை எதிர்கொண்டது நீதிக்கட்சி. இறுதி வெற்றி நீதிக்கட்சிக்குத்தான்! 4 டிசம்பர் 1920 அன்று சென்னை மாகாண அரசை நீதிக்கட்சி கைப்பற்றியது.

பிராமணர் அல்லாதார் உரிமைக்குரல் மட்டுமே தேர்தல் பிரச்னையாகப் பார்க்கப்பட்ட இந்தத் தேர்தலில் பிராமணர் அல்லாத மக்களின் நம்பிக்கை நட்சத்திரமாக இருந்த நீதிக்கட்சி வெற்றி பெற்றது.

சென்னை மாகாண கவர்னராக இருந்த வெல்லிங்டன் பிரபு நீதிக்கட்சியின் தலைவரான பிட்டி. தியாகராய செட்டியாரை ஆட்சி அமைக்க அழைப்பு விடுத்தார் . (நீதிக்கட்சிக்கு நியமன உறுப்பினர்கள் 18 பேரின் ஆதரவும்

இருந்தது) கவர்னரின் அழைப்பை ஏற்றுக்கொள்ள மறுத்த தியாகராயர், தனக்குப் பதிலாகக் கடலூரைச் சேர்ந்த வழக்கறிஞர் ஏ. சுப்பராயலு ரெட்டியார் முதல் அமைச்சராகப் பதவியேற்றுக் கொள்வார் என்று அறிவித்தார். அதைக் கடிதம் மூலமாக வெலிங்டன் பிரபுவுக்கும் தெரிவித்தார்.

ஏ. சுப்பராயலு ரெட்டியார் முதல் அமைச்சராக நியமிக்கப்பட்டார். ராமராய நிங்கார் இரண்டாவது அமைச்சராகவும் கே. வேங்கட்ட ரெட்டி நாயுடு (கே.வி. ரெட்டி நாயுடு) மூன்றாவது அமைச்சராகவும் நியமிக்கப்பட்டனர். ராமராய நிங்காருக்குத் தொழில்துறையும் கே.வி. ரெட்டி நாயுடுவுக்குக் கல்வித்துறையும் தரப்பட்டன. முதல் அமைச்சர் வசம் கல்வி, பொதுப்பணி, ஆயத்தீர்வை, பதிவு ஆகிய துறைகள் இருந்தன.

மாகாண சட்டசபையை நடத்துவதற்காக பி. ராஜகோபாலாச்சாரியை நியமித்தார் வெலிங்டன் பிரபு. அவர்தான் சட்டமன்றத்தின் தலைவர். சர். சி.பி. ராமசாமி அய்யர் அட்வகேட் ஜெனரலாக நியமிக்கப்பட்டார். சட்டமன்றத் துணைத் தலைவர் பொறுப்பு கூட்டி கேசவப் பிள்ளை வசம் வந்தது. ஆர்.கே. சண்முகம் செட்டியார், ஏ. ராமசாமி முதலியார், பாரிஸ்டர் தங்கவேலு ஆகிய மூவரும் அமைச்சரவைக் குழுவின் செயலாளர்களாக நியமிக்கப் பட்டனர். ஆக, 17 டிசம்பர் 1920 அன்று சென்னை மாகாணத்தில் நீதிக்கட்சி ஆட்சி அமைத்தது.

11 இரட்டை ஆட்சி முறை

மாண்டேகு - செம்ஸ்போர்டு சீர்திருத்தத்தின் அடிப்படையில் உருவான ஆட்சி முறைக்கு இரட்டை ஆட்சி முறை (Diarchy System) என்று பெயர். மாகாண அரசுகளின் அதிகாரங்களில் மொத்தம் இரண்டு பிரிவுகள். வழங்கப்பட்ட அதிகாரங்கள் மற்றும் இருத்திக் கொள்ளப் பட்ட அதிகாரங்கள். முதல்வகை, மக்களால் தேர்ந் தெடுக்கப்பட்டு, பிறகு ஆளுநரால் நியமிக்கப்பட்ட அமைச்சரவைக்குத் தரப்பட்ட அதிகாரங்கள். இரண்டா வது வகை, ஆளுநரால் நேரடியாக நியமிக்கப்பட்ட நிர்வாக ஆலோசனை அவைக்குத் தரப்பட்ட அதிகாரங்கள்.

உள்ளாட்சி, மக்கள் நல்வாழ்வு, மருத்துவம், கல்வி, பொதுப்பணி, வேளாண்மை, கூட்டுறவு, சமய அறநிலையம், தொழில் வளர்ச்சி போன்ற துறைகள் அமைச்சரவையின் பொறுப்பில் விடப்பட்டன. வருவாய், சட்டம், உள்துறை, நிதி, பொது நிர்வாகம் ஆகிய துறைகள் நிர்வாக ஆலோசனை அவையின் வசம் ஒப்படைக்கப் பட்டன. அமைச்சரவை, நிர்வாக ஆலோசனை அவை இரண்டுமே ஆளுநரின் நேரடிக் கட்டுப்பாட்டில் இயங்கின.

ஆளுங்கட்சி உறுப்பினர்களை ஒருங்கிணைக்கும் பணியை நீதிக்கட்சித் தலைவர்களுள் ஒருவரான பி.டி.ராஜன் ஏற்றுக்கொண்டார். சட்டமன்றத்தில் வாக்கெடுப்பு நடக்கும் சமயங்களில் ஆளுங்கட்சி உறுப்பினர்கள் அத்தனைபேரும் மன்றத்தில் இருப்பதற்கு

உறுதி செய்யும் பொறுப்பைத் திறமையாகச் செய்தார் பி.டி. ராஜன். திடீரென முதல் அமைச்சர் ஏ. சுப்பராயலு ரெட்டியாருக்கு உடல்நிலை பாதிக்கப்பட்டது. பதவியில் இருந்து விலகிக் கொள்வதாக அறிவித்தார். நீதிக்கட்சி அரசு அமைந்த ஏழே மாதங்களில் மாற்று ஏற்பாடு செய்யவேண்டிய நிர்பந்தம் ஏற்பட்டது. பி. ராமராய நிங்கார் முதல் அமைச்சரானார். அனிப்பூ பரசுராம பாத்ரோ என்கிற ஏ.பி. பாத்ரோ அமைச்சரவையில் சேர்த்துக்கொள்ளப்பட்டார்.

பிராமணர் அல்லாத மக்களுக்கு கல்வித்துறை மற்றும் வேலைவாய்ப்புகளில் வகுப்புவாரிப் பிரதிநிதித்துவம் தரப்படவேண்டும் என்பது நீதிக்கட்சியின் உயிர்நாடிக் கொள்கை. ஆட்சிக்கு வந்ததும் 5 ஆகஸ்டு 1921 அன்று ஓ. தணிகாசலம் செட்டியார் புதிய மசோதா ஒன்றைக் கொண்டுவந்தார். உத்தியோகத் துறையில் குறிப்பிட்ட வகுப்பினர் ஆதிக்கம் செலுத்தும் நிலை இருக்குமானால் அது நாட்டுக்குப் பெருந்தீங்கை விளைவிக்கும். அனைத்து சமூகத்தினரும் ஏற்றம் பெறும் வகையில் மக்கள் தொகை எண்ணிக்கையின் அடிப்படையில் வேலைவாய்ப்புகள் வழங்கப்படவேண்டும் என்பதுதான் அந்த மசோதாவின் சாரம்.

வேலைவாய்ப்பில் இட ஒதுக்கீடு. அதுவும் பிராமணர் அல்லாத மக்களுக்கு. உடனடி எதிர்ப்பைப் பதிவுசெய்தனர் பிராமண உறுப்பினர்கள். மசோதாவை நிறைவேற்றவே கூடாது என்றனர். எல்லாவற்றையும் தூக்கி ஓரமாக வைத்துவிட்டு அனைத்து சமூகத்தினருக்கும் அரசுப்பணிகளில் வாய்ப்பளிக்க வேண்டும் என்ற ஆணை 16 ஆகஸ்டு 1921 அன்று பிறப்பிக்கப்பட்டது.

ஆனால் அந்தச் சட்டம் நடைமுறைக்கு வரவில்லை. காரணம், அப்போது இருந்த அதிகார அமைப்பு. எல்லாவற்றையுமே அமைச்சரவை செய்ய முடியாது. ஏராளமான அதிகாரங்கள் ஆளுநரின் கட்டுப்பாட்டில் இருக்கும் நிர்வாக ஆலோசனை அவையிடம் கொட்டிக் கிடந்தன. அதுதான் தடைக்கல்லாக இருந்தது.

எல்லா கல்வி நிறுவனங்களும் எல்லா சமூகத்தினரையும் சேர்த்துக் கொள்ளும் சூழல் அப்போது இல்லை. இதுவரைதான் இல்லை சரி. நீதிக்கட்சி ஆட்சிக்கு வந்தபிறகும் அதே நிலைமைதான் நீடிக்கவேண்டுமா என்ன? கூடாது. அனைத்து வகுப்பைச் சேர்ந்த மாணவ, மாணவிகளும் கல்லூரியில் சேர்ந்து மேல் படிப்பு படிக்க வாய்ப்புகளை உருவாக்கித்தர வேண்டும். அதற்கு நான் ஒரு திட்டம் தயாரிக்கிறேன் என்றார் கல்வி அமைச்சர் ஏ.பி. பாத்ரோ.

ஒவ்வொரு கல்லூரிக்கும் ஒவ்வொரு குழு அமைக்கப்படும். கல்லூரித் தலைவருக்குப் பதிலாக இந்தக் குழுவைச் சேர்ந்தவர்களே மாணவர்களைத் தேர்ந்தெடுப்பார்கள். அந்தக் குழு அனைத்து வகுப்பினருக்கும் வாய்ப்புகள் தரும். இதுதான் பாத்ரோவின் திட்டம். திட்டம் உடனடியாக அமலுக்கு வந்தது. அதன்பிறகு கல்லூரியில் சேர்ந்து படிக்கும் பிராமணர் அல்லாத மாணவர்களின் எண்ணிக்கை கணிசமாக உயர்ந்தது.

1920 தேர்தலில் பெண்களுக்கு வாக்குரிமை இல்லை. அது வேண்டுமா, வேண்டாமா என்பதைத் தேர்தலுக்குப் பிறகு சம்பந்தப்பட்ட மாகாண அரசுகள் முடிவுசெய்துகொள்ளட்டும். தேர்தலுக்கு முன்பு அரசு சொன்னது இதைத் தான். மனத்தில் குறித்துவைத்துக் கொண்டனர் நீதிக்கட்சித் தலைவர்கள். ஆட்சிக்கு வந்ததும் பெண்களுக்கு வாக்களிக்கும் உரிமை வழங்கப்பட வேண்டும் என்ற மசோதாவைக் கொண்டுவர முடிவு செய்யப்பட்டது.

மசோதாவைக் கொண்டுவந்தவர் திவான் பகதூர் கிருஷ்ண நாயர். தேர்தலில் வாக்களிக்க ஆண் - பெண் என்ற வித்தியாசம் பார்க்கத் தேவையில்லை. ஆண்களைப் போலவே பெண்களுக்கும் வாக்குரிமை அளிக்கப்பட வேண்டும் என்பதுதான் மசோதாவின் சாரம். வாக்கெடுப்புக்கு விடப்பட்டபோது ஆதரவாக 44 வாக்குகளும் எதிராக 13 வாக்குகளும் கிடைத்தன. மசோதா நிறைவேறியது.

1921ல் சென்னை மாகாணத்தில் மக்கள் தொகை கணக்கெடுப்பு நடந்தது. அப்போது பஞ்சமர் என்ற பதத்துக்குப் பதிலாக ஆதி திராவிடர் என்ற பதத்தை பயன்படுத்தவேண்டும் என்று உத்தரவு வெளியானது. தாழ்த்தப்பட்ட மக்களின் எதிர்கால வளர்ச்சியைக் கருத்தில் கொண்டு அவர்களுக்கென்று தனி அலுவலர்கள் நியமிக்கப்பட்டனர். தாழ்த்தப்பட்டவர்களுக்கு வீட்டு மனை வழங்க கடனுதவி தரப்பட்டது.

பொது அறநிலையங்களின் நிர்வாக முறைகளைச் சீர்செய்யும் வகையில் புதிய அறநிலையத்துறை மசோதா ஒன்று 1922ல் கொண்டுவரப்பட்டது. அதன்படி அறநிலையங்களைப் பாதுகாப்பதற்கென ஒரு குழு அமைக்கப்பட்டது. மக்களால் தேர்ந்தெடுக்கப்பட்ட உறுப்பினர்கள் மற்றும் அரசால் நியமிக்கப் பட்ட உறுப்பினர்கள் ஆகியோரால் உருவாக்கப்படும் இந்தக் குழுவின் பதவிக்காலம் ஐந்து ஆண்டுகள்.

அறநிலையங்கள் செயல்படும் விதத்தை இந்தக் குழு கண்காணிக்கும். தேவையான பரிந்துரைகளை அரசுக்கு அனுப்பும். அதன் அடிப்படையில் அற நிலையங்களுக்குத் தேவையான காரியங்களை அரசு செய்யும். அறநிலையங் களில் புழங்கிய நிதிக்கு முறையான கணக்குகள் பதிவுசெய்யப்பட்டன. தவிர வும், பிராமணர்களின் ஆதிக்கத்தில் இருந்த அறநிலையங்கள் பகுதி அளவில் பிராமணர் அல்லாதாரின் கைகளுக்கும் வந்து சேர்ந்தன.

●

கயா காங்கிரஸ் மாநாட்டுக்காகக் காத்துக்கொண்டிருந்தனர் சென்னை மாகாண காங்கிரஸ் தலைவர்கள். ஏனெனில் நீதிக்கட்சி அரசின் முதல் ஆட்சிக்காலம் 11 செப்டெம்பர் 1923 அன்றுடன் முடிவுக்கு வருகிறது. அடுத்தது தேர்தல் தான். கடந்த முறை விட்ட கோட்டையை இந்தமுறை எப்படியும் பிடித்தே தீரவேண்டும். அதற்கான அனுமதியை கயா காங்கிரஸில் பெற்றுவிட வேண்டும் என்று கங்கணம் கட்டிக்கொண்டனர். மற்ற மாகாணங்களைச் சேர்ந்த காங்கிரஸ் தலைவர்களும் தேர்தலில் போட்டியிட அனுமதி கோரும் எண்ணத்துடன் வந்திருந்தனர்.

1922 டிசம்பர் மாதம் கயாவில் கூடியது காங்கிரஸ் மாநாடு. தலைமையேற்றவர் சித்தரஞ்சன் தாஸ். இந்திய தேசிய காங்கிரஸ் தற்போது பின்பற்றிவரும் கொள்கையில் எந்த மாற்றமும் தேவையில்லை என்பது ஒரு தரப்பு வாதம். வல்லபபாய் படேல், ராஜேந்திர பிரசாத், சி. ராஜகோபாலாச்சாரியார் போன்றவர்கள் இந்த வாதத்துக்கு ஆதரவு கொடுத்தனர். சித்தரஞ்சன் தாஸ், சத்தியமூர்த்தி அய்யர், எஸ். சீனிவாச அய்யங்கார் போன்றவர்கள் கொள்கை மாற்றம் அவசியம் வந்தே தீரவேண்டும் என்றனர். தீர்மானம் வாக்கெடுப்புக்கு விடப்பட்டது. சித்தரஞ்சன் தாஸ் தீர்மானம் தோல்வியைச் சந்தித்தது.

காங்கிரஸ் கட்சிக்குள் பலத்த புயல் கிளம்பியது. தீர்மானம் தோற்கடிக்கப்பட்ட ஆத்திரத்தில் காங்கிரஸ் கட்சியில் வகித்த பதவிகளில் இருந்து மோதிலால் நேரு, சித்தரஞ்சன் தாஸ் போன்றவர்கள் விலகினர். 1 ஜனவரி 1923 அன்று காங்கிரஸ் - கிலாபத் சுயராஜ்ஜியக் கட்சி என்ற பெயரில் புதிய கட்சியைத் தொடங்கினர். சுருக்கமாக, சுயராஜ்ஜியக் கட்சி. அதன் தலைவர், சித்தரஞ்சன் தாஸ். செயலாளர்களுள் ஒருவராக மோதிலால் நேரு. தனி இயக்கம் தொடங்கப்பட்டபோதும் காங்கிரஸ் அமைப்புக்குள்ளேயே ஒரு உட்பிரிவாக இது செயல்படும் என்று அறிவித்தார் சித்தரஞ்சன் தாஸ். மிகப்பெரிய முடிவை மோதிலால் நேரு உள்ளிட்டோர் எடுத்தபோது காந்தி சிறையில் இருந்தார்.

தனிக்கட்சி தொடங்கிவிட்டோம். அடுத்தது என்ன? தேர்தல்தான். விரைவில் நடைபெற இருக்கும் தேர்தலில் சுயராஜ்ஜியக் கட்சி போட்டியிடும் என்று அறிவிக்கப்பட்டது. காங்கிரஸ் கட்சிக்குள் கொள்கைப் பூசல். விரைவில் முடிவுக்குக் கொண்டுவரவேண்டும். முயற்சிகள் தொடங்கின. ஆனால் இருதரப்பும் விட்டுக்கொடுக்கத் தயாராக இல்லை. விட்டுக்கொடுக்க முடிவு செய்தது காங்கிரஸ்.

'வன்முறையற்ற ஒத்துழையாமைக் கோட்பாட்டைக் கடைப்பிடிக்கும் தனது உறுதியை மீண்டும் வலியுறுத்தும் காங்கிரஸ் கட்சியின் இந்தச் சிறப்பு மாநாடு சட்டமன்றங்களில் நுழைவதற்கு மத ரீதியான அல்லது மனச்சான்று அடிப்படையிலான எதிர்ப்பு இல்லாத காங்கிரஸார் எதிர்வரும் தேர்தல்களில் வேட்பாளர்களாக நிற்பதற்கும் வாக்குரிமையைப் பயன்படுத்துவதற்கும் கட்டுப்பாடின்றிச் செயல்படும் உரிமையுடையவர்கள் என்று அறிவிக்கிறது. எனவே, சட்டமன்றங்களுக்குள் நுழைவதற்கு எதிரான அனைத்துப் பிரசாரங் களையும் இந்திய தேசிய காங்கிரஸ் நிறுத்திவைக்கிறது.'

ஒரு பக்கம் போட்டி; இன்னொரு பக்கம் புறக்கணிப்பு. பிளவைத் தவிர்க்க இம்மாதிரியான நிலைப்பாட்டை எடுக்க வேண்டிய நிர்பந்தம் காங்கிரஸ் கட்சிக்கு உருவாகியிருந்தது. எனினும், தாங்கள் எடுத்த முடிவுக்குக் காங்கிரஸ் ஒப்புதல் கொடுத்தது சுயராஜ்ஜியக் கட்சியினரை உற்சாகம் கொள்ளச் செய்திருந்தது. மின்னல் வேகத்தில் தங்களைத் தேர்தலுக்குத் தயார்ப்படுத்திக் கொண்டனர்.

இரட்டையாட்சி சுமுகமாக இயங்கமுடியாத வகையில் இடையூறுகளைச் செய்து சட்டமன்றத்தை முடக்குவோம். 1919ம் ஆண்டு அரசியல் சட்டத்தைத்

திருத்துவோம் அல்லது அழிப்போம். அதன்மூலம் இரட்டை ஆட்சி மீதுள்ள வெறுப்பை பிரிட்டிஷாருக்குப் புரியவைப்போம். இந்தியக் கைத்தொழில், கல்வி போன்றவற்றை ஊக்குவிக்கும் மசோதாக்களைக் கொண்டுவருவோம். அரசுப் பதவி, விருந்து, விழா ஆகியவற்றைப் புறக்கணிப்போம். பெரும் பான்மை தொகுதிகளில் வெற்றி பெற்றாலும் ஆட்சி அமைக்க மாட்டோம். இவைதான் சுயராஜ்ஜியக் கட்சியின் தேர்தல் வாக்குறுதிகள்.

தேர்தலுக்கு சுயராஜ்ஜியக் கட்சி தயாராகிவிட்ட சூழலில் நீதிக்கட்சி முகாமில் சின்னச்சின்ன குழப்பங்கள் இருந்தன. மூன்று ஆண்டுகளில் பல முக்கிய சட்டங்களையும் திட்டங்களையும் கொண்டுவந்திருந்தது. ஆனால் கட்சிக்குள் உருவாகியிருந்த குழப்பங்கள் அவர்களுடைய நம்பிக்கையை சிதைக்கும் வகையில் அமைந்தன. குறிப்பாக, தலைவர்களுக்கு இடையே ஆக்கப்பூர்வ மான ஒத்துழைப்புகளோ, ஒருங்கிணைப்போ இல்லை.

நீதிக்கட்சியின் நிறுவன தலைவர்களுள் ஒருவரான டாக்டர் சி. நடேச முதலியார் கடந்த தேர்தலின்போதே தோற்கடிக்கப்பட்டிருந்தார். பிறகு இடைத்தேர்தலில் போட்டியிட்டு வெற்றிபெற்றிருந்தார். இருப்பினும் அவருக்கு இந்தத் தேர்தலில் போட்டியிடவே வாய்ப்பு தரப்படவில்லை. இது கட்சிக்குள் நிலவிய கருத்து வேறுபாடுகளை அம்பலப்படுத்தியது. குறிப்பாக, பிட்டி. தியாகராய செட்டியாருக்கும் நடேச முதலியாருக்கும் இடையே நிலவிய பனிப்போர் பட்டவர்த்தனமானது.

தேர்தலில் போட்டியிட வாய்ப்பு தரப்படாத ஆத்திரத்தில் சுயேட்சையாகப் போட்டியிட்டார் சின்னக்காவனம் நடேச முதலியார். தவிரவும், அமைச்சரவை யில் இடம்பெற்ற மூன்று பேருமே தெலுங்கர்களாகவே இருந்தது தமிழர்கள் மத்தியில் அதிருப்தியை ஏற்படுத்தியிருந்தது. பிராமணர் அல்லாத ஆந்திரர் களின் ஆட்சி என்ற விமரிசனமும் பலமாக இருந்தது. இது கட்சி வளர்ச்சி யைக் கணிசமாகப் பாதித்தது.

முதல் தேர்தலில் ஹோம் ரூல் கட்சியும் சுயேட்சையாகப் போட்டியிட்ட பிராமணர்கள் மற்றும் பிராமண ஆதரவு வேட்பாளர்களும் நீதிக்கட்சியின் வெற்றிக்கு சவால் விடுத்தனர். 1923 தேர்தலில் ஹோம் ரூல், சுயேட்சைகள் தவிர பிரதான எதிரியாக சுயராஜ்ஜியக் கட்சி காங்கிரஸ் கட்சியின் ஆதரவுடன் களத்தில் இறங்கியிருந்தது. மழை, வெள்ளம் காரணமாக தேர்தல் ஒத்தி வைக்கப்பட்டு, 10 நவம்பர் 1923 அன்று தேர்தல் நடந்துமுடிந்தது.

நீதிக்கட்சிக்குள் நிலவிய குழப்பங்கள் தேர்தல் முடிவுகளில் எதிரொலித் திருந்தன. கடந்த தேர்தலைக் காட்டிலும் குறைவான இடங்களே நீதிக் கட்சிக்குக் கிடைத்தன. எனினும், அரசு அமைவதில் எந்தச் சிக்கலும் இல்லை. 19 நவம்பர் 1923. நீதிக்கட்சியின் இரண்டாவது அமைச்சரவை பதவியேற்றது. முதல் அமைச்சர் பொறுப்பை மீண்டும் பனகல் அரசர் பி. ராமராய நிங்கார் ஏற்றார். இரண்டாவது அமைச்சராக ஏ.பி. பாத்ரோ. தெலுங்கர்கள் அமைச்சரவை என்ற விமரிசனத்துக்கு முற்றுப்புள்ளி வைக்கப்பட்டது. தமிழரான சிவஞானம் பிள்ளை மூன்றாவது அமைச்சரானார்.

மீண்டும் வெற்றி. மீண்டும் ஆட்சி. இருந்தபோதும் நீதிக்கட்சிக்காக உழைத்த பல தலைவர்களுக்குத் தரப்படாத வாய்ப்பு இவருக்குத் தரப்பட்டதில் பலருக்கும் அதிருப்தி. சுயேட்சையாகப் போட்டியிட்டு வெற்றிபெற்றிருந்த டாக்டர் சி. நடேச முதலியார் நீதிக்கட்சி அமைச்சரவையில் சேர்த்துக்கொள்ளப் படுவார் என்ற எதிர்பார்ப்பும் பொய்த்துவிட்டது. சட்டமன்ற அவைத்தலைவர் பொறுப்பு எல்.டி. சாமிக்கண்ணு பிள்ளை வசமும் துணைத் தலைவர் பொறுப்பு திவான் பகதூர் கேசவப் பிள்ளை வசமும் ஒப்படைக்கப்பட்டன.

சிந்தாமணி ராமலிங்க ரெட்டி. சுருக்கமாக, சி.ஆர். ரெட்டி. நீதிக்கட்சியின் சார்பாகத் தேர்தலில் வெற்றிபெற்றவர்களுள் முக்கியமானவர். நீதிக்கட்சியின் இரண்டாவது அமைச்சரவையில் இடம்பெற வேண்டும் என்ற வேட்கை அதிகமாகவே இருந்தது அவருக்கு. வாய்ப்பில்லை என்று சொல்லிவிட்டார் ராமராய நிங்கார். ஆத்திரம் வந்துவிட்டது ரெட்டிக்கு. 23 நவம்பர் 1923 அன்று திடீரென நீதிக்கட்சி அரசின் மீது நம்பிக்கையில்லாத் தீர்மானம் ஒன்றைக் கொண்டுவந்தார் சி.ஆர். ரெட்டி. பின்புலமாக செயல்பட்டவர்கள் சி.பி. ராமசாமி அய்யரும் பி. ராஜகோபாலாச்சாரியாரும்.

27 நவம்பர் 1923 அன்று கொண்டுவரப்பட்டத் தீர்மானத்தின் மீது இரண்டு தினங்களுக்கு விவாதம் நடந்தது. வாக்கெடுப்பில் தீர்மானத்துக்கு ஆதரவாக 44 வாக்குகளும் எதிராக 65 வாக்குகளும் விழுந்தன. நீதிக்கட்சி அரசு தப்பிப்பிழைத்தது. எதிர்க்கட்சிகள் கொண்டுவந்த தீர்மானம் தோல்வியைத் தழுவியது.

அறநிலைய மசோதா

நீதிக்கட்சி இரண்டாவது முறை ஆட்சி அமைத்த பிறகு முக்கியத்துவம் வாய்ந்த தீர்மானங்கள், சட்டங்கள் கொண்டுவரப்பட்டு, நிறைவேற்றப்பட்டன. அவற்றில் முக்கியமானது, 1926ல் நிறைவேறிய இந்து அறநிலையங்கள் பாதுகாப்புச் சட்டம். இந்துமதக் கோயில்களுக்குச் சொந்தமாக என்னென்ன நகைகள் இருக்கின்றன, நிலங்கள் எவ்வளவு உள்ளன, சொத்துகள் எங்கெங்கு உள்ளன, அவற்றை நிர்வகிப்பவர்கள் யார், கணக்கு வழக்குகள் யார் வசம் இருக்கின்றன என்பது பற்றி எந்த விவரத்தையும் அறிந்துகொள்ளமுடியாத சூழல் அப்போது இருந்தது.

இனியும் அதே நடைமுறை கூடாது. எல்லாவற்றையும் மாற்றவேண்டும். முறைப்படுத்த வேண்டும். விரைவில் மசோதா கொண்டுவரப்படும் என்று அறிவித்தது நீதிக்கட்சி அரசு.

பிராமணர்கள் தரப்பில் இருந்து பலத்த எதிர்ப்புகள். தேவையற்ற முறையில் இந்து மத விஷயத்தில் அரசு தலையிடுகிறது. வேண்டாம். ஒதுங்கிக் கொள்ளுங்கள் என்றனர். ஆனால் எப்படியும் இந்த மசோதாவைக் கொண்டு வருவதில் ராமராய நிங்கார் உறுதியாக இருந்தார். அறநிலையப் பாதுகாப்புக் காகவே மசோதா கொண்டுவரப்படுகிறது. இதனால் மதத்துக்கு எந்தவித ஆபத்தும் ஏற்பட்டுவிடாது என்றார் ராமராய நிங்கார். அதன்படியே அறநிலையப் பாதுகாப்பு மசோதா கொண்டுவரப்பட்டது.

இந்து, சுதேசமித்திரன் உள்ளிட்ட பத்திரிகைகள் மசோதாவுக்குக் கடுமையான எதிர்ப்பைத் தெரிவித்தன. பிராமணர்களை எதிர்த்த நீதிக்கட்சியினர் இப்போது கடவுளையும் எதிர்க்கத் துணிந்துவிட்டனர் என்று பிரசாரம் செய்தனர்.

மசோதாவை நிறைவேற்றுவதற்கு வசதியாக என். கோபாலசாமி அய்யங்கார் என்பவரை சிறப்பு உறுப்பினராக நியமித்தார் முதலமைச்சர் ராமராய நிங்கார். மசோதா நிறைவேறி, சட்டம் கொண்டு வந்தபிறகு அமைக்கப்பட்ட அறநிலைய பாதுகாப்புத் துறையின் தலைவராக டி. சதாசிவ அய்யரை நியமனம் செய்தார். இதன்மூலம் காலம் காலமாக மூடிவைக்கப்பட்ட கணக்குகள் அம்பலத்துக்கு வந்தன. கணக்குகள் பொதுப்பார்வைக்கு வந்தன.

ஆந்திரா பல்கலைக் கழகம் போல தமிழ் வழங்கும் பகுதிகளில் பிரத்யேகப் பல்கலைக் கழகம் ஒன்று உருவாக்கப்படவேண்டும் என்ற கோரிக்கை எழுந்தது. ராமநாதபுரம் ராஜா தலைமையில் குழு ஒன்று அமைக்கப்பட்டு அதுகுறித்து விவாதிக்கப்பட்டது. அந்தக் குழு அளித்த பரிந்துரையில் அடிப் படையில் அண்ணாமலைப் பல்கலைக் கழகச்சட்டம் நிறைவேற்றப்பட்டது.

28 ஏப்ரல் 1925. உடல்நலம் குன்றியிருந்த பிட்டி. தியாகராயர் திடீரென மரணம் அடைந்தார். ஏற்கெனவே டி.எம். நாயர் என்ற படைத்தளபதியை இழந்திருந்த நீதிக்கட்சிக்கு தியாகராயரின் மறைவு பலத்த நெருக்கடியை ஏற்படுத்தியது.

அதேசமயம், காங்கிரஸில் இருந்த பிராமணர் அல்லாத தலைவர்களுள் செல்வாக்கு நிறைந்தவரான ஈரோடு ராமசாமி அங்கிருந்து வெளியேறியிருந் தார். சென்னை மாகாண அரசியல் வரலாற்றைப் புரட்டிப் போட்ட நிகழ்வு இது.

ஏன் காங்கிரஸில் இருந்து வெளியேறினார் ராமசாமி என்பதை முதலில் தெரிந்துகொள்வோம். பிறகு காங்கிரஸில் இருந்து வெளியேறிய ஈரோடு ராமசாமியையும் அழைத்துக்கொண்டு 1926 தேர்தல் களத்துக்கு வருவோம். ஏனெனில் திராவிட இயக்கத்தின் பரிணாம வளர்ச்சிப் பாதையைத் தீர்மானித்தவர் அவர்தான்!

12 காங்கிரஸில் ஈ.வெ.ரா.

ஈ.வெ. ராமசாமி. ஈரோட்டைச் சேர்ந்த பிரபல தொழிலதிபர் வெங்கட்ட நாயக்கரின் மகன். பிறந்தது 17 செப்டெம்பர் 1879ல். கொஞ்சம் படித்தார். பிறகு தந்தையுடன் சேர்ந்து வேலைக்கு வந்துவிட்டார். துடிப்பான இளைஞர். நிறைய நண்பர்கள். அக்கம்பக்கத்தில் இருப்பவர்களுக்கு உதவிசெய்யவேண்டும் என்ற எண்ணம் அதிகம். முற்போக்குச் சிந்தனை கொண்டவர். தந்தையைப் போலவே தனயனும் ஈரோட்டில் பிரபலமாகத் தொடங்கினார். சின்னதும் பெரியதுமாகப் பல பதவிகள் கிடைத்தன. முக்கியமாக, ஈரோடு நகராட்சி மன்றத் தலைவர் பொறுப்பு.

காங்கிரஸ் கட்சியில் பிரபலமாக இருந்த அரசியல் வாதிகள் பலரிடமும் அவருக்குத் தொடர்பு இருந்தது. குறிப்பாக, சேலம் நகராட்சி மன்றத் தலைவராக இருந்த சி. ராஜகோபாலாச்சாரி (ராஜாஜி), வரதராஜுலு நாயுடு போன்ற காங்கிரஸ்காரர்களுடன் நல்ல நட்பு இருந்தது.

ஈரோடு வட்டார மக்கள் மத்தியில் நல்ல அறிமுகம் பெற்றுள்ள ராமசாமியை எப்படியாவது காங்கிரஸ் கட்சியில் சேர்த்துவிடவேண்டும் என்பது ராஜாஜியின் விருப்பம். அதற்கான முயற்சிகளில் அவ்வப்போது ஈடுபட்டுவந்தார். ஆனால் ராமசாமி அத்தனை சுலபத்தில் முடிவெடுத்துவிடவில்லை. இத்தனைக்கும் ராமசாமிக்கு காந்தி மீது ஆர்வம். காந்தியின் கொள்கைகள் மீது ஆர்வம். ஆனாலும் நேரடியாக அரசியலில் இறங்க லேசான தயக்கம்.

ஒருநாள் ஈரோடு ராமசாமியைச் சந்திப்பதற்காக வரதராஜுலு நாயுடு ஈரோட்டுக்கு வந்தார். தான் நடத்திக் கொண்டிருக்கும் வார இதழுக்குக் கொஞ்சம் சந்தா பிடித்துத்தர வேண்டும் என்பதுதான் நாயுடுவின் கோரிக்கை. ஆகட்டும் என்று சொல்லி அக்கம்பக்கத்துக் கடைக்காரர்களிடம் சொல்லி சந்தா பிடித்துக் கொடுத்தார் ராமசாமி. அந்தப் பத்திரிகை ஜஸ்டிஸ் கட்சிக்கு எதிராக உருவாகியிருந்த சென்னை மாகாண காங்கிரஸ் கட்சிக்கு ஆதரவான பத்திரிகை.

சென்னை மாகாணச் சங்கத்தின் துணைத்தலைவர்களுள் ஒருவராக ஈரோடு ராமசாமியைத் தேர்ந்தெடுத்திருந்தனர். இதுதான் காங்கிரஸ் கட்சிக்குள் ராமசாமியை இழுப்பதற்கான முதல்படி. தொடர்ந்து சென்னை மாகாண சங்கத்து வேலைகளில் தன்னை ஈடுபடுத்திக்கொண்டிருந்தார் ராமசாமி.

திடீரென ராஜாஜியிடம் இருந்து ரகசிய அழைப்பு ஒன்று ராமசாமிக்கு வந்தது. ‘அன்னிபெசண்டுக்கு எதிராக நாம் அணிதிரளவேண்டும். அவர் நம்முடைய பிரதிநிதி அல்ல என்பதை எல்லோருக்கும் புரியவைக்க வேண்டும். வாருங்கள் பேசுவோம்.’ திருவரங்கம் கே.வி. ரங்கசாமி அய்யங்காரின் வீட்டில் நடந்த ரகசியக் கூட்டத்தில் ராஜாஜி, வ.உ. சிதம்பரம் பிள்ளை, ஈரோடு ராமசாமி, விஜயராகவாச்சாரி, டாக்டர் ராஜன், வரதராஜுலு நாயுடு, ஆதி நாராயண செட்டியார், ஜார்ஜ் ஜோசப், கே.வி. ரங்கசாமி அய்யங்கார் உள்ளிட்டோர் கலந்துகொண்டனர்.

மெட்ராஸ் நேஷனலிஸ்ட் அசோசியேஷன். பலத்த ஆலோசனைகளுக்குப் பிறகு ராஜாஜி உள்ளிட்டோர் தொடங்க முடிவு செய்த அமைப்பின் பெயர் இதுதான். அந்த இயக்கத்துக்கு விஜயராகவாச்சாரி தலைவர். ராஜாஜி பிரதம காரியதரிசி. காரியதரிசிகளாக ஈரோடு ராமசாமி, டி. பிரகாசம், கே.பி. கேசவ மேனன் ஆகியோர் இருந்தனர். கஸ்தூரி ரங்க அய்யங்காரை உப தலைவராகக் கொண்டுவர ராஜாஜி தீர்மானித்தார்.

உடனே இன்னொரு உப தலைவராக வ.உ. சிதம்பரம் பிள்ளையின் பெயரை ஈரோடு ராமசாமி முன்மொழிந்தார். இரண்டு பேரையும் தேர்வு செய்து விடலாம். இரண்டு உபதலைவர்கள் இருந்தால் நன்றாக இருக்கும் என்றார் ராமசாமி. ஆனால் கஸ்தூரி ரங்க அய்யங்காருக்குத் தனது அந்தஸ்தில் இன்னொருவர், அதிலும் பார்ப்பனர் அல்லாத ஒருவர் வருவதில் விருப்பம் இல்லை. கூட்டத்தில் குழப்பம் ஏற்பட்டு, ஒத்திவைக்கப்பட்டது.

நிலைமை சிக்கலாவதைப் புரிந்துகொண்ட கஸ்தூரி ரங்க அய்யங்கார், ராமசாமியின் திட்டத்துக்குச் சம்மதித்தார். அதன் விளைவாக கஸ்தூரி ரங்க அய்யங்காரும் வ. உ. சிதம்பரம் பிள்ளையும் உப தலைவர்களாகத் தேர்வு செய்யப்பட்டனர். இந்த இயக்கத்துக்கு வி. கலியாண சுந்தர முதலியாரின் ஆதரவும் இருந்தது. (காங்கிரஸ் கட்சியைச் சேர்ந்த சிலரால் உருவாக்கப்பட்ட அமைப்பிலேயே பிராமணர் - பிராமணர் அல்லாதார் பிரச்னை ஏற்பட்டிருந்த இந்தச் சமயத்தில்தான் தென்னிந்திய நலவுரிமைச் சங்கம் என்கிற நீதிக்கட்சி மக்கள் மனத்தில் ஆழமாக ஊடுருவிக் கொண்டிருந்தது)

காங்கிரஸ் கட்சியில் இணைந்து பல பொதுக்காரியங்களைச் செய்யத் தொடங்கினார் ராமசாமி. முக்கியமாக, கள்ளுக்கடை மறியல் போராட்டத்தில் தன்னை முழுமையாக ஈடுபடுத்திக் கொண்டார். கள்ளுக்குக் காரணமாக இருக்கும் தென்னை மரங்களை வெட்டி வீழ்த்தவேண்டும் என்றார் காந்தி. அதன் எதிரொலியாகத் தனக்குச் சொந்தமான ஐநூறு தென்னை மரங்களை அடியோடு வெட்டி வீழ்த்தினார் ராமசாமி.

ஒத்துழையாமை இயக்கத்தின் ஒருபகுதியாக தான் வகித்துவந்த பதவிகள் அனைத்தையும் ராஜினாமா செய்துவிட்டார் ஈரோடு ராமசாமி. அந்தச் சமயத்தில் கதர், மதுவிலக்கு, தீண்டாமை ஒழிப்பு என்ற மூன்று விஷயங்கள் தான் அவரை ஆக்கிரமித்திருந்தன. கதர் ஆடைகளையே அணிந்தார். குடும்பத்து உறுப்பினர்களையும் கதரையே அணியச் செய்தார். தானே கதர்த் துணிகளை மூட்டையாகக் கட்டிக்கொண்டு சென்று மக்களிடம் விற்றார். சுதேச மித்திரனையும் நவசக்தியையும் வாசித்தார்.

தீண்டாமைக் கொடுமைகள் ஒழியவேண்டும் என்ற ராமசாமியின் எண்ணங்கள் அவர் மேடைகளில் பேசும்போது வார்த்தைகளாக வெடித்தன. மனிதனை மனிதன் தொடக்கூடாது. பார்க்கக் கூடாது. தெருவில் நடக்கக் கூடாது. கோயிலுக்குப் போகக் கூடாது. பொதுக்குளத்தில் தண்ணீர் எடுக்கக்கூடாது. இது போன்ற கொள்கைகள் நிரம்பியிருக்கும் ஒரு நாட்டை பூகம்பத்தைக் கொண்டு அழிக்காமலோ, எரிமலைக் குழம்பு கொண்டு எரிக்காமலோ, சமுத்திரம் கொண்டு மூழ்கச் செய்யாமலோ, பூமிப்பிளவில் உள்வாங்காமலோ கடவுள் என்ற பெயரில் ஒருவர் இருக்கிறார் என்றால் அவர் எப்படிப்பட்டவர் என்பதை நீங்களே புரிந்து கொள்ளுங்கள். இம்மாதியான மக்கள் உயிரோடு இருப்பதைக் காட்டிலும் இறந்துவிடலாம் என்றார்.

மதுஒழிப்புத் திட்டத்தின் ஒருபகுதியாக கள்ளுக்கடை மறியலை நடத்துவது என்று முடிவுசெய்து விட்டார் காந்தி. ஆனால் அதை எங்கே, எப்படி நடத்துவது என்று தெரியவில்லை. அப்போது அவருடைய நினைவுக்கு வந்தவர் ஈரோடு ராமசாமி. காரணம் , நீதிக்கட்சிக்கு எதிராக இரண்டு ஆண்டு களுக்கு முன்பு மிகப்பெரிய மாநாட்டை ஈரோட்டில் நடத்தி, காந்தி உள்ளிட்ட பல காங்கிரஸ் தலைவர்களின் கவனத்தை ஈர்த்திருந்தார் ராமசாமி. ஆகவே, அவரை கள்ளுக்கடை மறியல் போராட்டத்தில் முன்னிலைப்படுத்த காங்கிரஸ் தலைவர்கள் விரும்பினர்.

ராமசாமியின் இல்லத்திலேயே காங்கிரஸ் தலைவர்கள் கூடினர். கள்ளுக்கடைகளுக்கு முன்னால் மறியல் போராட்டம் நடத்தத் தீர்மானம் செய்யப்பட்டது. உற்சாகமாகக் களத்தில் இறங்கினார் ராமசாமி. அவர் தலைமையில் ஏராளமான தொண்டர்களும் பொதுமக்களும் மறியல் போராட்டத்தைத் தொடங்கினர். மக்கள் அதிக அளவில் திரண்டு வரவே, மறியலுக்கு 144 தடை உத்தரவு பிறப்பிக்கப்பட்டது. தடையை மீறுவது என்று முடிவு செய்தார் ராமசாமி. கைது செய்யப்பட்டார். உடனடியாக ராமசாமியின் மனைவி நாகம்மையும் சகோதரி கண்ணம்மாளும் போராட்டத்துக்குத் தலைமையேற்று நடத்தத் தொடங்கினர்.

போராட்டம் வலுத்தது. மக்கள் மத்தியில் எழுச்சி அலை. மறியலில் ஈடுபட்ட வர்கள் ஆயிரக்கணக்கில் கைது செய்யப்பட்டு சிறையில் அடைக்கப்பட்டனர். ஆனாலும் போராட்டம் சுணங்கவில்லை. அந்த இரண்டு பெண்களையும் கைது செய்தால் விளைவுகள் விபரீதமாகிவிடும். தவிரவும், போராட்டத்தில் ஈடுபடும் அத்தனை பேரையும் சிறையில் அடைப்பதும் சாத்தியம் இல்லை. எச்சரிக்கை அடைந்த அரசு தடை உத்தரவை விலக்கிக் கொண்டது.

சென்னை மாகாணத்தில் நடந்ததைத் போலவே நாடு தழுவிய அளவில் கள்ளுக்கடை மறியல் போராட்டம் பலத்த அதிர்வுகளை ஏற்படுத்தியது. போராட்டத்தைக் கைவிடவேண்டும் என்று அரசுத் தரப்பில் இருந்து பேச்சுவார்த்தை நடத்த வந்தனர். காங்கிரஸின் மூத்த தலைவர்கள் சிலர் 'கள்ளுக்கடை மறியலுக்குப் பதிலாக மாற்றுப்போராட்டத்தைத் தொடங்க லாம்' என்று கோரிக்கை வைத்தனர். ஆனால் 'போராட்டத்தைக் கைவிடுவது என் கையில் இல்லை. ஈரோட்டில் இருக்கும் இரண்டு பெண்களிடம் இருக் கிறது' என்றார் காந்தி. அந்தப் பெண்கள் நாகம்மையும், கண்ணம்மாளும்தான்.

வைக்கம் போராட்டம்

1924 ஏப்ரல் மாதம். சென்னை மாகாண காங்கிரஸ் தலைவராக இருந்த ஈரோடு ராமசாமிக்குத் தந்தி ஒன்று வந்தது. அனுப்பியவர்கள் ஜார்ஜ் ஜோசப் மற்றும் கே.பி. கேசவ மேனன். கேரளப் பகுதியைச் சேர்ந்த காங்கிரஸ் தலைவர்கள். (வைக்கம் குறித்து 1959ல் ஈ.வெ.ரா பேசியது பதிவுசெய்யப்பட்டு, புத்தக மாகவும் வெளியாகியுள்ளது. ஜார்ஜ் ஜோசப்பும் குரூர் நீலகண்ட நம்பூதிரியும் கடிதம் எழுதினர் என்று பதிவு செய்துள்ளார் சாமி. சிதம்பரனார். பக்: 70)

> நாங்கள் தீண்டாமையை எதிர்த்து அறப்போராட்டம் என்னும் பெரியதொரு கிளர்ச்சியைத் தொடங்கி விட்டோம். இங்கு அரசினரின் அடக்குமுறைக் கொடுமை வலுப்படுத்தப்பட்டுவிட்டது. இத்தனை விரைவாக நாங்கள் கைது செய்யப்படுவோம் என்று எதிர்பார்க்கவில்லை. நீங்கள் உடனே வைக்கத்துக்கு வந்து அறப்போராட்டத்துக்குத் தலைமை ஏற்று நடத்தவேண்டும். அப்போதுதான் கேரளத்தின் மானமும் எங்க ளுடைய மானமும் காப்பாற்றப்படும். எதைப் பற்றியும் சிந்திக்காமலும் காலத்தாமதம் செய்யாமலும் உடனடியாகப் புறப்பட்டு வரவேண்டும். இல்லாவிட்டால் நாங்கள் மன்னிப்பு கேட்டுக்கொள்வதைத் தவிர வேறு வழியில்லை. அப்படி மன்னிப்பு கேட்பதால் எங்களுக்கு ஒன்றும் நட்டம் இல்லை. பெரிய காரியம் ஒன்று கெட்டுப்போய்விடுமே என்றுதான் கவலையாக இருக்கிறது.

கடிதம் எழுதியவர்கள் செல்வாக்கு மிக்க காங்கிரஸ் தலைவர்கள். கடிதத்தைப் படித்ததும் சூழ்நிலை புரிந்துவிட்டது ராமசாமிக்கு. உடனடியாக வைக்கத் துக்குப் புறப்பட்டுவிட்டார். போராட்டத்தில் கலந்துகொள்ளும் விஷயத்தை ராஜாஜிக்குக் கடிதம் மூலம் தெரிவித்த ராமசாமி, தான் திரும்பிவரும்வரை தலைமைப் பொறுப்பைக் கவனித்துக் கொள்ளுமாறு கேட்டுக்கொண்டார்.

வைக்கத்துக்குப் படகில் சென்று இறங்கினார் ராமசாமி. கூடவே கோவை சி. அய்யாமுத்துவும் வந்திருந்தார். அப்போது ராமசாமிக்கு அரசு சார்பில் வரவேற்பு கொடுக்க தாசில்தாரும் காவல்துறை ஆணையரும் வந்திருந்தனர். போராட்டம் நடத்த வந்திருந்த ராமசாமிக்கு அரசு மரியாதை எதற்கு?

திருவிதாங்கூர் மகாராஜா வெளியூர் போகும் சமயங்களில் எல்லாம் ஈரோட்டில் ராமசாமிக்குச் சொந்தமான மாளிகையில் தங்கிவிட்டுச் செல்வது வழக்கம். அதன் காரணமாக ராமசாமி மீது மகாராஜாவுக்கு மரியாதை உண்டு. 'அரசு மரியாதையெல்லாம் தேவையில்லை. நான் பொதுக்காரியத்துக்காக வந்திருக்கிறேன்' என்று சொல்லிவிட்டார் ராமசாமி.

சரி, வைக்கத்தில் என்ன பிரச்னை?

வைக்கம் என்ற ஊரின் நடுவில் கோயில் ஒன்று இருக்கிறது. அதன் நான்கு வாசலுக்கு எதிரிலும் நான்கு நேர் வீதிகள். தவிரவும், கோயில் மதில் சுவரைச் சுற்றியுள்ள பிரகாரத்திலும் தெருக்கள் உண்டு. அந்தத் தெருக்களில் கீழ்ச்சாதிக்காரர்களான அவர்ணஸ்தர்கள், அயித்தக்காரர்கள் எனப்படும் தீண்டப்படாத சாதியினர், ஈழவர்கள், ஆசாரிகள், வாணியர்கள், நெசவாளிகள் ஆகியோர் நடமாடக்கூடாது. கோயில் தீட்டுப்பட்டுவிடும் என்பதால் ஒரு மைல் தூரத்துக்கு வேறொரு சாலையில் சுற்றிக்கொண்டுதான் போக வேண்டும். இத்தனைக் கெடுபிடிகள் நிறைந்த அந்தப் பகுதியில்தான் அரசு அலுவலகங்கள், காவல்நிலையங்கள் எல்லாமே இருந்தன.

நினைத்துப் பார்க்கவே கொடுமையான விஷயம். நாகரிக முதிர்ச்சியின்மை யின் நேரடி சாட்சி. அதை உடனடியாக அழித்தொழிக்க வேண்டும் என்று ஜார்ஜ் ஜோசப்பும் கேசவ மேனனும் நினைத்தனர். போராட்டத்தைத் தொடங் கினர். சிக்கல் ஏற்பட்டது. அதைக் களைத்துவிட்டு, போராட்டத்தைத் தொடர்வதற்காகவே ராமசாமியும் வைக்கத்துக்கு வந்திருந்தார். வந்த வேகத்தில் பொதுக்கூட்டங்களில் பேசத் தொடங்கினார். 'கீழ்ச்சாதி மக்களான நாம் தெருவுக்கு உள்ளே போவதால் தீட்டுப்பட்டுவிடும் என்று சொல்லும் வைக்கத் தப்பனைப் போட்டு வேட்டி துவைக்கணும்' என்று ஆவேசப்பட்டார் ராமசாமி.

உண்மையில் இந்தப் போராட்டத்துக்குக் காங்கிரஸ் தலைமை அனுமதி தரவில்லை. சத்தியாகிரகம் வேண்டாம் என்று சொல்லிவிட்டார் காந்தி. ஆதரவு தரவேண்டும் என்று சத்தியாகிரகிகள் காந்திக்குக் கடிதம் எழுதியபோது அதற்கான பதிலை யங் இந்தியா இதழில் எழுதினார்.

சத்தியாக்கிரகிகளை திருவிதாங்கூர் அரசு கைவிட்டிருக்கலாம். நானும் கைவிடலாம். ஆனால் அவர்களுக்குக் கடவுளிடம் நம்பிக்கை இருந்தால் கடவுள் அவர்களை ஒருபோதும் கைவிட மாட்டார். அவர்களை என்னை நம்பிக்கொண்டிருப்பார்களானால் ஒடிந்த நாணல் குச்சியின்மீது தாங்கள் சாய்ந்துகொண்டிருக்கிறோம் என்பதை அவர்கள் அறிந்து கொள்ளட்டும். அவர்களிடம் இருந்து நான் பத்திரமான தூரத்தில் இருந்துவருகிறேன். காங்கிரஸ் கமிட்டி அவர்களுக்கு எந்தவித உதவியும் அளிக்காமல்

போகலாம். அவர்களுக்குப் பண உதவி எதுவும் கிடைக்காமல் போகலாம். அவர்கள் பட்டினியும் கிடக்கும்படி நேரலாம். ஆங்காங்கு நடத்தப்படும் போராட்டங்களை சம்பந்தப்பட்ட இயக்கங்களே நடத்திக்கொள்ள வேண்டும்.

தவிரவும், ஆலயநுழைவு என்பது இந்து மதம் தொடர்பான பிரச்னை. கிறித்தவரான ஜார்ஜ் ஜோசப் இந்துமதம் தொடர்பான விஷயத்தில் மூக்கை நுழைக்கவேண்டாம் என்றும் கண்டிப்பாகச் சொல்லிவிட்டார் காந்தி. உண்மையில் அந்தப் போராட்டம் ஆலய நுழைவுக்காக நடத்தப்பட்டது அல்ல; தீண்டப்படாத சமூகத்தினர் ஆலயம் இருக்கக்கூடிய இடத்தில் நடமாடக்கூட கூடாது என்பதை எதிர்க்கும் போராட்டம். இது காந்திக்குத் தெரியவில்லை அல்லது முறையாகத் தெரியப்படுத்தப்படவில்லை.

முக்கியமாக, சம்பந்தப்பட்ட சாலைகள் தனியார் சொத்துகள் என்று காந்தி கூறியிருந்தது போராட்டத்தில் ஈடுபட்டவர்களை ஆச்சரியப்படுத்தியது. காரணம், சம்பந்தப்பட்ட சாலைகள், பொதுமக்களின் பணத்திலேயே பராமரிக்கப்படுகின்றன. விஷயத்தைக் காந்திக்குக் கடிதம் மூலம் தெரியப் படுத்தினர். ஆனாலும் காந்தி சமாதானம் அடையவில்லை. வேறு வழியில் லாமல் ஜார்ஜ் ஜோசப் உள்ளிட்டோர் போராட்டத்தைத் தொடங்கியிருந்தனர். அவர்களுடைய கைதுக்குப் பிறகுதான் ஈரோடு ராமசாமி வைக்கத்துக்கு வந்தார். பொதுக்கூட்டங்கள் போட்டுப் பேசினார்.

மக்கள் மத்தியில் எழுச்சி உருவாவது ராஜாவின் கவனத்துக்குச் சென்றது. ராமசாமி பேசுகிறார். மக்கள் ஆவேசப்படுகிறார்கள். எனில், ராமசாமி பேசு வதை நிறுத்தவேண்டும். தடை போடுங்கள். மீறினால் கைது செய்யுங்கள். எல்லாம் அடங்கிவிடும் என்றார் திருவிதாங்கூர் ராஜா. முதலில் பேசுவதற்குத் தடை உத்தரவு வந்தது. தடையை மீறினார் ராமசாமி. சட்டென்று அவரைக் கைது செய்து அருவிக்குத்தி என்ற ஊரில் உள்ள சிறையில் அடைத்தனர். போராட்டத்தைத் தாங்கிப் பிடிக்க நாகம்மையும் கண்ணம்மாளும் வந்தனர்.

சில நாள்கள் கழித்து சிறையில் இருந்து விடுதலை செய்யப்பட்டார் ராமசாமி. போராட்டம் தொடர்ந்தது. காந்தியைப் போல ராஜாஜிக்கும் அந்தப் போராட்டத்தில் ராமசாமி ஈடுபடுவது பிடிக்கவில்லை. கடிதம் மூலம் தனது அதிருப்தியை வெளிப்படுத்தினார். பஞ்சாபைச் சேர்ந்த சீக்கியத் தலைவர் களிடம் இருந்தும் ராமசாமிக்கு ஆதரவு கிடைத்தது. ஆதரவு பெருகவே மீண்டும் கைது செய்யப்பட்டார் ராமசாமி. ஆறுமாதக் கடுங்காவல் சிறைத் தண்டனை தரப்பட்டிருந்தது.

திருவிதாங்கூர் அரண்மனையில் யாகம் ஒன்றுக்கு ஏற்பாடு செய்யப்பட்டது. சத்ரு சங்கார யாகம் என்று பெயர். எதிரியை ஒழிப்பதற்கான யாகம். எதிரி என்றால் அரசாங்கத்துக்கு எதிரான காரியத்தைச் செய்பவர். அப்போது அரசுக்கு எதிராகக் காரியம் ஆற்றிக்கொண்டிருந்தவர் ஈரோடு ராமசாமி. ஏகப்பட்ட பொருள்செலவில் யாகம் நடந்து முடிந்தது. திடீரென ஒருநாள் இரவு திருவிதாங்கூர் மகாராஜா மரணம் அடைந்துவிட்டார்.

எதிரியைக் குறிவைத்து நடத்திய யாகம் எதிர்வினை ஆற்றிவிட்டது என்று பேசிக்கொண்டார்கள். மரணம் தொடர்பான சடங்குகளை ஒட்டி சிறையில் இருந்தவர்கள் விடுதலை செய்யப்பட்டனர். அவர்களில் ராமசாமியும் அடக்கம். சில நாள்கள் கழிந்ததும் வைக்கம் போராட்டத்துக்கு தீர்வு காண விரும்பினார் திருவிதாங்கூர் மகாராணி. உடனடியாக அரண்மனை திவான், ராஜாஜிக்குக் கடிதம் எழுதினார். ராஜாஜியோ உடனடியாகக் காந்திக்குத் தகவல் கொடுத்தார்.

26 டிசம்பர் 1924. பெல்காமில் நடந்த காங்கிரஸ் மாநாடு கூடியது. தலைமையேற்றவர் காந்தி. 'வைக்கத்தில் போராட்டம் நடக்கிறது. அதை நாம் வரவேற்கிறோம்' என்று தீர்மானம் பெல்காம் மாநாட்டில் நிறைவேற்றப்பட்டது. அதன்பிறகு ராஜாஜி சகிதம் வைக்கத்துக்கு வந்தார் காந்தி. திருவாங்கூர் ராணியைச் சந்தித்துப் பேசினார். அதன்பிறகு வைக்கம் கோயிலைச் சுற்றியுள்ள வீதிகளில் சாதிமத வித்தியாசம் எதுவும் இல்லாமல் எவரும் நடக்கலாம் என்ற உத்தரவை ராணி பிறப்பித்தார்.

தீண்டாமை ஒழிப்பு மற்றும் உரிமைப் போராட்டம் என்ற அளவில் வைக்கம் போராட்டத்துக்கு ஆதரவு கொடுத்தவர் ஈரோடு ராமசாமி. உண்மையில் காந்தி, ராஜாஜி போன்றவர்களுக்குப் போராட்டத்தில் உடன்பாடு இல்லை என்று தெரிந்தபிறகும் பொதுமக்களின் சுயமரியாதைக்கு ஏற்பட்டுள்ள ஆபத்தை அகற்றுவதற்காகப் போராட்டத்தில் ஈடுபட்டே தீருவேன் என்று சொன்னவர் ராமசாமி. 22 ஏப்ரல் 1924 அன்று கைது செய்யப்பட்டு ஒரு மாதம் சிறைத் தண்டனை. பிறகு ஒருவாரம் கழித்து மீண்டும் கைதாகி ஆறு மாத சிறைத் தண்டனை எல்லாம் ராமசாமிக்கு (நான்கு மாதங்கள் முடிவதற்குள்ளேயே விடுதலை செய்யப்பட்டார்) ஆனாலும் போராட்டத்தை முடிவுக்குக் கொண்டு வருவது தொடர்பாகப் பேசவேண்டும் என்றதும் ராஜாஜி, காந்தியையே பிரதானமாக வைத்துப் பேச விரும்பினார்.

எனினும் போராட்டம் வெற்றி பெற்றதில் ராமசாமிக்கு மகிழ்ச்சி. அவருடைய பங்களிப்பைக் கௌரவப்படுத்தும் விதமாக 29 நவம்பர் 1925 அன்று நடந்த வெற்றிவிழாவில் ராமசாமிக்கு வைக்கம் வீரர் என்று பட்டம் கொடுக்கப் பட்டது. ஆனால் காங்கிரஸ் ஆதரவு பத்திரிகைகள் வைக்கம் போராட்ட விஷயத்தில் ராமசாமியின் பங்களிப்பு பற்றி எதுவும் பதிவு செய்யவில்லை.

பொறுத்தது போதும், புதிய ஆயுதத்தை எடுக்கலாம் என்று ஈரோடு ராமசாமி முடிவு செய்தது அந்த நொடியில்தான்!

13 குடி அரசு தொடக்கம்

அநேகப் பத்திரிகைகள் நம்முடைய நாட்டில் இருந்தாலும் அவை தங்களின் மனச்சாட்சிக்கு உண்மை யென்று பட்டதைத் தெரிவிக்க அஞ்சுகின்றன. அதனால் தான் நான் இப்பத்திரிகையை ஆரம்பிக்கிறேன். மற்ற பத்திரிகையைப்போல் இல்லாமல் மனத்தில் பட்டதைத் தைரியமாகப் பொதுமக்களுக்கு உள்ளது உள்ளபடி தெரிவிக்கவேண்டும் என்பது எனது அபிப்ராயம்.

காங்கிரஸ் பத்திரிகைகள் உண்மைகளை முழுவதுமாக வெளியிடாது. நாமே ஒரு பத்திரிகையைத் தொடங்குவது தான் சரியாக இருக்கும் என்று ஈ.வெ.ரா முடிவு செய்தபோது சொன்ன வாசகங்களே மேலே இருப்பவை. ஆம். ஈரோடு ராமசாமி இனிமேல் ஈ.வெ.ரா.

2 மே 1925. குடி அரசு என்ற பெயரில் புதிய வாரப் பத்திரிகை ஒன்றைத் தொடங்கினார் ஈ.வெ.ரா. பத்திரி கையை அச்சடிக்க உண்மை விளக்கம் பிரஸ் என்ற அச்சகத்தையும் தொடங்கினார். பத்திரிகையின் நோக்கங் களை முதல் இதழிலேயே பிரசுரம் செய்தார் ஈ.வெ.ரா.

ஒவ்வொரு வகுப்பும் முன்னேறவேண்டும். இதை அறவே விடுத்து, வெறும் 'தேசம்', 'தேசம்' என்று கூக்குரலிடுவது எமது பத்திரிகையின் நோக்கம் அன்று.

மக்களுக்குள் சுயமரியாதையும் சமத்துவமும் சகோதரத்துவமும் ஓங்கி வளர வேண்டும். உயர்வு, தாழ்வு என்னும் உணர்ச்சியே நமது நாட்டில்

வளர்ந்துவரும் சாதிச்சண்டை என்னும் நெருப்புக்கு நெய்யாக இருப்பதால், இந்த உணர்ச்சி ஒழிந்து, அனைத்துயிர் ஒன்றென்று எண்ணும் உண்மை அறிவு மக்களிடம் வளரவேண்டும்.

தொடங்கிய நொடியில் இருந்து ஈ.வெ.ராவின் கருத்து வாகனமாக மாறியது குடி அரசு. அவர் எழுதிய பல கட்டுரைகள், தலையங்கங்கள் குடி அரசில் வெளியாகின.

சேரன்மகாதேவி ஆசிரமம்

பிரிட்டிஷார் அளிக்கும் கல்வியைப் புறக்கணிக்கவேண்டும் காங்கிரஸ் கட்சியின் அழைப்பை ஏற்று வ.வே. சுப்பிரமணிய ஐயர் (வ.வே.சு. ஐயர்) என்ற காங்கிரஸ்காரர் சேரன்மகாதேவி என்ற ஊரில் தேசியக் கல்வி நிலையம் ஒன்றை ஏற்படுத்தினார். காங்கிரஸ் கமிட்டியும் பொதுமக்களும் கொடுத்த பொருளாதார உதவியுடன் அந்தக் குருகுலம் செயல்பட்டது. சென்னை மாகாண காங்கிரஸ் கமிட்டி சார்பில் முதல் தவணையாக ஐயாயிரம் தரப் பட்டிருந்தது. அடுத்த தவணையில் ஐயாயிரம் தரப்படும் என்று அறிவிக்கப் பட்டிருந்தது.

அந்தக் குருகுலத்தில் வர்ணாசிரம தர்மம் கடைப்பிடிக்கப்படுவதாக ஈ.வெ.ராவுக்குத் தகவல் கிடைத்தது. குருகுலத்தில் படிக்கும் பிராமண மாணவர்களுக்கு ஒரு இடத்தில் உணவு பரிமாறப்படும். பிராமணர் அல்லாத மாணவர்களுக்குத் தனி இடத்தில் பந்தி நடக்கும். உணவில் தொடங்கி பிரார்த்தனை வரை அனைத்திலும் வேறுபாடுகள்.

கேட்கக் கேட்டக ஆத்திரமாக வந்தது ஈ.வெ.ராவுக்கு. வர்ணாசிரமம் கடைப்பிடிக்கப்படும் அந்தக் குருகுலத்துக்கு எஞ்சியிருக்கும் ஐயாயிரத்தைக் கொடுக்கமுடியாது என்று சொல்லிவிட்டார் அப்போது காங்கிரஸ் கமிட்டியின் செயலாளர்களுள் ஒருவர் ஈ.வெ.ரா. ஆனாலும் இன்னொரு செயலாளரிடம் பேசி ஐயாயிரம் ரூபாயை வாங்கிச் சென்றுவிட்டார் வ.வே.சு. ஐயர்.

உடனடியாக வி. கலியாண சுந்தர முதலியார், வரதராஜுலு நாயுடு உள்ளிட்ட தலைவர்களுடன் சென்று வ.வே.சு. ஐயரைச் சந்தித்துப் பேசினார் ஈ.வெ.ரா. வர்ணாசிரம தர்மம் கைவிடப்பட வேண்டும். என்ன சொல்கிறீர்கள்? முடியாது என்றார் வ.வே.சு ஐயர். பதிலடி கொடுக்க முடிவு செய்தார் ஈ.வெ.ரா. கண்டனக் கூட்டங்களை நடத்தினார். அவருக்கு உதவியாக திரு.வி.க தன்னுடைய நவசக்தி இதழிலும் வரதராஜுலு நாயுடு தமிழ்நாடு இதழிலும் எழுதினார். குடி அரசு பத்திரிகையில் ஈ.வெ.ராவே எழுதினார்.

காந்திக்கு விஷயம் சென்றது. உடனடியாகத் தனது கருத்தைக் கூறினார். அது 12 மார்ச் 1925 தேதியிட்ட இந்து பத்திரிகையில் வெளியானது. 'ஒருசாரார் மற்றவர்களோடு கலந்து, அமர்ந்து சம்பந்தி சாப்பாடு அருந்த விரும்பவில்லை என்றால் அவர்களின் அந்த உணர்வு மதிக்கப்பட வேண்டும்.'

காந்தியின் வார்த்தைகள் அதிருப்தியை ஏற்படுத்தியது. இனி போராட்டத்தை வலுப்படுத்துவதைத் தவிர வேறு வழியில்லை என்பதும் ஈ.வெ.ராவுக்குப்

புரிந்தது. போராட்டத்தை வேகப்படுத்தினார். பிரசாரத்தை தீவிரப்படுத்தினார். அதன் எதிரொலி பலமாகக் கேட்டது. குருகுலத்துக்கு நிதியுதவி அளித்தவர்கள் பின்வாங்கினர். குருகுல நிர்வாகம் தடுமாறியது. ஆசிரம நிர்வாகத்தில் இருந்து வ.வே.சு. ஐயர் பின்வாங்கி விலகினார்.

வைக்கம் போராட்ட வெற்றி, சேரன்மகாதேவி குருகுலத்துக்கு எதிரான வெற்றி என்று காங்கிரஸ் அதிகார வட்டத்தில் தவிர்க்கமுடியாத சக்தியாக உருமாறியிருந்தார் ஈ.வெ.ரா. முற்போக்குச் சிந்தனை கொண்ட ஈ.வெ.ரா, அப்போதைய நீதிக்கட்சி அரசு கொண்டுவந்த இந்து அறநிலைய பாதுகாப்புச் சட்டத்தை பலமாக ஆதரித்தார். காங்கிரஸின் முக்கியத் தலைவர்கள் பலரும் அந்தச் சட்டத்தை எதிர்த்தபோது, ஈ.வெ.ரா முற்றிலும் மாறுபட்டு நின்றது மற்ற தலைவர்களை அதிர்ச்சியில் ஆழ்த்தியது.

21 நவம்பர் 1925. சென்னை மாகாண காங்கிரஸ் மாநாடு காஞ்சிபுரத்தில் கூடியது. மாநாட்டுக்குத் தலைமை வி. கலியாண சுந்தர முதலியார். அதில் வகுப்புவாரித் தீர்மானம் ஒன்றைக் கொண்டுவந்தார் ஈ.வெ.ரா.

> தேசிய முன்னேற்றத்துக்கு இந்து சமூகத்தாருக்குள் பற்பல சாதியாருக்குள் பரஸ்பர நம்பிக்கையும் துவேஷமின்மையும் ஏற்பட வேண்டுமாகையால் ராஜ்ய சபைகளிலும் பொது ஸ்தாபனங்களிலும் பிராமணர், பிராமணர் அல்லாதார், தீண்டாதார் எனக் கருதப்படும் இம்மூன்று பிரிவினருக்கும் தனித்தனியாக ஜனத்தொகை விழுக்காடுக்கு ஏற்ப தங்கள் தங்கள் சமூகத்தில் இருந்து பிரதிநிதிகள் தேர்ந்தெடுத்துக்கொள்ள உரிமை ஏற்படுத்தவேண்டும்.

வகுப்புவாரித் தீர்மானத்தைக் காங்கிரஸ் மாநாடு ஒன்றில் ஈ.வெ.ரா கொண்டுவருவது முதன்முறையல்ல. 1920ல் திருநெல்வேலி காங்கிரஸ் மாகாண மாநாட்டில் கொண்டுவந்திருந்தார். அப்போது தீர்மானத்துக்கு ஆதரவாக விஷய ஆலோசனைக் குழுவில் ஆறுவாக்குகள் அதிகம் பெற்று வெற்றி பெற்றிருந்தது. ஆனாலும் பொதுநலனுக்குக் கேடு பயக்கும் தீர்மானம் என்று சொல்லி அந்த மாநாட்டுக்குத் தலைமை தாங்கிய எஸ். சீனிவாச அய்யங்கார் அந்தத் தீர்மானத்துக்கு அனுமதி மறுத்துவிட்டார்.

1921ல் தஞ்சாவூரில் நடைபெற்ற மாநாட்டில் தலைமை தாங்கிய ராஜாஜி, 'வகுப்புவாரிப் பிரதிநிதித்துவத்தைக் கொள்கை அளவில் வைத்துக் கொள்வோம், தீர்மானம் வேண்டாம்' என்று சொல்லிவிட்டார். 1922ல் திருப்பூரில் நடைபெற்ற மாநாட்டிலும் தீர்மானம் கொண்டுவந்தார் ஈ.வெ.ரா. அதிலும் நிராகரிக்கப்படவே, சாதி வேற்றுமையை வலியுறுத்தும் மனுதர்ம சாஸ்திரத்தையும் ராமாயணத்தையும் கொளுத்த வேண்டும் என்று ஆவேசப் பட்டார். அதன் தொடர்ச்சியாக மாநாட்டில் தகராறு வெடித்தது.

அதற்கடுத்த ஆண்டு சேலத்தில் நடைபெற்ற மாநாட்டிலும் கொண்டுவரப் பட்டு நிராகரிக்கப்பட்டது. 1924ல் திருவண்ணாமலையில் மாநாடு கூடியது. தலைமை வகித்தவர் ஈ.வெ.ரா. ஆனால் அந்த மாநாட்டில் எஸ். சீனிவாச

அய்யங்கார் உள்ளிட்ட தலைவர்கள் ஈ.வெ.ராவுக்கு எதிராகப் பெரிய அளவில் உறுப்பினர்களைத் திரட்டியிருந்ததால் வகுப்புவாரித் தீர்மானம் நிறைவேற வில்லை.

விரக்தியின் உச்சத்துக்குச் சென்றார் ஈ.வெ.ரா.

'காங்கிரஸ்வாதியாக இருந்த டி.எம். நாயர் திடீரென்று காங்கிரஸை விட்டுவிலகிப் புதியதாக நீதிக்கட்சியைத் தோற்றுவிக்க எவையெவை காரணங்களாக இருந்துவந்தனவோ அவையெல்லாம் இன்றும் நின்று நிலவுகின்றனவா? இல்லையா? என்பதை அன்பர்கள் கவனிக்கவேண்டும்... தமிழ்நாட்டுக் காங்கிரஸில் செயலாளராகவும் தலைவராகவும் இருந்துபெற்ற அனுபவத்தை ஆதாரமாகக் கொண்டுதான் நான் இங்கே இதனை இவ்வளவு அழுத்தந்திருந்தமாகக் கூறுகிறேன்'

இத்தனைத் தோல்விகளுக்குப் பிறகும் 1925ல் காஞ்சிபுரத்தில் நடைபெற்ற மாநாட்டில் வகுப்புவாரித் தீர்மானத்தைக் கொண்டுவந்திருந்தார் ஈ.வெ.ரா. எத்தனைக் கடுமையான உழைப்பைக் கோரினாலும் சரி, வகுப்புவாரித் தீர்மானம் நிறைவேற்றப்பட்டே தீரவேண்டும் என்பதில் அவர் உறுதியாக இருந்தார். இருபத்தைந்து பிரதிநிதிகளின் கையெழுத்தைப் பெற்று மாநாட்டில் தீர்மானத்தைக் கொண்டுவந்தார்.

மாநாட்டுத் தலைவர் வி. கலியாண சுந்தர முதலியார் வகுப்புவாரித் தீர்மானத்தை 'ஒழுங்கற்ற தீர்மானம்' என்று சொல்லி அனுமதிக்க மறுத்துவிட்டார். ஆவேசம் வந்துவிட்டது ஈ.வெ.ராவுக்கு.

'காங்கிரஸ் கட்சி பார்ப்பனமயமாகிவிட்டது. இங்கே பார்ப்பனத் தலைவர் களின் ஆதிக்கம் வலுத்துவிட்டது. காங்கிரஸில் தொடர்ந்து இருப்பதால் எந்தப் பலனும் ஏற்படப் போவதில்லை. கலியாண சுந்தர முதலியார் அவர்களே, நான் வெளியேறுகிறேன். காங்கிரஸால் பிராமணர் அல்லாதார் நன்மைபெற முடியாது. காங்கிரஸை ஒழிப்பதே இனி எனது வேலை'

மாநாட்டில் இருந்து ஈ.வெ.ரா வெளியேறியபோது மூவலூர் ராமாமிர்தம் அம்மையார், சர்க்கரைச் செட்டியார், மணப்பாறை ரெ. திருமலைசாமி, டி.ஏ. ராமலிங்கச் செட்டியார், எஸ். ராமநாதன் உள்ளிட்ட பலரும் வெளியேறினர்.

காங்கிரஸ் வேண்டாம் என்று முடிவுசெய்துவிட்டார் ஈ.வெ.ரா. ஆனால் கதரை யும் தீண்டாமை ஒழிப்பையும் விட்டுவிடும் எண்ணம் அவருக்கு இல்லை. தொடர்ந்து போராடவேண்டும் என்பதில் உறுதியாக இருந்தார். மாநாட்டில் ஆவேசம் பொங்கப் பேசிவிட்டு வந்த ஈ.வெ.ராவைக் கட்சியில் இருந்து விலக்கிவைப்பதாக எந்தவொரு முடிவையும் காங்கிரஸ் தலைமை எடுக்க வில்லை. ஈ.வெ.ராவும் கட்சியில் இருந்து விலகிவிட்டதாக அறிவிக்க வில்லை. காங்கிரஸ் மீதான அதிருப்தி மட்டும் அவருடைய மனத்துக்குள் குடிகொண்டிருந்தது.

29 ஆகஸ்டு 1926 அன்று கூடிய சென்னை மாகாண காங்கிரஸ் குழுவின் கூட்டத்தின் புதிய தீர்மானம் ஒன்று நிறைவேற்றப்பட்டது.

'காங்கிரஸ் கட்சியின் பதினைந்தாவது விதியின்படி ஸ்ரீமான் நாயக்கர் (ஈ.வெ.ராமசாமி நாயக்கர்) குழு அங்கத்தினராக இருக்க முடியாததால் அவர் குழுவில் இருந்து விலகினதாகக் கருதப்படுகிறார். அவருக்குப் பதிலாக வேறொருவர் நியமிக்கப்படுவார்'

கொஞ்சமும் அலட்டிக்கொள்ளாமல் அமைதியாகப் பதில் சொன்னார் ஈ.வெ.ரா.

'என்னைக் காங்கிரசில் இருந்து எவரும் வெளியேற்ற முடியாது. நானாகக் காங்கிரஸை விட்டு வெளியேறினால்தான் உண்டு'

•

இனி ஈ.வெ.ரா காங்கிரஸ்காரர் அல்ல; ஆகவே அவரையும் அழைத்துக் கொண்டு 1926 தேர்தல் களத்துக்குச் செல்வோம்.

1926 நவம்பர் மாதத்தில் நடக்க இருக்கும் தேர்தலை எதிர்கொள்ள நீதிக்கட்சி, சுயராஜ்ஜியக் கட்சி, ஹோம் ரூல் உள்ளிட்ட கட்சிகள் தயாராகிக்கொண்டு இருந்தன. ஆம். காங்கிரஸ் கட்சி நேரடியாகத் தேர்தலில் போட்டியிட வில்லை. மாறாக, அதில் உறுப்பினர்களாக இருப்பவர்கள் சுயராஜ்ஜியக் கட்சி என்ற பெயரில் தேர்தலில் கலந்துகொண்டனர். நீதிக்கட்சியை ஆட்சியில் இருந்து அகற்றியே தீருவது என்று கங்கணம் கட்டிக்கொண்டு களத்தில் இறங்கியது சுயராஜ்ஜியக்கட்சி. தேர்தல் அறிவிப்பு வெளியாவதற்கு முன்பிருந்தே தேர்தல் பிரசாரத்தில் இறங்கியிருந்தனர் எஸ். சீனிவாச அய்யங்கார், சத்தியமூர்த்தி அய்யர் போன்றவர்கள்.

ஆறு ஆண்டுகளாக அதிகாரத்தில் இருந்த கட்சி என்பதைத் தவிர வேறு எந்த அம்சமும் நீதிக்கட்சிக்குச் சாதகமாக இல்லை. காரணம், டி.எம். நாயர், பிட்டி. தியாகராயர் போன்ற பெருந்தலைவர்களை இழந்திருந்தது. உள்கட்சிப் பிரச்னைகள் வேறு பலமாகப் புகைந்து கொண்டிருந்தன. பலத்த நெருக்கடியில் சிக்கியிருந்த நீதிக்கட்சியை நோக்கி புதிய நேசக்கரம் ஒன்று நீண்டது. ஆம். காங்கிரஸ் கட்சியில் இருந்து விலகிய பிறகு எந்த அரசியல் கட்சியிலும் இணையாமல் அமைதியாக இருந்த ஈ.வெ.ரா, நீதிக்கட்சிக்கு ஆதரவு நிலைப்பாட்டை மறைமுகமாக எடுத்திருந்தார்.

26 அக்டோபர் 1926 தேதியிட்ட குடி அரசு இதழில் வெளியான கட்டுரை நீதிக்கட்சி குறித்த ஈ.வெ.ராவின் எண்ணங்களைப் பிரதிபலித்தது.

'ஜஸ்டிஸ் மந்திரிகள் வந்தபிறகு நமது மாகாணத்தில் இலவசக் கல்வியும் கட்டாயக் கல்வியும் ஏற்பாடு செய்து, அநேக இடங்களில் அமலில் கொண்டுவந்திருக்கிறார்கள். 5 வயது முதல் 12 வயது வரை ஒவ்வொரு குழந்தையையும் கண்டிப்பாகப் படிக்க வைக்கவேண்டும். இல்லாவிட்டால் பெற்றோர்க்குத் தண்டனை என்று சட்டமும் செய்திருக்கிறார்கள். அதன்மூலம் படிக்கும் லட்சக்கணக்கான பிள்ளைகளில் 100க்கு 99 பேர் பார்ப்பனர் அல்லாதார்'

பிராமணர் அல்லாதார் கட்சியான நீதிக்கட்சி ஆட்சிக்கு வந்துவிடக்கூடாது என்ற நோக்கத்துடன் ராஜாஜி, சுயராஜ்ஜியக் கட்சிக்கு மறைமுக ஆதரவு அளித்தார். அதைப்போலவே காங்கிரஸ் கட்சி, சுயராஜ்ஜியக் கட்சியின் பெயரில் மறைமுகமாக ஆட்சிக்கு வருவதைத் தடுக்கும் முகமாக நீதிக் கட்சிக்கு மறைமுக ஆதரவளித்தார் ஈ.வெ.ரா. அவர் விடுத்த அறிக்கையில், நல்ல திறமை உடையவர்கள், பார்ப்பனர் அல்லாதார் நன்மைக்குப் பாடுபடுபவர்கள், தன்னலமின்றிப் பொதுநலத்துக்கு உழைக்கும் உண்மைக் கருத்துடையவர்கள் - இவர்கள் சட்டசபைக்குச் செல்லும் தகுதியுடைய வர்கள். இத்தகையவர்களையே வாக்காளர்கள் தேர்ந்தெடுக்கவேண்டும் என்று பொதுவாகக் கேட்டுக்கொண்டார்.

8 நவம்பர் 1926 அன்று தேர்தல் நடைபெற்றது. பெருவாரியான இடங்களை சுயராஜ்ஜியக் கட்சியினர் கைப்பற்றினர். தேர்தல் மூலம் தேர்ந்தெடுக்கப்பட வேண்டிய 98 இடங்களில் சுயராஜ்ஜியக் கட்சிக்கு 41 இடங்கள் கிடைத்தன. நீதிக்கட்சிக்கு வெறும் 21 இடங்களே கிடைத்திருந்தன. சுயேட்சையாக நின்ற வேட்பாளர்களில் 36 பேர் வெற்றி பெற்றிருந்தனர். நீதிக்கட்சியின் நாடிகளும் நரம்புகளும் தோற்றன. கே.வி. ரெட்டி நாயுடு தோற்றார். பி.டி. ராசன் தோற் றார். இன்னும் இன்னும் பல முக்கியஸ்தர்கள். ஆறு ஆண்டுகளாக அருகில் இருந்த அரியாசனத்தைத் தவறவிட்டிருந்தது நீதிக்கட்சி.

நீதிக்கட்சி தோற்றுவிட்டது. எதிர்க்கட்சி வரிசையில் அமர்வோம் என்று அறிவித்தார் பனகல் அரசர் ராமராய நிங்கார். அதேசமயம் நீதிக்கட்சியை எதிர்த்து நின்ற சுயராஜ்ஜியக் கட்சியிடம் வாக்காளர்கள் ஆட்சியை ஒப்படைத்துவிட்டார்களா என்றால் அதுவும் இல்லை. அதிக இடங்களில் வெற்றி பெற்றிருந்த போதும் ஆட்சி அமைக்கும் அளவுக்குப் பெரும்பான்மை இடங்கள் அந்தக் கட்சிக்குக் கிடைக்கவில்லை. என்ன செய்யலாம்?

அரசியல் சித்து விளையாட்டு எதையும் நிகழ்த்தாமல் அதிகாரத்தைக் கைப்பற்றுவது சாத்தியம் இல்லை. முதல் வேலையாக நீதிக்கட்சி சார்பாக வெற்றிபெற்ற குமாரமங்கலம் ஜமீன்தார் டாக்டர் பி. சுப்பராயனைச் சந்தித்துப் பேசினர். கட்சியில் இருந்து விலகிவிடுங்கள். எங்கள் கட்சியிலும் இணைய வேண்டாம். சுயேட்சையாக நில்லுங்கள். சுயேட்சையாக ஆட்சி அமைக்க உரிமை கோருங்கள். உங்களுக்கு நாங்கள் ஆதரவு தருகிறோம். நீங்கள்தான் முதல் அமைச்சர்.

இந்த இடத்தில் இன்னொரு முக்கிய விஷயத்தை நினைவுபடுத்திக் கொள்வோம். காங்கிரஸ் கட்சியில் இருந்து பிரிந்து, சுயராஜ்ஜியக் கட்சி என்ற தனிக்குடித்தனத்தை ஆரம்பித்தபோது அதன் தலைவர்கள் என்ன சொன்னார்கள்? தேர்தலில் போட்டியிடுவோம். வெற்றிபெற்றால் சட்ட மன்றத்துக்குள் நுழைவோம். ஆட்சி அமைக்க மாட்டோம். அமையும் ஆட்சிக்கு முட்டுக்கட்டை போடுவோம். ஆனால் கையில் கணிசமான வெற்றி இருக்கிறது என்றதும் பழைய வாக்குறுதிகளையும் தூக்கிப் பரணில் வைத்தனர்.

பி. சுப்பராயனுக்கு முதல் அமைச்சர் ஆசை காட்டினர். அவரும் சம்மதம் தெரிவித்துவிட்டார். நீதிக்கட்சி சுப்பராயன் சுயேட்சை சுப்பராயனாக மாறினார். அதன்பிறகு சுயராஜ்ஜியக் கட்சி அறிவிப்பு ஒன்றை வெளியிட்டது. சுயேட்சை உறுப்பினரான சுப்பராயன், சுயேட்சை அமைச்சரவையை அமைப்பதற்கு சுயராஜ்ஜியக் கட்சி ஆதரவளிக்கும். கச்சிதமாகக் காரியங்கள் நடைபெற்றன.

எல்லாம் முடிந்துவிட்டது. பெரும்பான்மைதான் கிடைக்கவில்லை. ஒன்றும் கவலை வேண்டாம். நான் இருக்கிறேன் என்று சொல்லி ஆளுநர் கோஷன் உதவிக்கு வந்தார். சட்டமன்றத்தில் நியமன உறுப்பினர்கள் 34 பேரின் ஆதரவும் டாக்டர் சுப்பராயனுக்குத் தருவதற்கு சம்மதம் தெரிவித்தார். சுயேட்சை உறுப்பினர் டாக்டர் பி. சுப்பராயன் தலைமையிலான சுயேட்சை அரசு 4 டிசம்பர் 1926 அன்று சென்னை மாகாணத்தில் அமைந்தது.

அமைச்சரவையில் சுயராஜ்ஜியக் கட்சியைச் சேர்ந்த ஏ. அரங்கநாத முதலியார் இரண்டாவது அமைச்சராகவும் ஆர்.என். ஆரோக்கியசாமி முதலியார் மூன்றாவது அமைச்சராகவும் இடம்பெற்றனர். சி.வி.எஸ். நரசிம்மராஜு சட்டமன்றத்தின் தலைவர். டாக்டர் முத்துலட்சுமி ரெட்டி, துணைத் தலைவர்.

கட்சி மாறும் விஷயத்தை ஊக்குவித்து, சுயராஜ்ஜியக் கட்சியின் போர்வையில் மறைமுகமாக ஆட்சியில் அமர்ந்தது காங்கிரஸ்!

14 கம்யூனல் ஜி.ஓ

தேர்தலில் தோற்றுப்போனதால் சோர்ந்து போயிருந்த நீதிக்கட்சியினரைத் தட்டியெழுப்பும் வகையில் பேசினார் ஈ.வெ.ரா.

> காங்கிரஸ்காரர்கள் என்ற பெயரில் நாட்டில் செயல்பட்ட பிராமண ஆதிக்கச் சக்திகளே தற்போது சுயராஜ்ஜியக் கட்சியினர் என்ற புதிய பெயரில் ஆட்சி அதிகாரத்தைக் கைப்பற்றியுள்ளனர். பிராமணர் அல்லாத மக்களுக்கு ஆதரவாகப் போராட வேண்டிய பொறுப்பும் கடமையும் இன்னமும் நீதிக் கட்சியின் வசமே இருக்கிறது. வேறு எந்தக் கட்சிக்கும் பிராமணர் அல்லாத மக்களுக்குக் கரிசனமோ, அக்கறையோ கிடையாது. தேர்தலில் தோல்வி அடைந்துவிட்டதாலேயே எல்லாம் முடிந்துவிட்டது என்று நீதிக்கட்சியினர் கருதத் தேவையில்லை. உற்சாகமாகக் களப்பணி ஆற்றுங்கள்.

ஊக்கம் அளித்ததோடு நிறுத்திக்கொள்ளவில்லை. 25 டிசம்பர் 1926 அன்று மதுரையில் பிராமணர் அல்லாதார் மாநாடு ஒன்றைக் கூட்டினார். மாநாட்டுக்குத் தலைமை ஏற்றவர் சர். ஏ.பி. பாத்ரோ. ஆம். நீதிக்கட்சி அமைத்த முதல் அமைச்சரவையில் மூன்றாவது அமைச்சராக இருந்தவர்.

சாத்தூர் சுப்ரமணிய நயினார், எம்.டி. சுப்ரமணிய முதலியார், ஜார்ஜ் ஜோசப் உள்ளிட்ட பல தலைவர்களும் அந்த மாநாட்டில் கலந்துகொண்டனர். ஒத்துழையாமை இயக்கம் தொடர்பாக ஏற்பட்ட கருத்துவேறுபாடு

காரணமாகக் காங்கிரஸ் கட்சியில் இருந்து விலகியிருந்த வ.உ. சிதம்பரம் பிள்ளை இந்த மாநாட்டில் கலந்துகொண்டார். நீதிக்கட்சியினர் கதர் ஆடை அணியவேண்டும் என்று ஈ.வெ.ரா அழைப்பு விடுத்தது இந்த மாநாட்டில் தான்.

சட்டமன்றத்தில் பிரதான எதிர்க்கட்சி சுயராஜ்ஜியக் கட்சி. ஆம். ஒருபக்கம் ஆட்சிக்கு ஆதரவு. இன்னொரு பக்கம் பிரதான எதிர்க்கட்சி. மற்றொரு எதிர்க் கட்சியாக நீதிக்கட்சி இருந்தது. சுப்பராயன் அமைச்சரவையின் நடவடிக்கை களைத் தொடர்ந்து கண்காணித்த ஈ.வெ.ரா, குடி அரசு பத்திரிகையில் தன்னுடைய கருத்துகளையும் விமரிசனங்களையும் எழுதிவந்தார்.

கதர் பிரசாரம் ஒருபக்கம். நீதிக்கட்சியை நிலைப்படுத்தும் முயற்சிகள் இன்னொரு பக்கம். சுயமரியாதைப் பிரசாரம் இன்னொரு பக்கம். ஈ.வெ.ராவுக்கு நிறைய வேலைகள் இருந்தன.

அப்போது காந்தி தமிழ்நாட்டில் சுற்றுப்பயணம் செய்துகொண்டிருந்தார். காந்தியை நேரில் சந்தித்துப் பேசினால் ஏதாவது மாற்றம் வரும் என்று நினைத்தார். எஸ். ராமநாதனை அழைத்துக்கொண்டு காந்தியைச் சந்தித்தார். அப்போது தன்னுடைய விருப்பங்கள் என்று மூன்று விஷயங்களைப் பட்டிய லிட்டார் ஈ.வெ.ரா.

- காங்கிரஸ் கட்சியை ஒழிக்கவேண்டும்.
- சாதிக்கும் சாதிச் சச்சரவுகளுக்கும் காரணியாக இருக்கும் இந்து மதத்தை ஒழிக்கவேண்டும்,
- பார்ப்பன ஆதிக்கத்தை ஒழிக்கவேண்டும்.

ஒவ்வொரு விருப்பத்துக்கும் தனித்தனியே விளக்கங்களைக் கொடுத்தார் ஈ.வெ.ரா. எல்லாவற்றையும் அமைதியாகக் கேட்டுக்கொண்டிருந்த காந்தி, 'இரண்டு, மூன்று முறை நாம் சந்திப்போம். பேசுவோம்' என்று பதிலளித்தார். இனி காந்தியிடம் பேசுவதில்லை என்று முடிவுக்கு வந்துவிட்டார் ஈ.வெ.ரா. அதை ராஜாஜியிடம் சொல்லிவிட்டுப் புறப்பட்டார். இப்போது காங்கிரஸ் கட்சி, ஈ.வெ.ராவின் மனத்தில் இருந்து முற்றிலுமாக வெளியேறிவிட்டது!

சைமன் கமிஷன்

சைமன் கமிஷன். 1919ல் புதிய அரசியல் சட்டம் நிறைவேறி, இரட்டை ஆட்சிமுறை அமலுக்கு வந்தது அல்லவா? அதன் நன்மை, தீமைகளை ஆராய்ந்து, மறுஆய்வு செய்து திருத்தி அமைக்கும் நோக்கத்துடன் சர் ஜான் சைமன் தலைமையில் ஏழு பேர் கொண்ட பிரிட்டிஷ் குழு ஒன்று 1927ல் இந்தியா வந்தது. விஸ்கௌண்ட் பர்ன்ஹாம், பாரன் ஸ்டாத்கோன், ஜார்ஜ் ஃபாக்ஸ், எட்வர்ட் காடகன், க்ளமெண்ட் அட்லி, வெர்னன் ஹெர்ட்ஷான் ஆகியோரே சைமன் குழுவில் இடம்பெற்ற மற்ற உறுப்பினர்கள். அனைவருமே பிரிட்டிஷார். அந்தக் குழுவில் இந்தியர் எவரையும் சேர்த்துக் கொள்ளாததால் காங்கிரஸ் கட்சி சைமன் கமிஷனைப் புறக்கணிப்பதாக அறிவித்தது.

சைமன் கமிஷனுக்கு முன்னால் எவரும் சாட்சியம் அளிக்கவேண்டாம்; கமிஷனை எல்லோரும் புறக்கணியுங்கள்; கமிஷன் எந்த ஊருக்கு வந்தாலும் அங்கெல்லாம் ஹர்த்தால் செய்யுங்கள்; கறுப்புக்கொடி காட்டுங்கள்; ஆர்ப்பாட்டம் செய்து எதிர்ப்பைத் தெரிவியுங்கள் என்றது காங்கிரஸ் கட்சி. சைமனே திரும்பிப் போ என்பதுதான் காங்கிரஸ் முன்வைத்த கோஷம்.

சைமன் கமிஷனை வரவேற்கும் விஷயத்தில் தெளிவான முடிவெடுக்க முடியாமல் திணறியது நீதிக்கட்சி. சில தலைவர்கள் ஆதரவு தெரிவித்தனர். சிலர் கண்டனம் தெரிவித்தனர். ஈ.வெ.ரா களம் இறங்கினார். சைமன் கமிஷனை எதிர்ப்பது பார்ப்பனர் - பார்ப்பனர் அல்லாதார் போராட்டம் என்ற கோணத்தில் தலையங்கம் எழுதினார். ராயல் கமிஷனைப் (சைமன் கமிஷனை) பற்றி ஜஸ்டிஸ் கட்சியினர் ஒருவித அபிப்ராயமும் இதுசமயம் தெரிவிக்கக் கூடாது என்றார். 11 டிசம்பர் 1927 தேதியிட்ட குடி அரசு இதழில் வெளியான தலையங்கத்தில் நீதிக்கட்சி எடுக்கவேண்டிய நிலைப்பாடு குறித்த தன்னுடைய அறிவுரையைக் கொடுத்தார்.

> எதிர்ப்புக் கூட்டத்தில் ஜஸ்டிஸ் கட்சியாரும் சேர்ந்துகொண்டால் தேவலாம் போல் அக்கட்சிப் பிரமுகர்களுக்குத் தோன்றுவதாகத் தெரிகிறது. அவர்கள் அப்படி நினைத்திருப்பது தப்பு என்பது நமது கெட்டியான அபிப்ராயம். இம்மாதிரி மனக்கிலேசங்கள் வரும்போது உண்மைத் தலைவர்களான டாக்டர் நாயர் பெருமானையும் சர் தியாக ராயரையும் நினைத்துப் பார்க்க வேண்டும். அவர்கள் ஏதாவது அடிக்கடி மாறினார்களா? முடிவாக நாம் சொல்வது என்னவென்றால், பார்ப்பனர் அல்லாத சமூக இயக்கத் தலைவர்கள், தங்களைக் காங்கிரஸ் தலைவர்கள் என்பவர்கள் போல், தங்கள் பெண்டு பிள்ளைகள் குடும்பங்களுக்கு மாத்திரம் தலைவர்கள் என்று எண்ணாமல், பார்ப்பனர்களாலும் அரசாங்கத்தாராலும் எவ்வளவோ கொடுமைகள் செய்யப்பட்டு, வாயில்லாப் பூச்சிகளாகக் கிடக்கின்ற பாமர மக்களுக்கும் தொழிலாளி களுக்கும் பிரதிநிதிகள் என்பதை நினைத்துக் கொள்ளுமாறு வேண்டிக் கொள்கிறோம்.

சைமன் கமிஷன் விவகாரத்தில் சென்னை மாகாண அமைச்சரவை எப்படிப் பட்ட முடிவை எடுக்கப் போகிறது என்பது ஆவலைத் தூண்டும் விஷயமாக அமைந்தது. காரணம், முதல் அமைச்சர் டாக்டர் சுப்பராயன் சைமன் கமிஷனை வரவேற்கும் எண்ணத்தில் இருந்தார். (ஜான் சைமனும் சுப்பராயனும் இங்கிலாந்தில் ஒரே கல்லூரியில் படித்தவர்கள்) ஆனால் அவருக்கு ஆதரவு கொடுத்துவரும் சுயராஜ்ஜியக் கட்சியோ சைமன் கமிஷனைக் கடுமையாக எதிர்த்துக் கொண்டிருந்தது.

சைமன் கமிஷனுக்கு சட்டமன்றம் ஆதரவு தரக்கூடாது என்ற தீர்மானத்தை சட்டமன்றத்தில் கொண்டுவந்தது சுயராஜ்ஜியக் கட்சி. இது அனைத்து கட்சிகளுக்குமான சோதனைக்களமாக அமைந்தது. தீர்மானம் வாக்கெடுப்புக்கு விடப்பட்டபோது 61 உறுப்பினர்கள் ஆதரவாக வாக்களித்திருந்தனர். ஆம்.

சுயராஜ்ஜியக் கட்சி கொண்டுவந்த தீர்மானத்துக்கு ஈ.வெ.ராவின் அறிவுரைகளையும் மீறி நீதிக்கட்சி ஆதரவு கொடுத்திருந்தது. 12 பேர் நடுநிலை வகித்திருந்தனர். முதலமைச்சர் சுப்பராயன் தீர்மானத்துக்கு எதிராக வாக்களிக்க, அவருடைய அமைச்சர்கள் அவருடைய முடிவுக்கு எதிராக நடுநிலை வகித்தனர்.

தீர்மானம் வெற்றிபெற்றது. அமைச்சரவைக்கும் சிக்கல் உருவானது. முதல் அமைச்சர் பி. சுப்பராயன் பதவி விலக விருப்பம் தெரிவித்தார். நிலைமையை சீர்செய்யும் வகையில் சுப்பராயன் அமைச்சரவையில் இடம்பெற்றிருந்த இரண்டு அமைச்சர்களையும் பதவி விலகச் செய்தார் ஆளுநர் கோஷன். மேலும் நீதிக்கட்சித் தலைவர் பி. ராமராய நிங்காரைச் சந்தித்து, சுப்பராயன் அமைச்சரவைக்கு ஆதரவளிக்க வேண்டும் என்று கோரிக்கை விடுத்தார். அதேபோல டாக்டர் சுப்பராயனும் ராமராய நிங்காரைத் தனிப்பட்ட முறையில் சந்தித்து ஆதரவு கோரினார்.

சென்னையில் நிலையான அமைச்சரவை ஒன்று அமைக்க முடியாமல் அரசியல் அமைப்பு முறிந்து, ஆளுநர் ஆட்சி ஏற்பட்டது என்ற பழிச்சொல் ஏற்படக்கூடாது என்பதற்காகவே நீதிக்கட்சி உறுப்பினர்கள் முதல் அமைச்சர் சுப்பராயனுக்கு ஆதரவு தருகிறார்கள் என்று அறிவித்தது நீதிக்கட்சி. சுயராஜ்ஜியக் கட்சி சார்பில் வெற்றிபெற்ற எஸ். முத்தையா முதலியாரை அங்கிருந்து வெளியே கொண்டுவந்து இரண்டாவது அமைச்சராக்கினர். எம்.ஆர். சேது ரத்தினம் ஐயரை மூன்றாவது அமைச்சராக்கினர்.

ஆம். நீதிக்கட்சி ஆதரவு அமைச்சரவையில் பிராமணர் ஒருவர் அமைச்சராகியிருந்தார். 'எங்கள் விருப்பப்படியே இருவரும் அமைச்சரவையில் சேர்த்துக் கொள்ளப்பட்டனர்' என்று பி.டி. ராஜன் நீதிக்கட்சி பொன்விழாவில் நடத்திய வரவேற்புரையில் பதிவு செய்திருக்கிறார். டபிள்யூ.பி.ஏ. சௌந்த பாண்டிய நாடார், முதலமைச்சர் டாக்டர் சுப்பராயனின் கொறடாவாக நியமிக்கப் பட்டார்.

டாக்டர் சுப்பராயனின் ஆட்சியை நீதிக்கட்சி வழிநடத்த, நீதிக்கட்சியை வழிநடத்தும் பொறுப்பு மறைமுகமாக ஈ.வெ.ராவின் வசம் வந்தது. முதல் கட்டமாக நீதிக்கட்சியின் அதிகாரப்பூர்வ பத்திரிகையான திராவிடனை ஆசிரியர் பொறுப்பேற்று நடத்தவேண்டும் என்று நீதிக்கட்சித் தலைவர்கள் ஈ.வெ.ராவைக் கேட்டுக்கொண்டனர். அவசியம் ஏற்பட்டால் நீதிக்கட்சியின் நடவடிக்கைகளைக் கண்டிப்பேன் என்ற நிபந்தனையுடன் 1927 ஆகஸ்டு மாதத்தில் திராவிடன் இதழின் ஆசிரியராக செயல்படத் தொடங்கினார் ஈ.வெ.ரா.

•

நீதிக்கட்சி அரசைக் காட்டிலும் அதிக துணிச்சலுடன் செயல்பட்டது டாக்டர் சுப்பராயன் அரசு. மற்றவர்கள் ஆதரவுடன்தான் ஆட்சி நடத்தவேண்டும் என்றபோதிலும் சுப்பராயன் சில விஷயங்களில் திடமாகவும் தெளிவாகவும்

இருந்தார். சைமன் கமிஷனை சுயராஜ்ஜியக் கட்சி எதிர்க்கிறது என்று தெரிந்தும் சைமன் கமிஷனை வரவேற்பதாக அறிவித்தது அவருடைய துணிச்சலுக்கு எடுத்துக்காட்டு. அதைப்போன்ற துணிச்சலைத்தான் வகுப்பு வாரிப் பிரதிநிதித்துவ விஷயத்திலும் கடைப்பிடித்தார் டாக்டர் சுப்பராயன்.

வகுப்புவாரி உரிமை என்பது நீதிக்கட்சியின் பிரதான கொள்கை முழக்கம். நீதிக்கட்சி முதன்முறையாக ஆட்சிக்கு வந்தவுடனேயே வகுப்புவாரி ஆணைகள் பிறப்பிக்கப்பட்டன. ஆனால் பிராமண ஆதிக்க சக்திகளால் அந்த ஆணை செயல்படுத்தப்படாமல் முடக்கப்பட்டதாக நீதிக்கட்சித் தலைவர்கள் சொன்னார்கள். அதன்பிறகு டாக்டர் சுப்பராயன் தலைமையிலான அமைச்சரவையில் இடம்பெற்ற எஸ். முத்தையா முதலியார், உயிரற்றுக் கிடக்கும் கம்யூனல் ஜி.ஓ என்கிற வகுப்புவாரி ஆணைக்குப் புத்துயிர் கொடுக்க விரும்பினார்.

1928 நவம்பரில் புதிய வகுப்புவாரி உரிமை ஆணை பிறப்பிக்கப்பட்டது. அதன்படி அரசு அலுவலகங்களில் 12 இடங்கள் நிரப்பப்படவேண்டும் என்றால் அவற்றில் பிராமணர் அல்லாத இந்துக்கள் 5 பேர் இடம்பெற வேண்டும். பிராமணர்கள், இஸ்லாமியர்கள், ஐரோப்பியர்கள் - ஆங்கிலோ இந்திய கிறித்தவர்கள் ஆகியோரில் இருந்து தலா 2 பேர் இடம்பெற வேண்டும். தாழ்த்தப்பட்ட வகுப்பில் இருந்து ஒருவர் வந்தே தீரவேண்டும்.

கம்யூனல் ஜி.ஓ பலத்த எதிர்ப்புகளைச் சந்தித்தது. வகுப்புவாதத்தின் உச்சம் என்று காங்கிரஸ் மற்றும் பிராமணத் தலைவர்கள் கண்டனம் செய்தனர். ஆனால் ஈ.வெ.ராவோ, 'மந்திரி எஸ். முத்தையா முதலியார் வாழ்க! வாழ்க! வாழ்க!' என்று குடி அரசு பத்திரிகையில் தலையங்கம் எழுதி வரவேற்பு கொடுத்தார்.

நீதிக்கட்சி ஆதரவுடன் நடக்கும் டாக்டர் சுப்பராயனின் ஆட்சியில் மிகப்பெரிய சமூகப் புரட்சியான கம்யூனல் ஜி.ஓ நிறைவேறியிருக்கும் சமயத்தில் 16 டிசம்பர் 1928 அன்று பனகல் அரசர் ராமராய நிங்கார் மரணம் அடைந்தார். கம்யூனல் ஜி.ஓ என்ற வகுப்புவாரி ஆணைக்குத் தொடக்கப்புள்ளி ராமராய நிங்கார் ஆட்சிக்காலத்தில்தான் வைக்கப்பட்டது.

கட்சிக்கு ஏற்பட்ட திடீர் இழப்பைச் சமாளிக்கும் வகையில் பி.டி. ராஜன், டபிள்யூ.பி.ஏ. செளந்தர பாண்டிய நாடார், நீதிக்கட்சியின் சட்டமன்றக் குழுவின் தலைவர் ஏ.பி. பாத்ரோ உள்ளிட்டோர் செயல்பட்டனர். நீதிக் கட்சியின் செயற்குழுத் தலைவராக பி.டி. ராஜன் செயல்பட்டார். கட்சிப் பத்திரிகைகள் வழக்கம்போல இயங்கிக் கொண்டிருந்தன. விரைவில் மாநாடு ஒன்றைக்கூட்டி, நீதிக்கட்சிக்கு முறைப்படித் தலைவரைத் தேர்ந் தெடுக்கவேண்டும். ஏனென்றால் கட்சியின் சட்டமன்றக்குழுவின் தலைவரும் நானே, கொறடாவும் நானே என்ற நிலை சரியானதல்ல என்பது பி.டி. ராஜனின் வாதம். இதனையடுத்து நீதிக்கட்சியின் சட்டமன்றக் குழுவின் தலைவராக ஏ.பி. பாத்ரோ தேர்ந்தெடுக்கப்பட்டார்.

●

டாக்டர் சுப்பராயன் அமைச்சரவையில் ஏற்பட்ட மிகப்பெரிய மாற்றத்துக்கு அடிகோலிய சைமன் கமிஷன், இரண்டாவது முறையாக 1929 பிப்ரவரி மாதத்தில் சென்னைக்கு வந்தது. சைமன் கமிஷனை வரவேற்கும் முதலமைச்சர் டாக்டர் சுப்பராயனுக்கு ஆதரவு தரும்போதே சைமன் கமிஷனுக்கும் ஆதரவு தரப்போகிறது நீதிக்கட்சி என்பது தெளிவானது. ஈ.வெ.ரா எழுதிய தலையங்கங்கள் ஏற்படுத்திய தாக்கத்தின் காரணமாகவே சைமன் கமிஷனை வரவேற்கத் தயாரானது நீதிக்கட்சி. 4 செப்டெம்பர் 1928 அன்று சைமன் கமிஷனை வரவேற்பதற்காக ஒரு கமிட்டி ஒன்றை உருவாக்கியது நீதிக்கட்சி.

'சைமனே திரும்பிப் போ!' என்ற கோஷத்தை காங்கிரஸ் கட்சி எழுப்பிய தோடு, சாலை மறியலுக்கும் கடையடைப்புக்கும் அழைப்பு விடுத்தபோது, 'சைமனே வருக! வருக!' என்று வரவேற்பு கொடுத்தது நீதிக்கட்சி. போராட்டத்தில் ஈடுபட்ட காங்கிரஸ்காரர்கள் கைது செய்யப்பட்டனர்.

சைமன் கமிஷனுக்கு முன்னால் சாட்சியம் அளிக்க சர்.ஏ. ராமசாமி முதலியார் மற்றும் சர். ஏ.டி. பன்னீர்செல்வம் இருவரும் சென்றனர். தங்களுடைய சாட்சியங்களை அறிக்கையாக அளித்தனர். அவர்கள் முன்வைத்த விஷயங்களுள் முக்கியமானவை மட்டும் இங்கே.

மாகாண சுயாட்சி. இந்தியாவில் இருக்கும் ஒவ்வொரு மாகாணமும் சுயாட்சி அதிகாரத்துடன் சுதந்தரமாக இயங்க வேண்டும். இந்திய அரசுக்குக் கட்டுப் பட்டு, ஒவ்வொரு விஷயத்துக்கும் அவர்களுடைய தயவை எதிர்பார்த்துக் காத்திருக்கக்கூடாது. அந்த வகையில் சுயாட்சி அதிகாரம் கொண்ட நிர்வாக அவையை ஒவ்வொரு மாகாணத்திலும் உருவாக்கவேண்டும்.

மக்களால் தேர்ந்தெடுக்கப்பட்ட உறுப்பினர்களுக்கு அதிக அதிகாரங்கள் இருக்கவேண்டும். நியமனம் செய்யப்படுபவர்கள் தேர்ந்தெடுக்கப்படு பவர்கள் மீது ஆதிக்கம் செலுத்துவது தடுத்து நிறுத்தப்பட வேண்டும். ஆகவே, நிர்வாக ஆலோசனை அவை, அமைச்சரவை என்ற இரட்டை ஆட்சி முறை அகற்றப்பட வேண்டும். அதற்கு மாற்றாக, ஒவ்வொரு மாகாணத்திலும் சிறந்த ஆட்சிமுறையைக் கொண்டுவரவேண்டும். மாகாணங்களுக்குப் பூரண பொறுப்பாட்சி தரவேண்டும். ஒற்றை ஆட்சி முறை அமலுக்கு வரவேண்டும்.

நீதிக்கட்சி தவிர மேலும் சில அமைப்புகளும் இயக்கங்களும் ஜான் சைமனுக்கு முன்னால் சாட்சியம் கொடுத்தனர். காங்கிரஸ் கட்சியும் கொடுத்தது. ஆம். நேரடியாக அல்ல; கொஞ்சம் மறைமுகமாக. இந்திய தேசிய காங்கிரஸ் சார்பில் புதிய அரசியல் அமைப்பை உருவாக்கித் தருவதாக அறிவித்தது. அந்தக் குழுவில் பல கட்சிகளைக் கொண்ட 29 பேர் இடம் பெற்றனர். குழுவின் தலைவர், மோதிலால் நேரு. உறுப்பினர்களாக தேஜ் பகதூர் சாப்ரூ, சுபாஷ் சந்திரபோஸ் உள்ளிட்டோர் இடம்பெற்றனர். அந்த அறிக்கையை காங்கிரஸ் கட்சி சைமன் கமிஷனிடம் தரப்பட்டது. அனைத்தையும் பதிவுசெய்துகொண்டு லண்டன் புறப்பட்டார் சைமன்!

15 மீண்டும் நீதிக்கட்சி அரசு

தமிழ்நாட்டுக் கோயில்களில் நடனமாடும் பெண்களுக்கு தாசிகள் அல்லது தேவதாசிகள் என்று பெயர். இலக்கியங்களில் இவர்களுக்கு கொண்டி மகளிர், பரத்தையர்கள், வரைவின் மகளிர், பொட்டு கட்டிய பெண்கள் என்று பல பெயர்கள். பணம் படைத்த மனிதர்கள் தங்களது உடல்வெறியைத் தணித்துக் கொள்ள தேவதாசிகளை நாடிச் செல்வது வழக்கத்தில் இருந்த ஒன்று.

குறிப்பாக, இசைவேளாளர் சமூகத்தைச் சேர்ந்த பெண்கள் கடவுளைத் தங்களுடைய கணவராக ஏற்றுக் கொண்டு தாலி கட்டிக்கொள்வார்கள். இதற்கு பொட்டு கட்டுதல் என்று பெயர். பிறகு அந்தப் பெண்கள் கோயில்களில் அன்றாடம் நடக்கும் பூசைகளுக்கு வேண்டிய வெளிவேலைகளைச் செய்துகொடுப்பார்கள். சிலர் பரதநாட்டியம் ஆடுவார்கள். சிலர் பாடுவார்கள். கோயில்களுக்கென நேர்ந்துவிடப்பட்ட தேவதாசிகளை அந்தப் பகுதிகளில் இருக்கும் பணக்காரர்களும் பெரிய மனிதர்களும் தங்களுடைய சிற்றின்பத் தேவைகளுக்குப் பயன் படுத்திக் கொள்வார்கள்.

அந்தச் சமூகத்தைச் சேர்ந்த எல்லா பெண்களுமே கோயில் பணிகளில் அமர்த்திக்கொள்ளமுடியாது அல்லவா! அதுபோன்ற சமயங்களில் அந்த இனத்தைச் சேர்ந்த பெண்கள் திருமணமே செய்து கொள்ளாமல் ஒருவருக்கோ அல்லது பலருக்கோ ஆசை நாயகிகளாக இருக்கவேண்டிய நிர்பந்தம் ஏற்பட்டது. ஒருகட்டத்தில்

இந்தச் சமூகத்தைச் சேர்ந்த பெண்களுக்கு இதுதான் உத்தியோகம் என்ற அளவுக்கு நிலைமை சென்றுவிட்டது. சென்னை மாகாணத்தில் இசை வேளாளர் சமூகத்துப் பெண்களுக்கு இந்த நிலைமை என்றால் மற்ற மாகாணங் களில் வெவ்வேறு இனத்தைச் சேர்ந்த பெண்கள் இந்தக் கொடுமையை அனுப வித்துவந்தனர்.

காலம் காலமாக நீடித்துவரும் இந்த அவலத்தை ஒழிக்கவேண்டும் என்ற கருத்து அவ்வப்போது எழுப்பப்பட்டது. 1868 ஆம் ஆண்டிலேயே இது தொடர்பான பிரச்னை எழுந்தது. மாகாண அரசுகளின் கருத்துகளைக் கேட்டறிந்து, பெண்களுக்கு எதிராக நடக்கும் இந்தக் கொடுமையை ஒழிக்கத் தயாராக இருப்பதாக அறிவித்தது பிரிட்டிஷ் அரசு. குறிப்பாக, 1912ல் மூன்று மசோதாக்கள் கொண்டுவரப்பட்டன. ஆனால் முறையான தொடர் நடவடிக்கைகள் எடுக்கப்படாததால் அந்தப் பெண்களுக்கு எந்தப் பயனும் ஏற்படவில்லை. பிறகு வெவ்வேறு காலகட்டத்தில் அந்தச் சட்டம் அமல்படுத்தப்பட்டபோதும் முறையான பலன்கள் கிட்டவில்லை.

2 பிப்ரவரி 1929 அன்று தேவதாசி ஒழிப்பு மசோதாவைக் கொண்டுவந்தார் டாக்டர் முத்துலட்சுமி ரெட்டி. அந்த மசோதாவுக்கு எதிர்ப்பு தெரிவித்த சுயராஜ்ஜியக் கட்சியின் சத்தியமூர்த்தி ஐயர், ‘தாசி குலத்தை ஒழித்துவிட்டால் அது சமுதாயத்தையே சீர்குலைத்துவிடும். சமுதாயம் முழுவதும் கெட்டுப்போகும். தாசிகள் இல்லையென்றால் குடும்பப் பெண்கள் பலரும் கெட்டுப்போவார்கள். தாசிகுலத்தை ஒழிப்பது நாட்டுக்கு நன்மை பயக்காது. தாசிகுலம் பலருக்கு இன்பத்தை வாரி வழங்கிக்கொண்டிருக்கிறது. சமூகத்துக்குத் தாசிகள் தேவை என்பதைத் திரும்பத் திரும்பச் சொல்ல விரும்புகிறேன். தாசிகளை ஒழித்துவிட்டால் பரத நாட்டியக் கலை அழிந்து விடும்; ஆண்டவன் கட்டளையை மீறுவது அடாத செயலாகும். அநியாய மாகும்.’

டாக்டர் முத்துலட்சுமி ரெட்டியிடம் இருந்து காட்டமான எதிர்வினை வந்தது.

> இசைவேளாளர் சமூகத்தைச் சேர்ந்த பெண்கள் பல நூற்றாண்டுகளாகத் தேவதாசித் தொழில் செய்து அலுத்துப்போய்விட்டார்கள். போதும் என்ற நிலைக்கு அவர்கள் வந்துவிட்டார்கள். திரு.எஸ். சத்தியமூர்த்தி அவர்கள் தேவதாசிகள் முறை இருக்கத்தான் வேண்டும் என்று கருதுவாரே யானால், இனி அவரது குலத்தைச் சேர்ந்த பார்ப்பனப் பெண்கள் அந்த தாசித் தொழிலை முழுக்க முழுக்க ஏற்றுக்கொண்டு, எல்லா ஆடவர்க்கும் சிற்றின்பத்தை வாரி, வாரி வழங்கட்டும். அதற்கு திரு. சத்தியமூர்த்தி ஐயர் அவர்கள் வழிவகை செய்யட்டும். இப்போது இருந்துவரும் இசைவேளாளர் குலத்தைச் சேர்ந்த பெண்கள் பொட்டுக் கட்டிக்கொண்டு தேவதாசிகளாக வாழ்வதை ஒரு முடிவுக்குக் கொண்டுவர வேண்டித்தான் அந்த முறை ஒழிக்கப்படவேண்டும் என்று கூறுகிறேன்.

எதிர்ப்புகள் வலுத்துக்கொண்டே இருந்தது. மசோதா குறித்து பொதுமக்களின் கருத்தை முதலில் தெரிந்துகொள்ளவேண்டும். அதன்பிறகே அடுத்த கட்டம் பற்றி யோசிக்கவேண்டும் என்றார் சத்தியமூர்த்தி அய்யர். மக்களைச் சந்திக்கத் தயார் என்றது நீதிக்கட்சி.

உடனடியாக தேவதாசி ஒழிப்பு மசோதா குறித்து கருத்து கேட்டு முக்கியப் பத்திரிகைகள் மற்றும் அமைப்புகளுக்கு மசோதாவின் நகல் அனுப்பப்பட்டது. ஈ.வெ.ராவுக்கும் அந்த நகல் வந்தது. இதுவிஷயமாகக் கருத்து கேட்பதே கோமாளித்தனம் என்று சீறினார் ஈ.வெ.ரா. எத்தனை விரைவாக மசோதாவை செயல்படுத்த முடியுமோ அத்தனை விரைவாகச் செய்யவேண்டும் என்பது அவருடைய கருத்து. அதையே குடி அரசுவிலும் எழுதினார். பிறகு அந்த மசோதா நிறைவேறியது.

மசோதா கொண்டுவரப்பட்ட சமயத்தில் 17 பிப்ரவரி 1929 அன்று செங்கல் பட்டில் சுயமரியாதை இயக்கத்தின் முதல் மாகாண மாநாடு நடைபெற்றது. ஆம். காங்கிரஸில் இருந்து வெளியேறிய பிறகு ஈ.வெ.ரா நீதிக்கட்சிக்கு ஆதரவு கொடுத்தபோதும் அந்தக் கட்சியில் இணையவில்லை. வெளியில் இருந்தே ஆதரவு கொடுத்துவந்தார். குடி அரசு பத்திரிகை மூலமாகச் சுய மரியாதைக் கொள்கைகளைப் பரப்பிக்கொண்டிருந்தார்.

காங்கிரஸில் இருந்து ஈ.வெ.ரா வெளியேறியபோது அவருடன் இணைந்து வந்தவர்களைக் கொண்டு சுயமரியாதை இயக்கம் என்ற பிரசார இயக்கத்தை நடத்திக்கொண்டிருந்தார். அதன் தோற்றுவாய், ஆரம்பகாலச் செயல்பாடுகள், கொள்கைகள், லட்சியங்கள், திட்டங்கள் குறித்து பின்னால் விரிவாகப் பார்க்க லாம். இப்போதைக்கு நீதிக்கட்சி வரலாற்றையே தொடரலாம்.

●

5 அக்டோபர் 1929. நெல்லூரில் வைத்து நீதிக்கட்சி மாநாடு தொடங்கியது. இரண்டு முக்கிய சங்கதிகளுக்குத் தீர்வு காணவேண்டும் என்பதுதான் அந்த மாநாட்டின் நோக்கம். ஒன்று, நீதிக்கட்சியில் பிராமணர்களைச் சேர்ப்பது தேவையா, இல்லையா என்பது. மற்றொன்று, நீதிக்கட்சிக்குப் புதிய தலைவரைத் தேர்ந்தெடுப்பது.

பொன்னம்பலம் தியாகராஜன் என்கிற பி.டி.ராஜன் தலைவராகத் தேர்வு செய்யப்படுவார் என்று எதிர்பார்ப்பு இருந்தது. திடீரென தலைவர் பதவிக்குத் தான் போட்டியிட இருப்பதாக அறிவித்தார் முதல் அமைச்சர் டாக்டர் சுப்பராயன். உண்மையில் அவர் நீதிக்கட்சியின் உறுப்பினர் அல்ல; சட்டமன்றத்திலும் சுயேட்சை உறுப்பினர்தான். ஆனாலும் தன்னை நீதிக்கட்சி உறுப்பினராகவே நினைத்துக்கொண்டிருந்தார்.

கட்சித் தலைவரைப் போட்டியில்லாமல் ஒருமனதாகத் தேர்ந்தெடுக்க வேண்டும். வேண்டுமானால் போட்டியில் இருந்து நான் விலகிக்கொள் கிறேன் என்றார் பி.டி. ராஜன். ஆனாலும் அதைப் பெரும்பாலானோர் ஏற்கவில்லை. அதேபோல டாக்டர் சுப்பராயன் தலைவர் பதவிக்குப்

போட்டியிடுவதிலும் பலருக்கு விருப்பமில்லை. தாற்காலிகத் தீர்வாக பி. முனுசாமி நாயுடுவைத் தாற்காலிகத் தலைவராகத் தேர்ந்தெடுத்தனர். ஒரு ஆண்டுகள் அவர் தலைவராக நீடிக்கட்டும்; பிறகு மீண்டும் மாநாட்டைக் கூட்டி, புதிய தலைவரைத் தேர்ந்தெடுக்கலாம் என்று முடிவானது.

அடுத்தது, கட்சியில் பிராமணர்களை உறுப்பினர்களாகச் சேர்க்கும் விவகாரம். கட்சியின் கொள்கைகளை ஏற்றுக்கொள்ளும் பிராமண சட்டமன்ற உறுப்பினர்களைக் கட்சியின் சட்டமன்றப் பிரிவில் சேர்த்துக்கொள்ளலாம் என்ற கருத்து முதலில் எழுந்தது. இந்தக் கருத்தில் சிறிய திருத்தத்தைச் செய்தார் ஏ. பி. பாத்ரோ. 'நீதிக்கட்சியின் கொள்கைகளை ஏற்றுக்கொள்பவர்களை நீதிக்கட்சியின் உறுப்பினராக ஆக்கிக்கொள்ளலாம்' வெறுமனே பதவியில் இருப்பவர்களுக்காக ஒரு திருத்தத்தைக் கொண்டுவருவதற்குப் பதிலாக கட்சி வளர்ச்சிக்கான திருத்தமாக இருக்கட்டும் என்பது ஏ.பி. பாத்ரோவின் எண்ணமாக இருக்கக்கூடும்.

இதுகுறித்து நீதிக்கட்சித் தலைவராகத் தேர்வு செய்யப்பட்டிருந்த பி. முனுசாமி நாயுடு பேசினார்.

> ஒரு குறிப்பிட்ட பிரிவினரை நாம் ஒதுக்கிவைத்திருப்போமேயானால் ராஜதானியின் மொத்த நலனுக்காகவும் வாதாடும் அரசியல் அமைப்பாக இருக்கும் தகுதி நமக்கு இருக்காது. எனவே, பிராமணர்கள் கட்சியில் சேர்வதற்கு உள்ள தடையைக் கைவிட்டுவிட வேண்டும். மேலும், நிர்வாகச் சீர்திருத்தங்களின் பயனாக ராஜதானிக்கு சுயாட்சி உரிமை அளிக்கப்படுமேயானால் அப்போது அனைத்து சாதியாருக்கும் பிரதிநிதியாக, ராஜதானி முழுமைக்குமான ஆட்சிப் பொறுப்பை நாம் வகிப்பது எவ்வாறு பொருத்தமாக இருக்கும்? நமது கட்சியின் கொள்கைகளை ஏற்றுக்கொள்ள முன்வரும் பிராமணர்களைக் கட்சியில் அனுமதிப்பதில் தவறென்ன? தடையை நீக்குவதால் பிராமணர்கள் நம் கட்சிக்கு வந்துவிடப் போவதில்லை என்றே வைத்துக்கொண்டாலும் அவர்களுக்கு நமது கட்சியில் சேர்வதற்கு எந்தத்தடையும் இல்லை என்ற நிலைப்பாட்டை நாம் எடுத்துவிட்டோமானால் நாம் ஒரு குறிப்பிட்ட பிரிவினருக்கு மட்டுமே உரித்தானவர்கள் என்ற விமரிசனம் மறைந்து விடும்.

நீதிக்கட்சியின் பிராமணர்களைச் சேர்க்கவேண்டும் என்பதில் ஈ.வெ.ராவுக்குத் துளியும் விருப்பமில்லை. இறுதியாக, நீதிக்கட்சியில் பிராமணர்களைச் சேர்ப்பது குறித்து எந்த முடிவும் மாநாட்டில் எடுக்கப்படவில்லை. மாறாக, அதை முடிவுசெய்யும் வேலை ஒரு கமிட்டியிடம் ஒப்படைக்கப்பட்டது. நெல்லூர் மாநாடு முடிந்த சிலமாதங்களில், 'நீதிக்கட்சியில் பிராமணர்களைச் சேர்க்கக்கூடாது' என்று அந்தக் கமிட்டி பரிந்துரை செய்தது. அதனைக் கட்சியும் ஏற்றுக்கொண்டது.

பிராமணர்களைக் கட்சிக்குள் சேர்ப்பதில்லை என்று நீதிக்கட்சி திட்டவட்ட மாக முடிவெடுத்த பின்னரும்கூட அந்தக் கோரிக்கை கட்சிக்குள் எழுப்பப்

பட்டுவந்தது. காரணம் கண்ணுக்கெட்டிய தூரத்தில் தேர்தல் இருந்ததுதான். டாக்டர் சுப்பராயனின் ஆட்சிக்காலம் நிறைவடைந்து, புதிய தேர்தல் அறிவிக்கப்பட இருந்தது. நீதிக்கட்சிக்குக் கணிசமான அளவில் ஆதரவு பெருகியிருக்கும் சூழலில், இருக்கின்ற ஒரே அதிருப்தி அடையாளமான பிராமணர் எதிர்ப்பு விஷயத்தில் கொஞ்சம் அனுசரித்துச் சென்றுவிட்டால் வெற்றி நிச்சயமாகும் என்று நினைத்தனர் சில நீதிக்கட்சித் தலைவர்கள்.

குறிப்பாக, பி.எஸ். குமாரசாமி நாயுடுவும் எம். தாமோதரநாயுடுவும் கட்சியின் நிர்வாகக் கமிட்டித் தலைவருக்குத் தீர்மானம் ஒன்றை அனுப்பிவைத்தனர். சிறப்பு மாநாடு ஒன்றைக் கூட்டி, தாற்காலிக நிலைமை மாறுதல்களைக் கணக்கில்கொண்டு நீதிக்கட்சியின் பிராமணர்களைச் சேர்த்துக் கொள்ளும் முடிவை எடுக்கவேண்டும் என்று அந்தத் தீர்மானத்தில் கோரியிருந்தனர்.

உடனடியாக எதிர்வினை ஆற்றினார் ஈ.வெ.ரா. பார்ப்பனர்களை தென்னிந்திய நலவுரிமைச் சங்கத்தில் அங்கத்தினர்களாகச் சேர்த்துக்கொள்ளப்படுமானால் பார்ப்பனர் அல்லாதார் கட்சி என்று வழங்கும் ஜஸ்டிஸ் கட்சி தொலைந்தது என்பதேதான் நமது முடிவு... வெகு கஷ்டப்பட்டு நிதானமாக முன்னேறி வந்த இம்மாகாண பார்ப்பனர் அல்லாதார் சமூகநிலை இனி வெகுவேகமாகப் பின்னோக்கிவிடும் என்பதும் உறுதி! உறுதி! அன்றியும் அக்கட்சியில் கொள்கையோ, நாணயமோ, யோக்கியப் பொறுப்போ சிறிதும்கூட இனி இருக்கவும் முடியாது என்பதுவும் நமது உறுதி.'

நீதிக்கட்சியில் பிராமணர்களைச் சேர்த்துக்கொள்ளவேண்டும் என்ற வாதம் ஈ.வெ.ராவால் மழுங்கடிக்கப்பட்டாலும் அவ்வபோது எழுந்துகொள்ளவும் தவறவில்லை.

•

1930 செப்டெம்பர். டாக்டர் சுப்பராயன் அமைச்சரவையின் பதவிக்காலம் நிறைந்தது. தேர்தல் அறிவிக்கப்பட்டது. இந்தத் தேர்தலிலும் போட்டியிடப் போவதில்லை என்ற முடிவையே காங்கிரஸ் கட்சி எடுத்திருந்தது. கடந்த காலங்களில் தனிப்பட்ட நபர்கள் விரும்பினால் தேர்தலில் நிற்கலாம் என்று வழங்கப்பட்ட சலுகையை இந்தத் தேர்தலில் திரும்பப்பெற்றிருந்தது. விளைவு, சுயராஜ்யக் கட்சியினரும் தேர்தலில் போட்டியிட முடியாத சூழல் உருவாகிவிட்டது.

தேர்தலில் நீதிக்கட்சிக்கு ஆதரவான நிலைப்பாட்டையே எடுத்த ஈ.வெ.ரா, அந்தக் கட்சியை ஆதரித்தே பிரசாரம் செய்தார். ஆக, நீதிக்கட்சியை எதிர்த்து பலம் பொருந்திய எந்தக் கட்சியும் நிற்கவில்லை. ஆங்காங்கே செல்வாக்கு பெற்றிருந்த நபர்களே சுயேட்சை வேட்பாளர்களாக நீதிக்கட்சியை எதிர்த்து நின்றனர்.

நீதிக்கட்சியின் வெற்றி தேர்தலுக்கு முன்பே வெளிப்படையாகத் தெரிந்தது. எழுபது சதவீதம் வாக்காளர்கள் நீதிக்கட்சிக்கு ஆதரவளித்திருந்தனர். அபார வெற்றியைப் பெற்று மீண்டும் ஆட்சியைக் கைப்பற்றியது நீதிக்கட்சி. 27

செப்டெம்பர் 1930 அன்று நீதிக்கட்சித் தலைவர் பி. முனுசாமி நாயுடு தலைமையில் அமைச்சரவை பதவியேற்றது. பி.டி. ராஜனும் பி. குமாரசாமி ரெட்டியாரும் அமைச்சரவையில் இணைந்தனர்.

தாற்காலிக ஏற்பாடாகவே பி. முனுசாமி நாயுடு நீதிக்கட்சித் தலைவராகத் தேர்வு செய்யப்பட்டிருந்தார். அதுவே, அவருக்கு முதலமைச்சர் பதவியையும் பெற்றுக்கொடுத்தது. போதாது? கட்சிக்குள் புகைச்சல் தொடங்கியது. முறைப்படி மாநாடு கூட்டவேண்டும்; முறைப்படி கட்சித்தலைவர் தேர்ந்தெடுக்கப்படவேண்டும்; இதுதான் நீதிக்கட்சியினரின் விருப்பம்.

ஆட்சி அதன் பாதையில் சென்றுகொண்டிருந்தாலும் கட்சி அப்படிச் செல்லவில்லை. நிறைய பிரச்னைகள். சின்னதும் பெரியதுமாக. கட்சியின் முக்கிய மற்றும் மூத்தத் தலைவர்களுக்கு மத்தியில் கருத்துவேறுபாடுகள் முளைத்திருந்தன. குறிப்பாக, நாயுடு - தமிழர் என்ற பிரச்னை மீண்டும் கிளம்பியிருந்தது.

பிரச்னைகளுக்குத் தீர்வு காணும் வகையில் தஞ்சாவூரில் நீதிக்கட்சி மாநாடு கூடியது. அந்த மாநாட்டில் பலத்த குழப்பங்கள் ஏற்பட்டன. இதுகுறித்து பி.டி. ராஜன் பதிவு செய்திருக்கிறார்.

‘தலைவர் தேர்வில் குழப்பங்களும் வாக்குவாதங்களும் அதிகமாக இருந்தன. ஏகமனதாக ஒரு தலைவரைத் தேர்ந்தெடுக்க முடியவில்லை. பல இடையூறு களுக்கு இடையே பொப்பிலி ராஜா தலைவராகத் தேர்ந்தெடுக்கப்பட்டார். தஞ்சை மாநாடு, கட்சிக்கு இழிவைத் தேடித் தந்தது என்றே கூறவேண்டும். என் மனத்தில் அது ஒரு வெறுப்பு உணர்ச்சியை உண்டாக்கியது.’

நீதிக்கட்சியின் புதிய தலைவராக ரவு ஸ்வெட சல்லபதி ராமகிருஷ்ண ரங்காராவ் என்கிற பொப்பிலி அரசர் தேர்வு செய்யப்பட்டதும் திடீரென அமைச்சர்கள் பி.டி. ராஜனும் பி. குமாரசாமி ரெட்டியாரும் பதவி விலகிக் கொண்டனர். ஆட்சிக்கு ஆபத்து ஏற்பட்டுவிட்டது என்பதை முதலமைச்சர் முனுசாமி நாயுடு உணர்ந்துகொண்டார். உடனடியாக ராஜினாமா கடிதம் எழுதி ஆளுநரிடம் ஒப்படைத்தார்.

முதலமைச்சர் பதவி காலியாக இருந்ததால் நீதிக்கட்சித் தலைவர் பொப்பிலி ராஜாவை அமைச்சரவை அமைக்குமாறு ஆளுநர் அழைத்தார். 5 நவம்பர் 1932 அன்று பொப்பிலி ராஜா முதல் அமைச்சராகப் பதவியேற்றுக் கொண்டார். பி.டி. ராஜனும் பி. குமாரசாமி ரெட்டியாரும் மீண்டும் அமைச்சரவையில் இணைந்தனர்.

முதலமைச்சர் பொப்பிலி ராஜாவின் வசம் நகராட்சி, அறநிலையம், மருத்துவம், சுகாதாரம் ஆகிய துறைகள் இருந்தன. கல்வி, தொழில், மீன்வளம் ஆகிய துறைகள் பி. குமாரசாமி ரெட்டியார் வசம் தரப்பட்டிருந்தன. கூட்டுறவு, வேளாண்மை, கால்நடை பராமரிப்பு, பதிவு, பொதுப்பணி ஆகியன பி.டி. ராஜன் வசம் ஒப்படைக்கப்பட்டிருந்தன. முக்கியமான நிதித் துறை, ஆணைக்குழுவின் வசம் இருந்தது. எந்தத் துறையில் திட்டம்

செயல்படுத்தப்படவேண்டும் என்றாலும் நிதிக்காக ஆணைக் குழுவின் தயவை எதிர்பார்க்கும் அவலம் அமைச்சர்களுக்கு இருந்தது.

ஆட்சிக்கும் கட்சிக்கும் பொப்பிலி ராஜா தலைவராக வந்துவிட்டதால் மாத்திரம் அனைத்து பிரச்னைகளும் தீர்ந்துவிடவில்லை. எப்போதும்போல கட்சிக்குள் அதிருப்தி கோஷங்கள் கேட்டுக் கொண்டே இருந்தன. இதற்கிடையே சைமன் கமிஷனின் அறிக்கை வெளிவருவது தாமதமாகிக் கொண்டே போனது. 1934ல் நடைபெறவேண்டிய மாகாணத் தேர்தல் நடக்கவில்லை. பொப்பிலி ராஜா தலைமையிலான ஆட்சியின் பதவிக்காலம் நீட்டிக்கப்பட்டது.

1934 மே மாதம் அகில இந்திய காங்கிரஸ் குழு பாட்னாவில் கூடியது. 'ஒத்துழையாமை இயக்கத்தைத் திரும்பப் பெற்றுக்கொள்கிறோம்' என்ற அறிவிப்பு வெளியானது. ஆக, அடுத்த தேர்தலில் காங்கிரஸ் நேரடியாகவே களமிறங்கும் என்பது வெளிப்படையானது!

16. சரிவை நோக்கி நீதிக்கட்சி

ஆட்சியில் இருக்கிறோம். நிறைய செய்திருக்கிறோம். கட்சிக்குப் பரவலான ஆதரவு இருக்கிறது. எல்லாம் உண்மைதான். ஆனால் கட்சிக்குள் பிரச்னைகள். கருத்து வேறுபாடுகள். எல்லாவற்றைக் காட்டிலும் முக்கியமாக எதிர்க்கட்சிகள் வலுவடைந்து வருகின்றன. நேற்றுவரை ஹோம் ரூல், சுயராஜ்ஜியக் கட்சி போன்ற இந்திய தேசிய காங்கிரஸில் நேரடி, மறைமுகப் பிரதிநிதிகள்தான் தேர்தல் களத்தில் இருந்தார்கள். ஆனால் எதிர்வரும் தேர்தலில் இந்திய தேசிய காங்கிரஸே நேரடியாகக் களத்துக்கு வருகிறது. சவால்களைச் சந்திக்க வேண்டும் என்றால் புதிய வேலைத் திட்டங்கள் வேண்டும். நீதிக்கட்சியின் முக்கியத் தலைவர்கள் எல்லோருக்குமே இந்தச் சிந்தனை வந்திருந்தது.

7 ஜூன் 1934 அன்று நடந்த நீதிக்கட்சிக் கூட்டத்தில் பேசிய முதலமைச்சர் பொப்பிலி ராஜாவின் பேச்சில் அந்த எண்ணம் எதிரொலித்தது.

'ஜஸ்டிஸ் கட்சி என்றால் ஜமீன்தார்கள், முதலாளிமார்கள் கட்சியே தவிர பொதுமக்கள் கட்சி அல்ல என்று சொல்லப்படுவது மிகமிக சகஜமாகிவிட்டது. இதை நாம் பொய்யாக்கிக் காட்டாவிட்டால் கட்சியில் உள்ள உண்மை உழைப்பாளிகளுக்கு இதைவிட வேறு அவமானம் வேண்டியதில்லை. ஆதலால் தகுந்த வேலைத்திட்ட முறைகளை ஏற்படுத்தி பாமர ஜனங்களுக்கு நன்றாகப் பிரசாரம் செய்து நமது எதிரிகளின்

விஷமப் பிரசாரத்தை தகர்ப்பதுடன் ஏழைப் பொதுமக்களுக்கு பயன்படத்தக்க முறையில் உழைத்தாகவேண்டும்.'

பொப்பிலி ராஜா பேசிய சில மாதங்களிலேயே ஈ.வெ.ராவிடம் இருந்து வேலைத்திட்டம் ஒன்று வந்து சேர்ந்தது. மகிழ்ச்சியாக இருந்தது நீதிக்கட்சியினருக்கு. 29 செப்டெம்பர் 1934. பொப்பிலி ராஜா தலைமையில் கூடிய நீதிக் கட்சியின் மாகாண மாநாடு சென்னையில் தொடங்கியது. ஈ.வெ.ரா அனுப்பிய வேலைத்திட்டம் குறித்த பேச்சுகள் தொடங்கின. முதலில் வேலைத் திட்டத்தின் அம்சங்களைப் பார்த்துவிடலாம்.

1. அரசு வேலைக்கான சம்பளங்கள் மக்களுக்குப் பேராசையை உண்டாக்கக் கூடியதாக, பரிசுத்தத் தன்மையைக் கெடுப்பதாக, இந்தியப் பொருளாதார நிலைக்குத் தாங்க முடியாததாக இருப்பதால் அவற்றைக் குறைத்து, அரசுப் பணியாளர்களுடைய வாழ்க்கையின் அவசிய அளவுக்கு ஏற்ற தாகவும் மீத்துப் பெருக்கி வைப்பதற்கு லாயக்கில்லாததாகவும் இருக்கும்படி செய்யவேண்டும்.

2. பொதுமக்கள் சேவைக்கும் வசதிக்கும் நன்மைக்கும் அவசியமென்று உற்பத்தி செய்யப்படும் பொருள்களின் தொழிற்சாலைகள், இயந்திர சாலைகள், போக்குவரத்துச் சாதனங்கள் முதலியன அரசாங்கத்தாலேயே நடைபெறும்படிச் செய்யவேண்டும்.

3. உணவுப் பொருள்கள் உற்பத்திசெய்யும் விவசாயிகளுக்கும் அவற்றை வாங்கிப் பயன்படுத்தும் பொதுமக்களுக்கும் மத்தியில் தரகர்கள், லேவாதேவிக்காரர்கள் இல்லாமல் கூட்டுறவுக் கஷ்டத்தையும் வாங்குபவர்களின் நஷ்டத்தையும் ஒழிக்க ஏற்பாடு செய்யவேண்டும்.

4. விவசாயிகளுக்கு இன்றுள்ள கடன்களை ஏதாவது ஒரு வழியில் தீர்ப்ப துடன், இனி அவர்களுக்குக் கடன் தொல்லை ஏற்படாமல் இருக்கும்படி ஏற்பாடுகள் செய்யவேண்டும்.

5. குறிப்பிட்ட ஒரு காலத்துக்குள் குறிப்பிட்ட ஓரளவு கல்வியாவது எல்லா மக்களுக்கும் கிடைக்க வேண்டும். ஓரளவுக்கேனும் மதுவின் கெடுதி ஒழியும்படி செய்யவேண்டும். ஓரளவுக்கு வேலைகள் அனைத்தும் எல்லா ஜாதி, மதக்காரர்களுக்கு சரிசமமாகக் கிடைக்கவேண்டும்.

6. மதங்கள் எல்லாம் அவரவருடைய தனி எண்ணமாக, தனி நிறுவனங் களாக இருக்க வேண்டும். அரசியலில், அரசியல் நிர்வாகத்தில் அவை எவ்விதச் சமபந்தமும் குறிப்பும் பெறாமல் இருக்க வேண்டும். சாதிக் கென்றோ, மதத்துக்கென்றோ எவ்விதச் சலுகையோ, உயர்வு தாழ்வு அந்தஸ்தோ அவற்றுக்காக அரசாங்கத்திலிருந்து தனிப்பட்ட முறை களைக் கையாளுவதோ, ஏதாவது பொருள் செலவிடுவதோ ஆகியவை கண்டிப்பாக இருக்கக்கூடாது.

7. கூடியவரை ஒரு குறிப்பிட்ட ரொக்க வரும்படிக்காரருக்கோ, தானே விவசாயம் செய்யும் விவசாயிக்கோ, வரிப்பளுவே இல்லாமலும் மனித

வாழ்க்கைக்குச் சராசரித் தேவையான அளவுக்கு மேல் வரும்படி உள்ளவர்களுக்கும் அந்நியரால் விவசாயம் செய்யப்படுவதன் மூலம் பயன் அடைபவர்களுக்கும் வருமான வரி முறைபோல நிலவரி விகிதங்கள் ஏற்படுத்தப்பட வேண்டும்.

8. லோக்கல் போர்டு, முனிசிபாலிடி, கூட்டுறவுத்துறை ஆகியவற்றுக்கு இன்னமும் அதிகமான அதிகாரங்கள் கொடுக்கப்பட்டு, இவற்றின்மூலம் மேலே குறிப்பிட்ட பல காரியங்கள் நிர்வாகம் செய்ய வசதிகள் செய்து, தக்க பொறுப்பும் நாணயமும் உள்ள சம்பள அதிகாரிகளைக் கொண்டு அவற்றை நிர்வாகம் செய்யவேண்டும்.

9. விவகாரங்களையும் சட்டதிட்டச் சிக்கல்களையும் குறைப்பதுடன் சாவு வரி (மரண வரி) விதிக்கப்படவேண்டும்.

10. மேலே கண்ட இந்தக் காரியங்கள் நடைபெறச் செய்வதிலே நாமே சட்டங்கள் செய்து, அச்சட்டங்களினால் அமலில் கொண்டுவரக் கூடியவைகளைச் சட்டசபைகள் மூலமும் அந்தப்படி சட்டங்கள் செய்துகொள்ள அதிகாரம் இல்லாதவைகளைக் கிளர்ச்சி செய்து அதிகாரங்களைப் பெறவும் ஏற்பாடுகள் செய்யவேண்டும்.

உண்மையில் இதே வேலைத்திட்டத்தை ராஜாஜி மூலமாகக் காங்கிரஸ் கட்சிக்கு முன்கூட்டியே அனுப்பியிருந்தார் ஈ.வெ.ரா. ஆனால் வகுப்புவாரிப் பிரதிநித்துவத்தை ஈ.வெ.ரா வலியுறுத்தியது காந்திக்கு உடன்பாடில்லை. அதை ராஜாஜியே ஈ.வெ.ராவிடம் சொல்லிவிட்டார். அதன்பிறகே வேலைத்திட்டத்தை நீதிக்கட்சிக்கு அனுப்பிவைத்திருந்தார் ஈ.வெ.ரா.

நீதிக்கட்சி மாநாட்டில் வேலைத்திட்டங்கள் பற்றி பூர்வாங்கமாக விவாதிக்கப் பட்டன. வேலைத் திட்டங்கள் பற்றி ஆராய்வதற்காகக் குழு ஒன்றை உருவாக்கிய பொப்பிலி ராஜா, ஆய்வின் முடிவில் அந்த வேலைத் திட்டத்தை ஏற்றுக்கொள்வதாகவும் உறுதி அளித்தார். அதன் அடிப்படையில் மத்திய சட்டசபைக்கு நவம்பர் மாதத்தில் நடந்த தேர்தலில் நீதிக்கட்சிக்கு ஆதரவு கொடுத்தார் ஈ.வெ.ரா.

பலம் பொருந்திய காங்கிரஸ் கட்சி தேர்தல் களத்துக்கு வந்திருந்ததால் நீதிக்கட்சியால் எதிர்பார்த்த அளவுக்கு வெற்றி பெற முடியவில்லை. பெருவாரியான இடங்களைக் காங்கிரஸ் கைப்பற்றியது. மத்திய சட்டசபை வேட்பாளர்களாக நிறுத்தப்பட்ட ஏ. ராமசாமி முதலியாரும் ஆர். கே. சண்முகம் செட்டியாரும் தோல்வியடைந்தனர். ஆம். கடந்த தேர்தல்களில் காங்கிரஸ் முகாமில் இருந்த ஆர்.கே. சண்முகம் செட்டியார் சமீபத்தில்தான் நீதிக்கட்சியில் சேர்ந்திருந்தார். தேர்தல் தோல்வி நீதிக்கட்சியினரை அதிருப்தி யடையச் செய்திருந்தது. ஆனால் ஈ.வெ.ராவோ துளியும் கவலைப் படவில்லை.

இந்தத் தோல்விக்காக ஏன் விசனப்படவேண்டும்? ஓட்டத்தில் களைத்துப் போனவன் பந்தயத்தில் தோற்றவனாவானே ஒழிய,

வாழ்க்கைக்கு உதவாதவனாகிவிட மாட்டான். எனவே, பார்ப்பனர் அல்லாத வாலிபர்களே, உங்கள் வீரத்தையும் ஊக்கத்தையும் இந்தத் தோல்வியென்னும் உலையில் வைத்துக் காய்ச்சித் தட்டித் தீட்டிக் கூர்மையாக்குங்கள். வகுப்புவாதத்தால்தான் சமதர்மம் அடையமுடியும் என்று நினையுங்கள். இந்தத் தோல்வியால் ஒன்றும் முழுகிப் போவதில்லை. அதை வரவேற்றுக்கொண்டு, பார்ப்பனர்கள் நம்மைத் தட்டி எழுப்பிவிட்டதற்காக அவர்களுக்கு நன்றி கூறுங்கள். எல்லாம் நன்மைக்கே என்றெண்ணுங்கள். எல்லாவற்றையும் நன்மைக்குப் பயன்படுத்திக் கொள்ளுங்கள்! ஜெயம்! ஜெயம்! ஜெயம்!

ஈ.வெ.ரா அனுப்பிய வேலைத்திட்டத்தை விரைவில் ஏற்றுக்கொள்வதாகச் சொன்ன நீதிக்கட்சி, தொடர்ந்து ஆராய்ச்சி நிலையிலேயே அந்தத் திட்டத்தை வைத்திருந்தது. இடைப்பட்ட காலத்தில் ஈ.வெ.ரா சில பத்திரிகைகளைத் தொடங்கியிருந்தார்.

1933ல் புரட்சி என்ற பத்திரிகையைத் தொடங்கி நடத்தினார். அதற்கடுத்த ஆண்டே பகுத்தறிவு என்ற பெயரில் நாளேடு ஒன்று. பிறகு அதே பெயரில் மாத இதழ் என்று பல பத்திரிகைகளைத் தொடங்கினார். நிறைய எழுதினார். பகுத்தறிவுச் சிந்தனைகள். புரட்சிகரக் கருத்துகள். அவ்வப்போது அரசாங்கம் கிடுக்கிப்பிடி போடும்போது புதிய புதிய பெயர்களில் பத்திரிகைகளை ஆரம்பிக்கவேண்டிய நிர்பந்தம் ஈ.வெ.ராவுக்கு ஏற்பட்டது.

அந்தச் சமயத்தில்தான் ஈ.வெ.ராவுக்கு எழுத்துச் சீர்திருத்தம் பற்றிய சிந்தனைகள் வந்திருந்தன. உயிரெழுத்துகள் 12, மெய்யெழுத்துகள் 18, ஆய்த எழுத்து 1, உயிர்மெய் எழுத்துகள் 216 என்று இருக்கின்றன. அவற்றில் சில எழுத்துகளை எழுதுவது சிரமமாக இருக்கும். அந்த எழுத்துகளின் வடிவத்தை மாற்ற வேண்டும் என்று நினைத்தான். குறிப்பாக, ணா, னா, றா, ணெ, னெ, றெ, ணே, னே, றே, ணை, னை, லை, ளை ஆகிய பதிமூன்று எழுத்துகளை மாற்றி அமைத்தார். 13 ஜனவரி 1935 தொடங்கி தனது பத்திரிகைகளில் பயன்படுத்தத் தொடங்கினார் ஈ.வெ.ரா.

●

14 நவம்பர் 1935 அன்று சென்னை தியாகராயர் மண்டபத்தில் நீதிக்கட்சியின் நிர்வாகக்குழு கூடியது. அந்தக் கூட்டத்தில் ஈ.வெ.ரா தனது வேலைத் திட்டத்தைப் பற்றிப் பேசினார்.

உண்மையில் நிர்வாகக்குழு கூடுவதற்கு முன்பே ஈ.வெ.ராவும் நீதிக்கட்சியின் முக்கியத் தலைவர்களான ஏ.பி. பாத்ரோ, ஆர்.கே. சண்முகம் செட்டியார், வெங்கிட்ட கிரி ராஜா, சர் முகமது உஸ்மான் போன்றவர்களும் விவாதித்து வேலைத்திட்டத்தில் பல திருத்தங்களைக் கொண்டு வந்திருந்தனர். ஆகவே, தீர்மானம் வாக்கெடுப்புக்கு விடப்பட்டபோது ஒருவரைத் தவிர மற்ற அனைவருமே ஆதரவு கொடுத்தனர். வேலைத்திட்டம் ஏற்கப்பட்டதாக அறிவிக்கப்பட்டது. அந்த ஒற்றை எதிர்ப்பாளர் ஏ.பி. பாத்ரோ.

அவசரப்படாமல், தீர்க்கமாக யோசித்து ஏற்கவேண்டிய வேலைத்திட்டம் என்பது பாத்ரோவின் கருத்து.

அந்தத் திட்டத்தின் அம்சங்களின் சுருக்கம் கீழே:

1. விவசாயிகளைக் கடன் தொல்லைகளில் இருந்து முறைப்படி விடுவிக்கவேண்டும். அதற்கு சட்ட ரீதியாகவும் வேறு முறைகளின் வாயிலாகவும் கூடுமானவற்றையெல்லாம் செய்யவேண்டும்.

2. உழவர்களுக்குக் கடன் வசதிகளைச் செய்ய கூட்டுறவு நாணயச் சங்கங்களையும் நில அடமான வங்கிகளையும் ஆங்காங்கு அமைக்கவேண்டும். அதை அரசே நடத்த வேண்டும்.

3. சொத்துரிமைத் தொடர்பான வழக்குகளைக் குறைப்பதற்கான முறையில், உரிமைகள் திட்டவட்டமாகவும் தெளிவாகவும் வகுக்கப்படவேண்டும்.

4. உற்பத்தி செய்யும் உழவர்க்கும் பொருளை வாங்குவோர்க்கும் இடையில் உள்ள இடைத்தரகர்கள் ஒழிக்கப்படவேண்டும். விற்பவருக்கும் வாங்குபவருக்கும் பொதுவான ஸ்தாபனங்களை ஏற்படுத்தி, நல்ல விலையைப் பயிரிடுபவர்களே பெறும்படிச் செய்யவேண்டும்.

5. பொதுமக்களின் நன்மைக்காக இருந்துவரும் ரயில்வே, தந்தி, அஞ்சல், குடிநீர் வழங்குதல், மின்சாரம் போன்றவற்றை அரசே பொறுப்பேற்று நடத்திவருவது போல மற்ற துறைகளையும் அரசாங்கம் தனது பொறுப்பில் எடுத்துக்கொள்ளவேண்டும்.

6. இன்சூரன்ஸ் விஷயத்தில் அரசு ஊழியர்களுக்கு அரசு செய்துகொடுத்திருக்கும் வசதியை (போஸ்ட் ஆபீஸ் போல) மற்ற மக்களும் பெறும்படி செய்து, இன்சூரன்ஸை அரசே நடத்தவேண்டும்.

7. பொதுமக்கள், தொழிலாளர்கள் ஆகியோரின் வாழ்க்கைத்தரம் உயர்கின்ற அளவுக்கு அவர்களின் வருவாய் விகிதங்கள் சீர்செய்யப்படவேண்டும். அதற்கான சட்டங்கள் இயற்றப்படவேண்டும்.

8. குறிப்பிட்ட காலத்துக்குள் எல்லா மக்களுக்கும் ஆரம்பக்கல்வி உண்டாகும்படிச் செய்துவிடவேண்டும்.

9. குறிப்பிட்ட காலத்துக்குள் மதுபானக்கேடு ஒழிந்துவிடும்படி கூடிய முயற்சிகளையும் சட்டங்களையும் செய்துவிடவேண்டும்.

10. மனித சமூகத்தில் இருந்துவரும் தீண்டாமையையும் பிறவி காரணமாக உள்ள வேறுபாட்டுக் கொடுமைகளையும் மூட நம்பிக்கைகளையும் அடியோடு ஒழித்துவிட வேண்டும்.

11. **அரசியல் உத்தியோகங்கள் இந்த மாகாணத்தில் உள்ள எல்லா வகுப்பார்களுக்கும் அவரவர்கள் ஜனத்தொகைக்குத் தக்கபடியும் அரசியல் நோக்கத்துக்குத் தக்கபடியும் கிடைக்கும்படி செய்யவேண்டும்.**

12. சிறிய நிலக்காரர்களுக்குக் குறைந்த அளவிலான நிலவரியும் பெரிய நிலக்காரர்களுக்கு படிப்படியாக உயர்ந்த அளவிலான நிலவரியும் அமையும்படி சட்டதிட்டங்கள் சீர்திருத்தம் செய்யப்படவேண்டும்.

13. உள்ளாட்சி மன்றங்களில் கூடுதலான வாய்ப்புகளும் நிதி வசதிகளும் உரிமைகளும் இருக்கும்படியான முறையில் அவற்றுக்கான சட்ட திட்டங்கள் திருத்தி அமைக்கப்பட வேண்டும்.

14. தற்கால ஆட்சி முறையானது மக்களுக்கு மிகவும் சுமையாக இருப்பதால் அளவான செலவில் திறமையான நிர்வாகத்தை அமைக்க முயல வேண்டுவதோடு, இந்தியர் சராசரி வாழ்க்கையையும் இந்தியப் பொருளாதார நிலையையும் கவனித்துச் சம்பளங்களை ஏற்படுத்த வேண்டும்.

15. இந்த வேலைகள் நடைபெறும் பொருட்டு, அவசியமான இடத்தில் சட்டம் செய்வதோடு, இக்கொள்கைகளைப் பொதுமக்களுக்கு விளங்கும்படி பிரசாரம் செய்யவும் வேண்டும்.

ஈ.வெ.ராவின் வேலைத்திட்டத்தை நீதிக்கட்சி ஏற்றுக்கொண்டுவிட்டது என்ற செய்தி ராஜாஜிக்குத் தெரிந்ததும் அவருடைய எதிர்வினை என்னவாக இருந்தது?

ஜஸ்டிஸ் கட்சியார்கள் ஜீரணிக்க முடியாத மருந்தைச் சாப்பிட்டுவிட்டார்கள். அது அபேதவாதத் திட்டம். பொதுவுடைமைத் திட்டம். ராமசாமியை சுவாதீனப்படுத்திக் கொள்வதற்காக விலை கொடுக்க ஏற்றுக்கொள்ளப்பட்டது.

ராஜாஜிதான் இப்படியென்றால் காங்கிரஸ் பத்திரிகைகளின் எதிர்வினை மோசமாக இருந்தது. ஈ.வெ.ராவின் தீர்மானங்கள் கராச்சி தீர்மானங்களில் இருந்து திருடியவை, சாரமற்றவை, ஏட்டுத் தீர்மானங்கள், தண்ணீரின்மேல் எழுதிவைக்கவேண்டியதுதான் பாக்கி என்றெல்லாம் விமரிசித்தன.

எல்லாவற்றுக்கும் பதில் கொடுத்தார் ஈ.வெ.ரா. முக்கியமாக, கராச்சி தீர்மானங்களில் இருந்து திருடியவை என்ற குற்றச்சாட்டு அவரை ஆத்திரப்படுத்திவிட்டது. கராச்சித் தீர்மானங்கள் பட்டியலில் எங்கேயேனும் வகுப்புவாரித் தீர்மானம் இருக்கிறதா? என்று கேள்வி கேட்டார்.

சாதி மதங்களையும் பழக்க வழக்கங்களையும் அவரவர் வர்ணாசிரமத் தொழில்களையும் காப்பாற்றிக் கொடுக்க உத்தரவாதம் கூறுகிறது என்ற பார்ப்பனப் பாதுகாப்புத் தீர்மானம் கராச்சித் தீர்மானங்களில் இடம் பெற்றுள்ளது. ஆனால் அப்படியொரு தீர்மானம் என்னுடைய வேலைத் திட்டத்தில் இருக்கிறதா? என்று கேள்வி எழுப்பினார். பார்ப்பன காங்கிரஸுக்கும் பார்ப்பனர் அல்லாத ஜஸ்டிஸ் கட்சிக்கும் இருக்கும் மிகப்பெரிய வித்தியாசங்களே இவைதான் என்றார் முத்தாய்ப்பாக!

●

சைமன் கமிஷன் வழங்கிய பெரும்பாலான பரிந்துரைகள் 1935ல் சட்டமாக ஏற்கப்பட்டன. மாகாண ஆட்சிக்குக் கூடுதல் அதிகாரங்களை வழங்கி, முழுப் பொறுப்பு வாய்ந்த ஆட்சி ஏற்படுவதற்கு வழிவகை செய்யும் வகையில் 1935ல் அரசியல் அமைப்புச் சட்டம் நிறைவேற்றப்பட்டது. இந்தச் சட்டத்தின்படி நிர்வாக ஆலோசனை சபை என்பது அடியோடு அகற்றப்

பட்டது. அனைத்துத் துறைகளும் மாகாண அமைச்சர்கள் வசமே ஒப்படைக்கப்பட்டது. அதேபோல 21 வயது நிரம்பிய அத்தனை பேருக்கும் வாக்களிக்கும் உரிமை தரப்பட்டது. ஆக, புதிய அரசியல் சட்டத்தின்படி 1937 பிப்ரவரி மாதத்தில் தேர்தல் நடத்தப்படும் என்று அறிவிக்கப்பட்டது.

சென்னை மாகாணத்தின் மொத்த வாக்காளர்களின் எண்ணிக்கை 56 லட்சம். மொத்தத் தொகுதிகளின் எண்ணிக்கை 215. இவை சாதி இந்துக்களுக்கு 116, தாழ்த்தப்பட்டவர்களுக்கு 30, பெண்களுக்கு 8, முஸ்லிம்களுக்கு 28, கிறித்தவர்களுக்கு 8, ஆங்கிலோ இந்தியர்களுக்கு 2, ஐரோப்பியர்களுக்கு 3, தென்னிந்திய வணிகள் - மலை சாதியினர் - நாட்டுக் கோட்டையினர் - தோட்டக்காரர் ஆகிய நால்வருக்கும் தலா 1, பல்கலைக் கழகத்துக்கு 1, நிலச்சுவான்தார்களுக்கு 6, தொழிலாளர்களுக்கு 6, ஐரோப்பிய வியாபாரிகளுக்கு 3 என்று பிரிக்கப்பட்டிருந்தன. மாகாண முதலமைச்சர் பதவி 'பிரிமியர்' என்று மாற்றப்பட்டிருந்தது.

புதிய உத்வேகத்துடன் தேர்தல் களத்துக்கு வந்தது காங்கிரஸ் கட்சி. பணபலம் இருந்தது. செல்வாக்கு இருந்தது. மக்கள் மத்தியில் நம்பிக்கை இருந்தது. சாதிக்கக்கூடிய வேட்பாளர்கள் இருந்தனர். வழிநடத்தும் வல்லமை கொண்ட தலைவர்கள் இருந்தனர். உற்சாகத்துக்குப் பஞ்சமில்லை.

நீதிக்கட்சிக்கு இருந்தே ஒரே நம்பிக்கை ஈ.வெ.ரா. தனது வேலைத் திட்டத்தை நீதிக்கட்சி ஏற்றுக்கொண்டதால் அவர்களையே ஆதரித்துப் பிரசாரம் செய்யப் போவதாக ஈ.வெ.ரா அறிவித்தார். ஈ.வெ.ராவின் இந்த அறிவிப்பு சுயமரியாதை இயக்கத்தைச் சேர்ந்த சிலருக்குப் பிடிக்கவில்லை. எதிர்ப்பு தெரிவித்தனர். அவர்களுக்கு ஈ.வெ.ரா விளக்கம் கொடுத்தார்.

> ஜஸ்டிஸ் கட்சி சமதர்மக் கட்சியென்பதை ஞாபகத்தில் வையுங்கள். அது தோன்றிய பிறகுதான், இன்று பறையனும் பார்ப்பானும் ஒரு ஸ்தானத்தில் சரிசமமாக வீற்றிருக்கிறார்கள். புலியும் பசுவும் ஒரு துறையில் தண்ணீர் குடிப்பதுதான் சமதர்ம ராஜ்ஜியம் என்பது பழங்காலப் பேச்சு. ஆனால் அது இன்று சர்க்கஸ் கொட்டகையில் நடைபெறுகிறது. அதனாலேயே நாம் அதைச்சமதர்ம ராஜ்ஜியம் என்று சொல்லுவதில்லை. ஆனால் இன்று பறையனும் பார்ப்பானும் சாஸ்திரியும் சங்கராச்சாரியும் சக்கிலியும் ஒரே பீடத்தில் அமருகிறார்கள். ஒரு பதவியில் இருக்கிறார்கள். ஜஸ்டிஸ் கட்சி ஏற்படுவதற்கு முன் தாழ்த்தப்பட்ட வகுப்புகளைப் பற்றிய ஒரு வார்த்தை யாவது காங்கிரஸ் கூட்டத்தில் நடவடிக்கையில் ஆதாரத்தில் இருந்ததா என்று யோசித்துப் பாருங்கள். ஆகவே, ஜஸ்டிஸ் கட்சி சமதர்மக் கட்சி என்பதில் உங்களுக்கு இன்னும் சந்தேகம் உண்டா?

சென்னை மாகாணத்தைப் பொறுத்தவரை நீதிக்கட்சியும் காங்கிரஸ் கட்சியுமே பிரதான கட்சிகள். தேர்தலில் வெற்றிபெற்றால் சட்டமன்றம் செல்வோம், ஆட்சி அமைப்போம் என்றது நீதிக்கட்சி. ஆனால் காங்கிரஸ் கட்சியோ ஆட்சி அமைக்க மாட்டோம் என்றது. ஆனாலும் காங்கிரஸ் கட்சிக்குப் பல தொகுதிகளில் நல்ல ஆதரவு கிடைத்தது. இது எந்த அளவுக்குச் சென்றது

தெரியுமா? நீதிக்கட்சியின் முக்கியத் தலைவர்களுள் ஒருவரான பி.டி. ராஜனிடம் தொகுதி மக்கள் தேர்தலில் போட்டியிடவேண்டாம் என்று கேட்கும் அளவுக்கு.

> நான் பெரியகுளம் தொகுதியில் போட்டியிட்டேன். வாக்காளர்கள் என்னைப் போட்டியிட வேண்டாம் என்றனர். காரணம் கேட்டபோது, காங்கிரஸ்காரர்கள் அவர்களிடம் சில வாக்குறுதிகள் கொடுத்ததாகத் தெரிந்தது. அதாவது அவர்கள் பதவிக்கு வந்தால் நிலவரி ரத்து செய்யப் படும் என்றும் ஒரு கட்டணமும் இல்லாது காடுகளின் யார் வேண்டு மானாலும் எவ்வளவு விறகு வேண்டுமானாலும் வெட்டிக் கொள்ளலாம் என்றும் தேவையான உரங்களும் சேகரிக்கலாம் என்றும் நீதிக் கட்சிக்கு வாக்களித்தால் இச்சலுகைகள் எல்லாம் கிடைக்காதென்றும் அவர்கள் கூறியுள்ளனர். இவற்றை நம்பிக்கொண்டு வாக்காளர்கள் என்னை நீதிக்கட்சியின் சார்பில் நிற்கவேண்டாம், சுயேட்சையாகப் போட்டி யிடுங்கள் என்றனர்.

நீதிக்கட்சிக்குப் பிரசாரம் செய்தார் ஈ.வெ.ரா. 'ஒவ்வொரு சாதியினருக்கும் அவரவர் எண்ணிக்கை அடிப்படையில் தகுந்த இடஒதுக்கீடு வழங்க வேண்டும் என்று கூறும் நீதிக்கட்சியை ஆதரிக்கப் போகிறீர்களா அல்லது இட ஒதுக்கீடே தேசத் துரோகம் என்று சொல்லும் காங்கிரஸ் கட்சிக்கு ஆதர வளிக்கப் போகிறீர்களா?' என்று கேட்டார் ஈ.வெ.ரா. பல பகுதிகளுக்கும் சென்று பிரசாரக் கூட்டங்களில் கலந்துகொண்டார்.

காங்கிரஸ் கட்சியின் பிரசாரம் வித்தியாசமாக இருந்தது. அந்தத் தேர்தலில் வர்ண வாக்குப்பெட்டி முறை பயன்படுத்தப்பட்டது. இரண்டு நிறத்தில் பெட்டிகள். மஞ்சள் மற்றும் சிவப்பு நிறப் பெட்டிகள். மஞ்சள் மங்களகர மானது. சிவப்பு அபாயகரமானது என்று பிரசாரம் செய்தனர் காங்கிரஸ் காரர்கள். இறுதியில், நீதிக்கட்சிக்குத் தோல்வியே மிஞ்சியது. அந்தக் கட்சியின் முக்கியஸ்தர்கள் பெரும்பாலானோர் தோல்வியைச் சந்தித்தனர். பொப்பிலி ராஜா, பி.டி. ராஜன், ஏ.பி. பாத்ரோ போன்ற முக்கியத் தலைவர்கள் தோல்வியைத் தழுவினர். மாறாக, ராஜா முத்தையா செட்டியார், ஏ.டி. பன்னீர்செல்வம் போன்ற சிலர் வெற்றிபெற்று நீதிக்கட்சியின் தோல்வி விகிதத்தைக் குறைத்தனர்.

காங்கிரஸ் கட்சிக்குக் கிடைத்த வெற்றி அவர்களை உற்சாகத்தின் உச்சத்துக்குக் கொண்டுசென்றது. குறிப்பாக, சென்னை மாகாண காங்கிரஸார் நீதிக்கட்சியை மண்ணில் புதைத்துவிட்டதாக ஆவேசப்பட்டனர். இனி ஈ.வெ.ராவுக்கு காங்கிரஸைத் தவிர வேறு போக்கிடம் இல்லை என்று கேலி பேசினர். அவற்றுக்கு ஈ.வெ.ராவின் எதிர்வினை இப்படி இருந்தது.

'காங்கிரஸும் பார்ப்பனரும் நல்ல நெருக்கடியில் சிக்கிக் கொண்டிருக் கிறார்கள் என்பதில் யாரும் சந்தேகப்பட வேண்டியதில்லை. அவர்களது கட்டுப்பாடானதும் தொடர்ச்சியானதுமான விஷமப் பிரசாரத்துக்கு எப்போதாவது ஒரு அழிவுகாலம் வரவேண்டுமானால் அது இப்போது

வந்திருக்கிறது என்றுதான் சொல்லவேண்டும். கெட்டிக்காரன் புளுகு எட்டு நாளையில் என்பது போல, பார்ப்பனரது புளுகுகளும் பித்தலாட்டங்களும் புராணப் பிரசாரங்களும் வெட்ட வெளிச்சமாகி, கொஞ்ச நஞ்சம் பாக்கியிருந்த பாமர மக்களும் உணர்ந்து, ஜாக்கிரதையாகிக் கொள்ளத் தகுந்த சந்தர்ப்பம் கிடைத்திருப்பதை அறிவாளிகள் வரவேற்பார்கள் என்றே கருதுகிறோம்'

நீதிக்கட்சியைத் தோற்கடித்து காங்கிரஸ் கட்சி அதிக இடங்களில் வெற்றி பெற்றிருந்தது. மொத்தமுள்ள 215 இடங்களில் 152 இடங்களை காங்கிரஸ் கட்சி கைப்பற்றியிருந்தது. தேர்தல் பிரசாரத்தின்போது, வெற்றி பெற்றால் ஆட்சி அமைக்க மாட்டோம் என்று கூறியிருந்தனர் காங்கிரஸ் தலைவர்கள். அதன்படியே, 'ஆளுநர்கள் சீர்திருத்தச் சட்டத்துக்குக் கட்டுப்பட்டு வேலை செய்யும் அமைச்சர்களின் அன்றாட வேலைகளில் தலையிடுவதில்லை என்று உறுதிகூற வேண்டும்' என்று நிபந்தனை விதித்தனர். இந்தியாவின் மற்ற மாகாணங்களில் காங்கிரஸ் கட்சி வெற்றி பெற்றிருந்தது. ஆனால் அங்கெல்லாம் காங்கிரஸ் கட்சி எந்தவித நிபந்தனையையும் விதிக்கவில்லை.

ஆட்சி அமைக்க காங்கிரஸ் மறுத்துவிட்டதால் நீதிக்கட்சியை ஆட்சி அமைக்க அழைத்தார் ஆளுநர். அதை ஏற்றுக்கொண்ட கே.வி. ரெட்டி நாயுடு முதல் அமைச்சரானார். ஏ.டி. பன்னீர்செல்வம், முத்தையா செட்டியார், பி. கலிபுல்லா சாஹிப், மயிலை சின்னத்தம்பி ராஜா (எம்.சி. ராஜா), ஆர்.எம். பாத் ஆகியோர் அமைச்சரவையில் இடம்பெற்றனர். ஆனால் அந்த இடைக்கால அமைச்சரவையில் நீதிக்கட்சியினர் பங்குபெற வேண்டாம் என்பது ஈ.வெ.ராவின் யோசனை. ஆனால் அதை நீதிக்கட்சியினர் ஏற்கவில்லை.

பிறகு இந்திய அரசுக்கும் காங்கிரஸ் கட்சிக்கும் உடன்பாடு ஏற்பட்டது. அவசியம் ஏற்பட்டால் ஒழிய ஆளுநர்கள் அமைச்சர்களின் செயல்பாடுகளில் தலையிட மாட்டார்கள் என்று லின்லித்கோ பிரபு வாய்மொழியாகச் சொன்னார். அதனை ஏற்று ஆட்சி அமைக்கத் தயாரானது காங்கிரஸ் கட்சி. உடனடியாக கே.வி. ரெட்டி நாயுடு தலைமையிலான இடைக்கால அமைச்சரவை பதவி விலகிக் கொண்டது.

15 ஜூலை 1937 அன்று காங்கிரஸ் கட்சியின் சார்பாக சி. ராஜகோபாலாச்சாரி என்கிற ராஜாஜி சென்னை மாகாண முதல்வராகத் (பிரிமியர் என்ற சொல்லே பயன்படுத்தப்பட்டது) தேர்ந்தெடுக்கப்பட்டார்.

ஆட்சி அதிகாரத்துக்காக காங்கிரஸ் கட்சி சரணாகதி அடைந்துவிட்டது என்று விமரிசனம் செய்த ஈ.வெ.ரா, காங்கிரஸ் அமைச்சர்களை 'சரணாகதி மந்திரிகள்' என்று கேலி செய்தார். காங்கிரஸ்காரர்கள் நீதிக்கட்சியைத் திட்டமிட்டுத் தோற்கடித்துவிட்டார்கள். நீதிக்கட்சி இன்று தோற்கடிக்கப்பட்டிருக்கலாம். ஆனால், அதன் கொள்கைகளும் குறிக்கோள்களும் எந்தக் காலத்திலும் தோற்கடிக்கப்படமாட்டா. இதைவிடக் கடுமையான ஒரு தோல்வியைக் காங்கிரஸ்காரர்கள் எதிர்காலத்தில் அணைத்துக்கொள்ள வேண்டித்தான் வரும். அப்போது, காங்கிரஸைப் பற்றிய எந்தவொரு தடயமும் இல்லாமல் போய்விடும் என்பது உறுதி என்று எழுதினார்.

தோல்வியால் அடைந்த விரக்தி காரணமாக நீதிக்கட்சியின் முக்கியத் தலைவர்கள் பலர் அந்தக் கட்சியில் இருந்து விலகத் தொடங்கினர். சிலர் அரசியலை விட்டு ஒதுங்கினர். சிலர் காங்கிரஸ் கட்சியின் பக்கம் சாய்ந்தனர். ஆனாலும் சில தலைவர்கள் நீதிக்கட்சியிலேயே நீந்துவதற்குத் தயாராக இருந்தனர். நீதிக்கட்சியில் இருந்து பலர் விலகுவது குறித்து ஈ.வெ.ரா மகிழ்ச்சி அடைந்தார்.

அவசரத்தில் யார் யாருக்குப் பதவிகள் வேண்டுமோ அவர்களும், பதவிகள் இல்லாவிட்டால் யார் யாருக்கு மதிப்பும் மரியாதையும் இருக்காதோ அவர்களும் தங்கள் வாழ்வுக்கு வேறு யோக்கியமான வழியில்லாதவர்களும் இப்போது வேகவேகமாகக் காங்கிரஸில் சேர்ந்து வருகிறார்கள். கட்சிக்குக் கெட்டபெயரும் தேர்தலில் தோல்வியும் ஏற்படுவதற்குக் காரணஸ்தர்களாக இருந்தார்களோ, அவர்களை நாம் தள்ளுவதற்கு முடியாமல் இருக்கிற காலத்தில், அவர்களாக நம்மை விட்டுப் போய்க்கொண்டிருக்கிறார்கள் என்றால், ஜஸ்டிஸ் கட்சி சுத்தப் படுத்தப்பட்டு வருகிறது என்பதற்கு வேறு என்ன அத்தாட்சி வேண்டும்? இன்னும் சிலர் நம்மைவிட்டுப் போகவேண்டியவர்கள் நமக்குள்ளே இருக்கிறார்கள். அவர்களும் போய்விடுவார்களானால் ஜஸ்டிஸ் கட்சிக்கு மிகவும் நன்மை செய்தவர்களாவதோடு, கட்சியின் நன்றிக்கும் பாத்திரமானவர்களாவார்கள்

●

புதிய அரசியலமைப்புச் சட்டத்தின்படி நடந்த முதல் தேர்தலில் நீதிக்கட்சிக்கு ஏற்பட்ட தோல்வி அந்தக் கட்சியின் இறுதிப் பயணத்தைத் தொடங்கி வைத்தது. கொஞ்சம் கொஞ்சமாகத் தேயத் தொடங்கியது. ஒருகட்டத்தில் சரிவைத் தடுத்து நிறுத்தும் சவால் நிறைந்த பொறுப்பு ஈ.வெ.ரா கையில் வந்தடைந்தது. அப்போது ஈ.வெ.ரா, தான் தொடங்கிய சுயமரியாதை இயக்கம் என்ற பிரசார இயக்கத்தை வெற்றிகரமாக நடத்திக் கொண்டிருந்தார்.

17 வேண்டும் சுயமரியாதை

காங்கிரஸை ஒழிப்பதே என்னுடைய வேலை என்று சொல்லிப் புறப்பட்ட ஈ.வெ.ரா, தான் உருவாக்கிய குடி அரசு பத்திரிகையைத் தன்னுடைய பிரசார வாகனமாக மாற்றினார்.

சுயமரியாதை அற்றவர்களுக்குச் சுதந்தரம் பலனளிக்காது என்று சொன்ன ஈ.வெ.ரா, 1926 ஆம் ஆண்டு சுயமரியாதைச் சங்கம் என்ற புதிய அமைப்பைத் தொடங்கினார். காங்கிரஸில் இருந்து அவர் வெளியேறியபோது அவருடன் இணைந்து வெளியேறிய பலரும் சுயமரியாதைச் சங்கத்தில் தங்களை இணைத்துக்கொண்டனர். மாகாணம் தழுவிய அளவில் சங்கத்துக்கான கிளைகள் உருவாகத் தொடங்கின.

கட்டுப்பட்டுக் கிடக்கும் அறிவுக்கு விடுதலை கொடுக்க வேண்டும் என்று விரும்பினார் ஈ.வெ.ரா. மூடநம்பிக்கைகளைத் தகர்த்தெறியும் நோக்கத்துடன் பேசினார். கடவுள் என்பது வெறும் கற்பனை என்றார். புராணங்கள் அனைத்தும் பித்தலாட்டத்துக்காக உருவாக்கப்பட்டவை என்றார். மூடப்பழக்க வழக்கங்களைக் கடுமையாக எதிர்த்தார். மக்கள் மத்தியில் புதிய அலைகளைப் பரப்பியது ஈ.வெ.ராவின் பிரசாரம். மக்கள் கூட்டம் திரளத் தொடங்கியது. தீவிரமான பிரசாரம் காரணமாக சுயமரியாதைச் சங்கம், சுயமரியாதை இயக்கமாக (Self Respect Movement) உருவெடுத்தது.

5 டிசம்பர் 1926. சுயமரியாதை இயக்கத்தின் சார்பாகப் பொதுக்கூட்டம் ஒன்றுக்கு ஏற்பாடு செய்யப்பட்டது.

அதில் கலந்துகொண்ட ஈ.வெ.ரா, சுயமரியாதை இயக்கத்தின் கொள்கைகள் பற்றிப் பேசினார்.

மனிதனுக்குத் தன்மான உணர்ச்சி அவசியம். எவரும் எவருக்கும் தாழக்கூடாது. எவரும் எவரையும் தாழ்த்தவும் கூடாது. மனிதனை மனிதனாக மதிக்கும் சமத்துவ எண்ணம் ஏற்படவேண்டும். சாதிகளும் சமயங்களும் அடியோடு அழித்தொழிக்கப்படவேண்டும். அவைதான் சக மனிதர்களுக்குள் வித்தியாசத்தை ஏற்படுத்துகின்றன.

கடவுள், மதம், சாதி, சாத்திரம், புராணம், இதிகாசம், வேதம், மோட்சம், நரகம், பேய், பூதம், பிசாசு, பில்லி, சூனியம், சோதிடம், குறி, மந்திரம், பூசை, யாகம், சடங்கு, பண்டிகை உள்ளிட்ட கற்பனை அம்சங்கள் அனைத்தும் வேரோடு பிடுங்கப்படவேண்டும்.

பகுத்தறிவுடன் எதையும் சிந்தித்து, பகுத்தறிவோடு எதையும் சொல்லி, பகுத்தறிவுடன் எதையும் செயல்படுத்த மக்கள் அனைவரும் தங்களைத் தாங்களே தயார்ப்படுத்திக் கொள்ளவேண்டும்.

கடவுளைப் படைத்தவன் அறிவற்றவன். கடவுளைப் பரப்பியவர் அயோக்கியன். கடவுளை வணங்குபவன் காட்டுமிராண்டி. தீண்டாமை எல்லா வகைகளிலும் எல்லா வழிகளிலும் ஒழிக்கப்படவேண்டும்.

ஆண்களை ஒத்த எல்லா உரிமைகளையும் பொறுப்புகளையும் பெண்களும் பெறவேண்டும். ஆணும் பெண்ணும் மனம் ஒத்த திருமணம் செய்துகொண்டார்கள் என்று அமைய வேண்டுமே அல்லாது, மற்றவர்களால் திருமணம் செய்துவைக்கப்பட்டார்கள் என்ற திணிக்கப்படும் நிலைமை ஏற்படக்கூடாது. நாள், நட்சத்திரம் பார்ப்பது, ராசி பலன் பார்ப்பது, பஞ்சாங்கம் பார்த்துக் காரியம் செய்வது போன்றவை அறிவுக்கு ஒவ்வாத காரியங்கள்.

அளவோடு மக்களைப் பெற்றுக்கொள்ள வேண்டும். அதேசமயம் குடும்ப நலக் கட்டுப்பாட்டையும் பேணிக்காக்கவேண்டும்.

1927ல் காங்கிரஸில் இருந்து வெளியேறிய நொடியில் இருந்து ஈ.வெ.ராவின் சிந்தனை, செயல் அனைத்தும் சுயமரியாதை இயக்கம் பற்றியே இருந்தது. சுயமரியாதை இயக்கத்தை வளர்த்தெடுக்கும் பணியில் ஈடுபடுத்திக் கொண்டார். நமது மூட நம்பிக்கையும் முட்டாள்தனமும் நம்மை விட்டு விலகி, சுயமரியாதை அடைந்தபிறகுதான் நாம் ஆட்சி புரிவதற்குத் தகுதியுடையவர்கள் ஆவோம் என்றார்.

ஆலய நுழைவு விஷயத்தில் சுயமரியாதை இயக்கத்துக்கு ஆர்வம் அதிகம். ஆம். ஆலயத்துக்குள் நுழையக் கூடாது என்று எங்கெல்லாம் தடுக்கிறார்களோ அங்கெல்லாம் சுயமரியாதை இயக்கம் களமிறங்கியது. தாழ்த்தப்பட்டவர்கள் உள்ளிட்ட சில சாதிகளைச் சேர்ந்தவர்களை மாயூரம் மாயூரநாத சுவாமி ஆலத்துக்குள் பிரவேசிக்க அனுமதி மறுக்கப்பட்டது. விஷயம் சுயமரியாதை இயக்கத்தினருக்கு வந்தது.

கி.ஆ.பெ. விசுவநாதம் தொண்டர்கள் சகிதம் களமிறங்கினார். சுயமரியாதை இயக்கத்தின் முக்கியத் தலைவர்களுள் ஒருவர். ஈ.வெ.ராவுக்கு நெருக்கமானவர். தாழ்த்தப்பட்டவர்கள் உள்ளிட்ட பல்வேறு சமூகத்தைச் சேர்ந்தவர்கள் ஆயிரம் பேரைத் திரட்டிக்கொண்டு மாயூரநாதர் ஆலயத்துக்குள் பிரவேசம் செய்யச் சென்றனர். போராட்டக்காரர்கள் நுழைவதற்குள் பிரதான வாயிற்கதவு சாத்தப்பட்டது. இருந்தாலும் பக்கவாட்டுக் கதவின் வழியே சுயமரியாதை இயக்கத் தொண்டர்களும் தாழ்த்தப்பட்டவர்களும் ஆலயத்துக்குள் நுழைந்தனர். உள்ளே சென்றதும் ஆலய நிர்வாகத்துக்கும் சுயமரியாதை இயக்கத்தினருக்கும் இடையே பெரும் கலவரம் ஏற்பட்டது. பிறகு சமாதானத்துக்கு வழி ஏற்பட்டது.

சாதியை அடிப்படையாக வைத்து எங்கெல்லாம் பொதுமக்களுக்குத் தடை விதிக்கப்படுகிறதோ அங்கெல்லாம் சுயமரியாதை இயக்கம் களப்பணி யாற்றும் என்றார் ஈ.வெ.ரா. ஆலய நுழைவுப் போராட்டங்களில் கவனம் செலுத்தியதைப் போலவே, பிராமணர்கள் மட்டுமே வசிக்கும் அக்ரஹாரத் தெருவுக்குள் நுழையும் போராட்டம், கோயில் குளத்தில் இறங்கிக் குளிக்கும் போராட்டம், பொதுக்கிணற்றைப் புழங்கும் போராட்டம் ஆகியவற்றில் தன்னைத் தொடர்ந்து ஈடுபடுத்திக்கொண்டது சுயமரியாதை இயக்கம்.

சுயமரியாதை இயக்கத்தின் கொள்கைகளைப் பரப்பும் வகையில் புரட்சி, பகுத்தறிவு, புதுவை முரசு, நகர தூதன், விடுதலை உள்ளிட்ட பத்திரிகைகள் வெவ்வேறு காலகட்டங்களில் இயங்கத் தொடங்கின. புரட்சிக் கவிஞர் பாரதிதாசன் சுயமரியாதை இயக்கத்தில் தன்னை முழுமையாக ஈடுபடுத்திக் கொண்டார்.

ஈ.வெ.ராவின் சுயமரியாதைப் பிரசாரத்துக்குத் தோள்கொடுக்க ஏராளமான சிந்தனையாளர்களும் செயல்வீரர்களும் வரத் தொடங்கினர். கைவல்ய சாமியார், சாமி. சிதம்பரம், கோவை சி. அய்யாமுத்து, எஸ். ராமநாதன், மூவலூர் ராமாமிர்தம் அம்மையார், பட்டுக்கோட்டை கே.வி. அழகிரிசாமி, கி.ஆ.பெ. விசுவநாதம், குத்தூசி எஸ். குருசாமி, ப. ஜீவானந்தம், மாயவரம் சி. நடராசன், சி.என். அண்ணாதுரை போன்ற பலரும் ஈ.வெ.ராவுடன் இணைந்து சுயமரியாதைப் பிரசாரத்தில் ஈடுபட்டனர். இவர்களில் சிலர் ஈ.வெ.ரா காங்கிரஸ்காரராக இருந்ததுமுதலே நண்பர்கள்.

ஒவ்வொரு மாவட்டத்திலும் சுயமரியாதை மாநாடுகள் நடைபெற்றன. காங்கிரஸில் இருந்து வெளியேறிய ஈ.வெ.ராவுடன் நீதிக்கட்சியினர் நெருக்கம் காட்டிவந்தனர். ஆகவே, சுயமரியாதை மாநாடுகளில் நீதிக்கட்சித் தலைவர்களும் தொண்டர்களும் கலந்துகொள்வது வழக்கம். திருச்சி மாவட்ட சுயமரியாதை மாநாட்டுக்கு பி.டி. ராசன் தலைமை என்றால் தஞ்சை மாவட்ட சுயமரியாதை மாநாட்டுக்கு ஏ.டி. பன்னீர்செல்வம் தலைமை தாங்கினார்.

20 ஜனவரி 1929. இந்திப் புரட்டு என்ற தலைப்பில் குடி அரசு இதழில் கட்டுரை ஒன்று வெளியானது.

‘இந்திப் பிரசாரம் என்ற பெயரில் வடநாட்டைச் சேர்ந்த பிராமணர்கள் சென்னை மாகாணத்தில் பார்ப்பனப் பிரசாரம் செய்யவிருக்கிறார்கள். கதர் பிரசாரம் என்ற பெயரில் ஐந்து லட்சம் ரூபாய் வசூலிக்கப்பட்டது. அது பார்ப்பனர்களின் வயிற்றில் கல்லைப் போல கிடக்கிறது. காங்கிரஸ் பெயரைச் சொல்லி 20, 30 ஆயிரம் ரூபாய் வசூலிக்கப்பட்டது. அதுவும் அப்படியே கிடக்கிறது. இப்போது இன்னும் ஒரு லட்சம் ரூபாய்க்குத் திட்டம்போட்டு பார்ப்பனர்கள் கிளம்பியிருக்கிறார்கள்.

முதலில் இந்தி பாஷை என்றால் என்ன? அதற்கும் தமிழ்நாட்டு மக்களுக்கும் என்ன சம்பந்தம்? அதைப் படித்ததினால் தமிழ்நாட்டு மக்களுக்கு ஏற்படும் பயன் என்ன? இதுவரை தமிழ்நாட்டில் காங்கிரஸ் பணத்தில் இருந்தும் பொதுமக்களிடமிருந்தும் இந்திக்காக செலவு செய்யப்பட்ட பணத்தில் எவ்வளவு பார்ப்பனர் அல்லாதவர்கள் படித்தார்கள்? இந்தி பாஷை என்பது தமிழ் மக்களுக்கு விரோதமான ஆரிய பாஷை. அதிலுள்ள வாசகங்கள் முழுவதும் ஆரியப் புராணங்களும் மூடப்பழக்கவழக்கங்களும் கொண்டதும் பார்ப்பனர்களின் உயர்வுக்கு ஏற்படுத்தப்பட்டதுமாகும்.

இந்தியாவுக்கு ஒரு பொது பாஷை வேண்டுமானாலும் அல்லது வியாபாரத் துக்கு ஒரு பொது பாஷை வேண்டுமானாலும் ஆங்கில பாஷையைத் தேர்ந் தெடுத்து அதை எல்லா மக்களிடையிலும் பரப்ப முயற்சிக்கவேண்டுமேயல் லாமல் வேறு பாஷையைப் பற்றி யோசிப்பது முட்டாள்தனம் அல்லது சூழ்ச்சி. இப்போது தமிழ்நாட்டில் இந்தி பாஷை பரப்ப வந்திருப்பதென்பது தற்காலம் தமிழ்நாட்டில் உள்ள உணர்ச்சியை ஒழிக்கச் செய்யும் சூழ்ச்சியே. ஆதலால் இதற்கு எந்தப் பார்ப்பனர் அல்லாதாராவது பணம் கொடுத்தால் அது பெரிய சமூகத்துரோகம்.’

இந்தி நுழையப்போகிறது என்ற வாடை தெரிந்த நொடியில் இருந்தே அதைத் தடுக்கவேண்டிய காரியத்தை ஆரம்பித்துவிட்டார் ஈ.வெ.ரா. அன்று அவர் எடுத்த முடிவுதான் பின்னாளில் எழுந்த இந்தி எதிர்ப்புப் போராட்டங்களுக்கான விதை.

●

17 பிப்ரவரி 1929. செங்கற்பட்டில் சுயமரியாதை இயக்கத்தின் முதல் மாகாண மாநாடு கூடியது. அந்த மாநாட்டில் சுயமரியாதை இயக்கத் தொண்டர்கள், நீதிக்கட்சியின் முக்கியத் தலைவர்கள், தொண்டர்கள், அமைச்சர்கள். சட்டமன்ற உறுப்பினர்கள் கலந்துகொண்டனர். மாநாடு நடந்த இடத்துக்கு தியாகராய நகர் என்றும் மாநாட்டுப் பந்தலுக்கு பனகல் அரசர் பந்தல் என்றும் மாநாட்டு மேடைக்கு டி.எம். நாயர் அரங்கம் என்றும் பெயர் வைக்கப்பட்டது. திராவிட இயக்க மாநாடுகளில் இயக்கத்தின் தியாகிகள் மற்றும் மூத்த தலைவர்கள் பெயரில் அரங்கங்கள், மேடைகள் அமைக்கப்படுவதற்குத் தொடக்கப்புள்ளி இதுதான்.

நீதிக்கட்சியின் முக்கியத் தலைவர்களுள் ஒருவரான பி.டி. ராஜன் மாநாட்டுக் கொடியை ஏற்றினார். முதலமைச்சர் டாக்டர் சுப்பராயன் மாநாட்டைத்

தொடங்கிவைத்தார். பட்டிவீரன்பட்டி டபிள்யூ. பி.ஏ. சௌந்தரபாண்டிய நாடார்தலைமையில் அந்த மாநாடு நடைபெற்றது. அந்த மாநாட்டில் கலந்து கொண்டவர்களில் ஈ.வெ.ரா. நாகம்மையார், ஆர்.கே. சண்முகம் செட்டியார், எஸ். இராமநாதன், பட்டுக்கோட்டை அழகிரிசாமி, புரட்சிக் கவிஞர் பாரதிதாசன் உள்ளிட்ட பலரும் பேசினர்.

அந்த மாநாட்டில் முக்கியத்துவம் வாய்ந்த பல தீர்மானங்கள் நிறைவேற்றப் பட்டன.

1. இந்தியாவில் பல்வேறு வகுப்பினர் இருக்கின்றன. ஒவ்வொருவருக்கும் வெவ்வேறு கருத்துகள். ஆகவே, இந்தியர் எவரும் அனுமதிக்கப்பட வில்லை என்று கூறி சைமன் கமிஷனைப் புறக்கணிப்பது நியாயமில்லை.
2. இந்தியாவின் எதிர்கால அரசியல் திட்ட அமைப்பில் வகுப்புவாரிப் பிரதிநிதித்துவம் ஏற்கப்படவேண்டும்.
3. பிறப்பின் அடிப்படையில் மக்களுக்குள் உயர்வு, தாழ்வு கற்பிக்கும் மதம், வேதம், சாத்திரம், புராணம் அனைத்தையும் புறக்கணிக்கவேண்டும்.
4. பிராமண, சத்திரிய, சூத்திர, பஞ்சமர் முதலிய பிரிவுகளை ஏற்கக்கூடாது.
5. தெரு, குளம், சத்திரம், கிணறு போன்றவை பொதுவில் இருக்க வேண்டும். பொதுமக்களில் எவர் வேண்டுமானாலும் அதைப் பயன் படுத்த எந்தத் தடையும் இருக்கக்கூடாது.
6. பொதுமக்கள் தங்களோடும் தங்கள் பெயர்களோடும் ஒட்டியிருக்கும் சாதி, மத அடையாளங்களைத் துறக்கவேண்டும்.
7. பெண்ணுக்குத் திருமணமாக பதினாறு வயது கடந்திருக்கவேண்டும்; கணவன் - மனைவிக்கு இடையே ஒற்றுமை இல்லாத சூழலில் விவாகரத்து செய்ய உரிமை வழங்கப்படவேண்டும்; விதவைகள் மறுமணம் செய்துகொள்ள உரிமை தரப்பட வேண்டும்; திருமணச்சடங்கு களுக்கு அதிகம் பணத்தைச் செலவழிக்கக்கூடாது;
8. கல்வி நிலையங்களில் தாய்மொழி மற்றும் அரசின் பொதுமொழி தவிர வேறு எந்த மொழிக்கும் பொதுப்பணம் பயன்படுத்தப்படக்கூடாது.
9. கோயில்களில் வணங்குபவனுக்கும் வணங்கப்படுபவனுக்கும் இடையில் தரகனோ, வடமொழியே இருக்கக்கூடாது; புதிய கோயில் களைக் கட்டக்கூடாது.
10. கல்வி நிலையங்கள் அனைத்திலும் உயர்வகுப்பைச் சேர்ந்தவர்களே ஆசிரியர் பொறுப்புகளை ஆக்கிரமித்திருக்கிறார்கள். இந்த நிலையை மாற்ற முயற்சிகள் எடுக்கப்படவேண்டும்.
11. பெண்களுக்கும் ஆண்களைப் போலவே சம சொத்துரிமை, வாரிசுரிமை தரப்பட வேண்டும்; ஆண்களைப் போலவே எந்தத் தொழிலைச் செய்யவும் பெண்களுக்குத் தடை இருக்கக்கூடாது; பள்ளி ஆசிரியர்கள் வேலைக்குப் பெண்களே அதிக அளவில் சேர்க்கப் படவேண்டும்.

12. சுயமரியாதை இயக்கத்தின் கொள்கைகளையும் லட்சியங்களையும் ஏற்றுக் கொண்டவர்களையே சட்டமன்றத்துக்கும் மற்ற நிறுவனங்களுக்கும் தேர்ந்தெடுத்து அனுப்பவேண்டும்.

சுயமரியாதை இயக்கத்தின் தலைவராக டபிள்யு.பி.ஏ. சௌந்தரபாண்டிய நாடார், துணைத் தலைவர்களாக ஈ.வெ.ரா, ஏ.டி. பன்னீர்செல்வம், செயலாளராக எஸ். இராமநாதன் ஆகியோர் செயல்படவேண்டும் என்றும் அந்த மாநாட்டில் முடிவுசெய்யப்பட்டது. இது அடுத்த சுயமரியாதை மாநாடு கூடும் வரைக்குமான ஏற்பாடு.

அந்த மாநாட்டுக்குப் பிறகு மாற்றங்கள் ஏற்படத் தொடங்கின. விழாக் களுக்குப் புரோகிதர்களை வரவழைப்பது கணிசமான அளவில் குறைக்கப் பட்டது. சுயமரியாதை இயக்கத்தைச் சேர்ந்தவர்கள் கலப்புத் திருமணம் செய்துகொண்டனர். அவற்றில் முக்கியமானது குத்தூசி குருசாமி - குஞ்சிதம் குருசாமி கலப்புத் திருமணம்.

சுயமரியாதை இயக்கத்தின் மதக்கொள்கை

மனித சமூகத்தின் அறிவைப் பாழ்படுத்தவும் தன்மான உணர்ச்சி அறவே இல்லாமல் செய்யவும் மக்களைப் பிரித்துவைத்து, உயர்வு - தாழ்வு கற்பித்து, மனித சமூக ஒற்றுமையைக் கெடுத்து, பொது முன்னேற்றத்தையும் சுதந்தரத்தையும் தடுக்கும்படியான மதம் எதுவானாலும் அதை ஒழிக்கச் சுயமரியாதை இயக்கம் பாடுபடும்.

பெற்றோர்களை, இறந்து போனவர்களை மதிக்கவேண்டாம் என்று நான் சொல்ல வரவில்லை. அதற்காகப் பார்ப்பானுக்கு ஏன் அழவேண்டும்? அவன் காலில் ஏன் விழவேண்டும்? அவன் கால் கழுவி தண்ணீரை ஏன் குடிக்கவேண்டும்? இது மதக் கட்டளை, மதத் தத்துவம் என்றால் இப்படிப்பட்ட மதம் ஒழிய வேண்டாமா?

சுயமரியாதை இயக்கத்தின் கடவுள் கொள்கை

ஒரு கடவுளுக்குத் தினம் எத்தனைத் தடவை பூஜை, படையல்? ஒவ்வொரு பூஜை படையலுக்கும் எத்தனைப்படி அரிசி, பருப்பு சாமான்கள்? இவைகள் எல்லாம் யார் வயிற்றில் அறுத்து வைக்கப்படுகின்றன? மக்களுக்குக் கல்வி இல்லை, தொழில் இல்லை, சாப்பாடு இல்லை என்று ஒருபுறம் சொல்லிக் கொண்டு, மற்றொருபுறம் இம்மாதிரி செல்வம் பாழாக்கபடுவதென்றால், யோக்கியன் எப்படி சகித்திருக்க முடியும்?

காவடி எடுத்துக்கொண்டு கூத்தாடுவதும், மஞ்சள் துணி கட்டிக்கொண்டு வீதியில் கிடந்து புரளுவதும் மொட்டை அடித்துக்கொள்வதும் பட்டை பட்டையாக மண்ணையும் சாம்பலையும் அடித்துக் கொள்வதும் உடம்பில் கம்பிகளையும் கத்திகளையும் குத்திக் கொள்வதும் அழுக்குத் தண்ணீரில் குளிப்பதும் ஆன காரியங்கள் எதற்கு என்று சிந்திக்கிறோமா? சாப்பிடக்கூடிய பால், நெய், தயிர், தேன், பழச்சத்து முதலியவற்றைக் கல்லின் தலையில்

குடம் குடமாகக் கொட்டி சாக்கடைக்குப் போகும்படி செய்து வேடிக்கை பார்ப்பது எதற்கு?

குடி அரசு உள்ளிட்ட பத்திரிகைகளில் இராமாயணம், பெரிய புராணம், மகா பாரதம், தேவாரம், நாலாயிரத் திவ்வியப் பிரபந்தம் போன்றவற்றைப் பற்றிய ஆராய்ச்சிக் கட்டுரைகள் வெளியாகத் தொடங்கின. தீ மிதப்பது, உடம்பில் அலகு குத்துவது போன்ற மூடநம்பிக்கைகளைத் தகர்க்கும் வகையில் பிரசாரத்தில் ஈடுபட்டனர் சுயமரியாதை இயக்கத்தினர். சுயமரியாதை இயக்கம், கடவுளுக்கும் மதத்துக்கும் அவை சார்ந்த நம்பிக்கைகளுக்கும் எதிரான இயக்கமாகத் தமிழகத்தில் வீரியத்துடன் இயங்கியது.

18 சமதர்மமும் சேர்ந்துகொண்டது

சுயமரியாதைப் பிரசாரத்தை உள்ளூரில் மட்டும் செய்வதோடு ஈ.வெ.ரா நிறுத்திக்கொள்ளவில்லை. வெளிநாடுகளுக்குச் சுற்றுப்பயணம் செல்லும்போதும் பிரசாரத்தில் ஈடுபட்டார். 1929 டிசம்பர் மாதத்தில் மலேசியா சுற்றுப்பயணம் செய்தபோது அவர் நடத்திய பிரசாரக் கூட்டங்களுக்கு அங்குள்ள தமிழர்கள் பெருமளவில் திரண்டனர். அப்போது அங்கே வெளியான தமிழ் நேசன் என்ற நாளேடு ஈ.வெ.ராவின் பிரசாரத்துக்குப் பலத்த எதிர்ப்புகளைத் தெரிவித்தது.

> ஈ.வெ. ராமசாமி நாயக்கர் மலேசியாவில் சுற்றுப்பயணம் மேற்கொண்டு நாத்திகப் பிரசாரம் செய்து வருவதால் மலேசியாவில் கடவுளுக்கும் மதத்துக்கும் சாத்திர சம்பிரதாயங்களுக்கும் பெரிய ஆபத்து ஏற்பட்டிருக்கிறது.

எதிர்ப்புகளைப் பற்றி எந்தக் காலத்தில் அஞ்சியிருக்கிறார் ஈ.வெ.ரா? தொடர்ந்து பல இடங்களில் சுயமரியாதைப் பிரசாரத்தைச் செய்துவிட்டுத்தான் நாடு திரும்பினார்.

மலேசியாவில் இருந்து திரும்பியதும் மீண்டும் சுயமரியாதை இயக்கப் பணிகள் சூடுபிடித்தன. அப்போது ஈ.வெ.ராவுக்கு பல பெயரற்றக் கடிதங்கள் வரத் தொடங்கின. அத்தனையும் மிரட்டல் கடிதங்கள். கடவுளை நிந்தித்துப் பேசாதே! மதத்தை விமரிசிக்காதே! சாத்திரத்தைப் பழிக்காதே! மீறினால் உயிருக்கு உத்தர வாதம் இல்லாத சூழல் உருவாகும். இதுதான் அந்தக்

கடிதங்களின் சாரம். மீண்டும் எதிர்ப்பு. ஆகவே, மீண்டும் தனது பிரசாரத்தைத் தீவிரப்படுத்தினார் ஈ.வெ.ரா. இப்போது நாட்டில் அதிக அளவில் சுயமரியாதைத் திருமணங்கள் நடைபெற்றுக் கொண்டிருந்தன. இதுவும் அவர் பல ஆண்டுகளாகப் பேசியும் எழுதியும் வரும் விஷயம். செயல்பாட்டில் இருக்கும் விஷயமும்கூட.

தாலி கட்டுவது ஒழியாவிட்டால் நமது பெண்கள் சமூகம் சுதந்தரம் பெற முடியவே முடியாது. புருஷர்களின் மிருக சுபாவத்துக்கும் இந்தத் தாலி கட்டுவதே அறிகுறியாகும். இப்போது தாலி கட்டிக் கொண்டிருக்கும் பெண்களுக்கு சுயமரியாதை உணர்ச்சி வந்திருந்தால் அறுத்தெறியட்டும். தங்களைத் தாங்களே அடிமை என்று நினைத்துக் கொண்டிருக்கிற சமூகம் என்றும் உருப்படியாகாது என்று பேசிய ஈ.வெ.ரா, பெண்ணடிமை ஒழிய வேண்டும் என்றால் தாலி ஒழிய வேண்டும்; தாலி ஒழிய வேண்டும் என்றால் சுயமரியாதைத் திருமணம் பெருகவேண்டும் என்றார். தனது தலைமையில் பல சுயமரியாதைத் திருமணங்களை நடத்திவைத்தார்.

> *கலியாண காலத்தில் பெண்ணுக்கு மாப்பிள்ளை தாலி என்னும் ஒரு கயிற்றைக் கழுத்தில் கட்டித் தனக்கு அடிமை என்று நினைத்து, கேவலமாக நடத்திவருவது, எருமை மாடுகளை விலைக்கு வாங்கி, அதன் கழுத்தில் ஒரு கயிற்றைக் கட்டி இழுத்துவந்து, நடத்துவது போன்றது. பெண்களுக்குத் தாலி கட்டுவதன் கருத்து கலியாணம் ஆனது, ஆகாதது என்ற அடையாளத்தைக் காட்டுவதற்கும் இன்னான் பெண்டாட்டி என்ற உரிமையை நிலைநாட்டுவதற்கும் பிறத்தியான் அந்தப் பெண்ணைக் காதலிக்காமல் இருப்பதற்கும் என்றே கருதப்பட்டு வருகிறது. அப்படியானால், ஆண்களில் கல்யாணம் ஆனவன், ஆகாதவன் என்பதற்கும் இன்னாளுடைய புருஷன் என்பதற்கும் பிற மாதர் காதலிக்காமல் இருப்பதற்கும் அடையாளம் வேண்டியது அவசியம் அல்லவா? அதற்காகக் கல்யாண காலத்தில் ஆண்கள் கழுத்திலும் ஒரு தாலிக்கயிறு கட்டவேண்டும். அப்படியில்லாமல் பெண்களை மட்டும் ஏமாற்றிக் கழுத்தில் தாலிக் கயிற்றைக் கட்டி அடிமைப்படுத்தி வருவது ஒழிக்கத் தகுந்ததோர் சடங்கு என்பதில் கடுகளவும் சந்தேகம் இல்லை.*
>
> ***(5-5-1930ல் ஈரோட்டில் நடந்த திருமண விழாவில் ஈ.வெ.ரா பேசியது.)***

சுயமரியாதைத் திருமணம் பற்றி மேடையில் விளக்கங்களுடன் கூடிய பிரசாரம் செய்தார்.

அர்த்தமற்றதும் பொருத்தமற்றதுமான சடங்குகள் வேண்டாம் என்பதும் அனாவசியமான அதிகச் செலவும் அதிகக் காலக்கேடும் இருக்கக்கூடாது என்பதுதான் சுயமரியாதைத் திருமணத்தின் முக்கியத் தத்துவம். சுயமரியாதைத் திருமணத்தில் திருமணம் ஆகிவிட்டது என்பதற்காக அங்க ஈனராக இருந்தாலும் வியாதிக்காரராக இருந்தாலும் கொடியவராக இருந்தாலும் ஒருவருக்கு ஒருவர் ஆசையும் காதலும் கொண்டுதான்

ஆகவேண்டுமென்று சொல்வதை ஒப்புக்கொள்வது இல்லை என்று ஈ.வெ.ரா சொன்னது பலத்த அதிர்வுகளை ஏற்படுத்தியது. சுயமரியாதைத் திருமணத்தில் சாதி, வகுப்பு, குலம், கோத்திரம் ஆகியன பார்க்கக்கூடாது. மணமக்களின் குணநலன்களும் திறமைகளுமே பிரதானம் என்றார் ஈ.வெ.ரா.

திருமணத்தைப் பல வகைகளாகப் பிரித்து ஒவ்வொன்றுக்கும் விளக்கம் கொடுத்தார். சுயமரியாதைத் திருமணம், பகுத்தறிவுத் திருமணம், தமிழர் (திராவிடர்) திருமணம், சுதந்தரத் திருமணம், புரட்சித் திருமணம், சிக்கனத் திருமணம் என்று ஈ.வெ.ரா திருமணத்தை வகைப்படுத்தினார்.

சுயமரியாதைத் திருமணம்?

நம்மைவிட உயர்ந்தவன் என்று சொல்லிக்கொள்ளும் பிராமணனை புரோகிதனாக வைத்து நடத்தாத திருமணம்.

பகுத்தறிவுத் திருமணம்?

நமக்குப் புரியாததும் இன்ன அவசியத்துக்கு இன்ன காரியம் செய்கிறோம் என்று அறிந்து கொள்ளாமலும் அறிய முடியாமலும் இருக்கும்படியானதுமான காரியங்களைச் செய்யாமல் நடத்தும் திருமணம்.

தமிழர் (திராவிடர்) திருமணம்?

புருஷனுக்கு மனைவி அடிமை என்றும் புருஷனுக்கு உள்ள உரிமைகள் மனைவிக்கு இல்லை என்றும் உள்ள ஒரு இனத்துக்கு ஒரு நீதியான மனுநீதி இல்லாமல் வாழ்க்கையில் கணவனும் மனைவியும் சரிசம உரிமை உள்ள நட்புமுறை வாழ்க்கை ஒப்பந்தமாகக் கொண்ட திருமணம்.

சுதந்தரத் திருமணம்?

ஜோசியம், சகுணம், சாமி கேட்டல், ஜாதகம் பார்த்தல் ஆகிய மூட நம்பிக்கை இல்லாமலும் மணமக்கள் ஒருவருக்கொருவர் நேரில் பார்க்காமல் அன்னியர் மூலம் ஒருவரைப் பற்றி ஒருவர் தெரிந்தும் அல்லது தெரிந்துகொள்வதைப் பற்றிக் கவலையில்லாமல் மற்றவர்கள் கூட்டிவைக்கும் தன்மை இல்லாமலும் மணமக்கள் தாங்களாகவே ஒருவரை ஒருவர் நன்றாக அறிந்து, திருப்தி அடைந்து, காதலித்து நடத்தும் திருமணம்.

புரட்சித் திருமணம்?

தாலி கட்டாமல் செய்யும் திருமணம்.

சிக்கனத் திருமணம்?

கொட்டகை, விருந்து, நகை, துணி, வாத்தியம், பாட்டுக்கச்சேரி, நாட்டியம், ஊர்வலம் முதலிய காரியங்களுக்கு அதிக பணம் செலவு செய்வதும் ஒருநாள் ஒருவேளைக்கு மேலாக திருமண நிகழ்ச்சியை நீட்டுவதும் ஆன முதலிய ஆடம்பர காரியங்கள் சுருங்கின செலவில், குறுகிய நேரத்தில் நடத்துவது சிக்கனத் திருமணம்.

மேலே இருக்கும் விளக்கங்கள் அனைத்தும் விடுதலையில் சித்திர புத்திரன் என்ற புனைப்பெயரில் ஈ.வெ.ரா எழுதியது.

சுயமரியாதைத் திருமணம் செய்துகொள்ளும் மணமக்கள் கீழ்க்காணும் உறுதிமொழியை எடுத்துக்கொள்ளவேண்டும் என்ற நடைமுறை பின்பற்றப்பட்டது.

சுயமரியாதை மணவாழ்க்கை ஒப்பந்த உறுதிமொழி

மணமகன் உறுதிமொழி

தலைவர் அவர்களே, தோழர்களே, தாய்மார்களே,

அனைவருக்கும் வணக்கம்.

ஊர்... திருவாளர்கள்... ஆகியோரின் செல்வன்... ஆகிய நான் ஊர்... திருவாளர்கள்... ஆகியோரின் செல்வி... ஆகிய தங்களை இன்று முதல் வாழ்க்கைத் துணைவியராக ஏற்றுக்கொள்வதுடன், வாழ்வில் ஏற்படும் இன்ப துன்பங்களில் சம பங்கு ஏற்கும் சம உரிமை படைத்த உற்ற நண்பர்களாக வாழ்வோம் என்று உறுதிகூறி, அந்த ஒப்பந்தத்தின் பேரில் இந்த மலர் மாலையை அணிவிக்கிறேன்.

கையொப்பம்

....

குறிப்பு: தவிர்க்க இயலாத காரணங்களால் சில திருமணங்களில் தாலி வேண்டியிருப்பின், கூடுதலாக 'பொன் அணியை அணிவிக்கிறேன்' என்றும் கூறலாம்.

இதேபோன்ற உறுதிமொழியை மணமகளும் எடுத்துக்கொள்ள வேண்டும்.

வெறுமனே சுயமரியாதைத் திருமணம் செய்துவைத்ததோடு நிறுத்திக்கொள்ள வில்லை. மணமகளுக்கு முக்கிய அறிவுரைகளையும் கொடுத்தார். குறிப்பாக, குழந்தை பெற்றுக் கொள்ளுதல், குடும்பக் கட்டுப்பாடு ஆகியன பற்றியும் பேசினார். பெண்களுக்கு பிள்ளைப் பைத்தியம் இருப்பது மிகவும் புத்தி கெட்டத்தனம். பிள்ளைகள் பெறாமல் இருப்பதற்கு எவ்வளவு சௌகரியம் செய்துகொள்ளக்கூடுமோ அவற்றைச் செய்துகொள்ள வேண்டும் என்றார்.

சுயமரியாதைப் பிரசாரம் ஒருபக்கம் செய்துகொண்டிருந்தபோதும் நாட்டில் நடக்கும் அன்றாட அரசியல் நிகழ்வுகளுக்குத் தனது எண்ணத்தைப் பதிவு செய்யத் தவறவில்லை. முக்கியமாக, காந்தியும் காங்கிரஸூம் சுதந்தரப் போராட்டம் என்ற பெயரில் அறிவிக்கும் திட்டங்களுக்கு அவ்வப்போது எதிர் வினை ஆற்றினார். அதில் ஒன்று உப்பு சத்தியாக்கிரகம். பிரிட்டிஷாருக்கு எதிராக காந்தி தொடங்கிய இறுதி யுத்தம் என்று சொல்வார்கள் காங்கிரஸ்காரர்கள்.

காந்தியின் அழைப்பை ஏற்று நாடு தழுவிய அளவில் இளைஞர்கள் போராட் டத்துக்குக் கிளம்பியபோது அதற்கு எதிர்ப்புக்குரல் எழுப்பியவர்களுள்

முக்கியமானவர், ஈ.வெ.ரா. அந்த இயக்கத்தில் சுயமரியாதை இயக்கத்தினர் ஈடுபடவேண்டாம். எல்லாம் முடிந்தபிறகு அதில் ஈடுபட்டவர்கள் தேசிய வீரர்கள் என்ற அந்தஸ்துடன் அடுத்துவரும் தேர்தலில் ஏஜெண்டுகளாக மாறுவார்கள். அதைத்தவிர இந்தப் போராட்டத்தால் பலன் எதுவும் கிடைக்கப் போவதில்லை. இதுதான் ஈ.வெ.ராவின் எதிர்வினை.

10 மே 1930 அன்று ஈரோட்டில் சுயமரியாதை இயக்கத்தின் இரண்டாவது மாகாண மாநாடு கூடியது. அப்போது இளைஞர்கள் மாநாடு, பெண்கள் மாநாடு, இசை மாநாடு, மதுவிலக்கு மாநாடு ஆகியனவும் சேர்த்து நடத்தப்பட்டன. பிரதான மாநாட்டுக்குத் தலைமை ஏற்றவர் பிரபல சீர்திருத்தத் தலைவர்களுள் ஒருவரான எம்.ஆர். ஜெயகர். முக்கியத்துவம் வாய்ந்த சில தீர்மானங்கள் நிறைவேற்றப்பட்டன.

வர்ணாஸ்ரமத்துக்கு வழிகோலும் வேத புராணங்களின் ஆதிக்கத்தை ஒழிக்க வேண்டும், சாதி, மதத்தை வெளிப்படுத்தும் அடையாளங்களைப் பயன் படுத்தக்கூடாது, பொதுக்குளங்கள், கிணறுகள் போன்ற பொதுவான விஷயங் களை எல்லோரும் பயன்படுத்த அனுமதிவேண்டும், கோயிலுக்குச் சொந்த மான நிலங்களை அரசு கையகப்படுத்தவேண்டும், கோயில் மூலம் கிடைக்கும் நிதியைப் பொதுக்கல்விக்குப் பயன்படுத்த வேண்டும், ஆண்களின் திருமண வயதை 19 ஆகவும் பெண்களின் திருமண வயதை 16 ஆகவும் உயர்த்த வேண்டும், சுயமரியாதை மற்றும் கலப்புத் திருமணத்துக்கு சட்டப்பூர்வ அங்கீகாரம் அளிக்கவேண்டும் என்பன உள்ளிட்ட தீர்மானங்கள் நிறைவேற்றப் பட்டன.

1930 செப்டெம்பர் மாதத்தில் நடைபெற்ற சென்னை மாகாணத் தேர்தலில் வெற்றி பெற்ற நீதிக்கட்சி மீண்டும் ஆட்சியைக் கைப்பற்றியது குறித்து ஏற்கெனவே பதிவுசெய்திருக்கிறோம். அதன்பிறகு வழக்கம்போல சுயமரியாதைப் பிரசாரத்தில் ஈடுபட்டிருந்தார் ஈ.வெ.ரா. சுயமரியாதை இயக்கம் எந்தப் பாதையில் தொடர்ந்து செல்லப்போகிறது என்பதையும் ஈ.வெ.ரா சொல்லத்தவறவில்லை.

> இந்த இயக்கம் இன்றைய தினம் பார்ப்பனரையும் மதத்தையும் சாமியை யும் பண்டிதர்களையும் கண்டித்துக்கொண்டு, மூடப்பழக்கவழக்கங் களையும் எடுத்துக்காட்டிக்கொண்டு, மூடநம்பிக்கைகளைப் பரிகாசம் செய்து கொண்டிருப்பது போலவே என்றைக்கும் இருக்கும் என்றோ, அல்லது இவை ஒழிந்தவுடன் இயக்கத்துக்கு வேலை இல்லாமல் போய் விடும் என்றோ யாரும் கருதிவிடக்கூடாது. மேற்சொன்னவற்றின் ஆதிக்கங்கள் ஒழிவதோடு, ஒருவன் உழைப்பில் ஒருவன் நோகாமல் சாப்பிடுவது என்ற தன்மை இருக்கின்ற வரையிலும் ஒருவன் தினம் ஒருவேளைக் கஞ்சிக்கு மார்க்கமில்லாமல் பட்டினி கிடந்து சாவதும், மற்றொருவன் தினம் ஐந்துவேளை சாப்பிட்டுவிட்டுச் சாய்மான நாற்காலியில் உட்கார்ந்துகொண்டு, வயிற்றைத் தடவிக்கொண்டிருக் கிறதும் ஆகிய தன்மை இருக்கிறவரையிலும் ஒருவன் இடுப்புக்கு

வேட்டி இல்லாமல் திண்டாடுவதும், மற்றொருவன் மூன்றுவேட்டிகள் போட்டுக்கொண்டு, உல்லாசமாகத் திரிவதுமான தன்மை இருக்கின்ற வரையிலும் பணக்காரர்களுக்கெல்லாம் தங்கள் செல்வம் முழுமையும் தங்களுடைய சுகவாழ்வுக்கே ஏற்பட்டது என்று கருதிக்கொண்டிருக்கிற தன்மை இருக்கின்றவரையிலும் சுயமரியாதை இயக்கம் இருந்தேதான் தீரும்.

ஈ.வெ.ராவின் இந்தப் பேச்சுகள் அவருடைய மனத்தில் பொதுவுடைமைச் சிந்தனைகள் அரும்பியிருந்ததை வெளிப்படுத்தின. பசித்த வயிற்றில் உருவாகும் கொள்கைதான் கம்யூனிசம் என்பதில் ஈ.வெ.ரா உறுதியாக இருந்தார். பொதுவுடைமைச் சிந்தனையாளர் ம. சிங்காரவேலர், ப. ஜீவானந்தம் உள்ளிட்டோருடன் ஈ.வெ.ராவுக்கு நெருக்கம் இருந்ததால் சுயமரியாதை இயக்கத்துக்குள் சமதர்ம மற்றும் பொதுவுடைமைச்சிந்தனைகள் நுழையத் தொடங்கின.

ரஷ்யா, ஜெர்மனி, இங்கிலாந்து, பிரான்ஸ், இத்தாலி, ஸ்பெயின், எகிப்து, கிரீஸ் உள்ளிட்ட நாடுகளுக்குச் செல்லவேண்டும் என்பது ஈ.வெ.ராவிடம் திட்டம். 1931 டிசம்பர் மாதம் தனது அயல்நாட்டுச் சுற்றுப்பயணத்தைத் தொடங்கினார் ஈ.வெ.ரா. ஜெர்மனிக்குச் சென்றபோது அங்குள்ள சமதர்மச் சங்கங்களின் நிர்வாகிகளையும் தொண்டர்களையும் சந்தித்துப் பேசினார். ஈ.வெ.ராவின் சுற்றுப்பயணத்தில் முக்கியமானது அவருடைய ரஷ்யப் பயணம்.

அரசு விருந்தினராகச் சென்ற ஈ.வெ.ரா, ரஷ்யாவில் பொதுவுடைமை ஆட்சி நடைபெறும் விதம், ரஷ்யப் புரட்சிக்குப் பிறகு ஏற்பட்ட ஆட்சியால் உருவான அரசியல், பொருளாதார, சமூக மாற்றங்கள் என்பன போன்ற முக்கிய விஷயங்களைக் கிடைத்த கால அவகாசத்தில் இயன்ற அளவுக்குத் தெரிந்துகொண்டார்.

சோவியத் சுற்றுப்பயணத்தை முடித்துக்கொண்டு திரும்பியபிறகு அவருடைய மனத்துக்குள் ஏற்கெனவே உருவாகியிருந்த பொதுவுடைமைச் சிந்தனை களும் சமதர்மக் கருத்துகளும் வேகம் பிடித்தன. இடைப்பட்ட காலத்தில் ம. சிங்காரவேலரின் சமதர்மச் சிந்தனைக் கருத்துகள் கட்டுரைகளாக குடி அரசுப் பத்திரிகையில் வெளிவந்து கொண்டிருந்தன. சுயமரியாதை இயக்கத்தில் பொதுவுடைச்சிந்தனையை இணைப்பது குறித்து பொதுவுடைமைச்சிந்தனை யாளர் ம. சிங்காரவேலருடன் தொடர்ந்து ஆலோசனை செய்துவந்தார் ஈ.வெ.ரா.

தன்னுடைய நோக்கத்தைப் பத்திரிகைகளில் எழுதியும் மேடைகளில் பேசியும் வந்தார் ஈ.வெ.ரா. சமதர்மக் கொள்கை சுயமரியாதை இயக்கத்தின் முக்கியக்கொள்கைகளுள் ஒன்று என்று அறிவித்தார் ஈ.வெ.ரா. சுயமரியாதை இயக்கத் தோழர்கள் மகா, ஸ்ரீ, திரு, திருவாளர், ஸ்ரீஜத் போன்ற பதங்களைப் பெயருக்கு முன்னால் பயன்படுத்தவேண்டாம் என்று எழுதிய ஈ.வெ.ரா, அவற்றுக்குப் பதிலாக 'தோழர்' என்ற பதத்தையே பயன்படுத்தவேண்டும்;

ஒருவருக்கொருவர் தோழர் என்றே அழைத்துக்கொள்ளவேண்டும் என்று கேட்டுக்கொண்டார்.

28 டிசம்பர் 1932 அன்று ஈரோட்டில் உள்ள தனது வீட்டில் சுயமரியாதை இயக்கத் தலைவர்கள் உள்ளிட்ட பலரையும் அழைத்துப் பேசினார். அந்தக் கூட்டத்தில் ம. சிங்காரவேலரும் கலந்துகொண்டார். இன்று வரை சமுதாயச் சீர்திருத்த இயக்கமாக இருக்கும் சுயமரியாதை இயக்கம் இனி அரசியல் கொள்கை கொண்ட இயக்கமாகவும் இயங்கத் தொடங்கும் என்ற அறிவிப்பு தான் அந்த ஆலோசனைக்கூட்டத்தின் சாரம்.

கூட்டத்தில் புதிய செயல்திட்டம் படித்துக் காட்டப்பட்டது. அந்தத் திட்டத்தின் அம்சங்கள் கீழே:

> பிரிட்டிஷ் முதலிய எந்தவித முதலாளித் தன்மை கொண்ட ஆட்சியில் இருந்தும் இந்தியாவைப் பூரண விடுதலை அடையச் செய்வது.
>
> தேசத்தின் பெயரால் கொடுக்கப்படவேண்டிய எல்லாக் கடன்களையும் ரத்து செய்வது.
>
> எல்லாத் தொழிற்சாலைகளையும் ரயில்வேக்களையும் வங்கிகளையும் கப்பல், படகு, நீர்வழிப் போக்குவரத்துச் சாதனங்களையும் பொது மக்களுக்கு உரிமையாக்குவது. எந்தவிதமான பிரதிபலனும் தரப்படாமல் நாட்டில் உள்ள அனைத்து விவசாய நிலங்களையும், காடுகளையும் மற்ற தாவரச் சொத்துகளையும் பொதுமக்களுக்கு உரிமையாக்குவது.
>
> குடியானவர்களும் தொழிலாளர்களும் லேவாதேவிக்காரர்களிடம் பட்டிருக்கும் கடன்களை எல்லாம் செல்லுபடியற்றதாக ஆக்கவேண்டும். அடிமை ஒப்பந்தங்களை ரத்து செய்யவேண்டும்.
>
> சுதேச சமஸ்தானங்கள் என்பவற்றையெல்லாம் மாற்றி, இந்தியா முழுவதையும் தொழிலாளர்கள், குடியானவர்கள், உடல் உழைப்பில் ஈடுபடக்கூடியவர்கள் என்பவர்களுடைய நேரடியான ஆட்சிக்குக் கொண்டுவருவது.
>
> தொழில் செய்பவர்கள் ஏழு மணி நேரத்துக்கு மேல் வேலை செய்யக் கூடாது என்பதுடன் அவர்களுடைய வாழ்க்கை நிலை உயர்த்தப்படுவது, தொழிலாளிகளுக்குக் கூலியை உயர்த்தி, அவர்களது சுகவாழ்க்கைக்கு வேண்டிய சௌகரியங்களையும் இலவச நூல் நிலையங்கள் முதலிய வசதிகளையும் ஏற்படுத்துவது, தொழில் இல்லாமல் இருப்பவர்களை சர்க்கார் போஷிக்கும்படி செய்வது.

ம. சிங்காரவேலரின் பங்களிப்புடன் உருவான இந்தப் புதிய லட்சியங் களுக்கும் திட்டங்களுக்கும் சுயமரியாதை இயக்கத்தில் மாறுபட்ட கருத்துகள் எழுந்தன. சாமி. சிதம்பரனார், எஸ். ராமநாதன் போன்றவர்கள் சுயமரியாதை இயக்கம் ஒரு சமூக இயக்கமாகவே செயல்படவேண்டும் என்றும் பகுத்தறிவுக் கொள்கை அடிப்படையில் சமூகச் சீர்திருத்தம் என்பதுதான்

சுயமரியாதை இயக்கத்தின் ஒரே கொள்கையாக இருக்கவேண்டும் என்று வாதிட்டனர்.

அதற்கு எதிர்வினை ஆற்றிய சிலர், 'எந்தவொரு சமூகச் சீர்திருத்தமும் அரசியல் அதிகாரத்தின் மூலமே சாத்தியப்படமுடியும். ஆகவே, அரசியலில் நுழைவதற்கு இடம் இருக்கவேண்டும். வேண்டுமானால் சுயமரியாதை இயக்கம் வழக்கம்போல சமூக இயக்கமாகவே செயல்படலாம், அரசியல் காரியங்களுக்காக அதற்குள் சமதர்மக் கட்சி என்ற அமைப்பை உருவாக்கிக் கொள்ளலாம்' என்றனர். அப்படி உருவாக்கப்படும் சுயமரியாதை சமதர்மக் கட்சிக்கென பிரத்யேகமாகக் கீழ்கண்ட திட்டத்தை வகுத்துச் செயல்படுவது என்று தீர்மானிக்கப்பட்டது.

- பொதுமக்களின் வசதிகளுக்காக ஏற்பட்ட சாதனங்களைத் தனிப்பட்ட மனிதர்கள் அனுபவிப்பது என்பதற்கும் சாதி, மதம் சம்பந்தமான கொடுமைகளுக்கும் பாதுகாப்பாக இருக்கும் அறிவுக்கு ஒவ்வாத முறைகளை ரத்து செய்யவேண்டும். பாமர மக்களை அவர்களுடைய பொருளாதாரக் கொடுமையில் இருந்து விடுவித்தும், சுதந்தர மனிதர்கள் ஆக்குவதற்கும் பொதுமக்கள் அவசியத்துக்கு என்று ஏற்படுத்தப்படும் தொழில்முறைகள், போக்குவரத்துச் சாதனங்கள் ஆகியவற்றின் நிர்வாகத் தையும் அதன் லாபத்தையும் தனிப்பட்ட மனிதர்கள் அடையாமல் இருப்பதற்கும் செய்ய வேண்டிய காரியங்களை அரசியல் ஸ்தாபனங் களின் மூலமாகச் செய்யவேண்டும்.
- அனைத்து சட்டமன்ற, முனிசிபல், தாலுகா, ஜில்லா சபை ஆகியவற்றின் தேர்தலுக்கு வயது வந்த யாவருக்கும் வாக்குரிமை ஏற்படுத்தும்படிச் செய்யவேண்டும். தனிப்பட்டத் தொழிற்சாலைகள், ரயில், கப்பல் முதலியவற்றில் தொழிலாளிகளுக்கு எப்போதும் தொழில் இருப்பதற்கு ஒரு ஜவாப்தாரித்தனத்தையும் அவர்களுடைய நல்வாழ்க்கைக்கு வேண்டிய ஊதியத்தை நிர்ணயப்படுத்தி, அதற்கு ஓர் உறுதிப்பாட்டையும் செய்வதற்கு ஏற்பாடு செய்யவேண்டும்.
- நிலச் சொந்தக்காரர்களாக இல்லாமல், விவசாயத்தில் ஈடுபட்ட தொழிலாளிகளுக்கு வெள்ளாமையில் ஒரு நியாயமான பங்கு விகிதம் கிடைக்கும்படிச் செய்யவேண்டும்.
- கோயில், பிரார்த்தனை இடங்கள் முதலிய மத ஸ்தாபனங்களின் சொத்துகள், வருவாய் ஆகியவற்றைப் பொதுமக்களின் தொழில், கல்வி, சுகாதாரம், வீட்டுவசதி, அனாதைப் பிள்ளைகள் ஆகியவற்றுக்குப் பயன்படுத்த அனுமதி பெறவேண்டும்.
- இந்திய சமூகத்தில் சாதி, மதப் பிரிவு முதலியவற்றைக் குறிக்கக்கூடிய குறிப்புகள் எதையும் பொது ஆவணங்களில் எடுத்துவிடுவதற்கும் அம்மாதிரிப் பட்டம் உடையவர்களைப் பொது வேலைகளில் இடம்பெறாமல் இருக்கும்படிச் செய்வதற்கும் அனுமதி பெற வேண்டும்.

- முனிசிபாலிட்டி முதலிய ஸ்தாபனங்களின் மூலமாகவே போக்குவரத்துச் சாதன வசதி, வீட்டுவசதி, பால் வசதி, வைத்திய வசதி முதலிய நடைபெறும்படி ஏற்பாடு செய்யவேண்டும்.
- **இவற்றை நிறைவேற்ற சட்டசபை, முனிசிபாலிட்டி முதலிய மக்கள் பிரதிநிதி ஸ்தாபனங்களுக்கு மேற்கண்ட கட்சியினர் பேரால் வேட்பாளர்களை நிறுத்தவேண்டும்.**
- **கட்சி வேட்பாளர்கள் மேற்கண்ட திட்டங்களுக்கு உறுதிகூறி கையெழுத்திடவேண்டும்.**
- **மேல்கண்ட சட்டங்கள், சீர்திருத்தங்கள் முதலிய அனைத்தும் சட்டப்பேரவை பிரவேசத்தின் மூலம், சொல்வதன் மூலம், பத்திரிகைத் துண்டுப்பிரசுரம் மூலம் சட்டத்தை அனுசரித்துச் செய்யவேண்டும். (அழுத்தம் ஆசிரியர்)**

மாகாண மாநாடு ஒன்றைக்கூட்டி ஈரோட்டில் விவாதித்த விஷயங்கள் குறித்துப் பேசி செயல்வடிவத்துக்குக் கொண்டுவரலாம் என்று தீர்மானிக்கப்பட்டது. முழுக்க முழுக்க சமுதாய இயக்கமாக, பிரசார இயக்கமாகச் செயல்பட்ட சுயமரியாதை இயக்கத்தை அரசியல் கட்சியாக மாற்றும் எண்ணம் ஈ.வெ.ராவுக்கு வந்திருந்தது. இன்னும் தெளிவாகச் சொல்லவேண்டும் என்றால் சுயமரியாதை சமதர்மக் கட்சியின் வேட்பாளர்களைத் தேர்தல் களத்தில் இறக்கவேண்டும் என்ற எண்ணம் உருவாகியிருப்பதாகவே தோன்றுகிறது.

புதியதோர் உலகு செய்வோம் - கெட்ட
போரிடும் உலகத்தை வேரோடு சாய்ப்போம்!
பொதுவுடைமைக் கொள்கை திசையெட்டும் சேர்ப்போம்!
புனிதமோ டதைஎங்கள் உயிரென்னு காப்போம்!

குடி அரசு இதழில் புரட்சிக் கவிஞர் பாரதிதாசன் எழுதிய கவிதை வெளியானது. சமுதாய சீர்திருத்தப் பிரசாரத்துடன் பொதுவுடைமையும் சமதர்மமும் சேர்ந்துகொண்டன!

19 நீதிக்கட்சிக்கு ஏன் வாக்கு?

சுயமரியாதை இயக்கத்துக்குள் கம்யூனிசம் நுழைந்தது ஆபத்துக்கு அறிகுறி என்பது காங்கிரஸ் கட்சியின் கண்டனம். முழுக்க முழுக்க ரஷ்யாவின் தூண்டுதலுடன் நடக்கும் காரியம். முளையிலேயே கிள்ளி எறியா விட்டால் நாட்டுக்கு ஆபத்து என்ற விமரிசனங்கள் பலதரப்பில் இருந்தும் எழுந்தன. நீங்கள் உங்கள் வேலையைப் பாருங்கள்; நாங்கள் எங்கள் வேலையைப் பார்க்கிறோம் என்று சொல்லிவிட்டார் ஈ.வெ.ரா. ஈரோட்டுத் திட்டத்தை மக்களுக்குக் கொண்டு செல்லும் வகையில் மாநாடுகளும் பொதுக்கூட்டங்களும் சுயமரியாதை இயக்கத்தின் சார்பில் நடத்தப்பட்டன.

சுயமரியாதை சமதர்மக் கட்சியின் திட்டங்கள் குறித்து பொதுமக்களிடம் விளக்கம் அளிக்கும் பிரசாரக் கூட்டங்கள் நடத்தப்பட்டன. 1933ல் வட ஆர்க்காடு மாவட்டம் திருப்பத்தூரில் நடைபெற்ற கொள்கை விளக்க மாநாட்டில் ஈ.வெ.ரா பேசும்போது, 'பொருளா தாரத் துறையின் மூலமும் அரசியல் துறையின் மூலமும் பணியாற்றாமல் சமூக முற்போக்குத் திட்டங்களை சரிவர நடைமுறைப்படுத்த முடியாது. ஒரு சமூகம் சீர்பெற்று வளர, பொருளாதாரமும் அரசியலும் மிக அவசியமாகத் தேவைப்படுகின்றன. காங்கிரஸும் காந்தியமும் தேசியமும் சுயமரியாதை இயக்கத்தின் படு எதிரிகள். அவை சுயமரியாதை இயக்கத்தால் அழிக்கப்பட வேண்டியவை' என்றார்.

மே முதல் தேதியை தொழிலாளர்கள் தினமாகக் கொண்டாடுவது பல நாடுகளில் பின்பற்றப்படும் வழக்கம். ஈ.வெ.ராவுக்கும் அந்த தினத்தைக் கொண்டாடவேண்டும்; அதுவும் சுயமரியாதை சமதர்மக் கட்சியின் சார்பாகக் கொண்டாடவேண்டும் என்று ஆர்வம். ஆனால் மே முதல் தேதி கடந்து இருபது நாட்களாகி விட்டன. அதனால் என்ன? இந்த ஆண்டு மே 21 ஆம் தேதியை தொழிலாளர்கள் தினமாகக் கொண்டாட அழைப்புவிடுத்தார். அந்த தினத்தில் பொதுக்கூட்டங்கள் கூட்டி தொழிலாளர்களுக்கும் விவசாயிகளுக்கும் சமதர்மம் குறித்து விளக்கம் கொடுங்கள் என்று கட்சியினருக்கு அறிவுரை கூறினார்.

சமதர்ம இயக்கம் உலக மக்கள் எல்லோரையும் பொறுத்த இயக்கம். சாதி, மதம், வருணம், தேசம், என்ற கற்பனை நிலைகளை எல்லாம் தாண்டிய இயக்கம். பிராமணன், சத்திரியன், வைசியன், சூத்திரன், ஹரிஜன் என்ற வர்ணங்களை ஒழித்து, எல்லோரும் எப்போதும் மனிதரே என்று கூவும் இயக்கம் சமதர்ம இயக்கம். ஏழை, பணக்காரன், முதலாளி, தொழிலாளி, எஜமான், கூலி, ஜமீன்தார், குடியானவன் என்று சகல வகுப்புகளையும் வேறுபாடுகளையும் நிர்மூலமாக்கித் தரைமட்டமாக்கும் இயக்கம் சமதர்ம இயக்கம். எல்லோருக்கும் எல்லாமும் சமம், எல்லாம் பொது என்ற நிலையை உண்டாக்கும் இயக்கம். இந்த இயக்கத்தில் சேர்ந்து உழைக்க வாருங்கள், வாருங்கள் என்று கூவி அழைக்கிறோம் என்று 29 ஜூலை 1933 குடி அரசு இதழின் மூலம் அழைப்பு விடுத்தார் ஈ.வெ.ரா.

சுயமரியாதைக் கருத்துகளைப் பரப்பவேண்டும் என்ற நோக்கத்துடன் பகுத்தறிவு நூற்பதிப்புக் கழகம் என்ற பெயரில் நூல் வெளியீட்டு நிறுவனம் ஒன்று இயங்கிக்கொண்டிருந்தது. சுயமரியாதை, பகுத்தறிவு, சமதர்மம் ஆகிய கருத்துகளை வெளிப்படுத்தும் பல நூல்கள் இந்த நிறுவனத்தின் வழியே வெளியாகின.

ஈ.வெ.ராவின் ஒவ்வொரு நடவடிக்கையையும் உன்னிப்பாகக் கவனித்துக் கொண்டிருந்தது பிரிட்டிஷ் அரசு, குறிப்பாக, சோவியத் சென்றுவிட்டுத் திரும்பியதில் இருந்து ஈ.வெ.ரா உள்ளிட்ட சுயமரியாதை இயக்கத்தினர் பேசும் ஒவ்வொரு கூட்டத்துக்கும் ரகசிய காவல்துறையினர் வந்து கண்காணித்து, குறிப்பெடுத்துச் சென்றனர். மூலதனம், பொதுவுடைமை, சமதர்ம வெற்றி என்பன போன்ற தலைப்புகளில் குடி அரசுவில் வெளியான கட்டுரைகள் பிரிட்டிஷாரை வெகுவாகப் பதற்றமடையச் செய்திருந்தன. கம்யூனிசம் பேசத் தொடங்கியிருக்கும் ஈ.வெ.ராவை என்ன செய்து முடக்கிப் போடுவது என்று யோசித்துக் கொண்டிருந்தபோதுதான் வந்து சேர்ந்தது அந்தத் தலையங்கம்.

இன்றைய ஆட்சி ஏன் ஒழிய வேண்டும்? 29 அக்டோபர் 1933ல் குடியரசில் வெளியான தலையங்கத்தின் தலைப்பு இது.

இந்தியாவில் இன்றைய அரசாங்கமானது ஆட்சி முறையில் எவ்வளவு தூரம் பாமர மக்களுக்கு விரோதமாகவும் பணக்காரர்களுக்கு அனுகூலமாகவும்

இருக்கின்றது என்ற விஷயம் ஒருபுறம் இருந்தாலும் நிர்வாக முறையானது ஏழைக்குடிமக்களுக்கு மிகவும் கொடுமை விளைவிக்கக் கூடியதாகவே இருந்து வருகிறது. பாமர மக்கள், ஏழைமக்கள் ஆகியோரின் உழைப்பெல் லாம் வரியாகவே அரசாங்கத்துக்குப் போய் சேர்ந்து வருகின்றன. அந்த வரிகள் பெரிதும் சம்பளமாகவே செலவாகி விடுகின்றன. இதன் பயனாய் ஒரு நல்ல ஆட்சியினால் குடிகளுக்கு என்ன விதமான பயன்கள் ஏற்பட வேண்டுமோ அவற்றில் நூற்றுக்கு ஐந்துபாகம்கூட ஏற்படாமல் இருந்து வருகின்றன.

ரூபாய் ஒன்றுக்கு ஆறு படி ஏழு படி சில இடங்களில் எட்டு படி அரிசி வீதம் கிடைக்கக்கூடிய இந்தக்காலத்தில் பி.ஏ, எம்.ஏ படித்த மக்கள் மாதம் பதினைந்து ரூபாய், இருபது ரூபாய் சம்பளம்கூட வெளியில் கிடைக்காமல் திண்டாடுகிற இந்தக்காலத்தில் அரசாங்க நிர்வாக உத்தியோகங்களில் ஏராளமான ஆள்களை நியமித்துக்கொண்டு அவர்களுக்கு மாதம் 100, 200, 500, 1000, 5000 வீதம் சம்பளங்களை அள்ளிக் கொடுப்பது என்றால் இப்படிப் பட்ட அரசாங்கமும் அரசாங்க நிர்வாக உத்தியோகங்களும் இந்திய பாமர ஏழைக்குடிமக்களைச் சுரண்டும் கூட்டுக்கொள்ளை ஸ்தாபனம் என்று சொல்ல வேண்டியதா அல்லவா என்று கேட்கின்றோம். இன்றைய ஆட்சியானது அழிக்கப்படவேண்டியது என்பதற்கு இந்த ஒரு உதாரணம் போதாதா?'

அரசாங்கம் தலையங்கத்தைப் படித்தது. அடுத்தநொடி களத்தில் இறங்கியது. குடி அரசு பத்திரிகையை அச்சடித்துக்கொடுத்த உண்மை விளக்க நிலையத்தின் பதிப்பாளரான கண்ணம்மாள் அச்சுக்கூடத்தின் உரிமையாளர் என்கிற முறையில் ஆயிரம் ரூபாயும் வெளியீட்டாளர் என்கிற முறையில் ஆயிரம் ரூபாயும் ஜாமீன் கட்டவேண்டும் என்று அரசுத் தரப்பில் நோட்டீஸ் வந்தது.

குடி அரசு பத்திரிகை நிறுத்தப்படும் பட்சத்தில் விரைவில் இன்னொரு பத்திரிகை தொடங்கப்படும் என்று அறிவித்தார் ஈ.வெ.ரா. பிறகு ஈ.வெ.ரா மீதும் கண்ணம்மாள் மீதும் கம்யூனிஸ பிரசாரம் செய்தார்கள், ராஜதுரோகத்தில் ஈடுபட்டார்கள் என்றுகூறி வழக்குதொடுத்து, இ.பி.கோ 124ன்படி கைது செய்யப்பட்டனர். அந்த வழக்கில் ஈ.வெ.ராவுக்கு ஆறுமாத வெறுங்காவல் தண்டனை முந்நூறு ரூபாய் அபராதம். அதைக் கட்டத் தவறினால் மேலும் ஒருமாதம் தண்டனை. கண்ணம்மாளுக்கு மூன்றுமாத வெறுங்காவல் தண்டனை. முந்நூறு ரூபாய் அபராதம். கட்டத்தவறினால் மேலும் ஒருமாதம் சிறைத்தண்டனை.

கோயம்புத்தூர் சிறையில் அடைக்கப்பட்டார் ஈ.வெ.ரா. அப்போது வேறொரு வழக்கு காரணமாகத் தண்டனை பெற்று அதே சிறையில் இருந்தார் ராஜாஜி. நீண்ட இடைவெளிக்குப் பிறகு இருவருக்கும் நெருங்கிப் பழகும் வாய்ப்பை சிறை ஏற்படுத்திக்கொடுத்தது. கிடைத்த வாய்ப்பைப் பயன்படுத்தி ஈ.வெ.ராவைக் காங்கிரஸுக்கு மீட்டெடுக்க விரும்பினார் ராஜாஜி. அப்போது இரண்டு பேரும் கலந்துபேசி புதிய வேலைத் திட்டம் ஒன்றை வடிவமைத் தனர்.

ஈரோட்டுத் திட்டம் என்று ஈ.வெ.ரா உருவாக்கிய வேலைத்திட்டத்தில் சில திருத்தங்களைச் செய்து உருவாக்கப்பட்ட திட்டம் அது. திட்டத்தை காந்தி நிச்சயமாக ஏற்றுக்கொள்வார். உடனடியாக ஈ.வெ.ராவைக் காங்கிரஸில் இணைத்துவிடவேண்டும் என்பதுதான் ராஜாஜி போட்ட கணக்கு. பிரச்னை என்னவென்றால், எண்ணிக்கைக்குத் தகுந்தபடி அரசியல் பிரதிநிதித்துவமும் உத்தியோகமும் கொடுக்கப்பட வேண்டும் என்கிற வகுப்புவாரிப் பிரதிநிதித்துவமும் அந்தத் திட்டத்தின் ஒரு கூறாக இருந்ததுதான்.

ஈ.வெ.ரா கொடுத்த புதிய வேலைத்திட்டம் ராஜாஜி மூலமாகக் காந்திக்குச் சென்றது. வகுப்புவாரிப் பிரதிநிதித்துவம் என்பது காந்திக்கும் வேப்பங்காய். காங்கிரஸுக்கும் வேப்பங்காய். நீங்கள் காங்கிரஸில் சேர்வதில் ஆட்சேபணையில்லை. ஆனால் வகுப்புவாரிப் பிரதிநிதித்துவத்துக்கு வாய்ப்பில்லை என்று ஈ.வெ.ராவிடம் பக்குவமாகப் பதில் சொல்லிவிட்டார் ராஜாஜி.

சிறையில் இருந்து வெளியே வந்த ஈ.வெ.ராவை இரண்டு முக்கியத் தலைவர்கள் சந்தித்துப் பேசினர். ஜெயப்ரகாஷ் நாராயணன் மற்றும் பொப்பிலி அரசர். ஈ.வெ.ராவை மீண்டும் காங்கிரஸுக்குள் அழைத்துக்கொள்ளவேண்டும் என்பது ஜெயப்ரகாஷ் நாராயணனின் விருப்பம். நீதிக்கட்சியில் ஈ.வெ.ராவை இணைத்துவிட வேண்டும் என்ற மிகப்பெரிய திட்டத்தோடு பொப்பிலி அரசர் வந்திருந்தார். மறுப்பு மட்டுமே பதிலாக வந்தது ஈ.வெ.ராவிடம் இருந்து.

நெருங்கிவரும் நீதிக்கட்சியுடன் நேசம் கொள்ளவே ஈ.வெ.ரா விரும்பினார். கைவசம் இருந்த வேலைத்திட்டத்தை நீதிக்கட்சிக்கு அனுப்பினார் ஈ.வெ.ரா. கமிட்டி மூலம் ஆராய்ச்சி செய்து முடிவெடுக்கிறோம் என்றார்கள் நீதிக்கட்சித் தலைவர்கள். அந்த நம்பிக்கையில் மத்திய சட்டசபைக்கான தேர்தலில் நீதிக்கட்சிக்கு ஆதரவாகப் பிரசாரம் செய்தார் ஈ.வெ.ரா.

ஈ.வெ.ராவின் நீதிக்கட்சி நேசம் சுயமரியாதை இயக்கத்தைச் சேர்ந்த முக்கியத்தலைவர்கள் பலருக்கும் அதிருப்தியைக் கொடுத்தது. குறிப்பாக, ம. சிங்காரவேலர், ப. ஜீவானந்தம், சாமி சிதம்பரனார், எஸ். ராமநாதன், கோவை சி. அய்யாமுத்து, முத்துச்சாமி வல்லத்தரசு உள்ளிட்டோர் பலத்த அதிருப்தியை வெளியிட்டனர். இருந்தும் ஈ.வெ.ரா பிரசாரம் செய்தார். இறுதியில், அந்தத் தேர்தலில் நீதிக்கட்சி பலத்த தோல்வி அடைந்தது. ஈ.வெ.ரா சோர்வடையவில்லை.

மாறாக, தேர்தல் தோல்வியால் சோர்வடைந்த நீதிக்கட்சியினரைத் தட்டிக் கொடுத்துத் தேற்றும் வேலையைச் செய்தார்.

சுயமரியாதைக் கொள்கைகளையும் சமதர்மச் சிந்தனைகளையும் இணைத்து இயங்கிக் கொண்டிருந்த ஈ.வெ.ரா, 1937ல் வந்த சென்னை மாகாண சட்டசபைத் தேர்தலிலும் நீதிக்கட்சியையே ஆதரித்தார். பிரசாரம் செய்தார். நீதிக்கட்சிக்கு ஏன் வாக்களிக்கவேண்டும் என்று ஒன்பது காரணங்களை முன்வைத்தார்.

1. அது சமூக முன்னேற்றத்தையும் மக்கள் சமத்துவத்தையும் கொள்கை யாகக் கொண்டு பாடுபடுகிறது.
2. வர்ணாசிரம முறையை மாற்றி, மக்களை சுயமரியாதையுடன் வாழ வேலைசெய்து வருகிறது.
3. ஆரம்பகாலம் முதல் இதுவரை நாணயமாகவும் குறிப்பிட்ட கொள்கையில் ஏமாறாமலும் வேலைசெய்து வந்திருக்கிறது.
4. தீண்டாமையை படிப்படியாக ஒழித்துக்கொண்டு வருகிறது.
5. சகல மக்களுக்கும் அரசியலில் பிரதிநிதித்துவம் வழங்கியிருக்கிறது.
6. ஜனங்களை அது ஒருநாளும் ஏமாற்றவில்லை.
7. பொட்டு கட்டுவதை ஒழித்தது. தேவ தாசி முறையை ஒழித்தது. விபசாரத்தை ஒழித்தது. கல்வியை அதிகரித்தது. கட்டாயக் கல்வியை ஏற்படுத்தியது. ஆஸ்பத்திரிகளை அதிகப்படுத்தியது. தமிழ் வைத்தியத்தைப் பிரபலப்படுத்தியது. சுங்கத்தை எடுத்தது. குடியானவர்களுக்கு இனாம் பூமிச் சட்டம் ஏற்படுத்தியது. 100க்கு பன்னிரண்டரை வரி குறைத்தது. மலையாள குடிவார மசோதா செய்தது. விவசாயிகளுக்குக் கடன் உதவி செய்தது. அதிக தூரத்துக்குச் சாலைகள் போட்டது. பாலங்களை ஏராளமாகக் கட்டியது. புதிய வரிகளைத் தடுத்து வந்திருக்கிறது. சம்பளங்களைக் குறைத்துக்கொண்டது.
8. அது ராஜ பக்தி - சர்க்கார் பக்தி பிரமாணம் செய்து ராஜாவை, சர்க்காரை கவிழ்த்துவிடுகிறேன் என்று பொய் சொல்லவில்லை.
9. ஓட்டு செய்துவிட்டு பின்னால் முட்டாள்தனமாக ஏமாந்துபோனோமே என்று விசனப்பட மாட்டீர்கள்.

அதேபோல காங்கிரஸ் கட்சிக்கு ஏன் வாக்களிக்கக்கூடாது என்பதற்கும் ஒன்பது காரணங்களைப் பட்டியலிட்டார் ஈ.வெ.ரா.

1. அதற்குக் கொள்கை இல்லை.
2. அது ஒரு சமூகம் தவிர மற்ற சமூக முன்னேற்றத்தைத் தடுக்கவே வேலை செய்கிறது.
3. வர்ணாசிரமம் சம்பந்தப்பட்ட பழைய முறைகளைப் புதுப்பிக்கவே வேலை செய்கிறது.
4. அதனிடத்தில் ஒரு காலத்திலாவது நாணயம் இருந்ததில்லை.
5. அதில் சமய சஞ்சீவிகளும் காலிகளும் வர்ணாசிரமிகளுமே ஆதிக்கம் செலுத்துகிறார்கள்.
6. அதன் தலைவர்கள் சொல்லுகின்ற காரியங்கள் எதுவும் அனுபவ சாத்தியமானதல்ல.
7. அதனால் இதுவரை ஒருபலனும் ஏற்பட்டதில்லை.
8. அது ராஜபக்தி - சர்க்கார் பக்தி பிரமாணம் செய்து ராஜாவை, சர்க்காரைக் கவிழ்த்துவிடுகிறேன் என்று பொய் சொல்கிறது.

9. ஓட்டு செய்துவிட்டு, பின்னால் முட்டாள்தனமாக ஏமாந்து போனோமே என்று விசனப்படப் போகிறீர்கள்.

நீதிக்கட்சிக்கு ஆதரவாகப் பிரசாரம் செய்தபோது ஈ.வெ.ரா பல கேள்விகளுக்கும் பதில் சொல்ல வேண்டியிருந்தது. சமதர்மம் பேசும் நீங்கள் பணக்காரர்கள் அங்கம் வகிக்கும் நீதிக்கட்சியை ஆதரிக்கலாமா என்பது முக்கியமான கேள்வி.

'நான் விரட்டியடிக்கும் பணக்காரர்கள் எல்லாம் காங்கிரஸைத் தஞ்சமடைகிறார்கள். அவர்களைக் காங்கிரஸ் ஆதரிக்கிறது. ஆதலால் காங்கிரஸ் ஒழியாமல் பணக்காரர்கள் ஒழிக்கப்படமாட்டார்கள். நான் பணக்காரர்களை ஒழிக்க வேலை செய்தேனேயானால் பணக்காரர்களால் காங்கிரஸ்தான் லாப மடைகிறது. ஆகவே, பணக்காரர்கள் ஒழிக்கப்படுவதற்கு முன் பார்ப்பனீயம் ஒழிக்கப்படவேண்டும் என்று நினைக்கிறேன்' என்று பதிலளித்தார் ஈ.வெ.ரா. **(24 ஜனவரி 1937 - குடி அரசு)**

கூடுதல் உழைப்பைச் செலுத்திப் பிரசாரம் செய்தார் ஈ.வெ.ரா. இருந்தும் நீதிக்கட்சிக்கு மீண்டும் தோல்வியே மிஞ்சியது. காங்கிரஸ் கட்சி ஆட்சியைக் கைப்பற்றியது. அதிகாரம் ராஜாஜியின் கரங்களுக்கு வந்து சேர்ந்திருந்தது!

20 இந்தி

தட்சிண பாரத் இந்திப் பிரசார சபா, தென்னகத்தில் இந்தியைப் பரப்பும் நோக்கத்துடன் 1916ல் காந்தியால் தொடங்கப்பட்டது. ஏறக்குறைய இருபது ஆண்டுகளாக இந்தியைப் பரப்பும் நடவடிக்கையில் தொடர்ந்து தன்னை ஈடுபடுத்திக்கொண்டிருந்தது. 12 ஜுலை 1937. நிகழ்ச்சி ஒன்றில் கலந்துகொள்வதற்காக இந்திப் பிரசார சபாவுக்கு வந்திருந்தார் ராஜாஜி.

'வட இந்தியர்களை நன்கு அறிந்துகொள்ள, தென்னிந்தியர்களுக்கு இந்தி மொழி பற்றிய அறிவு மிகவும் பயன்படும். இந்தியாவின் அரசியல் மற்றும் வாணிபத்தை நடத்திச் செல்ல இந்தி மொழி மிகவும் தேவைப்படும். இந்தி மொழியைப் பள்ளிகளில் கட்டாயப் பாடமொழியாக ஆக்கிடும் எண்ணத்திலேயே நான் இருந்து வருகிறேன். இந்தியில் பாட நூல்கள் விரைவில் எழுதப்பட வேண்டும். புதிய இந்தி எழுத்துகளைத் தமிழக மாணவர்கள் கற்றுக்கொள்ளத் தொடங்கிவிடுவார்களேயானால் பின்னர் இந்தி, சமஸ்கிருதம் ஆகிய இரு மொழிகளையும் அவர்கள் எளிதில் பயில வாய்ப்பு ஏற்பட்டுவிடும்'

பேசிய பேச்சில் ஏதோ தீய்ந்த வாடை அடிப்பது போல இருந்தது. ஆம். இந்தி மொழியை தென்னிந்தியாவில் பரப்பும் முயற்சியில் அதிகாரப்பூர்வமாக ஏதோ செய்யப் போகிறார் என்பது சுயமரியாதை இயக்கத்தினருக்கும் நீதிக்கட்சியினருக்கும் புரிந்துபோனது. ஏனெனில் அடுத்த சில தினங்களில் ராஜாஜி சென்னை மாகாண

பிரிமியராகப் பதவியேற்க இருக்கிறார். உண்மையில் இந்தியைப் பரப்பும் முயற்சியில் ராஜாஜி திடீரென ஈடுபடவில்லை. வெவ்வேறு காலகட்டங்களில் காந்தி, காங்கிரஸ், ராஜாஜி உள்ளிட்டோர் இந்தி மொழி பற்றிப் பலமுறைப் பேசியுள்ளனர்.

முக்கியமாக, 1909ல் பேசிய காந்தி, 'ஒவ்வொரு இந்தியக் குடிமகனும் தனது வட்டார மொழியுடன் இந்தி மொழியையும் கட்டாயமாகக் கற்றுக்கொள்ள வேண்டும்' என்று பேசியிருந்தார். 1917ம் ஆண்டு குஜராத்தில் நடைபெற்ற இரண்டாவது குஜராத் கல்வி மாநாட்டில் பேசியபோது, 'இந்தியை இந்தியாவின் பொது மொழியாகவும் ஆட்சி மொழியாகவும் ஆக்கவேண்டும். இந்தி மொழி ஒன்றுதான் இந்தியாவின் பொதுமொழியாக இருப்பதற்குத் தகுதி படைத்தது' என்று அழுத்தந்திருத்தமாகக் கூறியிருந்தார்.

பிறகு 1918ல் இந்தூரில் இந்தி சாகித்திய சம்மேளனத்தின் எட்டாவது ஆண்டு விழா நிகழ்ச்சியில் கலந்துகொண்ட காந்தி, 'இந்தியைத் தென்னிந்தியாவில் பரவலாகப் பரப்பிட அனைத்து முயற்சிகளையும் முறைப்படி எடுக்க வேண்டும்' என்று பேசினார். உச்சக்கட்டமாக, 1920ல் திருநெல்வேலியில் நடைபெற்ற காங்கிரஸ் மாநாட்டில் ஐம்பதாயிரம் ரூபாய் நிதி வசூலிக்கப் பட்டது. எதற்காக? தென்னாட்டில் இந்தியைப் பரப்புவதற்காக.

1920ல் யங் இந்தியா ஏட்டில், 'திராவிடர்கள் இந்தியாவில் சிறுபான்மை யினராக இருப்பதால் அவர்கள்தாம் பெரும்பான்மையினரின் மொழியாகிய இந்தியைக் கட்டாயம் கற்றுக்கொண்டே தீரவேண்டும்' என்று எழுதினார். அதேபோல 1924ல் சென்னையில் நடைபெற்ற கல்வி மாநாடு ஒன்றில் கலந்து கொண்ட காங்கிரஸ் கட்சியின் மூத்த தலைவர் சத்தியமூர்த்தி அய்யர், 'முதியவர்கள் இந்தி மொழியைப் புதிதாகக் கற்றுக் கொள்வது சிரமம். ஆகவே, அனைத்து தொடக்கப் பள்ளிகளிலும் சிறுவர், சிறுமியர் கற்றுக் கொள்ளும் வகையில் இந்தி கட்டாயப் பாடமாக ஆக்கப்படவேண்டும். அப்படிச் செய்தால், இன்னும் பத்து ஆண்டுகளில் இந்தி, இந்தியாவின் பொது மொழியாக ஆகிவிடும்.' என்றார்.

சத்தியமூர்த்தி அய்யரின் பேச்சுக்கு நீதிக்கட்சியின் ஜஸ்டிஸ் ஏடு கண்டனம் தெரிவித்தது. அப்போது ஆட்சியில் இருந்தது நீதிக்கட்சிதான். ஆகவே, காங்கிரஸ்காரர்களின் பேச்சுகள் எதுவும் செயல்வடிவத்துக்கு வரவில்லை. ஆனாலும் இந்தியை விட்டுக்கொடுக்க காங்கிரஸ்காரர்கள் தயாராக இல்லை. தமிழ்நாடு காங்கிரஸின் 31வது மாகாண மாநாடு காஞ்சிபுரத்தில் நடைபெற்றபோது தமிழக இளைஞர்கள் இந்தி சேவாதளத்தில் சேரவேண்டும் என்றும் அதன் கிளைகளைத் தமிழ்நாடு முழுக்க உருவாக்க வேண்டும் என்றும் தமிழர்கள் அனைவரும் இந்தி மொழியை விரைவாகவும் நன்றாகவும் கற்றுக்கொள்ளவேண்டும் என்றும் தீர்மானங்கள் நிறைவேற்றப்பட்டன.

காங்கிரஸ் கட்சியின் இந்தத் தொடர் முயற்சிகளுக்குக் கண்டனம் தெரிவிக்கும் வகையில் தன்னுடைய குடி அரசு இதழில் ஈ.வெ.ரா பதில் எழுதினார். அதில் இதுவரை இந்திக்காகச் செலவழிக்கப்பட்டிருக்கும் பணத்தில் பெரும்பகுதி

பார்ப்பனர் அல்லாதாருடைய பணம்தான் என்பதில் யாருக்கும் ஐயப்பாடு எழ இடமில்லை. ஆனால் இந்தி மொழியைப் படிப்பவர்களில் 100க்கு 97 பேர் பார்ப்பனர்கள். இதன்மூலம் பார்ப்பன ஆதிக்கம் மொழித்துறையில் மேலும் ஏற்பட வழி ஏற்பட்டுள்ளது. இந்தியை, அரசுத் துறையிலும் கல்வித் துறையிலும் புகுத்திப் பள்ளிக்கூடங்களில் கட்டாயப்பாடம் ஆக்கப் பார்ப்பனர்கள் முயற்சிப்பது யாருடைய நன்மைக்காக? அவர்களின் சொந்த நன்மைக்குத் தானே! பார்ப்பனர்களால், பார்ப்பனர் அல்லாதார்க்கு ஏற்பட்டுள்ள ஏராளமான தீமைகளில் இந்தித் திணிப்பும் ஒன்றாக முடியும் போலிருக்கிறது. இந்தி மொழி திராவிட நாட்டில் புகுத்தப்படுவதை அடியோடு எதிர்க்க முன்வர வேண்டும் என்று மானமுள்ள பார்ப்பனர் அல்லாதார் அனைவரையும் கேட்டுக் கொள்கிறேன் என்றார் ஈ.வெ.ரா.

1927ல் சென்னையில் நடைபெற்ற இந்திய தேசிய காங்கிரஸின் 42வது ஆண்டு மாநாடு நடத்தப்பட்டபோது அகில இந்திய இந்தி மாநாடும் கூட்டப் பட்டது. அதில் பேசிய கவிக்குயில் சரோஜினி, இந்திய நாட்டில் உள்ள அனைத்து மக்களும் அனைத்து சமுதாயத்தினரும் அனைத்து அரசியல் கட்சியினரும் ஒற்றுமையாக இருக்கவே இந்திப் பிரசார இயக்கம் நடத்தப்படுகிறது என்றார்.

1934, 1935, 1937 ஆண்டுகளில் சென்னை மாநகராட்சி மன்றத்தில் இருந்த காங்கிரஸ் ஆதரவு உறுப்பினர்கள், மாநகராட்சிப் பள்ளிகளில் இந்தியைக் கட்டாயப் பாடமாக ஆக்கவேண்டும் என்பதைத் தீர்மானமாக நிறைவேற்றி, மாகாண அரசுக்கு அனுப்பிவைத்தனர். அப்போது ஆட்சியில் இருந்தது நீதிக்கட்சி. ஆகவே, தீர்மானங்கள் தள்ளுபடி செய்யப்பட்டன.

அதன்பிறகு தென்னிந்தியத் தமிழ்ச் சங்கத்தினர் 23 நவம்பர் 1936 தேதியிட்ட அறிக்கையில் தமிழ்நாட்டுக்கு இந்தி வேண்டுமா? என்ற கேள்வியை எழுப்பியிருந்தனர். இதற்கு 26 நவம்பர் 1936 அன்று பதிலளித்தார் ராஜாஜி. 'தமிழ் மக்களும் தமிழ் மொழியும் இந்திய நாட்டின் வருங்கால நடவடிக்கைகளில் முன்னேற்றமும் நியாயமான இடமும் பெறவேண்டும். அதற்குத் தமிழ் மக்கள் கற்கும் கல்வி முறையில் இந்தி மொழியைச் சாதாரணமாகப் பேசவும் எழுதவும் கற்பது, ஒரு இன்றியமையாத பகுதியாக இருக்கவேண்டும். இந்தியைக் கட்டாயப் பாடமாக்குவதில் தமிழுக்கு ஒருவித தீமையும் ஏற்படாது; நன்மையே உண்டாகும்.'

மேலே பதிவாகியிருக்கும் இந்தி ஆதரவுப் பேச்சுக்கள் அனைத்தும் ராஜாஜி பிரிமியர் ஆவதற்கு முன்பு காங்கிரஸ் தலைவர்களால் பேசப்பட்டவை. எழுதப்பட்டவை. பிரிமியர் ஆனபிறகு அவர் பேசிய பேச்சுகள் அனைத்துக்கும் அதிக செல்வாக்கு என்பதால் அவருடைய பேச்சுகளை சுயமரியாதை இயக்கத்தினரும் நீதிக்கட்சியினரும் உன்னிப்பாகக் கவனிக்கத் தொடங்கினர்.

10 ஆகஸ்டு 1937 அன்று ராமகிருஷ்ணா மாணவர் இல்ல விழாவில் கலந்துகொண்டார் பிரிமியர் ராஜாஜி.

‘இந்தியில் பாடநூல்கள் விரைவில் எழுதப்படவேண்டும். புதிய இந்தி எழுத்துகளைத் தமிழக மாணவர்கள் கற்றுக்கொள்ளத் தொடங்கிவிடுவார்களே யானால் பிறகு இந்தி, சமஸ்கிருதத்தை அவர்கள் எளிதில் பயில வாய்ப்பு ஏற்பட்டுவிடும்’

பள்ளிகளில் இந்தியைக் கொண்டுவரப்போகிறேன் என்று நேரடியாகச் சொல்லாமல் கொஞ்சம் சுற்றிவளைத்துச் சூசகமாகச் சொல்லியிருந்தார் ராஜாஜி. சுதாரித்துக்கொண்டனர் சுயமரியாதை இயக்கத்தினர். ஒத்தாசைக்கு தமிழ் ஆர்வலர்களும் சேர்ந்துகொண்டனர். பத்திரிகைகளில் கண்டனக் கட்டுரைகள் எழுதினர். பதிலுக்கு காங்கிரஸ் மற்றும் இந்தி ஆதரவுப் பத்திரிகைகள் இந்தியைக் கொண்டுவருவதற்கு வரவேற்பு கொடுக்கும் விதமாகக் கட்டுரைகள் மற்றும் தலையங்கள் எழுதத் தொடங்கின. சுயமரியாதை இயக்கத்தின் சார்பாகப் பொதுக்கூட்டங்களுக்கு ஏற்பாடு செய்து இந்தித் திணிப்புக்கு எதிராகக் கண்டனங்கள் எழுப்பப்பட்டன.

இந்திமொழிக்கும் தமிழர்களுக்கும் சிறிதுகூடத் தொடர்பில்லை. அது ஒரு ஆரிய மொழி. பார்ப்பனர்களால் கற்பிக்கப்பட்டுள்ள மூடநம்பிக்கைகள், குருட்டுப் பழக்கவழக்கங்கள் ஆகியன நிறைந்த மொழி. அது பார்ப்பன ஆதிக்கத்தை நிலைநாட்டவே பெரிதும் பயன்படும். உலகப் பொதுமொழி யாகவும் தொடர்பு மொழியாகவும் விளங்கிவரும் ஆங்கிலத்தை ஒதுக்கி விட்டு, இந்தி மொழியைப் புகுத்துவது முட்டாள்தனமும் குறும்புத்தனமும் கொண்டதாகும் என்று இந்தித் திணிப்பு முளைவிடத் தொடங்கியபோதே 20 ஜனவரி 1929 குடி அரசு தலையங்கத்தில் கண்டனம் செய்தவர் ஈ.வெ.ரா. இப்போது அமைதி காப்பாரா?

26 டிசம்பர் 1937. சென்னை மாகாணத் தமிழர் மாநாடு ஒன்று திருச்சி தேவர் மண்டபத்தில் கூட்டப்பட்டது. மாநாட்டுக்குத் தலைமை, நாவலர் சோமசுந்தர பாரதியார். அந்த மாநாட்டில் இந்திக்குத் திணிப்புக்குக் கடும் எதிர்ப்பு தெரிவிக்கப்பட்டது. கி.ஆ.பெ. விசுவநாதம், தி.பொ. வேதாச்சலம் ஈ.வெ.ரா, சி.என். அண்ணாதுரை, பட்டுக்கோட்டை கே.வி. அழகிரிசாமி உள்ளிட்ட முக்கியத் தலைவர்கள் பலரும் கலந்துகொண்டனர். மாநாட்டில் ஈ.வெ.ரா முக்கியத்துவம் வாய்ந்த இரண்டு தீர்மானங்களைக் கொண்டுவந்தார். அவை, கட்டாய இந்தியைக் கடுமையாக எதிர்க்க வேண்டும்; **தமிழ்நாடு தனிநாடாகப் பிரியவேண்டும்!**

எதிர்ப்புகள் வலுத்துக்கொண்டிருப்பதைப் பற்றி பிரிமியர் ராஜாஜி துளியும் கவலைப்படவில்லை. இந்தியை நுழைப்பதிலேயே கண்ணும் கருத்துமாக இருந்தார். 1938 - 39ஆம் ஆண்டுக்கான நிதிநிலை அறிக்கையில் சென்னை மாகாணத்தில் மொத்தம் 125 உயர்நிலைப் பள்ளிகள் இந்தி கட்டாயப் பாடமொழியாகப் பயிற்றுவிக்கப்படும் என்று அறிவிப்பை வெளியிட்டார். சட்டமன்றத்தில் எதிர்ப்பு கிளம்பியபோது, ஆரியத்தை எதிர்ப்பவர்களும் காங்கிரஸைப் பிடிக்காதவர்களும்தான் இந்தியை எதிர்க்கிறார்கள் என்று கேலி செய்துவிட்டுப் போய்விட்டார்.

எதிர்ப்புக்குரல்கள் வலுக்கத் தொடங்கின. கட்டாய இந்திக்கு எதிராக ஊர்வலங்கள், கண்டனக் கூட்டங்கள் எல்லாம் தொடர்ச்சியாக நடத்தப் பட்டன. இந்தி கட்டாயப் பாடமாகும் பட்சத்தில் கண்டிப்பாக பிராமணர் அல்லாத பிள்ளைகள் தொண்ணூறு சதவீதத்துக்கு மேல் தோல்வி அடைந்து விடுவார்கள். மாறாக, பிராமணப் பிள்ளைகள் நூறு சதவீதம் தேர்ச்சி அடைந்து விடுவார்கள். ஆக, பிராமணர் அல்லாத பிள்ளைகளை மேல் படிப்பு இல்லாமல் அழுத்தத்தான் இந்தி ஒரு சாதனமே தவிர மனித வாழ்க்கைக்கோ அறிவுக்கோ தமிழர்களுக்கு எந்த விதத்திலும் இந்தி இன்றியமையாததாகாது என்று குடி அரசுவில் தலையங்கம் எழுதினார் ஈ.வெ.ரா.

27 பிப்ரவரி 1938. காஞ்சிபுரத்தில் இந்தி எதிர்ப்பு மாநாடு கூட்டப்பட்டது. ஆம். தமிழர் மாநாடு என்று கடந்த காலத்தில் கூட்டப்பட்ட மாநாட்டுக்குத் தற்போது புதிய பெயர். எதிர்ப்பு வலுக்கத் தொடங்கி இருப்பதற்கான சாட்சிய மாக அமைந்தது காஞ்சிபுரத்தில் நடந்த அந்த மாநாட்டின் பெயர். அ.க. தங்க வேலு முதலியார், எஸ்.வி. லிங்கம் ஆகியோரின் முயற்சியால் கூட்டப்பட்ட அந்த மாநாட்டுக்கு கே.வி. ரெட்டி நாயுடு தலைமை தாங்கினார்.

கான் பகதூர் கலிபுல்லா சாகிப், சோமசுந்தர பாரதியார், புரட்சிக்கவிஞர் பாரதிதாசன், உமா மகேஸ்வரன் பிள்ளை, சிதம்பரம் என். தண்டபாணி பிள்ளை உள்ளிட்டோர் கலந்துகொண்டனர். அதில் கலந்துகொண்டு பேசிய ஈ.வெ.ரா, 'இந்தியை எதிர்த்துப் போராட்டம் நடத்தப்படும்' என்ற முக்கியத்துவம் வாய்ந்த அறிவிப்பை வெளியிட்டார்.

ஒருபக்கம் எதிர்ப்பும் கண்டனமும் உருவாகிக்கொண்டிருக்க, இன்னொரு பக்கம் ராஜாஜி பாடத்திட்டத்தில் இந்தியைக் கொண்டு வருவதில் சில மாற்றங் களைச் செய்து அறிவிப்பு வெளியிடுவதில் தீவிரம் காட்டினார். அனைத்துப் பள்ளிகளிலும் இந்தி கட்டாயப் பாடம் ஆகாது; வெறும் 125 பள்ளிகளில் மாத்திரமே இந்தி கற்றுக்கொடுக்கப்படும்; மூன்று ஃபாரங்களுக்கு மட்டுமே; பரிட்சையில் தேர்வு பெற வேண்டிய அவசியம் இல்லை; இதுதான் ராஜாஜி கொண்டு வந்த மாற்றங்கள். ஆக, இந்தி கட்டாயம் என்று அறிவிக்கப்பட்டது. இது அரசாணையாக 1938 ஏப்ரலில் வந்தது.

தமிழ்மொழி வழங்கும் பகுதிகளில் 60 உயர்நிலைப் பள்ளிகள், தெலுங்கு மொழி வழங்கும் பகுதிகளில் 54, கன்னடம் வழங்கும் பகுதிகளில் 4, மலையாளம் வழங்கும் பகுதிகளில் 7 என்று மொத்தம் 125 இடங்களில் இந்தி மொழி கட்டாய மொழிப்பாடமாக ஆக்கப்பட்டது.

பிடியை இறுக்கத்தொடங்கினார் ராஜாஜி! திமிரத் தயாராகினர் தமிழர்கள்!

21 நடராசன் – தாலமுத்து

28 மே 1938. இந்தித் திணிப்பு உத்தரவுக்கு எதிராக நடத்தப்படவேண்டிய போராட்டங்கள் பற்றி ஆலோசனை செய்யும் நோக்கத்துடன் திருச்சியில் தமிழ்ப்பாசறை அமைப்புக்கூட்டம் ஒன்றுக்கு ஏற்பாடு செய்யப்பட்டது. அந்தக் கூட்டத்துக்குத் தலைமை வகித்தவர் நாவலர் சோமசுந்தர பாரதியார். அந்தக் கூட்டத்தில் இந்தி எதிர்ப்பு வாரியம் உருவாக்கப்பட்டது. தலைவராக சோமசுந்தர பாரதியாரும் செயலாளராக கி.ஆ.பெ. விசுவநாதமும் தேர்ந்தெடுக்கப்பட்டனர். ஈ.வெ.ரா, தா.வே. உமாமகேஸ்வரன் பிள்ளை, கே.எம். பாலசுப்பிரமணியம், டபிள்யூ.பி.ஏ. சௌந்தர பாண்டிய நாடார் ஆகியோர் உறுப்பினர்களாக நியமிக்கப்பட்டனர்.

மாணவர்கள் இந்திப் பாடங்களைப் புறக்கணிக்கும்படி செய்தல், இந்தி மொழியைப் பயிற்றுவிக்கும் பள்ளிகளுக்கு முன்னால் மறியல் போராட்டங்களை நடத்துதல், உண்ணாவிரதம் இருந்தல், காங்கிரஸ் அமைச்சர்களுக்கு எதிராகக் கறுப்புக்கொடி காட்டுதல், முதலமைச்சர் வீட்டுக்கு முன்னால் மறியல் நடத்துதல் என்று பல்வேறு போராட்ட முறைகள் வகுக்கப்பட்டன. இந்தி எதிர்ப்புப் போராட்டத்தில் ஈடுபடத் தயாராக இருப்பவர்கள் சிறைக்குச் செல்லுதல் என்ற நிலையோடும் நினைப்போடும் மட்டும் இருந்துவிடக்கூடாது. தேவைப்பட்டால் ரத்தம் சிந்தவும் செத்து மடியவும் தயாராக இருக்கவேண்டும் என்று கேட்டுக்கொண்டார் ஈ.வெ.ரா.

திராவிட இயக்கப் பத்திரிகைகளுள் ஒன்றான மணவை ரெ. திருமலைச்சாமியின் நகர தூதன் இதழ் தமிழா! கச்சை வரிந்து கட்டு! என்ற தலைப்பில் தலையங்கம் எழுதியது. அதில், தோழர்களே, வாய்க்கரிசி போட்டுக்கொண்டு வீட்டை விட்டு வெளியேறுங்கள். இந்தி ஒழியும் வரை வீடு திரும்போம் என்ற சபதத்தோடு கச்சை கட்டிப் புறப்படுங்கள். புஜத்தைக் குலுக்குங்கள். ஆச்சாரி மந்திரிசபை அலறித் தவிக்கும்படி தொடை தட்டிக் கிளம்புங்கள் என்று போராட்டத்துக்கு அழைப்பு விடுத்தது.

தமிழா என்ன செய்யப்போகிறாய்?

இந்தி வந்துவிட்டது!

பார்ப்பன ஆதிக்கத்தை நிலைநிறுத்த - தமிழனின் தன்மானத்தை அழித்து தமிழனை ஆரியர்க்கு என்றென்றும் நிலையான அடிமையாக்க, இந்தி தமிழ் மக்களுக்குக் கட்டாயப் படிப்பாக ஏற்படுத்தப்பட்டாய்விட்டது.

யாரால்? ஆரியரால்.

எப்படி? தமிழ் மக்களின் ஒன்றுபட்ட கூக்குரலைச் சிறிதும் மதியாமல்!

தமிழா இனி என்ன செய்யப்போகிறாய்?

தலைவணங்கி வரவேற்கப் போகிறாயா?

எதிர்த்துநின்று விரட்டியடிக்கப் போகிறாயா?

இதில்தான் தமிழன் இருப்பதா, இறப்பதா என்கின்ற முடிவு இருக்கிறது.

தலை வணங்குவதானால் காங்கிரஸில் இரு. எதிர்த்து நிற்பதானால் உன் பெயரை எதிர்ப்புக் கமிட்டிக்குக் கொடு!

மேலே இருக்கும் எச்சரிக்கை கலந்த கோரிக்கை அறிவிப்பு என்ற தலைப்பில் 15 மே 1938 அன்று குடி அரசு பத்திரிகையில் வெளியானது.

29 மே 1938 அன்று இன்னொரு அறிவிப்பு குடி அரசுவில் வெளியானது.

தமிழர் போர் மூண்டுவிட்டது. எதற்காக? தமிழுக்காக!

தமிழர் தன்மானத்துக்காக, தமிழர் அறிவு, கலை, வீரம் ஆகியவற்றுக்காக!

எனவே, தமிழா உன் கடமை என்ன?

மாதம் 75 ரூபாய் காசுக்கு எதிரியின் காலை நக்குவதா? அற்ப பதவிக்காக சகலத்தையும் உதிர்த்து, தமிழை, தமிழனை, தமிழ்நாட்டைக் காட்டிக்கொடுத்துவிட்டு, முக்காடிட்டு, மூலையில் குந்தி இருப்பதா? சீச்சீ. இது சிற்றினப் பிழைப்பல்லவா?

மற்றென்ன உன் கடமை?

எதிரியின் கூட்டுறவை ஒழி!

வீரத்துடன் வெளியில் வந்து மார்தட்டு!

கிளர்ச்சிப்போரில் முன்னணியில் நில்லு!

எதிரி வெட்கப்பட, அறிவு பெற, ஓடி ஒழிய,

உன் உயிர்விடத் தயாராகு!

இவை உன்னால் ஆகாவிட்டால் காசுகொடுத்து ஆதரித்து, நீ தமிழன் என்பதையாவது காட்டிக்கொள்!

3 ஜூன் 1938 அன்று முறைப்படி இந்தி எதிர்ப்புப் போராட்டம் தொடங்கியது. போராட்டத்தின் முதல் சர்வாதிகாரி ஈழத்தடிகள். அவரைப்போல பல சர்வாதிகாரிகள் நியமிக்கப்பட்டிருந்தனர். அவர்களில் சி.என். அண்ணா துரையும் ஒருவர். வடசென்னையில் இருக்கும் இந்து தியாலஜிகல் உயர் நிலைப் பள்ளிக்கு எதிரே இந்தி எதிர்ப்புப் போராட்ட வீரர்கள் திரண்டனர். ஆசிரியர்கள், மாணவர்கள் பள்ளிக்குள் நுழையாமல் தடுக்கும் வகையில் குறுக்கே நின்று கொண்டு மறியல் செய்தனர். இந்தித் திணிப்பு ஒழிக! தமிழ் வாழ்க! உடனடியாகக் காவலர்கள் வரவழைக்கப்பட்டு, போராட்டக்காரர்கள் அத்தனை பேரும் கைது செய்யப்பட்டனர்.

பிரிமியர் (முதலமைச்சர்) ராஜாஜி வீட்டுக்கு முன்னால் செ.தெ. நாயகமும் சண்முகானந்த அடிகளும் மறியல் செய்தனர். பல்லடம் பொன்னுச்சாமி என்பவர் உண்ணாவிரதம் இருக்கத் தொடங்கினார். உடனடியாக அனைவரும் கைது செய்யப்பட்டனர். பிறகு வழக்கு விசாரணையின் முடிவில் செ.தெ. நாயகத்துக்கு ஒரு மாத வெறுங்காவல் தண்டனை மற்றும் இருநூறு ரூபாய் அபராதம் விதிக்கப்பட்டது. சண்முகானந்த அடிகளுக்கு நான்கு மாதக் கடுங்காவல் தண்டனை.

மறியல் போராட்டங்களில் ஈடுபடுவர்கள் கைது செய்யப்பட்டாலும் போராட்டம் நிற்கவில்லை. தொண்டர்கள் பல பிரிவுகளாகப் பிரிந்து, ஒவ்வொரு நாளும் ஒவ்வொருவர் மறியலில் ஈடுபட்டனர். ஒரு பிரிவு மறியலில் ஈடுபட்டுக் கைதானதும், அடுத்த பிரிவு களத்தில் இறங்கியது. முதலமைச்சர் ராஜாஜியின் வீட்டுக்கு முன்னால் தினமும் மறியல் போராட்டம் நடைபெற்றது. அந்தப் போராட்டத்தில் ஈடுபட்டவர்களும் கைது செய்யப் பட்டனர். இந்தி எதிர்ப்புக்காகக் கைதாகி மொத்தம் 1271 பேர் சிறை சென்றனர். அப்படிக் கைது செய்யப்பட்டவர்கள் மீது வழக்கு தொடுக்கப் பட்டது.

செ.தெ. நாயகம், ஈழத்தடிகள், சி.என். அண்ணாதுரை, மறை. திருநாவுக்கரசு, டி.ஏ.வி. நாதன், ஈ.வெ. கிருஷ்ணசாமி, விடுதலை ஆசிரியர் பண்டித எஸ். முத்துச்சாமி பிள்ளை உள்ளிட்டோருக்குச் சிறைத்தண்டனைகள் விதிக்கப் பட்டன. தமிழன் தன் தாய் மொழிக்காகப் போராடினால் கைது செய்வதா என்ற கண்டனக் குரல் எழுந்தபோது, 'இல்லையில்லை, முதலமைச்சர் வீட்டுக்கு முன்னால் மறியல் செய்தவர்களைத்தான் கைது செய்கிறோம்' என்றார்கள்

காவல்துறை அதிகாரிகள். உடனடியாக முதலமைச்சர் வீட்டுக்கு முன்னால் மறியல் செய்ய வேண்டாம், அவர்கள் அனைவரும் பொது இடங்களில் மறியல் செய்யுங்கள் என்று கேட்டுக் கொண்டார் ஈ.வெ.ரா.

10 ஜூன் 1938. சென்னை கதீட்ரல் சாலையில் இந்தி எதிர்ப்புக் கூட்டம் ஒன்றுக்கு ஏற்பாடு செய்யப்பட்டது. அதில் சி.என். அண்ணாதுரை கலந்து கொண்டு பேசினார். அவர் பேசி மூன்று மாதங்கள் கழித்து அந்தப் பேச்சுக்காக அவர்மீது வழக்கு தொடுக்கப்பட்டு, நான்கு மாத சிறைத் தண்டனை வழங்கப் பட்டது.

தலைவர்கள் கைது செய்யப்பட்டதும் போராட்டத்தைத் தொடரும் பொறுப்பை மாணவர்கள் ஏற்றுக்கொண்டனர். அவர்கள் இந்தி எதிர்ப்புக் கூட்டங்களுக்கு ஏற்பாடு செய்து, சிறை செல்லாமல் எஞ்சியிருக்கும் தலைவர்களைக் கொண்டு பேசச் செய்தனர். இந்தி எதிர்ப்பு இயக்கத்தின் சார்பாக தமிழர் பெரும்படை ஒன்றை திருச்சியிலிருந்து சென்னை நோக்கி நடைப்பயணமாக வரவழைக்க ஏற்பாடுகள் செய்யப்பட்டன.

கிட்டத்தட்ட நூறு பேர் கொண்ட அய். குமாரசாமிப் பிள்ளை தலைமை வகித் தார். அந்த இந்தி எதிர்ப்புப் படைக்கு யுத்த மந்திரியாக நகரதூதன் இதழின் ஆசிரியர் மணப்பாறை ரெ. திருமலைச் சாமியும் படைத்தலைவராக பட்டுக்கோட்டை கே.வி. அழகிரிசாமியும் தேர்ந்தெடுக்கப்பட்டனர். அந்தப் படையில் பாவலர் பாலசுந்தரம், திருப்பூர் மொய்தீன், மூவலூர் ராமாமிர்தம் அம்மையார் ஆகியோர் கலந்துகொண்டனர்.

1 ஆகஸ்டு 1938 அன்று திருச்சிக்கு அருகே உள்ள உறையூரில் இருந்து இந்தி எதிர்ப்புப் படை புறப்பட்டது. வழிநெடுக பாடல் ஒன்றைப் பாடியபடியே நடந்தது. அந்தப் பாடலை எழுதிக் கொடுத்தவர் புரட்சிக் கவிஞர் பாரதிதாசன். அந்தப் பாடல் இங்கே:

இந்திக்குத் தமிழ்நாட்டில் ஆதிக்கமாம் - நீங்கள்
எல்லோரும் வாருங்கள் நாட்டினரே!

செந்தமிழுக்குத் தீமைவந்த பின்னும் இந்தத்
தேகம் இருந்தொரு லாபமுண்டோ? (இந்தி)

விந்தைத் தமிழ்மொழி எங்கள் மொழி! - அது
வீரத் தமிழ் மக்கள் ஆவி என்போம்!

இந்திக்குச் சலுகை தந்திடுவார் - அந்த
ஈனரைக் காறி உமிழ்ந்திடுவோம்! (இந்தி)

இப்புவி தோன்றிய நாள் முதலாய் - எங்கள்
இன்பத் தமிழ்மொழி உண்டு கண்டீர்!

தப்பிழைத் தாரிங்கு வாழ்ந்த தில்லை - இந்தத்
தான்தோன்றி கட்கென்ன ஆணவமோ? (இந்தி)

எப்பக்கம் வந்து புகுந்துவிடும்? - இந்தி
எத்தனைப் பட்டாளம் கூட்டிவரும்?
அற்பமென்போம் அந்த இந்திதனை - அதன்
ஆதிக்கந் தன்னைப் புதைத்திடுவோம்! (இந்தி)
எங்கள் உடல் பொருள் ஆவியெலாம் - எங்கள்
இன்பத் தமிழ் மொழிக்கே தருவோம்!
மங்கை ஒருத்தி தரும் சுகமும் - எங்கள்
மாத்தமிழ்க் கீடில்லை என்றுரைப்போம்! (இந்தி)
சிங்கமென்றே இளங் காளைகளே - மிகத்
தீவிரங் கொள்ளுவீர் நாட்டினிலே!
பங்கம் விளைத்திடல் தாய்மொழிக்கே - உடற்
பச்சை ரத்தம் பரிமாறிடுவோம்! (இந்தி)
தூங்குதல் போன்றது சாக்காடு! - பின்னர்
தூங்கி விழிப்பது நம் பிறப்பு!
தீங்குள்ள இந்தியை நாம் எதிர்ப்போம் - உயிர்
தித்திப்பை எண்ணிடப் போவதில்லை! (இந்தி)
மாங்குயில் கூவிடும் பூஞ்சோலை - எமை
மாட்ட நினைக்கும் சிறைச்சாலை!
ஏங்கவிடோம் தமிழ்த் தாய்தனையே - உயிர்
இவ்வுடலை விட்டு நீங்கும் வரை! (இந்தி)

மொத்தம் 42 நாள்களுக்கு நீடித்தது அந்தப் பயணம். 11 செப்டெம்பர் 1938 அன்று அந்தப் பெரும்படை சென்னை நகருக்கு வந்தடைந்தது. 234 ஊர்களைக் கடந்து, 87 பொதுக்கூட்டங்களை நடத்தி வந்திருந்தது அந்தப் படை. அப்போது அவர்களை வரவேற்க சென்னைக் கடற்கரையில் எழுபதாயிரத்துக்கும் மேற்பட்டோர் திரண்டிருந்தனர். அவர்களுக்காக திருவல்லிக்கேணி கடற்கரையில் நடத்தப்பட்ட பாராட்டு விழாக் கூட்டத்தில் மறைமலையடிகள், ஈ.வெ.ரா, சோமசுந்தர பாரதியார், பி.டி. ராஜன், டபிள்யூ.பி.ஏ. செளந்தரபாண்டிய நாடார், சி. என். அண்ணாதுரை ஆகியோர் கலந்துகொண்டனர்.

அதில் பேசிய ஈ.வெ.ரா, தமிழ்நாடு தமிழருக்கே என்று கோஷம் எழுப்பினார். தமிழ்நாடு தமிழருக்கே என்பதை உங்களுடைய உடலில் பச்சைகுத்திக் கொள்ளுங்கள் என்று குடி அரசு பத்திரிகையில் எழுதினார் ஈ.வெ.ரா. இந்தித் திணிப்பைக் கண்டிக்க தமிழர்கள் எத்தனை வேகத்துடன் புறப்பட்டுள்ளார்கள் என்பதை உணர்த்தும் வகையில் அமைந்தன கிளர்ச்சிகள்.

13 நவம்பர் 1938 அன்று சென்னையில் பெண்கள் மாநாடு கூடியது. மறைமலையடிகளின் மகள் நீலாம்பிகை அம்மையார் தலைமையில் கூடிய அந்த மாநாட்டில் ஈ.வெ.ராசிறப்புரை ஆற்றினார். அந்த மாநாட்டில் மூவலூர்

ராமாமிர்தம் அம்மையார், டாக்டர் தர்மாம்பாள், அலர்மேலு மங்கைத் தாயாரம்மாள், மஞ்சுளாபாய் சண்முகம், புவனேசுவரி (என்.வி. நடராசனின் துணைவியார்) உள்ளிட்டோர் கலந்துகொண்டனர். அந்த மாநாட்டில்தான் ஈ.வெ.ராவுக்கு பெரியார் என்ற பட்டம் வழங்கப்பட்டது. இனி ஈ.வெ.ரா, பெரியார்!

பெண்கள் மாநாட்டுக்குப் பிறகு அதிக அளவிலான பெண்கள் இந்தித் திணிப்பை எதிர்த்து நடக்கும் போராட்டங்களில் தங்களை அதிக அளவில் ஈடுபடுத்திக்கொண்டனர். மறியல் ஈடுபட்டதற்காக மூவலூர் ராமாமிர்தம் அம்மையார், டாக்டர் தர்மாம்பாள், மலர்முகத்தம்மையார், பட்டம்மாள், சீத்தம்மாள் ஆகிய ஐந்து பெண்களும் கைது செய்யப்பட்டனர்.

போராட்டம் நாளுக்கு நாள் வலுத்துக்கொண்டிருந்தது. என்ன செய்து இவர்களை அடக்கலாம் என்று நினைத்தது. முதற்கட்டமாக நீதிக்கட்சி மற்றும் சுயமரியாதை இயக்கத்தினருக்கு ஆதரவாகச் செயல்பட்டுவரும் பத்திரிகை களுக்குக் கடிவாளம் போடத் தயாரானது. குடி அரசு, விடுதலை, பகுத்தறிவு ஆகிய பத்திரிகைகள் தலா ஆயிரம் ரூபாயை ஜாமீனாகக் கட்டவேண்டும் என்று உத்தரவிட்டது.

இருந்தபோதும் போராட்டம் அடங்குவதாகத் தெரியவில்லை. இனியும் பெரியாரை வெளியே விட்டுவைத்தால் மிகப்பெரிய விளைவுகள் ஏற்படக்கூடும் என்று கருதியது ராஜாஜி அரசு. 8 டிசம்பர் 1938 அன்று பெரியார் கைது செய்யப்பட்டார். இந்தி எதிர்ப்புப் போராட்டத்தைத் தூண்டினார், பெண்களைப் போராட்டத்துக்குத் தூண்டினார் என்ற இரண்டு குற்றச்சாட்டு களை அவர் மீது வைக்கப்பட்டன.

சென்னை ஜார்ஜ் டவுன் நீதிமன்றத்தில் நான்காவது நீதிபதியான மாதவராவ் அந்த வழக்கை விசாரித்தார். அப்போது நடந்த விசாரணையின்போது தொடக்கத்திலேயே ‘நான் எதிர்வழக்காடப் போவதில்லை. எனக்கு யாரும் வக்கீல் இல்லை’ என்று சொல்லிவிட்டார். சாட்சிகள் விசாரிக்கப்பட்டனர். பெரியார் கொடுத்த வாக்குமூலம் முக்கியமானது.

> நான் சம்பந்தப்பட்டிருக்கும் இந்தி எதிர்ப்புக் கிளர்ச்சியானது காங்கிரஸுக்கு விரோதமானது என்றும் காங்கிரஸ் கட்சியினரைக் கவிழ்ப்பதற்காக என்றும் பார்ப்பனதுவேஷம் கொண்டதென்றும் கனம் முதல் மந்திரியாரே (ராஜாஜி) சட்டசபையிலும் பொதுக்கூட்டங்களிலும் தெரிவித்திருக்கிறார். இந்தக் கோர்ட்டு காங்கிரஸ் மந்திரிகள் நிர்வாகத்துக்கு உட்பட்டது. நீதிபதியாகியத் தாங்களும் பார்ப்பன வகுப்பைச் சேர்ந்தவர். இவைதவிர, இந்தி எதிர்ப்புக் கிளர்ச்சியை ஒழிக்கவேண்டும் என்பதில் காங்கிரஸ் மந்திரிகள் அதிதீவிர உணர்ச்சி கொண்டிருக்கிறார்கள். அது விஷயத்தில் நியாயம், அநியாயம் பார்க்க வேண்டியது இல்லை என்றும் கையில் கிடைத்த ஆயுதத்தை எடுத்து உபயோகித்து ஒழித்தாக வேண்டும் என்றும் இந்தி எதிர்ப்புக் கிளர்ச்சியை திடீரென்று வந்து புகுந்த திருடர்கட்கு ஒப்பிட்டு கனம் முதன்மந்திரியார்

கடற்கரைப் பொதுக்கூட்டத்தில் பேசியிருக்கிறார்... நான் சம்பந்தப்பட்ட சுயமரியாதை இயக்கமும் தமிழர் இயக்கமும் இந்தி எதிர்ப்புக் கிளர்ச்சியும் ஜஸ்டிஸ் இயக்கமும் எதுவும் சட்டப்படி, சட்டத்துக்கு உட்பட்டு கிளர்ச்சி செய்ய வேண்டும் என்ற கொள்கை கொண்டதே ஆகும். இதுவரை அக்கொள்கை மாற்றப்படவே இல்லை... ஆகவே, கோர்ட்டார் அவர்கள் தாங்கள் திருப்தியடையும் வண்ணம் அல்லது மந்திரிமார்கள் திருப்தி அடையும் வண்ணம், எவ்வளவு அதிக தண்டனை கொடுக்க முடியுமோ அவைகளையும், பழிவாங்கும் உணர்ச்சி திருப்தியடையும் வரைக்கும் எவ்வளவு தாழ்ந்த வகுப்பு கொடுக்க உண்டோ அதையும் கொடுத்து, இவ்வழக்கு விசாரணை நாடகத்தை முடித்துவிடும்படி வணக்கமாகக் கேட்டுக்கொள்கிறேன்.

பெரியாரின் முழுமையான அறிக்கை 11 டிசம்பர் 1939 தேதியிட்ட குடி அரசுவில் வெளிவந்தது.

அந்த வழக்கில் பெரியாருக்குத் தண்டனை விதிக்கப்பட்டது. இரண்டு குற்றங்களுக்கும் தலா ஒரு ஆண்டு கடுங்காவல் சிறைத் தண்டனை. இரண்டு குற்றங்களுக்கும் தலா ஆயிரம் ரூபாய் அபராதம். அபராதம் செலுத்தவில்லை யென்றால் தலா ஆறு மாதங்கள் சிறைத்தண்டனை அதிகரிக்கப்படும். வழக்கம்போல அபராதம் செலுத்த பெரியார் விரும்பவில்லை. சென்னை சிறையில் அடைக்கப்பட்டார் பெரியார்!

தண்டனை பெரியாருக்கு மட்டுமல்ல; அவருடன் சேர்ந்து போர்க்களத்துக்கு வந்த பெரும்பாலான வீரர்களுக்கும் சிறைத்தண்டனைகள் தரப்பட்டன. பட்டியல் வெகுநீளமானது. குறிப்பாக, செ.தெ. நாயகத்துக்கு நான்கு மாதங்கள், ஈழத்தடிகளுக்கு 9 மாதங்கள், சி.என். அண்ணாதுரைக்கு 9 மாதங்கள், மறை. திருநாவுக்கரசுக்கு 6 மாதங்கள், டி.ஏ.வி. நாதனுக்கு 4 மாதங்கள், கே.எம். பாலசுப்ரமணியத்துக்கு 6 மாதங்கள், அருணகிரிநாதருக்கு 2 ஆண்டுகள், பாவலர் பாலசுந்தரத்துக்கு மூன்று ஆண்டுகள், ஈ.வெ.கிருஷ்ண சாமிக்கு 6 மாதங்கள், பண்டித எஸ். முத்துசாமி பிள்ளைக்கு 6 மாதங்கள் என்று பலருக்கும் பல்வேறு வகைகளில் தண்டனைகள் தரப்பட்டிருந்தன.

29 டிசம்பர் 1938. நீதிக்கட்சியின் பதினான்காவது மாநாடு சென்னையில் கூடியது. உண்மையில் இந்த மாநாட்டுக்குத் தலைமையேற்க இருந்தவர் பெரியார். இந்தி எதிர்ப்புப் போராட்டத்தில் அவர் கைது செய்யப்பட்டதால் அவருக்குப் பதிலாக சர்.ஏ.டி. பன்னீர்செல்வம் தலைமை வகித்தார். முன்னதாக, மாநாட்டுக்குத் தலைவராக பெரியாரைத் தேர்ந்தெடுத்துள்ளதால் அவரை விடுதலை செய்யவேண்டும் என்று முதலமைச்சர் ராஜாஜியிடம் கோரிக்கை விடுத்தனர். முடியாது என்று சொல்லிவிட்டார் ராஜாஜி. அந்தக் கோபத்தில் பெரியார் சிறையில் அடைக்கப்பட்டிருப்பது போல வடிவமைக்கப்பட்ட உருவபொம்மை ஒன்றை மேடையில் போடப்பட்டிருந்த நாற்காலியில் இருத்தினர். மாநாட்டில் பெரியார் படிக்க இருந்த உரையை ஏ.டி. பன்னீர்செல்வமே படித்தார்.

உலக ஒற்றுமையை நான் வெறுப்பவன் அல்ல; உலக மக்கள் சமதர்ம வாழ்வை மேற்கொள்வதை நான் வேண்டாமென்று கூறவில்லை. மக்கள் யாவரும் விகிதாசாரம் உழைத்து, அந்த உழைப்பின் பலனை விகிதாசாரம் பகிர்ந்து, தத்தம் தகுதிக்கும் தேவைக்கும் அவசியமான அளவுக்கு அனுபவிப்பதை நான் ஆட்சேபிக்கவில்லை. ஆனால், தேசியம் என்றும் தேச சேவை என்றும் தேச பக்தி என்றும் தேச விடுதலை என்றும் தேச ஒற்றுமை என்றும் ஆத்மார்த்தம் என்றும் பிராப்தம் என்றும் பலப்பலச் சொற்களைக் காட்டி, மெய்வருந்திப் பாடுபட்டுப் பொருள் ஈட்டும் பொதுமக்களை, கட்டின ஆடை கசங்காமல், மெய்யில் வெய்யில் படாமல் வாழ்க்கை நடத்தும் ஒரு சிறு கூட்டத்தார் வஞ்சித்து, ஏமாற்றி, வயிறு வளர்ப்பதை - ஏன்? உழைப்பாளிகளை விட அதிக சுகமான வாழ்வு வாழ்வதை அடியோடு ஒழிக்கவேண்டும் என்பதற்காகவே நான் இதைச் சொல்கிறேன்... இந்தித் திணிப்பு அடியோடு ஒழியவேண்டும். இந்த நாட்டில் வாழும் எல்லோரும் திராவிடர்கள், திராவிட இனத்தைச் சேர்ந்தவர்கள் என்ற உணர்வு எல்லோருக்கும் ஏற்படவேண்டும்.

பிறகு தனக்கு அளிக்கப்பட்ட மலர் மாலையை பெரியாரின் படத்துக்குக் கீழே வைத்தார் ஏ.டி. பன்னீர்செல்வம். மறுநொடி, மாநாட்டில் குழுமியிருந்தவர்கள் 'பெரியாரே எங்கள் மாபெரும் தலைவர்' என்று கோஷமெழுப்பினர். உண்மையில் அப்போது நீதிக்கட்சி தகுதிவாய்ந்த தலைமை இல்லாமல் தடுமாறிக் கொண்டிருந்தது. தலைவர்கள் பலர் இருந்தனர். ஆனால் தலைமைப் பதவியை ஏற்றுக்கொள்ள யாரும் தயாராக இல்லை. ஆளுங்கட்சியான காங்கிரஸை எதிர்த்து அரசியல் நடத்தவேண்டும் என்றால் பெரியார் போன்ற ஒருவர் நீதிக்கட்சிக்குத் தலைமையேற்க வேண்டும் என்ற கருத்து நீதிக்கட்சிக்குள் எழுந்தது. அதுதான் கோஷமாக வெளிப்பட்டது. பிறகு மாநாட்டில் கூடியிருந்தவர்கள் உறுதிமொழி ஒன்றை எடுத்துக் கொண்டனர்.

எங்கள் மாபெரும் தலைவரே! உங்கள் உடல் சிறைப்படுத்தப்பட்டிருந் தாலும் உங்கள் வீரத்திருவுருவத்தின்முன் நாங்கள் அனைவரும் எழுந்து நின்று ஒன்றுபட்டிருக்கிறோம். உங்கள் தலைமையில் நாங்கள் அனை வரும் சொல்வழி நின்று, கட்சி வளர, மக்கள் வாழ, நோக்கம் நிறைவேற, ஓயாது உழைத்து வெற்றி பெறுவோம் என உறுதி கூறுகிறோம்.

தமிழிலும் தெலுங்கிலும் எடுத்துக்கொண்ட உறுதிமொழியின் மூலம் பெரியார் நீதிக்கட்சியின் தலைவராக நீதிக்கட்சியினரால் ஏற்றுக்கொள்ளப்பட்டார். சுயமரியாதைக் கட்சியின் தலைவராக சிறைக்குச் சென்ற பெரியார், இப்போது நீதிக்கட்சிக்கும் சேர்த்து தலைவராகியிருந்தார்.

•

பெரியார் சிறையில் அடைக்கப்பட்டுவிட்டார். இந்தி எதிர்ப்புப் போராட்டம் வடிந்துவிடும். இதுதான் ராஜாஜியின் கணிப்பு. அதைப் பொய்யாக்கும் முயற்சியில் சுயமரியாதை இயக்கத் தொண்டர்களும் நீதிக்கட்சியினரும்

தீவிரமாக ஈடுபட்டிருந்தனர். போராட்டம் கொஞ்சமும் சூடு குறையாமல் நடந்துகொண்டிருந்தது. அவர்களைக் கைது செய்து முடக்கிப்போடும் காரியத்தைக் கண்ணும் கருத்துமாகச் செய்தது ராஜாஜி அரசு. வெறுமனே சிறையில் அடைத்ததோடு நிறுத்திக் கொள்ளவில்லை. அவர்கள் மீது கிரிமினல் வழக்குகளைப் பதிவுசெய்தது.

மொழிப் போராட்டத்தில் இரண்டு உயிர்களைப் பலிகொடுக்க வேண்டி யிருந்தது. இருவருமே இந்தி எதிர்ப்புப் போராட்டத்தில் ஈடுபட்டு கைது செய்யப்பட்டவர்கள். முதலில் நடராசன் என்ற இளைஞர் 15 ஜனவரி 1939 அன்று சிறைச்சாலையில் நடத்தப்பட்ட கொடுமை காரணமாக மரணம் அடைந்தார். அடுத்து, 12 மார்ச் 1939 அன்று தாலமுத்து என்ற இளைஞரும் சிறைச்சாலைக் கொடுமை காரணமாக மரணம் அடைந்தார். நடராசன் - தால முத்துவின் மரணங்கள் மக்கள் மத்தியில் பலத்த கொந்தளிப்பை ஏற்படுத்தின. மேலும் பல இளைஞர்களைப் போராட்டக் களத்துக்கு அழைத்துவந்தன.

22 வேண்டும் திராவிட நாடு!

இந்தி எதிர்ப்புப் போராட்டத்தில் ஈடுபட்டவர்களைக் கைது செய்து, அவர்கள் மீது கிரிமினல் சட்டப் பிரிவுகளில் வழக்குகளைப் பதிவுசெய்தது அரசு. பிரிட்டிஷாரால் அமல்படுத்தப்பட்ட காலத்தில் காங்கிரஸாரால் பலத்த எதிர்ப்புக்கு உள்ளாகிய சட்டங்களை இந்தி எதிர்ப்புப் போராட்டத்தின்போது பயன்படுத்துவது எந்தவிதத்தில் சரி என்று சட்டமன்றத்தில் நீதிக்கட்சித் தலைவர்கள் கேள்வி எழுப்பினர்.

'அந்நிய அரசை எதிர்ப்பது ஒன்று; சொந்த அரசை எதிர்ப்பது வேறு; இரண்டுக்கும் பெரிய வேறுபாடு உண்டு. எதிர்ப்பைச் சமாளிக்க அந்த ஆயுதத்தைத்தான் பயன்படுத்தவேண்டும்; தொடர்ந்து பயன்படுத்துவேன்' திட்டவட்டமாகப் பேசினார் முதலமைச்சர் ராஜாஜி.

மிரட்டல் மொழிகள் எதுவும் எடுபடவில்லை. மொழிப் போராட்டம் நாளுக்கு நாள் வலுத்துக் கொண்டே சென்றது. இதன் எதிரொலியாக சிறையில் அடை பட்டிருந்த பெரியார், திடீரென 22 மே 1939 அன்று விடுதலை செய்யப்பட்டார். 190 பவுண்டுடன் சிறை சென்ற பெரியார் விடுதலையானபோது 166 பவுண்டுக்கு வந்திருந்தார். உடல்நிலை மிகவும் பலவீனமடைந்து காணப்பட்டது. ஓய்வெடுத்தால் ஒழிய உடல்நிலை தேறுவது சாத்தியமில்லை. பெரியாரிடம் இருந்து அறிவிப்பு வெளியானது.

‘கூடுதலாக நூறு பள்ளிகளில் கட்டாய இந்தி அமல்படுத்தப்பட்டிருப்பதால் இன்னும் நூறு பங்கு வேகத்தில் இந்தி எதிர்ப்புப் போராட்டங்கள் நடத்தப் படும்’

ஒற்றை அறிவிப்புடன் நிறுத்திக்கொள்ளவில்லை. நீதிக்கட்சியின் எதிர்கால நடவடிக்கைகள் நம்முடைய சமதர்மத் திட்டத்தை ஒட்டியே இருக்கும் என்றார். சமதர்மத்தைக் கைவிட்டுவிட்டார் பெரியார் என்று முணுமுணுத்தவர் களுக்கு பதில் சொன்னது அந்த அறிவிப்பு.

10 ஆகஸ்டு 1939 அன்று ஈரோட்டில் நீதிக்கட்சியின் செயற்குழுக் கூட்டம் நடத்தப்பட்டது. அதில் நீதிக்கட்சியின் பிரதான கொள்கையில் புதிய திருத்தம் கொண்டுவரப்பட்டது. அதுவரை நீதிக்கட்சியின் கொள்கை என்பது குடியேற்ற நாட்டு நிலை பெறுவது என்பதுதான். ஆனால் பெரியார் தலைவர் பொறுப்புக்கு வந்ததும் முழூத்தன்னாட்சி பெறுவதே நோக்கம் என்று கொள்கைத் திருத்தம் செய்யப்பட்டது.

●

1 செப்டெம்பர் 1939. இரண்டாம் உலகப்போர் தொடங்கியது. நட்பு நாடுகளுக்கு ஆதரவாக பிரிட்டனுடன் இணைந்து பிரிட்டிஷ் இந்தியாவும் யுத்தத்தில் கலந்துகொள்ளும் என்று அறிவித்தார் இந்திய வைஸ்ராய். ஆத்திரம் வந்துவிட்டது காங்கிரஸ் தலைவர்களுக்கு. எங்களைக் கேட்காமல் எப்படி அறிவிப்பு வெளியிடலாம் என்று அதிருப்தி வெளியிட்டனர். எதிர்ப்பை அழுத்தமாகப் பதிவு செய்யும் வகையில் எட்டு மாகாணங்களில் ஆட்சியில் இருந்த காங்கிரஸ் கட்சி பதவி விலகியது. 28 அக்டோபர் 1939 அன்று சென்னை மாகாண முதலமைச்சர் ராஜாஜியும் பதவி விலகினார்.

மாற்று அரசு அமைக்கவேண்டிய கட்டாயம் உருவானது. நீதிக்கட்சித் தலைவர் பெரியாருக்குக் கடிதம் எழுதினார் சென்னை மாகாண ஆளுநர் சர் ஆர்தர் ஹோப். இடைக்கால அரசை அமைக்க வேண்டும் என்பது ஆளுநரின் அழைப்பு. கிடைத்த வாய்ப்பைப் பயன்படுத்திக்கொள்வது அவசியம் என்றார் பி.டி. ராஜன். ஆனால் பெரியார் மறுத்துவிட்டார். ராஜாஜியே நேரில் வந்து பெரியாரிடம் பேசினார். நீங்கள் ஆட்சி அமைக்காத பட்சத்தில் ஆலோசனைக் குழு என்கிற அட்வைசரி ஆட்சி அமலுக்கு வந்துவிடும். அது ஆபத்தானது. அதைத் தவிர்க்கும் வகையில் நீங்கள் பிரிமியர் ஆகிவிடுங்கள். உங்கள் ஆட்சியில் நானும் மேலும் சில காங்கிரஸ்காரர்களும் அமைச்சர்களாகி விடுகிறோம் என்றும் பேச்சுவார்த்தை நடத்தினார்.

கண் முன்னால் பதவி காத்திருக்கிறது. வெறுமனே தலையசைத்தால் போதும். ஆனால் பெரியார் துளியும் சலனப்படவில்லை. வேண்டாம் என்று திட்டவட்டமாகச் சொல்லிவிட்டார். உடனடியாக நீதிக்கட்சியின் செயற்குழு கூடியது. அதில் நீதிக்கட்சி அரசு அமைக்காது என்றும் நட்பு நாடுகளின் போர் முயற்சிகளுக்கு இயன்ற அளவில் ஆதரவு தருவது என்றும் தீர்மானிக்கப் பட்டது.

போரில் பிரிட்டிஷாருக்கு ஆதரவு தெரிவிப்பது குறித்து விளக்கமளித்த பெரியார், போரில் பிரிட்டிஷார் வெற்றிபெறவேண்டும் என்பதற்காக நீதிக்கட்சி ஆதரவு தெரிவிக்கவில்லை என்றும் பிரிட்டிஷாருக்குப் பதிலாக வேறொரு அந்நியர் ஆட்சி வந்துவிடக்கூடாது என்பதற்காகவே ஆதரவு அளிக்கிறோம். ஒருவேளை பிரிட்டிஷார் தோல்வியடைந்தால் ஜெர்மனி ஆட்சி வரக்கூடும். ஹிட்லர் தன்னை ஆரியன் என்று அறிவித்துக்கொண்டவர். ஆகவே, புதிய ஆரியன் வரக்கூடாது என்பதற்காகவே பிரிட்டிஷாருக்கு ஆதரவு என்றார். பெரியார் ஆட்சி அமைக்க மறுத்துவிட்டதால் சென்னை மாகாணத்தில் அட்வைசரி ஆட்சி (ஆலோசனைக்குழு ஆட்சி: ஆளுநருக்கு ஆலோசனை கொடுக்க அதிகாரிகள் மற்றும் அறிவுஜீவிகளைக்கொண்ட குழு) அமல்படுத்தப் பட்டது. (இந்த அட்வைசரி ஆட்சியில்தான் உயர்நிலைப் பள்ளிகளில் முதல் மூன்று படிவங்களில் இந்தி ஒரு பாடமாக இருந்தது ரத்து செய்யப்பட்டது. விருப்பப்பாடப் பட்டியலில் இருந்தும் இந்தி அகற்றப்பட்டது. இதற்காக 1940 ஆகஸ்டு மாதத்தில் திருவாரூரில் நடைபெற்ற நீதிக்கட்சி மாநாட்டில் ஆளுநர் தலைமையிலான அட்வைசரி ஆட்சிக்கு நன்றி தெரிவிக்கப்பட்டது)

பிறகு நீதிக்கட்சியை வளர்த்தெடுக்கும் பணியில் தன்னை ஈடுபடுத்திக் கொண்டார் பெரியார். முதலில் கட்சிக்கு ஆதரவான நாடகக் கலைஞர்ளை ஒருங்கிணைக்கும் விதமாக 24 நவம்பர் 1939ல் திராவிட நடிகர் கழகம் என்ற அமைப்பை பெரியார் உருவாக்கினார். தவிரவும் பார்ப்பனர் அல்லாதார் என்ற அடைமொழி நமக்குத் தேவையில்லை. நூற்றுக்குத் 97 சதவீதம் உள்ள நாம் எதற்காக வெறும் 3 சதவீதமே உள்ள பார்ப்பனர்களோடு நம்மை ஒப்பிட்டு, நம்முடைய பெயரை வைத்துக்கொள்ளவேண்டும். அவர்கள் ஆரியர்கள். நாம் திராவிடர்கள். தற்போது நடப்பது ஆரிய - திராவிடர் இடையிலான போராட்டம். இந்தப் போராட்டத்துக்கு முடிவு வடவர் பிடியில் இருந்து திராவிட நாட்டைத் தனியாகப் பிரிப்பதுதான் என்று 17 டிசம்பர் 1939 தேதியிட்ட குடி அரசு இதழில் எழுதினார் பெரியார்.

தென்னிந்தியாவின் சமூகப் புரட்சியாளராக பெரியார் இருந்ததைப் போல வட இந்தியாவின் சமூகப் புரட்சியாளராக செயல்பட்டவர் டாக்டர் அம்பேத்கர். சுயமரியாதை இயக்கம் பற்றியும் பெரியார் பற்றியும் தெரிந்துகொண்ட அம்பேத்கர் பெரியாருக்கு அடிக்கடி அழைப்புவிடுத்துக் கொண்டிருந்தார். தொடர்ச்சியான அழைப்பை ஏற்று, 6 ஜனவரி 1940 அன்று பம்பாய் சென்று அவரைச் சந்தித்துப் பேசினார் பெரியார்.

அவருடன் 'சண்டே ஆப்சர்வர்' ஆசிரியர் பி. பாலசுப்ரமணியம், ஜஸ்டிஸ் ஆசிரியர் டி.ஏ.வி. நாதன், கே.எம். பாலசுப்ரமணியம், சி.என். அண்ணாதுரை, டி.பி.எஸ். பொன்னப்பன், சி. பஞ்சாட்சரம் ஆகியோர் சென்றிருந்தனர். பம்பாயில் அம்பேத்கரைச் சந்துத்துப் பேசிய பெரியார், பிறகு அம்பேத்கருடன் சென்று முகமது அலி ஜின்னாவையும் சந்தித்துப் பேசினார்.

திராவிடர்கள், இஸ்லாமியர்கள், தீண்டப்படாதவர்கள் மூவரையும் இந்துக்களின் கொடுமையில் இருந்து மீட்பது குறித்தும் காங்கிரஸுக்கு

எதிராக உள்ள அனைத்து கட்சிகளும் இணைந்து வேலை செய்வது குறித்தும் மூன்று தலைவர்களும் பேச்சுவார்த்தை நடத்தினர். ஆனால் முடிவுகள் எதுவும் எட்டப்படவில்லை. பம்பாயில் நடைபெற்ற கூட்டம் ஒன்றில் அம்பேத்கர், பெரியார் உள்ளிட்டோர் பேசினர். அம்பேத்கரின் ஆங்கிலப் பேச்சைத் தமிழில் மொழிபெயர்த்துப் பேசிய சி.என். அண்ணாதுரை, பெரியாரின் தமிழ்ப்பேச்சை ஆங்கிலத்தில் மொழிபெயர்த்தார். உண்மையில் அந்தச் சந்திப்புகளில் சி.என். அண்ணாதுரைக்கு விருப்பமில்லை. அரைமனத்துடனேயே சென்றிருந்தார். அதற்கான காரணம் குறித்து அவருடைய பதிவு இதோ:

> தோழர் ஜின்னாவை நமது தலைவர் சந்திக்க விரும்பியபோது நான் உடன் வர மறுத்தேன் என்றும், நான் அப்போது துரோகம் செய்தேன் என்றும் சமீபத்தில் பத்திரிகையில் குறிப்பிட்டிருந்தார். நான் உடன் போக மறுத்தது உண்மைதான். தோழர் ஜின்னாவை ஒரு திட்டமான முடிவை வைத்துக் கொண்டு பாருங்கள். வெறும் உபச்சாரத்துக்காக பார்ப்பதில் பலனேதும் இல்லை என்று சொன்னேன். தலைவரின் சந்திப்பு வெறும் உபச்சார சந்திப்பே என்று நான் அறிந்துகொண்ட காரணத்தால்தான் உடன் போக மறுத்தேன். தலைவரோடு சண்டே அப்சர்வர் ஆசிரியர் தோழர் பி.பாலசுப்பிரமணியம், இப்போழுது சைவ சீலராக விளங்கும் தோழர். கே.எம்.பாலசுப்பிர மணியம் ஆகியவர்கள் உடன் சென்றார்கள் மூவரும் திரும்பி வரும்போது மனக்கசப்போடுதான் திரும்பிவந்தார்கள். சந்தர்ப்பம் அப்பொழுதும் தவறவிடப்பட்டது. தோழர் அம்பேத்காரைச் சந்தித்த வாய்ப்பும் பயனற்றே போயிற்று. இப்படியாகத் தவறவிடப் பட்ட சந்தர்ப்பங்கள் ஏராளம்!

(ஆதாரம்: 21.01.1950 தம்பிக்குக் கடிதங்கள்)

•

இனியும் இந்தியாவுடன் இணைந்திருப்பதில் அர்த்தம் இல்லை. எங்களைப் பிரித்துவிடுங்கள். பாகிஸ்தான் என்ற புதிய தேசத்தை எங்களுக்காக உருவாக்கப்படவேண்டும். முஸ்லிம் லீக் தலைவர் முகமது அலி ஜின்னாவின் முழக்கம் பெரியாரை உற்சாகம்கொள்ளச்செய்தது. உடனடியாகத் தலையங்கம் எழுதி அந்த முழக்கத்தை வரவேற்றார். மேலும், 2 ஜூன் 1940 அன்று காஞ்சிபுரத்தில் திராவிட நாடு பிரிவினை மாநாடு என்ற பெயரில் மாநாடு ஒன்றுக்கும் அழைப்புவிடுத்தார்.

மாநாட்டுக்குத் தலைமை சி.ஜி. நெட்டோ. திறப்பாளர் தி.பொ. வேதாச்சலம். அந்த மாநாட்டில் திராவிட நாட்டின் வரைபடம் பெரியாரால் திறந்துவைக்கப் பட்டது. பிறகு முக்கியத்துவம் வாய்ந்த பல தீர்மானங்கள் நிறைவேறின.

இந்தியா, இந்திய தேசியம், இந்தியர் என்னும் பிணைப்புகளில் இருந்து திராவிட நாடு (சென்னை மாகாணம்) தனியாகப் பிரிக்கப்பட்டு, அதற்கென தனி அரசாங்கத்தை அமைத்து, தனி ஸ்டேட் ஆக ஆக்கிக்கொடுக்கவேண்டும் என்று பிரிட்டிஷ் அரசைக் கேட்டுக்கொள்ளும் தீர்மானம் நிறைவேறியது.

அடுத்த மக்கள் தொகைக் கணக்கெடுப்பின்போது தமிழ், தெலுங்கு, கன்னடம், மலையாளம், துளு பேசும் மக்கள் தங்களை இந்தியர்கள் என்றும் இந்துக்கள் என்றும் சொல்லாமல், திராவிடர்கள் என்றும் திராவிட சமயத்தைச் சேர்ந்தவர்கள் என்றும் பதிவுசெய்துகொள்ளவேண்டும் என்பது இன்னொரு முக்கியத் தீர்மானம்.

திராவிட நாடு பிரிவினை மாநாட்டை அடுத்து 24 ஆகஸ்டு 1940 அன்று நீதிக்கட்சியின் 15வது மாகாண மாநாடு திருவாரூரில் பெரியார் தலைமையில் கூடியது. இரண்டு நாள்களுக்கு நடைபெற்றது. அந்த மாநாட்டில் கி.ஆ.பெ. விசுவநாதம் நீதிக்கட்சியின் செயலாளராகவும் அதுவரை அமைப்புச் செயலாளராக இயங்கிவந்த சி.என். அண்ணாதுரை கூட்டுச் செயலாளராகவும் தேர்ந்தெடுக்கப்பட்டனர். (பிறகு பெரியாருடன் ஏற்பட்ட கருத்துவேறுபாடு காரணமாக நீதிக்கட்சியில் இருந்து விலகினார் கி.ஆ.பெ. விசுவநாதம். அதனைத் தொடர்ந்து சி.என். அண்ணாதுரை பொதுச்செயலாளர் ஆனார்)

மாநாட்டில் மொத்தம் 35 தீர்மானங்கள் நிறைவேற்றப்பட்டன. அதில் 28ஆவது தீர்மானம் முக்கியமானது.

திராவிடர்களுடைய கலை, நாகரிகம், பொருளாதாரம் ஆகியன முன்னேற்றம் அடைவதற்கு, பாதுகாப்பாவதற்குத் திராவிடர்களின் அகமாகிய சென்னை மாகாணம் இந்திய மந்திரியின் நேர்ப்பார்வையின்கீழ் ஒரு தனி நாடாகப் பிரிக்கப்படவேண்டும் என்பது முக்கியமான தீர்மானம். இதனை முன் மொழிந்தவர் சண்டே அப்சர்வர் இதழின் ஆசிரியர் பி. பாலசுப்ரமணியம். அதை ஆதரித்துப் பேசியவர் சி.என். அண்ணாதுரை.

இதற்கான திட்டங்களை வகுக்க பெரியார், முனி கன்னையா நாயுடு, பி. ராமச்சந்திர ரெட்டி, முத்தையா செட்டியார், என்.ஆர். சாமியப்ப முதலியார், நாராயணசாமி நாயுடு, அப்பாதுரை பிள்ளை, ஏ. துரைசாமி பி.டி. ராஜன், டபிள்யூ.பி.ஏ. சௌந்தர பாண்டிய நாடார் உள்ளிட்டோரைக் கொண்ட குழு உருவாக்கப்பட்டது.

தற்போதுள்ள வகுப்புவாரிப் பிரதிநிதித்துவ எண்ணிக்கை திராவிடர்களுக்கும் ஆதி திராவிடர்களுக்கும் மிகவும் குறைவாக இருப்பதால் மக்கள் தொகைக்கு ஏற்றபடி அந்த விகிதங்கள் ஏற்படுத்தப்படவேண்டும். அந்த விகிதப்படி உத்தி யோகங்கள் அடையும்வரை அதிகமாகப் பிரதிநிதித்துவம் அடைந்திருக்கும் கூட்டத்தாருடைய நியமனம் நிறுத்திவைக்கப்படவேண்டும் என்று அரசைக் கேட்டுக்கொண்டது ஒரு தீர்மானம்.

இனி இந்துமத பரிபாலன போர்டாரால் நியமனம் செய்யப்படும் உத்தியோ கங்கள் அத்தனைக்கும் அவசியமானால் அர்ச்சகர்கள் தவிர மற்ற அனைத்து பொறுப்புகளுக்கும் பார்ப்பனர் அல்லாத மக்களையே நியமிக்கவேண்டும் என்று போர்டாரையும் சம்பந்தப்பட்ட அதிகாரிகளையும் கேட்டுக்கொண்டது இன்னொரு தீர்மானம்.

இந்து முஸ்லிம் ஒற்றுமை என்பதை இனி திராவிடர் - முஸ்லிம் என்ற பெயரால் அழைக்க வேண்டும்; இந்து மகா சபையின் பிரசாரத்துக்கு திராவிட மக்கள் இனியும் இடம்கொடுக்கக்கூடாது என்பது இன்னொரு தீர்மானம்.

திருவாரூர் மாநாடு நீதிக்கட்சியினர் மத்தியில் பலத்த உற்சாகத்தை ஏற்படுத்தியது. அதே உற்சாகத்துடன் 16 பிப்ரவரி 1941 அன்று நீதிக்கட்சியின் நிர்வாகக்குழுக் கூட்டம் தெலுங்கு மொழி வழங்கும் பகுதிகளுள் ஒன்றான மசூலிப்பட்டினத்தில் கூடியது. சென்னை மாகாணத்தில் இருந்து ஆந்திரா தனி மாகாணமாகப் பிரிக்கப்பட வேண்டும் என்ற கோரிக்கை உச்சத்தில் இருந்த காலகட்டம் அது. ஆனால் அந்தப் பிரிவினையில் நீதிக்கட்சியின் நிலைப்பாடு குறித்த விஷமப் பிரசாரங்கள் காங்கிரஸ் கட்சியால் செய்யப்படுவதாக நீதிக்கட்சியினர் சந்தேகப்பட்டனர்.

அதைக் களையும் வகையிலும் தமது நிலைப்பாட்டைத் தெளிவுபடுத்தும் வகையிலும் ஆந்திர மாகாணம் பிரிக்கப்படுவதை நீதிக்கட்சி ஆதரிப்பதாகத் தீர்மானம் ஒன்று அந்தக் கூட்டத்தில் நிறைவேற்றப்பட்டது. ஆந்திரப் பிரிவினையை நீதிக்கட்சி தொடக்கத்தில் இருந்தே ஆதரிக்கிறது என்பதற்கு அசைக்கமுடியாத ஆதாரம்தான் நீதிக்கட்சி ஆட்சியில் இருக்கும்போது உருவாக்கப்பட்ட ஆந்திரப் பல்கலைக் கழகம் என்று தெளிவுபடுத்தியது அந்த நிர்வாகக்குழு.

23 எரிக்கப்பட்ட நூல்கள்

திராவிட நாடு பிரிவினை வலியுறுத்தப்பட்ட சமயத்தில் புதிய பத்திரிகை ஒன்று அந்தப் பெயரில் தொடங்கப் பட்டது. ஆசிரியர், சி.என். அண்ணாதுரை. நீதிக் கட்சிக்காகப் பிரசாரம் செய்ய குடி அரசு, விடுதலை, சண்டே அப்சர்வர், நகரதூதன் என்று ஏராளமான பத்திரிகைகள் இயங்கிக்கொண்டிருந்த சமயத்தில் திராவிட நாடு என்ற பெயரில் புதிய பத்திரிகையை சி.என். அண்ணாதுரை ஏன் தொடங்கவேண்டும்?

விடை தெரிந்துகொள்ளவேண்டும் என்றால் விடுதலை இதழின் பூர்விகம் பற்றித் தெரிந்துகொள்ள வேண்டியது அவசியம். உண்மையில் விடுதலை ஏடு தொடங்கப் பட்டது சுயமரியாதை இயக்கப் பிரசாரத்துக்காக அல்ல; நீதிக்கட்சிக்காகத் தொடங்கப்பட்டது. அதன் ஆரம்ப காலப் பத்திரிகைகள் முதல் வெவ்வேறு காலகட்டங் களில் தொடங்கப்பட்ட பத்திரிகைகள் எதுவும் தற்போது இல்லாத சூழ்நிலையில் நீதிக்கட்சிக்கென பிரத்யேகமாக ஒரு பத்திரிகை வேண்டும் என்ற கருத்து எழுந்தது.

அதன் அடிப்படையில் டி.ஏ.வி. நாதனை ஆசிரியராகக் கொண்டு 'விடுதலை' என்ற புதிய பத்திரிகை 27 ஜூன் 1935 முதல் வெளிவரத் தொடங்கியது.

நீதிக்கட்சியினரால் நடத்தப்பட்ட பத்திரிகை பிறகு 1937ல் பெரியார் வசம் ஒப்படைக்கப்பட்டது. முன்பு திராவிடன் ஏட்டை நடத்தமுடியாமல் எப்படி பெரியாரிடம் ஒப்படைத்தார்களோ அதே போன்ற

நிலையில்தான் விடுதலை ஏட்டையும் ஒப்படைத்தனர். அந்த ஏட்டின் பொறுப்பாசிரியராக 1939ல் நியமிக்கப்பட்டார் சி.என். அண்ணாதுரை. அவர் அங்கே வேலை செய்துகொண்டிருந்த சமயத்தில்தான் விடுதலை ஏட்டை போர் பிரசாரம் செய்வதற்காக அரசாங்கத்திடம் ஒப்படைத்தார் பெரியார்.

ஆம். அப்போது இரண்டாம் உலகப் போர் மூண்டிருந்தது. போரில் கலந்துகொண்ட ஜெர்மனி தலைமையிலான அணிக்கு அச்சு நாடுகள் என்று பெயர். பிரிட்டன் தலைமையிலான அணிக்கு நேச நாடுகள் என்று பெயர். ஜெர்மனியின் ஆட்சியாளரான ஹிட்லர் தன்னை ஆரிய இனத்தின் பிரதிநிதி என்று அறிவித்துக் கொண்டதால் அவருக்கு எதிரான அணிக்கு ஆதரவளிப்பது தான் சரியாக இருக்கும் என்பது பெரியாரின் கருத்து. ஆரியனின் ஆதிக்கத்தில் இந்தியா காப்பாற்றப்பட வேண்டும் என்றால் போரில் பிரிட்டனுக்கு ஆதரவளிக்கவேண்டும் என்று அறிவித்த பெரியார், விடுதலை ஏட்டை போர்ப் பிரசாரம் செய்வதற்காக காணிக்கையாக்கினார்.

விடுதலை ஏட்டைத் தாரை வார்த்துக் கொடுத்த முடிவில் சி.என். அண்ணாதுரைக்கு விருப்பமில்லை. பல்லைக் கடித்தபடி பணியாற்றிக் கொண்டிருந்த அவர் ஒருகட்டத்தில் அந்தப் பத்திரிகையில் இருந்து தன்னை விடுவித்துக் கொண்டார். சொந்த ஊரான காஞ்சிபுரத்தில் அவருக்கு நிறைய நண்பர்கள். நிதியுதவி செய்யும் அளவுக்கு. டி.பி.எஸ். பொன்னப்பா, ஏ.கே. பொன்னுச்சாமி போன்ற நண்பர்கள் பலரின் உதவியுடன் 8 மார்ச் 1942 அன்று திராவிட நாடு என்ற பெயரில் புதிய பத்திரிகையை காஞ்சிபுரத்தில் வைத்து தொடங்கினார். திராவிட நாட்டைத் தனியாகப் பிரிக்கவேண்டும் என்று மாகாண மாநாட்டில் தீர்மானம் நிறைவேற்றிய சமயத்தில் தனது பத்திரிகைக்குப் பொருத்தமான பெயரைத் தேர்வு செய்திருந்தார் சி.என். அண்ணாதுரை.

அரசியல் பணிகளில் ஈடுபட்டிருந்த சமயத்திலேயே கலை, நாடகம் போன்றவற்றில் அண்ணாதுரைக்கு ஈடுபாடு அதிகம். எழுத்துத் திறமையும் இருந்தது. பல முக்கியத்துவம் வாய்ந்த கட்டுரைகளை அவரே எழுதினார். கட்டுரை மட்டுமல்ல; கதை, நாடகம், ஓரங்க நாடகம், தலையங்கம் என்று நிறைய எழுதினார். சௌமியன், ஒற்றன், சம்மட்டி, நக்கீரன், பரதன் போன்ற புனைப்பெயர்களில் எழுதினார்.

கிட்கிந்தையில் க்ரிப்ஸ், இந்து இட்லரிசம் போன்ற தலைப்புகளில் கட்டுரை எழுதிய அண்ணாதுரை, சில விமரிசனக்கட்டுரைகளையும் நையாண்டித் தொடர்க் கட்டுரைகளையும் எழுதியது திராவிட நாடு இதழைச்சர்ச்சைக்குரிய இதழாக பிரபலப்படுத்தியது. கம்பரசம் தொடர்கட்டுரையாக வெளிவந்து சர்ச்சைகளைக் கிளப்பியது. திராவிட நாடு இதழ் மெல்ல மெல்ல வளர்ந்து கொண்டிருந்தது.

அண்ணாதுரை எழுதிய கட்டுரைகள் பல இளைஞர்களை நீதிக்கட்சியின் பக்கம் திருப்பின. அவருக்கென்று ஒரு ரசிகர் வட்டம் உருவாகி, அதுவே ஆதரவாளர்கள் படையாக உருமாறத் தொடங்கியது. முக்கியமாக, இரா.

நெடுஞ்செழியன், க. அன்பழகன், மு. கருணாநிதி, இரா. செழியன், மா. நன்னன் போன்ற இளைஞர்கள் அண்ணாவின் எழுத்துகளை வெகுவாக ரசித்தனர். சி.என். அண்ணாதுரை மெல்ல மெல்ல 'அண்ணா'வாக மாறியிருந் தார். ஆம். அவரைச் சுற்றி இருந்தவர்கள் எல்லோரும் அண்ணா என்றே அழைத்தனர், பெரியார் உட்பட.

இளைஞர்கள் கூட்டம் நீதிக்கட்சியை நோக்கி முன்னிலும் வேகமாக வரத் தொடங்கியது!

●

எரிக்கப்படவேண்டிய நூல்கள் கம்ப ராமாயணமும் பெரிய புராணமும். 1943ல் பெரியாரும் அண்ணாவும் வலியுறுத்திய விஷயங்களுள் முக்கிய மானது இது. கம்பர் எழுதியது ராமாயணம். சேக்கிழார் எழுதியது பெரிய புராணம். அவற்றுக்கு எதிராகப் பல கட்டுரைகளையும் திராவிட நாடு ஏட்டில் எழுதினார். அதற்கு நாளுக்கு நாள் வரவேற்பு அதிகரித்துக் கொண்டிருந்தது. இந்தி எதிர்ப்புப் போரில் பெரியார், அண்ணாவுடன் இணைந்து செயல்பட்ட பல தமிழ் அறிஞர்கள் இப்போது ராமாயண, பெரியபுராணத்தை விமரிசிக் கிறார்கள் என்றதும் எதிர்வினை ஆற்றத் தயாராகினர்.

முக்கியமாக, ராமாயணம் மற்றும் பெரியபுராணம் தொடர்பாக நேரடி விவாதத்தில் ஈடுபடுவதில் அண்ணா ஆர்வமாக இருந்தார். 9 பிப்ரவரி 1943 அன்று சென்னை சட்டக்கல்லூரி மண்டபத்தில் விவாத மேடை ஏற்பாடாகி யிருந்தது. அதில் அண்ணா, ஈழத்தடிகள், ரா.பி. சேதுப்பிள்ளை, சீனிவாசன் ஆகியோர் கலந்துகொண்டனர். கூட்டத்துக்குத் தலைமை வகித்தவர் இந்து மத பரிபாலன நிலையத்தின் தலைவர் சி.எம். ராமச்சந்திரன் செட்டியார்.

அண்ணா பேசத் தொடங்கினார்.

> கலையைக் குலைக்கும் செயலல்ல எமது செயல்; கலையிலே புரட்சி உண்டாக்க விழைகின்றோம்... தக்க காரணங்களோடு. தொல்காப்பியத் தைத் தொட்டோமில்லை. நற்றிணையை, நல்ல குறுந்தொகையை, கற்றறிந்தோர் ஏற்றுங்கலியை, அகத்தைப் புறத்தை அழிக்கப் புறப் பட்டோமில்லை; ஆரியத்தை அழகுறப் புகுத்தித் தமிழரை அறுக்கும் நூல்களையே கண்டிக்கிறோம்... இவ்விரு நூல்களைக் கொளுத்துவதால் கலைபோகும் என்று கூறும் பண்டிதர்களை நான் கேட்கிறேன். இவை இரண்டொழியத் தமிழனிடம் இலக்கியம் இல்லையா? கலை கிடையாதா? என்று.
>
> இராமாயணம் ஆரியக்கதை என்பதும் ஆரிய - திராவிடப் போராட்ட விவரம் என்பது ஆராய்ச்சியாளர்களின் முடிவு. அதனைக் கம்பர் எழுதி யுள்ள முறை தமிழர் ஆரியத்தை ஏற்றுக்கொள்ளும் தூண்டுகோலாகவும் தமிழ் இனம் ஆரிய இனத் தலைவனிடம் தோற்றுவிட்டது என்பதை ஒப்புக்கொள்ளச்செய்வதுமாகவும் இருப்பதால் அந்நூலைப் படித்திடும் தமிழினம், தன்மானத்தையும் தன்னம்பிக்கையையும் இழந்து

கெடுகின்றது என்று கூறுகிறோம். தமிழ் இனம் புத்துயிர் பெற, இத்தகைய ஆரியக் கலையை அழிப்போம் என்றுரைக்கிறோம்...

காடேக ராமன் கிளம்பும்போது உடன்வரப் புறப்பட்ட சீதையுடன் வாதிடுகையில், சீதை கூறும் மொழியின் பகுதியையும் சீதையை ராவணம் எடுத்துச்சென்ற விதத்தையும் வால்மீகி கூறியுள்ளபடியே கம்பர் எடுத்து எழுதியிருப்பின், அந்த ஆரியப் பாத்திரங்களிடம் ஆபாசக் குணங்கள் கிடந்ததைத் தமிழர் கண்டு, அவர்களைத் தெய்வங்களென்று போற்றும் கீழ்நிலைக்கு வந்திருக்கமாட்டார்கள். கம்பரோ, கவித்திறமையினால் ஆரிய ராமனைக் குற்றங்குறையற்ற சற்பாத்திரனாக்கிக் காட்டி, வழிபாட்டுக்குரிய தெய்வமாக்கிவிட்டார். இராவணன் மிக்க வலிமைசாலி, திறமையுடையோன், வேதம் பயின்றோன், சிவ பக்தன், இலங்கை சகல சுகமும் நிரம்பிய இடம் என்று வர்ணித்துவிட்டு, இவ்வளவு குணாளனும் திறமைசாலியுமான ராவணன் ஓர் ஆரிய மங்கையைக் கண்டு காமுற்றுக் கருத்தழிந்து, அறம் விட்டு அழிந்தான் என்று முடிப்பது திராவிட இனப் பெருமைக்கே ஊறு தேடுவதாகும்.

ஒன்றரை மணி நேரத்துக்குத் தொடர்ந்தது அண்ணாவின் பேச்சு. பிறகு அவருடைய கருத்தை மறுத்து சேதுப்பிள்ளை பேசினார். அப்போது ராவணன் திராவிடன் அல்ல; ஆரியனே என்பது சேதுப்பிள்ளை முன்வைத்த வாதம். இதுபோன்ற பல விவாதங்களும் கருத்து யுத்தங்களும் அடிக்கடி நிகழ்ந்தன. கம்ப ராமாயணத்தில் இருக்கும் பல ஆபாசக் கருத்துகளையும் 'கம்ப ரசம்' என்ற பெயரில் விமரிசனக் கட்டுரைகளாக எழுதினார் அண்ணா.

பெரிய புராணத்தையும் அவர் விட்டுவைக்கவில்லை. சாதி முறைகள் போகவேண்டும் என்ற சீர்திருத்தப் போதனை எதுவும் பெரிய புராணத்தில் இல்லை. மாறாக, சாதியிலே உயர்வு தாழ்வு உண்டு, தாழ்ந்த குலத்திலே ஒருவன் பிறந்தாலும் பக்தி செய்தால் முக்தி பெறலாம் என்பதே பெரிய புராணத்தின் படிப்பினை. சாதிகள் ஒழிக்கப்பட்டு, மக்கள் சமமாக வாழவேண்டும் என்ற கிளர்ச்சிக்கு, சாதியால் இழிந்தவனாக இருப்பினும் பக்தியால் உயரலாம் என்று போதிப்பது என்ன பலன் தரமுடியும்? சாதிமுறை மட்டுமல்ல; குலத்துக்கோர் தொழில் என்றுள்ள வர்ணாசிரமம் பெரிய புராணத்திலே அப்படியே காணப்படுகிறது. வைசியர் வியாபாரம் செய்கிறார். வெளுப்போர் ஆடை வெளுத்துக்கொண்டுதான் இருக்கிறார். ஆதித் திராவிடன் ஆண்டையிடம் அடிமை வேலை செய்துகொண்டு வருகிறான். இது தமிழரின் தன்மானத்துக்குப் பயன்தருவது ஆகாது என்று பேசினார் அண்ணா.

ராமாயணத்தையும் பெரியபுராணத்தையும் தீயிட்டு எரிக்கவேண்டும் என்றார் பெரியார். அதற்கான ஏற்பாடுகள் நடந்தன. அண்ணாவுக்கு அதில் மிக்க மகிழ்ச்சி. புராண எரிப்பு நிகழ்ச்சிக்கு உற்சாகமாகத் தயாராகிக் கொண்டிருந்த சமயத்தில் திடீரென அதை நிறுத்தச் சொல்லிவிட்டார் பெரியார். பின்னணியில் இருந்தவர் ஆர்.கே. சண்முகம் செட்டியார். எதற்காக? அதைப் பற்றிப் பின்னாளில் அண்ணா கூறினார்.

‘கம்பராமயாணத்தைக் கொளுத்துவதற்கெனப் பெரியார் அறிக்கை வெளியிட்டு, விசேச மாநாடு சேலத்தில் கூட்டப்பட்டது. நான் தலைமை வகித்தேன். காலை நிகழ்ச்சியிலேகூட கம்பராமாயணம் கொளுத்தப்பட வேண்டியதன் அவசியத்தை வலியுறுத்தியே சொற்பொழிவுகள் நடை பெற்றன. பிற்பகலிலே சர். சண்முகம் தந்தி கொடுத்தார், கொளுத்தவேண்டாம் என்று. அதன்படியே கொளுத்துவது அதே இடத்தில் அதே நேரத்தில் கைவிடப்பட்டது.’

திராவிட நாடு பத்திரிகை வளர்ச்சிப் பாதையில் இருந்தபோதும் நிதிப்பற்றாக் குறை இருந்தது. அதைச் சமாளிக்க சந்திரோதயம் என்ற நாடகத்தை எழுதினார் அண்ணா. அதில் அண்ணா நடிக்கவும் செய்தார். 1943 நவம்பரில் நடத்தப்பட்ட சந்திரோதயம் நாடகத்தைப் பார்த்துபெரியார் ஆச்சரியப்பட்டார். வாழ்த்தினார். கிடைத்த வசூலைக் கொண்டு திராவிட நாடு பத்திரிகை இயங்கியது. அதன்பிறகு அண்ணா பல நாடகங்களை எழுதினார்.

ஓர் இரவு, வேலைக்காரி, நீதிதேவன் மயக்கம் என்று தொடர்ந்து எழுதினார். பல நாடகங்களில் நாத்திக, சுயமரியாதைச் சிந்தனைகள் விரவியிருந்தன. எனினும், அண்ணா எழுதிய நாடகங்களை மேடைகளில் போடும்போது நல்ல வரவேற்பு. கூடுதல் வசூல். கலைஞர்கள் பலரும் அண்ணாவுடன் நெருக்கம் காட்டத் தொடங்கினர். கலையும் அரசியலும் அண்ணாவைச் சூழ்ந்துகொண்டிருந்தன.

குடி அரசு இதழ் அப்போது நிறுத்தப்பட்டு இருந்ததால் அந்தக் குறையை திராவிட நாடு இதழ் போக்கும் என்றும் அந்த இதழின் வளர்ச்சிக்கு நீதிக்கட்சித் தோழர்கள் நிதியுதவி அளிக்கவேண்டும் என்றும் 28 ஏப்ரல் 1943 தேதியிட்ட விடுதலை இதழில் பெரியார் கேட்டுக்கொண்டார். தன் பெயரில் நூறு ரூபாயை நன்கொடையாகவும் திராவிட நாடு ஏட்டுக்கு வழங்கினார்.

•

1943 நவம்பர் மாதம் சேலத்தில் நீதிக்கட்சியின் செயற்குழு கூடியது. நடந்துமுடிந்த தேர்தல்களில் நீதிக்கட்சிக்குக் கிடைத்த தோல்விகள் கட்சியைப் பலவீனப்படுத்தி இருப்பதால் அதைச் சரிகட்டும் விதமாகக் கட்சியின் பெயரான ‘தென்னிந்திய நலவுரிமைச் சங்கம்’ என்பதை திராவிடர் கழகம் என்று மாற்றுவது குறித்துப் பேசப்பட்டது. இது விஷயமாகத் தீர்மானம் ஒன்றும் நிறைவேற்றப்பட்டது.

அதிகாரப்பூர்வமான செயற்குழு கூடிய சமயத்தில் பெரியார் மீதும் அவருடைய தலைமை மீதும் அதிருப்தியில் இருந்த சிலர் போட்டி செயற்குழு ஒன்றை சென்னையில் கூட்டினர். அதில் பெரியாரின் தலைமை மீது கண்டனங்கள் பதிவு செய்யப்பட்டன. அந்தக் கண்டனங்கள் அனைத்தையும் சண்டே அப்சர்வர் ஏடு வெளியிட்டு பரபரப்பைக் கூட்டிக்கொண்டிருந்தது.

ஆம். பெரியாரைத் தலைமைப் பொறுப்பில் இருந்து அகற்றியே தீரவேண்டும் என்பதற்காகக் கடுமையான உழைப்பைச் செலுத்திக்கொண்டிருந்தார் சண்டே

அப்சர்வர் பாலசுப்ரமணியன். பெரியாருக்கு எதிரான நபர்களைத் திரட்டும் பணியிலும் தீவிரம் காட்டினார். விரைவில் நடக்க இருக்கும் சேலம் மாநாட்டில் அனைத்து பிரச்னைகளுக்கும் தீர்வு காணப்படும் என்ற நம்பிக்கை நீதிக்கட்சியினருக்கு இருந்தது.

14 ஜனவரி 1944. சேலத்துக்கு அருகில் உள்ள செவ்வாய்ப்பேட்டையில் பெரியார் பேசுவதற்கு ஏற்பாடு செய்யப்பட்டிருந்தது. அதில் பேசிய சில கருத்துகள் பல செய்திகளைக் கழகத்தினருக்கு எடுத்துக்கூறின.

> என்னைப்போல் கட்சியில் சுயநலம் எதிர்பார்க்காத தோழர்கள் எத்தனையோபேர் இருக்கிறார்கள். அவர்கள் மனமாறப் பாடுபடு கிறார்கள். ஆனாலும் நம்முடைய கட்சிக்கட்டுப்பாடு முன்னோக்கி செல்லாமல் இருப்பதற்கு காரணம் என்ன என்று யோசித்தபோது நம்முடையது ஒரு ஸ்தாபனம்; நாம் ஒரே லட்சியத்தைக் கொண்டவர்கள் என்று கூறுவதற்கு நம்மிடையே பொதுவான பெயர்க்குறிப்பு இல்லை என்பதைக் கண்டேன்.
>
> நம்மைத் திராவிடர்கள் என்றும் நமதுநாட்டை திராவிடநாடு என்றும் திராவிடநாடு தனிசுதந்திர நாடாக ஆகவேண்டுமென்ற கொள்கை கொள்ள வேண்டும் என்றும் முடிவாகத் தீர்மானித்தேன். திராவிட சமுதாயம் என்று நம்மைக் கூறிக்கொள்ளக் கஷ்டமாக இருக்கும்போது தமிழர் என்று எல்லோரையும் ஒற்றுமையாக்க முயற்சி எடுத்தால் கஷ்டங்கள் அதிகமாகும்.
>
> இங்கேயே பாருங்கள் கண்ணப்பர் தெலுங்கர், நான் கன்னடியன், தோழர் அண்ணா தமிழர். எங்களுக்குள் ஆயிரம் சாதிப்பிரிவுகள். என்னைப் பொறுத்தவரை நான் தமிழன் என சொல்லிக் கொள்ள ஒப்புகிறேன். ஆனால் எல்லாக் கன்னடியர்களும் ஒப்புக்கொள்ள மாட்டார்கள். தெலுங்கரும் அப்படியே. எனவே திராவிட சமுதாயத்தின் அங்கத்தி னர்கள் நாம்; நம்நாடு திராவிடநாடு என்று வரையறுத்துக்கொள்வதில் இவர்களுக்கு ஆட்சேபணை இருக்காது. அது நன்மை பயக்கும்.
>
> எனவே இத்தகைய கேவல நிலை ஒழிய ஜஸ்டிஸ் கட்சி திராவிடர் கட்சியாக மாற வேண்டும். மந்திரியாக நானே வந்தாலும் பிராமணன், சூத்திரன் பட்டத்தை ஒழிக்க முடியாது. அதற்கு கிளர்ச்சிதேவை. கட்டுப்பாடு தேவை. ஒற்றுமை தேவை. தனிநாடு தேவை. திராவிட நாட்டைப் பெறவும் அதற்கான காரியம் செய்யவும் நாம் தயாராக இருக்கவேண்டும். திராவிட நாடு தனிநாடாகாவிட்டால் நமக்கு நம் ஆயுள் உள்ளவரை ஓய்வு கிடையாது.
>
> அரசியல் அதிகாரம் நமக்கு பிற்காலத்தில் வருவதற்கும், வந்தால் நலம் செய்வதற்கும் முக்கியமான, அடிப்படையான காரியங்களை செய்வதில் இப்பொழுது நாம் முயற்சிகொள்ள வேண்டும். ஆகவே திராவிடர் என்ற பெயரையும் திராவிட நாடு தனி சுதந்தர நாடாக வேண்டும் என்பதையும்,

நாம் குறிச்சொல்லாகவும், இலட்சியத்திட்டச்சொல்லாகவும் கொண்டாக வேண்டும்.

●

நாடகங்கள் எழுதியதோடு நிறுத்திக்கொள்ளாமல் திராவிட நாடு பத்திரிகைக்கு நிதி திரட்டும் வகையில் திராவிட நடிகர் கழகம் என்ற அமைப்பையும் உருவாக்கியிருந்தார் அண்ணா. 1944 பிப்ரவரியில் தமிழ் மாகாண நாடகக் கலை அபிவிருத்தி மாநாடு என்ற பெயரில் மாநாடு ஒன்றை ஈரோட்டில் நடத்தப்போவதாக அவ்வை டி.கே. சண்முகம் குழுவினர் அறிவித்திருந்தனர். என்.எஸ். கிருஷ்ணன் போன்ற பெரிய நடிகர்கள் சேர்ந்து அந்த மாநாட்டுக்கு ஏற்பாடு செய்தனர்.

தேதி அறிவிக்கப்பட்டதும் குடி அரசு வார இதழில் அதைக் கண்டிக்கும் வகையில் தலையங்கங்கள் எழுதப்பட்டன. ஏன் பெரியார் மாநாட்டை எதிர்க்கிறார் என்ற கேள்விக்கே விடை தெரியாத சூழலில் முத்தமிழ் நுகர்வோர் சங்கம் என்ற புதிய அமைப்பு ஒன்று உருவானது. அதுபற்றிய செய்திகள் விடுதலையில் இடம்பெற்றன. நாடகக் கலை அபிவிருத்தி மாநாட்டுக்குத் தலைமை வகிக்க இருக்கும் ஆர்.கே. சண்முகம் செட்டி யாருக்குக் கறுப்புக்கொடி காட்டப்படும் என்று எச்சரிக்கை விடுத்தது அந்த அமைப்பு.

பெரியாரின் பத்திரிகைகள் இந்த மாநாட்டைக் கண்டித்த சமயத்தில் கலை ஆர்வலரான அண்ணாவோ அந்த மாநாட்டுக்கு ஆதரவாக நின்றதோடு, அதில் கலந்துகொண்டு பேசவும் செய்தார். அண்ணாவுக்கு டி.கே. சண்முகம் சகோதரர்களுடன் நல்ல நட்பு இருந்தது. பெரியாரின் எதிர்ப்பு இருந்தபோதும் அண்ணா தலையிட்டதால் மாநாடு நடத்துவதில் பிரச்னை எதுவும் ஏற்படவில்லை. மாநாடு முடிந்தபிறகு அதுதொடர்பான செய்திகள் குடி அரசு மற்றும் திராவிட நாடு இதழ்களில் வெளியாயின.

'நாடகக் கலை மாநாடு பெருந்தோல்வி' என்பது குடி அரசு வெளியிட்ட செய்தி. ஆனால் 'மாநாடு வெற்றிகரமாக நடைபெற்றது' என்றது திராவிட நாடு.

நாடகம், மேடை, வசூல் என்று ஒரேயடியாகக் கலைத்துறையில் அண்ணா ஈடுபாடு காட்டியது பெரியாரைக் கவலைகொள்ளச் செய்திருக்கலாம். அதன்காரணமாகவே தனது எதிர்ப்பை நாசூக்காகப் பதிவு செய்திருக்கக்கூடும். எனினும், பெரியார் - அண்ணா இடையே ஏற்பட்ட முக்கியக் கருத்துவேறுபாடு இது.

24 அண்ணாதுரை தீர்மானங்கள்

நீதிக்கட்சியின் பெயரை மாற்றம் செய்யும் முடிவுக்கு வந்திருந்தார் பெரியார். அதைப் பல்வேறு சமயங்களில் சொல்லிவந்தார். அதை செயல்படுத்த இப்போது தயாராகியிருந்தார். 27 ஆகஸ்டு 1944 அன்று சேலத்தில் நீதிக்கட்சியின் பதினாறாவது மாகாண மாநாடு கூடியது. அதில் கட்சியின் பெயரை திராவிடர் கழகம் என்று பெயர் மாற்றும் தீர்மானத்தைக் கொண்டுவரத் திட்டமிடப் பட்டது. அதை அண்ணாவின் பெயரிலேயே கொண்டு வர முடிவுசெய்தார் பெரியார். மாநாட்டில் அண்ணா கொண்டுவர இருந்த தீர்மானங்கள் கீழே:

> நம் கட்சி தோன்றிய காலம் முதல் இதுவரை நாம் பிரிட்டிஷ் சர்க்காருக்கு ஒத்துழைத்து வந்ததும் சர்க்காருடன் ஒத்துழையாமை செய்து சர்க்காருக்குத் தொல்லை கொடுத்துவந்த ஸ்தாபனங்களையும் எதிர்த்துப் போராடி, சர்க்காருக்கு அனுகூலமான நிலையை உண்டாக்க உதவி செய்துவந்ததும் குறிப்பாகச் சென்ற ஐந்து வருட காலமாக நடந்துவரும் உலக யுத்தத்தில் நல்ல நெருக்கடியில் நேச நாடுகளின் வெற்றிக்குக் கேடு உண்டாக்கும் நிலையில் நம் நாட்டில் பல ஸ்தாபனங்கள் செய்து வந்த பெருங்கிளர்ச்சிகளையும் நாச வேலை களையும் எதிர்த்து அடக்குவதிலும் நேச நாடுகளுக்கு வெற்றி உண்டாகப் பணம், ஆள், பிரசாரம் முதலியன நிபந்தனையின்றிச் சர்க்காருக்கு உதவி வந்ததும் சர்க்காராலும் பாமர மக்களாலும்

நம் கட்சியை இழிவாகக் கருதப்படத்தக்க நிலை ஏற்படுவதற்குப் பயன்பட்டுவிட்டது.

இந்திய அரசியல், சமூகவியல் சம்பந்தமான பேச்சுவார்த்தைகளில் சர்க்கார் நம் கட்சியையும் நம் லட்சியமாகிய திராவிட நாட்டுப் பிரிவினையையும் அலட்சியம் செய்துவருகிறார்கள். இந்திய மக்களின் அரசியல், சமூகவியல் சம்பந்தமான ஸ்தாபனங்களில் நம் ஸ்தாபனம் குறிப்பிடத்தக்கதாகவும் நீதிநெறி உடையதாகவும் இருந்து ஒழுங்கு முறைக்குக் கட்டுப்பட்டு, சர்க்கார் மெச்சும்படி நடந்துவந்தும் நம் ஸ்தாபனம், சர்க்காரால் மற்ற சாதாரண ஸ்தாபனங்களோடு ஒன்றாகக்கூடச் சேர்த்துப் பேசுவதற்கில்லாததாக அலட்சியப்படுத்தப் பட்டுவிட்டது.

மாகாண கவர்னராலோ, கவர்னர் ஜெனரலாலோ இந்திய மந்திரியாலோ பிரிட்டிஷ் முதல் மந்திரியாலோ இந்திய அரசியல் கட்சிகளைப் பற்றி பலதடவை பேசஏற்பட்ட சந்தர்ப்பங்களில் ஒன்று, இரண்டு தடவைகூட நம் சமுதாயத்தையோ, நம் ஸ்தாபனத்தையோ, நம் லட்சியத்தையோ குறிப்பிடக் கட்டுப்பாடாக மறுத்தே வரப்பட்டிருக்கிறது.

ஆகவே, இப்படிப்பட்ட நிலைமை மாறி, நம் கட்சிநிலை மதிக்கப்படவும் குறிப்பிடவும் மக்களின் மனநிலையில் மாற்றம் ஏற்படவும் நம் கட்சி இனியும் கட்டுப்பாடும் உரமும் பெற்று, உண்மையான தொண்டர்களைக் கொண்டு நாணயமாகவும், தீவிரமாகவும் தொண்டாற்றி, மதிப்பு பெறவும், நல்ல வசதியும் சௌகரியமும் ஏற்படுவதற்கு நம் கட்சிக்கு அடியிற்கண்ட திட்டம் உடனே அமலுக்குக் கொண்டுவர வேண்டியது அவசியமும் அவசரமும் ஆன காரியமென்று இந்த மாநாடு தீர்மானிக்கிறது.

1. *நம் கட்சியில் இருக்கும் அங்கத்தினர்களும் இனியும் வந்துசேர இருக்கும் அங்கத்தினர்களும் சர்க்காரால் மக்களுக்கு அளிக்கப்பட்ட எந்தவிதமான கவுரவப் பட்டங்களையும் உடனே சர்க்காருக்கு வாபஸ் செய்துவிடவேண்டும்; இனி ஏற்றுக்கொள்ளவும் கூடாது.*

2. *அதுபோலவே, அவர்கள் யுத்தத்துக்காகவும் மற்றும் சர்க்கார் காரியங்களுக்காகவும் மத்திய சர்க்காராலோ, மாகாண சர்க்காராலோ எந்தவிதமான கமிட்டியில் எப்படிப்பட்ட கவுரவ ஸ்தாபன, அங்கத்தினர் பதவி, ஆலோசகர் பதவி அளிக்கப்பட்டிருந்தாலும் அவைகளை எல்லாம் உடனே ராஜினாமா செய்துவிட வேண்டும்.*

3. *தேர்தல் அல்லாமல் ஸ்தல ஸ்தாபனம் அல்லது ஜில்லா போர்டு, முனிசிபல் சபை, பஞ்சாயத்து போர்டு ஆகியவைகளின் தலைவர், உப தலைவர், அங்கத்தினர் ஆகிய பதவிகளில் சர்க்காரால் நியமனம் பெற்ற அல்லது நியமனம் பெற்ற அங்கத்தினர்களால் தேர்தல் பெற்றோ இருக்கிறவர்கள் யாவரும் தங்கள் தங்கள் பதவிகளை உடனே ராஜினாமா செய்துவிட வேண்டும்.*

4. சர்க்காரால் தொகுதி வகுக்கப்பட்ட எந்தவிதமான தேர்தலுக்கும் கட்சி அங்கத்தினர்கள் நிற்கக் கூடாது.

இதை ஏற்று ஒருவாரத்தில் இதன்படி கட்டுப்பட்டு நடக்காதவர்கள் எவரும் தங்களுக்கு இக்கட்சியில் இருக்க இஷ்டமில்லை என்று கருதிக் கட்சியைவிட்டு நீக்கிக் கொண்டவர்களாகக் கருதப்படவேண்டியவர் களாவார்கள்.

அண்ணாவின் பெயரில் பெரியார் கொண்டுவர விரும்பிய தீர்மானங்களுக்குக் கீழே குறிப்பு ஒன்றையும் எழுதி 20 ஆகஸ்டு 1944 தேதியிட்ட திராவிட நாடு இதழில் வெளியிட்டார் அண்ணா. அந்தக் குறிப்பில், கட்சி வளர்ச்சியாக உண்மையான உறுதியுடன் போராடத் தயாராக இருப்பவர்கள் ஒருபக்கமும், பட்டத்துக்கும் பதவிக்கும் அலைபவர்கள் இன்னொரு பக்கமுமாகக் கட்சியை இழுத்துக்கொண்டிருக்கும் நிலை கட்சி வளர்ச்சியை ஊனப்படுத்திவிடுமோ என்று கவலைப்படும் இளைஞனின் வேதனைக்குரலே இந்தத் தீர்மானங்கள் என்ற தொனியில் குறிப்பெழுதிய அண்ணா, தேர்தல் காரியத்தை இன்று கவனிக்கக்கூடாது என்று கூறுவதன் கருத்து, பதுங்கிப் பாயவேண்டும் என்ற குறிக்கோள் கொண்டுதான் என்றும் திராவிடர்களுக்கு விழுப்புணர்வை ஊட்டி, திராவிட முகாம்களை அமைத்து, திராவிட நாடு முஸ்தீபுகள் நிறைந்த இடமாகிவிட்ட சமயம் பார்த்துத் தேர்தலுக்கு நிற்பது, தக்கது அறிந்து செய்யும் காரியமாக இருக்கும் என்று எழுதியிருந்தார்.

இத்தகைய தீர்மானங்களைக் கொண்டுவரவேண்டும் என்ற எண்ணம் பெரியாருக்கு வந்திருக்கும் நிலையில் அதைத் தனது பெயரிலேயே மாநாட்டில் கொண்டுவந்திருக்கமுடியும். ஆனால் அண்ணாவின் பெயரில் கொண்டுவர வேண்டிய அவசியம் என்ன?

இதுபற்றி பெரியாரே எழுதியிருக்கிறார்:

ஜஸ்டிஸ் கட்சி என்றால் பதவி வேட்டைக் கட்சி என்பதாகப் பார்ப்பனர் பேர் சுமத்திவிட்டதாலும், பதவி பெறுவதால் ஒரு காரியமும் செய்யமுடியாமல் போய்விட்டதாலும் பதவிக்கு வருபவன்கூட அவன் எவ்வளவு ஒழுக்கமானவனாக இருந்தாலும் பதவி பெறுவதற்கு அனேக அயோக்கியத்தனம் செய்யவேண்டி இருப்பதாலும் பெற்ற பிறகும் ஸ்தாபனத்துக்கே துரோகியாக வேண்டியதாவதோடு, அதனால் மரியாதையே போய்விடுவதாலும், கட்சியைத் திராவிடர் கழகம் என்று மாற்றி, திராவிடர் கழகத்தின் பெயரால் யாரும் தேர்தலுக்கு நிற்கக்கூடாது என்றும் சர்க்கார் தயவில் ஒரு நியமனமும் பெறக்கூடாது என்றும் சேலம் மாநாட்டில் தீர்மானம் போட்டேன்.

அதையறிந்த சிலர், எப்படியாவது கட்சி சேர்த்துக்கொண்டு, கலகம் செய்து, கட்சியைக் கலைக்க, என்ன என்னமோ சூழ்ச்சி செய்தார்கள். நான் இந்த மாநாட்டுக்குத் தலைவராக வந்தால் இம்மாதிரி தீர்மானம் கொண்டுவந்து விடுவேன் என்பதாகக் கருதி, வேறு ஒருவரைத் தலைவராகப் போடுவது

என்றும் முடிவு செய்திருந்தனர். இந்தத் தந்திரத்துக்கு அவர்கள் திரு. அண்ணாவைத் தங்கள் பக்கத்தில் சேர்த்து நம்பி இருந்தார்கள். ஆனால் நிலைமையைப் பார்த்து அண்ணா அவர்களை விட்டுவிட்டு நம்மிடம் வந்து நம்மை வரும்படிக் கட்டாயப்படுத்தினார்கள். எனக்கு அதுசமயம் அண்ணா மீதும் சந்தேகம் ஏற்பட்டிருந்தது.

ஆனால் அண்ணா அந்தச் சந்தேகத்தை நிவர்த்தி செய்ய, அங்கு தலைவராகப் பிரேரேபிக்கப்பட இருந்த தலைவர் அண்ணாவுக்கு எழுதியிருந்த ஓர் ரகசிய கடிதத்தை எனக்குக் காட்டி, தன்னைநம்பும்படிச் சொன்னார். பிறகு நான் அவரை நம்பியதோடு, அதற்குப் பரிட்சையாக நான் அவரையே சில தீர்மானங்களைப் பிரேரேபிக்கும்படிக் கூறினேன். அவரும் பிரேரேபிக்க ஒப்புக்கொண்டார். அதன்மீது நான் சில தீர்மானங்களை எழுதி அண்ணாவிடம் கையெழுத்து வாங்கி, சேலம் மாநாட்டில் அண்ணாவைப் பிரேரேபிக்கச் செய்து எதிர்ப்பே இல்லாமல் ஒரு சிறு திருத்தத்தோடு நிறைவேற்றிக்கொண்டேன்'

அது என்ன திருத்தம்?

அண்ணா தீர்மானங்களில் இருக்கும் 'இதை ஏற்று...' என்ற பிரிவுக்குப் பதிலாக 31 மார்ச் 1945 தேதிக்கு உள்ளாகத் தமிழ்நாட்டில் 10000க்குக் குறையாமல் அங்கத்தினர்களைச் சேர்த்து ஜில்லா, தாலுகா சங்கங்களை இன்னும் அதிகமாகப் பலப்படுத்தி, ஒழுங்குமுறைக் கண்டிப்புகளை ஏற்படுத்தி, ஒரு தனி மாநாடு கூட்டித் தெரிவித்து அன்றுமுதல் அமலுக்குக் கொண்டுவரவேண்டும் என்ற திருத்தம் செய்யப்பட்டது.

தீர்மானங்கள் குறித்த விவாதங்கள் 35 மணி நேரத்துக்கு மேலாக நடந்தன. அப்போது நீதிக்கட்சியின் முக்கியத் தலைவர்களான பி.டி. ராஜன், கி.ஆ.பெ. விசுவநாதம், மணப்பாறை வி.வி. ராமசாமி, ரெ. திருமலைசாமி, பி. ஆர். ரத்தினசாமி, பி. பாலசுப்ரமணியன் போன்ற தலைவர்கள் தீர்மானங்களுக்கு எதிர்ப்பு தெரிவித்து மாநாட்டுப் பந்தலைவிட்டு வெளியேறினர். அதன்பிறகு தீர்மானங்கள் உடனடியாக அமலுக்கு வருகின்றன என்று தொடக்கத்தில் அறிவித்தாலும் பிறகு அவை அடுத்து நடைபெற இருக்கும் கட்சியின் மாநாட்டில் இருந்து அமலுக்கு வரும் என்று அறிவிக்கப்பட்டது. அந்த மாநாட்டில் கொண்டுவரப்பட்ட தீர்மானங்களுள் ஒன்றை வழிமொழிந்து பேசும் வாய்ப்பு பன்னிரண்டு வயது பாலகனுக்குத் தரப்பட்டது. அந்த பாலகனின் பெயர் கி. வீரமணி.

தீர்மானங்கள் ஒவ்வொன்றும் நுணுக்கமாகத் தயார் செய்யப்பட்டிருந்தன. நீதிக்கட்சியில் இருந்த மூத்த தலைவர்கள் ஒவ்வொருவரையும் நேரடியாகவும் மறைமுகமாகவும் பாதிக்கும் வகையில் இருந்தன. ஈ.வெ.ராவின் ஆசியுடன் அண்ணா கொண்டுவந்த தீர்மானங்கள் திட்டமிட்டுக் கொண்டுவரப்பட்டவை என்று உணர்ந்து மாநாட்டில் இருந்து வெளியேறியவர்கள் பி.டி. ராஜன் தலைமையில் தொடர்ந்து நீதிக்கட்சி என்ற பெயரிலேயே செயல்படுவது என்று முடிவு செய்தனர்.

அண்ணாதுரை தீர்மானங்கள் மூலம் நீதிக்கட்சியின் முக்கியத் தலைவர்கள் பலரும் தங்களுடைய பட்டங்களை, பதவிகளை இழக்க வேண்டிய சூழ்நிலை உருவானது. ஆனால் அவர்களில் பலருக்கு அதில் விருப்பமில்லை. பெரியாரிடம் சமாதானமாகப் போய்விடுவது என்று முடிவு செய்தனர். அதற்காக பெரியாருக்கு அழைப்பு விடுத்தனர். இதுகுறித்து 1956 செப்டம்பர் முதல் தேதியிட்ட மன்றம் இதழில் நாவலர் நெடுஞ்செழியனின் பதிவு இங்கே:

‘பதவியையும் பட்டத்தையும் துறந்துவிட வேண்டும் என்று போடப்பட்ட தீர்மானம், நீதிக் கட்சியிலிருந்து வந்த பணக்காரர்களுக்கும், பட்டந்தாங்கிகளுக்கும், பதவியாளர்க்கும் பேரிடியாக இருந்தது. அவர்களெல்லாம் திராவிடர் கழகத்தோடு பங்கு கொள்ளாமல், நீதிக்கட்சியின் பெயரிலேயே இருந்துவரத் தலைப்பட்டனர். அப்பொழுது நீதிக் கட்சியில் தலைவர்கள்தான் இருந்தார்களே ஒழிய, தொண்டர்கள் யாரும் இல்லை. பாடுபடும் தொண்டர்கள் அனைவரும் திராவிடர் கழகத்தில் இணைந்திருந்தனர். எப்படியேனும் திராவிடர் கழகத்தைத் தம் வழிக்கு மீண்டும் இழுத்துக் கொண்டால் தமகு வசதியாக இருக்கும் என்று நீதிக்கட்சித் தலைவர்களில் சிலர் எண்ணினர். அதற்கான முயற்சியையும் அவர்கள் மேற்கொண்டார்கள்.

‘நீதிக் கட்சியில் தலைவர்களாக இருந்த பொப்பிலி அரசர், செட்டி நாட்டரசர் முத்தையா, காலஞ் சென்ற என்.ஆர். சாமியப்பா ஆகியோர் நீதிக் கட்சிக்கும் திராவிடர் கழகத்துக்கும் இடையே ஒரு உடன்பாடு ஏற்படுத்த முயன்றனர். அதற்காக அப்போதும் (நீதிக் கட்சிக்கு அதிகாரபூர்வத்) தலைவராக இருந்து வந்த பெரியார் ராமசாமி அவர்களை நீதிக் கட்சித் தலைவர்கள் அழைத்தார்கள்.

‘அந்த அழைப்பை ஏற்று, அவர்களைக் காணப் போவதற்கு முன்பு பெரியார் அவர்கள், அறிஞர் அண்ணா அவர்களிடம், அவர்கள் எதற்காகத் தம்மை அழைத்திருப்பார்கள் என்று கலந்தாலோசித்தார்கள். அண்ணா அவர்கள், அவர்கள் உங்களைத் தம் வயப்படுத்தத்தான் இப்பொழுது அழைத்துள்ளார்கள். பட்டம், பதவியைத் துறக்க வேண்டும் என்று சேலத்தில் நிறைவேற்றப்பட்ட தீர்மானத்தைக் கைவிடும்படி வற்புறுத்தவே உங்களை அவர்கள் அழைத் திருப்பார்கள் என்று கருதுகிறேன். அவர்கள் அதற்கு நிதி தருகிறோம், இதற்கு நிதி தருகிறோம் என்று பணத்தாசையைக் காட்டி, உங்களைத் தம் வயப்படுத்தலாம் என்று எண்ணிக் கொண்டு இருப்பார்கள். நீங்கள் இதில்தான் மிகவும் எச்சரிக்கையாக இருக்க வேண்டி நேரிடும். அந்தத் தீர்மானத்தைக் கைவிட நீங்கள் எந்த விதத்திலும் இடம் தந்துவிடாதீர்கள். அவர்களுக்கு விட்டுக் கொடுக்கும்படியான நிலைமை ஏதேனும் ஏற்பட்டால், என்னைப் போன்றவர்கள் இயக்கத்தை விட்டு வெளியேறும்படியான நிலைமை ஏற்படும் என்று சொல்லி அனுப்பினார்கள்.

'சென்னை காஸ்மாபாலிடன் கிளப்பின் மேல் மாடியில், பொப்பிலி அரசர், செட்டி நாட்டரசர் முத்தையா, ராவ்பகதூர் என். ஆர். சாமியப்பா ஆகியோரைப் பெரியார் சந்தித்தார்கள். அறிஞர் அண்ணா அவர்கள் ஊகித்து முன்கூட்டிக் கூறியவாறு நீதிக் கட்சித் தலைவர்கள் பல்வேறு துறைகளுக்கு நிதி தருவதாக வாக்களித்து, பட்டம், பதவியைத் துறக்கும் தீர்மானத்தைக் கைவிடும்படி பேரம் பேசினர். பணத்தோடு கூடிய நீதிக் கட்சித் தலைவர்களைக் கைவிடுவதா? அல்லது அண்ணா போன்ற தொண்டர்களைக் கைவிடுவதா? என்ற பிரச்சினை பெரியார் உள்ளத்தைக் குடைந்தது. முடிவில், தொண்டர்களைக் கைவிடக் கூடாது என்ற முடிவுக்கு வந்து, நீதிக் கட்சித் தலைவர்களின் கருத்துக்கு இசைவு தராமல் பெரியார் அவர்கள் வந்துவிட்டார்கள். அறிஞர் அண்ணாவின் கண்டிப்புரையால் திராவிட இயக்கத்துக்கு அப்பொழுது ஏற்பட இருந்த ஆபத்து ஒன்று அகன்றது என்றுதான் சொல்ல வேண்டும்'

இதுதான் நெடுஞ்செழியனின் பதிவு.

தென்னிந்திய நலவுரிமைச்சங்கம் என்ற பெயரில் தொடங்கப்பட்டு, நீதிக்கட்சி என்று மக்களால் அழைக்கப்பட்ட கட்சி திராவிடர் கழகம் என்ற புதிய பெயரில் பெரியார் தலைமையில் இயங்கத் தொடங்கியது.

23 செப்டெம்பர் 1944 அன்று சென்னை வந்தார் டாக்டர் அம்பேத்கர். ஈ.வெ.ராவைச் சந்தித்துப் பேசிய அவர் சேலம் மாநாட்டுத் தீர்மானங்களைத் தான் வரவேற்பதாகக் கூறினார். முன்னதாக, சேலம் மாநாட்டுத் தீர்மானங்கள் எங்களைக் கட்டுப்படுத்தாது என்று அறிவித்த சில ஜஸ்டிஸ் கட்சிப் பிரமுகர்கள் 24 செப்டெம்பர் 1944 அன்று அம்பேத்கரைச் சந்திக்க விரும்பினர். சென்னை கன்னிமாரா ஹோட்டலில் சண்டே அப்சர்வர் பி. பால சுப்பிரமணியம் விருந்து ஒன்றுக்கு ஏற்பாடு செய்தார்.

நீதிக்கட்சித் தலைவர்கள் மத்தியில் பேசிய அம்பேத்கர், 'பார்ப்பனர் அல்லாத கட்சிக்கு நல்ல தலைமையும் கட்டுக்கோப்பான அமைப்பும் தெளிவாக வரையறுக்கப்பட்ட கொள்கைகளும் அவசியம்' என்றார். அதன் அர்த்தம் இதுதான். பார்ப்பனருக்கு எதிராகக் கட்சி நடத்த வேண்டும் என்றால் அதற்கு பெரியார் போன்ற தலைவர் வேண்டும். திராவிடர் கழகம் போன்ற கட்டுக்கோப்பான அமைப்பு வேண்டும். ஈரோடு திட்டம் போன்ற தெளிவான திட்டங்கள் வேண்டும். இந்த மூன்றும் தற்போது இயங்கிவரும் நீதிக்கட்சிக்கு இல்லை என்பதுதான் அம்பேத்கர் பேசியதன் உட்கருத்து.

நீதிக்கட்சித் தலைவர்கள் கொடுத்த விருந்தில் கலந்துகொண்டு, அவர்களையே அம்பேத்கர் விமரிசித்ததை **'சோறு போட்டு உதை வாங்கிய கதை'** என்ற கட்டுரை மூலம் கேலி செய்தது குடி அரசு.

25 ஏன் வேண்டும் திராவிட நாடு?

பெரியாருக்கு விருப்பம் இல்லை என்றபோதும் கலையுலகத்துடன் தன்னை இணைத்துக் கொள்வதில் அண்ணா தயக்கம் காட்டவில்லை. நாடகம், சினிமா மூலம் கிடைக்கும் பிராபல்யம், விளம்பரம் அனைத்தும் கட்சிக்குத்தான் லாபம்; இயக்கத்துக்குத்தான் வளர்ச்சி; கொள்கைக்குத்தான் வெற்றி என்பது அண்ணாவின் நம்பிக்கை.

கலைவாணர் என்.எஸ். கிருஷ்ணனுடன் அண்ணாவுக்கு நல்ல நட்பு இருந்தது. 1939ல் என்.எஸ். கிருஷ்ணன் நடித்த மாணிக்கவாசகர் என்ற திரைப்படம் அண்ணாவை வெகுவாகக் கவர்ந்து விட்டது. புரோகிதர்களுக்கு எதிரான கருத்துகளைக் கொண்ட நாடகம் அது. சிரிக்காதே என்ற படத்தில் போலிச்சாமியார்களை வெளுத்துவாங்குவார் என்.எஸ். கிருஷ்ணன். பிறகு கிருஷ்ணனைப் பெரியாரிடம் அழைத்துச் சென்று அறிமுகம் செய்துவைத்தார் அண்ணா.

அவருக்காக 1948ல் ஒரு படத்துக்கு திரைக்கதை, வசனம் எழுதிக்கொடுத்தார் அண்ணா. பிரபலமான ஆங்கிலப் படம் ஒன்றைத் தமிழில் மாற்றவிரும்பினார் என்.எஸ்.கே. அந்தப் படம்தான் நல்லதம்பி. ஒருபக்கம் கிந்தனார் கதாகாலட்சேபம் என்ற பெயரில் முற்போக்குச்சிந்தனை, இன்னொரு பக்கம் மதுப்பழக்கத்துக்கு எதிர்ப்பு என்று களைகட்டினான் நல்லதம்பி. அண்ணாவுக்கும் கிருஷ்ண னுக்கும் நல்ல பெயர். அதன்பிறகுதான் அண்ணாவின் வெற்றிப்படமான வேலைக்காரி வெளியானது.

அவ்வை டி.கே. சண்முகம் நாடகக் குழுவில் இருந்து கருத்து வேறுபாடு காரணமாக வெளியேறினார் ஒரு நடிகர். பெயர், டி.வி. நாராயணசாமி. வெளியே வந்தவர் அபயம் கேட்டது அண்ணாவிடம்தான். தேர்ந்த நடிகரான நண்பர் நாராயணசாமிக்காக பிரத்யேகமாக நாடகம் ஒன்றை எழுதினார் அண்ணா. சிவாஜி கண்ட இந்து ராஜ்யம். சூத்திரனான சிவாஜி சத்திரியனாக முடிசூட்டிக்கொள்ள முடியுமா? அதை பிராமணர் ஏற்றுக்கொள்வார்களா? என்பதுதான் கதை.

முழுக்க முழுக்க பிராமண எதிர்ப்புச் சிந்தனைகளுடன் எழுதப்பட்ட நாடகம் அது. ஆரியம், விதைக்காது விளையும் கழனி, வெட்டாது ஊற்றெடுக்கும் தடாகம் போன்ற ஆரிய எதிர்ப்பு வசனங்கள் இடம்பெற்ற நாடகம் அது. சந்திரமோகன் கதாபாத்திரத்தில் நாராயணசாமியும் காக பட்டராக அண்ணாவும் நடித்தனர். பிராமண எதிர்ப்பு, புராண எதிர்ப்பு, வர்ணாசிரம எதிர்ப்பு என்பன போன்ற பெரியாரின் கொள்கைகள் பலவும் இடம்பெற்றன. நல்ல வரவேற்பு. நல்ல வசூலும்கூட.

சிவாஜி கண்ட இந்து ராஜ்யம் நாடகத்துக்கும் திராவிட இயக்கத்தைச் சேர்ந்த பலருக்கும் நெருக்கமான தொடர்பு இருக்கிறது. சந்திரமோகன் கதாபாத்திரத்தில் டி.வி. நாராயணசாமி நடித்தபோதும் அதே வேடத்துக்கு இன்னொரு நடிகரை நடிக்க வைக்க விரும்பினார். அந்த நடிகரை அண்ணாவிடம் அழைத்துவந்து அறிமுகம் செய்துவைத்தார் நாராயணசாமி. அவரைப் பார்த்ததும் பிராமணப் பையன் என்று நினைத்தார். இல்லை என்று சொன்னதும் ஆச்சரியமாக இருந்தது அண்ணாவுக்கு. அந்த நடிகரின் பெயர் எம்.ஜி. ராமச்சந்திரன்.

சந்திரமோகன் பாத்திரத்தில் நடிக்க சம்மதம் சொன்னார் எம்.ஜி.ராமச்சந்திரன். ஆனால் வசனங்களில் சில திருத்தங்கள் தேவைப்பட்டன. விஷயம் அண்ணாவுக்குச் சென்றது. ஆகட்டும் என்று சொல்லிவிட்டார் அண்ணா. ஆனால் எம்.ஜி.ஆரின் அண்ணன் எம்.ஜி. சக்கரபாணிக்கு வசனங்களைத் திருத்தச் சொன்னது பிடிக்கவில்லை. தவிரவும், அண்ணாவின் நாடகத்தில் நடிப்பது ஒருவித கட்சி முத்திரையைக் கொடுத்துவிடும். அது எதிர்காலத்துக்கு நல்லதல்ல என்று சொல்லிவிட்டார்.

எம்.ஜி. ராமச்சந்திரன் நடிக்க மறுக்க, அந்த இடத்துக்கு வந்து கச்சிதமாகப் பொருந்தினார் ஒரு இளம் நடிகர். வி.சி. கணேசன். சென்னையில் நடந்த சிவாஜி கண்ட இந்து ராஜ்ஜியம் நாடகத்தைப் பார்த்த பெரியாருக்கு வி.சி. கணேசனின் நடிப்பு பிடித்துப் போனது. வி.சி. கணேசனை சிவாஜி கணேசனாக மாற்றிவிட்டுச் சென்றார்.

அண்ணாவுடன் தொடர்புகொண்ட என்.எஸ். கிருஷ்ணன் தொடங்கி சிவாஜி கணேசன் வரை பலரும் திராவிட இயக்கத்துடனேயே தங்களை இணைத்துக்கொண்டனர்.

22 ஜூலை 1945 அன்று புதுவையில் நடைபெற்ற திராவிடர் கழக மாநாடு. புரட்சிக் கவிஞர் பாரதிதாசனின் விருப்பம் காரணமாக, அவருடைய வழிகாட்டுதலுடன் நடத்தப்பட்ட மாநாடு. அதில் கலந்துகொள்ள பெரியார் உள்ளிட்ட முக்கியத் தலைவர்கள் வந்திருந்தனர். மாநாட்டை அண்ணா தொடங்கிவைத்தார்.

நண்பகல் நேரத்தில் திடுதிப்பென மாநாட்டுப் பந்தலுக்குள் சில வேற்று நபர்கள் ஆவேசமாக நுழைந்தனர். அவர்களுடைய வன்முறைத் தாக்குதலால் மாநாடு கலகலத்தது. உடனடியாக மாநாட்டு நிகழ்ச்சிகள் நிறுத்தப்பட்டன. பெரியாரும் அண்ணாவும் ரிக்ஷா ஒன்றில் ஏறிப் புறப்பட்டனர். வாகனம் எதுவும் கிடைக்காததால் ஓட்டமும் நடையுமாகப் புறப்பட்டனர் பாரதி தாசனும் மு. கருணாநிதியும்.

வழியில் வந்த கலகக்காரர்கள் இருவர் மீதும் தாக்குதல் தொடுத்தனர். கருணாநிதியை மட்டும் மயக்கம் வரும் அளவுக்குத் தாக்கினர். காரணம், அவருடைய பழனியப்பன் அல்லது சாந்தா என்ற நாடகத்தில் சிவகுரு என்ற கதாப்பாத்திரத்தில் வந்து காங்கிரஸ் கட்சியை வசனங்கள் மூலம் வெளுத்து வாங்குவார். அதற்குப் பழிதீர்த்துக் கொண்டனர் காங்கிரஸ்காரர்கள்.

மீண்டும் மாலையில் மாநாடு தொடங்கியபோது திராவிடர் கழகத்தின் மூத்த தலைவர்களுள் ஒருவரான பட்டுக்கோட்டை அழகிரிசாமி பேசினார். தாக்குதலுக்குக் கண்டனம் தெரிவித்த அவர், 'எப்படியோ நடந்தவை நடந்தவையாக இருக்கட்டும்! இனி நடப்பவை நல்லவையாக இருக்கட்டும்' என்றார். இது திராவிட இயக்க வரலாற்றில் முக்கியத்துவம் வாய்ந்த சொற்றொடராகப் பின்னாளில் மாறிப்போனது.

கட்சிக்குப் புதிய பெயர் வைத்தாகிவிட்டது. பழைய தலைவர்கள் பலரும் விலகிவிட்டனர். திராவிடர் கழகத்துக்கென புதிய சட்டத்திட்டங்களை, கொள்கைகளை, செயல்திட்டங்களை உருவாக்கவேண்டும் என்றார் பெரியார். அதற்கான வேலைகளும் தொடங்கின.

29 செப்டெம்பர் 1945. திருச்சி புத்தூர் மைதானத்தில் பெரியார் தலைமையில் திராவிடர் கழக மாநாடு கூடியது. அந்த மாநாட்டில் திராவிடர் கழகத்துக்கான லட்சியங்கள் வரையறுக்கப்பட்டன. விதிமுறைகள் வகுக்கப்பட்டன. கழகத்தின் பெயர் திராவிடர் கழகம் என்பது தொடங்கி பல்வேறு விஷயங்கள் தீர்மானம் செய்யப்பட்டன.

திராவிடர் கழகத்தின் லட்சியங்கள்

திராவிடநாடு (சென்னை மாகாணம்) சமுதாயம், பொருளாதாரம், தொழில்துறை, வியாபாரம் ஆகியவற்றில் பூரண சுதந்தரமும் ஆதிக்கமும் பெறவேண்டும்.

திராவிட நாடும் திராவிட நாட்டு மக்களும் திராவிட நாட்டவரல்லாத அந்நியர்களின் எந்தவிதமான சுரண்டல்களில் இருந்தும் ஆதிக்கத்திலிருந்தும் விடுவிக்கப்பட்டுக் காப்பாற்றப்படவேண்டும்.

திராவிட நாட்டில் உள்ள மக்கள் யாவரும் சாதி, வகுப்பு, அவை சம்பந்தமான உயர்வு, தாழ்வு இல்லாமல் சமுதாயத்திலும் சட்டத்திலும் சம உரிமையும் சம சந்தர்ப்பமும் பெற்றுச் சமவாழ்வு வாழச் செய்யவேண்டும்.

திராவிட நாட்டு மக்களுக்குச் சமயம், சமயாசாரம், பழக்கவழக்கம் என்பனவற்றின் பேரால் இருந்துவரும் பேத உணர்ச்சி, மூட நம்பிக்கை, ஆகியவைகள் மறையச் செய்து, அவர்களைத் தாராள நோக்கமும் நல்ல அறிவு வளர்ச்சியும் பெற்ற ஒன்றுபட்ட சமுதாய மக்களாகச் செய்யவேண்டும்.

இவை வெற்றிபெறுகிறவரை சாதி, சமய, வகுப்புபேதம் ஆகியவை உள்ள மக்களுக்கு நம்மிடம் (கழகத்தாரிடம்) முழு நம்பிக்கையும் நல்லெண்ணமும் ஏற்பட்டு, மேற்கண்ட முயற்சிகளுக்கு நம்மோடு களங்கமற்று ஒத்துழைக்க வேண்டிய அவசியத்துக்காக, அவைகளுக்குத் தக்கபடி முக்கியமான துறைகளில் எல்லாம் பிரதிநிதித்துவம் கிடைக்கும்படிச் செய்யவேண்டும்.

திராவிடர் கழகத்தின் அமைப்பு

திராவிடர் கழக ஸ்தாபனமானது தற்காலம் சென்னை மாகாணம் முழுவதுமான திராவிட நாட்டின் ஜில்லாக்கள், தாலுகாக்கள், முக்கியமான ஊர்கள் ஆகிய எல்லா இடங்களிலும் இருக்கத்தக்கதாகும்.

மேற்படி இடங்களில் உள்ள திராவிடர் கழக லட்சியங்களைக் கொண்ட வேறு பெயருள்ள ஸ்தாபனங்களும் இதனுடன் சம்பந்தப்படுத்திக்கொள்ள அனுமதிக்கப்படலாம்.

மேற்கண்ட கழக லட்சியங்களை ஒப்புக்கொண்டு, அவை நிறைவேறு வதற்காகத் திராவிட நாடு இந்திய (மத்திய) அரசாங்க ஆதிக்கத்திலிருந்து விலகித் தனிச் சுதந்தரத் திராவிட நாடாக ஆகவேண்டியது முக்கியமானது என்கிற திராவிட நாட்டுப் பிரிவினைத் தத்துவத்தையும் ஏற்றுக் கழக விதிமுறைகளுக்கு இணங்கிக் கையொப்பமிட்ட பதினெட்டு வயது கடந்த ஆண், பெண் எவரும் திராவிடர் கழகத்தில் அங்கத்தினராக உரிமையுண்டு.

ஒரு கட்சித்தலைவர், கட்சியை நடத்தும் பொறுப்பு அளிக்கப்பட்டவராகவும் அவசியத்தைப் பொறுத்து மாறுதல் ஏற்படும்வரை தேர்ந்தெடுக்கப்பட்ட வராகவும் இருக்க வேண்டும். ஒரு தலைவர், இரண்டு உப தலைவர்கள், இரண்டு காரியதரிசிகள், ஒரு பிரதம அமைப்பாளர், மூன்று பிரதேச அமைப்பாளர்கள், ஒரு பொருளாளர் ஆகியோரும் திராவிட நாட்டின் 24 ஜில்லாக்களுக்கு ஜில்லா ஒன்றுக்கு இருவர் வீதம் 48 அங்கத்தினர்களும் தஞ்சை, திருச்சி, கோவை, சேலம் ஆகிய ஜில்லாக்களுக்கு அதிகப்படியாக 2 அங்கத்தினர்கள் வீதம் எட்டு அங்கத்தினர்களும் சென்னைக்கு ஐந்து அங்கத் தினர்களும் மாநாட்டில் தேர்வு செய்யப்பட்டவர்களாக இருக்கவேண்டும்.

24 உறுப்பினர்களைக் கொண்ட செயற்குழுவைத் தலைவர் நிர்வாகக் கமிட்டி யில் இருந்து நியமிக்க வேண்டும். அந்தக் குழுவில் தலைவர், அவைத் தலைவர் (அக்கிராசனார்), செயலாளர்கள், பொருளாளர்களும் அடக்கம்.

திராவிட நாட்டுப் பிரிவினைத் திட்டத்தையும் திராவிடர் கழக சமுதாயக் கொள்கைகளையும் ஒப்புக்கொள்ளாத எந்த அரசியல் கட்சிகளோடும் திராவிடர் கழகம் தொடர்பு வைத்துக்கொள்ளக் கூடாது என்றும் சர்வீஸ் கமிஷன் தேர்வுக்கு ஆதி திராவிடர்களுக்கும் முஸ்லிம்களுக்கும் இருப்பது போன்றே திராவிடருக்கும் குறைந்தபட்சத் தகுதியும் வயது விகிதமும் நிர்ணயிக்கவேண்டும் என்று அரசைக் கேட்டுக்கொள்வது என்றும் புத்தூர் மாநாட்டில் தீர்மானங்கள் நிறைவேற்றப்பட்டன.

முக்கியமாக இனாம் ஒழிப்பு குறித்த தீர்மானம். ஆதி திராவிட முன்னோர்கள் பழங்கால அரசுக்கு ஊழியம் செய்து வந்ததற்கு ஈடாக அளிக்கப்பட்ட இனாம் ஊழிய மானிய நிலங்கள் தற்போது சாதி இந்துக்களால் கைப்பற்றப்பட்டு விட்டதால், இப்போதைய யுத்த முனையிலேயும் ஆதி திராவிட சமூக வாலிபர்கள் பெரும்பான்மையோர் முன்னின்று தியாகம் செய்திருப்பதால் பரம் பரைப் பாத்தியம் என்ற முறையில் மேற்படி இனாம் ஊழிய மானிய நிலங் களை வாங்கிக் கிரயத்தைத் திரும்பவும் கொடுத்துவிட்டு, அந்தச் சமூகத்த வருக்கே அளிக்குமாறு சென்னை ஆளுநரைக் கேட்டுக்கொண்டது அந்த மாநாடு.

திராவிடர் கழகத்தின் நிரந்தரத் தலைவராக பெரியார் தேர்ந்தெடுக்கப்பட்டது இந்த மாநாட்டில்தான். நமது திராவிட நாட்டுப் புரட்சிக் கவிஞர் பாரதிதாசன் நிதிக்குப் பணம் கொடுத்து உதவுமாறு திராவிடப் பெருங்குடி மக்களைக் கேட்டுக்கொண்டது ஒரு தீர்மானம்.

திராவிடர் கழகத்தில் பெண்கள் ஏராளமாகச் சேர்ந்து திராவிடருடைய விடுதலைக்காகப் பாடுபட வேண்டும் என்று இந்த மாநாடு திராவிடத் தாய்மார்களைக் கேட்டுக்கொள்கிறது என்றும் கன்னடம், தெலுங்கு, மலையாளப் பகுதிகளிலே நமது பிரசாரம் நடைபெறப் பல ஸ்தாபனங்கள் ஏற்படுத்தப்பட வேண்டும் என்றும் தீர்மானங்கள் நிறைவேற்றப்பட்டன.

எல்லாவற்றையும்விட முக்கியமாக, திராவிடரின் விடுதலைக்காகப் போரிடவும் சகலவித நடவடிக்கைக்கும் தயாராக இருக்கவும் இசையும் ஒரு மாகாண திராவிட விடுதலைப் படை (Dravidian Freedom Force) அமைக்க வேண்டும் என்றும் இந்த மாநாடு தீர்மானிக்கிறதுஎன்ற தீர்மானமும் நிறைவேற்றப்பட்டது.

அந்த மாநாட்டில் கலந்துகொண்டு பேசிய 'தளபதி' அண்ணா, திராவிட நாடு ஏன் தனிநாடாகப் பிரியவேண்டும்?' என்பதை விளக்கினார். ஆம். பெரியாருக்குத் தளபதியாக, திராவிட இயக்கத்துக்குத் தளபதியாக மாறியிருந்தார் அண்ணா.

> இந்தியா என்பது ஒரு கண்டம். எனவே, அது தனித்தனியாகப் பிரிக்கப்பட வேண்டியது அவசியம். ஐரோப்பா கண்டத்தில் 32 தனித்தனி நாடுகள் உள்ளன. ஆனால் ஐரோப்பா முழுவதையும் ஒரே குடையின்கீழ் இருக்க வேண்டும் என்று யாரும் கூறவில்லை. இந்தியாவும் ஒரே குடையின்கீழ் இருக்கவேண்டும் என்ற அவசியமில்லை.

இந்தியா, பிரிட்டிஷ் ஆட்சி ஏற்படுவதற்கு முன்பு தனித்தனி ஆட்சி கொண்ட 56 தேசங்களைக் கொண்ட ஒரு கண்டமாகத்தான் இருந்து வந்திருக்கிறது. பிரிட்டிஷார் தமது அதிகார ஆதிக்கம் சரியாக நடைபெறவேண்டும் என்ற எண்ணத்தை நிறைவேற்றிக்கொள்ளவே, இந்தியாவை ஒரே ஆட்சியின்கீழ் கொண்டுவந்து, அதனை ஒரு நாடு என்று மற்றவர் கருதும்படி செய்தனர்.

மதம், மொழி, கலை, மனோநிலை, ஒரு குடிமக்கள் என்ற உணர்ச்சி, வரலாற்றுப் பந்தத்துவம், இவைகள்தாம் இன இயல்புகள். இந்த முறையில் பார்த்தால் இந்தியாவில் தனித்தனி இனங்கள் பல உள்ளன. அவற்றை மூன்று பெரும் பிரிவுகளாகக் கொள்ளலாம். திராவிடர், முஸ்லிம், ஆரியர் என்று. இந்த மூன்று இனங்களில் திராவிடரும் முஸ்லிமும் இன இயல்புகளில் அதிகமான வித்தியாசம் இல்லாதவர்கள். ஆரிய இன இயல்புகளுக்கும் மற்ற இரு இன இயல்புகளுக்கும் துளியும் பொருத்தம் கிடையாது; பகைமை பெரிதும் உண்டு. இந்தத் தனித்தனி இன இயல்புகள் இருப்பதால் இனவாரியாக இந்தியா பிரிக்கப் பட்டால்தன் அந்தந்த இனத்திற்கெனத் தனித்தனி இடமும் ஆட்சியும் கிடைக்கும். இல்லையென்றால், எந்த இனம் தந்திரத்தாலும் சூது சூழ்ச்சியாலும் தன்னலத்துக்காகப் பிறரை நசுக்கும் சுபாவத்தினாலும் கைதேர்ந்து இருக்கிறதோ அந்த இனத்துக்கு மற்ற இனங்கள் அடிமைப்பட்டு வாழவேண்டி நேரிடும்.

இந்தியா ஒரே நாடு என்று கூறிவருவதால் ஆரிய ஆதிக்கம் வளருகிறது. ஆரிய ஆட்சியின் காரணமாக மற்ற இன நலன்கள் தவிடுபொடியாயின.

முரண்பாடுள்ள இயல்புகளைக் கொண்ட இனங்களை ஒன்றாகச் சூழ்ச்சியால் பிணைத்துக் கட்டுவதால் கலவரமும் மனக்கிலேசமும் தொல்லையுமே வளர்ந்தன. எனவே, எதிர்காலத்தில் தொல்லைகள் வளர்ந்து, இந்தியா ரத்தக்காடாக ஆகாதிருக்க வேண்டுமானால் இப்போதே சமரசமாக, இனவாரியாக இந்தியாவைப் பிரிக்கவேண்டும்.

இனவாரியாக நாடு பிரிக்கப்படுவது என்பது புதிதுமல்ல; கேட்டறியாதது மல்ல; ஏற்கெனவே இந்தியாவில், பிரிட்டிஷ் இந்தியா, சுதேச இந்தியா, பிரெஞ்சு இந்தியா, டச்சு இந்தியா எனப் பல இந்தியாக்கள் உள்ளன. இதுபோல், முஸ்லிம் இந்தியா, ஆரிய இந்தியா, திராவிட இந்தியா என மூன்று தனித்தனி வட்டாரங்கள் தேவை எனக்கேட்பது தவறல்ல.

சுதேச சமஸ்தானங்கள் மட்டும் 574 உள்ளன. அவற்றில் தனித்தனி ஆட்சி. தனித்தனி முறை. அதுபோல், மூன்று பெரும்பகுதிகள் தனித்தனி ஆட்சிமுறையுடன் தத்தமது இன இயல்புகளை வளர்த்துக்கொள்ள வழிதேடிக் கொள்வது தடுக்கமுடியாத உரிமை.

ஒட்டமான் சாம்ராஜ்ஜியத்தின் பிணைப்பில் இருந்து விடுபட்ட துருக்கி, வல்லரசுகளில் தலைசிறந்ததாக ஆனதுபோல, இந்தியா இனவாரியாகப் பிரிக்கப்பட்டால் ஒவ்வொரு வட்டாரமும் தனிக்கீர்த்தியுடன் விளங்கும்.

தனித்தனி வட்டாரமானால் ராணுவ பலத்தை அவரவர் இயல்புகளுக்கு ஏற்றபடி வளர்க்க ஏது உண்டாகும்.

தனித்தனி வட்டாரம் பிரிந்தால் அங்கங்குள்ள வசதிகளுக்கு ஏற்றபடி பொருளாதார விருத்தி செய்துகொள்ளவும் ஒரு வட்டாரம் மற்ற இடங்களைச் சுரண்டும் கொடுமையை ஒழிக்கவும் முடியும்.

அந்தந்த இனத்துக்கெனத் தனித்தனி இடமும் ஆட்சியும் இருந்தால்தான், அந்தந்த இனம் மற்றவைகளிடம் சம உரிமை, சம அந்தஸ்து பெறமுடியும்.

இந்தியா ஒரே நாடாக இருக்கிறது என்று கூறித்தான் ஆரியர்கள் இமயம் முதல் குமரிவரை உள்ள இடத்தைத் தமது வேட்டைக் காடாக்கிக் கொண்டு, அரசியலில் அதிகாரிகளாக, கல்வியில் ஆசான்களாக, மதத்தில் குருமார்களாக, சமுதாயத்தில் பூதேவர்களாக, பொருளாதாரத்தில் பாடு படாது உல்லாச வாழ்வு வாழக்கூடியவர்களாக இருக்கவும் மற்ற இனத்தவர்கள் தாசர்களாக, பாட்டாளிகளாக உழைத்து உருவின்றிச் சிதைபவர்களாக வாடவும் நிலைமை ஏற்பட்டது. இந்தக் கொடுமை நீங்க, வர்க்கத்துக்கொரு வட்டாரத்தைப் பிரிப்பதுதான் சிறந்தவழி!

ஒரு இனத்திடம் மற்றொரு இனத்துக்கு நம்பிக்கை இல்லை. ஒரு இனத்தின் ஆட்சியின்கீழ் மற்றொரு இனம் இருப்பது என்று சொன்னாலே அச்சம் உண்டாகிவிட்டது. அச்சமும் அவநம்பிக்கையும் பெற்றெடுக்கும் குழந்தையே பயங்கரப் புரட்சி. இந்தப் பயங்கரப் புரட்சியைத் தடுக்கவே இப்போது பிரியவேண்டும் என்கிறோம்.

பாகிஸ்தான் தேவை என்பதற்குக் கூறப்பட்ட காரணங்களைவிட, அதிகமான, சிலாக்கியமான, காரணங்கள் திராவிடத் தனி அரசு தேவை என்பதற்கு உள்ளன. ஆனால் திராவிடப் பெருங்குடி மக்கள் இதனை இன்னும் உணர்ந்ததாகக் காணோம்!

26 கறுப்புச் சட்டைப் படை

திராவிட விடுதலைப்படை ஒன்று உருவாக்கப்பட வேண்டும் என்ற புத்தூர் மாநாட்டில் தீர்மானம் நிறைவேற்றப்பட்டது அல்லவா? அதுபற்றி 29 செப்டெம்பர் 1945 அன்று குடி அரசு இதழில் அறிவிப்பு வெளியானது. கறுப்புச் சட்டைப் படைக்கு ஈ.வெ.கி. சம்பத் மற்றும் எஸ். கருணானந்தம் இருவரும் தாற்காலிக அமைப்பாளர்கள் என்றது அந்த அறிவிப்பு. ஆம். மாநாட்டில் நிறைவேறிய தீர்மானம் திராவிட விடுதலைப் படை என்பது. ஆனால் புதிதாக அமைக்கப்பட்டதோ கறுப்புச்சட்டைப் படை என்று.

ஏதோ நெருடுவது போல இருந்தது கட்சிக்காரர்களுக்கு. இத்தாலி நாட்டு சர்வாதிகாரி முசோலினி தன்னுடைய கட்சித் தொண்டர்கள் கறுப்புச்சட்டை அணியவேண்டும் என்று உத்தரவிட்டது பலருக்கும் நினைவுக்கு வந்தது. அண்ணாவுக்கும் கறுப்புச்சட்டைப் படை பற்றிய அதிருப்தி எட்டிப்பார்த்தது. இதுபற்றி தனது அதிருப்தியைக் கடிதமாக எழுதினார், நாசூக்காக.

> சமுதாய இழிவுகளைத் துடைக்கப் போரிடும் ஒரு விடுதலைப்படையை அமைத்துள்ளோம். 'கறுப்புச் சட்டை அணிந்திருக்கவேண்டும்' என்று பெரியார் கூறினார். ஏன் என்றும் விளக்கினார். திராவிட மக்கள் அடைந்துள்ள இழிநிலையால் ஏற்பட்ட துக்கத்தின் அறிகுறி அந்த உடை என்றார். நாம் நாடிழந்து, அரசிழந்து, நம்மில் பாமரர் அறிவிழந்து,

> மொழி வளமும் கலை உயர்வும் இழந்து, செல்வம் இழந்து, சீர் இழந்து, நாலாம் ஜாதியாக ஒடுக்கப்பட்டுக் கிடக்கிறோம். நம்மை ஒரு சிறு கூட்டத்தார் கொடுமைப் படுத்துவது, ஏக்கத்தைத் தருகிறது. அதனினும் அதிகமான துக்கம், நம்மவரில் பலரும் அந்தக் கொடுமையை உணராமல் இருக்கும் நிலைமையால் ஏற்படுகிறது. இந்தப் பெருந்துக்கத்தைக் காட்டும் குறியாகவே, கறுப்பு உடை அணியச் சொல்கிறார் தலைவர். ஏற்கெனவே உள்ள ஏளன மொழிகளுடன் நமது எதிரிகள் இனி கறுப்புச்சட்டைக்காரன், கள்ளன் போன்ற உடை அணிந்தோன் என்று புது வசவுகளைச் சேர்த்துக்கொள்வர்; அவர்கள் ஆசையும் தீர்ந்துபோகட்டும்! கறுப்புச்சட்டை பாசிச அடையாளம் என்று பேசுவர், ஏட்டிலே சமதர்மம் காண்போர் பேசட்டும். நமது துக்கத்தை நாட்டுக்குத் தெரிவிக்கட்டும் நமது உடை!

அண்ணா கோடிட்டுக் காட்டிய எதிர்ப்புகள் பெரியாரை அசைக்கவில்லை. மாறாக, திராவிடர் கழகத்தினர் அத்தனைபேரும் எப்போதும் கறுப்புச்சட்டை அணியவேண்டும் என்று வற்புறுத்தத் தொடங்கினார். திராவிடர் கழகத் தொண்டர்கள் கறுப்புச் சட்டை அணியத் தொடங்கினர். கறுப்புச் சட்டைப் படையின் முதல் உறுப்பினராகத் தன்னுடைய பெயரைப் பதிவுசெய்து கொண்டார் மு. கருணாநிதி. ஆனால் அண்ணா மட்டும் வழக்கம்போல வெள்ளைச் சட்டை சகிதமே வலம் வந்தார். இது கழகத்துக்குள் லேசான சலசலப்பை ஏற்படுத்தியது.

திராவிடர் கழகத்தின் கொடி பற்றிய விவாதங்கள் எழுந்தன. ஏற்கெனவே இருக்கும் தராசு பொறித்த கொடியை இனியும் வைத்துக்கொள்ளத் தேவையில்லை. தராசுச் சின்னம் புரட்சியை வெளிப்படுத்தும் வகையில் இல்லை. ஆகவே, தீவிரமான புரட்சிச் சின்னத்தை உருவாக்க வேண்டும் என்ற கோரிக்கை எழுந்தது. அதன்படி புதிய கொடியை வடிவமைக்கும் வேலை தொடங்கியது.

கறுப்பு - சிவப்பு நிறத்தில் புதிய கொடி உருவாக்கப்பட்டது. கொடி முழுவதும் கறுப்பு நிறம் - நடுவில் மட்டும் சிவப்பு நிறம். கட்சிக் கொடிக்கான மாதிரியைத் தயாரித்துக் கொண்டிருந்தபோது கறுப்புக்கு நடுவில் சிவப்பு நிறம் சேர்க்க சிவப்பு மை தேவைப்பட்டது. கிடைக்கவில்லை. அப்போது குடி அரசு இதழில் துணை ஆசிரியராக வேலை செய்துகொண்டிருந்த மு. கருணாநிதி தம் விரலைக் குண்டூசியால் குத்தி, வழிந்த ரத்தத்தைப் பூசினார். அந்த மாதிரியைக் கொண்டுதான் பிறகு கொடி வடிவமைக்கப்பட்டது.

கறுப்பு நிறம் எதிர்ப்புக்கு அறிகுறி - ஆரியத்தை எதிர்க்கிறோம், வட நாட்டுச் சுரண்டலை எதிர்க்கிறோம், சனாதனிகளை எதிர்க்கிறோம், வெள்ளையர்கள் கொடுத்த பதவிப் பட்டங்களை எதிர்க்கிறோம். இத்தனை எதிர்ப்பு வேலைகளைத் திராவிடர் கழகம் செய்யும்போது நம்முடைய கொடியில் கறுப்பு நிறம் இருந்தே தீரவேண்டும். அந்த எதிர்ப்பைப் புரட்சிகர எண்ணத்துடன் செய்கிறோம் என்பதைத் தெரிவிக்கவே சிவப்பு நிறம் என்று விளக்கம் கொடுக்கப்பட்டது.

இதற்கிடையே தஞ்சாவூர் மாவட்டம் நீடாமங்கலம் என்ற ஊரில் திராவிட மாணவர் கழக மாநாடு ஒன்றுக்கு ஏற்பாடு செய்யப்பட்டது. அதில் கலந்து கொள்வதாக வந்திருந்த அண்ணாவிடம் கறுப்புச்சட்டை அணிந்துகொள்ள வேண்டும் என்று கேட்டுக்கொண்டார் கறுப்புச்சட்டைப் படையின் அமைப்பாளர்களுள் ஒருவரான கருணானந்தம். இதில் அண்ணாவுக்கு விருப்பம் இல்லை. கறுப்புச்சட்டைப் படை ஒன்றை உருவாக்குவதாகத்தான் திருச்சியில் தீர்மானம் போடப்பட்டதே தவிர, கழகத்தினர் ஒவ்வொருவரும் எப்போதும் கறுப்புச்சட்டை அணிய வேண்டும் என்று தீர்மானம் போட வில்லையே என்று கேட்டார். பிறகு ஒருவழியாகச் சமாதானமாகி, கறுப்புச் சட்டை ஒன்றை அணிந்துகொண்டு அந்த மாநாட்டில் கலந்துகொண்டார்.

தொண்டர் படையைச் சாராத எல்லா உறுப்பினர்களும் எல்லா நேரத்திலும் அணியவேண்டும் என்று ஆகிவிட்டால் பிறகு கறுப்புச்சட்டைக்குக் கிடைக்கக்கூடிய மதிப்புக்குக் கேடு வரும். மேலும், கழகத்தைச் சார்ந்த ஒருவர் தவறான நடத்தை உள்ளவர் என்று வைத்துக்கொள்வோம். அவர் எல்லா வேளைகளிலும் கறுப்புச்சட்டை அணிந்து, குடி, கூத்தி என்று ஈடுபட்டால் அப்போது பொதுமக்கள் யாரை இழிவாகப் பேசுவார்கள்? 'அதோ பார், ஒரு கறுப்புச்சட்டைக்காரன் குடித்துவிட்டுப் புரள்கிறான்' என்றுதானே கூறுவார்கள்... எனவேதான், எல்லோரும் கறுஞ்சட்டை அணிவதை எதிர்க்கிறேன் என்று தனக்கு அருகில் இருந்த திராவிடர் கழகத் தலைவர்களிடம் அதிருப்தியுடன் கருத்து தெரிவித்தார் அண்ணா.

16 மே 1946 அன்று மதுரையில் கறுப்புச்சட்டை மாநாடு ஒன்றுக்கு ஏற்பாடு செய்யப்பட்டது. அதை அண்ணாவைக் கொண்டே திறந்துவைக்க ஏற்பாடு செய்யப்பட்டது. கறுப்புச் சட்டை அணிந்தபடி தொண்டர்கள் மாநாட்டில் திரண்டிருந்தனர். பட்டுக்கோட்டை அழகிரிசாமி, பாவலர் பாலசுந்தரம், மூவலூர் ராமாமிர்தம் அம்மையார் உள்ளிட்ட தலைவர்கள் முதல் நாள் மாநாட்டில் கலந்து கொண்டனர். ஆனால் அண்ணா அந்த மாநாட்டுக்கு வரவில்லை. தஞ்சாவூரில் இருக்கும் நடிப்பிசைப் புலவர் கே.ஆர். ராமசாமியின் வீட்டில் தங்கிவிட்டதாகப் பெரியாருக்கு செய்தி கிடைத்தது. கறுப்புச்சட்டை குறித்த அண்ணாவின் அதிருப்தியும் பெரியாரின் கவனத்துக்கு வந்திருந்தது.

பிறகு பெரியார் பேசினார். 'நம்மில் சிலபேர் கறுப்புச்சட்டை அணிவதற்கு ஏனோ கூச்சப்படுகிறார்கள்; வெள்ளைச்சட்டை அணியும் குள்ளநரிகள் என்று அவர்களைச் சொல்வேன்' என்று காட்டமாக விமரிசித்தார்.

திடீரென மாநாட்டில் கலந்துகொள்ள வந்திருந்த தொண்டர்கள் மீது வன்முறையாளர்கள் சிலரால் தாக்குதல்கள் நடத்தப்பட்டன. காங்கிரஸ் மற்றும் கம்யூனிஸ்ட் கட்சியைச் சேர்ந்த சிலரும் திராவிடர் கழகத்தினரைத் தாக்கியதாக செய்திகள் கசிந்தன. முக்கியமாக, கறுப்புச்சட்டை அணிந்த ஆண்கள் தாக்கப்பட்டனர். கறுப்பு சேலை அணிந்த பெண்கள் அவமானப் படுத்தப்பட்டனர்.

ஏன் என்று கேட்டபோது, 'கறுப்புச்சட்டைக்காரர்கள் சாமி இல்லை என்கிறார்கள். மீனாட்சி அம்மனைப் பழிக்கிறார்கள்' என்று விளக்கம் கொடுக்கப்பட்டது. ஆனால் அப்படிப்பட்ட சம்பவம் எதுவும் நடக்கவில்லை. மாநாட்டுப் பந்தலுக்குத் தீ வைக்கப்பட்டது. மாநாட்டை உடனடியாக முடித்துவிடுங்கள் என்று காவல்துறை அதிகாரிகள் அவசரப்படுத்தினர். நிர்பந்தம் காரணமாக அந்த மாநாடு அரைகுறையாக முடித்துக்கொள்ளப் பட்டது.

எனினும், கறுப்புச்சட்டை குறித்து கட்சிக்குள் வாதப் பிரதிவாதங்கள் நடக்கத் தொடங்கின. பெரியார் வலியுறுத்திச் சொல்லியும் அண்ணா வேண்டுமென்றே வெள்ளைச் சட்டை அணிகிறார் என்று விமரிசனம் செய்தனர். பெரியார் இத்தனைச் சொல்லியும் அண்ணா அதை ஏற்கவில்லை என்றால் அதன் பின்னணியில் நியாயமான காரணம் இருக்கும் என்ற கருத்தும் எழுந்தது.

திராவிடர் கழகத்தின் முக்கியத் தலைவர்கள் பலரும் கல்லூரிகளுக்கும் பல்கலைக் கழகங்களுக்கும் சென்று மாணவர்கள் மத்தியில் பேசுவது வழக்கம். அங்குள்ள மாணவர்கள், தலைவர்கள் பலரும் அதற்கான ஏற்பாடுகளைச் செய்வது வழக்கம். இரா. நெடுஞ்செழியன், க. அன்பழகன், கே.ஏ. மதியழகன் போன்றவர்கள் அப்படித்தான் அண்ணா உள்ளிட்ட தலைவர்களை மாணவர்கள் மத்தியில் பேசுவதற்கான ஏற்பாடுகளைச் செய்து கொடுத்தனர். அப்படித்தான் அண்ணாமலைப் பல்கலைக் கழக மாணவர்களுக்கு மத்தியில் பேசுவதற்கு அண்ணாவுக்கு வாய்ப்பு கிடைத்தது.

'எத்தகைய கருத்தாக இருந்தாலும், அதைச் சொல்பவர் எத்தனைப் பெரியவராக இருந்தாலும் அந்தக் கருத்து யார்மீதும் திணிக்கப்படக்கூடாது. பகுத்தறிவு கொண்டு ஆராய்ந்தபிறகே அதனை ஏற்றுக்கொள்ளவேண்டும். இந்த உணர்வை மக்களுக்கு ஊட்டுவதற்காக ஒரு பகுத்தறிவுப் படையை சர்க்கார் கிளப்பவேண்டும். அந்தப் படையைத் தடையில்லாமல் இந்தப் பல்கலைக் கழகம் தரும் என்ற நம்பிக்கை எனக்கு இருக்கிறது.'

கறுப்புச்சட்டைப் படையை திராவிடர் கழகம் உருவாக்குவதில் தனக்கு விருப்பமில்லை என்பதை வெளிப்படுத்திவிட்டுப் புறப்பட்டார் அண்ணா.

•

சேலம் மாநாட்டில் போடப்பட்ட தீர்மானங்களுள் ஒன்று புரட்சிக்கவிஞர் பாரதிதாசனுக்கு நிதி திரட்டிக் கொடுப்பது. அதற்கான வேலைகள் தொடங்கின. தமிழ்நாட்டின் ஒப்புயர்வற்ற புரட்சிக் கவிஞர் பாரதிதாசன் அவர்கள் தமிழ் இலக்கியத்துக்கும் தமிழர் சமூகத்துக்கும் பெரும் சேவை செய்திருக்கிறார்கள். அவர்களுடைய பெருந்தொண்டுக்கு நன்றி செலுத்தும் நோக்கத்தோடு ஒரு நிதி திரட்டி கவிஞர் அவர்களுக்கு கூடிய விரைவில் அளிப்பதெனத் தீர்மானித்துள்ளோம். ஆதலால், தமிழ் அன்பர்கள் அனைவரும் இந்த நிதிக்கு தாராளமாக நன்கொடைகள் தந்துதவுமாறு கேட்டுக்கொள் கிறோம் என்ற அறிக்கை வெளியிடப்பட்டது. அந்த அறிக்கையில் பெரியார்,

ஆர்.கே. சண்முகம் செட்டியார், எஸ். முத்தையா முதலியார், அண்ணா உள்ளிட்ட பல முக்கியத் தலைவர்கள் கையெழுத்து போட்டிருந்தனர்.

வெளிநாடுகளில் வசிக்கும் தமிழர்களிடமும் நிதி திரட்டும் பணிகள் நடந்தன. அண்ணா உள்ளிட்ட குழுவினரின் முயற்சியால் ரூ 24399/- திரண்டது. ஆனால் அப்படி தனிப்பட்ட முயற்சியால் நிதி திரட்டப்படுவதில் பெரியாருக்கு விருப்பமில்லை. எவரும் கழகத்துக்குத்தான் நிதி திரட்டித் தரவேண்டுமே அல்லாமல் தனிப்பட்ட கவிஞனுக்கு, கலைஞனுக்கு என்ற முறையில் நிதி திரட்டுவது போக்கிரித்தனமாகும் என்று எழுதினார். 'பாரதிதாசனுக்கு என்ன வந்தது? இரண்டு பாட்டு பாடிவிட்டால் ஒரு புலவர். அவருக்கெல்லாம் பணமுடிப்பு. இதற்கெல்லாம் அண்ணாவின் முயற்சியா? எதற்கும் கேட்டுச்செய்ய வேண்டாமோ?' என்று எரிச்சல் அடைந்தார்.

இறுதியாக, 28 ஜூலை 1946 அன்று சென்னை சைனா பஜாரில் பச்சையப்பன் கல்லூரிக்குச் சொந்தமான விளையாட்டுத் திடலில் நிதியளிப்பு விழா ஏற்பாடு செய்யப்பட்டது. நாவலர் சோமசுந்தர பாரதியார் தலைமையில் நடைபெற்ற அந்த விழாவில் கலந்துகொண்ட அண்ணா, பாரதிதாசனை வெகுவாகப் பாராட்டிப் பேசினார். பொன்னாடை போர்த்தினார். பொற்கிழி வழங்கினார்.

ஆனால் அந்த விழாவுக்குப் பெரியார் வரவில்லை.

27 துக்கநாள் – இன்பநாள்

1946. பொதுத்தேர்தல் அறிவிக்கப்பட்டது. காங்கிரஸ், முஸ்லிம் லீக், இந்திய கம்யூனிஸ்ட் கட்சி ஆகிய கட்சிகள் தேர்தலில் பிரதானமாகக் கலந்துகொண்டன. தேர்தல் அரசியலில் ஈடுபடுவதில்லை என்று முடிவெடுத்திருந்த தால் திராவிடர் கழகம் தேர்தலில் போட்டியிடவில்லை. சென்னை மாகாண சட்டசபையில் காங்கிரஸ் 163 இடங் களில் வெற்றி பெற்றது. அதற்கு அடுத்தபடியாக, முஸ்லிம் லீக் 28 இடங்களையும் இந்திய கம்யூனிஸ்ட் கட்சி இரண்டு இடங்களையும் கைப்பற்றின. மற்ற வர்கள் இருபது இடங்களில் வெற்றி பெற்றிருந்தனர். டி. பிரகாசம் தலைமையில் காங்கிரஸ் கட்சி ஆட்சியைப் பிடித்தது.

1920ல் நீதிக்கட்சி எதிரியே இல்லாமல் வெற்றிபெற்றது என்று காங்கிரஸ்காரர்கள் விமரிசனம் செய்தனர். இப்போது 1946 தேர்தலில் பிரதான எதிர்க்கட்சியான திராவிடர் கழகம் தேர்தல் களத்தில் இல்லாத சூழலில் காங்கிரஸ் கட்சி வெற்றி பெற்றிருந்தது. ஆந்திரப் பகுதியைச் சேர்ந்த டி. பிரகாசம் முதலமைச்சராகத் (பிரீமியர்) தேர்ந்தெடுக்கப்பட்டார். உள்துறையும் நிதித்துறையும் அவர் வசம் இருந்தன. அவரது அமைச்சரவையில் பத்து அமைச்சர்கள் இடம்பெற்றனர். வி.வி. கிரி தொழில்துறை. எம். பக்தவத்சலம் பொதுப் பணித் துறைக்கு. கல்வி அமைச்சராக அவினாசிலிங்கம் செட்டியார். சட்ட அமைச்சராக கே. பாஷ்யம். விவசாய அமைச்சராக பி.எஸ். குமாரசாமி ராஜா. இன்னும் ஐந்து அமைச்சர்கள் இருந்தனர்.

வகுப்புவாரிப் பிரதிநிதித்துவக் கொள்கைக்கு எதிரானவரான டி. பிரகாசம் முதல் அமைச்சரானது திராவிடர் கழகத்துக்கு உவப்பான செய்தியாக இல்லை. வகுப்புவாரி இடஒதுக்கீட்டு முறையில் சில மாற்றங்களைக் கொண்டுவந்தார் பிரகாசம். மருத்துவக் கல்லூரிகள், பொறியியல் கல்லூரிகள், வேளாண்மைக் கல்லூரி, கால்நடை மருத்துவக் கல்லூரி ஆகியவற்றில் சேர்க்கப்படும் மாணவர்களில் இருபது சதவீதம் மாணவர்களைத் தகுதி - திறமை அடிப்படையிலேயே சேர்க்க வேண்டும் என்ற ஆணை பிறப்பிக்கப்பட்டது. தகுதி - திறமை என்ற கோணத்தில் ஆணையைப் பிறப்பித்ததன்மூலம் பிராமண மாணவர்கள் அதிக அளவில் பயன்பெற வேண்டும் என்ற நோக்கம் தெளிவாகப் புரிந்தது. அது நடைமுறையிலும் பிரதிபலித்தது.

1946ம் ஆண்டு மருத்துவக் கல்லூரியில் 96 பிராமண மாணவர்கள் சேர்த்துக்கொள்ளப்பட்டனர். பழைய முறை பின்பற்றப்பட்டிருந்தால் 56 பிராமண மாணவர்களே சேர்த்துக்கொள்ளப் பட்டிருப்பர். பொறியியல் கல்லூரியிலும் 26 பிராமண மாணவர்கள் கூடுதலாகச் சேர்த்துக் கொள்ளப் பட்டிருந்தனர். பிராமணர்களுக்குச் சாதகமாகவும் பிராமணர் அல்லாத மாணவர்களுக்கு எதிராகவும் கொண்டுவரப்பட்டிருந்த அரசாணையை திராவிடர் கழகம் கடுமையாக எதிர்த்தது.

திடீரென காங்கிரஸ் கட்சிக்குள் குழப்பங்கள் ஏற்பட்டன. 1947 மார்ச் மாதத்தில் டி. பிரகாசத்துக்குப் பதிலாக ஓமந்தூர் ராமசாமி ரெட்டியார் முதலமைச்சராகத் தேர்வு செய்யப்பட்டார். இந்த அமைச்சரவையில் பக்தவத்சலம், டாக்டர் பி. சுப்பராயன், டி.எஸ்.எஸ். ராஜன், அவினாசிலிங்கம் செட்டியார் உள்ளிட்ட 13 பேர் இடம்பெற்றிருந்தனர். ஓமந்தூர் ராமசாமி ரெட்டியார் முதலமைச்சரானதும் புதிய வகுப்புவாரி முறை ரத்து செய்யப் பட்டு, பழைய முறையே நடைமுறைக்கு வந்தது.

இதற்கிடையே இந்தியாவுக்குச் சுதந்தரம் வழங்குவது தொடர்பாக பிரிட்டிஷார் ஒரு முடிவுக்கு வந்திருந்தனர். காங்கிரஸ்காரர்கள் கொண்டாட்ட மனநிலைக்கு வந்திருந்தனர். பிரிட்டிஷார் விலகிச் செல்லும் நாளை நாடு தழுவிய அளவில் விடுதலைக் கொண்டாட்டத் தினமாக அனுசரிக்கவேண்டும் என்று அறிவித்திருந்தனர். நடப்பதை எல்லாம் உன்னிப்பாகக் கவனித்துக் கொண்டிருந்தார் பெரியார். 25 ஜூலை 1947 அன்று திராவிடர் கழக நிர்வாகத் தலைவர் தி. பொ. வேதாச்சலத்திடம் இருந்து அறிக்கை ஒன்று வெளியானது.

பிரிட்டிஷாரின் வெளியேற்றத்தால் திராவிடர்களுக்கு எந்தப் பலனும் இல்லை. ஆகவே, இதில் கொண்டாடுவதற்கு எதுவும் இல்லை என்பதுதான் அந்த அறிக்கையின்சாரம். அறிக்கை வெளியானதும் திராவிடர் கழகத்துக்குள் வாதப் பிரதிவாதங்கள் எழுந்தன. அடுத்து 27 ஜூலை 1947 அன்று அறிக்கை ஒன்றை விடுதலையில் வெளியிட்டார் பெரியார். பிரிட்டிஷ் - பனியா - பார்ப்பனர் ஒப்பந்த நாள் என்று அறிக்கைக்குப் பெயர் கொடுத்திருந்தார். முதலில் காங்கிரஸையும் காங்கிரஸில் இருக்கும் திராவிடர்களையும் குறிவைத்துத் தாக்கினார்.

‘ஆகஸ்டு 15ந் தேதி சுயராஜ்ஜியத்தைப் பற்றி ஏதேதோ கூறப்படுகிறது. பூரண சுயராஜ்ஜியம் என்றும் அதற்காகக் கொண்டாட்டமென்றும் திட்டம் வகுக்கப்படுகிறது. இதைக் கண்டு யாரும் ஆச்சரியப்படுவதற்கில்லை. வேண்டுமானால் தன்மானமுள்ள காங்கிரஸ் திராவிடர்கள் அன்று வெட்கித் தலை குனிய வேண்டும். ஏன்? 1929-ம் ஆண்டிலே அகில இந்திய காங்கிரஸ் கமிட்டியில் எந்த அர்த்தத்தில் தீர்மானிக்கப்பட்டதோ, அந்த சுயராஜ்ஜியந் தானா நாளை வரப் போவது? வெள்ளையர் உறவு சிறிதுகூட இல்லாத பூரண இந்தியா முழுவதையும் கொண்ட சுயராஜ்ஜியம். அதாவது பூரண சுயேச்சை கேட்கப்பட்டது. அதற்காக அன்று முதல் இன்றுவரை நமது மக்கள் எவ்வளவு தியாகங்கள் செய்தனர்? குறிப்பாகக் கூற வேண்டுமானால், காங்கிரஸ் திராவிடர் எவ்விதக் கஷ்ட நஷ்டங்களுக்கு ஆளானோம்? என்னையும் சேர்த்து, நம் இனத்துக்குள்ளாகவே எவ்வளவு போராட்டம்; எவ்வளவு பொருளை வாரிக் கொட்டியிருப்போம்! சுயராஜ்ஜியத்தின் பேரால் அவ்விதமெல்லாம் செய்தும் கடைசியாகக் குடியேற்ற நாட்டு அந்தஸ்துதான் கிடைத்தது.

இந்தக் குடியேற்ற நாட்டு அந்தஸ்தை அன்று மிதவாதிகள் என்று கூறப்பட்ட வர்களால் கேட்கப்பட்டபோது, அவர்களைப் பிற்போக்காளர், வெள்ளைய தாசர்கள் என்று கூறி ஒத்துழையாமை செய்து, நாட்டில் பெரிய கலவரங்களை உண்டாக்கி, கடைசியாக அதே குடியேற்ற நாட்டு அந்தஸ்தை-அதுவும் முழு இந்தியாவுக்குமின்றி, இந்திய உப கண்டத்தின் மூன்றிலொரு பாகமான இந்துஸ்தான் என்ற பகுதிக்கு மட்டும் பெற்று, அதை சுயராஜ்யம் என்று கொண்டாடுவது என்றால் இதைவிட வெட்கக் கேடான முறை வேறு இருக்க முடியுமா?’

வார்த்தைக்கு வார்த்தை அனல் பறந்தது. அடுத்து, கிடைக்கப் போகும் சுதந்தரத்தின் தன்மை குறித்த தனது கருத்தைச் சொன்னார்.

‘இந்துஸ்தான் சுயராஜ்யம் என்று நாளை கொண்டாடப் போகும் வட நாட்டு ஏகாதிபத்திய ஆட்சி, பிரிட்டிஷாருக்கு ஏஜெண்டாக -கையாளாக இருந்து வெள்ளையருடன் வட நாட்டு பிர்லா, பஜாஜ் கோஷ்டியினர் செய்துள்ள ஒப்பந்த ஆட்சியேயன்றி, சுய ஆட்சி என்று எந்தக் காங்கிரஸ் அரசியல் நிபுணராகிலும் கூற முடியுமா?

வேண்டுமானால், வடநாட்டுக்காரர்களுக்கு இன்னும் அதிகமாக நம் மாகாணத்தின் பொருளாதாரத்தைச் சுரண்ட அதிகாரம் இந்த சுயராஜ்ஜியத்தின் மூலம் ஏற்பட்டிருப்பதற்கு அவர்களுக்கு கொண்டாட்டம் ஏற்படலாமே தவிர, மானமுள்ள திராவிடன் இனி திண்டாட வேண்டிதானே இருக்கப்போகிறது. ஆகஸ்டு சுயராஜ்ஜியம் அநீதிக்கு அடிப்படையானதே தவிர, நம் நாட்டு மக்களின் நேர்மையான உண்மை சுதந்தர வாழ்வுக்கு ஏற்றதல்ல.

இந்த இந்திய உபகண்டத்தின் மற்ற மாகாணங்களை விட நம் மாகாணமே எல்லா வளப்பத்திலும் அறிவிலும் முதன்மையானதென்பது உலகறிந்த சரித்திர சான்றாக இருந்தும் நமக்குள் இன ஒற்றுமை இல்லாததாலேயே மற்ற

மாகாணங்களுக்கு குறிப்பாக வடநாட்டுக்காரர்களுக்கு நாம் தாசானுதாசனாய் இருந்து வருகிறோம்.

இந்துஸ்தான் சுயராஜ்ஜிய மாகாணங்களில் இனி கவர்னராக இருப்பவர்கள் சாதாரண கலெக்டருக்குள்ள அதிகாரம்கூட இன்றி, வடநாட்டுத் தாக்கீதுக்கு அடிபணிந்து இருக்க வேண்டுவதோடு அல்லாமல், வேறு ஏதாவது உண்டா? என்று கேட்கிறேன். கவர்னர்களின் கதியே இவ்வாறு என்றால், மந்திரிகளைப் பற்றிக் கூறவேண்டியதில்லை. அட்வைசரி சர்க்காரிலாவது மந்திரிகளுக்கு சிறிது அதிகாரம் இருந்தது. ஆகஸ்டு சுயராஜ்ஜியத்தில் பஞ்சாயத்து போர்டு மெம்பர்களுக்கு இருக்கும் அந்தஸ்தைவிட குறைவானது என்றே கூறலாம், மாகாண மந்திரிகளுக்குக் கொடுத்துள்ள அந்தஸ்து.

இந்த லட்சணத்தில் கொண்டாட்டமாம்! காங்கிரஸ் ஆரியன்தான் கொண்டாடு கிறான் என்றால் காங்கிரஸ் திராவிடனுக்கு ரோஷம் இருக்கவேண்டாமா? ஏன்? நமது தோழர்கள் அவினாசியோ, பக்தவத்சலமோ, சிவசண்முகமோ, ஆகஸ்டு சுயராஜ்ஜிய ஜனாதிபதியாக, பிரதமராக, இருக்க லாயக்கில்லையா? வடநாட்டான் தேச பக்திதான் அசல் தேசபக்தி, மற்றவர்களுடையது போலியா? இவ்விதப் பித்தலாட்டங்களை எல்லாம் தகர்த்தெறியாமல் வெத்து வேட்டு சுயராஜ்ஜியத்தில் எத்தனை நாளைக்கு மானத்துடன் வாழமுடியும்?

எனவே, தோழர்களே, வட நாட்டு பாசிச ஆட்சியை அறவே அழிக்க, நம் மாகாணத்துக்கு திராவிட நாட்டுக்குப் பூரண சுதந்தரம் கொண்ட, விடுதலையை அடையவேண்டுமென்ற போராட்டம் எளிதில் கைகூடுமென்று நாம் நம்ப முடியவில்லை. காங்கிரஸின் போக்கே குண்டாந்தடி ஆட்சியாக இருந்து வருகிறது. மக்களைத் துன்புறுத்துவதே அகிம்சா மூர்த்தியின் அருளைப் பெற்ற சீடர்களின் சுயராஜ்ஜியத்தின் அடிப்படையாக இருந்துவரு கிறது. தொழிலாளர்களைத் துன்புறுத்துவதே இன்றைய பட்டேலின் பாசிச வெறியாகக் காட்சியளிக்கிறது.

நம் நாட்டை நாம் ஆளவேண்டும். மற்ற நாட்டினரின் பொதுவான விவகாரங்களில் நட்பு கொண்டு வாழ்வதே மானமுள்ள வாழ்வு என்றால் அதை எதிர்க்கும் துரோகிகளின் பட்டம், பதவிகளுக்காக இனத்தைக் காட்டிக்கொடுக்கும் வடநாட்டவர்களின் ஆதிக்கச்சுரண்டலுக்குத் துதிபாடும் நமது விபீஷணர்களின் போக்கு ஆகியவற்றுக்கிடையே நாம் போராட வேண்டியிருக்கிறது.

எதிர்காலத்தில் இந்துஸ்தானத்தில், குறிப்பாக நம் நாட்டில் நவகாளிகள் தோன்றுவதில் ஆச்சரியப்படுவதற்கில்லை. நம்மை அவ்வளவு நாசப்படு வதற்கே வட நாட்டு ஏகாதிபத்தியம் தயார் செய்து கொண்டிருக்கிறது, சுய ராஜ்யம் என்ற பேரால்.

ஆனால் ஒன்று மட்டும் நிச்சயம். இவ்வளவு எதிர்ப்புகளையும் அநீதிகளையும் சகித்து வென்று, நம் திராவிடத்தின் சுதந்திரத்தை நிலைநாட்டியே தீருவோம். எனவே அதற்கேற்ப, இளைஞர்களே, திராவிட இனத்தவர்களான

தொழிலாளர்களே, விவசாயிகளே, மாணவர்களே, அறிஞர்களே, உங்களைத் தயார் செய்துகொள்ளுங்கள். திராவிடத்திலும் நவகாளிகள் தோன்றினால் அதற்கு நாம் அல்ல பொறுப்பு; இந்நாட்டு ஆரியர்கள்தாம் என்பதை எதிர்காலம் கூறும். அந்த நிலையிலிருந்து பழிச்சொல் ஏற்படாவண்ணம் இனியாவது ஆரியம் வட நாட்டு ஆதிக்கத்திற்கு தரகராயிருந்து, நமது திராவிடத்திற்குத் துரோகம் செய்ய வேண்டாம் என்று எச்சரிக்கை செய்கிறேன்.

நாட்டை ஆண்டதாக சரித்திரச் சான்றுகளில் தனது இனத்தைப் பற்றி இதுவரை பொறிக்கும்படியான நிலை இல்லாது இருந்துவரும் ஆரியம், நாட்டை பிறருக்குக் காட்டிக்கொடுக்கும் இனம் என்பதையாவது திராவிட நாடு பிரிவினை விஷயத்திலாகிலும் பிற்காலத்தில் எழுதும்படியான நிலையை தேடிக்கொள்ள வேண்டாமென்று எச்சரிக்கை செய்கிறேன். இதனால் திராவிடத்தால் ஆரியத்துக்குத்தான் முழுதும் அழிவு ஏற்படும் என்பதை ஆரியம் உணரட்டும்.

எனவே, காந்தியாரல்லர், அவர்தம் சீடகோடிகளல்லர். அல்லது அந்தராத்மா அல்ல, யார் எதிர்த்தாலும் திராவிட நாட்டை அடைந்தே தீருவோம் நாம். அதற்கு பல தொல்லைகளைக் தாண்ட வேண்டியிருக்கும். சலிப்படையாதீர். மானமில்லாது வாழ்வது வாழ்வல்ல. திராவிடன் மானம்முள்ளவன் என்பது சரித்திரச் சான்று. அதற்கேற்ப, அவன் இனி எந்த நாட்டவனுக்கும் எக்காரணத்தை முன்னிட்டும் அடிமையாயிரான் என்பது உறுதி.

தனது மனத்தில் பட்ட அனைத்தையும் அறிக்கையில் பதிவுசெய்துவிட்டார் பெரியார். ஆக, இந்திய விடுதலை குறித்து இரண்டு அறிக்கைகள் வெளியாகி விட்டன. ஒன்று, திராவிடர் கழக நிர்வாகத் தலைவர் தி.பொ. வேதாசலத்திடம் இருந்து. மற்றொன்று, திராவிடர் கழக நிரந்தரத் தலைவர் பெரியாரிடம் இருந்து. வரிந்துகட்டிக்கொண்டு எழுந்துவிட்டார் பெரியார் என்பது அந்த அறிக்கைகளில் இருந்து தெரியவந்தது. திராவிடர் கழகத்தின் முக்கியத் தலைவர்கள் தீவிரமாக விவாதித்துக் கொண்டிருந்தனர்.

6 ஆகஸ்டு 1947 அன்று இன்னொரு அறிக்கை பெரியாரிடம் இருந்து வெளியானது. ஏமாற்றும் திருவிழாவை திராவிடர்கள் கொண்டாட வேண்டாம் என்பது அந்த அறிக்கையின் தலைப்பு.

அதில் வெள்ளையர்கள் இந்தியாவைவிட்டு வெளியேறிவிடவில்லை. இந்தியாவுக்கு குடியேற்ற நாட்டு அந்தஸ்து அளித்திருப்பதாய்ச் சொல்வதன் மூலம், இந்தியாவின் நிர்வாக அதிகாரத்தை இந்தியருக்கு மாற்றியிருக்கிறார்கள்.

இந்தியர்களில் எல்லாக் கட்சி மக்களிடையேயும் அதிகாரத்தை ஒப்புவிக்காமலும், எல்லோருடைய குறைகளைக் கேட்காமலும், எல்லாக் கட்சியாரையும் சமரசப் படுத்தாமலும், தங்களுக்குப் பல வழிகளிலும், வியாபாரத்திற்கும் பிரிட்டன் நலத்திற்கும் சில ரகசிய ஒப்பந்தங்களைச் செய்துகொண்டு காங்கிரசாரிடம் மாத்திரம், அதாவது பார்ப்பன ஆதிக்கமும்

வட நாட்டார் சுரண்டல் வசதியும் கொண்ட ஒரு சுய நல தந்திர கோஷ்டியார் கைக்கு அதிகாரத்தை மாற்றிவிட்டு, அவர்களுக்குப் பாதுகாப்புத் தரும் நிபந்தனையோடு அதிகாரத்தை மாற்றியிருக்கிறார்கள்.

எனவே, குடியேற்றநாட்டு அந்தஸ்து என்பது அதிகார மாற்றமே தவிர நாடு ஒப்படைப்பு அல்ல. உதாரணமாக, இந்தியாவுக்கு அரசர் ஜார்ஜ் மன்னர் ஆவார். மேற்பார்வையாளர், கவர்னர் ஜெனரல் மேன்மை தாங்கிய மவுண்ட்பேட்டன் ஆவார்.

ஆதலால் வெள்ளையருக்கும் காங்கிரஸுக்கும் ஏற்பட்ட ஓர் ஒப்பந்த ஆட்சிதானே ஒழிய, இந்திய மக்களுக்கு ஏற்பட்ட சுதந்தர ஆட்சியல்ல. இதன் பயனாக இந்த நாட்டிலுள்ள காங்கிரஸல்லாத மக்களுக்கு நன்மை இல்லை. பிரதிநிதித்துவம் இல்லை. வருணாசிரம தர்மக் கொடுமை ஒழிவதில்லை.

ஏற்படப்போகும் மாகாண ஆட்சி என்பது வெள்ளையர் அதிகார ஆட்சிக் காலத்திலிருந்த உரிமையைவிட மோசமான ஆட்சியேயாகும். அதிகாரங்கள் யாவும் மத்திய அரசாங்கத்துக்குத் தான் உண்டு. சில அதிகாரங்கள்தாம் மாகாணங்களுக்கு என்றாலும் அவைகளும் கவர்னருக்கே ஒழிய, மந்திரி களுக்கல்ல.

கவர்னர், தேர்ந்தெடுக்கப்பட்ட மந்திரிகளுக்கு உட்பட்டவர் அல்லர்; மந்திரிகள் வெறும் பொம்மைகள். அதாவது, ஆலோசனை சொல்லுபவர்கள் ஆவார்கள்.

சென்னை மாகாணத்துக்கு 200 மைல் தூரமான டில்லியில் இருக்கும் பிரசிடெண்ட் கையில் சென்னை மாகாண மக்களை நடத்தும் ஆட்சி இருக்கிறது.

பிரசிடெண்டும் மத்திய அரசாங்க மந்திரிகளும் அசெம்பிளி மெம்பர்களும் சேர்ந்து மொத்த கணக்கில் 10ல் ஒருபாக எண்ணிக்கைக்குக் குறைவான எண்ணிக்கையாளர்கள்தாம், அங்கு சென்னை மாகாணப் பிரதிநிதிகளாக இருப்பார்கள். அவர்களும் பெரிதும் ஆரிய அடிமைகளாகத்தாம் இருப்பார்கள்.

வடநாட்டுக்கும் தென்னாட்டுக்கும் சமுதாயத் துறையிலும் பொருளாதாரத் துறையிலும் ஏராளமான பேதம் உண்டு. வியாபாரத்தில் வடநாட்டார் கொள்ளை இனியும் அதிகப்படுமே ஒழிய, சிறிதும் குறையாது.

ஆத்மார்த்தத்துறை என்னும் மதக்கொடுமையால் சமுதாயக் கொடுமை வடநாட்டார் இஷ்டப்படிதான் பெருகுமே தவிர, சமுதாய சமத்துவம் ஏற்பட வழியில்லை.

நாம் இன்று திராவிட நாடு கேட்பது, முக்கியமாக வடநாட்டான் பொருளா தாரச் சுரண்டலும் ஆரியன் விளைத்த சமுதாய இழிவும் நீங்கவேண்டும் என்பதற்காகவேயாகும். அதாவது, இன்று நிஜாம், திருவாங்கூர், மைசூர் நாடுகள் விரும்புவது போல் சென்னை மாகாண நாலேமுக்கால் கோடி

திராவிட மக்கள் தங்களது கலாசாரம், பொருளாதாரம் முதலியவைகளுக்கு ஏற்ற சுயேச்சை நாடாக இருக்கவேண்டும் என்பதே.

ஆதலால், வெள்ளையர் நம்மை மோசடி செய்ததை வெறுக்கவும், அதாவது வட நாட்டு பனியாக்களுடையவும், ஆரியப் பார்ப்பனர்களுடையவும் சூழ்ச்சிக்கும், ஏமாற்றுக்கும் உள்ள தந்திரத்திற்கும் நாம் ஏமாந்து விடவில்லை என்பதைக் காட்டவும், பூரண சுயேச்சையுள்ள திராவிட நாடுதான் நமது லட்சியமே தவிர, அதற்குக் குறைந்த எதைக் கொண்டும் நாம் திருப்தியடைய மாட்டோம், ஓய மாட்டோம், கிளர்ச்சி செய்தே தீருவோம் என்பதைக் காட்டவும் இம்மாதம் 15-ந் தேதி நடக்கும் சுதந்திரத் திருநாள் என்னும் ஆரியர்-பனியா ஏமாற்றுத் திருவிழாவில் நாம் கலந்து கொள்வதில்லை என்கிறோம்.

இதை காங்கிரஸ்காரரும், ஆரியர்-பனியாக்கள், அடிமைகளும் திரித்துக் கூறி, வெள்ளையனை வெளியேற்றுவது திராவிடர் கழகத்தாருக்கு இஷ்டமில்லை என்று விஷமப் பிரசாரம் செய்வார்களாகில், அது காங்கிரசாரின் மற்றொரு பித்தலாட்டப் பிரச்சாரம் என்று கருத வேண்டுமேயொழிய, ஏமாந்து போகக் கூடாதென்று வேண்டிக் கொள்கிறேன்.

துக்கநாள் அனுசரிக்கவேண்டும் என்று பெரியார் அறிக்கைகள் வெளியிட்டுக் கொண்டிருந்தபோது கழகத்தின் பொதுச்செயலாளர் அண்ணா காஞ்சிபுரத்தில் இருந்தார். கட்சியின் கொள்கை சார்ந்த விஷயத்தில் முக்கிய முடிவு எடுக்கும்போது கழகத்தின் பொதுச்செயலாளர் என்ற முறையில் அண்ணாவிடம் பெரியார் எந்தவித ஆலோசனையும் நடத்தவில்லை. இது அண்ணாவை மட்டுமல்ல, அவருக்குப் பக்கபலமாக இருந்தவர்களையும் அதிருப்தியடையச் செய்திருந்தது. சுயமரியாதை உணர்வு அவரை உசுப்பி விட்டது. பெரியார் சொல்லிக்கொடுத்ததுதான்.

●

காஞ்சிபுரத்தில் இருந்து புறப்பட்டு சென்னை வந்தார் அண்ணா. ஆதரவாளர்கள் குழுமியிருந்தனர். ஆலோசனை தொடங்கியது. அப்போது அண்ணாவின் எண்ணவோட்டம் எப்படி இருந்தது என்பதை நாவலர் நெடுஞ்செழியன் பதிவு செய்திருக்கிறார்.

'பெரியாரின் துக்க நாள் பற்றிய அறிக்கையைப் படித்த அறிஞர் அண்ணா அவர்கள் வேதனையோடும், வாட்டத்தோடும் என் அறைக்கு வந்தார். அந்த அறிக்கைப் பற்றி அண்ணா அவர்கள் எங்களோடு விரிவான முறையில் கலந்துரையாடல் நடத்தினார்.

1947 ஆகஸ்ட் 15 ஆம் நாள் இந்தியராகத் - திராவிடராகத் - தமிழராகப் பிறந்த எல்லோர்க்கும் மகிழ்ச்சிகரமான நாளேயாகும். அது எந்தவொரு வகையிலும் துக்க நாள் ஆகாது. வெள்ளையன் வெளியேறுவதில் நீதிக்கட்சியினராகிய - திராவிடர் கழகத்தினராகிய-சுய மரியாதைக்காரர்களாகிய நாமும் மகிழ்கிறோம் என்பதை வெளிப்படுத்துவதற்குக் கிடைத்திருக்கும் கடைசி நாள் ஆகஸ்ட் 15 ஆம் நாள்தான்.

இந்த வாய்ப்பைவிட்டால், நாம் வெள்ளையனுக்கு அடிமைகள் - வெள்ளை யனின் அடிவருடிகள் என்ற பட்டங்கள் என்றென்றும் நிலைத்துவிடுமென்று எனக்கு முன்பே அத்தகைய தொரு முடிவுக்கு வந்திருந்ததனால், ஆகஸ்ட் 15 மகிழ்ச்சிக்குரிய நாள்தான் என்பதைத் தெளிவுபடுத்துவதற்கான காரண காரிய விளக்கங்களைத் தந்து, நீண்டதொரு அறிக்கையை திராவிட நாடு இதழில் வெளியிட்டார். அது திராவிட இயக்க வரலாற்றில் மிகமிக முக்கியமானதொரு இடத்தைப் பெற்றதாகும்.'

ஆகஸ்டு 15 கொண்டாடப்பட வேண்டிய நாள் என்பதை விளக்கும் வகையில் எழுதப்பட்டிருந்தது அந்த அறிக்கை. அதைத் தனது ஆதரவாளர்களிடம் படித்துக்காட்டினார் அண்ணா. பிறகு என்.வி. நடராசனை அழைத்து, அந்த அறிக்கையின் நகலை பெரியாரின் பார்வைக்குக் கொண்டு செல்லுமாறு கூறினார்.

'பெரியார் அவர்கள் அறிக்கையில் கண்டுள்ள கருத்துகளை ஏற்றுக்கொள் வதானால், அவர் தாம் வெளியிட்டுள்ள துக்க நாள் என்ற அறிக்கையை மாற்றி, மகிழ்ச்சிக்குரிய நாள் என்று புது அறிக்கையை வெளியிடட்டும். அவர் என்னுடைய அறிக்கையில் கண்டுள்ள கருத்துகளை ஏற்றுக்கொள்ளவில்லை என்றால் நான் என்னுடைய அறிக்கையைச் செய்தித்தாள்களில் வெளியிட வேண்டிவரும் என்ற நிலையை சொல்லிவிட்டு வாருங்கள்' - இதுதான் என்.வி. நடராசனிடம் அண்ணா சொல்லி அனுப்பியது.

உடனடியாக என்.வி. நடராசன் பெரியாரைச் சந்தித்தார். அறிக்கை நகலைக் கொடுத்தார். அதைப் படித்துப் பார்த்தபிறகு, 1947 ஆகஸ்டு 15ம் நாளைத் துக்கநாளாக அனுசரிக்கவேண்டும் என்று நான் திராவிடர் கழகத்தினருக்கு வெளியிட்ட அறிக்கை முடிந்த முடிவான ஒன்றாகும். அறிக்கை வெளி யிட்டது வெளியிட்டதுதான். அதனை மாற்றவேண்டிய அவசியம் எதுவும் இப்பொழுது ஏற்பட்டுவிடவில்லை. எனது கருத்தை நிறைவேற்ற வேண்டியதுதான் கழகத் தோழர்கள் அனைவரின் கடமையாகும். எனக்கு எவரும் யோசனை சொல்லவேண்டிய அவசியம் இல்லை. என் கருத்தை ஏற்றுக்கொள்கின்றவர்கள் முட்டாள்கள் என்றாலும் அவர்கள் மட்டுமே என்னிடத்தில் இருந்தால் போதும்; எனக்கு யோசனை சொல்லுவதற்கென்று அறிவாளிகள் எவரும் என்னுடைய கழகத்தில் இருக்கவேண்டாம் என்று அழுத்தந்திருத்தமாகச் சொல்லிவிட்டார் பெரியார்.

எனவே, ஆகஸ்டு 15 பற்றிய அண்ணாவின் அறிக்கை திராவிட நாடு இதழில் 10 ஆகஸ்டு 1947 அன்று 22 பக்கங்களுக்கு வெளியிடப்பட்டது.

விரிசல் உறுதிப்படுத்தப்பட்ட தருணமாக அது அமைந்தது.

28 மூன்று சிறுகதைகள்

*சு*தந்தர தினம் தொடர்பாக பெரியாரும் அண்ணாவும் வெளியிட்ட அறிக்கைகள் கட்சிக்குள் பலத்த குழப்பங் களை ஏற்படுத்தியிருந்த பிரச்னைக்குரிய சூழலில் 14 செப்டெம்பர் 1947 அன்று கடலூரில் திராவிட நாடு பிரிவினை மாநாடு கூடியது. பெரியார் தலைமையில் நடக்கும் அந்த மாநாட்டுக்கு அண்ணாவும் அவருடைய ஆதரவாளர்களும் வருவார்களா என்ற கேள்வி மாநாட்டுப் பந்தலில் ஆக்கிரமித்திருந்தது. அந்த மாநாட்டுக்கு டாக்டர் ஏ. கிருஷ்ணசாமி, சண்டே அப்சர்வர் ஆசிரியர் பி. பாலசுப்ரமணியம், வி. கலியாண சுந்தர முதலியார், பட்டுக்கோட்டை அழகிரிசாமி உள்ளிட்ட பலரும் வந்திருந்தனர்.

அந்த மாநாட்டில் கலந்துகொண்ட வி. கலியாண சுந்தர முதலியார் திராவிட நாடு திராவிடருக்கே என்ற கோஷத்தை ஆதரித்துப் பேசினார். தீவிர காங்கிரஸ்காரர், தேசியவாதி என்று சொல்லப்பட்ட திரு.வி.க.வின் திடீர் மனமாற்றம் பலத்த ஆச்சரியத்தை ஏற்படுத்தியது. இது ஒருபக்கம் இருக்க, அண்ணா, நெடுஞ்செழியன், ஈ.வெ.கி. சம்பத் உள்ளிட்டோர் அந்த மாநாட்டுக்கு வரவில்லை. மாநாட்டில் பலத்த சலசலப்புகள் ஏற் பட்டன. அண்ணாவின் படங்கள் கொளுத்தப்பட்டதாகச் செய்திகள் கசிந்தன. அண்ணாவின் வீட்டுக்குக் கண்டனக் கடிதங்கள் வரத் தொடங்கின.

விரிசல் விரிவடைந்துவருவதை திராவிடர் கழகத்தின் முக்கியத்தலைவர்கள் அனைவருமே கவனித்துக்

கொண்டிருந்தனர். அதைச் சரிகட்டும் முயற்சியிலும் சிலர் இறங்கினர். அவர்களில் மு. கருணாநிதியும் ஒருவர். தன்னுடைய முரசொலி வார இதழில் கடைசி நாட்கள் என்ற தலைப்பில் நீண்ட கட்டுரை ஒன்றை எழுதினார். அதில் பெரியாருக்கும் அண்ணாவுக்கும் இடையே புகை மூட்டம் கிளப்பி விடுபவர்களைப் பற்றி எழுதினார் கருணாநிதி. இதற்கான எதிர்வினையாக முரசொலி பத்திரிகைகள் கொளுத்தப்பட்டன. உபயம்: திராவிடர் கழகத்தில் இருக்கும் அண்ணா எதிர்ப்பாளர்கள்.

குழப்பம் நிறைந்த சூழலில்தான் தேசத்தையே அதிர்ச்சிக்கு உள்ளாக்கியது அந்தச் செய்தி. 30 ஜனவரி 1948 அன்று காந்தி சுட்டுக்கொல்லப்பட்டார். கருத்து வேறுபாடுகள் முளைவிட்டிருந்த சமயத்திலும் பெரியாரும் அண்ணாவும் காந்தி கொல்லப்பட்ட விவகாரத்தில் ஒரேவிதமான நிலைபாட்டை எடுத்தனர்.

'பார்ப்பான் ஒருவன் சுட்டான் என்ற காரணத்துக்காக அந்தப் பார்ப்பனரைத் திட்டிவிடுவதாலோ அல்லது அந்தப் பார்ப்பனச் சமூகத்தையே அழித்துவிடு வதாலோ எத்தகைய உருப்படியான பலனும் ஏற்பட்டுவிடாது. ஆகவேதான், அவனைக் கொன்றால் பலனில்லை என்றும் அவன் உற்பத்திக்குக் காரணமாயிருந்த மதத்தையும் கடவுளையும் அதற்கு ஆதாரமாக இருந்துவரும் அனைத்தையும் அழிக்கவேண்டும் என்று நாம் கூறிவருகிறோம்' என்றார் பெரியார்.

காந்தி சுட்டுக்கொல்லப்பட்டதும் சென்னை வானொலி நிலையத்தில் இருந்து அண்ணாவுக்கு அழைப்பு வந்தது. காந்தியைச்சுட்ட கோட்ஸே ஒரு பார்ப்பனர் என்பதால் காந்தி பக்தர்கள் மற்ற பார்ப்பனர்கள் மீது தாக்குதல் நடத்திவிடாமல் தடுக்கும் வகையில் அண்ணாவை வானொலியில் பேச வைக்க முயற்சி மேற்கொள்ளப்பட்டது. தலையசைத்த அண்ணா, 'பயங்கரச் சக்தியொன்று கோட்சே உருவில் கிளம்பியது. அதன் பெயர் மத ஆதிக்க வெறி. அதனால் காந்தி கொலையுண்டார். உத்தமர் காந்தியை ஒரு தனிப்பட்ட மனிதரின் வெறிதான் கொன்றுவிட்டது. அதற்காகப் பார்ப்பன மக்கள் அத்தனை பேர் மீதும் பழிபோடக்கூடாது.' என்று பேசினார்.

கறுப்புச்சட்டைப் படை. பெரியாருக்குப் பிடித்தமான, அண்ணாவுக்குப் பிடிக்காத படை. உறுப்பினர்கள் சேர்ந்தனர். ஆனாலும் கட்சிக்குள் கருத்து வேறுபாடுகள் இருந்ததால் அந்தப் படையை முறைப்படி உருவாக்க முடிய வில்லை. ஏற்கெனவே திராவிடர் கழகத்தினர் மீது காங்கிரஸ் அரசுக்குக் கோபம். கறுப்புச் சட்டைப் படை விவகாரத்தில் திராவிடர் கழகத்துக்குள் கருத்துவேறுபாடு இருப்பதால் காயம் பட்ட இடத்தில் குறிபார்த்து அடிக்க முடிவு செய்தது. காங்கிரஸ் அரசு என்றால் முதலமைச்சர் ஓமந்தூர் ராமசாமி ரெட்டியார்தான்.

2 மார்ச் 1948. குற்றவியல் சட்டத்திருத்தம் 15வது பிரிவின் கீழ் திராவிடர் கழகத்தின் கறுப்புச் சட்டைப் பிரிவுக்குத் தடை உத்தரவு பிறப்பிக்கப் பட்டிருப்பதாக அறிவிப்பு வெளியானது. அறிவிப்பை வெளியிட்டவர்

உள்துறை அமைச்சர் சுப்பராயன். உடனடியாக திராவிடர் கழக அலுவலகங்கள், தலைவர்களின் வீடுகள் ஆகியவற்றில் திடீர் சோதனைகள் நடத்தப்பட்டன.

வெகுண்டெழுந்தார் பெரியார். உண்மையில் அந்தப் படை அமைக்கும் விவகாரம் அறிவிப்பு என்ற அளவில் மட்டுமே இருந்தது. மற்றபடி அது உருவாக்கப்படவே இல்லை என்று மறுநாளே அறிக்கை வெளியிட்டார். ஆனாலும் அரசு அந்தப் பதிலை ஏற்றுக்கொள்ளவில்லை. பெரியாரின் இல்லம் மற்றும் அலுவலகத்துக்குள் காவல்துறையினர் திடுதிப்பென நுழைந்து சோதனை நடத்தினர். எல்லாம் முடிந்ததும் அறிக்கை வெளியிட்ட பெரியார்.

'என்னை அழிக்க நினைத்தால் அது பிராமணீயத்தின் அழிவுக்கு அடிகோலும். இனிமேல் பிராமணாள் என்று அழைக்கப் போவதில்லை. பார்ப்பான் என்றே அழைக்கப்போகிறோம். பூணூல் கூட்டம் இருக்கும் வரை கருஞ்சட்டைக் கூட்டமும் இருக்கும். உச்சிக்குடுமி ஆதிக்கம் இருக்கும் வரை கறுப்புக்கொடி பறக்கும்' என்று ஆவேசப்பட்டார்.

கறுப்புச்சட்டைப் படைக்கான தடை உத்தரவு எதிர்ப்பு மாநாடு ஒன்று திடீரென சென்னை விக்டோரியா மெமோரியல் ஹாலில் ஏற்பாடு செய்யப்பட்டது. தவிரவும், அந்த மாநாட்டில் கலந்துகொள்பவர்கள் கைது செய்யப்படக்கூடும் என்றும் செய்திகள் கசிந்திருந்தன. கைதுக்கு அஞ்சி ஒதுங்க யாரும் தயாராக இல்லை. ஆனாலும் எதிர்ப்பைக் காட்ட வேண்டிய நேரத்தில் தளபதி அண்ணா அதிருப்தியில் இருந்தது திராவிடர் கழகத் தொண்டர்களை வருத்தப்படச் செய்திருந்தது. என்ன செய்யப்போகிறார் அண்ணா என்று அனைவரும் ஆவலுடன் காத்திருந்தனர்.

நெடுஞ்செழியனின் அறையில் தங்கியிருந்த அண்ணா தீவிரமாக யோசித்துக் கொண்டிருந்தார். கறுப்புச்சட்டை பிடிக்கவில்லை. அது உட்கட்சி விவகாரம். ஆனால் கறுப்புச்சட்டைக்கே தடை என்பது உரிமைப் பிரச்னை. தடையை எதிர்க்கும் மாநாட்டில் கலந்துகொண்டே தீரவேண்டும். நம்முடைய எதிர்ப்பை உரக்கச் சொல்லவேண்டும். இதுதான் அண்ணா எடுத்த முடிவு. கைவசம் கறுப்புச்சட்டை இல்லை. அதனால் என்ன? நெடுஞ்செழியனின் சட்டையைப் போட்டுக்கொண்டு மாநாட்டு மேடைக்கு வந்தார் அண்ணா.

தொண்டர்கள் மத்தியில் பலத்த ஆரவாரம். மாநாட்டுக்கு வந்திருந்தவர்கள் கறுப்புச்சட்டை அணிந்தே வந்திருந்தனர். பெரியார் உள்ளிட்ட அத்தனை பேருக்கும் ஆச்சரியம் மற்றும் அதிர்ச்சி. தடை உத்தரவுக்குத் தனது கண்டனத்தைப் பதிவு செய்தார் அண்ணா. இது காயம்பட்ட இடத்தில் மருந்து தடவியது போல இருந்தது இருபக்கமும் சேராத திராவிடர் கழகத்தினருக்கு. துக்கநாள் - இன்பநாள் விவகாரத்தில் அறிக்கை மோதலில் ஈடுபட்ட பெரியாரும் அண்ணாவும் நிரந்தரமாகவே பிரிந்துவிடுவார்களோ என்ற கவலை இருந்தது. கறுப்புச்சட்டைத் தடை மாநாட்டின் மூலம் பெரியாரும் அண்ணாவும் மீண்டும் இணைந்தனர், தாற்காலிகமாக.

8 மே 1948ல் தூத்துக்குடியில் திராவிடர் கழகம் பதினெட்டாவது மாநில மாநாடு தொடங்கியது. எல்லா ஏற்பாடுகளும் கச்சிதமாக நடந்திருந்தன. பெரியார் தலைமையில் நடக்கும் அந்த மாநாட்டில் திராவிட நாடு படத்தைத் திறந்து வைப்பவர் அண்ணா என்று அறிவிக்கப்பட்டு இருந்தது. அப்போது திருச்சியில் தங்கியிருந்த அண்ணாவும் அவருடைய ஆதரவாளர்களும் தூத்துக்குடி மாநாட்டில் கலந்துகொள்வதில்லை என்று தீர்மானித்திருந்தனர்.

மாநாட்டுக்கு அண்ணா வராதது பலத்த சலசலப்பை ஏற்படுத்தியது. இதுபற்றி பெரியாரிடம் துண்டுச்சீட்டு அனுப்பிக் கேட்டனர் அருகில் இருந்தவர்கள். 'முத்தன் ஏன் வரவில்லை? முருகன் ஏன் வரவில்லை? அப்புறம் எம்.எஸ். சுப்புலட்சுமி ஏன் வரவில்லை? சுந்தராம்பாள் ஏன் வரவில்லை? என்று கேட்பீர்கள் போலிருக்கிறதே, உங்களையெல்லாம் மதித்து மாநாட்டுக்கு வருகை தந்திருக்கும் தலைவர்களைப் பற்றிக் கவலைப்படாமல் உங்களைச் சிறிதும் மதிக்காமல் வராதிருப்பவர்களைப் பற்றி ஏன் கவலைப்படுகிறீர்கள்? யார் வராவிட்டாலும் மாநாடு சிறப்பாக நடந்தே தீரும். தனிப்பட்ட எவரையும் நம்பி நான் கழகத்தைத் தொடங்கவில்லை. என்னை மட்டுமே நம்பித்தான், நான் இந்தக் கழகத்தைத் தொடங்கி நடத்திக்கொண்டு வருகிறேன்.' என்று ஆவேசமாகப் பேசினார்.

அதன்பிறகு மாநாடு தொடங்கியது. அண்ணாவுக்குப் பதிலாக ஏ.வி.பி. ஆசைத்தம்பி திராவிட நாடு படத்தைத் திறந்துவைத்தார். அதில் பெரியார், எம்.ஆர். ராதா உள்ளிட்டோர் பேசினர். ராதாவின் பேச்சில் அண்ணா அதிகம் சேதத்துக்கு உள்ளாகினார். மாநாடுகளுக்குத் தலைவர்கள் வராமல் இருக்கலாம், தளபதிகள் வராமல் இருக்கலாமா? தளபதிக்குரிய தகுதியை இழந்துவிட்டார். நான் சொல்லுகிறேன்... தளபதியை இனி எந்தக் கூட்டத்துக்கும் நாடகத் தலைமைகளுக்கும் விழாவுக்கும் அழைக்காதீர்கள் என்றார் எம்.ஆர். ராதா. அண்ணாவைப் பற்றி ராதா பேசியது அண்ணா ஆதரவாளர்களைக் கொந்தளிக்கச் செய்தது.

தன்னுடைய முரசொலியின் மூலம் ராதாவுக்கு எதிர்வினை ஆற்றினார் மு. கருணாநிதி. 'திராவிடர் கழகத்திற்கு மின்னல் நடிகர் இராதா அவர்களின் நடிப்புத்தொண்டு எவ்வளவு தேவையோ - அவருடைய புரட்சி நாடகங்கள் எவ்வளவு தேவையோ அதைவிட அண்ணா தரும் அறிவுக் கருவூலங்கள் இன்னும் அதிகமாகத் தேவை. அந்தத் தேவையைத் தேள் கடி என்று கூறுவதா? தேனை நஞ்சு என்பதா? தென்றலை சூறைக்காற்று என்பதா? தித்திக்கும் தீந்தமிழை வெறுக்க உபதேசிப்பதா? அதுவும் தலைவர் பெரியார் பேசாத வார்த்தைகளை... அண்ணாவையே ஒழித்துக்கட்டும் வகையில் வாரி இறைப்பதா?'

அந்த எதிர்வினைக்கான தலைப்பு: நடிகவேள் - மாநாட்டில் நஞ்சு கலந்தார்!

பெரியார் - அண்ணா இடையேயான கருத்துவேறுபாடுகள் முற்றிக்கொண்டே இருந்தன. அதன் வெளிப்பாடாக மூன்று சிறுகதைகளை எழுதினார் அண்ணா. அந்தச் சிறுகதைகள் மூலம், அதில் வரும் பாத்திரங்கள் மூலம், வசனங்கள்

மூலம் தனது கருத்தை வெளிப்படுத்தினார். அதிருப்தியை வெளிப்படுத்தினார். அந்தக் கதைகளின் பெயர்கள் முறையே ராஜபார்ட் ரங்கதுரை பாகவதர், இரும்பாரம் மற்றும் மரத்துண்டு.

ராஜபார்ட் ரங்கதுரை பாகவதர் கதை ஒரு நாடகக் கம்பெனியில் நடப்பது போன்ற கதை. அந்தக் கம்பெனியின் முதலாளி குருமூர்த்தி. முக்கிய வேடங்கள் போடுபவரின் பெயர் ராஜபார்ட் ரங்கதுரை. குருமூர்த்தியால் ரங்கதுரைக்கு வளர்ச்சி. ரங்கதுரையால் குருமூர்த்திக்கு லாபம். இருவரும் பரஸ்பர அன்புடன் இருக்கிறார்கள். அந்த நெருக்கத்தை உடைக்க கம்பெனியில் இயங்கும் சில பொறாமைக்காரர்கள் முயற்சி செய்கிறார்கள். ஒருவரைப் பற்றி இன்னொருவரிடம் புறம் பேசுகிறார்கள். நீங்கள் இல்லா விட்டால் இந்நேரம் ரங்கதுரை சீந்துவார் இல்லாமல் கிடப்பார் என்று குருமூர்த்தியிடம் பேசுவார்கள். நீ மட்டும் கிடைக்காவிட்டால் குருமூர்த்தியின் நிறுவனம் தலையெடுத்திருக்காது என்று ரங்கதுரையிடம் சொல்வார்கள். புகைச்சல் அதிகமானது. இருவரும் பிரிந்துவிட்டார்கள். ஆனால் அதன் பிறகும் புறம் பேசுவது நிற்கவில்லை. உன்னை விட்டுப் பிரிந்ததால் எனக்கு எந்த நட்டமும் இல்லை இருவருமே ஆளுக்கொரு பக்கம் நினைத்துக் கொண்டிருக்கிறார்கள்... இப்படிப் போகும் கதையில் க்ளைமேக்ஸ் காட்சிகள் முக்கியமானவை. குருமூர்த்தி கம்பெனியின் புதிய நடிகர் பாடலைத் தப்பும் தவறுமாகப் பாடுவார். அப்போது ரங்கதுரையை நினைத்து குருமூர்த்தியின் கண்ணில் இருந்து கண்ணீர் வரும். அதேபோல குருமூர்த்தி கம்பெனி நாடகத்தைப் பார்த்தேன். நீ இல்லாததால் அந்த நாடகம் சோபிக்கவில்லை என்று யாரோ ஒருவர் கூறும்போது ரங்கதுரையின் கண்களில் நீர் முட்டும். அண்ணாவின் தற்போதைய அதிருப்தி, எதிர்கால விருப்பம் இரண்டையும் வெளிப்படுத்தியது ராஜபார்ட் ரங்கதுரை பாகவதர் நாடகம்.

●

அடுத்தது இரும்பாரம் கதை. ஸ்பெயின் மன்னர் மற்றும் அரசின் உதவியுடனேயே கொலம்பஸ் உலகம் சுற்றிவந்தார். பல புதிய நாடுகளைக் கண்டுபிடித்தார். உலகம் தழுவிய அளவில் கொலம்பஸின் புகழ் சென்றது. திடீரென ஸ்பெயின் மன்னருக்கும் கொலம்பஸுக்கும் கருத்து வேறுபாடு. யாரால் யாருக்குப் புகழ் என்ற வாதம் எழுந்தது. மன்னர் மட்டும் இல்லா விட்டால் கொலம்பஸ் வெற்று மனிதர் என்றொரு வாதம். கொலம்பஸ் மட்டும் இல்லாவிட்டால் மன்னனின் புகழ் ஸ்பெயினோடு முடங்கியிருக்கும் என்பது இன்னொரு வாதம். முடிவில், கொலம்பஸின் கரங்களில் விலங்கு (இரும்பாரம்) பூட்டப்பட்டது. பிறகு மக்கள் எழுச்சி காரணமாக அந்த இரும்பாரம் கொலம்பஸின் கரங்களில் இருந்து அகற்றப்பட்டது. தன்னை மண்ணில் புதைக்கும்போது அந்த இரும்பாரத்தையும் சேர்த்துப் புதைக்க வேண்டும் என்று கேட்டுக் கொண்டான் கொலம்பஸ். இதுதான் அண்ணா எழுதிய இரும்பாரம் கதை. மன்னராக அவர் உருவகம் செய்தது பெரியாரை. கொலம்பஸ் யார்? அண்ணாதான்.

மரத்துண்டு கதையும் உருவகம் செய்து படிக்கவேண்டிய கதைதான். தர்மலிங்க முதலியார் வீட்டில் ஒரு மரத்துண்டு கிடந்தது. அதை எப்படிப் பக்குவமாகப் பயன்படுத்திக்கொள்ளலாம் என்று முதலியார் யோசித்தார். நிறைய யோசனைகள் வந்தன. ஆனால் எதையும் பயன்படுத்த விரும்பவில்லை. இதனால் முதலியாரின் வீட்டில் மரத்துண்டு பயனற்றுக் கிடந்தது. இறுதியில் நான் நன்றாக இருந்தேன். நல்ல முறையில் பயன்பட்டிருப்பேன். அப்படித் தான் பலரும் எதிர்பார்த்தனர். ஆனால் முதலியார் என்னைப் பயன்படுத்த வில்லை. தற்போது மூலையில் கிடக்கிறேன். கரையான் தின்றுகொண்டிருக் கின்றது. என்ன செய்ய? என்று கேட்க வாய் ஏது மரத்துண்டுக்கு? - இதுதான் மரத்துண்டு கதையின் க்ளைமேக்ஸ். தன்னைப் பயன்படுத்தவேண்டிய முறையில் பயன்படுத்தி, கழகத்துக்கு வலுவூட்டிக்கொள்ள பெரியார் எந்த முயற்சியையும் எடுக்கவில்லை என்ற அண்ணாவின் வருத்தம் அந்தக் கதையில் தொனித்தது.

கருத்து வேறுபாடு காரணமாக விலகியிருந்த பெரியாரையும் அண்ணாவையும் கறுப்புச்சட்டைத் தடை மூலம் கொஞ்சம் நெருங்க வைத்த முதலமைச்சர் ஓமந்தூர் ராமசாமி ரெட்டியார் மேலும் நெருக்கமாக்கும் வகையில் அடுத்த அடியை எடுத்துவைத்தார். கடந்தமுறை தடைச்சட்டம் போட டாக்டர் சுப்பராயன் உதவிக்கு வந்தார். இந்தமுறை கல்வி அமைச்சர் அவினாசிலிங்கம் செட்டியாரை உதவிக்கு அழைத்துக்கொண்டார்.

பள்ளிகளில் மறைமுகமாக இந்தியைத் திணிக்கும் முயற்சிகளில் இறங்கினர். தமிழ் வழங்கும் பகுதிகளில் இந்தி மொழி விருப்பப் பாடமாகவும் தெலுங்கு மற்றும் கன்னட மொழி வழங்கும் பகுதிகளில் கட்டாயப் பாடமாகவும் இருக்கும் என்று 20 ஜூன் 1948 அன்று அந்த அரசாணை வெளியானது. நியாய மாக தமிழ்நாட்டிலும் கட்டாயப்பாடமாகத்தான் இந்தி இருக்கவேண்டும். ஆனால் பெரியாருக்குப் பயந்துகொண்டு முதலமைச்சர் ஓமந்தூரார் சலுகை காட்டியிருக்கிறார் என்று விமரிசனங்கள் எழுந்தன.

உடனடியாக எதிரொலி கேட்டது. தமிழ்நாட்டிலும் இந்தி கட்டாயப் பாடம் என்று திடீர் அறிவிப்பு வெளியானது. பெரியார், அண்ணா உள்ளிட்டோர் முதலமைச்சர் மற்றும் கல்வி அமைச்சரைச் சந்தித்துப் பேசினர். இந்தித் திணிப்பு ஆணையை ரத்துசெய்ய வேண்டும் என்று கோரிக்கை விடுத்தனர். ஆனால் அந்த முயற்சிகள் வெற்றிபெறவில்லை.

17 ஜூலை 1948 அன்று சென்னையில் இந்தித் திணிப்பு எதிர்ப்பாளர்கள் மாநாடு ஒன்றுக்கு அழைப்பு விடுக்கப்பட்டது. திராவிடர் கழகத்தினர், தமிழ் ஆர்வலர்கள் என்று பலரும் அந்த மாநாட்டில் கலந்துகொண்டனர். மறைமலை அடிகள் தலைமையில் தொடங்கிய அந்த மாநாட்டில் பெரியார், வி. கலியாண சுந்தர முதலியார், ம.பொ. சிவஞானம், புரட்சிக் கவிஞர் பாரதிதாசன், அண்ணா, நாரண. துரைக்கண்ணன், டாக்டர் தர்மாம்பாள் உள்ளிட்டோர் கலந்துகொண்டனர். திராவிடர் கழகத்தில் இருந்து விலகிவிட்டீர்களா? என்று திராவிட நாடு இதழில் இடம்பெற்ற கேள்விக்கு,

'விலகவில்லை, விலகி நிற்கிறேன்' என்று பதில் கொடுத்திருந்த அண்ணா சிறிது இடைவெளிக்குப் பிறகு பெரியார் இருந்த மேடையில் கலந்து கொண்டார். இணைத்தது இந்தி!

இந்தித் திணிப்புக்கு எதிராகப் பலரும் பேசினார். அண்ணா பேசும்போது, 'மறைமலை அடிகளாரும் திரு.வி.க அவர்களும் இந்தி நுழைவால் தமிழ் கெடும், தமிழ் கலாசாரம் கெடும் என்று அழுந்தந்திருத்தமாகக் கூறிவிட்ட பிறகு, அவர்கள் சாட்சியம் நமக்குக் கிடைத்துவிட்ட பிறகு போர் முழக்கம் செய்வது தவிர நமக்கு வேறென்ன வேலையிருக்கிறது?' என்று கேட்டார். பிறகு பேசிய பெரியார், தோழர் அண்ணா, 'நானும் வந்துவிட்டேன் போராட்டத்தின் முன் நிற்க' என்று சற்றுமுன் கூறியதுபோல் நீங்கள் எல்லோரும் இந்தத் திராவிட நாட்டில் உள்ள ஒவ்வொரு ஆணும் பெண்ணும் சிறுவனும் சிறுமியும் முன்வரவேண்டும்... நமது பிரிவினை உணர்ச்சியை ஒழிக்கத்தான் அவசர அவசரமாக இந்தியைக் கொண்டுவந்து புகுத்துகிறார்கள். இது எல்லோரும் ஒன்றுசேரக் கூடிய நல்வாய்ப்பாக இருக்கிறது' என்று பேசினார்.

2 ஆகஸ்டு 1948. திராவிடர் கழகத்தின் செயற்குழு பெரியார் தலைமையில் கூடி இந்தி எதிர்ப்புப் போராட்டங்களை நடத்துவது தொடர்பாக ஆலோசனை நடத்தியது. அதன்படி சென்னை முத்தியால்பேட்டை உயர்நிலைப் பள்ளிக்கு எதிரே மறியல் நடத்துவது என்றும் அந்தப் போராட்டத்துக்கு அண்ணா 'சர்வாதிகாரியாக' செயல்படுவார் என்றும் அறிவிக்கப்பட்டது. திட்டமிட்டபடி 10 ஆகஸ்டு 1948 அன்று போராட்டம் தொடங்கியது. மறியலில் ஈடுபட்ட வர்கள் கைது செய்யப்பட்டனர்.

1948 ஆகஸ்டில் இந்திய கவர்னர் ஜெனரலாக இருந்த ராஜாஜி சென்னை வருவதாக இருந்தது. அப்போது அவருக்கு எதிராகக் கறுப்புக்கொடி ஆர்ப் பாட்டம் நடத்த முடிவு செய்யப்பட்டது. அதுபற்றி விவாதிக்க பெரியாரின் இல்லத்துக்கு அண்ணா, பட்டுக்கோட்டை அழகிரிசாமி, நெடுஞ்செழியன் உள்ளிட்ட ஏராளமான தலைவர்கள் வரவழைக்கப்பட்டனர். ஆலோசனைகள் நடந்தன.

கறுப்புக்கொடி போராட்டத்தை ஒடுக்கும் வகையில் முக்கியத் தலைவர்கள் அத்தனைபேரையும் முன்கூட்டியே கைது செய்தது காவல்துறை. ஆனாலும் தொண்டர்களின் கூட்டுமுயற்சியால், தடியடிகளுக்கும் கண்ணீர்ப்புகை குண்டுகளுக்கும் மத்தியில் கறுப்புக்கொடி போராட்டம் நடத்தப்பட்டது. அதன்பிறகும் முதலமைச்சர், அமைச்சர்களுக்கு எதிராகக் கறுப்புக்கொடி போராட்டங்கள் ஆங்காங்கே தொடர்ந்து நடைபெற்று வந்தன.

29 பெட்டிச்சாவி

இந்தி எதிர்ப்புப் போராட்டத்தைப் பெரிய அளவில் நடத்தத் திட்டமிட்டது திராவிடர் கழகம். அதன்படி 23 அக்டோபர் 1948 அன்று ஈரோட்டில் திராவிடர் கழகத்தின் மாகாணத் தனி மாநாடு கூட்டப்பட்டது. அந்த மாநாட்டுக்குத் தலைமை ஏற்பது யார் என்ற கேள்வி எழுந்தது.

கருத்துவேறுபாடு காரணமாக ஒதுங்கியிருந்த அண்ணாவை அந்த மாநாட்டுக்குத் தலைமையேற்க வைப்பதன்மூலம் பெரியார் - அண்ணாவை மீண்டும் நெருக்கமாக்க முடியும் என்று நினைத்தனர் கட்சியின் முக்கியத் தலைவர்கள். தவமணிராசன், கவிஞர் கருணானந்தம் போன்றவர்கள் சொன்ன கருத்தை ஏற்றுக்கொண்ட பெரியார், மாநாட்டுக்கு அண்ணாவே தலைமை ஏற்கட்டும் என்று சொல்லிவிட்டார். சம்மதித்தார் அண்ணா.

மாநாடு தொடங்கியதும் இரண்டு குதிரைகள் பூட்டப் பட்ட சாரட் வண்டியில் அண்ணாவும் முக்கியத் தலைவர்கள் சிலரும் அமர்ந்துகொண்டனர். ஊர்வலம் தொடங்கியது. சாரட் வண்டியில் பெரியார் அமர வில்லை. மாறாக, கறுப்புச்சட்டை, இடுப்புத்துண்டு, கைத்தடி சகிதம் ஊர்வலத்தில் நடந்தே வந்தார். மேடையேறியதும் பெரியார் பேசினார்.

இதுவரையில் நான் ஒருவனே எல்லாப் பொறுப்பு களையும் ஏற்று, எதையும் நான் ஒருவனேதான்

செய்யவேண்டும் என்ற நிலை இருந்துவந்தது. இப்படிப்பட்ட ஒரு நிலை நீடித்து வருவதை நான் விரும்பவில்லை. இப்போது நமது இயக்கத்தில் தலைமை ஏற்றுத் தொண்டாற்றப் பலர் இருக்கிறார்கள். கட்சியின் நலன் நாடி உழைக்க இன்றைய மாநாட்டின் தலைவர் அண்ணா ஒருவரே போதும். அவர் கழகத்தை நடத்திச் செல்வதற்கான முழு அறிவுத்திறனையும் ஆற்றல்திறனையும் பெற்றிருக்கிறார். அவர் நன்கு படித்தவர். சிறந்த பகுத்தறிவுவாதி. நல்ல எழுத்தாளர். சிறந்த பேச்சாளர். அத்துடன் உங்கள் அன்பையும் ஆதரவையும் நிரம்பப் பெற்றவர். இளைஞர். அவர் ஒருவரே போதும் கழகத்தைச் சிறப்பாக நடத்திச் செல்ல.

எனக்கு வயதாகிவிட்டது. வயதாகிய தந்தை தன் பொறுப்பைத் தன் மகனிடம் ஒப்படைத்துவிட வேண்டியதுதான் நியாயம். உலக நடைமுறையும்கூட. ஆகவே, நான் இன்று எனது பெட்டிச் சாவியை அண்ணாவிடம் உங்கள் முன்னிலையில் கொடுத்து விடுகிறேன். எனவே, தந்தை தன் கடமையைச் செய்துவிட்டான்; இனித் தனயன் தன் கடமையையும் பொறுப்பையும் உணர்ந்து நடக்கவேண்டும்.

பெரியாரின் பேச்சு மாநாட்டில் திரண்டிருந்தவர்களை ஆச்சரியப்படுத்தியது. பெரியார், அண்ணா இடையேயான ஊடலுக்கு முற்றுப்புள்ளி வைக்க விரும்புகிறார் பெரியார் என்று நினைத்தனர். அதற்கு அண்ணாவின் பதில் என்னவாக இருக்கும் என்று ஆர்வத்துடன் கவனித்தனர். மாநாட்டுத் தலைமை உரையில் தன்னுடைய எண்ணத்தைப் பதிவுசெய்தார் அண்ணா.

திராவிடர் கழகம், ஆட்சியைக் கைப்பற்றி அனுபவிக்க விரும்பும் அரசியல் லாபப் போராட்டக் கட்சி அல்ல; நாட்டுக்குப் புதிய வாழ்வை ஏற்படுத்தும் மிகப்பெரிய லட்சியத்தைக் கொண்டதாக இருக்கிறது. எனவேதான் சில்லறைகளில் சிந்தனையைச் செலவிட மறுக்கிறது. ஆட்சிக்கு வருவதென்பதும் அவ்வளவு கடினமானதல்ல. கூட்டுத் தோழர்களின் கூட்டுறவைத் தேடிப் பிடிப்பதும் முடியாத காரியமல்ல. இவற்றின் மூலம் தேர்தலில் வெற்றிபெற்று, நாம் ஆளுங்கட்சியாக மாறுவதும் நடைபெற முடியாத நிகழ்ச்சியல்ல. ஆனால் நமது நோக்கம் அதுவல்லவே.

இன்று பெரியார் அவர்கள் கழகப் பெட்டிச் சாவியை என்னிடம் கொடுத்துவிடப் போவதாகவும் இனி நான் முழுப் பொறுப்பையும் ஏற்றுக் கழகக் கடமைகளை ஆற்றவேண்டும் என்பதாகவும் குறிப்பிட்டுப் பேசினார்கள். பெரியார் அவர்கள் அப்படியே பெட்டிச் சாவியை என்னிடத்தில் கொடுத்தாலும் சாவி மட்டும்தான் என்னிடத்திலே இருக்குமே ஒழிய, பெட்டியும் அதிலுள்ள பொருளும் என்றென்றும் அவரிடத்திலேயேதான் இருக்கும் என்பதைத் தெரிவித்துக் கொள்கிறேன்.

•

திரைப்படங்களுக்கு வசனம் எழுதத் தொடங்கிய அண்ணாவுக்கு அடுத்தடுத்து வாய்ப்புகளும் வரவேற்புகளும் வந்துகொண்டே இருந்தன. 1949ல் அண்ணா இரண்டு படங்களுக்கு வசனம் எழுதியிருந்தார். நல்லதம்பி படத்தின் நாயகன் என்.எஸ். கிருஷ்ணன். கதை, வசனம் எழுதியவர் அண்ணா அல்ல அல்ல, சி. என். அண்ணாதுரை எம்.ஏ. படம் நல்ல வெற்றி. அடுத்த படமான வேலைக்காரிக்கும் அண்ணாவே கதை வசனம். இந்தப் படத்தில் 'அறிஞர் அண்ணா' என்று டைட்டில் கார்டு போடப்பட்டது. இரண்டு படங்களிலும் அண்ணாவின் வசனத்துக்கு நல்ல வரவேற்பு.

வேலைக்காரி பல சங்கதிகளைக் கொண்ட படம். நாயகனாக நடித்தவர் நடிப்பிசைப் புலவர் என்று திராவிட இயக்கத்தினரால் பாராட்டப்படும் கே.ஆர். ராமசாமி. முதலில் நாடகமாகவும் பிறகு திரைப்படமாகவும் வெளியானது வேலைக்காரி. கத்தியைத் தீட்டினாயே ஒழிய, உன் புத்தியைத் தீட்டவில்லை நீ என்ற பிரபலமான வசனம் இந்தப் படத்தில்தான் இடம்பெற்றது.

முக்கியமாக, ஒன்றே குலம் ஒருவனே தேவன் என்ற வாக்கியத்தை இந்தப் படத்தில் அண்ணா பயன்படுத்தியிருந்தார். நாத்திகப் பிரசாரத்தில் தீவிரமாக ஈடுபட்டிருந்த திராவிடர் கழகத்தின் பொதுச்செயலாளர் இப்படிச் செய்தது பலத்த சர்ச்சைகளைக் கிளப்பியது. பின்னாளில் அந்த வாக்கியத்துக்கு மிகப்பெரிய முக்கியத்துவத்தை ஏற்படுத்தினார் அண்ணா.

அண்ணா வசனம் எழுதிய காலத்தில் திரைத்துறைக்கு வந்த இன்னொரு திராவிட இயக்க எழுத்தாளர் மு. கருணாநிதி. ராஜகுமாரி, மருத நாட்டு இளவரசி, மந்திரி குமாரி என்று அவரும் வசனத்தில் வெற்றிமேல் வெற்றி பெற்றுக்கொண்டிருந்தார். எழுத்தாளர்கள் மட்டுமல்ல, பல நடிகர்களும் திராவிட இயக்கத் தொடர்புடையவர்களாக இருந்தனர். கே.ஆர். ராமசாமி, வளையாபதி முத்துகிருஷ்ணன், சிவாஜி கணேசன், எஸ்.எஸ். ராஜேந்திரன் என்று பலர்.

•

ஈரோடு மாநாட்டின்போதே உடல்நிலை பாதிக்கப்பட்டிருந்த பட்டுக்கோட்டை அழகிரிசாமியின் மருத்துவ சிகிச்சைகளுக்காக நிதி திரட்டும் முயற்சியில் அண்ணா ஈடுபட்டார். தன்னைப் பொதுக்கூட்டத்துக்கு அழைக்க விரும்புபவர்கள் நூறு ரூபாய்க்குக் குறையாமல் அழகிரிசாமிக்காக மணியார்டர் அனுப்பிவிட்டு அந்த ரசீதை அனுப்புங்கள். கூட்டத்துக்கு வருகிறேன் என்று அறிவித்தார். கணிசமான அளவுக்கு நிதி திரண்டது. ஆனாலும் அழகிரிசாமியின் உடல்நிலை தேறவில்லை. 28 மார்ச் 1949 அன்று மரணம் அடைந்தார் அஞ்சா நெஞ்சன் அழகிரிசாமி.

அழகிரிசாமியின் மரணம் தி.க.வின் இளம் தலைவர்களான மு. கருணாநிதி, க. அன்பழகன் உள்ளிட்ட பலருக்கும் பலத்த வருத்தத்தைக் கொடுத்திருந்தது. அது தஞ்சாவூர் கரந்தைத் தமிழ்ச்சங்கத்தில் நடந்த மாணவர்கள் மாநாட்டில்

வெளிப்பட்டது. அழகிரிசாமி தனது இறுதிக் காலத்தில் முறையாகக் கவனிக்கப்படவில்லை என்று பேசினார் மு. கருணாநிதி. கிட்டத்தட்ட இதே கருத்தைக் கொஞ்சம் காட்டமாகவே பதிவு செய்தார் க. அன்பழகன்.

விஷயம் பெரியாரின் கவனத்துக்குச் சென்றது. தன்னைக் குற்றம்சாட்டியே கருணாநிதியும் அன்பழகனும் பேசியிருப்பதாக நினைத்தார். உடனடியாக விடுதலையில் அறிக்கை ஒன்றை வெளியிட்டார். அந்த அறிக்கையில் அண்ணாவின் தூண்டுதலின் காரணமாகவே அன்பழகனும் கருணாநிதியும் அப்படிப் பேசியிருக்கிறார்கள். ஆகவே அவர்கள் இருவரையும் யாரும் இனிமேல் கூட்டத்துக்கு அழைக்கக்கூடாது என்று உத்தரவிட்டார்.

14 மே 1949. திருவண்ணாமலைக்குச் சென்றார் பெரியார். காரணம், அப்போது இந்திய கவர்னர் ஜெனரலாக இருந்த ராஜாஜி அங்கு வந்திருந்தார். அங்குள்ள ரமணர் ஆசிரமத்தில் பாதாள லிங்க குகையைத் திறந்துவைக்க வந்திருந்தார். அவரை நேரில் சென்று சந்திக்கச் செல்வதாக பெரியார் சொன்னது திராவிடர் கழகத்தில் சலசலப்புகளை ஏற்படுத்தியது. சில மாதங்களுக்கு முன்னால் தமிழகம் வரும் ராஜாஜிக்கு எதிராகக் கறுப்புக்கொடி காட்டச் சொன்னவர், திடுதிப்பென வலியச் சென்று சந்திக்க என்ன அவசியம்? என்ற கேள்வி பரவலாக எழுந்தது.

பெரியாரும் ராஜாஜியும் தனிமையில் ஒருமணி நேரம் பேசிக்கொண்டிருந்த தாகப் பத்திரிகைகள் செய்தி வெளியிட்டபோது திராவிடர் கழக முகாமில் அதிர்ச்சி அலைகள். ஆனால் இந்தச் சந்திப்பு குறித்து அண்ணா உள்ளிட்ட கட்சியின் முக்கியஸ்தர்கள் எவருக்கும் தகவல் தரப்படாதது கடும் குழப்பத் தையும் பலத்த அதிருப்தியையும் ஏற்படுத்தியிருந்தது. சந்திப்புக்குப் பிறகும் பெரியார் எதையும் வெளிப்படையாகச் சொல்லவில்லை. அவருடைய மௌனம் கட்சிக்குள் கட்சியைக் குழப்ப நிலையிலேயே வைத்திருந்தது.

பரபரப்பான சூழலில் 28 மே 1949 அன்று கோவையில் திராவிடர் கழக மாவட்ட மாநாடு கூடியது. மாநாட்டுக்குத் தலைமை தி.பொ. வேதாச்சலம். தொடங்கிவைத்தவர் அண்ணா. மாநாட்டில் தொழிலதிபர் ஜி.டி. நாயுடுவும் கலந்துகொண்டார். திராவிட இயக்கத்துடன் நெருக்கமாக இருக்கும் பிரபல மனிதர்களில் நாயுடுவும் ஒருவர். அவரே விஷயத்தை ஆரம்பித்துவைத்தார். திருவண்ணாமலையில் ராஜாஜியைச் சந்தித்தது குறித்து விளக்கம் அளிக்கவேண்டும் என்று கேட்டுக்கொண்டார்.

'நான் ஆச்சாரியாரை என் சொந்த விஷயமாகத்தான் சந்தித்தேன். அதற்கும் கட்சிக்கும் எவ்விதச் சம்பந்தமும் இல்லை' என்று பதில் வந்தது பெரியாரிடம் இருந்து.

ஒன்றும் இல்லை என்று பெரியார் தடாலடியாகச் சொன்னபோதே ஏதோ விஷயம் இருக்கிறது என்பது எல்லோருக்கும் புரிந்து விட்டது. அது என்னவாக இருக்கும் என்று கட்சிக்குள் வாதப் பிரதிவாதங்கள் தொடங்கின. பெரியாரின் காதுகளுக்கும் அந்தத் தகவல்கள் சென்றன. அதனைத் தொடர்ந்து

19 ஜூன் 1949 அன்று விளக்கம் என்ற தலைப்புடன் விடுதலையில் அறிக்கை வெளியிட்டார் பெரியார்.

என் காதுக்கு வந்த விஷயங்களுக்கு விளக்கம் எழுதிவிடலாம் என்று கருதுகிறேன்.

1. கவர்னர் ஜெனரல் ராஜகோபாலாச்சாரியார் அவர்களை நான் சந்தித்த 'ரகசியம்' (14-5-1949)
2. அழகிரிசாமி இறந்துபோனது குறித்து கழகம் உதவிசெய்யவில்லை என்பது.
3. குறள் மாநாட்டில் பணக்காரர்கள் கலந்துகொண்டதுடன், பணக்காரர்களுக்குள் நான் ஒரு பணக்காரனாக ஆகிவிட்டேன் என்பது
4. தஞ்சை ஜில்லா மாவூரில் அதாவது, சர்.ஆர்.எஸ். சர்மா அவர்கள் எஸ்டேட்டில் மாணவர் பிரசாரப் பள்ளி வைத்து நடத்தினது என்பது.

இவைகளின்மூலம் இயக்கத்தின் கொள்கைகள் பலவீனப்பட்டுவிட்ட தென்பதும், நான் தவறாக நடக்கிறேன் என்பதும் ஆன எண்ணம் மக்களுக்குப் படும்படி சிலரால் பிரசாரம் செய்யப்படுகிறது.

இந்தப் பிரசாரத்தில் சரியாகவோ, தவறாகவோ பல இளைஞர்கள் கலந்திருக்கிறார்கள் என்பதும் தெரியவருகிறது.

சி.ஆர். அவர்களிடம் நான் பேசியது (ரகசியம்) பற்றிக் கோவை மாநாட்டிலே பிரஸ்தாபிக்கப்பட்டது யாவருக்கும் தெரியும். அது மிகுதியும் என் சொந்த விஷயம் என்று நான் முதலிலேயே தெரிவித்து விட்டேன். கோவையிலும் அதை நான் தெரிவித்ததோடு, ஒரு விஷயம் அதிகமாகவும் சொல்லி விட்டேன். இதுவரை அலைந்ததுபோல் அலைய உடல் நலம் இடம் கொடுக்கவில்லை என்றும் என்னைப்போல் பொறுப்பு எடுத்துக் கொள்ளத் தக்க ஆள் யார் இருக்கிறார்கள் என்பதில் எனக்கு நம்பிக்கை உள்ளவர்கள் கிடைக்கவில்லை என்றும் ஆதலால் எனக்கு வாரிசாக ஒருவரை ஏற்படுத்தி, அவர் மூலம் ஏற்பாடு செய்து விட்டுப் போகவேண்டும் என்று அதிகம் கவலை கொண்டிருக்கிறேன் என்றும் இது பற்றி சி.ஆர். அவர்களிடம் பேசினேன் என்பதாகவும் சொல்லியிருக்கிறேன். இது தவிர உண்மையில் சி.ஆர். பேச்சில் வேறு ரகசியம் இல்லை.

இந்தப்படி நான் சொன்னதானது, குறைகூறித் திரிகிறவர்களுக்கு மேலும் குறை சொல்ல அதிக வசதி ஏற்பட்டு விட்டதாகவும் தெரிகிறது. என்னவென்றால், இயக்கத் தோழர்களில் ஈ.வெ.ரா.வுக்கு ஒருவரிடம்கூட நம்பிக்கை இல்லை என்று சொல்வது இயக்கத் தோழர்களை அவமானப் படுத்தியதாக ஆகிறதென்றும், அப்படிச் சொன்ன பிறகு ஈ.வெ.ரா.விடம் மற்றவர்கள் எப்படி நம்பிக்கை வைக்க முடியும் என்றும் இப்படியாகப் பலவிதமாகச் சொல்லப்படுவதாகத் தெரிகிறது. இதைப் பற்றி நான் அதிகம் விவரிக்க ஆசைப்படவில்லை.

இன்றைய அரசியல் நிலையில் அரசியலாருக்கு நாம் அழிக்கப்பட வேண்டும் என்ற அவசியத்தில் இருக்கிறது. இதற்கு நம்மில் ஓர் ஆளாவது தன்னுடைய அழிவை இலட்சியம் செய்யாமல் பலியாக வேண்டியது அவசியமான காரியமாகும். ஏனெனில் அந்த பலிக்காக இயக்கத்தை என்றும் அழிக்காமல் காப்பதாகும். அழிந்துபட்டதாகக் கண்ணுக்குத் தெரிந்தாலும் அதன் சமாதியில் இருந்தே அழிக்க அழிக்க முளைப்பதாகும். அந்த பலிக்கு முதலாவது தகுதி நான் என்றுதான் உண்மையாகக் கருதி இருக்கிறேன். இது அகம்பாவமான கருத்தாகச் சிலருக்குத் தோன்றலாம். தோன்றினால் குற்றமில்லை. உண்மை அதுதான்.

'என்னைப் பற்றி ஓர் ஏற்பாடு செய்து கொண்டிருக்கிறேன். அது முடிந்தவுடன் தீவிரமாக இறங்கி நடத்தப் போகிறேன்.' என்று பேசியும் எழுதியும் இருக்கிறேன்.

நம்பிக்கையான ஒருவர் எனக்குக் கிடைக்கவில்லை என்றால், அதற்கு யாரும் கோபித்துக்கொள்ளக்கூடாது. கோபிக்கிறவர்களோ, குறை கூறுபவர்களோ அப்படிப்பட்ட ஒருவரைச் சொன்னால் நான் ஏற்கத் தயாராய் இருக்கிறேன். நம் இயக்கத்துக்குத் தொண்டாற்ற, பொறுப்பேற்க முழுநேரத் தோழர்கள், தங்களை முழுதும் ஒப்படைப்பவர்கள் யார் இருக்கிறார்கள்? யார் இருந்தார்கள்?...

என்னைப் பற்றி, என் பெயரைப் பற்றி, என் நடத்தையைப் பற்றி உங்களுக்குக் கவலை வேண்டாம். நீங்கள் எனக்கோ, இயக்கத்துக்கோ, உண்மையாய் நடந்து கொண்டீர்களா என்பதைப் பார்த்துக் கொள்ளுங்கள்; மற்றதை எனக்கே விட்டுவிடுங்கள்.'

வார்த்தைக்கு வார்த்தை விமரிசனம் இருந்தது. அண்ணா உள்ளிட்ட திராவிடர் கழகத்தில் இருக்கும் முக்கியத் தலைவர்கள் அத்தனை பேரின் உழைப்பையும் விசுவாசத்தையும் விமரிசனம் செய்து, கேள்வி கேட்டது அந்த விளக்கம். அண்ணா ஆதரவாளர்கள் மத்தியில் பலத்த அதிர்ச்சி. ஏதோ விவகாரமான முடிவு ஒன்றைப் பெரியார் எடுத்துவிட்டார். அதற்கு மற்றவர்களுடைய சம்மதம் கிடைக்காது என்பதால் எல்லோரையும் முன்கூட்டியே அவமானப் படுத்தி வெளியேற்றப் பார்க்கிறார் என்று ஆவேசப்பட்டனர்.

இந்த அறிக்கையை வெளியிடுவதற்கு முன்பே 18 ஜூன் 1949 அன்று சென்னைத் திருமணப் பதிவாளரிடம் மனு ஒன்றைக் கொடுத்திருந்தார் பெரியார். அதில் கே.ஏ. மணியம்மை என்ற பெண்ணைப் பதிவுத் திருமணம் செய்துகொள்ள இருப்பதாகக் கூறியிருந்தார். பிறகு இந்தச் செய்தி பத்திரிகைகளில் வெளியானபோது திராவிடர் கழகத் தொண்டர்கள் மத்தியில் வாதப் பிரதிவாதங்கள் ஏற்பட்டன. பெரியார் செய்தது தவறு என்று ஒரு கட்சி. செய்திருக்கவே மாட்டார் என்பது இன்னொரு கட்சி.

பதிவாளர் அலுவலக விளம்பரப் பலகையில் ஒட்டப்பட்டிருந்த அறிவிப்பைத் தொண்டர்கள் நேரில் சென்று பார்த்தனர். பிறகு பெரியாரின்

நீண்ட அறிக்கைகளில் பொதிந்துகிடந்த தகவல்கள் பல தொண்டர்களையும் ஆச்சரியத்தில் ஆழ்த்தின. அவர் எடுத்திருக்கும் முடிவு, அதில் அவர் காட்டும் உறுதி அனைத்தும் அதிர்ச்சியைக் கொடுத்தன.

எல்லோருக்கும் கருத்துகள் இருந்தன. சிலர் வெளிப்படையாகப் பேசினர். சிலர் ரகசியமாகப் பேசினர். ஏராளமான கடிதங்களும், தந்திகளும் பெரியாருக்கு அனுப்பப்பட்டன. திருமணம் செய்துகொள்ளும் முடிவை உடனடியாகக் கைவிடுமாறு அந்தக் கடிதங்களில் எழுதப்பட்டிருந்தன. பெரியாரின் திருமணத்துக்கு ஆதரவு தெரிவிக்கவும் சிலர் இருந்தனர்.

30 தனிவழி காண்போம்

கனகசபை முதலியார், திராவிடர் கழகத்து அபிமானி. சுயமரியாதை இயக்கத்தின் மீது ஆர்வம் கொண்டவர். பெரியாருக்கு நண்பர். அவருடைய மகள் மணியம்மை. தந்தையின் மரணத்துக்குப் பிறகு பெரியாருக்குச் செவிலியராகப் பணிசெய்யத் தொடங்கினார். இடைப்பட்ட காலத்தில் கட்சிக்குள் சில சலசலப்புகள் நடந்தன. ஆகவே, கைவசம் இருக்கும் சொத்துக்கு வாரிசு தேடும் வகையில் சிறுவன் ஒருவனைத் தத்தெடுக்க முயன்றார். ஆனால் அது நடக்கவில்லை. அதன்பிறகே மணியம்மையைத் திருமணம் செய்துகொள்ள முடிவுசெய்தார்.

கட்சிக்குள் இருவேறுபட்ட கருத்துகள் முளைத்தன. பெரியார் ஆதரவாளர்கள், அண்ணா ஆதரவாளர்கள் என்று கட்சியினர் இருகூறுகளாகப் பிரிந்துநின்றனர். விடுதலை அலுவலகத்தை நிர்வகித்த ஈ.வெ.கி. சம்பத்துக்கு (பெரியாரின் அண்ணன் மகன்) பெரியாரின் திருமண அறிவிப்பில் உடன்பாடு இல்லை. உடனடியாக விடுதலையில் இருந்து வெளியேறினார். கட்சி அலங்கோலமாக இருந்தபோது பெரியார் ஏற்காட்டில் ஓய்வெடுத்துக் கொண்டிருந்தார். அண்ணா காஞ்சிபுரத்தில் இருந்தார்.

விடுதலை ஆசிரியராக இருந்த குத்தூசி குருசாமியும் ஈ.வெ.கி. சம்பத்தும் அண்ணாவைச் சந்தித்துப்பேச காஞ்சிபுரம் சென்றனர். பிறகு அவர்களுடன் சேர்ந்து சென்னைக்கு வந்தார் அண்ணா. சென்னை கோவிந்தப்ப நாயக்கன் தெருவில் இருக்கும் டபிள்யூ.கே. தேவராச

முதலியாரின் வீட்டில் வைத்து ஆலோசனைகள் நடத்தப்பட்டன. ஏராளமான திராவிடர் கழகத் தொண்டர்களும் முக்கியத் தலைவர்களும் அண்ணாவைச் சந்தித்துப் பேசினர்.

நிலைமையைக் கட்டுக்குள் கொண்டுவரும் வகையில் தூதுக்குழு ஒன்று உருவாக்கப்பட்டது. குடந்தை கே.கே. நீலமேகம், என்.வி. நடராசன், குத்தூசி எஸ். குருசாமி ஆகியோர் அடங்கிய தூதுக்குழு ஒன்று ஏற்காட்டில் தங்கியிருந்த பெரியாரைச் சந்தித்துப் பேசியது. ஆனால் அந்தக் குழுவினரின் முயற்சிகள் வெற்றிபெறவில்லை.

முதலில் சென்ற குழு தனிப்பட்ட முறையில் சென்றது. அதனால்தான் பெரியார் அந்தப் பிரதிநிதிகளை நிராகரித்து விட்டார் என்று நினைத்தனர் அண்ணா ஆதரவாளர்கள். உடனடியாக மாவட்டப் பிரதிநிதிகள் கூட்டம் கூட்டப்பட்டது. கட்சிக்குள் கொந்தளிப்பு ஏற்பட்டிருந்ததால் கட்சியின் முக்கியப் பிரதிநிதிகள் பலரும் சென்னைக்கு வந்திருந்தனர். அந்தக் கூட்டத்தில் அமைப்புரீதியாக புதிய குழு உருவாக்கப்பட்டது.

டி.எம். பார்த்தசாரதி, காஞ்சி மணிமொழியார், கே.எம். கண்ணபிரான், சி.வி. ராசன் ஆகியோர் அந்தக் குழுவில் இடம்பெற்றனர். மீண்டும் பெரியாரைச் சந்தித்துப் பேசியது அந்தக் குழு. அப்போது திருமணம் செய்துகொள்ளும் முடிவைக் கைவிடவேண்டும் என்று வலியுறுத்தினர். பெரியார் அசைந்து கொடுக்கவில்லை. அண்ணாவின் ஆதரவாளர்கள் முயற்சிகளை நிறுத்த வில்லை.

பெரியாரின் திருமண ஏற்பாட்டில் தங்களுக்கு உடன்பாடு இல்லை என்பதை வலியுறுத்தும் வகையில் திராவிடர் கழகத்தின் மத்திய நிர்வாகக்குழு உறுப்பினர்கள் 32 பேர் கையெழுத்திட்டு பெரியாருக்குக் கடிதம் ஒன்றை அனுப்பினர். அந்தக் கடிதத்தில் 'திருமண ஏற்பாடு எனும் தகாத செயலைத் தவிர்க்காவிட்டால் தாங்கள் கழகப் பணியில் இருந்து விலகிக்கொள்ள நேரிடும்' என்று எச்சரிக்கை விடுத்திருந்தனர். அதில் அண்ணா, நெடுஞ் செழியன், சேலம் அ. சித்தையன் உள்ளிட்டோர் கையெழுத்து போட்டிருந் தனர். பெரியாரிடம் இருந்து மௌனமே பதிலாக வந்தது.

அடுத்ததாக, கே.கே. நீலமேகம், சேலம் சித்தையன், க. அன்பழகன், மு. கருணாநிதி, சி.பி. சிற்றரசு, புரட்சிக் கவிஞர் பாரதிதாசன், கே.ஏ. மதியழகன், மூவலூர் ராமாமிர்தம் அம்மையார், பெத்தாம் பாளையம் பழனிச்சாமி உள்ளிட்ட முக்கியஸ்தர்கள் பெரியாரின் திருமணத்தைக் கண்டித்துப் பத்திரிகைகளுக்குச் செய்தி அனுப்பினர். அதன்பிறகு கட்சிக்குள் மோதல் போக்குகளும் குழப்பங்களும் அதிகரித்தனவே தவிர, பெரியாரிடம் இருந்து எந்தவிதமான சாதக அம்சமும் தென்படவில்லை.

27 ஜூன் 1949 அன்று திராவிடர் கழகத்தின் சென்னை மாவட்ட நிர்வாகக் கமிட்டிக் கூட்டம் சென்னை மீரான் சாயபு தெருவில் அவசரமாகக் கூடியது. பெரியாரின் திருமண முடிவு, அதில் கட்சியினருக்குள் உருவாகியிருக்கும்

கருத்துகள், தூதுக்குழுக்களைப் பெரியார் நிராகரித்தது, அடுத்து எடுக்க வேண்டிய முடிவு ஆகியன பற்றிப் பேசப்பட்டன. இறுதியில் கீழ்கண்ட தீர்மானங்கள் நிறைவேற்றப்பட்டன.

> தாங்கள் 72 ஆவது வயதில் 26 வயதான கே.ஏ. மணியம்மை அவர்களைப் பதிவுத் திருமணம் செய்துகொள்ளப் போவதாக ரிஜிஸ்தர் ஆபீசிலும் பத்திரிகைகளிலும் வெளிவந்துள்ளதைக் கண்டு இக்கமிட்டி வருந்துவதுடன், இவ்வேற்பாட்டால் எல்லா வகையிலும் இயக்கத்துக்கு இழுக்கு நேரிடுமாதலால், உடனே ரத்துசெய்ய வேணுமாய்க் கேட்டுக் கொள்வதுடன், ரிஜிஸ்ட்ராருக்குக் கொடுத்துள்ள விண்ணப்பத்தை உடனே வாபஸ் பெறுமாறு இக்கமிட்டி கேட்டுக்கொள்கிறது.
>
> தாங்கள் தங்களது திருமண முயற்சியை வாபஸ் பெற்றுவிட்டதாக, உடனே பத்திரிகைகளுக்கு அறிக்கை வெளியிடவேண்டும். அப்படி வாபஸ் பெறவில்லை என்றால் பொதுக்கூட்ட மேடையில் கண்டிக்க வேண்டியிருக்கும் என்பதை வருத்தத்துடன் தெரிவித்துக் கொள்கிறது.
>
> மேற்படி ஏற்பாட்டை வாபஸ் பெறுமாறு சென்னை மாவட்டக் கழகம் செய்திருப்பது போன்று ஒவ்வொரு மாவட்ட நிர்வாகக் கமிட்டியினரும் முக்கியஸ்தர்களும் உடனே தீர்மானம் நிறைவேற்றித் தலைவர் பெரியார் அவர்களுக்கு அனுப்புமாறு வேண்டிக்கொள்கிறது.

28 ஜுன் 1949 அன்று விடுதலையில் இன்னொரு அறிக்கையை வெளியிட்டார் பெரியார். அதில் இந்த அறிக்கை 19 ஜுன் 1949 அன்று வெளியான தன்னுடைய முந்தைய அறிக்கையின் தொடர்ச்சி என்ற அடைமொழியுடன் வெளியாகியிருந்தது.

> கட்டாய இந்தி எதிர்ப்பு நடவடிக்கையில் நான் தீவிரமாய் ஈடுபடப் போவதால் ஏற்படக்கூடிய விளைவு.
>
> உடுமலைப்பேட்டையில் நான் 144வது தடை உத்தரவை மீறியதற்காக என்று சர்க்கார் நடத்தபோவதாகத் தெரியவரும் காரியத்தின் விளைவு.
>
> சென்னையில் இரண்டு மாதத்துக்கு முன் நான் ஒரு பொதுக்கூட்டத்தில் பேசிய பேச்சின்பேரில் சர்க்கார் ஏதோ நடவடிக்கை எடுக்க முயற்சிப்பதாய்த் தெரியவருவதால் அதனால் ஏற்படும் விளைவு.
>
> ஆகிய மூன்று விளைவுகளுக்கும் நான் ஆளாகத் தயாராய் இருக்க வேண்டியவனாக இருக்கிறேன். ஆதலால், அதற்குள் நான் இதற்கு முந்தைய அறிக்கையில் தெரிவித்தபடி இயக்க நடப்புக்கு, இயக்கப் பொருள்களுக்கு நான் ஒரு ஏற்பாடு செய்ய வேண்டியவனாக இருக்கிறேன்.
>
> நான் நாணயஸ்தர்கள் என்றும் இயக்கத்தினிடமும் என்னிடமும் உண்மையான பற்று உள்ளவர்கள் என்றும் நம்பின தோழர்கள் பலர் ஆயிரக்கணக்கில் ரூபாய்களை மோசம் செய்துவிட்டதைக் கண்டும்,

கண்டுபிடித்தும் வருகிறேன். சிலர் இன்னமும் என்னை மோசம் செய்துவருவதாக அய்யம் கொண்டும், உறுதி கொண்டும் வருகிறேன்.

எனக்கு வயது 71க்கு மேலாகிறது. நான் பொது வாழ்வில் 40, 50 வருஷகால அனுபவம் உடையவன். பொதுஜனங்களையும் சிறப்பாக பாமர மக்களையும் ஒரு அளவுக்கு உணர்ந்தவன். அவர்களது மனப்பான்மையையும் (Mass Psychology) தெரிந்தவன்.

பொதுவாகச் சொல்லவேண்டுமானால் எனது பொதுநலவாழ்வு என்பது பொதுமக்களுக்காக என்று கருதி வாழ்ந்து வந்திருந்தாலும்கூட, அவைகளை என் சொந்த வாழ்வுக்காகச் செய்யப்படும் என் சொந்தக் காரியம், என் சொந்த சொத்து என்பதாகக் கருதியே சுயேச்சையாய், சொந்த உரிமையாய் நடந்தும், நடத்தியும் வந்திருக்கிறேன். ஆகவே, அப்படிப் பட்ட உரிமையையும் சொந்தப் பொறுப்பையும் ஆதாரமாய்க் கொண்டே எனது லட்சியத்தின் நன்மை, இயக்கத்தின் நன்மை என்பதைக் கருதி, மேல்காட்டிய அவசர நிலையில் இயக்கத்திற்காக சில ஏற்பாடுகள் செய்ய முன்வந்துவிட்டேன். அதைச் செய்யவேண்டியது எனது அறிவான, யோக்கியமான கடமை என்று உண்மையாகக் கருதி விட்டேன்.

என் வார்த்தையை, நடத்தையை நம்பாமல், ஒப்புக்கொள்ளாமல் எனது காரியத்தைக் குறை எண்ணுபவர்களுக்கு சமாதானம் சொல்லவோ, அவர்களுக்குத் திருப்தி ஏற்படும்படி நடக்கவோ, இந்த அவசர சமயத்தில் நான் கவலை எடுத்துக் கொள்ளுவதும், கருதுவதும் வீண் வேலை என்று கருதித்தீர வேண்டியவனாக இருப்பதால் அந்த வேலையை இப்போது நான் மேற்கொள்ளவில்லை.

எனவே, சுமார் 4,5 மாதங்களாகவே பொதுக்கூட்டங்களில் எனது பேச்சிலும் எழுத்திலும் தெரிவித்து வந்திருக்கிறபடியும் கோவை மாநாட்டில் எனக்கு வாரிசு ஏற்படுத்துவது பற்றித்தான் கவர்னர் ஜெனரலிடம் பேசினேன் என்று வெளியிட்டபடியும் அதில் மக்களுக்கு உறுதி கூறினபடியும் சமீபத்தில் 19 ஆம் தேதி விளக்கம் என்ற தலைப்பில் விடுதலையில் குறிப்புக்காட்டி வந்திருக்கிறபடியும் முதலில் எனக்கும் எனது பொருளுக்கும் சட்டப்படிக்கான வாரிசாக ஒருவரை ஏற்படுத்திக் கொள்ளவேண்டியது அவசியமும் அவசரமுமாகையால் நான் 5,6 வருஷ காலமாகப் காலமாகப் பழகி நம்பிக்கை கொண்டதும் என் நலத்திலும் இயக்க நலத்திலும் உண்மையான பற்றும் கவலையும் கொண்டு நடந்து வந்திருக்கிறதுமான மணியம்மையை எப்படியாவது வாரிசுரிமையாக ஆக்கிக்கொண்டு, அந்த உரிமையையும் தனிப்பட்ட தன்மையையும் சேர்த்து மற்றும் சுமார் 4,5 பேர்களையும் சேர்த்து, இயக்க நடப்புக்கும் பொருள் பாதுகாப்புக்குமாக ஒரு டிரஸ்ட் பத்திரம் எழுத ஏற்பாடு செய்திருக்கிறேன். அப்பத்திரமும் எழுதப்பட்டு வருகிறது. இதில் சட்டப்படி செல்லுபடி ஆவதற்காக என்று நமது இஷ்டத்துக்கு

விரோதமாகச் சில சொற்கள் பயன்படுத்த நேரிட்டால், அதனால் கொள்கையே போய்விட்டதென்றோ, போய்விடுமோ என்றோ பயப்படுவது உறுதியற்ற தன்மையேயாகும்.

குறிப்பு: இதை ஏன் இப்போது தெரிவிக்கிறேன் என்றால், இந்த ஏற்பாடு இயக்கத் தோழர்கள் என்பவர்கள் சிலருக்குப் பிடிக்கவில்லையென்று எனக்குத் தெரியவருவதாலும் எந்தக் காரியமும் முடிந்தபின்தான் உருவாகக்கூடுமானதாலும் ஏதாவது காரணத்தால் இது நடைபெறாமல் போகுமானால் வேறுவிதமாய் எனக்கு ஏதாவது முடிவு ஏற்படுமானால் (தடை, முடிவு எந்த நிமிஷமும் எதிர்பார்க்கக் கூடியதுதானே) பொது மக்களுக்கு என் உள்ளம் தெரிவதற்காக வேண்டியே இப்போது தெரிவிக்கிறேன். மக்கள் சுபாவம் எனக்குத் தெரியும்.

இரண்டு தூதுக்குழுக்கள், எச்சரிக்கைக் கடிதம், பத்திரிகை அறிக்கைகள் எவற்றும் பதிலளிக்காத பெரியார், இறுதியாக சென்னை மாவட்ட நிர்வாகக் கமிட்டிக் கூட்டத்தில் நிறைவேற்றப்பட்ட தீர்மானங்களுக்குப் பதிலளித்திருந்தார். ஆனால் அந்த அறிக்கை பெரியார் மீது அதிருப்தியில் இருந்தவர்களைத் திருப்திப்படுத்தவில்லை. 3 ஜூலை 1949 அன்று சென்னை கோவிந்தப்ப நாயக்கன் தெருவில் உள்ள 186 ஆம் எண் கட்டடத்தில் அண்ணா ஆதரவாளர்கள் கூடினர்.

அந்தக் கூட்டத்தில் விரிவான அறிக்கை ஒன்று தயார்செய்யப்பட்டது.

சென்ற ஆண்டு நாம் நமது பெரியாரின் 71 -ஆவது ஆண்டு விழாவைச் சிறப்பாகக் கொண்டாடினோம். இந்த ஆண்டு அவர் திருமண வைபவத்தைக் காணும்படி நம்மை அழைக்கிறார்- அல்ல-அறிவிக்கிறார்.

பெரியாருக்கு வயது 71! மணியம்மைக்கு வயது 26!! இவர்களின் பதிவுத் திருமணம் நடைபெற இருக்கிறது.

கோபம் கொதிப்பு இவை மட்டுமே இதனால் ஏற்படும் என்று அவர் குறிப்புக் காட்டுகிறார். ஆனால் இவை மட்டுமல்ல, இந்தச் சேதியாலே ஏற்பட்ட விளைவு - கண்ணீர்! தூய்மையுள்ளம் கொண்ட ஆயிரமாயிரம் இயக்கத் தோழர்கள் கண்ணீர் சொரிந்த வண்ணம் உள்ளனர்.

என்போன்ற வயதானவர்கள் கல்யாணம் செய்து கொள்ள எண்ணக் கூடாது - எப்படியாவது அப்படி ஓர் எண்ணம் வந்து தொலைத்தால் தும்பு (தாம்பு) அறுந்ததாக ஒரு நாற்பது - ஐம்பது வயதானதாக ஒரு கிழத்தைப் பார்த்துக் கல்யாணம் செய்து தொலைக்கட்டுமே, பச்சைக் கொடி போன்ற ஒரு பெண்ணை, வாழ்வின் சுகத்தை அறியவேண்டிய வயதும் பக்குவமும் கொண்ட பெண்ணைக் கல்யாணம் செய்து கொள்வதா? காரணம் ஆயிரம் காட்டட்டுமே, எந்த மானமுள்ளவன் அந்தக் கலியாணத்தைச் சரியென்று சொல்லுவான்? யாருக்குச் சம்மதம் வரும்? என்று அவர் பேசிய பேச்சுக் கேட்காத ஊரில்லை.

இப்படிப்பட்ட அறிவுரைகளைப் புகட்டியவர், தமது 71 ஆம் வயதில் 26 வயதுள்ள பெண்ணைப் பதிவுத் திருமணம் செய்துகொள்கிறார் என்றால், கண்ணீரைக் காணிக்கையாகத் தருவதைத் தவிர வேறு என்ன நிலைமை இருக்கும்?

பெரியாரே, இப்படி ஒரு அநியாயமான கொள்கைக்கு முரணான நாகரிக மக்கள் நகைக்கத்தக்க பொருந்தாத் திருமணம் செய்துகொள்கிறீரே, இது சரியா? என்று நாம் கேட்கிறோம்.

போடா போ! நான் திருமணம் மட்டுமா செய்துகொள்கிறேன்? இயக்கத்தையே மணியம்மையிடம் நான் ஒப்படைக்கிறேன். அப்படி ஒப்படைப்பதற்காகவேதான் திருமணம் செய்துகொள்கிறேன் என்று கூறுகிறார் அறிக்கையில்!

'ஐயோ, என் புருஷனை ஏன் கொல்லுகிறாய்?' என்று பதைத்துக் கேட்கும் பாவையைப் பார்த்து, 'அவனைக் கொல்வது காரணமற்றது என்றா கருதுகிறாய்? உன்னைப் பெண்டாளவே அந்தக் காரியம் செய்கிறேன் என்று கூறுவது போல இயக்கத்தையும் இயக்கச் சொத்தையும் இயக்க நடப்பையும் எனக்கும் பிறகு மணியம்மைக்குத் தருவதற்காகவே அதை எப்படியாவது சட்டப்பூர்வமாக என் வாரிசு ஆக்கிக்கொள்ளத் தீர்மானித்துவிட்டேன்' என்று தெரிவிக்கிறார்.

ஹைதரபாத் நிஜாமுக்கு இருக்க வேண்டிய கவலை, ஆதீனகர்த்தர்களுக்கு ஏற்பட வேண்டிய கவலை, பகுத்தறிவு இயக்கத் தலைவருக்கு ஏன் ஏற்படுகிறதோ தெரியவில்லை. வாரிசு முறை எதற்கு? யார் செய்யும் ஏற்பாடு? எந்தக் காலத்து முறை? ஓர் இயக்கத்துக்கு வாரிசு ஏற்படுத்துவது என்பது ஜனநாயக முறைக்கு ஏற்றதுதானா? அல்லது நடைமுறையிலே வெற்றி தரக் கூடியதுதானா? திராவிடர் கழகம், அதற்கென உள்ளதாகக் கூறப்படும் சொத்து என்பது இன்னொருவருக்கு வாரிசு முறைப்படி தரப்பட வேண்டிய காட்டு ராஜாங்கம்தானா? இதற்காகத்தானா, 'வெள்ளிக் குண்டுகளை வீசுங்கள். வேலை நடப்பதைப் பாருங்கள்' என்று விடுதலை முழக்கமிட்டது.

இந்தத் திருமணத்தின்மூலம் இயக்கத்தின் சொத்து மணியம்மைக்குப் போய்ச் சேரும். ஆனால் இயக்கம் நம்மிடத்திலேயேதான் இருக்கும். இயக்கம் என்பது நமது உழைப்பு. தலைவரின் சொத்து அல்ல. இயக்கம் நமது வியர்வையிலும் கண்ணீரிலும் உழைப்பிலும் இருக்கிறது. அது எங்கும் போய்விடாது. நம்மால் இயக்கத்தை நடத்திச்செல்ல முடியும். அதனைக் கட்டிக்காத்து வளர்க்கவும் முடியும்.

திராவிடர் கழகத் தோழர்களே, தடுமாற்றத்துக்கு இடமளிக்காதீர்கள். உங்கள் கருத்தைத் தலைவருக்கு உடனே தெரிவித்துவிடுங்கள். தலைவரே, உங்கள் ஏற்பாட்டை நாங்கள் ஏற்றுக்கொள்ளமாட்டோம். கண்டிக்கிறோம். கண்டன அறிகுறியாக இதோ உம்முடன் சேர்ந்து

பணியாற்றுவதை நிறுத்திவைக்கிறோம். விலகி நிற்கிறோம் என்று தெரிவித்துவிடுங்கள்.

கண்டனம் தெரிவிக்கும் தோழர்கள், அந்தச் செய்தியைத் திராவிட நாடு இதழுக்கு எழுதி அனுப்புங்கள். பல்லாயிரக்கணக்கான கழகத் தோழர்கள் பெரியாரின் பொருந்தாத் திருமண ஏற்பாட்டை ஏற்க மறுக்கிறார்கள் என்ற உண்மையை உலகுக்கு உணர்த்துங்கள். உங்கள் தன்மானத்தைப் பாது காத்துக்கொள்ளுங்கள்.

இந்த அறிக்கையை எழுதிய அண்ணா, தனது சகாக்களான ஈ.வெ.கி. சம்பத், இரா. நெடுஞ்செழியன், என்.வி. நடராசன், கே. கோவிந்தசாமி, காஞ்சி கலியாண சுந்தரம், காஞ்சி மணிமொழியார், ஏ.கே. தங்கவேலர், மதுரை எஸ். முத்து, கே.கே. நீலமேகம் போன்றவர்களின் கையெழுத்துகளைப் பெற்று, அந்த அறிக்கையை திராவிட நாடு இதழில் வெளியிட்டார்.

31 கண்ணீர்த்துளிகள்

திராவிடர் கழகத்தின் நிர்வாகக் கமிட்டி கூட்டத்தை 10 ஜூலை 1949 அன்று தி.பொ. வேதாச்சலம் அவர்களின் இல்லத்தில் கூட்டினர். மொத்தமுள்ள 46 உறுப்பினர்களின் 32 பேர் அந்தக் கூட்டத்தில் கலந்துகொண்டனர். இரண்டு தீர்மானங்கள் நிறைவேற்றப்பட்டன. இயக்கநலன் கருதி பெரியார் தனது திருமணத்தைக் கைவிடவேண்டும், தி.பொ. வேதாச்சலம் உள்ளிட்ட முக்கியத்தலைவர்கள் பெரியாரைச் சந்தித்து இதுபற்றிப் பேசவேண்டும்.

தீர்மானங்கள் நிறைவேறிய பிறகு அண்ணா உள்ளிட் டோருக்கு அதிர்ச்சியூட்டும் செய்தி ஒன்று கிடைத்தது. பெரியார் - மணியம்மை திருமணம் நடந்துவிட்டது. பெரும்பாலானோர் அதிர்ச்சியில் உறைந்து போனார்கள்.

ஆம். 9 ஜூலை 1949 அன்று சென்னை தியாகராய நகரில் உள்ள செ.தெ. நாயகத்தின் இல்லத்தில் வைத்து திருமணப் பதிவாளர் முன்னிலையில் பெரியார் - மணியம்மை திருமணம் நடந்துமுடிந்தது.

உடனடியாக அறிக்கை ஒன்றை வெளியிட்டார் அண்ணா.

> திருமணம் நடந்தேறிவிட்டது. இனிச் செய்ய வேண்டியது என்ன என்பதை, அவசரமும் ஆத்திரமும் இன்றி, தூண்டிவிடுவோர் - தூபமிடு வோர் - சிண்டு முடித்துவிடுவோர் - கண்டதைக் கிளறிப் பார்ப்போர் - சந்தி சிரிக்க வைப்போர் ஆகியோர்க்கும் இரையாகாமல், நாம் யோசித்துத் தீர்மானிக்கவேண்டும்.

இந்தத் திருமணம் இயக்கக் கொள்கைக்கு முற்றிலும் முரண்பட்டது. இயக்கத்தைக் கெடுக்கக் கூடியது. எனவே, இச்செயலை வேண்டாம் - வேண்டாம் என்று கழகத்தவர் ஆயிரமாயிரம் பேர்கள் கெஞ்சிக் கேட்டுக் கொண்ட பிறகும் விடாப்பிடியாக செய்து முடித்து விட்டவரின் தலைமையின் கீழே இருந்து நாம் பணியாற்ற முடியாது. இனி, அவருடைய தலைமையிலே கழகம் இருக்கும்வரை, கழகப் பணியில் இருந்து விலகியே இருப்போம் என்ற கருத்தை முன்பே கழகத்தைச் சேர்ந்த பலரும் தெரிவித்துவிட்டோம். அதே முறையில், மேலும் எவ்வளவு கழகங்கள் - தோழர்கள் இதே கருத்தைக் கொண்டுள்ளனர் என்பதை அறிய ஆவல் கொண்டவனாக இருக்கிறேன்.

இதனை அறியப் பொதுக்கூட்டங்கள் போடுவதோ, கண்டன அறிக்கைகள் வெளியிடுவதோ, மறுப்புகள் தெரிவிப்பதோ நிலைமையைத் தெளிவுபடுத்தாது.

எனவே, கழகத் தோழர்கள் ஒவ்வொருவரும் நிலைமையை நன்றாகப் புரிந்துகொண்டு, சிந்தித்துத் தனித்தனியாக முடிவுசெய்து, தங்கள் முடிவை எனக்குத் தெரிவிக்கக் கேட்டுக்கொள்கிறேன். நாம் எதிர்காலத்தில் எப்படிப்பட்ட நடவடிக்கைகளை மேற்கொள்வது என்பது பற்றிப் பலருடைய கருத்தும் எனக்குத் தெளிவாகத் தெரிந்தால்தான், தெளிவான ஒரு முடிவை உறுதியான முறையில் நான் எடுக்க முடியும். அதுவரையில் இந்தக் கருத்தறியும் செயல்தான் முறைப்படி நடைபெற வேண்டியிருக்கிறது. அமைதியுடன், ஆத்திரமற்ற முறையில்.

இதற்கிடையில், பெரியார் உடுமலை வழக்கிலே, அரசின் அடக்கு முறைக்கு ஆளாக நேரிடலாம் என்ற செய்தியும் வருகிறது. அவ்விதம் நேரிட்டால், அவருடைய விடுதலைக்குப் பிறகு, நாம் கூடிக்கலந்து பேசி, ஒரு முடிவினை எடுப்பதுதான் கண்ணியமான முறையாக இருக்கும்.

விரோதத்தைக் கிளப்பிவிடுவதும் தப்பெண்ணம் கண்டுபிடித்து விடுவதும் சுலபம். தவறுகளைக் கண்டுபிடித்துக் கண்டிப்பதும் எளிது. ஆனால் நேர்மையல்ல. பொறுத்திருந்து, தீர யோசித்துக் காரியம் செய்வது எந்த வகையிலும் நன்மை பயக்கக்கூடியது.

இனி, கொள்கைக்கும் குறிக்கோளுக்கும் முரண்பாடு ஏதும் இல்லாத வகையில் எப்படிப் பணிபுரிவது, எத்தகைய பணிபுரிவது என்பது பற்றி ஆராய்ந்து, அறிந்து முடிவுசெய்ய வேண்டியவர்களாக நாம் இருக் கிறோம். எனவேதான், ஆற அமர அமைதியாகச் சிந்தியுங்கள் என்று கழக நண்பர்களைக் கேட்டுக்கொள்கிறேன்.

10 ஜூலை 1947 தேதியிட்ட திராவிட நாடு இதழில் பெரியாரின் திருமணத்தைக் கண்டித்தவர்களின் கடிதங்கள் இடம்பெற்றன. முக்கியமாக, டபிள்யூ.பி.ஏ. சௌந்தர பாண்டியன், சேலம் சித்தையன், மூவலூர் ராமாமிர்தம் அம்மாள் உள்ளிட்டோரின் கடிதங்கள். தவிரவும், பெரியாரின்

திருமணத்தைக் கண்டிக்கும் தொண்டர்களின் பட்டியலும் வெளியிடப் பட்டது. அதற்கான தலைப்பு: கண்டனக் கணைகள்.

தலைப்பைப் பார்த்ததும் அண்ணா முகம் சுளித்தார். நாம் பெரியாரைக் கண்டிக்கிற அளவுக்கா வளர்ந்துவிட்டோம்? அடுத்த வாரத்தில் இருந்து 'கண்ணீர்த் துளிகள் என்ற தலைப்பில் வெளிவரட்டும்' என்றார் அண்ணா. அதன்படியே பட்டியல்கள் வெளியிடப்பட்டன.

13 ஜூலை 1949 தேதியிட்ட விடுதலை இதழில் திருமண எண்ணத் தோற்றத் துக்குக் காரணமும் அவசர முடிவும் என்ற தலைப்பில் அறிக்கை ஒன்றை வெளியிட்டார் பெரியார்.

'என்னைக் கொன்றுவிடுவதால் எனது பலதரப்பட்ட உள் எதிரிகளின் பல கஷ்ட, நஷ்டப் பிரச்னைகள் தீர்ந்துவிடும் என்பது துர்ஆலோசனையின் முடிவாயிருந்ததால் அதற்கு வேண்டிய காரியம் சில நாள்களாக நடந்துவருவதாக அறிந்துவந்தேன்.

இந்தக் கொலை ஏற்பாட்டுக்குக் காரணம் 'என்னிடம் கொஞ்சம் பணமிருக்கிறது... அதோடு அதிசயிக்கத்தக்க வண்ணம் என் உடல்நிலை நோய் நொடி இல்லாமல் நல்ல உழைப்புக்குப் பயன்பட்டுவருகிறது. என் ஆயுளும் எப்படியோ வளர்ந்துவருகிறது. என் ஆயுள் உள்ளவரை யிலும் சுயநலக்காரர்களுக்கும் இயக்கத்தால் பணம், பதவி, பெருமை பெறலாம் என்று அவசரப்படுபவர்களுக்கும் தன்னிஷ்டப்படி இயக்கத்தைத் திருப்பிக்கொள்ளலாம் என்று கருதுபவர்களுக்கும் இயக்கத்தின் பேரால் பணம் வசூல் செய்து வயிறு வளர்ப்பவர்களுக்கும் சில மைனர்களுக்கும் பெரிய சங்கடமாயிருந்ததால் என்னைக் கொன்றுவிடுவதைத் தவிர வேறு வழி சாத்தியமற்றதாகிவிட்டது...

இதுவரை ஒரு உயிரைக் கொன்றால் போதும் என்று கருதிய என் எதிரிகள், இனி இரண்டு உயிரைக் கொன்றாகவேண்டிய அவசியத்துக்கு வந்து விட்டார்கள் என்பதுதான் இந்தப் பதிவுத் திருமணத்தால் இப்போதைக்கு எனக்கு ஒரு ஆறுதல்...

நம்பிக்கையான ஆள் கிடைக்கவில்லை என்று சொன்னதற்காகக் கோபித்துக்கொண்டதாக வேஷம் போட்டு மக்களுக்கு ஆத்திரத்தை மூட்டிய உத்தமர்களின் யோக்கியதை ஆதாரத்துடன் பின்னால் விளக்கப்படலாம்.'

பெரியாரின் இந்தக் குற்றச்சாட்டு அண்ணா ஆதரவாளர்களைக் கொந்தளிக்கச் செய்தது. வழக்கு தொடுத்தே தீரவேண்டும் என்று அண்ணாவுக்கு நெருக்க மான தலைவர்கள் வற்புறுத்தினர். பெரியார் மீது வழக்கு தொடுக்கப்பட்டது. விசாரணை தொடங்கும்போதே, 'அண்ணாவை மனத்தில் வைத்து அந்தக் கட்டுரையை எழுதவில்லை' என்று பெரியார் தரப்பில் கூறப்பட்டது. பெரியாரே இல்லையென்று சொல்லிவிட்டபிறகு வழக்கைத் தொடர

விருப்பமில்லை என்று சொன்னார் அண்ணா. வழக்கு தள்ளுபடி செய்யப் பட்டது.

●

கண்ணீர்த் துளிகள் பட்டியல் தொடர்ந்து வெளிவந்துகொண்டிருந்தன. அதைப்போலவே விடுதலை இதழிலும் பெரியாரின் கண்டனக் கட்டுரைகள் வெளிவந்துகொண்டிருந்தன.

28 ஜூலை 1949 அன்று விடுதலையில் பெரியாரின் கையெழுத்துடன் அறிக்கை ஒன்று வெளியானது. வருத்தமும் விஞ்ஞாபனமும் என்பதுதான் அதன் தலைப்பு. அவசர புத்தி காரணமாகவே திருமணம் செய்துகொள்ள முடிவெடுத்தேன். பல பேரின் மனக்கசப்புகளைப் பெற்றுவிட்டேன். ஆகவே கழகத் தொண்டர்களும் பொதுமக்களும் தனது திடீர் தவறைப் பொறுத்தருள வேண்டும் என்று கேட்டுக்கொண்டிருந்தார்.

விஷயம் அண்ணாவின் கவனத்துக்குச் சென்றது. அவரும் தனது மகிழ்ச்சியை வெளிப்படுத்தும் வகையில் தலையங்கம் ஒன்றை எழுதி திராவிட நாட்டுக்கு அனுப்பினார். அதன் தலைப்பு: நம்பிக்கை நட்சத்திரம்.

உடனடியாக பெரியாரிடம் இருந்து மறுப்பு வெளியானது. 'யாரோ சூதர்கள் இப்படி என் பெயரில் எழுதி, ஓர் அறிக்கை போட்டுவிட்டார்கள். என் முடிவில் எந்த மாற்றமும் இல்லை.'

இந்த அறிக்கை வெளியாவதற்குள் அண்ணாவின் தலையங்கம் திராவிட நாடு இதழில் அச்சாகிவிட்டது. பிறகு மாற்று ஏற்பாடாக, 'அய்யோ, அதுவும் இல்லையாமே' என்று துண்டுச்சீட்டில் எழுதி ஒவ்வொரு இதழிலும் செருகி அனுப்பப்பட்டது.

காட்சிகள் மின்னல் வேகத்தில் மாறிக்கொண்டே இருந்தன. 30 ஜூலை 1949. அண்ணா ஆதரவாளர்கள் ஆலோசனைக்கூட்டம் ஒன்றைக் கூட்டினர். கட்சிக்கும் சொத்துக்கும் வாரிசு ஏற்பாடு என்று பெரியார் சொன்ன நொடியில் இருந்து கழகம் முறைப்படி இயங்கவில்லை. வாதப் பிரதிவாதங்களே நிகழ்ந்துகொண்டிருந்தன. இந்தப் போக்கு நீடிக்கக்கூடாது. உடனடியாக மாற்று ஏற்பாடு செய்யவேண்டும், புதிய கட்சியைத் தொடங்க வேண்டும் என்று அந்தக் கூட்டத்தில் கலந்துகொண்ட பலரும் கருத்துக்கூறினர். முக்கிய மாக, விடுதலை இதழ் மூலமாகப் பெரியார் சுமத்தும் குற்றச்சாட்டுகளுக்கு வாரம் ஒருமுறை வரும் திராவிட நாடு இதழால் முழுமையாகப் பதில் தரமுடியவில்லை. பெரியாரின் குற்றச்சாட்டுகளை மறுக்கவும் நம்முடைய எண்ணங்களை வெளிப்படுத்தவும் புதிய நாளிதழ் ஒன்றைத் தொடங்க வேண்டும் என்று அந்த ஆலோசனைக் கூட்டத்தில் முடிவு செய்யப்பட்டது.

நாளிதழை நானே நடத்துகிறேன். ஆனால் நீங்கள்தான் ஆசிரியர் என்றார் டி.எம். பார்த்தசாரதி. அண்ணா சம்மதித்தார். மாலை மணி என்ற பெயரில் புதிய நாளிதழ் தொடங்கும் வேலைகள் ஆரம்பமாகின. அதன் தலைமை உதவி

ஆசிரியராக நெடுஞ்செழியன் செயல்பட்டார். 10 ஆகஸ்டு 1949 அன்று மாலை மணியின் முதல் ஏடு வெளியாகிவிட்டது.

புதிய பத்திரிகை தொடங்கப்பட்ட பிறகு அண்ணா ஆதரவாளர்கள் மத்தியில் பலத்த எழுச்சி ஏற்பட்டது. உணர்ச்சிக் கொந்தளிப்பில் இருந்த அவர்கள் உடனடியாகத் திராவிடர் கழகத்தைக் கைப்பற்றவேண்டும் என்று வற்புறுத்தினர். இனியும் தாமதிக்கக் கூடாது. திராவிடர் கழக நிர்வாகக் குழுவை உடனடியாகக் கூட்டுங்கள். அண்ணாவைத் தலைவராகத் தேர்ந்தெடுங்கள். விடுதலை அலுவலகம் முதலானவை கழகத்தின் சொத்துகள். அவற்றைக் கைப்பற்றவேண்டும் என்று கடிதம் மூலமாக அவசரப்படுத்தினார் புரட்சிக் கவிஞர் பாரதிதாசன்.

பிரபல எழுத்தாளர் மற்றும் பத்திரிகையாளர் கல்கி கிருஷ்ணமூர்த்தியும் அண்ணாவுக்குக் கடிதம் எழுதினார். ஆம். ஒருகாலத்தில் தமிழ்நாடு தமிழருக்கே என்று கோஷம் எழுப்பியபோது, 'எலி வளை எலிகளுக்கே' என்று கேலி செய்த அதே கல்கிதான். அந்தக் கடிதத்தில் அண்ணாவின் திறமைகள் வீணாகிவிடக் கூடாது; குறுகிய கொள்கையான பார்ப்பனீய எதிர்ப்பை ஒதுக்கி விட்டால், அவரைவிடப் பெரிய தேசியத் தலைவர்கள் யாரும் இல்லை; அப்படி ஒரு தலைவர் உருவாகக் காலம் வடித்துக்கொடுத்த சந்தர்ப்பம்தான் பெரியாரின் திருமணம்; அண்ணா தன்னுடைய நண்பர்களோடு சேர்ந்து சோசியலிஸ்ட் கட்சி என்ற பெயரில் கட்சி ஒன்றைத் தொடங்கவேண்டும்; இதுதான் கல்கி எழுதிய கடிதத்தின் சாரம்.

எல்லோருக்கும் அண்ணா சொன்ன பதில் இதுதான்:

> இயக்கத்தைவிடப் பெரியாரிடம் மிகுந்த மதிப்பு வைத்திருக்கும் கழக பக்தர்கள் ஒரு சிலராக இருந்தாலும் அவர்கள் அவரிடம் சேர்ந்திருக் கிறார்கள். பெரியாரை விட இயக்கத்தினிடத்து அதிகப் பற்றும் மதிப்பும் கொண்டிருப்பவர்கள் நம் பக்கம் சார்ந்திருக்கிறார்கள். பெரியாரோடும் அவரைச் சார்ந்து நிற்கும் திராவிடர் கழகத்தினரோடும் மோதிக்கொள் வதும் சண்டை சச்சரவுகளில் ஈடுபடுவதும் அவர்களை எதிர்த்து வல்லடி வழக்குகள் தொடுப்பதும் குற்றவியல் நீதிமன்றம் - உரிமையியல் நீதி மன்றம் ஆகியவற்றின் படிக்கட்டுகளில் ஏறி இறங்குவதும் நம்முடைய நேரம், நினைப்பு, உழைப்பு, பொருள் போன்றவற்றை வீணாக்கிக் கொள்ளப் பயன்படுமே அல்லாமல், நம்மையோ, நம்முடைய கழகத்தையோ வளர்க்க அவை பயன்படா!

> நாம் பெரியாரோடு மோதுவது என்பது, பொதுமக்களின் அனுதாபத் தையும் ஆதரவையும் அவர்பக்கம் சேர்க்கத்தான் பயன்படும். அவரின் முதிர்ந்த வயது, பல ஆண்டுகாலம் அவர் அரசியலில் பாடுபட்ட தன்மை, அவர் பல ஆண்டுகள் பல தடவைகள் சிறை சென்று தியாகம் செய்தமை, மூத்த அரசியல்வாதிகளுடன் தொடர்பு கொண்டிருப்பது போன்றவை அவருக்கு எல்லா வகையிலும் ஆதரவாகவே அமைவனவாகும்.

பெரியாரோடு மோதுவதன்மூலம் நமது நோக்கம் நிறைவேறாது. நாம் வளர்க்க விரும்பும் கழகமும் வளராது. நமக்கு இழப்புகள்தாம் மிகவாக ஏற்படும். இறுதியில், சண்டையும் சச்சரவும் வழக்குகளும் மட்டும்தான் எஞ்சி நிற்கும்.

நான் எனது கருத்தை உங்கள்மீது திணிக்க விரும்பவில்லை. என் கருத்தை நீங்கள் ஏற்றுக் கொள்வதாக இருந்தால் இயக்கத்துக்கு வழிகாட்ட நான் ஆயத்தமாக இருக்கிறேன். நீங்கள் எல்லோரும் சேர்ந்து, திராவிடர் கழகத்தை வன்முறையில் கைப்பற்றித்தான் தீரவேண்டும் என்று முடிவு எடுப்பீர்களேயானால், உங்களது முடிவுக்கு நான் கட்டுப்படுகிறேன். ஆனால், அந்தக் கருத்துக்கு நான் தலைமை தாங்க மாட்டேன். உங்களில் ஒருவர் தலைமை தாங்கி, வழிகாட்டுங்கள். நான் உங்களைப் பின்பற்றி, நீங்கள் இடுகின்ற பணிகளை, ஏற்றுச் செய்கிறேன். நீங்கள் விடுதலை அலுவலகத்தின் பூட்டை உடைக்கச் சொன்னாலும், கதவுகளை நொறுக்கச் சொன்னாலும், அச்சுப்பொறியை எடுக்கச் சொன்னாலும், பணப்பெட்டியைக் கவரச் சொன்னாலும், உங்கள் கட்டளைகளை ஏற்று, அவற்றைச் செய்துமுடிக்க, என்னால் முடிந்தவரை முயலுகிறேன். நீங்கள் சிந்தித்து ஒரு முடிவை எனக்கு விரைவில் சொல்லுங்கள். நான் அதன்படி நடக்கிறேன்.

●

10 செப்டெம்பர் 1949 அன்று குடி அரசு இதழில் ஒரு செய்தி வெளியானது. கே.ஏ. மணியம்மையின் பெயர் ஈ.வெ.ரா. மணியம்மை என்று சட்டப்படி திருத்தம் செய்யப்பட்டுள்ளது என்பதுதான் அந்தச் செய்தி. எரிகிற நெருப்பில் எண்ணெய் ஊற்றுவது போல துரோகப்படலம் என்ற தலைப்பில் அண்ணா மீது பல குற்றச்சாட்டுகளை முன்வைத்து விடுதலையில் கட்டுரைகள் எழுதினார் பெரியார்.

அண்ணா ஆதரவாளர்கள் மத்தியில் ஆவேசமும் எழுச்சியும் அதிகரித்துக் கொண்டே இருந்தது. மாற்று இயக்கம் உருவாக்கப்பட்டே தீரவேண்டும் என்பதில் உறுதியாக இருந்தனர். அண்ணாவின் தாமதமும் மௌனமும் அவர்களை ஆவேசப்படுத்தியதே தவிர துளியும் அமைதிப்படுத்தவில்லை. அனைத்தையும் அமைதியாகக் கவனித்துக்கொண்டிருந்தார் அண்ணா. 3 செப்டெம்பர் 1949 தேதியிட்ட மாலைமணியில் புதிய அறிவிப்பு வெளியானது.

'திராவிடர் கழகத் தோழர்களின் எதிர்கால வேலைத்திட்ட அமைப்புக்கான ஆலோசனைக்கூட்டம் 17 செப்டெம்பர் 1949 அன்று சென்னை பவழக்காரத் தெரு ஏழாம் எண் இல்லத்தில் நடைபெறும். பெரியாரின் போக்கினைக் கண்டித்துக் கருத்துரை வழங்கியுள்ள திராவிடர் கழக மத்திய நிர்வாகக் கமிட்டி உறுப்பினர்கள் அனைவரும் கூடிக்கலந்துபேசி, எதிர்கால வேலைத்திட்டம் பற்றி முடிவு செய்வர்'

அண்ணா ஆதரவாளர்கள் மத்தியில் மகிழ்ச்சி பரவியது. திராவிடர் கழகத்தின் மத்திய நிர்வாகக் குழு குடந்தை கே.கே. நீலமேகம் தலைமையில் கூடியது. அண்ணா, ஈ.வெ.கி. சம்பத், சேலம் சித்தையன், பெத்தாம்பாளையம் பழனிச்சாமி, என்.வி. நடராசன், மதுரை எஸ். முத்து, ஏ.வி.பி. ஆசைத்தம்பி, அன்பில் தர்மலிங்கம் உள்ளிட்ட பலரும் அந்தக் கூட்டத்தில் கலந்து கொண்டனர். அந்தக் கூட்டத்தில் மூன்று முக்கியத் தீர்மானங்கள் நிறைவேற்றப்பட்டன.

1. பெரியாரின் திருமணம், கழகத்தின் பகுத்தறிவுப் பிரசாரக் கொள்கைக்கும், இலட்சியத்திற்கும் கேடு பயப்பது.
2. கழக உறுப்பினர்கள் பெரும்பாலோர் இத்திருமணத்தைக் கைவிட வேண்டும் என்று கேட்டுக் கொண்ட சமயத்திலும், திருமணத்திற்குப் பிறகு கண்டனம் தெரிவித்தபோதும், பெரியார் பேசியும் எழுதியும் வந்த போக்கு ஜனநாயகக் கொள்கைக்கு முற்றிலும் முரணானதாகவும், எதேச்சாதிகார முறையாகவும் இருக்கும் காரணத்தால் பெரியாரின் தலைமையில் நம்பிக்கையில்லை.
3. இந்நிலையில், எதிர்கால வேலைத் திட்ட முறையை வகுக்கும் பொறுப்பைக் கீழ்க்கண்டவர்கள் அடங்கிய அமைப்புக் குழுவினரிடம் இக்கமிட்டி ஒப்படைக்கிறது: தோழர்கள் கே. கே. நீலமேகம், கே.வி.கே. சாமி, ஏ. சித்தையன், எஸ். முத்து, ஜி. பராங்குசம், கே. கோவிந்தசாமி, என்.வி. நடராசன்.

புதிதாக உருவாக்கப்பட்ட அமைப்புக் குழுவுக்கு கே.கே. நீலமேகம் தலைவராகவும், என்.வி. நடராசன் செயலாளராகவும் நியமிக்கப்பட்டனர். மறுநாள் (18 செப்டெம்பர் 1949) அமைப்புக் குழு கூடி விவாதித்து, சில முடிவுகளை எடுத்தது.

> திராவிடர் கழகத் தலைவர் பெரியார் ஈ.வெ.ரா. அவர்களின் திருமணத்துக்குப் பிறகு கழகத்தில் ஏற்பட்ட குழப்பநிலை காரணமாகக் கழக நடவடிக்கைகள் ஸ்தம்பித்துவிட்டபடியாலும், இந்நிலையை மாற்ற ஜனநாயக முறைப்படி பெரியார் தலைமைப் பதவியை ராஜிநாமா செய்யாமல், கழகத்தைச் செயலற்றதாக்கி இருப்பதாலும் இப்பொழுது இருக்கிற நாட்டு நிலையில் இந்த மாதிரியான மந்த நிலைமை இந்நாட்டு மக்களின் எதிர்கால வளர்ச்சிக்குப் பெரிதும் ஊறு பயக்கும் என்று இக் கமிட்டி கருதுவதாலும் கழகக் கொள்கைகளும் இலட்சியமும் நசுக்கப்பட்டுப் போகும் என்று அஞ்சுவதாலும், நாம் இதுவரையில் பரப்பி வந்த கொள்கைகளையும், தொடர்ந்து பரப்பவும், உடனடியாக வேலைகளைத் தொடங்கி நடத்தவும் நாம், 'திராவிட முன்னேற்றக் கழகம்' என்ற அமைப்பை ஏற்படுத்திக் கொண்டு செயலாற்றுவதென அமைப்புக் குழு தீர்மானிக்கிறது.
>
> கழகத்தின் கொடி குறித்தும் அந்தக் கூட்டத்தில் சில முடிவுகள் எடுக்கப் பட்டன. கழகக் கொடியின் மேல் சரிபாதி கறுப்பு நிறமாகவும், கீழ்

சரிபாதி சிவப்பு நிறமாகவும் இருக்கவேண்டும். கறுப்பு நிறம் அரசியல், பொருளாதார சமுதாய வாழ்வில் உள்ள இருண்ட நிலையைக் குறிக்கும். சிவப்பு அந்த நிலையை அகற்றி ஒளி வீசும் நிலையை உருவாக்கும் நோக்கத்தைக் குறிக்கும்.

புதிய கழகத்தின் பொதுச்செயலாளராக அண்ணா இருந்து வழிநடத்த வேண்டும் என்று அந்த அமைப்புக் குழு கேட்டுக் கொண்டது. தவிரவும், நூற்றுப் பதின்மர் கொண்ட பொதுக் குழு உருவாக்கப்பட்டது. அந்தப் பொதுக்குழு உறுப்பினர்களில் இருந்து பிரசாரக் குழு, அமைப்புக்குழு, நிதிக்குழு ஆகியன உருவாக்கப்பட்டன.

திராவிட முன்னேற்றக் கழகம் என்ற பெயர் சட்டென்று முடிவெடுத்து அறிவிக்கப்பட்ட பெயர் அல்ல. தனது ஆதரவாளர்கள், முக்கியத்தலைவர்கள் பலருடனும் ஆலோசனை செய்து அண்ணா தேர்ந்தெடுத்த பெயர்தான் திராவிட முன்னேற்றக் கழகம். அந்தப் பெயருக்கு முன்னால் தமிழ்நாடு சோஷியலிஸ்ட் கட்சி, திராவிட சோஷலிஸ்டுக் கழகம், திராவிட சமதர்மக் கழகம், திராவிட சமுதாயக் கழகம், திராவிட தீவிரவாதிகள் கழகம் என்று பல பெயர்கள் பரிசீலிக்கப்பட்டன.

Dravidian Forward Block, Dravidian Progressive Federation, Dravidian Vanguard Party என்று ஆங்கிலத்திலும் உச்சரித்துப் பார்க்கப்பட்டன. இறுதியில் Dravidian Progressive Federation என்ற அர்த்தம் வரும் வகையில் திராவிட முன்னேற்றக் கழகம் என்ற பெயர் தேர்வு செய்யப்பட்டது. அதுதான் நிர்வாகக் கமிட்டியில் முறைப்படி அறிவிக்கப்பட்டது. கட்சியின் பெயரில் 'திராவிடர்' என்ற பதத்தைப் பயன்படுத்தாமல் 'திராவிட' என்ற பதத்தைப் பயன்படுத்தினார் அண்ணா. அதற்கு அவர் கொடுத்த விளக்கம் இதுதான்.

> திராவிடர் முன்னேற்றக் கழகம் என்று கூறும்போது அதில் திராவிடர்கள் மட்டுமே அங்கம் பெறலாம் என்று அரண் எழுப்பு வதாக அமைந்துவிடுகிறது. இப்போதுள்ள உலகச் சூழ்நிலைக்கு, காலப்போக்குக்கு இது உகந்ததாக எனக்குப் படவில்லை. நம்முடைய கட்சியின் லட்சியம் திராவிட நாட்டைச் செழுமையான பூமியாகப் பேணிக் காப்பதாகும். அத்தகைய திராவிட மண்ணில் திராவிடர்கள் மட்டும் வாழலாம் என்று வரையறை செய்வது குறுகிய நோக்கமாகும், முடியாத செயலுமாகும். இந்த மண்ணுக்கு நன்றி உள்ளவர்களாக நடந்துகொள்ளும் எந்த இனத்தவரும் இன்னலின்றி இன்பவாழ்வு வாழப் பணியாற்றுவதே நம் கட்சியின் லட்சியமாக இருக்கவேண்டும். இங்கே திராவிடமும் வாழலாம்; ஆரியமும் வாழலாம்!

32 ராபின்சன் பூங்கா

புதிய கட்சி தொடங்கியாகிவிட்டது. அந்தச் செய்தியைத் தொண்டர்களுக்குச் சொல்லவேண்டும். முக்கியமாக, பொதுமக்களுக்குச் சொல்லவேண்டும். எனில், பொதுக்கூட்டம் போட்டு முறைப்படி அறிவிப்பதுதான் சரியாக இருக்கும் என்று முடிவானது. சென்னை ராயபுரத் தில் இருக்கும் ராபின்சன் பூங்கா பொதுக் கூட்டத்துக் காகத் தயாராகத் தொடங்கியது.

18 செப்டெம்பர் 1949. மாலை நான்கு மணி அளவில் கூட்டம் தொடங்கியது. இருபத்தியாறு பேர் அமரும் வகையில் மேடை தயார் செய்யப்பட்டிருந்தது. பெத்தாம் பாளையம் பழனிச்சாமி கூட்டத்தைத் தொடங்கி வைத்தார். அவருக்குப் பிறகு ஏ. சித்தையன், என்.வி. நடராசன், ஈ.வெ.கி. சம்பத், எஸ்.ஆர். சுப்ரமணியம், ஏ.வி.பி. ஆசைத்தம்பி, இரா. நெடுஞ்செழியன், மதுரை முத்து, கே.கே. நீல மேகம், சத்தியவாணி முத்து ஆகி யோர் பேசினர். பிறகு அண்ணா பேசத் தொடங்கினார்.

> மழை பலமாகப் பெய்துகொண்டிருக்கிறது. இதற்கு நானா பொறுப்பாளி? நானா மழையை வரவேற் கிறேன்? வருவித்தேன்? இல்லை. இப்போது நான் எப்படிப் பொறுப்பாளியல்லவோ அப்படித்தான் (திராவிடர்) கழகத்தில் ஏற்பட்ட மந்த நிலைக்கும் செயலற்றுக் கிடந்த நிலைக்கும் நான் பொறுப் பாளியல்லன். நான் என்ன செய்துவிட்டேன்? தலைவர் தவறினார், கொள்கையினின்றும் பகுத் தறிவுப் பாதையினின்றும். தவறு என்று மனதார

நம்பினேன். கூடாது என்று கருதினேன். கருதியது குற்றமா? கருத்தைத் தெரிவித்தேன், காரணத்தோடு. வேதனையை வெளிப்படுத்தினேன்; வெளிப்படுத்தியது குற்றமாகுமா? கொள்கையைக் கூறுவது குற்றமா?

பெரியார் சமாதானம் சொல்லிவிட்டார். 'என் சொந்த விஷயம். எதிர்ப்போர் சுயநலமிகள் - சதிக்கூட்டத்தினர் என்று.' மனப்புண் ஆறவில்லை. மக்கள் அப்படிப்பட்டத் தலைவருடன் சேர்ந்து பணியாற்றமாட்டோம் என்று கூறினர். செவிசாய்க்கவில்லை தலைவர். விலகுவார் என்று பார்த்தனர். விலகவும் இல்லை. அவரோடு சேர்ந்து பணிபுரிய முடியாத நிலையிலுள்ள **பெரும்பான்மையினர்,** கழக முக்கியஸ்தர்கள் கூடிப்பேசி ஒரு முடிவு செய்தனர். அந்த முடிவுதான் திராவிட முன்னேற்றக் கழகத்தின் தோற்றம்.

திராவிடர் கழகத்துக்குப் போட்டியாக அல்ல. அதன் அடிப்படைக் கொள்கைகளில் கருத்துகளில் மாறுதல், மோதல் எதுவும் கிடையாது. இத்தனை ஆண்டுகளிலும் நான் அறிந்த தலைவர், தெரிந்த தலைவர், பார்த்த தலைவர் இவர் (பெரியார்) ஒருவர்தான். வேறு தலைவரின் தலைமையில் நான் வேலை செய்தது கிடையாது. செய்யவும் மனம் வந்ததில்லை. வராது. அதே காரணத்தால்தான் திராவிட முன்னேற்றக் கழகத்துக்குத் தலைவரை ஏற்படுத்தவில்லை. அவசியம் என்றும் கருதவில்லை. அந்த நாற்காலியைக் காலியாகவே வைத்திருக்கிறோம்.

சில தோழர்கள் இந்தத் திருமண(பெரியார் - மணியம்மை) விஷயத்தைக் கேட்டபோதே பெரிதும் ஆத்திரமும் ஆவேசமும் கொண்டனர். இதில் முக்கியப்பங்கு கொண்டு முதல்வராகத் திகழ்ந்தவர் தோழர் எஸ். குருசாமி (குத்தூசி) அவர்கள். 'என்ன அண்ணா, நாம் சும்மா இருக்கக்கூடாது. உடனே ஒரு கண்டனக்கூட்டம் சென்னையில் போட்டே தீரவேண்டும். கூட்டம் போடுங்கள். நானே தலைமை வகித்து நடத்துகிறேன்' என்று வீரமுழக்கமிட்டார். இதனைத் தடுத்து நிறுத்தியது நான்தான்.

தோழர்களே, எது முக்கியம் நமக்கு? இலட்சியமா? பெரியாரா? இலட்சியம் தேவை, பெரியாரல்ல என்று முடிவு செய்தோம். பிரச்னை முடிந்தது அத்தோடு. இத்தோடு நம் கண்முன் வடநாட்டு ஏகாதிபத்தியம், மக்களைப் பாழ்படுத்தும் பாசிசம், பதுங்கிப்பாய நினைக்கும் பழைமை இதுதான் ஒழியவேண்டும். பழைமையும் பாசிசமும் முறியடிக்கும்வரை ஓயமாட்டோம் - உழைப்போம். உருவான பலனைக் காண்போம். அப்போது பெரியார், 'பயல்கள் பரவாயில்லை. உருவான வேலைதான் செய்கிறார்கள்' என்று உள்ளம் மகிழும் நிலை வரத்தான் போகிறது.

கல்கி பத்திரிகை என்ன தைரியமாக எவ்வளவு சந்தோஷமாகத் தீட்டியது, காங்கிரஸ் கட்சிக்கு எதிராக ஒரு கட்சியுமில்லை என்று. இந்து மகா சபைக்கு ஒரு வேலையும் இல்லை. கம்யூனிஸ்டுகள் கலகக்காரர்கள். சமதர்மிகள் வெற்றிபெற மாட்டார்கள். திராவிடர் கழகத்தினர் தன்னாலேயே அழிந்துவிடுவர் என்று ஆருடம் கூறியது. அப்பனே! இது

சூத்திரத்தின்மீது கட்டப்பட்ட ஆருடம். ஆசையின் விளைவு, இதை விட்டுவிடு. மரம் அழியவில்லை. இதிலிருந்து ஒட்டு மாஞ்செடி தோன்றியிருக்கிறது.

திராவிட முன்னேற்றக் கழகம் ஓர் ஒட்டுமாஞ்செடிதான். மண்வளம் ஏராளம். அதே பூமி. நீர்ப்பாய்ச்ச, பதப்படுத்த, பாத்திகட்ட முன்னிற்போர் பலர். ஒட்டு மாஞ்செடி (திராவிடர்) கழகத்துக்கு முரணானது அல்ல; ஒத்த கருத்து கொண்டதே ஒட்டு மாஞ்செடி.

நம்மிடம் பணமில்லை. 'இந்தப் பயல்களிடம் பணம் ஏது? கொஞ்ச நாள்களுக்குக் கூச்சல் போட்டு அடங்கிவிடுவார்கள். பணமில்லாமல் என்ன செய்யமுடியும்?' என்று பேசப்படுகிறதாம். அதே நேரத்தில் 'பணம் சம்பாதிக்கிறான்; சினிமாவுக்குக் கதை எழுதுகிறான்; நாடகமாடுகிறான்' என்று தூற்றப்படுகிறேன் நான். இந்த இருவகைப் பேச்சுகளையும் காணும்பொழுது நான் உண்மையிலேயே மகிழ்கிறேன். நம்மிடம் பணம் இல்லை, கட்சி நடத்த. ஆனாலும் வழிவகை இருக்கிறது. பணம் சம்பாதிக்க முடியும் என்ற நம்பிக்கை தோன்றுகிறது.

முக்கியமாக, முதல் வேலையாக எழுத்துரிமை, பேச்சுரிமை, எதையும் அடக்கும் சர்க்கார் போக்கை எதிர்த்துப் போரிட திராவிட முன்னேற்றக் கழக முன்னணிப் படை அமையவேண்டும். அதில் பங்குகொள்ள சமதர்மத் தோழர்களை வாருங்கள் என்று வரவேற்கிறேன். கம்யூனிஸ்டுகளை ஒத்துழையுங்கள் என்று கூப்பிடுகிறேன். பேச்சுரிமையைப் பறிக்காதே, எழுத்துரிமையைத் தடுக்காதே, புத்தகங்களைப் பறிமுதல் செய்யாதே என்று போரிடுவோம்.

பெரியாரே, நீரளித்த பயிற்சி, பக்குவம் பெற்ற நாங்கள் உம் வழியே சர்க்காரை எதிர்த்துச் சிறைச்சாலை செல்லத்தான் நாங்கள் வேண்டுகோள் விடுக்கிறோம். தொடக்க நாளாகிய இன்றே!'

திராவிட முன்னேற்றக் கழகம் என்ற புதிய இயக்கம் தொடங்கப்பட்டது. அதன் பொதுச் செயலாளராக அண்ணா தேர்ந்தெடுக்கப்பட்டார். கட்சியின் மற்ற நிர்வாகிகளும் தேர்ந்தெடுக்கப்பட்டு அறிவிக்கப்பட்டனர். ஏற்கெனவே அமைக்கப்பட்ட அமைப்புக் குழு தவிர பிரசாரக்குழு, சட்டதிட்டக்குழு, நிதிக்குழு ஆகியன உருவாக்கப்பட்டன.

கட்சியின் சட்டதிட்டங்களை வகுத்துத் தரக்கூடிய சட்டத்திட்டக்குழுவில் ஈ.வெ.கி. சம்பத், நெடுஞ்செழியன், கே.ஏ. மதியழகன், இரா. செழியன், என்.வி. நடராசன், பாவாணன் ஆகியோர் இடம்பெற்றிருந்தனர். அந்தக் குழுவுக்குச் செயலாளர் கே.ஏ. மதியழகன். பிரசாரக் குழுவில் சி.பி. சிற்றரசு, ஏ.வி.பி. ஆசைத்தம்பி, மு. கருணாநிதி ஆகியோர் இடம்பெற்றனர். அந்தக் குழுவின் செயலாளராக நெடுஞ்செழியன் செயல்பட்டார்.

கட்சி தொடங்கிய இரண்டாவது நாள் முக்கியத்துவம் வாய்ந்த தீர்ப்பு ஒன்று திருச்சி நீதிமன்றத்தில் இருந்து வெளியானது. ஏற்கெனவே நடந்து

கொண்டிருந்த வழக்கு தொடர்பான தீர்ப்பு அது. 1943ல் திராவிடர் கழகத்தில் இருந்தபோது அண்ணா எழுதிய நூல்களுள் ஒன்று, ஆரிய மாயை. Abbe J.A. Dubois என்ற பிரெஞ்சு எழுத்தாளர் எழுதிய Hindu Manners, Customs and Ceremonies என்ற நூலை ஜி.யு. போப் ஆங்கிலத்தில் மொழிபெயர்த்திருந்தார். அந்த நூலை அடிப்படையாகக் கொண்டே ஆரிய மாயை என்ற நூலை எழுதியிருந்தார் அண்ணா. திராவிட நாடு கோரிக்கையை வலியுறுத்தியும் ஆரியர்கள் பற்றியும் விமரிசனப்பூர்வமாக எழுதப்பட்ட நூல் என்பதால் அதைத் தடை செய்தது சென்னை மாகாண அரசு. அப்போது முதல் அமைச்சராக இருந்தவர் பி.எஸ். குமாரசாமி ராஜா.

ஆரிய மாயை புத்தகத்தின் தொடக்கமே அதிரடியாக இருக்கும்.

பேராசைப் பெருந்தகையே போற்றி!
பேசா நா இரண்டுடையாய் போற்றி!
தந்திர மூர்த்தி போற்றி! தாசர்தம் தலைவா போற்றி!
வஞ்சக வேந்தே போற்றி! வன்கண நாதா போற்றி!
கொடுமைக் குணாளா போற்றி! கோழையே போற்றி! போற்றி!

அந்தப் புத்தகத்தில் ஆரியர்களின் குணநலன்கள் பற்றி துபே எழுதிய ஆங்கில வார்த்தைகளைக் கொண்டு அண்ணா நையாண்டியுடன் எழுதியிருந்தார். அந்த நூலில் இருக்கும் சில முக்கியப் பகுதிகளை மட்டும் இங்கே பார்க்கலாம்.

பேராசை என்பது அந்தப் பார்ப்பன இனத்தவர் ஒவ்வொருவருக்கும் இயல்பு; எனவே, அவர்கள் வேதாந்திகள் போன்ற விரக்தி நிலையில் வாழ முடிவதில்லை.

தந்திரம், நயவஞ்சகம், இரட்டை நாக்கு, பல்லிளித்து நிற்பது முதலியன அவர்களிடம் இயற்கையாகவே இருக்கின்றன. எப்படியாவது அரசர்களை அண்டிப் பதவி பெறுவதே அவர்கள் நோக்கம் என்று ஆபி எழுதுகிறார்.

அக்காலத்து மன்னர்களை அண்டிப் பதவிபெற்ற பிறகு அநீதி, மோசம், அயோக்கியத்தனம், கொடுமை முதலியன புரிய ஆரியர் துணிவர் என்று ஆபி டியூபா எழுதுகிறார். சிண்டு முடிந்து விடுவதிலே, கலகமூட்டு வதிலே, அவர்கள் கைத்தேர்ந்தவர்கள் என்றும் கூறுகிறார்.

'இந்தியாவில் ஆரிய ஆட்சி' என்றொரு நூல். ஹாவல் என்பவர் எழுதியுள்ளார். அதிலே மதச் சடங்குகளை செய்விக்கும் புரோகிதத் தொழிலிலே பிராமணர்கள் ஏகபோக உரிமை பெற்றனர். இதனால் சுரண்டிப் பிழைக்கவும் ஆபாசமான - காட்டுமிராண்டித்தனமான மூடநம்பிக்கைகளைப் பரப்பவும் முடிந்தது.

ஆரியம் தனது சூதான சொரூபத்தை மறைக்கச் சாத்திரப் போர்வை தரித்துக்கொண்டு வஞ்சகத்தை வேஷத்தால் வெளிக்குத் தெரியவொட்டாது தடுத்து, நாசத்தை நம் இனத்துக்கு நகை முகத்துடன் ஊட்டுகிறது. அந்த

நஞ்சினை உண்ணாதீர் என்று கூறும் சுயமரியாதைக்காரர்களை ஆரிய மாயையிலே சொக்கி, அறிவிழந்து கிடக்கும் அன்பர்கள் ஏசுகின்றனர். ஏளனம் பேசுகின்றனர். ஆரியத்தால் அழிவு உண்டாகும் அந்தச் சமயத்திலே சுயமரியாதைக்காரன் சொன்னது சரியாகத்தானே போச்சு! அன்று அவனை நையாண்டி செய்தோம்! இதோ இன்று ஆரியத்தின் காரியத்தைக் கண்டோமே! என்று ஒருநாள் கூறித்தான் தீரவேண்டும்.

வகுப்புவாதத்தைத் தூண்டக்கூடிய நூலை எழுதியது குற்றம் என்றது அரசுத் தரப்பு. நூல் வெளியாகி ஆறு ஆண்டுகளில் எந்தவிதமான வகுப்பு மோதல்களும் எழவில்லை; ஆகவே, இனியும் எழுவதற்கும் வாய்ப்பில்லை என்றது அண்ணா தரப்பு. இறுதியாக 18 செப்டெம்பர் 1949 அன்று தீர்ப்பு வெளியானது.

'ஆரிய மாயை ஆசிரியர் அண்ணா இபிகோ 153 ஏ பிரிவின் கீழ் குற்றவாளி. எனவே, ரூ 700 அபராதம் செலுத்தவேண்டும். தவறினால் ஆறு மாதம் வெறுங்காவல் தண்டனை அனுபவிக்கவேண்டும்.'

தண்டனை அண்ணாவுக்கு மட்டுமல்ல; ஆரிய மாயை புத்தகத்தை வெளியிட்ட திராவிடப் பண்ணையின் உரிமையாளர்கண்ணப்பனுக்கும்தான். அவருக்கு ஐந்நூறு ரூபாய் அபராதம். தவறினால் நான்கு மாதம் சிறைத் தண்டனை. அவர் அபராதம் செலுத்தி சிறைத்தண்டனையில் இருந்து தப்பித்தார். ஆனால் அண்ணாவோ அபராதம் கட்ட முடியாது என்று சொல்லிவிட்டுச் சிறை சென்றார். திருச்சி சிறைச்சாலையில் அடைக்கப்பட்டார்.

சிறையில் எதிர்பாராத சந்திப்பு ஒன்று நடந்தது. பொன்மொழிகள் என்ற தலைப்பில் பெரியாரின் கருத்துகள் அடங்கிய நூல் ஒன்று வெளியாகி, அதற்கும் தடை விதிக்கப்பட்டு, பெரியார் மீது வழக்கு தொடுக்கப் பட்டிருந்தது. அதில் இடம்பெற்ற பொன்மொழி ஒன்றைப் பார்க்கலாம்:

> காங்கிரசினால் பார்ப்பனர்களுக்கும் பணக்காரர்களுக்கும் மட்டுமே நன்மை விளையுமேயன்றி, பாமர மக்கள் - உழைப்பாளிகள் - ஏழை மக்கள் ஆகியோருக்கு நல்வாழ்வு ஏற்படாது என்று அந்நாளில் இருந்தே நான் கூறிவந்தேன்; எங்கள் பேச்சை நீங்கள் நம்பவில்லை. ஆனால் இன்றைய காங்கிரஸ் ஆட்சியில் நாங்கள் கூறியதை நீங்கள் நடைமுறை யில் கண்டபின்னர்தான் ஓரளவு உங்களுக்கும் உணர்வு ஏற்பட்டிருக் கிறது.

அந்த வழக்குக்கான தீர்ப்பும் அதே செப்டெம்பர் 18 அன்று அதே திருச்சி நீதிமன்றத்தில் வழங்கப்பட்டது. அவருக்கும் திருச்சி சிறைதான் ஒதுக்கப்பட்டது. ஒரே சிறையில் அருகருகே சந்தித்துக்கொள்ள வேண்டிய சூழல் பெரியாருக்கும் அண்ணாவுக்கும் ஏற்பட்டது.

அண்ணா சிறையில் அடைக்கப்பட்டது திமுகவினர் மத்தியில் கடும் கொந்தளிப்பை ஏற்படுத்தியது. கட்சி தொடங்கிய உடனேயே தங்கள் பொதுச்செயலாளர்சிறைப்படுத்தப்பட்டதற்கு எதிர்ப்பு தெரிவித்துசாலைக்கு

வந்து போராடினர். ஆங்காங்கே கண்டனக்கூட்டங்கள். கடையடைப்புகள். அண்ணாவை விடுதலை செய்தே தீரவேண்டும் என்று பள்ளி - கல்லூரி மாணவர்கள் களத்தில் இறங்கினர். அண்ணாவுக்கு ஆதரவான எழுச்சி சென்னை மாகாண அரசுக்குக் கடும் நெருக்கடியை ஏற்படுத்தியது. பத்து நாள்களுக்கு மேல் தாக்குப்பிடிக்க முடியவில்லை. அண்ணா, பெரியார் இருவரையுமே அரசு விடுதலை செய்தது.

அண்ணா விடுதலை செய்யப்பட்டதை திமுகவினர் வெற்றிக்கொண்டாட்டமாக மாற்றினார்கள். அதே உற்சாகத்தில் சிற்றூர், பேரூர், நகரங்கள் என்று ஏராளமான கிளைக் கழகங்கள் தொடங்கப்பட்டன. கிளைக்கழகத் தொடக்கவிழாக் கூட்டங்களில் அண்ணா, நெடுஞ்செழியன், ஈ.வெ.கி. சம்பத், கே.ஏ. மதியழகன் போன்ற முக்கியத் தலைவர்கள் கலந்துகொண்டனர். கிளைக்கழகம் தொடங்கிய பகுதிகளில் எல்லாம் உறுப்பினர் சேர்க்கும் வேலைகள் தொடங்கின.

31 டிசம்பர் 1949. திராவிட முன்னேற்றக் கழகத்தின் முதல் பொதுக்குழுக் கூட்டம் அண்ணா தலைமையில் திருச்சியில் கூடியது. திமுகவில் உறுப்பினர்கள் சேர்க்கையின்போது கடைப்பிடிக்க வேண்டிய நடைமுறைகள், கிளைக்கழகங்களை அமைக்கும் முறைகள், பொதுக்கூட்டங்கள், மாநாடுகள் நடத்தும் முறைகள், அரசின் அடக்குமுறைகளைச் சட்டரீதியாக எதிர்கொள் வதற்கான வியூகங்கள் ஆகியன பற்றி விரிவாகப் பேசப்பட்டன. பல முக்கியத் தீர்மானங்கள் நிறைவேற்றப்பட்டன.

அதன் தொடர்ச்சியாக 1 ஜனவரி 1950 அன்று திருச்சி மாவட்டக் கழகத்தின் முதல் மாநாடு திருச்சியில் கூடியது. கலைவாணர் என்.எஸ். கிருஷ்ணனின் கலை நிகழ்ச்சியுடன் மாநாட்டு நிகழ்ச்சிகள் தொடங்கின. அந்த மாநாட்டில் 26 ஜனவரி 1950 அன்று ஏற்படப்போகும் இந்தியக் குடியரசு அமைப்பால் திராவிடருக்கு உரிய நன்மை ஏற்படவில்லை என்பதை வலியுறுத்தும் வகையில் தீர்மானம் ஒன்று நிறைவேற்றப்பட்டது.

பொங்கல் விழா. தமிழ் மாதமான தை மாதத்தின் முதல் நாளைத் தமிழர்கள் பொங்கல் திருநாளாகக் கொண்டாடுவது வழக்கம். திராவிடர் கழகம் அந்த நாளை திராவிடர் திருநாள் என்று அழைத்து, கொண்டாடுவது வழக்கம். அதைப்போல திமுகவும் பொங்கல் திருநாளை மிகச்சிறப்பான முறையில் கொண்டாட விரும்பியது. பொங்கல் விழா - அறுவடை விழா- உழவர்தம் விழா - மகிழ்ச்சி விழா. இந்த விழாவினைக் கிளைக்கழகங்கள் சிறப்பாகக் கொண்டாடவேண்டும் என்று தலைமை நிலையப் பிரசாரக்குழு செயலாளர் இரா. நெடுஞ்செழியன் அறிக்கை வெளியிட்டார்.

பொங்கல் விழாவைச் சிறப்பாகக் கொண்டாடிய சில தினங்களிலேயே கொள்கை ரீதியிலான முக்கியப் பிரச்னை ஒன்றில் திட்டவட்டமான நிலைப்பாட்டை எடுக்கவேண்டிய சூழல் திமுகவுக்கு வந்தது. 26 ஜனவரி 1950 அன்று முதல் சுதந்தர இந்தியா குடியரசு நாடாக மாறுகிறது. அன்றுமுதல் இந்திய அரசியலமைப்புச் சட்டம் அமலுக்கு வருகிறது.

திராவிட நாடு கோரிக்கையை வலியுறுத்துகின்ற திராவிடர் கழகமும் திராவிட முன்னேற்றக் கழகமும் எப்படிப்பட்ட நிலைப்பாட்டை எடுக்கப்போகின்றன என்ற கேள்வி அரசியல் அரங்கில் பலத்த ஆவலை ஏற்படுத்தியிருந்தது. திராவிடர் கழகத் தலைவர் பெரியார் தனது நிலைப்பாட்டைத் தெரிவித்தார்.

> இது உண்மையில் குடியாட்சி அல்ல. இதற்கு முன் ஆண்டிருந்த வெள்ளையனுக்கு லஞ்சம் கொடுத்து, அவனுடைய சுரண்டலுக்கு நிரந்தர வசதி செய்துகொடுத்து, மேட்ஓவர் செய்துகொள்ளப்பட்ட ஆட்சிதான். தங்கள் பேருக்கு மாற்றிக்கொள்ளப்பட்ட ஆட்சிதான். இந்தி, தேசிய மொழி என்பதையே நாம் மறுக்கிறோம். கட்டாயமில்லை என்பது மாய்மால வார்த்தை. நாம் நம்ப மாட்டோம். எனவே, ஜனவரி 26ம் நாள் நமக்கு துக்க தினமாகும். வெள்ளைக்காரன் வெளியே போனபிறகு தேர்தல் வைத்து, அந்தத் தேர்தலில் வெற்றிபெற்று இவர்கள் ஆளுவார்களானால், மக்கள் ஆட்சி என்று வேண்டுமானால் சொல்லலாம். அப்படி இல்லாமல், அவன் இவர்களிடத்திலே கொடுத்துவிட்டுப் போனான் என்பதால் இவர்களே ஆளுவது என்பது என்ன நியாயம்? இந்த ஒரு கட்சிக்காரர்கள் கூடிக்கொண்டு 'சுதந்தரம் வந்துவிட்டது பார்' என்று கத்தினால் ஒப்புக்கொள்ள முடியுமா? இது வெள்ளையனுடைய பிரதிநிதிகள் ஆட்சிதானே? ஆகவேதான் இது குடியரசு ஆட்சியல்ல. கொடுமைக்கார, கொள்ளைக்கார ஆட்சி என்று கூறுகிறோம். இந்தச் சுரண்டல் ஆட்சியில் இருந்து விலகவேண்டும் என்று சொல்லுகிறோம்.

திராவிட முன்னேற்றக் கழகத்தின் சார்பாக அண்ணாவிடம் இருந்து அறிக்கை வெளியானது.

> திராவிடத்தின் எதிர்காலத்தைப் பாழ்படுத்தும் புதிய அரசியல் அமைப்பைத் திணிக்கும் நாளான ஜனவரி 26ம் நாளை திமுக அதிருப்திக்கு உரிய நாளாகக் கருதுகிறது. தவிரவும், ஜனவரி 26 குடியரசு விழா என்ற பெயரில் ஏமாற்று விழா. உரிமை வழங்கும் நாள் அல்ல; உரிமையைப் பறிக்கும் நாள். திராவிடரை அடிமைகளாக்கும் ஏகாதிபத்திய பாசிச அமைப்பு நாள். மகிழ்ச்சிக்கு உரிய நாள் அல்ல; துக்கத்துக்குரிய நாளும் அல்ல; அதிருப்திக்கு, வெறுப்புக்கு, கண்டனத்துக்கு உரிய நாள்.

33 முதல் திருத்தம்

*அ*ரசு வேலைவாய்ப்பு மற்றும் கல்விக்கு வகுப்புவாரி அடிப்படையில் இடஒதுக்கீடு செய்யப்படவேண்டும் என்பது தொடர்பாக நீதிக்கட்சி ஆட்சிப் பொறுப்பில் இருந்தபோது சில ஆணைகள் பிறப்பிக்கப்பட்டிருந்தன. ஆனால் அந்த ஆணைகள் முறையாகப் பின்பற்றப்பட வில்லை. அதைச் சீர்ப்படுத்தும் நோக்கத்துடன் 1928ல் அமைச்சர் எஸ். முத்தையா முதலியார் வகுப்புவாரி இடஒதுக்கீடு செய்யும் சட்டத்தை சட்டமன்றத்தில் நிறை வேற்றி, அதனை நடைமுறைக்குக் கொண்டுவந்தார்.

விளைவு, பிற்படுத்தப்பட்ட, தாழ்த்தப்பட்ட வகுப்பு களைச் சேர்ந்தவர்கள் அரசு வேலைகளிலும் தொழில் நுட்பக் கல்லூரிகளிலும் நுழைவதற்கு ஓரளவுக்கு வாய்ப்புகள் ஏற்பட்டன. மொத்த மக்கள் தொகையில் மூன்று சதவீதத்தினராக இருக்கும் பிராமணர்களுக்கும் பதினேழு சதவீத இடங்கள் கிடைக்கவும் வழிவகை செய்யப்பட்டிருந்தது.

இந்தச் சூழ்நிலையில் செண்பகம் துரைராசன் (பெண்), சி.ஆர். சீனிவாசன் என்ற இரண்டு பிராமணர்கள் வகுப்புவாரி இடஒதுக்கீட்டை எதிர்த்து சென்னை உயர்நீதிமன்றத்தில் வழக்கு தொடுத்தனர். காரணம், மருத்துவக் கல்லூரி மற்றும் பொறியியல் கல்லூரியில் சேர்ந்து படிக்க இருவரும் விண்ணப்பம் செய்திருந்தனர். இட ஒதுக்கீடு சதவீதம் காரணமாக அவர்களுக்கு இடம் கிடைக்கவில்லை. தங்களுக்கு இடம் கிடைக்காமல் போனதற்குக் காரணம் வகுப்பு வாரி இட ஒதுக்கீட்டுச்

சட்டம்தான் என்ற முடிவுக்கு வந்தனர். உடனடியாக நீதிமன்றத்தில் வழக்கு தொடர்ந்தனர்.

அவர்கள் தங்களுடைய வழக்கில் சொன்னது இதுதான்:

'மதம், சாதி, இனம், மொழி ஆகியவற்றின் காரணமாகவோ அல்லது இவற்றில் ஒன்றின் காரணமாக மட்டுமோ எந்தவொரு குடிமகனுக்கும் அரசால் பராமரிக்கப்படுகிற அல்லது அரசின் நிதியுதவி பெறுகிற எந்தவொரு கல்வி நிறுவனத்திலும் அனுமதி மறுக்கப்பட மாட்டாது' என்று இந்திய அரசியல் அமைப்புச் சட்டத்தின் 15 வது விதி மற்றும் 29(2) ஆகியவற்றில் குறிப்பிடப்பட்டுள்ளது. ஆனால் வகுப்புவாரி இடஒதுக்கீட்டு ஆணைகள் இந்த உரிமைக்கு எதிராக இருக்கின்றன. ஆகவே, அந்த ஆணைகளை ரத்து செய்யவேண்டும்.'

தலைமை நீதிபதி பி.வி. ராஜமன்னார், நீதிபதிகள் விஸ்வநாத சாஸ்திரி, சோமசுந்தரம் ஆகியோருக்கு முன்னால் வழக்கு விசாரணை வந்தது. வழக்கு தொடர்ந்தவர்களுக்கு ஆதரவாக அல்லாடி கிருஷ்ணசாமி அய்யர், சீனிவாச அய்யங்கார் என்ற இரண்டு பிரபல வழக்கறிஞர்கள் வாதாடி னார்கள். அரசுத் தரப்பு சார்பாக அட்வகேட் ஜெனரல் குட்டி கிருஷ்ண மேனன் வாதாடினார். விசாரணையின் முடிவில் 28 ஜூலை 1950 அன்று தீர்ப்பு வழங்கப்பட்டது.

'கம்யூனல் ஜி.ஓ என்கிற வகுப்புவாரி ஆணை இந்திய அரசியலமைப்புச் சட்டத்துக்கு முரண்பட்டது. விண்ணப்பதாரர்கள் கல்லூரியில் சேர்வதற்காகக் கொடுத்திருந்த விண்ணப்பங்களை அவற்றின் தகுதியின் அடிப்படையிலேயே பரிசீலனை செய்யவேண்டும். சாதி, மதம், இனம், மொழி ஆகியவற்றின் குறுக்கீடு எதுவும் இருக்கக்கூடாது.'

உயர்நீதிமன்றத்தின் தீர்ப்பு மாணவர்கள் மத்தியில் கடும் கொந்தளிப்பை ஏற்படுத்தியது. பிற்படுத்தப்பட்ட, தாழ்த்தப்பட்ட மாணவர்களின் எதிர் காலத்தின் மீது வீசப்பட்ட விஷ அம்பாகவே அந்தத் தீர்ப்பு பார்க்கப்பட்டது. தீர்ப்பு வெளியான நொடியில் இருந்தே பல மாவட்டங்களில் மாணவர்கள் சாலைக்கு வந்துவிட்டனர். தீர்ப்புக்கு எதிராகக் கண்டனக் குரல்களை எழுப்பினர்.

திராவிடர் கழகமும் திராவிட முன்னேற்றக் கழகமும் அந்தத் தீர்ப்புக்கு எதிராகக் களத்தில் இறங்கின. திராவிடர் கழகம் சார்பில் 14 ஆகஸ்டு 1950 அன்று முழு அடைப்பு நடத்தப்படும் என்று அறிவித்தார் பெரியார். அரசியல் சட்டம் திருத்தப்படவேண்டும் என்பதை வலியுறுத்தி திமுக போராட்டத்தில் குதிக்கும் என்று அறிவித்தார் அண்ணா. விவகாரம் பெரிதாகாமல் தடுக்கும் வகையில், 'உயர்நீதிமன்றத் தீர்ப்பை எதிர்த்து அரசு உச்சநீதிமன்றத்தில் மேல் முறையீடு செய்ய இருக்கிறது. ஒருவேளை உச்சநீதிமன்றத்திலும் அதே தீர்ப்பு வரும் பட்சத்தில் அரசியல் சட்டத்தில் திருத்தம் செய்ய முயற்சிகள் மேற்கொள்ளப்படும்' என்று அரசாங்கம் அறிவித்தது.

திட்டமிட்டபடி ஆகஸ்ட் 14 அன்று முழு அடைப்பு நடந்தது. சென்னை பிராட்வேயில் இருந்து பெரியார் தலைமையில் பிரம்மாண்ட ஊர்வலம் புறப்பட்டது. பள்ளி மற்றும் கல்லூரி மாணவர்கள் பெரும் எண்ணிக்கையில் கலந்துகொண்டனர். முக்கியமாக, திராவிடர் கழகம், திராவிட முன்னேற்றக் கழகம், தமிழரசு கழகம், நீதிக்கட்சி, கம்யூனிஸ்ட் கட்சி ஆகிய கட்சிகளைச் சேர்ந்த தொண்டர்கள் பலரும் கலந்துகொண்டனர். ஆம். இட ஒதுக்கீடு விஷயத்தில் திராவிடர் கழகத்துடன் இணைந்து செயல்பட திமுக தயாராகவே இருந்தது.

27 ஆகஸ்ட் 1950 அன்று திமுகவின் செயற்குழு கோவில்பட்டியில் கூடியது. அந்தக் கூட்டத்தில் ஐந்து முக்கியத் தீர்மானங்கள் நிறைவேற்றப்பட்டன.

1. கம்யூனல் ஜி.ஓ சம்பந்தமாக அனைத்துக் கட்சி மாநாடு கூட்டவோ அல்லது வேறு யாருடைய முயற்சியாலாவது கூட்டப்படும் அனைத்துக் கட்சி மாநாட்டில் கலந்து, தக்கதோர் கிளர்ச்சித்திட்டம் வகுக்கவோ, செயற்குழு பொதுச்செயலாளருக்கு அனுமதி அளிக்கிறது.

2. (அ) பேச்சுரிமையைப் பறிக்கும் முறையில் இருக்கும் சர்க்காரின் போக்கினை மக்கள் உணரச் செய்யவும் மாற்றவும் பேச்சுரிமை, எழுத்துரிமையை நிலைநாட்டவும் முதலடியாகத் தடை செய்யப்பட்ட நாடகங்களைப் பொதுச்செயலாளரின் அனுமதி பெற்று நடத்த ஒவ்வொரு கிளைக் கழகமும் முன்வர வேண்டும் என்று செயற்குழு தீர்மானிக்கிறது.

   (ஆ) சர்க்காரால் தடை செய்யப்பட்டும் எழுதியது குற்றம் என்று தீர்மானிக்கப்பட்டும் இருக்கும் புத்தகங்களில் உள்ள கருத்துகளை, துண்டுப்பிரசுரங்கள் மற்றும் கையெழுத்துகள் மூலம் நாட்டிலே பரப்பும் திட்டத்தைச் செயற்குழு அங்கீகரிப்பதுடன் இந்தத் திட்டத்துக்கான பணியை அமைக்கச் செயலாளருக்கு அனுமதி அளிக்கிறது.

3. மத்திய சர்க்காரின் மந்திரிகள் இங்கு வரும்போது கறுப்புக்கொடி காட்டி நம்முடைய அதிருப்தியை வெளிப்படுத்தவேண்டும்.

4. உணவு நெருக்கடியைத் தவிர்க்க, உடனடியாக வெளிநாட்டில் இருந்து உணவு தானியங்களை இறக்குமதி செய்யவேண்டும் என்று சர்க்காருக்குக் கூறுவதுடன் திராவிடத்தின் மீது உணவு நெருக்கடியைச் சாக்காகக் காட்டி, கோதுமையைத் திணித்து, புதிய ஆபத்தை உண்டாக்க வேண்டாம் என்று எச்சரிக்கிறது.

5. இரயில்வே நிலைய போர்டுகளில் தமிழுக்குத் தரப்பட்டிருக்கும் அநீதி களையப்பட வேண்டும். இல்லையெனில், போர்டு அழிப்புப் போராட்டம் தொடங்க நேரும்.

வகுப்புவாரி இடஒதுக்கீட்டு விவகாரம் நாளுக்கு நாள் சூடுபிடித்துக் கொண்டே இருந்தது. ஒருவழியாக, சென்னை மாகாண அரசு உச்சநீதி மன்றத்தில் மேல் முறையீடு செய்தது. ஆனால் அந்த மேல் முறையீட்டிலும்

தோல்வியே கிடைத்தது. இந்திய அரசியலமைப்புச் சட்டத்தின்படி வகுப்பு வாரி இட ஒதுக்கீட்டு ஆணைகள் செல்லாது என்றும் சென்னை உயர்நீதி மன்றத்தின் தீர்ப்பு செல்லும் என்றும் உச்சநீதிமன்றம் தீர்ப்பு கொடுத்தது. உச்சநீதிமன்றமும் கைவிரித்த பிறகு மாணவர்களின் எதிர்காலம் கேள்விக் குறியானது.

எஞ்சி இருப்பது ஒரே வாய்ப்பு. அது, அரசியல் சட்டத்தில் திருத்தத்தைக் கொண்டுவருவதுதான். பல முக்கியப் பத்திரிகைகள் அனைத்தும் அந்தக் கருத்தையே வலியுறுத்தின. ஆனால் இந்து, இந்தியன் எக்ஸ்பிரஸ், ஆனந்த விகடன், கல்கி உள்ளிட்ட பல ஏடுகள் அரசியல் சட்டத்தைத் திருத்தக்கூடாது என்று எதிர்ப்பு தெரிவித்தன.

திராவிடர் கழகமும் திராவிட முன்னேற்றக் கழகமும் தொடர்ந்து பல கண்டனக் கூட்டங்களையும் கண்டன ஊர்வலங்களையும் மறியல்களையும் நடத்திக்கொண்டிருந்தன. பிரதமர் நேருவுக்கு நெருக்கடி முற்றியது. மாகாண விவகாரம் தேசியப் பிரச்னையாக உருவெடுத்துக்கொண்டிருக்கிறது என்ற விவரங்கள் நேருவை யோசிக்க வைத்தன. பலத்த ஆலோசனைகளுக்கும் வாதப் பிரதிவாதங்களுக்கும் பிறகு 1951ல் அரசியல் சாசனத்தைத் திருத்துவது என்று முடிவு செய்யப்பட்டது.

இந்திய அரசியல் அமைப்புச்சட்டத்தின் அடிப்படை உரிமைகளில் ஒன்றான ஷரத்து 15ல் 4வது உட்பிரிவாகக் கீழே இருப்பது சேர்க்கப்பட்டது: 'இந்த ஷரத்திலோ அல்லது ஷரத்து 29(2)லோ உள்ள எதுவும் குடிமக்களின் எந்தவொரு சமூக மற்றும் கல்வி ரீதியாகப் பிற்படுத்தப்பட்டுள்ள வகுப்பின் அல்லது தாழ்த்தப்பட்ட சாதியின் மற்றும் பழங்குடியினரின் முன்னேற்றத் துக்காக எந்தவொரு சிறப்பு நடவடிக்கை எடுப்பதில் இருந்தும் அரசைத் தடுக்காது'.

2 ஜூன் 1951 அன்று இந்திய அரசியலமைப்புச் சட்டத்தில் இந்தத் திருத்தம் செய்யப்பட்டது. இதுதான் முதல் திருத்தமும்கூட. இதற்கு 18 ஜூன் 1951 அன்று குடியரசுத் தலைவர் ஒப்புதல் வழங்கினார். இதன்படி அரசுப் பதவிகள் மற்றும் வேலைகளில் 60 சதவீதம் பொதுத் தொகுப்புக்கும் 25 சதவீதம் பிற்படுத்தப்பட்டவர்களுக்கும் 15 சதவீதம் தாழ்த்தப்பட்ட மற்றும் மலைச் சாதியினருக்கும் பிரித்துக்கொடுக்கப்படும்.

●

வகுப்புவாரி உரிமைக்காக ஒருபக்கம் போராட்டம் நடத்திக்கொண்டிருக்கும் போதே திராவிடர் கழகமும் திராவிட முன்னேற்றக் கழகமும் அவர்களுடைய வழக்கமான இயக்கப் பணிகளைச் செய்துகொண்டே இருந்தனர். 8 அக்டோபர் 1950 அன்று புதிய போராட்டம் ஒன்றுக்கு அழைப்பு விடுத்தது திராவிடர் கழகம்.

'வணிக நிலையங்கள் பெயர்ப்பலகைகளில் சாதி, மத அடையாளங்களைக் குறிக்கும் சொற்களை அகற்றவேண்டும்.'

இதை வலியுறுத்தி சென்னையில் உள்ள வடநாட்டாருக்குச் சொந்தமான துணிக்கடை மற்றும் உணவு விடுதிகளுக்கு முன்னால் மறியல் நடத்தப்படும் என்று அறிவித்தது திராவிடர் கழகம். போராட்டம் தொடங்கியது. மக்கள் ஒருபடி மேலே சென்று பெயர்ப்பலகைகளில் இருக்கும் பிராமணாள் என்ற சொல்லை அழிக்கவும் செய்தனர்.

23 அக்டோபர் 1950 அன்று திமுக தலைமைச் செயற்குழுக் கூட்டம் கூட்டப் பட்டது.

அந்தக்கூட்டத்தில் மத்திய அமைச்சர்கள் சென்னை மாகாணத்துக்கு வரும் போதெல்லாம் அவர்களுக்குக் கறுப்புக்கொடி காட்டி, கழகத்தின் அதிருப்தி யைப் பதிவுசெய்யவேண்டும் என்று தீர்மானம் நிறைவேற்றப்பட்டது. இதுவிஷயமாக அண்ணா பேசினார்.

மத்திய அமைச்சர் திவாகருக்குக் கறுப்புக்கொடி காட்டப்பட்டது. அவர் சென்ற இடங்களில் எல்லாம் கறுப்புக்கொடி காட்டித் தங்களுடைய எதிர்ப்பைப் பதிவு செய்தனர் திமுக தொண்டர்கள். அடுத்து மத்திய அமைச்சர்கள் ஹரிகிருஷ்ண மெகதாப், முன்ஷி ஆகியோர் வந்தபோது அவர்களுக்கும் கறுப்புக்கொடிகள் காட்டப்பட்டன. மத்திய அமைச்சராக தமிழகம் வந்த ராஜாஜிக்கும் கறுப்புக் கொடி காட்டப்பட்டது. போராட்டத்தில் ஈடுபட வந்த தொண்டர்கள் காவல் துறையினரால் பலத்தத் தாக்குதலுக்கு ஆளாகினர். பலர் கைதுக்கு ஆளாகினர்.

எங்கு பார்த்தாலும் நாடகங்களும் பிரசாரக்கூட்டங்களும் நடந்துகொண் டிருந்தன. திடீரென காங்கிரஸ் அரசிடம் இருந்து ஒரு கெடுபிடி அறிவிப்பு வெளியானது. இரணியன் அல்லது இணையற்ற வீரன் என்ற நாடகத்துக்குத் தடை விதிக்கப்பட்டது. தவிரவும் திமுக ஏடுகளான புதுவாழ்வு, பொன்னி, தனியரசு உள்ளிட்ட பல பத்திரிகைகளுக்குத் தடைகள் போடப்பட்டன. காந்தியார் சாந்தியடைய என்ற தலைப்பில் ஏ.வி.பி. ஆசைத்தம்பி எழுதிய நூலைத் தடை செய்த அரசு, வழக்கு தொடுத்து அவருக்கு மூன்று மாதக் கடுங் காவல் சிறைத்தண்டனை விதித்தது. அவருடைய தலையை மொட்டை யடித்துச் சிறையில் அடைத்தது அரசு.

அடக்குமுறை உச்சத்தில் இருந்தது!

34 முதல் துரோகம்

வரும் பொதுத்தேர்தலில் காங்கிரஸ் கட்சிக்கு யாரும் வாக்களிக்காதீர்கள் என்று 13 மார்ச் 1951ல் நடந்த அணைக்கரைக் கூட்டத்தில் அறிவித்தார் பெரியார். அதன்பிறகு தொடர்ந்து காங்கிரஸ் கட்சிக்கு எதிராகத் தனது கருத்துகளைக் கூறிக்கொண்டே இருந்தார்.

'இதுவரை காங்கிரஸ் கட்சிக்கு ஓட்டுபோட்டுக் கண்ட பலன் பசியும் பட்டினியுந்தான். எங்களை உள்ளே போய் சட்டமன்றத்துக்குள் போராடச் சொல்கிறார்கள் சிலர். அங்கே போய் ஒன்றும் சாதிக்க முடியாது. வெளியில் இருந்து கொண்டுதான் வீட்டை இடிக்கவேண்டுமே தவிர வீட்டுக்குள் இருந்து இடித்தால் நம் தலைமீதுதான் விழும். வரும் தேர்தலில் பார்ப்பனருக்கு வாக்களிக்க வேண்டாம்; காங்கிரஸுக்கு ஒருபிடி மண்ணைப் போடுங்கள்.'

உச்சக்கட்டமாக, 22 ஜூலை 1951 அன்று சேலத்தில் பொதுக்கூட்டத்தில் பேசினார் பெரியார்.

> வெள்ளைக்காரன் இன்னும் முந்நூறு கோடி ரூபாய்க்கு மேல் முதலை இங்கேயே விட்டு வைத்துச் சுரண்டிக் கொண்டிருக்கிறான். வட நாட்டவன் கொள்ளையனாகவே மாறிச் சுரண்டு கிறான். இங்கே இருந்துகொண்டே பார்ப்பான் சுரண்டுகிறான். நாம் தனிநாடு கேட்டால், சிறிய நாடு. வாழ முடியுமா? என்கிறார்கள். பாகிஸ்தான் கேட்டபோதும் இப்படித்தான் சொன்னார்கள். நீயாகத் தருகிறாயா? நான் ரஷ்யாவை உதவிக்கு

அழைத்து வாங்கிக் கொள்ளட்டுமா? என்று ஜின்னா கேட்டதும் பணிந்தார்கள். நமக்கு அத்தகைய மான உணர்ச்சி வேண்டும்.

17 நவம்பர் 1951. மதுரையில் திமுக பொதுக்குழு கூடியது. தலைமை வகித்தவர் அண்ணா.

அந்தக் கூட்டத்தில் திமுகவின் சட்டத்திட்டங்கள் பற்றிய விளக்கத்தை சட்டத் திட்ட அமைப்புக்குழு செயலாளர் கே.ஏ. மதியழகன் கொடுத்தார். பிறகு அதனை பொதுக்குழு ஏற்றுக்கொண்டது. குழந்தை நடப்பதற்கு நடைவண்டி தேவை. அதைப்போலவே புதிதாகப் பிறந்த குழந்தையான திமுக நடப்பதற்கு சட்டத்திட்டங்கள் உருவாக்கப்பட்டுள்ளன என்றார் அண்ணா.

அடுத்து, வரவிருக்கும் பொதுத்தேர்தல் குறித்து விவாதங்கள் தொடங்கின. அப்போது கம்யூனிஸ்டுகளுடன் இணைந்து ஐக்கிய முன்னணியாகச் செயல் படுவது தொடர்பாக கம்யூனிஸ்ட் தலைவர்கள் அண்ணாவைச் சந்தித்துப் பேசியது தொடர்பாகவும் அந்தக் கூட்டத்தில் பேசப்பட்டது. நான்கு மணி நேர விவாதத்துக்குப் பிறகு தீர்மானம் ஒன்று நிறைவேற்றப்பட்டது.

'திராவிடரின் கருத்தை அறியாமலும் திராவிடரின் ஜீவாதார உரிமைக்கு ஊறு செய்யும் வகையிலும் ஒரே கட்சியாரின் எதேச்சாதிகார முறைப்படியும் தயாரிக்கப்பட்ட இந்திய அரசியல் சட்டத்தை திமுக கண்டிப்பதன் அறிகுறியாக அந்தச் சட்டத்தின்படி நடைபெறும் முதல் பொதுத் தேர்தலில் திமுக அபேட்சகர்களை (வேட்பாளர்களை) நிறுத்தி - கலந்துகொள் வதில்லை.'

'தி.மு.க. இந்தத் தேர்தலில் கம்யூனிஸ்டுகளையும் காங்கிரஸ் அல்லாத நாணயமுள்ள திறமைசாலிகளான முற்போக்குக் கருத்தினரையும் ஆதரிப்பது. இந்த ஆதரவு கோரித் தலைமை நிலையத்துக்கு அபேட்சகர்கள் மனுக்களை அனுப்பித் திமுக தலைமை நிலையம் குறிப்பிடும் ஒப்பந்தத்தில் (ப்ளெட்ஜ்) கையொப்பமிட்டுப் பொதுச்செயலாளரால் அங்கீகரிக்கப்படும் அபேட்சகர் களை ஆதரிப்பது.'

இதனையடுத்து உறுதிமொழிப் படிவத்தை நெடுஞ்செழியன் தயார் செய்தார். அதைப் பொதுக்குழு ஏற்றுக்கொண்டது.

உறுதிமொழி விவரம்:

1. திராவிட நாடு கொள்கையை ஆதரிக்கிறேன்.
2. சட்டமன்றத்திலோ, பாராளுமன்றத்திலோ உறுப்பினரானால் மேற்கண்ட பிரச்னை சம்பந்தமாகவும், திமுகழகக் கொள்கைக்கு ஆதரவு தேடும் வகையிலும் பணியாற்றி வருவேன்.
3. சுரண்டலையும் எதேச்சாதிகாரத்தையும் ஒழிக்க, திமுக வெளியிடும் திட்டங்களுக்கு ஆதரவு கிடைக்கும் விதமாகச் சட்ட சபையிலும் பாராளுமன்றத்திலும் பணியாற்ற உறுதி கூறுகிறேன்.

மேற்படி ஒப்பந்தப் பத்திரத்தில் கையொப்பமிட்ட பின், கழகப் பொதுச் செயலாளர் சம்மதம் பெற்ற அறிக்கை வெளிவந்ததும் திமுக தனது ஆதரவை அளிக்கும். அதேசமயம் திமுக மாநில மாநாட்டில் திமுக ஆதரவளிக்கும் அபேட்சகர்களின் பட்டியல் வெளியிடப்படும்வரை திமுகவினர் யாரும் எந்தக் கட்சியின் அபேட்சகருக்கும் தேர்தல் பணிகளைச் செய்யவேண்டாம் என்றும் தீர்மானிக்கப்பட்டது.

வன்னியர் சங்கம் என்ற பெயரில் சிதம்பரம், கடலூர், விழுப்புரம் போன்ற பகுதிகளில் வன்னியர்களின் நலனுக்காக ஒரு சங்கம் இயங்கிக் கொண்டிருந்தது. அதன் தலைவர் விழுப்புரம் ராமசாமி படையாட்சி. வன்னிய சமுதாய மக்களிடம் செல்வாக்கு உடையவர். தேர்தல் வருகிறது என்றதும் தனது சங்கத்தின் பெயரை உழைப்பாளர் கட்சி என்று மாற்றிக்கொண்டார். திமுகவின் நிபந்தனைகளை ஏற்பதாக அவர் உறுதிமொழி கொடுத்தார். அதனை ஏற்றுக்கொண்டு உழைப்பாளர் கட்சி வேட்பாளர்களுக்கு திமுக ஆதரவு கொடுத்தது.

மாணிக்கவேல் நாயக்கரும் அப்படியே. அதே பிராந்தியத்தில் அதே வன்னிய சமுதாய மக்களிடம் செல்வாக்கு பெற்றவர். அவருடைய காமன் வீல் கட்சியும் திமுகவின் நிபந்தனைகளை ஏற்றுக்கொண்டது. அதன்படி தேர்தலில் காமன்வீல் கட்சி வேட்பாளர்களுக்கு திமுக ஆதரவு கொடுத்தது. கம்யூனிஸ்ட் கட்சி சார்பில் முதலில் திமுகவை அணுகினார்கள். ஆனால் திராவிட நாடு நிபந்தனை கேட்டு அவர்கள் பின்வாங்கினர்.

தேர்தலில் பங்கேற்பதில்லை என்று திமுக முடிவெடுத்துவிட்ட நிலையில் 5 நவம்பர் 1951 அன்று திராவிடர் கழகத்தின் தேர்தல் நிலைப்பாட்டை விடுதலையில் எழுதினார் பெரியார்.

'காங்கிரஸ் எதிர்ப்பு முயற்சிகள் ஒருங்கிணைக்கப்படவேண்டும். எதிர்க்கட்சிகளுக்குள் கட்டுப்பாடு தேவை. சட்டசபைக்குச் செல்கிறவர்கள் திராவிட நாடு பிரிவினையில் நம்பிக்கை வைத்து, அதற்காகப் பாடுபடுவேன் என்று கையெழுத்துப் போடவேண்டும் என்பதில் அர்த்தமில்லை. அவர்கள் வாக்கு தவறமாட்டார்கள் என்பது என்ன நிச்சயம்? தவறினால் என்ன நடவடிக்கையை எப்படி எடுக்கமுடியும்? காங்கிரஸ் கட்சியை வேரோடும் வேரடி மண்ணோடும் ஒழிப்பதுதான் என்னுடைய வேலை. இந்தக் காரியத்தைச் செய்வதாக எண்ணிக்கொண்டு கம்யூனிஸ்ட் கட்சிக்கு என்னுடைய ஆதரவை வழங்குகிறேன். திராவிடர் கழகத் தொண்டர்கள் கம்யூனிஸ்ட் தோழர்களுக்காக தீவிரமாக வேலை செய்யுங்கள்.'

திமுகவின் முதல் மாநில மாநாடு 1951 டிசம்பர் 13 தொடங்கி 16 வரை சென்னை எஸ்.ஐ.ஏ.ஏ திடலில் நடத்தப்பட்டது. மாநாட்டின் முதல்நாள் நிகழ்ச்சியாக ஊர்வலம் ஒன்று அறிவகத்தில் இருந்து மாநாட்டுத் திடலுக்கு வந்தது. அண்ணா உள்ளிட்ட கட்சியின் முக்கியத்தலைவர்கள் ஆறு குதிரைகள் பூட்டப்பட்ட கோச் வண்டியில் அழைத்துவரப்பட்டனர். தொண்டர்கள்

ஒவ்வொருவரும் திமுகவின் கறுப்பு - சிவப்பு நிறக் கொடியை ஏந்தி யிருந்தனர். தொடக்க நிகழ்ச்சியாக திராவிடப்பண் பாடப்பட்டது. அண்ணா கொடியேற்றிவைத்துப் பேசினார்.

மாநாட்டின் முடிவில் 1952 பொதுத்தேர்தலில் திமுக ஆதரிக்கும் வேட்பாளர்களின் பெயர்களை அண்ணா அறிவித்தார். அந்தப் பட்டியலில் விழுப்புரம் ராமசாமிப் படையாட்சியார், மாணிக்கவேல் நாயக்கர் உள்ளிட்ட 45 வேட்பாளர்களின் பெயர்கள் இடம்பெற்றிருந்தன. கம்யூனிஸ்ட் கட்சி திமுக விதித்த நிபந்தனைப் பத்திரத்தில் கையெழுத்திட மறுத்ததால் அவர்களுக்கு ஆதரவளிக்க வாய்ப்பில்லை என்றார் அண்ணா. அந்த மாநாட்டில் கே. ஆர். ராமசாமி நடித்த சந்திரோதயம், ஜமீன் மாளிகை, மு. கருணாநிதியின் இளைஞன்குரல், போராட்டம் என்ற பெண்கள் நாடகம், குலமுலேனி பில்லா என்ற தெலுங்கு நாடகம் ஆகியன நடத்தப்பட்டன.

21 வயதான அனைவருக்கும் வாக்குரிமை என்ற அடிப்படையில் நடந்த முதல் பொதுத்தேர்தல் அது. அப்போது சென்னை மாகாணத்தின் மொத்த வாக்காளர்களின் எண்ணிக்கை இரண்டு கோடியே எழுபது லட்சம். தேர்தல் பிரசாரங்கள் முடிந்து தேர்தல்கள் நடத்தப்பட்டன. தேர்தல் முடிவுகள் இந்திய அளவில் காங்கிரஸ் கட்சிக்கு சாதகமாக இருந்தாலும் சென்னை மாகாண அளவில் காங்கிரஸ் கட்சிக்கு நெருக்கடிகள் உருவாகியிருந்தன.

சென்னை மாகாணத்தில் மொத்தமுள்ள 375 இடங்களில் காங்கிரஸ் கட்சிக்கு 152 இடங்கள் கிடைத்திருந்தன. கம்யூனிஸ்ட் கட்சி 63 இடங்களிலும் விவசாயத் தொழிலாளர் மக்கள் கட்சி 35 இடங்களிலும் வெற்றி பெற்று காங்கிரஸ் ஆட்சி அமைவதற்குத் தடுப்புச்சுவர் எழுப்பியிருந்தன. தமிழ்நாடு உழைப்பாளர் கட்சிக்கு 18, க்ரிஷிகார் கட்சிக்கு 15, சோசலிஸ்டு கட்சிக்கு 13, காமன்வீல் கட்சிக்கு 6, பிற கட்சிகளுக்கு 11, சுயேட்சைகளுக்கு 62 என்ற அளவில் தேர்தல் முடிவுகள் வந்திருந்தன.

இவர்களில் திமுகவின் ஆதரவோடு பொதுத்தேர்தலில் காங்கிரஸ் ஆதிக்கவெறியை முறியடித்து வெற்றிபெற்றவர்கள் பட்டியலை திராவிட நாடு இதழில் வெளியிட்டது திமுக. அந்தப் பட்டியலுக்கு, 'வாழ்க, வெற்றி விளக்குகள்' என்று தலைப்பு தரப்பட்டிருந்தது. அந்தப் பட்டியலில் நாடாளுமன்றத்துக்கு வெற்றிபெற்றிருந்த எட்டுபேர் மற்றும் சென்னை மாகாண சட்டமன்றத்துக்கு வெற்றிபெற்றிருந்த 43 பேரின் பெயர்கள் இடம்பெற்றிருந்தன. இருள் நீங்கி, புதுவாழ்வு மலர வெற்றிபெற்றுள்ள தமிழகத் திருவிளக்குகளுக்கு நமது அன்பு வாழ்த்துகளைத் தெரிவித்துக் கொள்கிறோம். வாழ்க வெற்றி விளக்குகள்! என்றது திராவிட நாடு இதழ்.

தேர்தல் முடிவில் தனிப்பெருங்கட்சியாக காங்கிரஸ் இருந்தபோதும் சென்னை மாகாணத்தில் ஆட்சி அமைக்க முடியவில்லை. ஆனால் காங்கிரஸ் அல்லாத கட்சியினர் ஒன்று சேர்ந்து உருவாக்கிய ஐக்கிய ஜனநாயக முன்னணிக்கு சுயேட்சைகள் உள்பட 167 உறுப்பினர்களின் ஆதரவு இருக்கிறது; ஆகவே, ஆட்சி அமைக்க என்னை அழைக்க வேண்டும் என்று ஆளுநர்

ஸ்ரீபிரகாசாவிடம் கடிதம் கொடுத்தார் அந்த அணியின் தலைவர் டி. பிரகாசம். கடிதத்தில் டி. பிரகாசத்துக்கு ஆதரவு தெரிவிக்கும் எம்.எல்.ஏக்களின் கையெழுத்துகள் இடம்பெற்றிருந்தன.

ஆனால் பெரும்பான்மை உறுப்பினர்கள் ஆதரவு பெற்றிருந்த டி. பிரகாசத்துக்குப் பதிலாக காங்கிரஸ் கட்சியை ஆட்சி அமைக்க அழைக்க இருப்பதாக அறிவித்தார் ஆளுநர் ஸ்ரீ பிரகாசா. இந்த ஸ்ரீபிரகாசா ஆளுநராக நியமிக்கப்பட்டது ராஜாஜி கவர்னர் ஜெனரலாக இருந்தபோதுதான் என்பது கவனிக்கத்தக்கது.

ஏன் ஆட்சி அமைக்கும் வாய்ப்பை டி. பிரகாசத்துக்குக் கொடுக்கவில்லை என்று கேட்டபோது அவர் கொடுத்த விளக்கம் இதுதான்:

'தேர்தலுக்குப் பிறகு சட்டசபையில் உருவாகும் கட்சிகளையும் குழுவினரையும் நான் பொருட்படுத்தமாட்டேன். தேர்தலில் எது தனிப்பெருங்கட்சியாக வெற்றி பெறுகிறதோ அதைத்தான் நான் அமைச்சரவை அமைக்க அழைப்பு விடுப்பேன்.'

எனினும், ஆட்சி அமைக்க அழைப்பு வந்துவிட்டது காங்கிரஸுக்கு. ஆனால் யார் முதல்வர் என்பதில் சிக்கல் தொடங்கியது. காரணம், ஆந்திரப் பகுதியில் காங்கிரஸ் கட்சிக்கு பலத்த தோல்வி. வெறும் ஐம்பது பேர் மட்டுமே ஆந்திரப் பகுதிகளில் இருந்து வெற்றி பெற்றிருந்தனர். ஆனால் தமிழ்நாட்டுப் பகுதியில் இருந்து 96 பேர் தேர்ந்தெடுக்கப்பட்டிருந்தனர்.

நிலைமையைச் சமாளிக்க ராஜாஜியை முதலமைச்சராக்கிவிடலாம் என்று முடிவு செய்தது காங்கிரஸ் கட்சி. இத்தனைக்கும் ராஜாஜி சட்டமன்ற உறுப்பினராக இல்லை. அரசியலில் இருந்து தாற்காலிமாக ஒதுங்கி குற்றாலத்தில் ஓய்வெடுத்துக்கொண்டிருந்தார். மேல்சபை உறுப்பினராகத் தேர்வு செய்துவிடலாம் என்பதுதான் காங்கிரஸ் தலைமையின் திட்டம். இது கொல்லைப்புறவழி என்று விமரிசித்தார் பெரியார்.

திராவிடர் கழகத்தின் ஆதரவுடன் போட்டியிட்ட கம்யூனிஸ்ட் கட்சிக்கு நல்ல வெற்றி கிடைத்திருந்தது. சட்டமன்றத்தில் பிரதான எதிர்க்கட்சியாக கம்யூனிஸ்ட் கட்சி அமர்ந்தது. ப. ஜீவானந்தம், பி. ராமமூர்த்தி, மணலி கந்தசாமி, எம். கல்யாண சுந்தரம் போன்றவர்கள் அந்தக் கட்சியின் சார்பில் வெற்றிபெற்றிருந்தனர்.

10 ஏப்ரல் 1952. சென்னை மாகாண முதல்வராக ராஜாஜி தேர்ந்தெடுக்கப்பட்டார். ஆளுநர் ஸ்ரீபிரகாசாவே ராஜாஜியை மேலவை உறுப்பினராக நியமனம் செய்தார். அதனைத் தொடர்ந்து சி. சுப்ரமணியம், உள்ளிட்ட பதினைந்து பேர் அமைச்சரவையில் இடம்பெற்றனர்.

திமுகவுக்கு இப்போது அதிர்ச்சி காத்திருந்தது. திமுக ஆதரவுடன் வெற்றி பெற்றிருந்த காமன்வீல் கட்சியின் தலைவர் மாணிக்கவேல் நாயக்கர் தன்னுடைய கட்சியை காங்கிரஸ் கட்சியில் இணைத்து விட்டார். அவருடைய

கட்சியின் ஆதரவுடன்தான் காங்கிரஸ் ஆட்சி அமைத்தது. காங்கிரஸ் அமைச்சரவையில் மாணிக்கவேல் நாயக்கருக்கு இடம் தரப்பட்டது. கட்சி தொடங்கிய பிறகு முதன்முதலாகத் துரோகத்தைச் சந்தித்தது திமுக.

துரோகத்துக்குக் காரணகர்த்தா என்று திமுக சந்தேகித்தது காமராஜரைத்தான். இதுபற்றி திமுக வரலாறு நூலில் விரிவாகக் குறிப்பிடப்பட்டுள்ளது.

'தேர்தல் முடிவுகளின்படி முழுப்பெரும்பான்மையை காங்கிரஸ் பெறவில்லை. சும்மா இருப்பாரா காமராஜர்? நமது ஆதரவு பெற்று சட்டமன்றத்தில் இடம்பெற்ற உழைப்பாளர் கட்சியினரையும் காமன்வீல் கட்சியினரையும் மற்றும் சில சுயேச்சைகளையும் வலைபோட்டு இழுத்து, காங்கிரஸில் சேர்த்துக்கொண்டார். யார் யாருக்கு எதெது பிடிக்குமோ அதையெல்லாம் கொடுத்துக் காங்கிரஸுக்குப் பலம் தேடினார்.'

திமுக ஆதரவில் ஜெயித்த சுயேச்சை உறுப்பினர்கள் மற்றும் விழுப்புரம் ராமசாமி படையாட்சியாரின் உழைப்பாளர் கட்சி உறுப்பினர்கள் அனைவரையும் கொண்டு திராவிட பார்லிமெண்டரி கட்சி என்ற ஓர் அமைப்பை உருவாக்கும் முயற்சியில் கே.ஏ. மதியழகன் ஈடுபட்டார். உழைப்பாளர் கட்சியின் சட்டமன்ற உறுப்பினர் ஏ. கோவிந்தசாமி, ஆத்தூர் சட்டமன்ற உறுப்பினர் எம்.பி. சுப்பிரமணியம் ஆகியோர் இந்த முயற்சியில் தொடர்ந்து ஈடுபட்டனர். இதில் அண்ணாவுக்கு உடன்பாடில்லை.

'அவசரப்பட வேண்டாம். பொறுத்திருப்போம். நாமா ஜெயித்தோம்? ஜெயித்தவர்களை வைத்து நாமா உரிமை கொண்டாடுவது?'

35 வேண்டாம் குலக்கல்வி

தேர்தல் முடிந்ததும் திராவிடர் கழகம் அதன் அன்றாட வேலைகளில் ஈடுபடத் தொடங்கியது. குறிப்பாக, ரயில் நிலையங்களில் இந்தியில் எழுதப்பட்ட பெயர்கள் முதன்மையாக இடம்பெற்றிருந்தன. மத்திய அரசின் விஷமத்தனமே இதற்குக் காரணம் என்று கருதப்பட்டது.

27 ஜூலை 1952 அன்று விடுதலையில் தலையங்கம் எழுதினார் பெரியார். 1 ஆகஸ்டு 1952 அன்று ரயில் நிலையங்களின் பெயர்ப்பலகைகளில் உள்ள இந்தி எழுத்துகளைத் தார்பூசி அழிக்கும் போராட்டத்துக்கு அழைப்புவிடுத்தது அந்தத் தலையங்கம்.

திமுக சார்பில் அண்ணா அறிக்கை வெளியிட்டார்.

> நமது எதிரியின் வெறியை அடக்க பெரியார் அவர்களும் ஆகஸ்டு முதல் தேதியைக் குறிப்பிட்டு வெளியிட்டிருக்கிறார்கள். 1950 ஆகஸ்டில் நாம் எச்சரித்தோம். 1952 ஆகஸ்டை அவர் தேர்ந்தெடுக்கிறார்! இரட்டைக்குழல் துப்பாக்கி வடநாட்டு இந்தி ஆதிபத்தியத்தின்மீது தாக்குதல் நடத்தப் போகிறது. மகிழ்கிறோம்!
>
> ஆகஸ்டு முதல் நாள் கழகக் கொடியை மனத்திலே நினைத்து, அதன் ஒரு பாதியிலே நெளியும் சிகப்பு நாம் சிந்திய ரத்தம் என்பதை மறவாமல் தாரும் பிரஷ்ஷுமாகப் புறப்படுங்கள். இந்தியினை அழியுங்கள்!

திமுக சார்பாக அண்ணா, நெடுஞ்செழியன், ஈ.வெ.கி. சம்பத், மு. கருணாநிதி உள்ளிட்டோர் இந்தி எழுத்துகளை அழிக்கும் பணியில் ஈடுபட்டனர். திருச்சியில் பெரியாரே நேரடியாக ஈடுபட்டார். அங்கே போராட்டத்தில் ஈடுபட்டிருந்த திமுகவினருக்கும் வாழ்த்து சொன்னார் பெரியார். திராவிடர் கழகம் மற்றும் திராவிட முன்னேற்றக் கழகத்தினர் நடத்திய போராட்டத்துக்கு எதிர்வினையாக காங்கிரஸ் தொண்டர்கள் தார் பூசப்பட்ட பகுதிகளில் மண்ணெண்ணெய் கொண்டு தாரை நீக்கும் முயறசியில் ஈடுபட்டனர். அவர்களுக்கு உதவியாக ம.பொ. சிவஞானத்தின் தமிழரசுக் கழகத்தினரும் செயல்பட்டனர்.

●

மொழிவாரி மாகாணங்கள். சுதந்தரத்துக்குப் பிறகு வலிமையாக எழுந்த பிரச்னைகளுள் முக்கியமான ஒன்று. குறிப்பாக, தெலுங்கு பேசக்கூடிய ஆந்திரப் பகுதி மக்கள் தங்களுக்கென்று புதிய மாநிலமாக ஆந்திரா உருவாக்கப்படவேண்டும் என்று தொடர்ந்து குரல் கொடுத்துவந்தனர். இந்திக்கு அடுத்தபடியாக இந்தியாவில் அதிகம் பேசப்படும் மொழி தெலுங்கு. ஆந்திரப் பகுதிகளில் இது விஷயமாகப் பல போராட்டங்கள் தொடர்ச்சியாக நடந்தன. ஆனால் பிரதமர் நேருவுக்கோ ஆந்திரப் பிரிவினையில் விருப்பம் இல்லை. எதிர்ப்பு வலுத்துக்கொண்டே இருந்தது.

19 அக்டோபர் 1952 அன்று பொட்டி ஸ்ரீராமுலு, சென்னையில் ஆந்திரப் பிரதேச தனி மாநில கோரிக்கையை வலியுறுத்தி உண்ணாவிரதம் இருக்கத் தொடங்கினார். ஓரிரு தினங்கள் நீடிக்கும் என்று கருதப்பட்ட உண்ணாவிரதம் ஆறு வாரங்களைக் கடந்தது. அது, ஆந்திரர்களின் உணர்வுகளைக் கொந்தளிக்கச் செய்தது. உண்ணாவிரதங்கள் பிரச்னைகளைத் தீர்க்காது; உண்மைகளே முக்கியம் என்று சொன்னார் நேரு. பொட்டி ஸ்ரீராமுலுவின் உண்ணாவிரதத்தை அலட்சியம் செய்தார். விளைவு, 15 டிசம்பர் 1952 அன்று ஸ்ரீராமுலு மரணம் அடைந்தார்.

ஸ்ரீராமுலுவின் மரணம் ஆந்திரப் பகுதிகளில் வன்முறை வெடிக்கக் காரணமாக அமைந்தது. நடக்கப்போகும் பெரிய அபாயத்தைத் தடுத்து நிறுத்த வேண்டும் என்ற நோக்கத்துடன் ஆந்திர மாநில அறிவிப்பை வெளியிட்டார் பிரதமர் நேரு. ஆக, சென்னை மாகாணத்தில் இருந்து பிரிக்கப்பட்டு ஆந்திரப் பிரதேசம் என்ற புதிய மாநிலம் உருவாக்கப்பட்டது.

உண்மையில் மொழி அடிப்படையில் சென்னை மாகாணத்தில் இருந்து ஆந்திரா பிரிக்கப்பட்டதில் பெரியாருக்குத் துளியும் விருப்பமில்லை. மொழிவாரிப் பிரிவினை என்பது சுத்த சுயநலத்தின் அடிப்படையில் பிறந்ததே. தமிழ், தெலுங்கு, மலையாளம், கன்னடம் யாவும் ஒரு மொழியே என்றார் பெரியார்.

ஆனால் திமுகவோ ஆந்திரப்பிரிவினையை வரவேற்றது. எப்படித் தெரியுமா?

'திமுக உறுப்பினர்களாகிய நாங்கள் இன்று பிறக்கும் ஆந்திர மாநிலத்தை மனமாரப் பாராட்டுகிறோம். ஆந்திரநாட்டுப் பற்றுடையோருக்கும் உரிமைப் போராட்ட வீரர்களுக்கும் அனைவரிலும் சிறப்பாக உண்ணா நோன்பு இருந்து உயிர் நீத்த பொட்டி ஸ்ரீராமுலுவுக்கும் மரியாதை செலுத்துகிறோம். இன்பமும் செல்வச் சிறப்பும் உடையதாக புதிய ஆந்திரம் இருக்க விழைகிறோம்' என்றது ஆந்திர மாநில தலைமைச் செயலாளருக்குத் திமுக அனுப்பிய வாழ்த்துக் கடிதம். அனுப்பியவர், திமுக ஆதரவுடன் வெற்றிபெற்றிருந்த சட்டமன்ற உறுப்பினர் ஏ. கோவிந்தசாமி. பின்னாளில் திமுக அமைச்சரவையில் இடம்பெற்றார்.

எனினும், ஆந்திரா பிரிக்கப்பட்டுவிட்டது. பிரச்னையும் இங்குதான் ஆரம்பித்தது. புதிதாக உருவான ஆந்திர மாநிலத்துடன் சித்தூர் மாவட்டம் இணைக்கப்பட்டிருந்தது. ஆனால் தமிழ் மொழி பேசுபவர்களைப் பெரும்பான்மையாகக் கொண்ட சித்தூர் மாவட்டத்தை சென்னை மாகாணத்துடனேயே வைத்திருக்கவேண்டும் என்ற போராட்டத்தை தமிழரசு கழகத்தின் ம.பொ. சிவஞானம் தொடங்கினார். அதற்கு திமுகவின் ஆதரவையும் ம.பொ.சி கோரினார்.

யோசித்த அண்ணா, சித்தூர் மாவட்டத் திமுகவினர் மட்டும் போராட்டத்தில் கலந்துகொள்ள அனுமதி கொடுத்தார். போராட்டம் விஸ்வரூபம் எடுத்தது. எச்சரிக்கை அடைந்த அரசு திருத்தணி பகுதிகளில் 144 தடை உத்தரவைப் பிறப்பித்தது. தடை என்று அரசு போட்டால் அதை மீறிப்பார்க்க வேண்டும் என்பது திமுகவினரின் வழக்கம். சித்தூர் போராட்டத்திலும் அதே நடைமுறையைப் பின்பற்றினர். இதனால் பல திமுகவினர் கைது செய்யப்பட்டனர். அதன் தொடர்ச்சியாக ரயில் மறியல் போராட்டமும் நடைபெற்றது.

போராட்டத்தின் தாக்கம் டெல்லி வரை சென்றது. பிரதமர் நேரு ஆத்திரமடைந்தார். எல்லை விஷயமாகப் போராட்டம் நடத்துவது முட்டாள்தனமான காரியம். மறியல் செய்தால் அரசு தனது முடிவை மாற்றிக் கொள்ளாது. மாறாக, போராட்டத்தில் ஈடுபடுபவர்களைக் கைது செய்யும் என்றார். நேருவின் இந்தப் பேச்சு திமுகவினரைக் கொந்தளிக்கச் செய்தது. தங்களுடைய எதிர்ப்பைக் காட்டவேண்டும் என்றனர் தலைவர்கள். தக்க தருணம் அமையும்போது காட்டலாம் என்று சொல்லி எல்லோரையும் அமைதிப்படுத்தினார் அண்ணா.

●

ஆறு வயது முதல் பதினொரு வயது வரை உள்ள சிறுவர் - சிறுமியர் பாதி நாள் பள்ளியில் படிக்கவேண்டும். பள்ளி நேரம் முடிந்ததும் சிறுவர்கள் வீட்டுக்குச் சென்று அவரவருடைய தகப்பன் செய்யும் தொழிலைக் கற்றுக் கொள்ளவேண்டும். சிறுமிகள் வீட்டு வேலைகளைச் செய்வதற்குக் கற்றுக் கொள்ளவேண்டும். கைத்தொழில் செய்யாத குடும்பத்தைச் சேர்ந்த மாணவர்களுக்கு பள்ளிக்கூடத்திலோ அல்லது கிராமத்தின் வேறோர் இடத்திலோ தொழில்பயிற்சி அளிக்கப்படும். இதுதான் ராஜாஜி கொண்டுவந்த புதிய

கல்வித் திட்டம். அரைநாள் கல்வித் திட்டம் என்று ராஜாஜி ஆதரவாளர்கள் பெயர்வைத்தனர்.

வர்ணாசிரம சிந்தனையின் உன்னதத் தயாரிப்பாக அமைந்தது இந்தக் கல்வித்திட்டம். பிற்படுத்தப்பட்ட, தாழ்த்தப்பட்ட குழந்தைகளைக் குறிவைத்துக் கொண்டுவரப்பட்ட திட்டம்.

மலம் எடுப்பவரின் பிள்ளை மலத்தைத்தான் அள்ள வேண்டும். மாடு மேய்ப்பவனின் மகன் மாட்டைத்தான் மேய்க்கவேண்டும். சவரத்தொழிலாளியின் மகன் அதே தொழிலைத்தான் செய்ய வேண்டும். இதுதான் புதிய கல்வித் திட்டத்தின் நோக்கம் என்றால் அதற்குக் குலக்கல்வித் திட்டம் என்று பெயர் வைத்து, அந்தத் திட்டத்தை எதிர்த்து போராட்டங்களை நடத்துவதைத் தவிர வேறு வழியில்லை என்று எதிர்க்கட்சிகள் அறிவித்தன.

உண்மையில் இப்படியொரு திட்டத்தைக் கொண்டுவரவேண்டும் என்பது ராஜாஜியின் திடீர் யோசனை அல்ல. பல ஆண்டுகளாக யோசித்து யோசித்து உருவாக்கிய கனவுத்திட்டம். 29 ஜூன் 1952 அன்று சென்னை திருவான்மியூரில் சலவைத்தொழிலாளர்கள் மாநாடு நடத்தப்பட்டது. அதில் முதலமைச்சர் ராஜாஜி கலந்துகொண்டு பேசினார். பேச்சின் சாரம் இதுதான்:

'அவரவர் சாதித்தொழிலை அவரவர் செய்துவரவேண்டும். எல்லா மக்களுமே படிப்பது என்றால் இத்தனை பேருக்கு உத்தியோகம் எங்கே இருக்கிறது? ஆதலால் சாதிமுறை நல்லதுதான்.'

ராஜாஜியின் இந்தப் பேச்சுக்கு உடனடியாக பதிலடி கொடுத்தது விடுதலை.

> பிராமணனுக்கு ஓதல் - ஓதுவித்தல், யாகம் செய்தல் - யாகம் செய்வித்தல், தானம் கொடுத்தல் - தானம் வாங்குதல் ஆகிய ஆறு தொழில்களையும் பிரம்மா ஏற்படுத்தினார் என்பது மனுதர்மம். இட்லியும் வெங்காயச் சாம்பாரும் ஓவல் டின்னும் காபியும் சாப்பிட்டுவிட்டு, இங்கிலீஷ் படித்துவிட்டு, சட்டை போட்டுக்கொண்டு, மோட்டார்காரில் போய் மந்திரி வேலை பார்க்கச் சொல்லி பிராமணனுக்கு எங்காவது விதிக்கப்பட்டிருக்கிறதா?

கேள்வி கேட்டவர் குத்தூசி குருசாமி. ஆனாலும் அன்று தான் பேசிய பேச்சை செயல்வடிவத்துக்குக் கொண்டுவரும் முயற்சியாகவே புதிய கல்வித் திட்டத்தைக் கொண்டுவந்திருந்தார் ராஜாஜி. தன்னுடைய எண்ணத்தைத் திட்டமாக அறிவிப்பதற்கு முன்பு அதுபற்றி அமைச்சர்களையோ அல்லது காங்கிரஸ் தலைவர்களையோ ஆலோசிக்கவில்லை. ஏன் என்று கேட்டதற்கு, 'சங்கரரும் ராமனுஜரும் யாரிடம் கேட்டுக்கொண்டு தங்களுடைய கொள்கையைப் பரப்பினார்கள்?' என்று எதிர்க்கேள்வி எழுப்பினார் ராஜாஜி.

ராஜாஜியின் குலக்கல்வித் திட்டம் எதிர்கால சந்ததியினரின் வளமான வாழ்க்கையை ஊனப்படுத்தி விடும் என்று திக, திமுக, கம்யூனிஸ்டுகள் உள்ளிட்ட அனைத்து தரப்பினருமே எச்சரிக்கை செய்தனர். தமிழ்நாடு

முழுவதும் கண்டனக் கூட்டங்களையும் குலக்கல்வியின் தீமைகளை மக்களுக்குத் தெரிவிப்பதற்கு விளக்கக் கூட்டங்களையும் நடத்தியது திமுக. திட்டத்துக்கு எதிராகப் பெற்றோர்களிடம் கையெழுத்துகளைப் பெற்று, கல்வித்துறை அதிகாரிகளுக்கும் மாவட்ட ஆட்சியாளர்களுக்கும் அனுப்பும் காரியத்திலும் திமுக ஈடுபட்டது.

13 ஜூன் 1953. திருச்சியில் திராவிடர் கழகத்தின் நிர்வாகக்குழு கூடியது. அதில் குலக்கல்வித் திட்டத்துக்கு எதிர்ப்பு தெரிவிக்கும் வகையில் 14 ஜூலை 1953 முதல் சட்டசபைக்கு முன்னால் மறியல் செய்வது என்று முடிவெடுக்கப் பட்டது.

சென்னையில் திமுகவின் செயற்குழுக் கூட்டம் 1953 ஜூலை முதல் வாரத்தில் நடைபெற்றது. அதில் மூன்று முக்கியப் பிரச்னைகள் குறித்தும் அதுதொடர் பான போராட்டங்கள் குறித்தும் விவாதிக்கப்பட்டன. குலக்கல்வித் திட்டத்துக்கு எதிராக முதல் போராட்டம். இரண்டாவது திருச்சிக்கு அருகே உள்ள டால்மியாபுரம் தொடர்பானது. மூன்றாவது பிரதமர் நேருவுக்கு எதிரான போராட்டம்.

முதலில் குலக்கல்வித் திட்டத்துக்கு எதிரான போராட்டம். முதலமைச்சர் ராஜாஜியின் வீட்டுக்கு முன்னால் மறியல் போராட்டம் நடத்துவது என்று தீர்மானிக்கப்பட்டது.

வடநாட்டைச் சேர்ந்த சிமெண்ட் தொழிற்சாலை அதிபரான டால்மியாவின் பெயர் திருச்சி மாவட்டத்தில் இருக்கும் கல்லக்குடி என்ற ஊருக்கு வைக்கப்பட்டிருந்தது. ரயில் நிலையப் பெயர்ப்பலகையிலும் அதேபெயர்தான் இடம்பெற்றிருந்தது. இதனை மாற்றி, பழையபடி கல்லக்குடி என்றே பெயர் வைக்கவேண்டும் என்பதை வலியுறுத்திப் போராட்டம் நடத்துவது என்று திமுக செயற்குழுவில் முடிவு செய்யப்பட்டது.

இதுகுறித்து நிறைவேற்றப்பட்ட தீர்மானம் இதுதான்.

> தென்னாட்டு வளப்பத்தில் ஒன்றான சிமெண்டைத் தனது வளத்துக்காகப் பயன்படுத்திச் சுரண்டி வாழும் வடநாட்டு டால்மியாவானவர் சிமெண்ட் விளையும் இடமான கள்ளக்குடியை வடநாட்டு ஆதிக்கத்தின் அறிகுறியாக டால்மியாபுரம் என்று மாற்றி வைத்திருப்பதானது திராவிடர் களை அவமானம் செய்வதாகும். அதை எடுத்துக்கூற டால்மியாபுரம் என்ற பெயரை நீக்கிவிட்டு, அந்த ஊருக்கு இயற்கையான பெயராகிய கள்ளக்குடி என மாற்றவேண்டுமெனக் கிளர்ச்சி துவக்கவும் தேவைப் பட்டால் நேரடி நடவடிக்கையில் ஈடுபடவும் இம்மாநாடு தீர்மானிப்ப துடன், இதனை நடத்திச்செல்ல, திருச்சி மாவட்டக்குழு தனிக்குழு அமைத்துக்கொள்ள அனுமதிப்பதென்றும், குழுவுக்குத் தலைமை வகிக்கக் கருணாநிதியைக் கேட்டுக்கொள்வதென்றும் இம்மாநாடு தீர்மானிக்கிறது.

மூன்றாவது போராட்டம் நேருவுக்கு எதிரானது. சித்தூர் மாவட்டத்தில் உள்ள தமிழ் பேசும் பகுதிகள் அனைத்தும் சென்னை மாகாணத்தோடு இணைந்திருக்க வேண்டும் என்ற பிரச்னை தொடர்பாகப் போராட்டத்தில் ஈடுபட்டவர்களை பிரதமர் நேரு 'நான்சென்ஸ்' என்று விமரிசித்திருந்தார். அதற்குக் கண்டனம் தெரிவிக்கும் வகையில் போராட்டம் நடத்தவேண்டும் என்று முடிவானது.

மூன்று போராட்டங்களுக்குமான இடம், நாள், போராட்டக்குழு ஆகியன செயற்குழுவில் அறிவிக்கப்பட்டன. குலக்கல்வித் திட்டத்துக்கு எதிராக 14 ஜூலை 1953 அன்று முதலமைச்சர் ராஜாஜியின் இல்லத்துக்கு முன்னால் மறியல் போர் நடத்தப்படும். அந்தப் போராட்டத்தை ஈ.வெ.கி. சம்பத் தலைமையேற்று நடத்துவார். கல்லக்குடி போராட்டத்தை அந்த ஊரிலேயே மு. கருணாநிதி தலைமையேற்று நடத்துவார். நேருவுக்குக் கண்டனம் தெரிவிக்கும் வகையில் தமிழ்நாடு முழுக்க ரயில் மறியல் போராட்டம் நடத்தப்படும் என்றும் செயற்குழுவில் முடிவானது.

குலக்கல்வித் திட்டத்தைப் பைத்தியக்காரத் திட்டம் என்று காட்டமாக விமரிசனம் செய்தார் பெரியார். எதிர்ப்பைக் காட்ட நூதனமான முறை ஒன்றைக் கடைப்பிடித்தது திராவிடர் கழகம். ஆம். பிள்ளையார் சிலையைத் தூள் தூளாக்கி மண்ணோடு மண்ணாக்கும் போராட்டம் நடத்தப்படும். ராஜாஜிக்கு எதிராக சட்டசபைக்கு முன்னால் மறியல் நடத்தப்படும் என்று அறிவிக்கப்பட்டது. இது அண்ணாவின் கவனத்துக்கு வந்தபோது, 'நான் பிள்ளையாரையும் உடைக்கமாட்டேன்; பிள்ளையாருக்குத் தேங்காயும் உடைக்க மாட்டேன்' என்று சொல்லிவிட்டார்.

திமுக மும்முனைப் போராட்டத்தைப் பெரிய அளவில் அறிவித்திருந்ததால் ராஜாஜி அரசு எச்சரிக்கை அடைந்தது. திமுகவின் முக்கியத்தலைவர்களை முடக்கிவிட்டால் போராட்டங்கள் பிசுபிசுத்துவிடும் என்று நினைத்தார். 13 ஜூலை 1953 அன்றே அண்ணா, ஈ.வெ.கி. சம்பத், நெடுஞ்செழியன், கே.ஏ. மதியழகன், என்.வி. நடராசன் ஆகிய ஐந்து பேரையும் கைது செய்தது காவல்துறை. பிறகு அவர்கள் ஐவர் மீதும் வழக்கு தொடுக்கப்பட்டது. அதன் காரணமாக, அந்த வழக்குக்கு ஐவர் வழக்கு என்ற பெயரே திராவிட இயக்க வரலாற்றில் நிலைத்துவிட்டது.

தொடர்ந்து ஒவ்வொரு நாளும் ஒவ்வொருவர் தலைமையில் ராஜாஜி வீட்டுக்கு முன்னால் மறியல் நடத்தும் காரியத்தில் திமுகவினர் ஈடுபட்டனர். திராவிடர் கழகத்தினரும் திட்டமிட்டபடி மறியலில் கலந்துகொண்டனர். தொடர்ந்து பதினைந்து நாள்களுக்குப் போராட்டங்கள் நடந்தன. இரண்டு கழகங்களையும் சார்ந்த போராட்டக்காரர்கள் கொத்துக் கொத்தாகக் கைது செய்யப்பட்டனர்.

கல்லக்குடியில் கருணாநிதி தலைமையில் போராட்டம் நடந்தது. டால்மியாபுரம் என்று பெயர் பொறிக்கப்பட்டுள்ள பலகை மீது கல்லக்குடி என்ற பெயர் அச்சடிக்கப்பட்ட தாளை கருணாநிதி ஒட்டுவார். அதிகாரிகள் அதனைக் கிழித்துப்போட்டால் மீண்டும் தாள் ஒட்டப்படும். ஒட்டச் செல்லும்போது கைது செய்யப்பட்டால் வேறு தோழர்கள் தொடர்ந்து அந்தக்

காரியத்தைச் செய்யவேண்டும். இதுதான் கருணாநிதி தலைமையிலான போராட்டக்குழுவுக்குத் தரப்பட்டிருந்த திட்டம். அந்தப் போராட்டக்குழுவில் கவிஞர் கண்ணதாசனும் ஒருவர்.

கல்லக்குடி என்று பெயர் எழுதப்பட்டிருந்த தாளைப் பலகையில் ஒட்டினார் கருணாநிதி. உடனே கைது செய்யப்படுவோம் என்று கருணாநிதி எதிர்பார்த்தார். ஆனால் காவல்துறையினர் அப்படிப்பட்ட நடவடிக்கை எதிலும் இறங்கவில்லை. விருட்டென போராட்டத் திட்டத்தில் புதிய மாற்றம் ஒன்றைக் கொண்டுவந்தார். கருணாநிதி போராட்டக்குழுவைச் சேர்ந்த சிலருடன் ரயில் தண்டவாளத்தில் தலைவைத்துப் படுத்தார். அவர்களை எழுந்திருக்குமாறு காவல்துறை அதிகாரிகள் வற்புறுத்தினர். மறுப்பு தெரிவிக்கவே விவகாரம் பெரிதாகி, துப்பாக்கிச்சூடு நடத்தும் அளவுக்குச் சென்றது. அதில் இரண்டு பேர் உயிரிழந்தனர்.

அதேபோல ரயில் மறியல் போராட்டமும் தமிழ்நாடு முழுக்க நடைபெற்றது. இந்த மும்முனைப் போராட்டத்துக்காக ராஜாஜி அரசின் கடுமையான அடக்குமுறைகளை திமுகவினர் எதிர்கொள்ள வேண்டியிருந்தது.

குலக்கல்வித் திட்ட விவகாரம் சட்டமன்றத்தில் பலத்த அதிர்வுகளை ஏற்படுத்தியது. திட்டத்தை உடனடியாகத் திரும்பப்பெறவேண்டும் என்று கம்யூனிஸ்ட் கட்சி உறுப்பினர்கள் வலியுறுத்தினர். முக்கியமாக, ப.ஜீவானந்தம். போதாக்குறைக்கு காங்கிரஸ் கட்சிக்கு உள்ளேயே குலக்கல்வித் திட்டத்துக்கு எதிர்ப்புகள் முளைத்தன.

ராஜாஜிக்கு இணையாக காங்கிரஸ் கட்சியில் செல்வாக்கு நிறைந்தவராக இருந்தவர் காமராஜர். அவருக்கும் அவருடைய ஆதரவாளர்களுக்கும் ராஜாஜியின் புதிய கல்வித்திட்டத்தில் உடன்பாடு இல்லை. முக்கியமாக, வரதராஜுலு நாயுடு, வி.கே. ராமசாமி முதலியார், கோசல்ராம் என்று பல தலைவர்களுக்கு அதிருப்தி. அது ராஜாஜியின் கவனத்துக்கும் கொண்டுசெல்லப்பட்டது. ஆனாலும் அவர் மசிவதாக இல்லை. பதவியே போனாலும் பரவாயில்லை, திட்டத்தைக் கொண்டுவந்துவிட வேண்டும் என்பதில் உறுதியாக இருந்தார்.

திமுகவின் முக்கியத் தலைவர்கள் அனைவரும் சிறையில் இருந்தனர். கட்சியை நிர்வகிக்கும் பொறுப்பு சட்டமன்ற உறுப்பினர் ஏ. கோவிந்தசாமி வசம் ஒப்படைக்கப்பட்டது. இவர் திமுக ஆதரவுடன் வெற்றிபெற்றவர். திமுக தலைவர்களுடன் மிகவும் நெருக்கமாக இருந்துவந்தார்.

29 ஜூலை 1953 அன்று புதிய கல்வித்திட்டத்தைக் கைவிடவேண்டும் என்று கம்யூனிஸ்ட் கட்சியின் சார்பில் தீர்மானம் ஒன்று கொண்டுவரப்பட்டது. பல மணிநேர விவாதங்களுக்குப் பிறகு தீர்மானம் வாக்கெடுப்புக்கு விடப்பட்டது. காமராஜரின் ஆதரவு ராஜாஜிக்கு இல்லாததால் தீர்மானம் வெற்றிபெற்றுவிடும் என்று எதிர்பார்க்கப்பட்டது. ஆனால் வாக்கெடுப்பின் முடிவில் அதிர்ச்சி காத்திருந்தது. ஆம். ஆதரவும் எதிர்ப்பும் சம அளவில் இருந்தன. தலா 138 வாக்குகள் விழுந்திருந்தன. நடுநிலை ஏற்பட்டதால் சபாநாயகர் வாக்களிக்க

வேண்டிய சூழல். அவர் ராஜாஜி பக்கம் சாய்ந்துவிட்டார். விளைவு, தீர்மானம் தோல்வியடைந்தது.

ஒரு வாக்கு கூடுதலாகக் கிடைத்திருந்தால் தீர்மானம் வெற்றிபெற்றிருக்கும். அப்போது எல்லோருடைய பார்வையும் ஒருவர் மீது குவிந்தது. அவர் எதிர்க்கட்சித் தலைவர் கம்யூனிஸ்ட் கட்சியின் பி. ராமமூர்த்தி. வாக்கெடுப்பு நாளன்று சட்டசபைக்கு வரவில்லை. ஏன்? ஷேக் அப்துல்லாவுடன் பேச்சுவார்த்தை நடத்த காஷ்மீர் சென்றுவிட்டதாகச் சொன்னார் பி. ராமமூர்த்தி. ஆனால் பிராமணரான ராமமூர்த்தி பிராமணரான ராஜாஜி கொண்டுவந்த சட்டத்துக்கு ஆதரவாகவே வாக்கெடுப்பைத் தவிர்த்துவிட்டார் என்று விமரிசித்தனர் திமுகவினர். எப்படியோ பி. ராமமூர்த்தி சபையில் இல்லாதது ராஜாஜிக்குச் சாதகமாக அமைந்தது.

ஆனாலும் குலக்கல்வித் திட்டத்துக்கான எதிர்ப்பு வடியவில்லை. அதிலும் அதிகாரபூர்வமாக ஆந்திரா பிரிந்தபிறகு காங்கிரஸ் கட்சிக்குள் ராஜாஜியின் பலம் வெகுவாகக் குறைந்தது. அதற்கு மாறாக, காமராஜரின் பலம் அதிகரித்திருந்தது. காங்கிரஸ் கட்சியின் சட்டமன்ற உறுப்பினர்கள் கூட்டம் கூடியது. சுதாரித்துக்கொண்டார் ராஜாஜி. குலக்கல்வித் திட்டத்துக்கு எதிராக ஏதேனும் தீர்மானம் கொண்டுவந்தால் அது வெற்றிபெற்றுவிடும். ஆகவே, உடல்நிலை காரணமாக முதலமைச்சர் பதவியில் இருந்து விலகுவதாக அறிவித்தார். பதவியில் இருந்தால் குலக்கல்வித் திட்டத்தைக் கொண்டுவருவேன், இல்லாவிட்டால் பதவியே வேண்டாம் போங்கள் என்ற ராஜாஜியின் முடிவு அவருடைய பிடிவாத குணத்தைப் படம்பிடித்துக் காட்டியது.

ராஜாஜிக்கு மாற்றாக காமராஜர் 13 ஏப்ரல் 1954 அன்று முதலமைச்சர் பொறுப்பை ஏற்றுக்கொண்டார். ராஜாஜி முதலமைச்சராவதற்கு ஆதரவு தேவைப்பட்டபோது மாணிக்கவேல் நாயக்கர் தலைமையிலான காமன் வீல் கட்சிக்கு வலைவிரித்துப் பிடித்தனர். காமராஜர் முதலமைச்சரான பிறகு விழுப்புரம் ராமசாமி படையாட்சியாரின் தமிழ்நாடு உழைப்பாளர் கட்சியைக் காங்கிரஸுடன் இணைக்கும் வேலைகள் நடந்துமுடிந்தன. நாயக்கர், படையாட்சியார் இருவருக்குமே அமைச்சர் பதவி காங்கிரஸ் கொடுத்தது.

காமராஜர் முதலமைச்சர் ஆனதும் பற்றிக்கொண்டு எரியும் ஒரு பிரச்னைக்கு முடிவு கட்டவேண்டிய நிர்பந்தம் உருவானது. உடனடியாக குலக்கல்வித் திட்டத்துக்கு முற்றுப்புள்ளி வைக்கப்பட்டது. திட்டம் கொண்டுவரப்பட்ட போது கல்வி அமைச்சராக இருந்த சி. சுப்ரமணியமே அந்தத் திட்டம் வாபஸ்பெறப்பட்டபோதும் கல்வி அமைச்சர்.

பெரியாருக்கு மிகுந்த மகிழ்ச்சி. சனியன் ஒழிந்தது என்று சொன்னவர், தமிழர் முதல் மந்திரியாக வந்திருப்பதால் மட்டுமல்ல; குலக்கல்வித் திட்டத்தை உடனே எடுத்ததால்தான் காமராசர் மந்திரிசபையை நான் பாராட்டுகிறேன் என்றார். அடி, உதை, கைது, சிறைவாசம், அடக்குமுறை எல்லாவற்றையும் தாண்டி தொடர்ந்து போராடியதற்குக் கிடைத்த வெற்றியாக திமுகவினர் கொண்டாடி மகிழ்ந்தனர்.

36 இரண்டு பெட்டிகள்

1952ல் நடந்த முதல் தேர்தலில் திமுக போட்டியிட வில்லை என்றபோதும் அதன் ஆதரவில் ஜெயித்தவர்கள் துரோகம் செய்துவிட்டு காங்கிரஸிடம் சரணாகதி அடைந்தது திமுக தொண்டர்களையும் தலைவர்களை யும் அதிருப்தியடையச் செய்திருந்தது. உழைப்பு வீணாகி விட்டதாக வருத்தம் அடைந்தனர். இனிவரும் தேர்தலில் தங்களுடைய உழைப்பை அடுத்தவருக்குத் தாரை வார்த்துக் கொடுக்க முடியாது என்ற ரீதியில் பேசிக் கொண்டிருந்தனர்.

அந்தக் கருத்து 1953 ஜூன் மாதத்தில் நடைபெற்ற விருது நகர் மாநாட்டிலும் வெளிப்பட்டது. எல்லாவற்றுக்கும் பதிலளிக்கும் வகையில் இருந்தது அண்ணாவின் பேச்சு.

> பொதுத்தேர்தலிலே ஈடுபட்டு, மக்களிடம் ஓட்டு களைப் பெருவாரியாகப் பெற்று, சட்டசபைகளைக் கைப்பற்றி, திராவிடத் தனியரசு பிரகடனத்தை வெளியிட வேண்டும் என்று ராஜாம்பாள் அம்மையார் கூறியிருக்கிறார். எழுச்சியூட்டும் கருத்து இது. திமுக இதைப்பற்றி முறைப்படி எண்ணிப்பார்த்து, தக்க திட்டத்தைத் தீட்ட முன்வரும் என்று உறுதியாகக் கூறுவேன்... அடிப் படைப் பிரச்னை திராவிட நாடு திராவிடருக்கே என்பதுதான். அதற்குத் தேர்தல் பயன்பட்டால், பயன்படும் சூழ்நிலை ஏற்பட்டால், தக்க வழி முறைகளை வகுத்துக்கொண்டு, தேர்தலில் திமுக அக்கறை காட்டும் நிச்சயமாக!

காமராஜர் முதலமைச்சராக இருந்தாரே ஒழிய, அவர் அந்தச் சமயத்தில் சட்டமன்றத்திலோ, மேலவையிலோ உறுப்பினராக இல்லை. மேலவைக்குச் செல்வதன்மூலம் பதவியைத் தக்கவைத்துக்கொள்ள அவர் விரும்பவில்லை. தேர்தலில் போட்டியிட விரும்பினார். வசதியாக அமைந்தது குடியாத்தம் தொகுதி இடைத்தேர்தல். அந்தத் தொகுதியில் நிற்பது என்று முடிவு செய்துவிட்டார். குலக்கல்வித் திட்டத்தை விலக்கிய அவருக்குப் பாராட்டு தெரிவித்திருந்த பெரியார், குடியாத்தம் தொகுதியில் திராவிடர் கழகத்தினர் காமராஜருக்காகப் பிரசாரத்தில் ஈடுபடுவார்கள் என்று அறிவித்தார்.

1925ல் காங்கிரஸ் கட்சியில் ஏற்பட்ட கசப்புணர்வு காரணமாக அங்கிருந்து வெளியேறிய நொடியில் இருந்து நேற்றுவரை காங்கிரஸ் கட்சியை மேடைக்கு மேடை சாடிக் கொண்டிருந்த பெரியார், திடீரென காங்கிரஸ் வேட்பாளர் காமராஜரை ஆதரித்தது அரசியல் வட்டாரத்தில் பரபரப்பை ஏற்படுத்தியது. போதாக்குறைக்கு காமராஜரை பச்சைத்தமிழர் என்று புகழ்ந்தார் பெரியார். ஆனால் பெரியாரின் திடீர் ஆதரவை காமராஜர் வாய்திறந்து வரவேற்கவில்லை என்பது கவனிக்கத்தக்க சங்கதி. திமுக என்ன செய்யப் போகிறது என்று எல்லோருமே காத்திருந்தனர்.

காங்கிரஸுக்கு மாற்றாக ஒரு புதிய இயக்கத்தைக் கட்டமைத்துக் கொண்டிருக்கும் சூழலில் அந்தக் கட்சிக்கு ஆதரவளிப்பது சரியாக வருமா? எதிர்த்தால் ராஜாஜிக்கு ஆதரவு கொடுத்தது போல ஆகிவிடாதா?

நிறைய யோசித்தார் அண்ணா, துணிச்சலாக முடிவெடுத்தார். காமராஜரை ஆதரிப்போம் என்று அறிவித்தார். குலக்கல்வித் திட்டத்தை நீக்கியதற்கு நன்றிக்கடன். இறுதியில் காமராஜரை எதிர்த்து கம்யூனிஸ்ட் கட்சி வேட்பாளரை நிறுத்தியது. சொன்னபடியே திராவிடர் கழகமும் திராவிட முன்னேற்றக் கழகமும் காமராஜருக்கு ஆதரவாகத் தேர்தல் வேலைகள் செய்தன. இறுதியில் காமராஜர் வெற்றிபெற்றார்.

ஆயிரம் அரசியல் வேலைகள் இருந்தபோதும் சினிமாவின் மீதான ஆர்வம் அண்ணாவுக்குக் கொஞ்சமும் குறையவில்லை. 1954ல் சொர்க்கவாசல் என்ற படம் வெளியானது. கதை, வசனம் எழுதியவர் அண்ணா. மடாதிபதிகளின் அயோக்கியத்தனங்களை விமரிசிக்கும் வகையில் எழுதப்பட்ட கதை. தனது கொள்கையைக் கொண்டுசெல்ல, கட்சியைப் பிரபலப்படுத்த சினிமா என்ற அற்புதமான சாதனத்தை லாகவமாகப் பயன்படுத்திக்கொண்டார் அண்ணா.

•

மொழிவாரி மாநிலங்கள் பிரிப்பது தொடர்பாக மத்திய அரசு மாநில புனரமைப்புக் குழு ஒன்றை 1954ல் அமைத்தது. அந்தக் குழு சென்னை வந்து முக்கிய அரசியல் கட்சிகளிடம் கருத்து கேட்டது. அந்தக் குழுவின் ஆணையாளரிடம் திமுக சார்பில் அறிக்கை ஒன்று தரப்பட்டது. அதிலிருந்து சில பகுதிகள் இங்கே:

'மொழிவழிப் பிரிவினையை திராவிட முன்னேற்றக் கழகம் பாராட்டுகிறது. அதற்காகப் போராடுகிறது. இந்தச் சந்தர்ப்பத்தில் சென்னை ராஜ்ஜியம் ஏற்கெனவே இருந்தபடி தமிழ், தெலுங்கு, மலையாளம், கன்னடம் ஆகிய நான்கு மொழிவழிப் பிரிவுகளை உடையது. ஆகவே, இந்த நான்கு மொழிவழிப் பிரிவுகளை அமைப்பதுதான் உடனடித் தேவை என்பதை திமுக எடுத்துக்காட்ட விரும்புகிறது. இதைச் செய்யும்போது எந்தவொரு மொழிப்பிரிவும் மற்றொரு மொழிப்பிரிவின் நிலப்பரப்பை அபகரித்துக் கொள்ளாதவாறு அதிகாரத்தில் உள்ளோர் முழுக்கவனம் செலுத்தவேண்டும். விசால ஆந்திரம், சம்யுக்த கர்நாடகம், ஐக்கிய கேரளம், ஐக்கிய தமிழகம் என்ற பெயரால் உலவும் கோரிக்கைகளை திமுக முழுமனத்துடன் வரவேற்பதுடன், ஆதரவளித்தும் வருகிறது. ராஜ்ஜியங்கள் திருத்தி அமைக்கப்பட வேண்டியது நிலப்பரப்பைப் பொறுத்து மட்டுமல்ல; ராஜ்ஜியங்களுக்கு ஒதுக்கப்படும் அதிகாரங்களைப் பொறுத்தும் மாறுதல் வேண்டும் என்பதை திமுக வற்புறுத்து கிறது. **அதிகாரங்கள் பரவலாக்கப்படவேண்டும்; மொழிவழிப் பிரிவினை வேண்டும் என்ற இரண்டின் சேர்க்கையே திராவிட நாடு கோரிக்கை.'**

●

24 ஏப்ரல் 1955 அன்று திமுகவின் பொதுக்குழுக்கூட்டம் சென்னை தியாகராயர் கல்லூரி மண்டபத்தில் கூடியது. திமுகவுக்குப் புதிய பொதுச்செயலாளரைத் தேர்வுசெய்யவேண்டும் என்பதுதான் அந்தக் கூட்டத்தின் நோக்கம். அண்ணாவே பொதுச்செயலாளராக நீடிக்க வேண்டும் என்று கட்சியின் முக்கியத் தலைவர்கள் சொன்னபோது அண்ணா அளித்த பதில் கவனிக்கத்தக்கது.

நான் வலிவோடும் செல்வாக்கோடும் இருக்கும்போதுதான் என்னுடைய மேற்பார்வையின்கீழ் கழகத்தின் முன்னணியினர் பயிற்சியும் பக்குவமும் பெறவேண்டும். அப்போதுதான் ஏற்படக்கூடிய குறைகளைத் தவிர்க்கவும் குற்றங்களைக் களையவும் தவறுகளை நீக்கவும் நேரிய வழியில் கழகத்தை நடத்திச் செல்லவும் என்னால் முடியும்.

புதிய பொதுச்செயலாளராக நெடுஞ்செழியன் பெயரை ஈ.வெ.கி. சம்பத் முன்மொழிந்தார். அவரை என்.வி. நடராசன், மு. கருணாநிதி, அன்பில் தர்மலிங்கம், நாஞ்சில் மனோகரன் உள்ளிட்ட தலைவர்கள் வழிமொழிந்தனர். அதைத் தொடர்ந்து நெடுஞ்செழியன் திமுகவின் பொதுச் செயலாளராக ஏகமனதாகத் தேர்வு செய்யப்பட்டார். கழகக் காவலர் என்று அவரைப் பாராட்டினார் அண்ணா.

17 ஜூலை 1955. திராவிடர் கழகத்தின் மத்திய நிர்வாகக்குழு திருச்சியில் கூடியது. மத்திய அரசின் இந்தித் திணிப்புப் போக்குக்கு எதிர்ப்பு தெரிவிக்கும் வகையில் ஆகஸ்டு முதல் தேதியன்று இந்திய தேசியக் கொடியைக் கொளுத்துவோம் என்று தீர்மானம் நிறைவேற்றப்பட்டது. எந்தெந்த மாவட்டங்களில் யார்யாரெல்லாம் கொடி கொளுத்தும் போராட்டத்தில் ஈடுபடுவது என்பது பற்றித் தெளிவாகத் திட்டமிடப்பட்டது.

இதனையடுத்து முதலமைச்சர் காமராஜர் இறங்கிவந்தார். 30 ஜூலை 1955 அன்று அறிவிப்பு ஒன்றை வெளியிட்டார். அதில் தேர்வுகளில் இந்தி கட்டாயப் பாடமாக இருக்காது; மத்திய, மாநில அரசுகளின் சார்பில் இந்தி எப்போதும் திணிக்கப்படாது. ஆகவே, கொடி கொளுத்தும் போராட்டத்தைக் கைவிடவேண்டும் என்று கேட்டுக்கொண்டார். போராட்டத்தை ஒத்திவைத்துக்கொள்வதாக பெரியாரிடம் இருந்து அறிவிப்பு வெளியானது.

ஆனாலும் கொடி கொளுத்துவோம் என்று திராவிடர் கழகம் சொன்னது பிரதமர் நேருவை வெகுவாகப் பாதித்துவிட்டது. 3 அக்டோபர் 1955 அன்று சென்னை வந்த அவர், கொடி கொளுத்துவோம் என்று சொல்வதெல்லாம் பைத்தியக்காரத்தனம். சும்மாவிடமாட்டோம் என்று பேசிவிட்டார். அதற்குப் பதிலடிகொடுக்கும் வகையில் பேசிய பெரியார், 'உலகத்தையே படைத்ததாகக் கூறப்படும் கடவுள்களே எங்களிடம் அகப்பட்டுத் திண்டாடும் நேரத்தில், உங்கள் அரசாங்கக் கந்தல் துணி எம்மாத்திரம்?' என்று கேட்டார்.

ஒருவழியாக 1955 அக்டோபரில் மாநில புனரமைப்புக்குழு கீழ்கண்டவாறு அறிக்கை ஒன்றை வெளியிட்டது.

'சென்னை மாநிலத்தில் உள்ள மலபார் மாவட்டத்தைக் கேரளத்தோடும் தென் கன்னட மாவட்டத்தைக் கன்னடத்தோடும் சேர்த்துவிடவேண்டும். திருவாங்கூர் - கொச்சி ராஜ்ஜியத்தில் உள்ள கல்குளம், விளவங்கோடு ஆகிய தமிழ் வழங்கும் தாலுகாக்களை தமிழ்நாட்டுடன் சேர்த்துத் தனி ராஜ்ஜியம் அமைக்கவேண்டும். அதன் பெயர், சென்னை ராஜ்ஜியம் என்றே இருக்கவேண்டும். சென்னை நகரம் தமிழ் ராஜ்ஜியத்துக்கே உரியதாக, அதன் தலைநகரமாகச் செயல்படவேண்டும். சென்னை மாநில - ஆந்திர ராஜ்ஜிய எல்லைச் சிக்கலை, அதற்கென நியமிக்கப்படவிருக்கும் எல்லை கமிஷன் கிராம அடிப்படையில் திருத்தி அமைப்பதை கமிஷன் ஏற்றுக்கொள்கிறது.'

அந்த அறிக்கையில் தமிழ்நாடு என்ற பெயருக்குப் பதிலாக சென்னை ராஜ்ஜியம் என்றே இருந்தது. (27 ஜூலை 1956. சென்னை ராஜ்ஜியத்துக்கு தமிழ்நாடு என்று பெயர் வைக்கவேண்டும் என்ற கோரிக்கையை வலியுறுத்தி விருதுநகரைச் சேர்ந்த முதியவர் சங்கரலிங்கம் உண்ணாவிரதம் தொடங்கினார். ஆனால் காமராஜர் தலைமையிலான காங்கிரஸ் அரசு அந்தக் கோரிக்கைக்குச் சம்மதிக்கவில்லை. உண்ணாவிரதம் தொடர்ந்தது. மொத்தம் 77 நாள்கள்.

13 அக்டோபர் 1956 அன்று மரணம் அடைந்தார் சங்கரலிங்கம். அவருடைய உடல் அவருடைய விருப்பத்தின்படியே கம்யூனிஸ்ட்களிடம் ஒப்படைக்கப் பட்டது. அவருடைய மறைவை அடுத்து திமுக சார்பில் இரங்கல் கூட்டங்கள் நடத்தப்பட்டன. அந்த மேடைகளில் நிறைவேற்றுவதற்கு எளிய கோரிக்கையை அலட்சியம் செய்த காமராஜரையும் காங்கிரஸையும் பலமாக விமரிசித்தனர் திமுக தலைவர்கள்.)

இதுஒருபக்கம் இருக்க, இந்தியாவை தட்சிண, உத்தர, மேற்கு, கிழக்கு, மத்திய ராஜ்ஜியங்களாகப் பிரிக்கும் திட்டம் மத்திய அரசுக்கு இருப்பதாகக்

கூறினார் நேரு. சென்னை மாகாணம், திருவாங்கூர் - கொச்சி, மைசூர் ராஜ்ஜியம், குடகு ராஜ்ஜியம் ஆகியவற்றைக் கொண்ட தட்சிண பிரதேசம் அமைவது நல்ல பலனைக் கொடுக்கும் என்றார் ராஜாஜி.

திராவிடர் கழகம் இந்தத் திட்டத்தைக் கடுமையாக எதிர்த்தது.

> தமிழர்களிடம் இருக்கின்ற தமிழ் மொழிப்பற்று, தமிழ் இனப்பற்று, வடமொழி எதிர்ப்பு, ஆரிய வெறுப்பு ஆகியவற்றை ஒழித்துக்கட்டவே இம்முயற்சி. இம்முயற்சியில் ஈடுபடுவார்களேயானால் என்ன நடக்கும் தெரியுமா? தமிழ்நாட்டில் ரத்த ஆறு ஓடும்படியாக மாபெரும் ரத்தப் புரட்சியே நடக்கப் போகிறது. தமிழ்நாட்டைச் சுடுகாடாக்கி, பிணக் காடாக்கி விட்டுத்தான் தட்சிண பிரதேசம் என்ற புது இணைப்பைக் காணப்போகிறார்கள் மேலிடத்திலுள்ள காங்கிரஸ்காரர்கள். இவர் களுக்கும் இவர்கள் கட்சிக்கும் அழிவுகாலம் நெருங்கிவிட்டதென்றே கூறலாம்.
>
> தட்சிண பிரதேசம் வந்தால் தமிழராகிய நமக்குத்தான் ஆபத்து. தமிழ், கன்னடம், மலையாளம் மூன்றும் ஒன்றாகச் சேர்ந்தால் பார்ப்பனருக்குப் போக மிகுதி உத்தியோகம் எல்லாம் மலையாளி, கன்னடியர் கைகளுக்குப் போய்விடும். நமக்குக் கக்கூஸ் எடுத்தல், போலீஸ் கான்ஸ்டபிள், ரயில்வே கூலி போர்ட்டர் உத்தியோகம்தான் மிச்சமாகும். இப்போதே நம்மை அடிமைபோல நடத்துகிறார்கள். தட்சிண பிரதேசம் என்று சொல்லிக் கொண்டு அன்னியர்தான் ஆதிக்கம் செலுத்தி வருவார்கள். ஆந்திரா பிரிந்ததே நல்லது. இனி மலையாளியும், கன்னடியரும் - ஆளுக்கொரு ஜில்லாதானே? - இவர்களும் போகட்டும். இப்போது தமிழ்நாடு என்றும் பெயர் தராமல் இருப்பது சகிக்க முடியாத அக்கிரமம்; அவமானம்.

திராவிட முன்னேற்றக் கழகம், கம்யூனிஸ்ட் கட்சி, தமிழரசுக் கழகம் ஆகியன தட்சிண பிரதேசத்தைக் கூட்டாக எதிர்ப்பது என்று முடிவு செய்தன.

ஒவ்வொரு கட்சி எடுத்த நிலைப்பாட்டுக்கும் ஒவ்வொரு காரணம் சொல்லப் பட்டது. தட்சண பிரதேசம் அமைந்தால் காமராஜர் அந்தப் பிரதேசத்தின் முதல்வராக நீடிப்பது சிரமம். ராஜாஜி போன்றவர்களுக்கு வாய்ப்புகள் அதிகம். அதைத் தடுக்கவே பெரியார் அந்தத் திட்டத்தை எதிர்த்தார். அது, காமராஜருக்குச் சாதகமாக அமைந்தது. கிட்டத்தட்ட இதே காரணத்துக்காகத் தான் தட்சிண பிரதேசம் கோரிக்கையை ராஜாஜி ஆதரித்தார் என்றே சொல்லலாம்.

அதைப்போலவே, தமிழ் வழங்கும் பகுதிகள் தவிர ஏனைய கன்னடம், தெலுங்கு, மலையாளம் வழங்கும் பகுதிகளில் திமுக காலூன்றாத சூழலில் தட்சண பிரதேசத்தால் திமுகவுக்கு லாபமில்லை என்பதாலேயே அந்தத் திட்டத்தை அண்ணா எதிர்ப்பதாக ஒரு காரணம் கூறப்பட்டது. திக, திமுக தவிர கம்யூனிஸ்டுகளும் ம.பொ.சியின் தமிழரசு கழகமும் தட்சண பிரதேச எதிர்ப்பு அணியில் இணைந்துகொண்டன.

தட்சிண பிரதேச எதிர்ப்புக்குழுவினர் 27 ஜனவரி 1956ல் ஆலோசனைக் கூட்டம் ஒன்றில் கலந்து கொண்டனர். அந்தக்கூட்டத்தில் திராவிடர் கழகம் சார்பாக எவரும் கலந்துகொள்ளவில்லை. எனினும், அண்ணா, நெடுஞ்செழியன், ஜீவானந்தம், மணலி கந்தசாமி, ம.பொ. சிவஞானம், ஜஸ்டிஸ் கட்சியின் பி.டி. ராசன், கா. அப்பாதுரையார், புரட்சிக் கவிஞர் பாரதிதாசன், சி.பா. ஆதித்தனார் உள்ளிட்டோர் கலந்துகொண்டனர்.

இறுதியில் மொழிவழி அடிப்படையில் மாநிலங்கள் பிரிக்கப்படுவதை மத்திய அரசு கொள்கை அளவில் ஏற்காததை எதிர்ப்பது, எல்லைப் பிரச்னையில் தமிழ்நாட்டுக்கு நியாயம் வழங்காததை எதிர்ப்பது, சென்னை மாநிலத்துக்குத் தமிழ்நாடு என்று பெயர் வைக்க மறுப்பதை எதிர்ப்பது, தட்சிண பிரதேசத் திட்டத்தை எதிர்க்கும் முகமாக தமிழகம் முழுக்க பிப்ரவரி 20 அன்று கடையடைப்புப் போராட்டம் (ஹர்த்தால்) நடத்த அழைப்புவிடுப்பது ஆகிய தீர்மானங்கள் நிறைவேற்றப்பட்டன.

திட்டமிட்டபடி வேலைநிறுத்தம், கடையடைப்பு எல்லாம் நடந்தன. சில இடங்களில் வன்முறைச் சம்பவங்களும் நடந்தன. போராட்டத்தில் ஈடுபட்டவர்கள் மீது தடியடிப் பிரயோகங்கள் நடத்தப்பட்டன. ஜீவானந்தம் உள்ளிட்ட தலைவர்கள் பலருக்கும் அதில் பலத்த காயங்கள் ஏற்பட்டன. சேலம் மாவட்டம் தம்மம்பட்டி மற்றும் தென்னாற்காடு மாவட்ட கள்ளக்குறிச்சி என்ற இரண்டு இடங்களில் துப்பாச்சூடு நடத்தினர் காவல்துறையினர். அதில் இரண்டு பேர் பலியாகினர். எதிர்ப்பு வலுத்துக் கொண்டு வருவது கண்கூடாகத் தெரிந்ததும் தட்சிண பிரதேசத் திட்டத்தை வாபஸ் பெறுவதாக நேரு அறிவித்தார்.

●

திமுகவின் இரண்டாவது மாநில மாநாட்டை நடத்துவது குறித்து பொதுக்குழு முடிவு செய்திருந்தது. அதன்படி 17 மே 1956 தொடங்கி நான்கு நாள்களுக்கு திருச்சியில் மாநாடு நடத்த ஏற்பாடுகள் செய்யப்பட்டன. அந்த மாநாட்டில் கலை நிகழ்ச்சிகளுக்குக் கணிசமான அளவுக்கு முக்கியத்துவம் தரப்பட்டது. திருவாவடுதுறை ராஜரத்தினம் பிள்ளையின் நாதஸ்வரம், என்.எஸ். கிருஷ்ணனின் வில்லுப்பாட்டு, எம்.ஜி. ராமச்சந்திரன், எஸ்.எஸ். ராஜேந்திரன், டி.வி. நாராயணசாமி ஆகியோர் நடித்த நாடகங்கள், நாகூர் அனிபாவின் இசை நிகழ்ச்சிகள் ஆகியன நடத்தப்பட்டன.

அந்த மாநாட்டில்தான், 'தம்பி வா! தலைமை தாங்க வா! உன் ஆணைக்கு நாங்கள் எல்லோரும் அடங்கி நடப்போம்! தலைமையேற்று நடத்தவா!' என்று நாவலர் நெடுஞ்செழியனுக்கு அழைப்புவிடுத்தார் அண்ணா. அதன்பிறகு 1957 பொதுத்தேர்தலில் திமுகவின் நிலைபாடு குறித்துப் பேசப்பட்டது. பொதுக்குழு மற்றும் செயற்குழுவில் திமுக தேர்தலில் பங்கேற்கவேண்டும் என்ற கருத்து எழுந்திருந்தது. மாநாட்டுக்கு வந்திருந்த தொண்டர்களிடமே வாக்கெடுப்பு நடத்தி அதன் அடிப்படையில் செயல்படலாம் என்றார் அண்ணா.

20 மே 1956 அன்று காலை எட்டு மணிக்கு வாக்கெடுப்பு தொடங்கியது. அறுபதாயிரத்துக்கும் மேற்பட்டோர் வாக்கெடுப்பில் கலந்துகொண்டனர். தேர்தலில் போட்டியிட விருப்பம் தெரிவிப்பவர்கள் சிவப்பு நிறப் பெட்டியிலும் விருப்பம் இல்லாதவர்கள் கறுப்புப் பெட்டியிலும் வாக்குச் சீட்டுகளைப் போடுமாறு கேட்டுக்கொள்ளப்பட்டனர். மாலை நான்கு மணிக்கு வாக்குப்பதிவு முடிந்ததும் ஈ.வெ.கி. சம்பத் தலைமையிலான குழு வாக்குகளை எண்ணியது. இறுதியாக, 56942 வாக்குகள் ஆதரவாகவும் 4203 வாக்குகள் எதிராகவும் விழுந்திருந்தன. அதனையடுத்து 1957 பொதுத் தேர்தலில் திமுக போட்டியிடுவது என்ற தீர்மானம் நிறைவேற்றப்பட்டது.

37 பதினைந்து பேர்

1956 ஆகஸ்டு முதல் நாள் ராமன் பட எரிப்புப் போராட்டத்தை அறிவித்தார். அதைத் தடுக்கும் வகையில் பெரியார் முன்கூட்டியே கைது செய்யப்பட்டார். ஆனாலும் தமிழ்நாடு முழுக்க ராமன் பட எரிப்புப் போராட்டத்தை நடத்தினர் திராவிடர் கழகத்தினர். அதன் தொடர்ச்சியாக பிராமணாள் ஹோட்டல் என்ற பெயரில் நடத்தப்படும் உணவு விடுதிகளுக்கு எதிராகப் போராட்டம் நடத்தப்படும் என்று அறிவித்தார் பெரியார். அதுவிஷயமாக விடுதலை எழுதியது:

பார்ப்பான் எங்கே தவறிப்போய் சூத்திரன் கடையில் சாப்பிட்டு விடுவானோ என்று எண்ணி, பிராமணா, இங்கே இருக்கிறான் வா! என்று சமிக்ஞை காட்டுவதுதானே பிராமணாள் ஓட்டல் என்பதன் பொருள்? எந்தப் பார்ப்பானாவது மற்ற இனத்தவன் கடையில் பச்சைத் தண்ணீராவது குடித்திருக்கிறானா? அல்லது குடிக்கத்தான் விரும்புவானா? மானமுள்ள தமிழா! சிந்தித்துப்பார்! உன் கைப்பட்டாலே தீட்டு என்றல்லவா நினைக்கிறான்? ஆகவே கழகத் தோழர்களே, இப்படிப் பட்ட பார்ப்பனர்களின் ஓட்டலுக்குச் செல்லாதீர்கள். பெரியார் காட்டுகின்ற பாதையிலே சென்று பிராமணாள் எழுத்துகளைத் தார்கொண்டு அழிக்கப் புறப்படுங்கள்.

அந்தப் போராட்டத்தில் திராவிடர் கழகத் தொண்டர்கள் மீது கொதிக்கக் கொதிக்கக் காய்ச்சிய எண்ணெயை ஊற்றிவிடுவார்கள். மிளகாய்ப்பொடியைத் விசிறி விடுவதும் நடப்பதுண்டு. அதற்குப் பதிலடியாக

திராவிடர் கழகத்தினரும் ஓட்டல் முதலாளிகளுடன் சர்ச்சையில் ஈடுபடுவது உண்டு. இதனால் ஓட்டல்களில் விற்பனை பெருமளவில் பாதிக்கத் தொடங்கியது.

1 நவம்பர் 1956 அன்று மொழிவாரி மாநிலங்கள் அமைந்தன. மெட்ராஸ், கர்நாடகம், கேரளம் எல்லாம் உருவாகின. இதில் தமிழகத்தின் உண்மையான பெயர் மெட்ராஸ் ஸ்டேட். தமிழ்நாடு அல்ல.

திராவிடர் கழகம் பிரசாரப் பணியில் ஈடுபட்டுக்கொண்டிருக்கும் சமயத்தில் தேர்தல் அரசியலுக்கு வந்திருந்த திமுக தேர்தலைச் சந்திப்பதற்கான திட்டங்களைச் செயல்படுத்திக்கொண்டிருந்தது.

29 டிசம்பர் 1956 அன்று திமுகவின் பொதுக்குழு சேலம் நகரில் கூடியது. வரவிருக்கும் தேர்தலில் திமுக 150 இடங்களில் தனது வேட்பாளர்களை நிறுத்தும் என்று முடிவு செய்யப்பட்டது. அந்த வேட்பாளர்களைத் தேர்வு செய்வதற்கு நெடுஞ்செழியன், என்.வி. நடராசன், ஈ.வெ.கி. சம்பத், மு. கருணாநிதி, கே.ஏ. மதியழகன், ஏ.வி.பி. ஆசைத்தம்பி, மதுரை எஸ். முத்து ஆகியோர் இடம்பெற்றனர். திமுகவின் தேர்தல் அறிக்கையைத் தயார் செய்வதற்கும் ஈ.வெ.கி. சம்பத், மு. கருணாநிதி உள்ளிட்டோரைக் கொண்ட குழு அமைக்கப்பட்டிருந்தது.

தேர்தல் செலவுகளுக்குத் தேவையான நிதி குறித்துப் பேச்சு எழுந்தது. அண்ணாவிடம் தெளிவான திட்டம் இருந்தது. 'தேர்தல் பணத்துக்கு எங்கே போவது என்று கேட்கிறார்கள் அல்லவா நம்மில் சிலர்? நம்முடைய கலைவாணர்கள் இருக்கும்போது நமக்கு என்ன குறை என்று நாம் சொல்லும்போது அவர்கள் சம்பாதித்த பணத்தை எடுத்துவரச் சொல்கிறேன் என்று அர்த்தமல்ல... அவர்கள் தங்கள் கலைத்துறைத் தொண்டினை ஆறு மாதம் இப்பக்கம் திருப்பினால் தீர்ந்தது பிரச்னை' என்றார்.

கலைவாணர்கள் என்று அண்ணா சொன்னது திமுகவில் இருக்கும் கலைஞர்களைத்தான். தொடக்க காலத்தில் இருந்தே நாடக, திரைப்பட நட்சத்திரங்களைத் தன்பக்கம் வசீகரித்து வைத்திருந்தார் அண்ணா. முக்கியமாக, என்.எஸ்.கே, டி.வி. நாராயணசாமி, கே.ஆர். ராமசாமி, எம்.ஜி.ஆர், சிவாஜி கணேசன், எஸ்.எஸ்.ராஜேந்திரன், வளையாபதி முத்துகிருஷ்ணன் போன்ற பல முக்கிய நட்சத்திரங்கள் திமுகவுடன் நெருக்கமாக இருந்தனர்.

மற்ற நட்சத்திரங்களைக் காட்டிலும் கொஞ்சம் வித்தியாசமான நட்சத்திரம் ஒன்று இருந்தது. அந்த நட்சத்திரம் கலைஞர் மு. கருணாநிதி. இளம் வயதில் இருந்தே திராவிட இயக்கத்தில் தன்னை ஈடுபடுத்திக்கொண்டவர் மு. கருணாநிதி. எழுத்து, பேச்சு, உழைப்பு என்ற மூன்றையும் கொண்டு இயக்கப் பணிகளில் ஈடுபட்டிருந்தார். மாணவப் பருவத்திலேயே கையெழுத்துப் பத்திரிகை நடத்தி, பிறகு முரசொலி என்ற பெரிய பிரசாரப் பத்திரிகையை உருவாக்கினார்.

பெரியாரின் குடி அரசு பத்திரிகையின் துணை ஆசிரியராகப் பணியாற்றிய கருணாநிதிக்கு எழுத்தின் மீது அதிக ஆர்வம். முதலில் நாடகம், பிறகு சினிமா

என்று கொஞ்சம் கொஞ்சமாக முன்னேறிக்கொண்டிருந்தார் கருணாநிதி. மந்திரிகுமாரி, மருதநாட்டு இளவரசி என்று வெற்றிமேல் வெற்றி. நறுக்குத் தெறித்தாற்போன்ற வசனங்கள் அவருக்கு நல்ல விளம்பரத்தைப் பெற்றுக்கொடுத்தன.

1952ல் வெளியான பராசக்தி கருணாநிதியின் வசன வீச்சின் உச்சம். படத்தின் நாயகன் சிவாஜி கணேசன். அம்பாள் எந்தக் காலத்திலடா பேசினாள், அறிவு கெட்டவனே, கோயில் கூடாது என்பதல்ல; அது கொடியவர்களின் கூடாரமாகிவிடக்கூடாது என்பதற்காகத்தான் சொல்கிறேன் என்பன போன்ற வசனங்கள் கருணாநிதியை, புகழின் உச்சத்துக்குக் கொண்டுசென்றன.

அதே ஆண்டில் என்.எஸ். கிருஷ்ணன் தயாரித்து நடித்த பணம் என்ற படம் வெளியானது. நாயகன் சிவாஜி கணேசன். அந்தப் படத்தில்தான் 'தீனா மூனா கானா... திருக்குறள் முன்னணிக் கழகம்' என்று பாடுவார் என்.எஸ்.கே. தீனா மூனா கானா பாடல் திமுகவை மேலும் பிரபலப்படுத்தியது.

இந்த இடத்தில் ஒரு விஷயத்தைக் கவனிக்கவேண்டும். திரைப்படத்துறையில் என்.எஸ்.கே வெற்றிபெறுகிறார். அவர் திமுகவுக்கு ஆதரவாக இருக்கிறார். சிவாஜி பிரபலமாக இருக்கிறார். அவரும் திமுகவுக்கு ஆதரவு. எம்.ஜி.ஆர் வெற்றி பெறுகிறார். அவரும் திமுகவுக்கு ஆதரவு. கருணாநிதி புகழ் பெறுகிறார். அவரும் திமுக.

ஆக, திரைப்படத்துறையில் கிடைக்கும் வெற்றி, புகழ், பிராபல்யம் அனைத்தும் சம்பந்தப்பட்ட கலைஞர்கள் மூலமாக திமுகவுக்கு வந்து சேர்ந்துவிடும். இதுதான் அண்ணாவின் கணக்கு. விடை தெரிந்த கணக்கு. இதற்கு பொருத்தமான உதாரணம் சொல்லலாமா? தேர்தல் சமயத்தில் எம்.ஜி.ஆர் நடித்த சக்கரவர்த்தி திருமகள் படம் வெளியாகியிருந்தது. அந்தப் படத்தில் கதாநாயகனின் பெயர், உதயசூரியன். ஆம். திமுகவின் தேர்தல் சின்னமும் அதுவே.

1957 பிப்ரவரி மாதத்தில் தேர்தல் சிறப்பு மாநாடு சென்னையில் கூடியது. திமுகவின் தேர்தல் அறிக்கை அங்கே வெளியிடப்பட்டது. அதிலிருந்து சில பகுதிகள்:

> இந்திய அரசியலமைப்பில் செய்யப்படவேண்டிய முதல் மாற்றம், எந்தவொரு மாநிலமும் எப்போது வேண்டுமானாலும் இந்திய யூனியனில் இருந்து பிரிந்துசென்று தனித்து இயங்கும் உரிமையைத் தானே பெற்றிருக்க வழிசெய்வதுதான்.
>
> மக்கள் சபையில் பிரதிநிதித்துவம் மக்கள் எண்ணிக்கை அடிப்படையில் வகுக்கப்பட்டுள்ளது. மாநிலங்கள் ஒவ்வொன்றுக்கும் பெரியதோ, சிறியதோ, ஒரே அளவு பிரதிநிதித்துவ உரிமை அளிக்கப்படவேண்டும்.
>
> இன்றைய அமைப்பில் அதிகாரங்களும் வருவாய்களும் மத்திய ஆட்சிக்கே பெரிதும் அளிக்கப்பட்டுள்ளன. மாநில ஆட்சியில் வருவாய் பெருக வழியின்றியும் சாதாரண பிரச்னைகளில்கூட முடிவெடுக்க

முடியாமலும் உரிமைகள் மறுக்கப்பட்டுள்ளன. இந்நிலையில், மாநிலங்களில் அதிகார வரம்பும் வரிவிதிப்பு உரிமைகளும் வெகுவாக அதிகரித்து, மத்திய ஆட்சியில் அதிகாரங்களுக்கும் வரிவிதிப்பு உரிமைகளுக்கும் வரம்பு கட்டப்படுதல் வேண்டும்.

உற்பத்திச் சாதனங்கள் அனைத்தும் அரசு மயமாக்கப்படும் அந்த நாள்தான் நாட்டு மக்களின் துயர் துடைக்கும் நாளாக அமையும். தனியார் இன்னும் அதிகம் பிரவேசிக்காத துறைகளில் அரசு உடனடியாகக் கவனம் செலுத்தவேண்டும். அன்னிய முதலாளிகளின் லாபத்தை உயர்ந்தபட்சம் கட்டுப்படுத்தி, அதை இந்த நாட்டிலேயே பரவலாக முதலீடு செய்ய ஏற்பாடு செய்தல் வேண்டும்.

இந்தியாவின் அபிவிருத்திக்கு என்று மத்திய சர்க்கார் தீட்டியுள்ள ஐந்தாண்டுத் திட்டங்கள் பெரிதும் வடநாட்டின் வளத்தைப் பெருக்கவும் வடவரின் வாழ்வு ஒன்றையே நோக்கமாகக் கொண்டும் தீட்டப் பட்டுள்ளன. திராவிடம் முழுக்க முழுக்கப் புறக்கணிக்கப்பட்டுள்ளது என்பதை எவரும் இனி மறுக்கவோ, மறைக்கவோ இயலாது. திட்டங்களை நிறைவேற்றும் முழுப்பொறுப்பையும் அந்தந்த மாநில ஆட்சிகளே ஏற்று நடத்தினால்தான் திட்டங்கள் ஒழுங்குற, உரிய காலத்தில் நிறைவேறி, மக்களுக்குப் பயன்தரத் தொடங்கும்.

நில உடைமைக்கு வரம்புகட்டும் சட்டத்தைத் துணிந்தும் திட்டவட்ட மாகவும் நிறைவேற்றுவது ஒன்றே குழப்பங்கள் நீங்கவும் உணவு உற்பத்தி பெருகவும் சமூக நீதி நிலைநாட்டவும் உதவும்.

கல்வி பல கட்டங்களிலும் தாய்மொழியிலேயே அளிக்கப்படல் வேண்டும். கல்விப்பணி புரியும் ஆசிரியர்கள் அதிலும் ஆரம்ப ஆசிரியர்களின் நிலை உயர்த்தப்படாமல் கல்வியின் தரம் உயரும் என்று எதிர்பார்ப்பது வெறும் பகற்கனவே. ஆங்கிலமொழி பயிற்றுவிப்பதில் அதிகக் கவனம் எடுத்துக் கொள்ள வேண்டும்.

தாய்மொழி அறிவு மிகுந்து விளங்க அதற்குரிய இடம் ஒதுக்கப்படல் வேண்டும். இந்தித் திணிப்பு ஒரு சாராரின் அரசியல் ஆதிக்க வெறியையே பிரதிபலிக்கிறது. அதற்கு இடமளிப்பது பெருந்தீமை பயக்கும். திராவிட மக்களின் மொழி, கலை, நாகரிகம், வரலாறு ஆகிய துறைகளில் ஆராய்ச்சி நடத்தி, உண்மை நிலைகளைத் துலக்குவதற் கென்றே ஒரு தனித்திராவிட ஆராய்ச்சிப் பல்கலைக் கழகம் தோற்றுவிக்கப்படவேண்டும்.

இலங்கை, பர்மா, மலாயா போன்ற நாடுகளில் பஞ்சம் பிழைக்கச் சென்றுள்ள தமிழ் மக்களுள் அந்தந்த நாடுகளில் குடிமக்களாகப் பதிவுசெய்துகொண்டவர்கள் நீங்கலாக தாய்நாடு திரும்ப விரும்பும் மற்ற அனைவரையும் அழைத்து, அவர்களுக்கான வாழ்க்கைப் பாதுகாப்பைத் தேடித்தரவேண்டும். **தமிழர்கள் நிறைந்துள்ள வெளிநாடுகளில் தமிழர்களே தூதுவர்களாக நியமிக்கப்படுதல் வேண்டும்.**

சக்திக்கு ஏற்றபடி உழைப்பு; தேவைக்கு ஏற்றபடி வசதி என்ற நிலைமை தொழிலாளர்களுக்கு ஏற்படவேண்டும். தொழிற்சாலையின் அடிப்படை மூலதனத்திலும் நிர்வாகத்திலும் தொழிலாளரின் உரிமைப்பயணம் தொடங்க முயற்சி மேற்கொள்ளப்படும்.

தேவிகுளம், பீர்மேடு, திருத்தணி போன்ற தமிழ்ப்பகுதிகள் தமிழகத்துடன் இணைக்கப்படுவதற்கும் சென்னை மாநிலத்துக்குத் தமிழ்நாடு என பெயரிடப்படுவதற்கும் முயற்சிக்கப்படும்.

மொத்தம் 124 வேட்பாளர்கள். திமுகவுக்கு அது முதல் தேர்தல். ஆகவே, அந்தக் கட்சிக்கு பிரத்யேக சின்னம் எதுவும் ஒதுக்கப்படவில்லை. உதயசூரியன் சின்னத்தை ஒதுக்கவேண்டும் என்று கேட்டது திமுக. ஆனால் அது சுயேட்சை சின்னம் என்பதால் எல்லா திமுக வேட்பாளர்களுக்கும் உதயசூரியன் கிடைக்க வில்லை. சில பேருக்கு வெவ்வேறு சின்னங்கள் கிடைத்தன. உதாரணமாக, நெடுஞ்செழியனுக்குக் கோழி சின்னம் கிடைத்தது.

மொத்த வேட்பாளர்கள் 124 பேர். அண்ணா காஞ்சிபுரத்திலும் நெடுஞ்செழியன் சேலத்திலும் கருணாநிதி குளித்தலையிலும் அன்பழகன் எழும்பூரிலும் மதியழகன் உடுமலைப்பேட்டையிலும் தேனியில் எஸ்.எஸ். ராஜேந்திரனும் திருக்கோஷ்டியூரில் கவிஞர் கண்ணதாசனும் நிறுத்தப்பட்டனர்.

நாடாளுமன்றத் தொகுதிகளுக்கும் திமுக சார்பில் வேட்பாளர்கள் நிறுத்தப் பட்டனர். ஈ.வெ.கி. சம்பத் நாமக்கல் தொகுதியிலும் நாகப்பட்டினத்தில் நாஞ்சில் கே. மனோகரனும் கரூரில் இரா. செழியனும் திருப்பத்தூரில் சி.பி. சிற்றரசுவும் திருவண்ணாமலையில் தர்மலிங்கமும் நிறுத்தப்பட்டனர். இவர்கள் தவிர, ஏழு சட்டமன்ற வேட்பாளர்களுக்கும் ஐந்து நாடாளுமன்ற வேட்பாளர்களுக்கும் திமுக ஆதரவு கொடுத்தது.

அண்ணா போட்டியிட்ட காஞ்சிபுரத்தில் பிரசாரம் கடுமையாக இருந்தது. போட்டியும் பலமாக இருந்தது. அண்ணாவை எதிர்த்து டாக்டர் சீனுவாசன் என்பவரை காங்கிரஸ் கட்சி நிறுத்தியிருந்தது. அந்தத் தொகுதிக்கு பெரியாரே நேரில் சென்று காங்கிரஸ் வேட்பாளருக்காகப் பிரசாரம் செய்தார். இத்தனைக்கும் அந்த காங்கிரஸ் வேட்பாளர் ஒரு பிராமணர். அதைப்பற்றி பெரியார் கவலைப்படவில்லை. அண்ணாவையும் திமுகவையும் எதிர்க்க முதலில் காங்கிரஸை ஆதரிக்கத் தயாரான பெரியார், பிறகு பிராமணர்களை ஆதரிக்கவும் தயாராக இருந்தார். காங்கிரஸ் சார்பாக காஞ்சிபுரத்தில் ஒட்டப்பட்ட சுவரொட்டிகளில் அண்ணாவுக்கு எதிராகக் கடுமையான வாசகங்கள் இடம்பெற்றன.

தேர்தல் பிரசாரத்தின்போது காமராஜருக்காக காங்கிரஸ் கட்சியை ஆதரிக் கிறேன் என்று சொன்ன பெரியார், காமராஜரின் கரத்தை வலுப்படுத்துங்கள் என்று பேசினார். உடனடியாக அண்ணாவிடம் இருந்து எதிர்கேள்வி வந்தது.

'அந்தக் கரம் வலுப்பெற்றால் தமிழரின் குரல்வளையை நெறிக்கும்; வடநாட்டவருக்குக் காவடி தூக்கும். காமராஜர் எதில் வல்லவர்?

தமிழ்மொழியைக் காப்பதில் - வளர்ப்பதில் வல்லவரா? தமிழர்தம் உரிமைகளைக் காப்பதில் வல்லவரா? தமிழ்நாட்டின் எல்லைகளைக் காப்பதில் வல்லவராக இருந்தாரா? இல்லையே...'

பச்சைத் தமிழர் காமராஜரை ஆதரிப்போம் என்று பேசினார் பெரியார். காமராஜர் ஆட்சியின் சாதனைகளைத் தனது பத்திரிகையில் பட்டியலாகத் தொகுத்து வெளியிட்டார். காமராஜரை ஆதரிப்பதோடு நிறுத்திக்கொள்ள பெரியார் தயாராக இல்லை. திமுகவையும் கடுமையாக விமரிசனம் செய்தார். திட்டம் ஏதுமில்லா ஊதாரிகள் என்று திமுகவை விமரிசித்தார். கண்ணீர்த்துளிப் பஞ்சபாண்டவர்களை முறியடிப்போம்! புறப்படுங்கள்! என்று திராவிடர் கழகத்தினருக்கு அழைப்பு விடுத்தார்.

பிரசாரத்துக்காக பிரதமர் நேரு வந்தார். 'வானமே இடிந்து விழுந்தாலும் இந்தியாவின் எந்தவொரு பாகத்தையும் இந்தியாவில் இருந்து பிரித்துச் செல்ல விடமாட்டோம்' என்றார் நேரு. தேர்தல் பிரசாரத்தில் அண்ணா பேசினார்:

> எங்களுக்குப் புதிய அந்தஸ்து தேடிக்கொள்ள அல்ல, திமுக தேர்தலில் ஈடுபடுவது. தமிழ்நாட்டுக்குப் புதிய அந்தஸ்தைத் தேடித்தருவதற்காகத் தான்.

ஒருவழியாகத் தேர்தல்கள் முடிந்து முடிவுகள் அறிவிக்கப்பட்டன. காங்கிரஸ், பெரியார் உள்ளிட்ட அத்தனை பேருக்குமே அதிர்ச்சி அளிக்கும் வகையில் தேர்தல் முடிவுகள் அமைந்திருந்தன. ஆம். திமுக சார்பில் பதினைந்து வேட்பாளர்கள் வெற்றிபெற்றிருந்தனர். இரண்டு நாடாளுமன்ற உறுப்பினர்களும் திமுகவுக்குக் கிடைத்திருந்தனர்.

அண்ணா, க. அன்பழகன், மு. கருணாநிதி, சத்தியவாணி முத்து, ஏ.வி.பி. ஆசைத்தம்பி, களம்பூர் அண்ணாமலை, ஆனந்தன், ஏ. கோவிந்தசாமி, ப.உ. சண்முகம், பி.எஸ். சந்தானம், இருசப்பன், எம்.பி. சாரதி, எம்.பி. சுப்பிரமணியம், எம். செல்வராஜ், டி. நடராசன் ஆகியோரே அந்தப் பதினைந்து வெற்றியாளர்கள். ஆனால் நாவலர் நெடுஞ்செழியன் வெற்றிபெறவில்லை.

நாடாளுமன்றத் தேர்தலில் போட்டியிட்ட ஈ.வெ.கி. சம்பத் மற்றும் தர்மலிங்கம் ஆகியோர் வெற்றி பெற்றனர். இவர்கள் தவிர திமுக ஆதரவு பெற்ற மேலும் சில சட்டமன்ற, நாடாளுமன்ற உறுப்பினர்கள் வெற்றி பெற்றிருந்தனர். டாக்டர் ஏ. கிருஷ்ணசாமியும் என். சிவராஜூம் திமுக ஆதரவுடன் நாடாளுமன்றத் தேர்தலில் வெற்றி பெற்றிருந்தனர். திமுக சார்பில் வெற்றி பெற்றுள்ள பதினைந்து பேரையும் எங்களிடம் உள்ள பெண் உறுப்பினர்களே கவனித்துக்கொள்வார்கள் என்ற கேலி நிறைந்த வாசகம் சி. சுப்பிரமணியத்திடம் இருந்து வந்தது.

அந்தத் தேர்தலில் காங்கிரஸ், திமுக தவிர கம்யூனிஸ்ட் கட்சி, காங்கிரஸில் இருந்து பிரிந்து உருவாகியிருந்த காங்கிரஸ் சீர்திருத்தக் கட்சி ஆகியனவும் போட்டியில் இருந்தன. அந்த சீர்திருத்தக் கட்சியில் எஸ்.எஸ். கரையாளர், வெங்கடகிருஷ்ண ரெட்டியார் போன்ற செல்வாக்கு மிக்க தலைவர்கள்

இருந்தனர். அந்தக் கட்சி 50 சட்டமன்றத் தொகுதிகளிலும் 9 நாடாளுமன்றத் தொகுதிகளிலும் போட்டியிட்டது. காங்கிரஸ் கட்சி 205 சட்டமன்றத் தொகுதிகளிலும் 41 நாடாளுமன்றத் தொகுதிகளிலும் போட்டியிட்டது. கம்யூனிஸ்ட் கட்சி 55 சட்டமன்றத் தொகுதிகளிலும் 13 நாடாளுமன்றத் தொகுதிகளிலும் போட்டியிட்டது.

தேர்தல் முடிவுகள் எல்லாக் கட்சிகளுக்குமே அதிர்ச்சியாக இருந்தது. ஆம். காங்கிரஸ் கட்சி 151 இடங்களையும் காங்கிரஸ் சீர்திருத்தக் கட்சி 16 இடங்களையும் கைப்பற்றியிருந்தன. பதினைந்து தொகுதிகளைக் கைப்பற்றியிருந்த திமுக மூன்றாவது இடத்துக்கு வந்திருந்தது. ஆனால் காங்கிரஸ் கட்சிக்கு அடுத்தபடியாக செல்வாக்கு படைத்திருந்த கட்சியாகக் கருதப்பட்ட கம்யூனிஸ்ட் கட்சி வெறும் நான்கு இடங்களைப் பெற்று நான்காவது இடத்துக்குத் தள்ளப்பட்டது. போதாக்குறைக்கு குலக்கல்வித் திட்டம் போன்ற பல்வேறு விஷயங்களில் காங்கிரஸ் கட்சிக்கு சிம்ம சொப்பனமாக விளங்கிய ஜீவானந்தம், பி. ராமமூர்த்தி, மணலி கந்தசாமி போன்ற முக்கியக் கம்யூனிஸ்ட் தலைவர்களும் தோல்வியைத் தழுவினர்.

திமுகவின் வளர்ச்சி கம்யூனிஸ்டுகளுக்கு சோர்வை ஏற்படுத்தியிருக்கக்கூடும். அதன் விளைவாகவே பி. ராமமூர்த்தி மிகப்பெரிய குற்றச்சாட்டு ஒன்றைத் திமுக மீது சுமத்தினார்.

'திமுக பாகிஸ்தானிடம் லட்சம் ரூபாய் லஞ்சம் வாங்கிக்கொண்டு தேர்தலில் ஈடுபடுகிறது.' இதற்குப் பின்னணியில் இருந்தது திமுகவின் தேர்தல் அறிக்கையில் கூறப்பட்ட கருத்துதான்.

இந்திய அரசு தன்னுடைய ராணுவச்செலவுகளைக் குறைத்துக்கொண்டு, அந்த நிதியை வளர்ச்சித் திட்டங்களுக்குப் பயன்படுத்தவேண்டும் என்பது திமுகவின் கருத்து. அதைத்தான் திமுகவுக்கு எதிராகத் திருப்பிவிட்டிருந்தார் பி. ராமமூர்த்தி.

இதற்கு அண்ணாவின் எதிர்வினை என்னவாக இருந்தது?

> கம்யூனிஸ்டுகளின் தாறுமாறான பிரசாரத்துக்குத் திமுக தோழர்கள் பதிலளிப்பதோ, எழுதுவதோ தேவையில்லை. மாலங்கோவ் பிரதமராக இருந்தபோது சொன்னேன். திமுகதான் உண்மையான கம்யூனிஸ்ட் கட்சி யென்று. நம்முடைய கொள்கைகளுக்கு விரைவிலேயே கம்யூனிஸ்டுகள் வரவிருக்கிறார்கள், கேரளத்தில் பதவியேற்றுக்கொண்ட காரணத்தால்.

1957 தேர்தல் வெற்றிக்குப் பாராட்டுவிழா சென்னை கடற்கரையில் நடைபெற்றது. அண்ணா பேசினார்.

> சட்டமன்றத்துக்குச் செல்ல இருக்கும் நமது தோழர்களுக்கு மூன்று வகையான பொறுப்புகள் இருக்கின்றன. ஒன்று, அங்கே நடைபெறக் கூடிய விவாதத்தை நாகரிகமானதாகவும் கண்ணியம் மிக்கதாகவும் சனநாயகப் பண்பு நிறைந்ததாகவும் ஆக்குவது; இரண்டாவது, அவரவர்,

அவரவரது தொகுதி நலன்களுக்கான செயல்களைச் செய்து முடிக்க வாதாடுவது; மூன்றாவது, நமது திமுகழகத்தின் அடிப்படைக் கொள்கை - குறிக்கோள் கோட்பாட்டிலிருந்து சிறிதும் வழுவாது இருப்பது. ஆளுங்கட்சி அடக்க ஒடுக்கமாக நடந்துகொண்டால் எதிர்க்கட்சியும் அவ்வாறே நடந்துகொள்ளும். ஏனோதானோ என்ற போக்கில், எடுத்தேன் கவிழ்த்தேன் என்று ஆளுங்கட்சி நடந்துகொண்டால், எதிர்க்கட்சியும் அதற்குத் தகுந்த மாதிரிதான் அமையும். ஆளுங்கட்சியினர் தப்பித்தவறி நல்லவற்றைச் செய்தால் அவற்றுக்கு உறுதியாக ஆதரவளிப்போம். அவர்கள் தவறான வழிகளில் சென்றால் அவற்றைக் கண்டிக்கத் தவறமாட்டோம்.'

திமுக சட்டமன்றக் குழுவின் தலைவராக அண்ணாவும் துணைத் தலைவராக க. அன்பழகனும் திமுக கொறடாவாக மு. கருணாநிதியும் தேர்ந்தெடுக்கப் பட்டனர். காங்கிரஸ் கட்சிக்குப் பெரும்பான்மை தொகுதிகளில் வெற்றி கிடைத்திருந்ததால் காமராஜரே மீண்டும் முதல் அமைச்சரானார்.

காங்கிரஸ் கட்சிக்கு அடுத்தபடியாக அதிக வாக்குகளைப் பெற்று இரண்டாவது இடத்தைப் பிடித்தது திமுக. அந்தத் தேர்தலில் திமுகவுக்கு பதினாறு லட்சத்துக்கும் மேற்பட்ட வாக்குகள் கிடைத்திருந்தன. இது மொத்தம் பதிவான வாக்குகளில் பதினான்கு சதவீதம்.

38. கருணாநிதிக்குக் கணையாழி

பதினைந்து உறுப்பினர்களுடன் சட்டமன்றத்துக்குள் நுழைந்தது திராவிட முன்னேற்றக் கழகம்.

காங்கிரஸ் கட்சிக்கு வெற்றிகளின் எண்ணிக்கை குறைந்ததே தவிர, ஆட்சி அமைப்பதில் எந்தப் பிரச்னையும் இல்லை. 13 ஏப்ரல் 1957 அன்று காமராஜர் தலைமையில் மீண்டும் காங்கிரஸ் கட்சி ஆட்சி அமைத்தது. எதிர்க்கட்சித் தலைவராக காங்கிரஸ் சீர்திருத்தக் கட்சியைச் சேர்ந்த வி.கே. ராமசாமி முதலியார் தேர்ந்தெடுக்கப்பட்டார். ஓர் இடம் குறைவாக வெற்றிபெற்றிருந்ததால் பிரதான எதிர்க்கட்சி அந்தஸ்து திமுகவுக்குக் கிடைக்கவில்லை.

சட்டமன்றத்தில் திமுக சார்பில் கொடுக்கப்பட்ட முதல் தீர்மானம், 'சென்னை மாநிலம்' என்பது தமிழ்நாடு என்று அழைக்கப்படவேண்டும் என்பதுதான். 7 மே 1957 அன்று கொண்டுவரப்பட்ட தீர்மானத்துக்கு ஆதரவாக 42 வாக்குகளும் எதிராக 127 வாக்குகளும் கிடைத்தன. தீர்மானம் தோல்வி அடைந்தது. எனினும், அடுத்தடுத்த பணிகளில் தன்னை ஈடுபடுத்திக் கொண்டது திமுக.

30 ஆகஸ்டு 1957ல் திமுகவுக்கு ஆதரவுக்கரம் நீட்டிய கலைவாணர் என்.எஸ். கிருஷ்ணன் மரணம் அடைந்தார். திமுகவின் வெற்றிக்காகப் பல தொகுதிகளில் பலமுறை பிரசாரம் செய்தவர். தன்னுடைய திரைப்படங்களில் திமுகவுக்கு ஆதரவாகப் பிரசாரம் செய்தவர். தீனா மூனா கனா... திருக்குறள் முன்னணிக் கழகம் என்று பாடி

திமுகவைப் பிரபலப்படுத்த உதவியவர். அவருடைய மறைவு திமுக ஆதரவு கலைஞர்கள் என்ற கூடாரத்தில் மிகப்பெரிய வெற்றிடத்தை ஏற்படுத்தியது.

திமுக சட்டமன்றத்தில் பணியாற்றத் தொடங்கியபோது திராவிடர் கழகம் அதன் பாதையிலேயே செயல்பட்டுக் கொண்டிருந்தது. 18 ஏப்ரல் 1957 அன்று திருச்சியில் திராவிடர் கழகத்தின் மத்திய செயற்குழு கூடியது. ஓட்டல் பெயர்ப் பலகைகளில் இருக்கும் 'பிராமணாளுக்கு மட்டும்' என்ற வார்த்தைகளை அழிப்பது தொடர்பாக அந்தக் கூட்டத்தில் முடிவுசெய்யப்பட்டது. முதலில் அரசுக்கு வேண்டுகோள் விடுப்பது. அதற்கு அரசு செவி சாய்க்காத பட்சத்தில் நேரடி நடவடிக்கையில் ஈடுபடுவது. இதுதான் முடிவு.

அரசு எந்த நடவடிக்கையும் எடுக்காததால் திட்டமிட்டபடி 5 மே 1957 அன்று சென்னை திருவல்லிக்கேணியில் இருக்கும் முரளி கஃபே என்கிற பிராமண ஓட்டலுக்கு முன்னால் போராட்டத்தைத் தொடங்கினர் திராவிடர் கழகத்தினர். மே மாதம் தொடங்கிய அந்தப் போராட்டம் டிசம்பர் வரை தொடர்ந்து நடந்தது.

அந்தப் போராட்டம் நடந்துகொண்டிருக்கும் சமயத்தில்தான் மீண்டும் இந்தித் திணிப்பு நடவடிக்கைகளை எடுத்தது அரசு. இந்திய அரசு அனைத்து துறை களிலும் ஆங்கிலம் ஆட்சி மொழியாக இருப்பதை அகற்றிவிட்டு, படிப்படி யாக இந்தி மொழியை நுழைப்பதற்காக நடவடிக்கைகளைத் தொடங்கி யிருந்தது. அதற்கு எதிர்ப்பு தெரிவிக்கும் வகையில் 13 அக்டோபர் 1957 அன்று தமிழகம் முழுக்க இந்தித் திணிப்பு எதிர்ப்பு நாள் அனுசரிக்க வேண்டும் என்றும் இந்தித் திணிப்பை எதிர்த்துக் கண்டன ஊர்வலங்களும் பொதுக் கூட்டங்களும் நடத்தப்படும் என்றும் தீர்மானிக்கப்பட்டது. கண்டனக் கூட்டங்கள், பொதுக்கூட்டங்கள் அனைத்தும் நடத்தப்பட்டன.

அடுத்து சாதி ஒழிப்பு சிறப்பு மாநாடு ஒன்றை 4 நவம்பர் 1957 அன்று தஞ்சாவூரில் கூட்டியது திராவிடர் கழகம். சாதி ஒழிப்புக்கு சர்க்கார் இணங்க வேண்டும். பிராமணன் என்றொரு சாதி கிடையாது. சட்டத்திலும் அந்த மாதிரி கருதமாட்டோம் என்று கூறவேண்டும். இல்லாவிட்டால் அரசியல் சட்டத்தில் இருக்கும் சாதியைப் பாதுகாக்கும் பிரிவுக்குத் தீ வைப்போம் என்றார் பெரியார். அந்தப் போராட்டத்துக்கான தேதியையும் அறிவித்தார். 26 நவம்பர் 1957. அதைத் தடுக்கும் வகையில் பெரியார் உள்ளிட்ட திராவிடர் கழகத்தினர் பலர் கைதாகினர். ஆனாலும் திராவிடர் கழகப் பொதுச்செயலாளர் குத்தூசி குருசாமி அரசியல் சட்டப்பிரிவைக் கொளுத்தினார். பிறகு கைது செய்யப்பட்டார்.

அரசியல் சட்டப்பிரிவு கொளுத்தப்பட்டது டெல்லி வரை சென்றது. பிரதமர் நேருவுக்கு ஆத்திரம் வந்துவிட்டது. இந்திய அரசியல் சட்டம் பிடிக்க வில்லை என்றால் நாட்டை விட்டு வெளியேறி விடுங்கள். இந்த அரசியல் சட்டம் பிடிக்கவில்லை என்றால் ஜெயிலிலோ, பைத்தியக்கார ஆஸ்பத்திரி யிலோ இருக்கத்தான் அவர்கள் லாயக்கானவர்கள். அப்படிப் பேசுவது சிறுபிள்ளைத்தனம். முட்டாள்தனம்' என்று சீறினார்.

நேருவின் பேச்சு திராவிடர் கழகத்தினரை மட்டுமல்ல; திமுகவினரையும் கொந்தளிக்கச் செய்தது. 6 ஜனவரி 1958 அன்று சென்னை வரும் பிரதமர் நேருவுக்குக் கறுப்புக்கொடி காட்டித் தங்களுடைய எதிர்ப்பைத் தெரிவிக்கத் தயாரானது திமுக. ஆனால் சிறையில் அடைப்பட்டிருந்த பெரியாரோ, 'நேருவுக்கு எதிராகக் கறுப்புக்கொடி காட்டும் போராட்டத்தில் திராவிடர் கழகத்தினர் ஈடுபட மாட்டார்கள்' என்று சொல்லிவிட்டார். ஆனாலும் திட்டமிட்டபடி பிரம்மாண்டமான போராட்டத்தை நடத்தத் தயாரானது திமுக.

3 ஜனவரி 1958 அன்று சென்னை திருவல்லிக்கேணி கடற்கரையில் நேருவுக்கு எதிரான கறுப்புக்கொடி ஆர்ப்பாட்டத்துக்கு விளக்கம் தரும் வகையில் பொதுக்கூட்டம் ஒன்றுக்கு ஏற்பாடு செய்யப்பட்டது. ஆனால் காமராஜர் அரசு அதற்கு அனுமதி மறுத்துவிட்டது. பொதுக்கூட்டம் மற்றும் ஊர்வலத்துக்குத் தடையும் விதிக்கப்பட்டது. அத்தோடு நில்லாமல் அண்ணா, ஈ.வெ.கி. சம்பத், நெடுஞ்செழியன், கே.ஏ. மதியழகன், கருணாநிதி, அன்பழகன், என்.வி. நடராசன் ஆகிய முக்கியத் தலைவர்களைக் கைது செய்தது. திமுகவைச் சேர்ந்த கலைஞர்களுக்குப் போராட்டத்தில் கலந்துகொள்வதில் இருந்து விலக்கு அளிக்கப்பட்டிருந்தது. இருந்தும், கே. ஆர். ராமசாமி, டி. வி. நாராயணசாமி, எம்.ஜி. ராமச்சந்திரன், எஸ்.எஸ். ராஜேந்திரன், உள்ளிட்ட நட்சத்திரங்களும் கைது செய்யப்பட்டிருந்தனர்.

தடையை மீறிப் போராட்டம் நடத்துவது என்று முடிவு செய்யப்பட்டது. தலைவர்கள் கைது செய்யப்பட்டபோதும் கறுப்புக்கொடி காட்டும் போராட்டத்தை திமுக தொண்டர்கள் நடத்திக் காட்டினர். அதைத் தடுக்கும் வகையில் தமிழ்நாடு முழுக்க 144 தடை உத்தரவு பிறப்பிக்கப்பட்டது. தடையை மீறிய திமுக தொண்டர்கள் மீது தடியடிப் பிரயோகம் நடத்தப்பட்டது. கண்ணீர்புகைக் குண்டுகள் வீசப்பட்டன. மீனம்பாக்கம் விமான நிலையம் தொடங்கி நேரு சென்ற இடங்கள் அனைத்திலும் கறுப்புக்கொடிகளைக் கண்டபடியே நேரு பயணம் செய்யவேண்டியிருந்தது.

அன்றைய தினம் மாலை நேரத்தில் சென்னை மவுண்ட் ரோடு பகுதிக்கு நேரு வருவதாக இருந்தது. ஏராளமான பொதுமக்கள் கூடியிருந்த சமயத்தில் திடீரென மக்களைத் தாக்கத் தொடங்கினர் காவல்துறையினர். காரணம் திமுகவினர் மக்கள் சமுத்திரத்தில் கலந்திருக்கக்கூடும் என்று தவறாக நினைத்ததுதான். இதில் இரண்டு பேர் பலியாகினர். திமுகவினரைக் கைது செய்யும் காரியத்தில் காவல்துறை தொடர்ந்து ஈடுபட்டது. பிறகு சிறையில் அடைக்கப்பட்டிருந்த தலைவர்கள் மீது தடையை மீறிய வழக்கு தொடுக்கப்பட்டு அபராதம் விதிக்கப்பட்டது. அந்தத் தொகை தலைவர்களின் இல்லங்களில் இருந்த பொருள்களை ஏலம் விட்டு எடுத்துக்கொள்ளப்பட்டது.

2 மார்ச் 1958. திமுகவின் வரலாற்றில் முக்கியத்துவம் வாய்ந்த நாள். இந்தியத் தேர்தல் ஆணையம் திராவிட முன்னேற்றக் கழகத்தை மாநிலக் கட்சியாக ஏற்றுக்கொண்டது. தேர்தல் சின்னமாக உதயசூரியனை ஒதுக்கியது. அதனைத்

தொடர்ந்து 6 ஜூன் 1958 அன்று திமுகவின் செயற்குழுக் கூட்டம் கூடியது. அதில் நான்கு முக்கிய விஷயங்கள் குறித்து விவாதிக்கப்பட்டன. தலைமை நிலைய நிர்வாகம், நம் நாடு இதழ் வளர்ச்சிக்குழு, தூத்துக்குடி இடைத் தேர்தல். இலங்கைத் தமிழர் பிரச்னை.

1959ல் திருத்தப்பட்ட முனிசிபல் சட்டத்தின்படி உள்ளாட்சித் தேர்தல்கள் அறிவிக்கப்பட்டன. திமுக துள்ளியெழுந்து உட்கார்ந்தது. காலம்காலமாக உள்ளாட்சிப் பதவிகளை ஆக்கிரமித்துக் கொண்டிருக்கும் காங்கிரஸ் கட்சிக்குக் கடிவாளம் போடும் வகையில் உள்ளாட்சித் தேர்தலில் திமுக போட்டியிடும் என்று அறிவிப்பு வெளியானது.

கடந்த காலங்களில் திமுக ஆதரவு உறுப்பினர்கள் சென்னை மாநகராட்சியில் இருந்தபோதும் இந்தமுறை அதிகாரப்பூர்வமாகத் தேர்தலில் போட்டியிடுவது என்று திமுக முடிவுசெய்தது. மொத்தம் நூறு இடங்கள் கொண்ட மாநகராட்சியாக அது திருத்தி அமைக்கப்பட்டு இருந்தது. வேட்பாளர்களைத் தேர்வு செய்யும் பொறுப்பு மு. கருணாநிதியிடம் ஒப்படைக்கப்பட்டது.

பத்து இடங்களை மட்டும் விட்டுவிட்டு மற்ற அனைத்து இடங்களிலும் வேட்பாளர்களை நிறுத்தவேண்டும் என்பது கருணாநிதியின் திட்டம். ஆனால் அண்ணாவுக்கோ அதில் விருப்பமில்லை. அத்தனைத் தொகுதிகளில் வேட்பாளர்களை நிறுத்தினால் பிரசாரம் செய்வது சிரமம். கவனம் கலைந்து விடும். ஆகவே, குறிப்பிட்ட சில இடங்களில் மட்டும் வேட்பாளர்களை நிறுத்தலாம். அந்த இடங்களுக்கு மட்டும் வலுவாகப் பிரசாரம் செய்யலாம் என்பது அண்ணாவின் வாதம். கம்யூனிஸ்ட் கட்சியே வெறும் பதினேழு இடங்களில் நிற்பதாகத் தகவல் வந்தது. ஆனாலும் கருணாநிதி தன்னுடைய முடிவை மாற்றிக்கொள்ளவில்லை. 90 இடங்களுக்கும் திமுக சார்பில் வேட்பாளர்கள் நிறுத்தப்பட்டனர்.

பிரசாரத்தில் திமுகவின் முக்கியத் தலைவர்கள் அனைவரும் ஈடுபட்டனர். முக்கியமாக, அண்ணா, மு. கருணாநிதி, ஈ.வெ.கி. சம்பத், கே.ஏ. மதியழகன், க. அன்பழகன், கவிஞர் கண்ணதாசன் உள்ளிட்டோர் தொடர்ந்து பிரசாரத்தில் ஈடுபட்டனர். திமுகவின் தலைவர்களும் கலையுலக நட்சத்திரங்களும் பிரசாரத்தில் ஈடுபட்டதால் காங்கிரஸ் தரப்பில் இருந்து காமராஜரே சாலைக்கு வந்து பிரசாரத்தில் ஈடுபட்டார்.

தேர்தல் முடிவுகள் காங்கிரஸ் மற்றும் கம்யூனிஸ்டுகளுக்கு அதிர்ச்சி அளிக்கும் வகையில் வந்தது. திமுகவுக்கு 45 இடங்களிலும் காங்கிரஸ் கட்சிக்கு 37 இடங்களிலும் வெற்றி கிடைத்தது. கம்யூனிஸ்ட் கட்சிக்கும் பிரஜா சோசலிஸ்டு கட்சிக்கும் தலா இரண்டு இடங்களும் கிடைத்திருந்தன. 13 இடங்களை சுயேட்சைகளும் சோசலிஸ்டு கட்சி ஒற்றை இடத்தையும் கைப்பற்றினர்.

முதன்முறையாகத் தேர்தலைச் சந்தித்த திமுக மாநகராட்சியின் தனிப்பெருங் கட்சியாக உருவாகி இருந்தது. ஆனாலும் ஆட்சி அமைக்கும் அளவுக்குப்

பெரும்பான்மை கிடைக்காத நிலை. உதவிக்கு வந்தது கம்யூனிஸ்ட் கட்சி. காரணம், கோவை நகராட்சியில் திமுகவின் உதவி கம்யூனிஸ்டுகளுக்குத் தேவைப்பட்டது. ஆக, சென்னையில் ஆட்சி அமைக்க திமுகவுக்கு கம்யூ னிஸ்ட் ஆதரவு கொடுத்தது.

உண்மையில் திமுகவுக்கும் கம்யூனிஸ்ட் கட்சிக்கும் இடையே கடந்த காலங்களில் பலத்த கருத்து மோதல்கள் இருந்தன. ராஜாஜியின் குலக் கல்வித் திட்டம் தொடர்பாக வாக்கெடுப்பு நடந்தபோது வேண்டுமென்றே பி. ராமமூர்த்தி அதைப் புறக்கணித்துவிட்டார் என்று திமுக விமரிசனம் செய்தது. அதைப்போலவே திமுகவுக்கு வெளிநாட்டு சக்திகளிடம் இருந்து பணம் வருவதாகக் குற்றம் சுமத்தியிருந்தார் பி. ராமமூர்த்தி. ஆனால் பழைய பகையை மறந்து இரண்டு கட்சிகளும் உடன்பாட்டுக்கு வந்திருந்தன. ஆம். அந்த இரண்டு கட்சிகளையும் ஒரே நேர்க்கோட்டில் சேர்த்த புள்ளி, காங்கிரஸ் எதிர்ப்பு என்பதுதான்.

சென்னை மாநகராட்சியில் மட்டுமல்ல, தமிழகம் முழுக்கப் பல்வேறு பகுதிகளில் திமுகவுக்கு வெற்றிகள் கிடைத்திருந்தன. மாயவரத்தில் நான்கு திமுக உறுப்பினர்களும் சேலத்தில் பதினொரு பேரும், கரூரில் ஏழு பேரும், ஆம்பூரில் ஏழு பேரும், கோவையில் ஆறு பேரும் காஞ்சியில் நான்கு பேரும் கும்பகோணத்தில் ஏழு பேரும் புதுக்கோட்டையில் ஐந்து பேரும் தூத்துக்குடி யில் பத்து பேரும் தஞ்சாவூரில் பதினான்கு பேரும் வெற்றிபெற்றிருந்தனர். உள்ளாட்சித் தேர்தலில் திமுக ஏற்படுத்திய தாக்கம் காரணமாக 34 மன்றங் களில் காங்கிரஸ் கட்சி ஆட்சி அமைக்க முடியாமல் போனது. எல்லாவற்றைக் காட்டிலும் முக்கியமாக சென்னை மாநகராட்சியை திமுக கைப்பற்றியது.

திமுக சென்னை மாநகராட்சியைக் கைப்பற்றியதற்காக 15 ஏப்ரல் 1959 அன்று சென்னை கடற்கரையில் பாராட்டுக்கூட்டம் நடந்தது. அதில் திமுகவின் வெற்றிக்குக் காரணமாக இருந்த கருணாநிதிக்குக் கணையாழி ஒன்றைப் பரிசளித்தார் அண்ணா. பிறகு மைக்கைப் பிடித்தார்.

> இந்தத் தேர்தலில் மிகச் சுறுசுறுப்பாகப் பணியாற்றி, அதிகமான கூட்டங் களில் கலந்துகொண்டு நாவலர் நெடுஞ்செழியன் போன்றவர்களோடு உடனிருந்து திறம்படப் பணியாற்றிய கருணாநிதி என் பாராட்டுதலுக்கும் என்னுடைய பெருமதிப்புக்கும் இலக்காகக் கூடியவராகையால் நீங்கள் எல்லாம் மகிழத்தக்க அளவிலும் நான் கொஞ்சம் வருத்தப்படத்தக்க அளவிலேயும் இந்த மோதிரத்தை அவருக்கு அளிக்கிறேன். இந்த மோதிரம் அவரது உழைப்புக்குப் பலன் என்று அர்த்தமல்ல; மோதிரத் துக்கும் மேலான என்னுடைய உள்ளன்பை அவர் பெற்றிருக்கிறார் என்பதே அதற்குப் பொருள்.'

கோவை நகராட்சியில் திமுகவின் ஆதரவைப் பெற்றுக் கொண்ட கம்யூனிஸ்ட் கட்சி சென்னை மாநகராட்சியில் திமுகவுக்கு ஆதரவளித்தது. இரு கட்சி களுக்கும் இடையே தெளிவான உடன்பாடுகள் எழுதப்பட்டன. அதன்படி உடன்படிக்கைகள் எல்லாம் சென்னை மாநகராட்சி மற்றும் கோவை நகராட்சி

தொடர்பானது மட்டுமே தவிர, எந்த வகையிலும் இரு கட்சிகளின் கொள்கை களையோ கட்சிகள் சுயேட்சையாக இயங்கும் தன்மையையோ கட்டுப் படுத்தாது என்று தீர்மானிக்கப்பட்டது. அதன்படி 30 ஏப்ரல் 1959 அன்று திமுக சார்பில் முதல் மேயராகத் தேர்வு செய்யப்பட்டார் அ.பொ. அரசு. துணை மேயராகத் தாழ்த்தப்பட்ட சமுதாயத்தைச் சேர்ந்த சிவசங்கரன் என்பவரைத் தேர்ந்தெடுத்தது திமுக.

இதற்கிடையே சென்னை மாநகராட்சியைத் திமுக கைப்பற்றியதற்கு யார் காரணம் என்பது தொடர்பாகக் கட்சிக்குள் கருத்துவேறுபாடுகள் முளைக்கத் தொடங்கின. அதிலும் கருணாநிதியை முன்னிலைப்படுத்தும் வகையில் அண்ணா அவருக்கு மோதிரம் அணிவித்தது தேர்தல் பிரசாரத்தில் ஈடுபட்ட சிலருக்கு அதிருப்தியை ஏற்படுத்தியது. அவர்களில் கவிஞர் கண்ணதாசன் முக்கியமானவர். இதுவிஷயமாக அவர் தன்னுடைய சுயசரிதையில் பதிவு செய்திருக்கும் தகவல் இதுதான்:

அடுத்தாற்போல் அண்ணா சென்னை மக்களுக்கு நன்றி தெரிவிக்கிறார். காங்கிரஸை வீழ்த்திவிட்ட பெருமையைப் பேசுகிறார். வெற்றிக்காக உழைத்தவர்கள் பட்டியலைச் சொல்கிறார். அதில் தன் பெயரும் வருமென்று அவன் (கண்ணதாசன்) காத்துக்கொண்டிருக்கிறான். அந்தோ, அப்படி ஒருவன் உலகத்தில் இருப்பதாகவோ, அவன் தேர்தலில் உழைத்ததாகவோ அவர் சிந்திக்கக்கூட இல்லை. வருணனைகளோடு ஒரு விஷயத்தை ஆரம்பித்தார்.

'இன்று மதியம் வேகாத வெயிலில் ஊரெங்கும் அலைந்து கடையெங்கும் தேடி வாங்கிவந்தேன் ஒரு கணையாழி. அந்தக் கணையாழியை இந்த வெற்றியை ஈட்டித்தந்த என் தம்பி கருணாநிதிக்கு அணிவிக்கிறேன்'. கூட்டத்தில் பெருத்த கையொலி. கருணாநிதி வாழ்க என்ற முழக்கம். அவன் (கண்ணதாசன்) கூனிக்குறுகிப் போனான். அண்ணா அவன் இதயத்திலிருந்து சரியத் தொடங்கினார். அவன் இதயம் நெருப்பாகவே எரிந்தது.

●

சென்னை மாநகராட்சியை திமுக கைப்பற்றியது அதன் வரலாற்றில் முக்கியத் திருப்புமுனை. அதேசமயம், அந்த வெற்றியைத் தொடர்ந்து திமுக தலைவர்கள் மத்தியில் சலசலப்புகளும் ஏற்பட்டன. முக்கியமாக, ஈ.வெ.கி. சம்பத் மற்றும் மு. கருணாநிதி இருவருக்கும் இடையே பனிப்போர் நடந்து கொண்டிருந்தது. அண்ணாவோடு பழகியது, அரசியல் அனுபவம், பேச்சுத்திறமை, கொள்கைப் பற்று போன்ற பல விஷயங்களில் சம்பத் அதிகம் தேர்ந்தவர். அதைப்போலவே, மு. கருணாநிதியும் பெரியார் பாசறையில் வளர்ந்தவர். அண்ணாவுடன் நெருக்கமாக இருந்தவர். முக்கியமாக, திரைப் படங்களுக்கு வசனங்கள் எழுதியும் மேடைகளில் பேசியும் தொண்டர்கள் மற்றும் பொதுமக்கள் மத்தியில் செல்வாக்கு நிறைந்தவராக இருந்தார்.

விரைவில் வரவிருக்கும் உள்கட்சித் தேர்தலில் கருணாநிதியைப் பொதுச்செயலாளராகத் தேர்வு செய்யப்படுவதற்கு அதிக வாய்ப்புகள் இருப்பதாகக் கட்சிக்குள் ஒரு செய்தி உலவியது. ஏற்கெனவே கருணாநிதியின் மீது அதிக பிடித்தம் இல்லாத ஈ.வெ.கி. சம்பத்துக்கு இந்தச் செய்தி கசப்புணர்வை ஏற்படுத்தியது.

இந்தப் பின்னணியில் திமுகவின் பொதுக்குழு 11 ஜூலை 1959 அன்று மாயவரத்தில் கூடியது. அதில் ஈ.வெ.கி. சம்பத் புதிய தீர்மானம் ஒன்றைக் கொண்டுவந்தார். கட்சியின் சட்டத்திட்டத்தில் ஒரு முக்கியத்துவம் வாய்ந்த திருத்தத்தைக் கொண்டுவருவதற்கான தீர்மானம் அது. 'கழகத்தின் பொதுச் செயலாளராகத் தேர்ந்தெடுக்கப்படுவோர் சட்டமன்றத்திலோ, நாடாளுமன்றத் திலோ அங்கம் வகிக்கக்கூடாது.' வெளிப்பார்வைக்கு நல்ல விஷயமாகத் தெரியும் இந்தத் தீர்மானம் உண்மையில் அர்த்தம் பொதிந்தது. அதைப் பற்றி மு. கருணாநிதியின் பதிவு இங்கே:

'நான் எம்.எல்.ஏவாக இருக்கிறேன். நான் பொதுச்செயலாளராக வருவதற்கான சூழ்நிலைகள் உருவாகின்றன. நான் பொதுச்செயலாளராக வருவதைத் தடுக்கவேண்டும்; ஏனெனில் நான் அண்ணாவுக்கு எதிராக நண்பர் சம்பத்துடன் ஒத்துப்போக மறுத்துவிட்டேன். ஆகவே, நான் பொதுச் செயலாளராக வருவதற்கு முட்டுக்கட்டையாக அந்தத் தீர்மானத்தை அவர் கொண்டுவந்தார்.'

திருத்தம் கொண்டுவருவதில் அண்ணாவுக்கு விருப்பமில்லை. புதிய திருத்தத்தை அமல்படுத்தும் சமயத்தில் எதிர்காலத்தில் என்ன மாதிரியான சிக்கல்கள் வரக்கூடும் என்று கணித்திருக்கக்கூடும். ஆகவே, அந்தத் திருத்தத்தை வெறும் சம்பிரதாயமாக வைத்துக் கொள்ளலாம் என்றார் அண்ணா. இதில் விநோதம் என்னவென்றால் அந்தத் தீர்மானத்தை ஆதரித்து மு. கருணாநிதி பேசியதுதான். ஆம். அண்ணாவின் வேண்டுகோளுக்கு செவி சாய்த்தே அந்தத் தீர்மானத்தை ஆதரித்தார் மு. கருணாநிதி. பொதுக்குழுவில் அந்தத் தீர்மானம் ஏகமனதாக நிறைவேறியது. சம்பத் - கருணாநிதி மோதல் அத்துடன் முடிந்தது, அப்போதைக்கு!

39 இந்தி எதிர்ப்பு ஏன்?

7 ஜூன் 1955. இந்திய அரசியல் அமைப்புச் சட்டத்தின் 344-ம் விதியின்படி இந்தியக் குடியரசுத் தலைவர் ஆட்சி மொழி ஆணைக்குழு ஒன்றை நியமித்தார். அந்தக் குழுவுக்கு ஒதுக்கப்பட்ட பணிகள் ஒவ்வொன்றும் மத்திய அரசின் இந்தித் திணிப்பு எண்ணத்தை அப்பட்டமாக உணர்த்தின.

> மத்திய அரசின் ஆட்சிமொழிக் காரியங்களில் இந்தியை அதிக அளவில் பயன்படுத்துவதற்கான வாய்ப்புகளையும் வசதிகளையும் ஆராய்ந்து கூறவேண்டும்.

> மத்திய அரசுப் பணிகளில் ஆங்கிலத்தின் பயன் பாட்டை எப்படியெல்லாம் குறைப்பது என்பதற்கான பரிந்துரைகளைச் செய்யவேண்டும்.

> ஆங்கில மொழியின் இடத்தில் இந்தி மொழியை வைக்க ஒரு காலக்கெடுவை நிர்ணயித்து, அதற்கான திட்டங்களையும் வகுத்துக்கொடுக்கவேண்டும்.

இன்னின்ன காரியத்தைச் செய்யவேண்டும் என்று மத்திய அரசு ஒரு குழுவை அமைத்தது. ஆகவே, அந்தக் குழுவும் அதற்கான பணிகளைச் செய்துமுடித்தது. அந்தக் குழுவின் பரிந்துரைகள் சிலவற்றைப் பார்க்கலாம்.

> இந்தி பேசா மாநிலங்களில் இருக்கும் பள்ளிகளில் பயிலும் மாணவர்களுக்கு ஆங்கிலம், தாய்மொழி தவிர இந்தியையும் கட்டாயமாகப் போதிக்க வேண்டும்.

இந்தி பேசும் மாநிலங்களில் இருக்கும் பள்ளிகளில் பயிலும் மாணவர்களுக்கு ஆங்கிலம், இந்தி தவிர வேறெந்த இந்திய மொழியையும் போதிக்கத் தேவையில்லை. அப்படி வேறோர் இந்திய மொழியைக் கற்றே தீரவேண்டும் என்று கட்டாயமாகத் திணிப்பது முறையற்றது.

பல்கலைக் கழகங்கள் தத்தமது போதனை மொழியாக இந்தியை ஏற்பதா அல்லது தாய் மொழியை ஏற்பதா என்பதை முடிவுசெய்யும் அதிகாரத்தைப் பெற்றிருக்க வேண்டும்.

இந்தியத் தலைமை நீதிமன்றத்தில் இந்தி ஆட்சி மொழியாக ஆவதால், அதனைச் சார்ந்து இயங்கும் மாநில உயர்நீதிமன்றங்களிலும் இந்தியே நீதிமன்ற நடவடிக்கை மொழியாகவும் இருக்கவேண்டும். அதேசமயம் அந்த உயர்நீதிமன்றங்கள் தங்களது தீர்ப்பை அந்தந்த மாநில மொழிகளில் படித்துக்காட்டவேண்டும்.

மாநிலச் சட்டமன்றங்களில் நிறைவேற்றப்படும் அதிகாரப்பூர்வமான சட்டங்கள் அனைத்தும் இந்தி மொழியிலேயே இருத்தல் வேண்டும்.

ஆட்சிமொழி ஆணைக்குழுவுக்கு நியமிக்கப்பட்டிருந்த பெரும்பாலானோர் பரிந்துரைகளுக்குச் சாதகமாகவே அறிக்கை கொடுத்தனர். ஆனால் இந்தி பேசாத மாநிலங்களில் இருந்து நியமிக்கப்பட்ட உறுப்பினர்களான தமிழகத்தைச் சேர்ந்த டாக்டர் சுப்பராயன் மற்றும் மேற்கு வங்கத்தைச் சேர்ந்த சுனிதகுமார் சாட்டர்ஜி இருவரும் மாறுபட்ட அறிக்கையைக் கொடுத்தனர். அவர்கள் சொன்னது இதுதான்:

ஆட்சிமொழி ஆணைக்குழுவின் பெரும்பான்மை உறுப்பினர்களால் செய்யப்பட்ட பரிந்துரைகள் அநீதியானவை; இந்திக்குச் சாதகமானவை; நடைமுறைக்கு ஒவ்வாதவை; உண்மைக்கு மாறானவை; மத்திய அரசின் காரியங்களுக்கு இந்தியை மேலும் அதிகமாகப் பயன்படுத்த வேண்டும் என்ற கருத்தை உடனடியாக ஒத்திவைக்கவேண்டும். தவிரவும், இந்தி பேசக்கூடிய மக்களின் தாய்மொழி இந்தி என்பதாலேயே அவர்களுக்கு ஏராளமான சிறப்பு சலுகைகள் தரப்படுகின்றன. இந்தியால் அவர்கள் முதல்தரக் குடிமக்களாகக் கருதப்படுகின்றனர். மற்ற மொழி பேசுபவர்களுக்கு தாய் மொழி இந்தி அல்ல என்ற காரணத்தால் அவர்கள் நிரந்தரமாக முடக்கப்பட்டு, இரண்டாம்தரக் குடிமக்களாகக் கருதப்படுகின்றனர்.

ஆட்சி மொழி ஆணையத்தின் அறிக்கையை நுணுக்கமாக ஆராய்ச்சி செய்து அறிக்கை கொடுக்க வேண்டும் என்று மத்திய உள்துறை அமைச்சர் வல்லப பந்த் தலைமையில் நாடாளுமன்ற உறுப்பினர்களைக் கொண்ட குழுவிடம் கேட்டுக்கொள்ளப்பட்டது. அந்தக்குழுவில் 20 மக்களவை உறுப்பினர்களும் 10 மாநிலங்களவை உறுப்பினர்களும் இடம்பெற்றனர். ஆனால் அந்தக்குழுவின் அறிக்கையும் ஆட்சி மொழி ஆணையத்தின் பரிந்துரைகளை ஒட்டியே இருந்தது. இது இந்தி பேசாத மக்கள் மத்தியில் பலத்த கொந்தளிப்பை ஏற்படுத்தியது. அதன் தொடர்ச்சியாக, 7 ஆகஸ்டு 1959 அன்று இந்தி பேசாத மக்களுக்காக பிரதமர் நேரு உறுதிமொழி ஒன்றைக் கொடுத்தார்.

எவ்வளவு காலத்துக்கு மக்கள் விரும்புகிறார்களோ அதுவரையில் ஒரு மாற்றுமொழியாக ஆங்கிலத்தை நான் வைத்திருப்பேன். இதற்கான முடிவு கூறும் உரிமையை இந்தி பேசும் மக்களிடம் விடமாட்டேன்; இந்தி பேசாத மக்கள்தான் முடிவெடுக்கவேண்டும்.

நேருவின் வாக்குறுதிகள் நம்பிக்கை அளிக்கக்கூடியதாக இருந்தன.

இந்த இடத்தில் திமுகவின் மொழிக்கொள்கை குறித்தும் இந்தியை எதிர்ப்ப தற்கு திமுக முன்வைக்கும் வாதங்கள் குறித்தும் தெரிந்துகொள்வது அவசியம்.

திமுகவின் மொழிக்கொள்கை

1. தமிழகத்தைப் பொறுத்தவரையில் நாட்டுக்குரிய மொழியான தமிழே மாநில ஆட்சி மொழியாகவும் பாட மொழியாகவும் இருக்கும். அதுபோலவே, திராவிடத்தின் பிற பகுதிகளான ஆந்திரம், கர்நாடகம், கேரளம் ஆகிய பகுதிகளில் முறையே தெலுங்கு, கன்னடம், மலையாளம் ஆகிய மொழிகள் ஆட்சி மொழியாகவும் பாட மொழியாகவும் இருக்கும்.

2. தமிழகம், ஆந்திரம், கர்நாடகம், கேரளம் ஆகிய நான்கு பகுதிகளும் சேர்ந்த திராவிடக் கூட்டாட்சி நாட்டின் ஆட்சி மொழிகளாகத் தமிழ், தெலுங்கு, கன்னடம், மலையாளம் ஆகிய நான்கு மொழிகளுமே திகழும். (சுமார் நாற்பத்தைந்து லட்சம் மக்களைக் கொண்ட ஸ்விட்சர்லாந்து நான்கு ஆட்சி மொழிகளைக் கொண்டிருப்பதுபோல சுமார் பத்துக்கோடி மக்களைக் கொண்ட திராவிடமும் நான்கு மொழிகளை எளிதாக ஆட்சி மொழிகளாகக் கொள்ளமுடியும்.)

3. பிற உலக நாடுகளோடு அரசியல், வாணிகம், சமூகம் போன்ற பல்வேறு வழிகளிலும் தொடர்பு கொள்வதற்கும் உலக அறிவியல் தொடர்பு கொள்வதற்கும் உலக உயர்தரக் கல்வி பயில்வதற்கும் உலக நாடுகளோடு நெருங்கிப் பழகுவதற்கும் உலகப் பொதுமொழியாக விளங்கும் ஆங்கிலமே தொடர்பு மொழியாக விளங்கும்.

திமுக இந்தித் திணிப்பை எதிர்ப்பதற்கான காரணங்கள்

அகில இந்திய தேசிய மொழியாகவும் அகில இந்தியப் பொதுமொழியாகவும் அகில இந்திய ஆட்சி மொழியாகவும் இந்தி இருக்கவேண்டும் என்று காங்கிரஸ் வற்புறுத்தியது முதலே தமிழகத்தில் அதற்கு எதிர்ப்புக்குரல் கிளம்பியது. இந்தி அகில இந்திய தேசிய மொழி என்று கூறும் கூற்றே பொருத்தமற்றது. ஏனெனில் தேசியம் என்பது தானாக இயற்கையில் வளரும் மொழி, பண்பாடு, நாகரிகம் ஆகியவற்றின் ஒரு தொகுப்பே தவிர, திடீரென்று ஏற்படுத்திக் காட்டும் ஒரு பொருள் அல்ல. இந்தியா என்பது ஒரே தேசிய மொழியைக் கொண்ட ஒற்றை நாடு அல்ல. பல்வேறு தேசிய மொழிகளைக் கொண்ட ஒரு துணைக்கண்டம். இந்தியாவில் உள்ள பல்வேறு தேசிய மொழி களுள் இந்தியும் ஒரு தேசிய மொழி. இந்தி மட்டுமே தேசிய மொழி கிடையாது.

இந்தியத் துணைக்கண்டம் முழுவதற்குமான பொதுமொழியாக இந்தியைச் சொல்வதற்கு எந்தத் தகுதியும் கிடையாது. இந்தியாவில் இலக்கண இலக்கியங்களிலே மிகச்சிறந்து விளங்கும் தமிழ், தெலுங்கு, கன்னடம், மலையாளம், வங்காளம், மராத்தி, சமஸ்கிருதம் போன்ற செம்மொழிகளை அணைத்துக்கொண்டு செல்வதற்கேற்ற பொதுத்தன்மையோ, தகுதியோ, திறமையோ, சிறப்போ இந்தியிடம் எள்ளளவும் இல்லை.

இலக்கணக் கட்டுக்கோப்போ, இலக்கியச் செறிவோ, சொல் பெருக்கமோ, ஓசை இனிமையோ இந்திக்கு இல்லை. இந்தியத் துணைக்கண்டத்துக்கு பொதுமொழி ஒன்று தேவைப்படும் நிலையில், பொதுமொழியாக விளங்குவதற்கேற்ற எல்லாவிதத் தகுதிகளையும் திறமைகளையும் பெற்று, அகில உலகப் பொதுமொழியாக விளங்கிவரும் ஆங்கிலத்தையே இந்தியாவுக்கும் பொதுமொழியாகக் கொள்ளலாம். இதுதான் சிறந்ததும், பயன்தரத்தக்கதுமாகும்.

இந்தி, இந்தியாவில் பெரும்பாலான மக்களால் பேசப்படுவதால் அதுவே இந்தியாவின் ஆட்சி மொழியாக ஆவதற்குத் தகுதி படைத்தது என்று கூறப்படுகிறது. இது உண்மைக்கு மாறானது.

இந்தி பேசுபவர்கள் இந்திய மக்கள் தொகையில் மூன்றில் ஒரு பங்குக்கும் குறைவானவர்கள். மேலும் இந்தி மொழியைப் பேசுவதாகக் குறிப்பிடப்படும் பத்தரைகோடி மக்களும் ஒரே வகையான இந்தியைப் பேசவில்லை.

பந்தேலி, கனோஜ், பங்காரு, கடிபோலி, அவதி, பகேலி, சாஸ்டிஸ்காரி, மைதிலி, போஜபூரி, மகதி, பிஜ்பாஷா என்ற பதினொரு வகைப்படும் இந்திகளைத்தான் பேசுகிறார்கள். இவற்றில் இந்திய அரசால் திணிக்கப்படும் இந்தி, வெறும் இரண்டு கோடி பேர் மட்டுமே பேசக்கூடிய கடிபோலி இந்தி. அப்படிப்பட்ட கடிபோலி இந்தி எவ்வாறு 36 கோடி மக்களுக்கு ஆட்சி மொழியாக ஆகமுடியும்?

தென்னகத்தில் அதிகார நோக்கத்தோடும் ஆதிக்க நோக்கத்தோடும் புகுத்தப்படும் இந்தி, திராவிட மொழிகளின் ஆட்சியை அற்றுப்போகச் செய்யும்; திராவிட இலக்கிய வளங்களை மங்கி மடியச் செய்யும்; திராவிடத்தை என்றென்றும் வடநாட்டுக்கு அடிமையாக்கித் தீரும்; வடவரின் அரசியல், பொருளியல், சமூகவியல், மொழியியல், வணிகவியல் ஆதிக்கங்களை என்றென்றும் திராவிடத்தில் நிலைநாட்டச் செய்யும்.

திமுக முன்வைக்கும் தீர்வுகள்

1. இந்திய அரசாங்கத்தின் சார்பாகத் தென்னகத்தைப் பொறுத்தவரை ஆங்கில மொழியையே ஆட்சிமொழியாகப் பயன்படுத்துகிற முறையில் இந்திய அரசியலமைப்புச் சட்டம் திருத்தப்பட வேண்டும்.
2. ஆங்கில மொழியின் மூலமாக அல்லாமல் இந்தி மொழியின்மூலம் தென்னகத்தில் எந்த வகையிலும், எந்த வழியிலும் எந்த உருவிலும் எந்த முறையிலும் இந்திய அரசினர் தொடர்பு கொள்ளக்கூடாது.

3. மாநில ஆட்சி, மாநில மொழியிலேயே நடைபெறவேண்டும்.
4. பாடப்பயிற்சி தாய் மொழியிலேயே நடைபெறவேண்டும். தேவையான நிலையில் ஆங்கில மொழியில் பாடப்பயிற்சி நடைபெறவேண்டும். ஆங்கில மொழி துணை மொழியாக இருக்கவேண்டும்.
5. தாய்மொழி மற்றும் ஆங்கிலம் ஆகிய இரண்டு மொழிகள் மட்டுமே கட்டாயமாகப் போதிக்கப்படவேண்டும். இந்திய மொழி என்ற பெயரில் வேறு எந்த மொழியும் கட்டாயப்படுத்தக்கூடாது. மூன்றாவது கட்டாயமொழி என்ற ஒன்று தேவையில்லை.
6. தென்னகத்தைப் பொறுத்தவரையில் இந்தி மொழிக்கு எந்தவொரு துறையிலும், எந்தவோர் இடமும் அரசாங்கத்தின் மூலம் தரப்படக்கூடாது.

40. ஈ.வெ.கி சம்பத் Vs மு. கருணாநிதி

திமுகவில் அங்கொன்றும் இங்கொன்றுமாக பிரச்னைகள் ஏற்பட்டுக்கொண்டிருந்தன. குறிப்பாக, ஈ.வெ.கி. சம்பத்துக்கும் நெடுஞ்செழியன், கருணாநிதி உள்ளிட்டோருக்கும் இடையே அடிக்கடி கருத்து மோதல்கள் நடந்துகொண்டிருந்தன.

'நமது இயக்கத்தைவிட்டு யாராவது பிரிந்து செல் கிறார்கள் என்றால் வருத்தம்தான், கூடுமானவரையில் கூடி வாழ்வதைத்தான் நான் விரும்புகிறேன்; சுவரிலிருந்து சிறு ஆணி பெயர்க்கப்பட்டாலும், ஆபத்தில்லை என்றாலும் பார்க்க நன்றாக இராது என்று எண்ணுபவன். இந்த நோக்குடனேயே நான் சிலர் வெளியேற எண்ணிய போதெல்லாம் சமரசத்திற்காக முயன்றிருக்கிறேன் என்று எழுதியவர் அண்ணா.

அவருடைய அன்புக்குரிய மனிதர் ஒருவரோ அந்த மோதலை ஊதிப்பெரிதாக்கும் வகையில் தலையங்கம் ஒன்றை வெளியிட்டார். 'தோழர் சம்பத் அவர்கட்கு' என்ற தலைப்பில் 15 மார்ச் 1960 குயில் ஏட்டில் புரட்சிக் கவிஞர் பாரதிதாசன் எழுதிய தலையங்கம் அது.

நான் ஒன்று சம்பத் அவர்கட்குச் சொல்ல ஆசைப்படு கின்றேன். சம்பத் அவர்களை நான் ஆற்றல் மிக்கவர் என்று எண்ணுவதாலும் திறமையுடையவர் என்று எண்ணுவதாலுமே அதைச் சொல்ல எண்ணினேன்.

சொல்லவொண்ணா எதிர்ப்பின்கீழ் பெரியார் அவர்கள் தம் சுய மரியாதை இயக்கத்தையும்

திராவிடர் கழகத்தையும் இந்நிலையில் நந்நிலையில் கொண்டுவந்து சேர்த்துள்ளார். நல்ல கருத்துகளைப் பல எதிர்ப்புகளிடையேயும் மக்கள் பின்பற்றும் நிலையில் வந்து சேர்த்துள்ளார். பெரியார் தம் இயக்கம் பற்றிய அளவில் செய்திருக்கும் பெரிய குற்றம் என்னவென்றால், இயக்கத்துக்காகப் பல லட்சக்கணக்கான பணத்தைச் சேர்த்துவிட்டது தான். இதனால் என்ன ஆகிவிட்டது என்றால், அவரைச் சுற்றிக் கொண்டிருந்தவர்கள் எல்லாம் அவரைக் காலைவாரி அடித்துவிட்டுப் பணத்தை அடித்துக்கொண்டு போகவேண்டும் என்பதிலேயே நாட்ட முடையவர்களாகித் திரிகின்றார்கள்.

இன்று பெரியாரின் நிலையை நோக்குவார் கண்ணீர் விடுவார் என்பதில் ஐயமில்லை.

குருசாமி (குத்தூசி), பொதுச்செயலாளர், விடுதலைக்கு ஆசிரியர். அவர் அந்த இரண்டு ஆயுதங்களையும் வைத்துக்கொண்டு செய்யும் வேலை என்ன தெரியுமா? அண்ணாதுரை வேலை செய்கின்றார். கிளைக் கழகங்கள் எல்லாவற்றிலும் பிரிவினையே ஏற்படுத்திவிட்டார். பெரியாரைக் கையால் ஆடவிட்டாமல் செய்துவிடவேண்டும் என்பது அவர் நோக்கம். காலிப் பசங்களை எல்லாம் கையில் பிடித்துக்கொண்டு இழிசெயல்கள் அனைத்தையும் செய்துவருகின்றார்.

இந்த நிலையில் சம்பத் அவர்கள் கண்ணீர்த்துளிக் கட்சியை உதறித் தள்ளி விட்டுத் திராவிடர் கழகத்தைச் சேர்ந்து அதைக் காப்பாற்றித் தர வேண்டும்.

தோழர் சம்பத் எம்.பி அவர்கள் இன்று நாட்டுக்குச் செய்யவேண்டிய இன்றியமையாத தொண்டு இதுதான். எண்ணித் துணிக.

பாரதிதாசன் எழுதிய தலையங்கங்கள் திமுகவுக்குள் பலத்த விவாதங்களைக் கிளப்பின. பாரதிதாசனுக்கு உதவவேண்டும் என்பதற்காக பெரியாருடைய எதிர்ப்பையும் மீறி நிதி வசூல் செய்து, விழா ஏற்பாடு செய்து பொற்கிழி வழங்கியவர் அண்ணா. முக்கியமாக, பெரியார் - மணியம்மை திருமணம் தொடர்பாக திராவிடர் கழகத்துக்குள் கொந்தளிப்பு ஏற்பட்டபோது தனிக்கட்சி தொடங்கவேண்டும் என்று அண்ணாவைத் தூண்டியவர் பாரதிதாசன். ஆனால் இப்போதோ திமுகவைத் துண்டாட யோசனை சொல்லுகிறாரே என்ற கோபம் திமுக தலைவர்கள் பலருக்கும் எழுந்தது. ஆனாலும் எவரும் அதை வெளிப்படுத்தவில்லை. புரட்சிக் கவிஞர் என்று போற்றிய நாக்கால் அவருக்கு எதிர்ப்பேச்சு பேச அவர்கள் தயாராக இல்லை.

உள்கட்சிக் குழப்பங்களால் கொஞ்சம் தடுமாறுவது போலத் தோற்றமளித்த திமுகவை உசுப்பேற்றும் வகையில் 27 ஏப்ரல் 1960 அன்று இந்தியக் குடியரசுத் தலைவரிடம் இருந்து வந்து சேர்ந்தது ஓர் அறிவிப்பு. அதன் சாரம் இதுதான்: இந்தி மொழி ஆட்சி மொழியாக வந்தே தீரும். அதற்கான ஏற்பாடுகளைச் செய்யவேண்டும்.

இந்தித் திணிப்பு மீண்டும் விஸ்வரூபம் எடுக்கிறது என்பதை திராவிடர் கழகமும் திராவிட முன்னேற்றக் கழகமும் புரிந்துகொண்டன. இந்தி என்னும் விஷ விருட்சத்தின் ஆணிவேரைக் கெல்லி எறிய ஒரே வழிதான் இருக்கிறது. அது, நாட்டுப் பிரிவினை. இந்திய யூனியன் வரைபடத்தில் தமிழ்நாடு தவிர்த்த மற்ற பகுதிகளுக்குத் தீவைக்கும் போராட்டத்தை நடத்தவேண்டும் என்று பெரியார் அழைப்பு விடுத்தார்.

திமுகவும் களத்தில் இறங்க முடிவு செய்தது. 18 ஜூன் 1960 அன்று குமாரபாளையத்தில் கூடிய திமுக பொதுக்குழுவில் இந்தித் திணிப்பு குறித்த முக்கியத் தீர்மானங்கள் நிறைவேற்றப்பட்டன. 30 ஆகஸ்டு 1960க்குள் குடியரசுத் தலைவர் தனது உத்தரவைத் திரும்பப்பெறவேண்டும். இந்தி பேசாத மக்களைக் கலந்தாலோசிக்காமல் இந்தி பற்றி முடிவெடுப்பதில்லை என்று அறிவிக்க வேண்டும். தவறினால், மறுநாளில் இருந்து இந்தி ஆதிக்கத்தில் இருந்து தென்னகத்தை விடுவிக்கும் விடுதலைப் போர் தொடங்கப்படும் என்று அறிவிக்கப்பட்டது. தவிரவும், அந்தப் போராட்டத்தை நடத்த ஈ.வெ.கி. சம்பத் தலைமையில் போராட்டக்குழு அமைக்கப்பட்டது. அந்தக் குழுவில் மு. கருணாநிதி, க. அன்பழகன், கே.ஏ. மதியழகன் உள்ளிட்ட பலரும் இடம்பெற்றிருந்தனர்.

திமுகவின் போராட்ட அறிவிப்பு முதலமைச்சர் காமராஜரின் கவனத்துக்குச் சென்றது. திமுகவினர் போராட்டம் நடத்தினால் அரசு கடும் நடவடிக்கைகளை எடுக்கவேண்டியிருக்கும் என்றார். முக்கியமாக, துப்பாக்கி இருக்கிறது. அதில் தோட்டாவும் இருக்கிறது என்று காமராஜர் பேசியதாக அண்ணாவுக்குச் செய்தி வந்தது. 1938ல் மொழிப்போர் நடந்தபோது மூன்று இளைஞர்கள்தான் தியாகம் செய்தனர். தற்போது திமுகவில் 3300 கிளைகள் இருக்கின்றன. மூன்று லட்சம் தொண்டர்கள் இருக்கிறார்கள் என்று காமராஜருக்குப் பதில் கொடுத்தார். அதன் அர்த்தம் வெளிப்படையானது.

திமுக சார்பாக இந்தி எதிர்ப்பு மாநாடு ஒன்று சென்னை கோடம்பாக்கத்தில் 1 ஆகஸ்டு 1960 அன்று கூடியது. மாநாட்டுக்கு முன்பாக இந்தி எதிர்ப்பு சுவரொட்டி களைத் தயார் செய்து சுவர்களில் ஒட்டுவதற்குத் தயாராகினர் திமுக தொண்டர்கள். திடீரென்று அந்தச் சுவரொட்டிகளுக்குத் தடை விதித்தது மாநில அரசு. அதுவும், ஆபாச சுவரொட்டித் தடுப்புச் சட்டத்தின்கீழ். அரசின் கெடு பிடிகளுக்கு மத்தியிலும் இந்தி எதிர்ப்பு மாநாட்டுக்கு பலத்த ஆதரவு இருந்தது.

விரைவில் தமிழ்நாட்டுக்குச் சுற்றுப்பயணம் வரவிருக்கும் குடியரசுத் தலைவர் டாக்டர் ராஜேந்திர பிரசாத்துக்கு எதிராகக் கறுப்புக்கொடி காட்டவேண்டும் என்றும் இந்தித் திணிப்பு அறிவிப்பைத் திரும்பப்பெறுக என்று கோஷங்களை எழுப்பவேண்டும் என்றும் அந்த மாநாட்டில் முடிவு செய்யப்பட்டது. அந்தப் போராட்டத்தின்போது பின்பற்ற வேண்டிய நடைமுறைகள் பற்றி அண்ணா பேசினார்.

கறுப்புக்கொடி காட்டுகிற நேரத்தில் குடியரசுத் தலைவரைத் திரும்பிப் போ என்று எவரும் சொல்லக்கூடாது. 'இந்தி ஒழிக! கட்டளையைத்

திரும்பப் பெறுக!' என்றுதான் முழங்கவேண்டும். குடியரசுத் தலைவர் செல்லும் காரில் எதையும் எவரும் எறியக்கூடாது. அவர் தங்கியிருக்கும் கட்டிடத்துக்கு அருகில் எவரும் செல்லக்கூடாது. இவற்றை மீறுபவர்களை, துரோகிகள் என்று சொல்லமாட்டேன்; மாறாக, அவர்கள் என் தம்பிகளே அல்ல!

போராட்ட தினத்தன்று தொண்டர்கள் ஏந்த வேண்டிய கறுப்புக்கொடிகளை அந்த மாநாட்டில் வைத்தே தலைவர்கள் வழங்கினர். போராட்டம் பிரம்மாண்டமாக இருக்கும் என்று தெரிந்து விட்டபடியால் நாடாளு மன்றத்தில் மத்திய உள்துறை அமைச்சர் இந்தி ஆட்சி மொழி குறித்த அரசின் நிலைப்பாட்டை விளக்கும் வகையில் பேசினார்.

பிரதமரின் வாக்குறுதியில் இருந்து மாறுபடும் எண்ணம் மத்திய அரசுக்கு இல்லை. அவர் அளித்த உறுதிமொழிக்கு ஏற்பவே அரசின் நடவடிக்கைகள் இருக்கும். இவையெல்லாம் குடியரசுத் தலைவரின் ஆணையிலேயே தெளிவாகக் குறிப்பிடப்பட்டுள்ளது. 1965க்குப் பிறகும் ஆங்கிலம் நீடிக்கவேண்டும் என்பதைத் திட்டவட்டமாகத் தீர்மானித்து விட்டோம். இதை உறுதி செய்யும் வகையில் 1965க்கு முன்பாகவே நாடாளுமன்றத்தில் புதிய மசோதா கொண்டுவரப்படும்.

தவிரவும், இதுவிஷயமாக பிரதமர் நேருவுக்கு ஈ.வெ.கி. சம்பத் அனுப்பிய கடிதத்துக்கான பதிலும் சாதகமாகவே இருந்தது.

'மொழிப்பிரச்னை பற்றி நான் மக்களவையில் அளித்த வாக்குறுதிக்குப் புறம்பான காரியங்களை எப்போதும் அரசாங்கம் நிறைவேற்ற வாய்ப்பில்லை. நாங்கள் அளித்த வாக்குறுதிக்குக் கட்டுப்பட்டே இருக்கிறோம்.'

மத்திய அரசின் விளக்கத்துக்குப் பிறகு குடியரசுத் தலைவருக்கு எதிராகக் கறுப்புக்கொடி காட்டும் போராட்டம் தேவையில்லை என்று அறிவித்தது திமுக தலைமை.

•

திமுக உள்கட்சித் தேர்தல் அறிவிக்கப்பட்டது. பொதுக்குழு உறுப்பினர்கள் தேர்வின்போதே இவர் சம்பத் கோஷ்டி, அவர் கருணாநிதி கோஷ்டி என்று ஒவ்வொருவரும் அடையாளம் காணப்பட்டனர். அந்த அளவுக்கு இருவருக்கும் இடையே மோதல் வலுத்திருந்தது. புதிய பொதுச்செயலாளராக யார் வருவது என்பது பற்றிப் பேச்சுகள் தொடங்கின. கருணாநிதி பொதுச் செயலாளராக வருவதற்கான வாய்ப்புகளுக்கு மாயவரம் பொதுக்குழுவில் எடுக்கப்பட்ட முடிவுகள் மூலம் தடைக்கல் எழுப்பப்பட்டிருந்தது. அதே முடிவுகள் நாடாளுமன்ற உறுப்பினராகப் பதவி வகித்த ஈ.வெ.கி. சம்பத் துக்கும் இடைஞ்சலாக இருந்தது. எல்லாவற்றையும் முன்கூட்டியே யோசித்து 'சம்பிரதாயமாக வைத்துக்கொள்ளலாம்' என்று அண்ணா கூறியிருந்தார்.

முக்கியத் தலைவர்களான ஈ.வெ.கி. சம்பத்தும் மு. கருணாநிதியும் பொதுச் செயலாளர் பதவிக்குப் போட்டியிட முடியாத நிலை ஏற்பட்டிருந்ததால்

அவர்கள் சார்பாக கே.ஏ. மதியழகன் மற்றும் சி.பி. சிற்றரசு இருவரும் நிறுத்தப் பட்டனர். போட்டி ஆரோக்கியமானதுதான் என்றாலும் போட்டி நடந்த விதம் அண்ணாவுக்கு அதிருப்தியை வரவழைத்தது. இந்தப் போட்டி காலாகாலத் துக்குக் கட்சியைக்கூறுபோட்டே வைத்திருக்கும். ஆகவே, இந்தப் போட்டியை முளையிலேயே கிள்ளி எறியவேண்டும் என்று நினைத்தார் அண்ணா.

'நானே பொதுச்செயலாளராகப் பணியாற்ற இருக்கிறேன்.'

அண்ணா பொதுச்செயலாளர் ஆகிறார் என்றதும் மாயவரம் பொதுக்குழுவில் திருத்தப்பட்ட கட்சியின் சட்டத்திட்டப் பிரிவை நீக்கிவிட முடிவு செய்யப் பட்டது. அதற்கு ஈ.வெ.கி. சம்பத் குழுவினரிடம் இருந்து எந்த எதிர்ப்பும் இல்லை. ஆம். அவர்களுடைய இலக்கு கருணாநிதியே தவிர, அண்ணா அல்ல. போட்டி எதுவும் இல்லாமல், சட்டவிதிகளை மீறாமல் திமுக பொதுச் செயலாளராக மீண்டும் அண்ணா தேர்வு செய்யப்பட்டார். தவிரவும், ஈ.வெ.கி. சம்பத் கட்சியின் அவைத் தலைவராகவும் கருணாநிதி பொருளாளராகவும் ஒருமனதாகத் தேர்வு செய்யப்பட்டனர். இரா. நெடுஞ்செழியன், என்.வி. நட ராசன், க. அன்பழகன், கே.ஏ. மதியழகன், சி.பி. சிற்றரசு ஆகியோர் செயலாளர்களாகத் தேர்ந்தெடுக்கப்பட்டனர்.

கட்சித் தேர்தலுக்கு முன்பே கிளம்பியிருந்த கோஷ்டிப்பூசல் தேர்தலுக்குப் பிறகு விரிவடையத் தொடங்கியது. அவைத்தலைவர் ஈ.வெ.கி. சம்பத் பல குற்றச்சாட்டுகளை திமுகமீதும் அதன் தலைவர்கள் மீதும் முன்வைத்தார்.

கட்சிக்குள் மிதவாதத்தன்மை புகுந்துவிட்டது. கழகத் தலைவர்கள் கலைத் துறையில் அதிகமான ஈடுபாடு கொள்கிறார்கள். முழுநேரத்தையும் கட்சி வளர்ச்சிப் பணிகளுக்குப் பயன்படுத்துவது இல்லை. கட்சிக்குள் இருப்ப வர்கள் கலைஞர் என்றும் கவிஞர் என்றும் பட்டங்களைப் போட்டுக்கொள் கிறார்கள். நடிகர்கள் கட்சிக்குள் பொறுப்பு வகிப்பது கட்சிக்கு அவப்பெயர்.

திரைப்பட நடிகர்கள் மற்றும் கலைஞர்கள் திமுகவில் அங்கம் வகிப்பது, முக்கியப் பொறுப்புகளில் இருப்பது போன்ற சங்கதிகளை ஈ.வெ.கி. சம்பத் விரும்பவில்லை. அதிலும், முக்கியத் தலைவர்கள் மேடைகளில் பேசும் போது திடீரென மேடைக்கு வந்து கூட்டத்தினர் மத்தியில் சலசலப்பை ஏற்படுத்தும் காரியங்கள் தெரிந்தோ, தெரியாமலோ நடந்துகொண்டிருந்தன.

சென்னை மூர் மார்க்கெட் பகுதியில் நடந்த பொதுக்கூட்டம் ஒன்றில் ஈ.வெ.கி. சம்பத்துக்கே அப்படிப்பட்டதொரு நிலைமை ஏற்பட்டது. உபயம்: நடிகர் எம்.ஜி.ஆரின் மேடைப்பிரவேசம். ஒருமுறை கவிஞர் கண்ணதாசனுக்கும் இதே போன்றதொரு நிலை ஏற்பட்டது. எல்லாமாகச் சேர்ந்துதான் சம்பத்தை ஆத்திரத்தில் தள்ளியிருந்தது.

தவிரவும், சம்பத் முன்வைத்த குற்றச்சாட்டுகளில் பல அண்ணாவை நேரடியாகத் தாக்கும் வகையில் இருந்தன. அண்ணா திரைப்படங்களுக்கு வசனம் எழுதிக்கொண்டிருந்தார். அவருடைய பெயருக்கு முன்னால் அறிஞர் என்ற பட்டத்தைப் போட்டே திமுகவின் தொண்டர்கள் முதல் தலைவர்கள்

வரை விளிப்பது வழக்கம். எம்.ஜி.ஆர், எஸ்.எஸ்.ஆர் உள்ளிட்ட பல நடிகர்கள் அண்ணா மற்றும் கருணாநிதியின் ஆதரவுடனேயே திமுகவில் செயல்பட்டுக் கொண்டிருந்தனர். ஆகக்கூடி, அண்ணாவை எதிர்ப்பது என்று ஈ.வெ.கி. சம்பத் முடிவு செய்திருப்பது கண்கூடாகத் தெரிந்தது.

அண்ணா எப்படி எதிர்வினையாற்றப்போகிறார் என்பது கட்சிக்குள் பெருத்த எதிர்பார்ப்பை ஏற்படுத்தியிருந்தது. காரணம், சம்பத் மீதும் அவருடைய பேச்சு, ஆற்றல் மீதும் அபரிமிதமான பாசமும் பற்றும் நம்பிக்கையும் கொண்டவர் அண்ணா. அந்தச் சமயத்தில்தான் திராவிட நாடு இதழில் 'எல்லோரும் இந்நாட்டு மன்னர்' என்ற தலைப்பில் தொடர் கட்டுரை ஒன்றை அண்ணா எழுதினார்.

பெர்னார்ட் ஷா எழுதிய ஆப்பிள் கார்ட் என்ற கதையைத் தற்போதைய சூழலுக்கு ஏற்ப தன் பாணியில் எழுதினார் அண்ணா. அந்தக் கதையில் வரும் போனார்ஜிஸ் என்ற பாத்திரத்துக்கு அண்ணா சூட்டிய பெயர், புயலார். அந்தக் கதையில் வரும் மன்னரை, புயலார் இளக்காரமாக நினைப்பது போலவும் மன்னரை அவமதிப்பது போலவும் தனக்கு மட்டுமே திறமை இருக்கிறது, செல்வாக்கு இருக்கிறது என்ற மமதையுடன் திரிவது போலவும் எழுதியிருந்தார். இவை அனைத்துமே அண்ணா - சம்பத் மோதலைத்தான் குறிப்பிடுகிறது என்றும் மன்னர் பாத்திரத்தில் அண்ணாவையும் புயலார் பாத்திரத்தில் சம்பத்தையும் பொருத்திப் பார்த்துப் பேசத் தொடங்கினர் திமுகவினர்.

> ஆணவமாக நடந்து அரசனை அவமதிக்கவேண்டும் என்று திட்டமிட்டு நடந்துகொண்டான் அமைச்சன்; இரண்டொரு உண்மைகளைக் கூறியும், உச்சி குளிரும்படி சில புகழுரை பேசியும் தாக்கவந்த அமைச்சனைத் தழுதழுத்த குரலில் பேசுவோனாக்கிவிட்டான் மன்னன்.
>
> மன்னன் மதிமிக்கவன். மன்னராட்சியுடன் இணைந்த மக்களாட்சியில் இடம்பெற்ற அமைச்சனோ, மண்டைக் கனத்தை மட்டுமே நம்பிக்கிடந்தான். பிறகு? என்று கேட்கிறாய் தம்பி!
>
> எனக்கு இந்த ராஜா வேலை வேண்டாம்; விலகிவிடப்போகிறேன் - என்று மன்னன் கூறுகிறான். இந்த அமைச்சர் மட்டுமல்ல; முதலமைச்சர் உள்பட அமைச்சர் அவையே கூடி மன்னனை மன்றாடிக் கேட்டுக்கொள்கிறது, மன்னா, மன்னனாகவே வீற்றிருக்க வேண்டுகிறோம்! - என்று.

இதில் மன்னர், அண்ணா. அமைச்சர், ஈ.வெ.கி. சம்பத்.

> குடி அரசுக் கோட்பாடும் கேடு களையப்பட்ட முடி அரசு முறையும் இணைந்ததோர் அமைப்பினைக் குடிக்கோனாட்சி முறை என்று கூறுவர். குடிக்கோனாட்சி முறையிலே, அமைச்சர்களே அனைத்துக்கும் பொறுப்பாளர்; மக்களே, ஆட்சி மன்றத்தினரைத் தேர்ந்தெடுப்பர். அமைச்சர்கள் ஆட்சி மன்றம் மூலம் சட்டங்கள் இயற்றுவர். திட்டங்கள் தீட்டுவர். - நாடு அவைதமை ஏற்கும்.

இந்த முழு உரிமை அமைச்சர்களுக்கு - எனினும், ஏதேனும் ஒரு சட்டமோ, திட்டமோ செயலோ முறையோ மக்களுக்கு ஊறு விளைவிக்கும் என்று ஏற்படின், மன்னன், அதனைத் தன் மறுப்பு மூலம் தடுத்து நிறுத்தலாம்.

நாட்டை நடத்திச் செல்ல அமைச்சர்கள் - அவர்கள் நடத்திச் செல்வதிலே, மன்னன் குறுக்கிடவோ, அலுவலிலோ பங்கு பெறவோ கூடாது - ஆயினும், நடத்திச் செல்லப்படுவதை, மக்கள் சார்பில், நாட்டின் சார்பிலே, கூர்ந்து கவனித்த வண்ணம் இருந்து பேராபத்துக்கு நாட்டை இழுத்துச் செல்லும் நிலை ஏற்பட்டுவிடும் என்று தோன்றி னால், தடுத்து நிறுத்திட மன்னனுக்கு அதிகாரம் உண்டு. மன்னர்கள் இந்தத் தடுத்து நிறுத்தும் அதிகாரத்தைப் பயன்படுத்துவதில்லை, அநேகமாக!

முன்பாவது ஒருவர் மன்னர். இன்று எல்லோரும் மன்னர்கள். எனவே, எல்லோருக்குமே ஆட்சி நடத்தத்தக்க அறிவாற்றல் இருக்கவேண்டும். அதேபோது ஆணவம் இருத்தல் ஆகாது - திறம் இருக்கவேண்டும் - தலைக்கனம் இருத்தல் ஆகாது.

எல்லோரும் இந்நாட்டு மன்னர் என்ற தலைப்பில் எழுதப்பட்ட கடிதத் தொடரில் அண்ணா எழுதிய நெல்லிக்காய் மூட்டை கதை திமுகவுக்குள் பலத்த சர்ச்சைகளைக் கிளப்பியது. குறிப்பாக, அந்த புயலார் பாத்திரம். அண்ணா பேசிய பொடிவைத்த பேச்சுகளும் பிரயோகம் செய்த குத்தல் வார்த்தைகளும் சம்பத்தை நேரடியாகத் தாக்கின. மறைமுகத் தாக்குதல் என்றாலும்கூட அண்ணாவுக்கு நேரடியாகப் பதிலளிக்க விரும்பினார் ஈ.வெ.கி.சம்பத்.

உதவிசெய்ய முன்வந்தார் சம்பத்தின் ஆதரவாளரான கவிஞர் கண்ணதாசன். அவர் நடத்திவந்த தென்றல் பத்திரிகையில் ஈ.வெ.கி. சம்பத் எழுதிய பதில் கட்டுரை வெளியானது. அதன் தலைப்பு, அண்ணாவின் மன்னன். சம்பத் தன்னுடைய கட்டுரையில் அண்ணாவை நேரடியாகவே கேலி செய்திருந்தார். அந்தக் கட்டுரை திமுகவுக்குள் பலத்த கொந்தளிப்பை ஏற்படுத்தியது. திமுகவில் புகைச்சல் தொடங்கியிருப்பதாகவும் விரைவில் கட்சி உடையப் போகிறது என்றும் சில பத்திரிகைகள் செய்திகள் வெளியிட்டுக் கொண்டிருந்தன.

41 வேலூர் பொதுக்குழு

வேலூர் பொதுக்குழு மற்றும் செயற்குழு. திமுகவின் வரலாற்றில் மிகப்பெரிய திருப்புமுனையை ஏற்படுத்திய கூட்டங்கள் அவை. 21 ஜனவரி 1961 அன்று காலையில் செயற்குழுவும் மாலையில் பொதுக்குழுவும் நடப்பதாகத் திட்டம். ஈ.வெ.கி. சம்பத், கருணாநிதி என்று இரண்டு தரப்பினரின் ஆதரவாளர்கள் மத்தியிலும் பதற்றம் உருவாகியிருந்தது. கருணாநிதி உள்ளிட்ட தலைவர்களுக்கு எதிராகவும் அவர்களுடைய அதிகாரங்களைக் குறைக்கும் வகையிலும் பல தீர்மானங்களை ஈ.வெ.கி. சம்பத் தலைமையிலான தீர்மானக் குழுவினர் தயாரித்துள்ளதாகவும் அவை செயற்குழு மற்றும் பொதுக்குழுவில் நிறைவேற்றப்பட இருப்பதாகவும் செய்திகள் கசிந்திருந்தன.

ஈ.வெ.கி. சம்பத் குழுவினர் தயாரித்த தீர்மானங்கள் பொதுச்செயலாளர் அண்ணாவின் பார்வைக்கும் அனுப்பப்பட்டிருந்தன. அந்தத் தீர்மானங்கள் கீழே:

> விதி 14 பிரிவு 3 கீழ்க்கண்டவாறு திருத்தி அமைக்கப்படுகிறது.

> 'பொதுக்குழு, அவைத்தலைவர், ஒரு பொதுச் செயலாளர், ஒரு பொருளாளர், மற்றும் தலைமைச் செயற்குழுவுக்கு 15 உறுப்பினர்களையும் தேர்ந்தெடுக்கும்.'

> விதி 15 கீழ்க்கண்டவாறு அமைக்கப்படுகிறது.

‘பொதுக்குழு, தலைமை செயற்குழு, ஆட்சிமன்றக்குழு ஆகியவற்றைக் கூட்டுவதுடன் அவற்றுக்குத் தலைமையேற்று நடத்திக்கொடுக்கும் பொறுப்பை பொதுக்குழுவின் அவைத்தலைவர் ஏற்பார்’

விதி 16 பிரிவு 5 முதல் 6 வரை நீக்கம். பிரிவு 7 கீழ்க்கண்டவாறு திருத்தி அமைக்கப்படுகிறது.

‘பொதுக்குழுவும் செயற்குழுவும் அவ்வப்போது முடிவு எடுக்கும் தீர்மானங்களையும் திட்டங்களையும் செயற்படுத்துதல் மற்றும் தலைமைக் கழகத்தின் பலதுறைப் பணிகளையும் ஒருமுகப்படுத்துதல் முதலியன பொதுச்செயலாளரின் பொறுப்புகளாகும்.’

விதி 28 பிரிவு 1 கீழ்க்கண்டவாறு திருத்தி அமைக்கப்படுகிறது.

‘பொதுக்குழுவின் அவைத்தலைவர், பொதுச்செயலாளர் உள்ளிட்ட பதினொரு பேர் கொண்ட ஆட்சி மன்றக்குழுவைப் பொதுக்குழு தேர்ந்தெடுக்கும்.’

விதி 28 பிரிவு (அ) புதிதாகச் சேர்க்கப்படுகிறது.

‘தேர்தலுக்கான நிதியைத் திரட்டவும் திரட்டிய நிதியைப் பாதுகாக்கவும் அந்நிதியைச் செலவிடும் முறைகளை வகுக்கவும் ஆட்சி மன்றக் குழுவில் இருந்து மூவரடங்கிய தனிக்குழுவை ஆட்சி மன்றக்குழு நியமிக்கும்’

விதி 36 பிரிவு 1 (அ) புதிதாகச் சேர்க்கப்படுகிறது.

‘நிறைவேறிய நாளில் இருந்து அமலுக்கு வரும்.’

மொத்தம் ஆறு தீர்மானங்கள். முன்மொழிந்து வழிமொழிந்தவர்கள் கவிஞர் கண்ணதாசன், பில்லப்பன், ஆர்.எஸ். பாண்டியன் ஆகியோர். இவர்கள் மூவருமே சம்பத்துக்கு நெருக்கமானவர்கள்.

அந்தத் திருத்தங்களின் நோக்கம் மிகவும் நுணுக்கமானது. விதி 14 பிரிவு 3 திருத்தத்தின்படி செயலாளர் ஐவர் மற்றும் செயற்குழு உறுப்பினர் 12 பேர் ஆகியோரை நியமித்துக்கொள்ளும் அதிகாரத்தை பொதுச்செயலாளர் இழக்கவேண்டும். விதி 15 திருத்தப்பட்டால் இதுவரை அதிகாரம் அல்லாத பதவியாகக் கருதப்பட்ட அவைத்தலைவர் பதவிக்குக் கூடுதல் அதிகாரங்கள் கிடைத்துவிடும். மாறாக, பொதுச்செயலாளர் பதவி அதிகாரமற்றதாக மாறிவிடும். விதி 16 திருத்தி அமைக்கப்பட்டால் பொதுச்செயலாளர் பதவி மேலும் பலவீனம் அடைந்துவிடும்.

விதி 28 பிரிவு 4 (அ) புதிதாகச் சேர்க்கப்பட்டால் பொருளாளர் பதவி அதிகாரம் குறைந்த கணக்கர் பதவி போல மாற்றப்படும். விதி 36 பிரிவு 1 (அ) புதிதாகச் சேர்க்கப்படுமானால் பொதுக்குழுவில் நிறைவேற்றப்படும் தீர்மானங்கள் அடுத்து கூட்டப்பட இருக்கும் மாநில மாநாட்டில் உறுதி செய்யப்படுவதற்கு முன்னரே நடைமுறைக்கு வந்துவிடும்.

பொதுச்செயலாளர் அண்ணாவையும் பொருளாளர் மு. கருணாநிதியையும் மட்டுமே குறிவைத்துக் கொண்டுவரப்பட்ட தீர்மானங்கள், திருத்தங்கள் என்பது வெளிப்படையாகத் தெரிந்தது. கழகச் சட்டத்திருத்தங்கள் மாற்றி அமைக்கப்பட்டு சில மாதங்களே ஆகியிருக்கும் சூழலில் புதிய திருத்தங்கள் உள்நோக்கத்துடன் கொண்டுவரப்படுகிறது என்று விமரிசனங்கள் எழுந்தன. ஆகவே, அந்தத் திருத்தங்களை வலியுறுத்துவது அவசியமில்லை என்ற கருத்து ஈ.வெ.கி. சம்பத் உள்ளிட்ட தலைவர்களிடம் எடுத்துச் சொல்லப் பட்டன. அண்ணாவுக்கும் சம்பத்துக்கும் இடையே சில சந்திப்புகளும் நடந்தன. ஆனாலும் சமரசத் திட்டம் எதுவும் உருவாகவில்லை.

21 ஜனவரி *1961* அன்று வேலூரில் திமுக அவைத் தலைவர் ஈ.வெ.கி. சம்பத் தலைமையில் செயற்குழு கூடியது. அதில் பேச எழுந்த கட்சியின் மூத்த தலைவர்களுள் ஒருவரான மதுரை எஸ். முத்து, சம்பத்தின் போக்கு குறித்துப் பேசினார். குறிப்பாக, புதிய திருத்தங்களை முன்மொழிந்து, வழிமொழிந் திருந்த கண்ணதாசன் உள்ளிட்டோரைப் பற்றி மதுரை எஸ். முத்து பேசினார். உடனே அவைத் தலைவர் ஈ.வெ.கி. சம்பத், 'சபையில் இல்லாதவர்களைப் பற்றிப் பேசக்கூடாது' என்று கூறினார். உடனே குறுக்கிட்டுப் பேசிய க. அன்பழகன், 'அப்படிப் பேசுவதில் தவறில்லை. இது சட்டமன்றமோ, நாடாளுமன்றமோ அல்ல' என்றார். ஆனாலும் மதுரை முத்து பேசுவதற்கு அவைத்தலைவர் ஈ.வெ.கி. சம்பத் அனுமதி தரவில்லை.

தொடர்ந்து மற்ற உறுப்பினர் பேச எழுந்ததையடுத்து ஆத்திரமடைந்தார் ஈ.வெ.கி. சம்பத். 'அப்படியானால் பொதுக்குழுவுக்குப் போகலாம் வாருங்கள்' என்று புறப்பட்டார். அதற்குள் அந்த அறையில் ஒரே அமளி. கூச்சல். குழப்பம். பக்கத்து அறையில் இருந்த நடிகர்கள் எம்.ஜி. ராமச்சந்திரனும் எஸ்.எஸ். ராஜேந்திரனும் செயற்குழு நடக்கும் அறைக்கு ஓடி வந்தனர். அவர்களைப் போலவே வேறு சிலரும் அந்த அறைக்குள் நுழைந் தனர். சண்டையும் சச்சரவும் தொடர்ந்தது. எதையும் பேசித் தீர்த்துக்கொள்ள லாம் என்று அண்ணா சொன்னபிறகே அமளி அடங்கத் தொடங்கியது.

அதன்பிறகு, 'எல்லோரும் இந்நாட்டு மன்னர்' மற்றும் 'அண்ணாவின் மன்னன்' கட்டுரைகள் பற்றிப் பேச்சுகள் தொடங்கின. தனது கட்டுரை பற்றி விளக்கமளித்தார் ஈ.வெ.கி. சம்பத். அண்ணாவின் மன்னன் கட்டுரைக்கே பலத்த எதிர்ப்பு இருந்தது. உடனே சம்பத் பேச எழுந்தார்.

'எனக்குச் சரியென்றும் கழகத்துக்கு மிகமிகத் தேவையென்றும் எனக்குப் படுகிற கருத்துகள், முறைகள் பற்றி நான் தொடர்ந்து கூறிவருவது உண்மை. ஆனால் அவை ஏற்றுக்கொள்ளப் படாததுடன் செயற்குழுவினர்களாகிய எனது நண்பர்களுக்கு மனவேதனையைத் தந்து வருகிறது. இந்நிலையில் நான் மேற்கொண்டுள்ள கருத்துகள் - சிறுபான்மையினரின் கருத்து இதற்கு முரணாகிறது. இந்நிலையில் நான் பொறுப்பான அவைத்தலைவர் பதவியில் இருந்து கொண்டு என் கருத்தைப் புகுத்தும் முறையை மேற்கொள்வது தூய ஜனநாயகம் ஆகாது என்று கருதுவதால் நான் அவைத்தலைவர்

பதவியிலிருந்து விலகி, சாதாரண உறுப்பினராகவே கழகப் பணியாற்ற முடிவு செய்துள்ளேன்' என்றார் சம்பத்.

ஈ.வெ.கி. சம்பத்தைச் சமாதானப்படுத்தும் முயற்சியில் அண்ணா உள்ளிட்ட சில தலைவர்கள் தீவிரமாக ஈடுபட்டனர். ஆனாலும் அனைத்து முயற்சிகளும் தோல்வியில் முடிந்தன. சமதர்மக் கட்சிகளில் அனுசரிக்கப்படும் நடை முறையைத்தான் நான் பின்பற்றுகிறேன். மற்றபடி, இதில் கவலைப்பட எதுவுமில்லை என்று திட்டவட்டமாகச் சொல்லிவிட்டார் சம்பத். மறுநாள் காலை தனது விலகல் கடிதத்தை அண்ணாவிடம் கொடுத்தார். அதனையடுத்து சம்பத்தின் கடிதத்தைப் பொதுக்குழுவில் அண்ணா படித்துக் காட்டினார். பிறகு அந்த விலகல் கடிதத்தைப் பொதுக்குழு ஏற்றுக்கொண்டது.

சம்பத் உள்ளிட்டோர் கொண்டுவந்திருந்த திருத்தங்கள் குறித்தும் பொதுக் குழுவில் முடிவுகள் எடுக்கப்பட்டன. அந்தச் சட்டத்திட்டத் திருத்தங்களை ஆராய்ந்து ஆலோசனை கூற, ப.உ. சண்முகம், தில்லை வில்லாளன், டி.கே. சீனிவாசன் ஆகிய மூவர் கொண்ட குழுவைப் பொதுக்குழு நியமித்தது. காலியாக இருந்த அவைத்தலைவர் பதவிக்கு நெடுஞ்செழியன் தேர்ந் தெடுக்கப்பட்டார்.

•

31 ஜனவரி 1961 குயில் ஏட்டில் பாவேந்தர் பாரதிதாசன் தலையங்கம் ஒன்றை எழுதினார். இது முழுக்க முழுக்க திமுகவைப் பிளவுபடுத்தும் நோக்கத்துடன் எழுதப்பட்டிருந்தது.

திரு. சம்பத்து திமுகவை விட்டு வந்துவிடவில்லை. ஆனால், அவர் திமுகவில் இருக்கின்றார் என்றும் சொல்லிவிட முடியாது. திரு. சம்பத்து அவர்களின் நெஞ்சம் திமுகவில் இருந்து விலகிவிட்டது. திரு. சம்பத்து மட்டுமா? நல்லவர்களின் நெஞ்சமெல்லாம் விலகிவிட்டன. அவர்களின் உடல்கள் மட்டும் திமுகவில் ஒட்டிக்கொண்டிருக்கின்றன.

காரணம் என்ன எனில், திமுகவைத் திருத்தியமைக்க எண்ணுகின்றார்கள். முடியுமா என்றால் முடியாது என்று மூன்று முறை கூறுவோம்.

திமுகவில் பொல்லாதவர்கள் பலர், நல்லவர் சிலர். சிலரால் பலரைத் திருத்தவா முடியும்?

திமுகவிலுள்ள பொல்லாதவர்கள் எங்குமுள்ள பொல்லாத வர்கள் போன்றவர்கள் அல்லர். கடைந்தெடுத்த பொல்லாதவர்கள். தாம் கொண் டிருந்த நல்ல கொள்கைகளை அவர்கள் தலைகீழாக மாற்றிக்கொண்ட வர்கள். தமிழரின் தாலி அறுப்பதையே நோக்கமாகக் கொண்ட ஆச்சாரி யிடம் கூட்டுச் சேரவும் ஒப்பிவிட்டார்கள். அவர்களைப் பொல்லாத வர்கள் என்று சொன்னால் பொருந்துமோ என்னவோ தெரியாது.

பார்ப்பனரால் இந்தப் பைந்தமிழ் நாடு கெட்டுப் போகின்றது என்ற உண்மையை மாற்றிப் பார்ப்பனரால் இந்தப் பழந்தமிழ் நாடு ஈடேறக்

கூடும் என்று கூறிக்கொண்டு, அந்தத் திமுக பசங்கள் எதிர்வரக் கண்டால் முடிச்சுமாறிப் பசங்கள் எதிர் வந்தது போல் தோன்றுகின்றது எனக்கு!

திமுகவில் ஏற்பட்ட சர்ச்சைகள் தமிழ்நாடு முழுக்க பலத்த அதிர்வுகளைக் கிளப்பியிருந்தன. குறிப்பாக, பத்திரிகைகள் வெளியிட்ட செய்திகள். வேலூர் செயற்குழுவில் ஈ.வெ.கி. சம்பத் தாக்கப்பட்டதாகவும் அவர்களை நடிகர்கள் சிலர் அடித்ததாகவும் செய்திகள் வெளியாகின.

நவ இந்தியா பத்திரிகையில் விரிவான செய்திகள் இடம்பெற்றிருந்தன. இதுபற்றிய கவிஞர் கண்ணதாசனின் பதிவு இங்கே:

'கவிஞர், கவிஞர்' என்றொரு குரல் கேட்டது. அந்தக் குரலில் தோன்றிய பதற்றத்தில் அவனும் (கண்ணதாசன்) பதறி எழுந்தான். பரபரப்போடு உள்ளே நுழைந்தார் ஆர்.எஸ். பாண்டியன்.

'செயற்குழுவில் அடிதடி நடக்கிறது. சம்பத்தை எல்லோரும் அடிக்கிறார்கள்' என்று சொன்னார். அவன் கலங்கிவிட்டான். அங்கிருந்து காரை எடுத்துக் கொண்டு செயற்குழு நடக்கும் இடத்துக்குச் சென்றார்கள். செயற்குழுவில் கலந்துகொண்டிருந்த எம்.பி. சுப்பிரமணியன் இறங்கிவந்தார். மதுரை சண்டியர் ஒருவர் சம்பத்தின் சட்டையைப் பிடித்ததாகவும் கருணாநிதி சத்தம் போட்டுத் திட்டியதாகவும் இரண்டு நடிகர்கள் முண்டா பனியனோடு வந்து நின்றதாகவும் அண்ணா அழுததாகவும் சொன்னார்.'

நிலைமை விபரீத கட்டத்தை அடைவதைத் தடுக்கும் நோக்கத்துடன் அண்ணாவும் சம்பத்தும் தனிமையில் சந்தித்துப் பேசினர். அதன் அடிப் படையில் அண்ணாவும் ஈ.வெ.கி. சம்பத்தும் அறிக்கைகள் வெளியிட்டனர். அண்ணா வெளியிட்ட அறிக்கையின் சாரம் இதுதான்:

> தோழர் சம்பத் தனக்கெதிராக வன்முறை திரட்டப்பட்டதாகக் கூறியது கேட்டு நான் மிகவும் வேதனைப்படுவதுடன் எவர், எவ்விதத் தீயச் செயலில் ஈடுபட்டிருப்பினும் வன்மையாகக் கண்டிக்கிறேன். கருத்து வேற்றுமைகள் கழகச் செயல்முறை பற்றியோ, கொள்கை பற்றியோ, என் பேச்சு, எழுத்து பற்றியோகூட ஏற்படுமானால் அதுபற்றி நமது அமைப்பு களில் கூடிக்கலந்து பேசுவதுதான் இனி மேற்கொள்ளவேண்டிய முறையே தவிர, கட்டுரைகள், அறிக்கைகள் மூலம் பேதமும் கசப்பும் ஏற்படுத்தத்தக்க விதமான போக்கில் இனி எவரும் நடந்துகொள்ளக் கூடாது.

ஈ.வெ.கி. சம்பத்தும் அறிக்கை வெளியிட்டார்.

என்னைப் பொறுத்தவரை கழகத்தின் பொதுச்செயலாளர் அண்ணா அவர்கள் எழுதிய எல்லோரும் இந்நாட்டு மன்னர் என்ற தொடர்கட்டுரை ஜனநாயகத்தைப் பழிப்பதாகவும் ஜனநாயகத்தில் நம்பிக்கை கொண்டு கழக நடப்பில் அத்தன்மை மேன்மேலும் கூடுதல் வேண்டும் என்ற கருத்துக்கொண்ட என்னைத் தாக்குவதாகவும் அமைந்தது என்ற கருத்தில்,

திராவிட இயக்க வரலாறு - 1 ● 287

> அதற்குப் பதிலாக, நான், 'அண்ணாவின் மன்னன்' என்ற ஒரு கட்டுரை மூலம் எனது கண்டனத்தைத் தெரிவித்து இருந்தேன். பின்னர், அண்ணா அவர்கள் தனது கட்டுரைகள் துளியும் ஜனநாயகத்தைப் பழிக்கும் நோக்கத்துடன் எழுதப்பட்டவை அல்லவென்றும் என்னைக் குறிப்பாகத் தாக்கும் எண்ணம் கிஞ்சித்தும் இல்லை என்றும் கூறியபின் அதனை அப்படியே ஏற்றுக்கொள்கிறேன். ஏற்றுக்கொண்ட நிலையில் அண்ணாவின் மன்னன் கட்டுரை வெளிவந்தமைக்கும் அதன் காரணமாக கழகத் தோழர்களிடையே மனக்குழப்பம் ஏற்பட்டமைக்கும் எனது வருத்தத்தைத் தெரிவித்துக் கொள்கிறேன்.'

ஈ.வெ.கி. சம்பத் பிரச்னைக்கு முடிவு ஏற்பட்டுவிட்டது என்ற சூழலில் அண்ணாவுக்கு மீண்டும் ஒரு நெருக்கடி. நடிகர்கள் எம்.ஜி. ராமச்சந்திரன், எஸ்.எஸ். ராஜேந்திரன் இருவரும் அண்ணாவுக்கு கோரிக்கை ஒன்றை வைத்தனர். அதில் வேலூர் பொதுக்குழுவில் சம்பத்தைத் தாக்கியவர்கள் என்று அவர்கள் இருவர் மீதும் குற்றச்சாட்டு சுமத்தப்படுவது குறித்து வருத்தம் தெரிவித்த அவர்கள் இதுவிஷயமாக விளக்க அறிக்கை ஒன்றைக் கொடுக்கவேண்டும் என்றும் கோரிக்கை விடுத்தனர். உடனடியாக அண்ணா அறிக்கை ஒன்றைக் கொடுத்தார். அந்த அறிக்கையில் இருந்து சில பகுதிகள்:

> நடிகர்கள் தாக்கினார்கள், சட்டையைப் பிடித்து இழுத்தார்கள் என்று பரப்பப்படும் பொய்யுரைகளுக்குத் துளியும் ஆதாரமில்லை. தோழர் சம்பத் எந்த இடத்திலும் இந்த மூவர் பற்றியோ அல்லது வேறு எந்த பொதுக்குழு உறுப்பினர்கள் பற்றியோ குறிப்பிட்டுப் பேசவில்லை. நடிகர்கள் தன்னைத் தாக்கினார்கள் என்றோ தாக்கவந்தனர் என்றோ தோழர் சம்பத் குற்றம் சாட்டவில்லை. வன்முறைச் செயல்திட்டம் இவைகளைக் கண்டித்து நான் அறிக்கை வெளியிட்டேன் என்றால் 'அடிதடி நடந்தது, நடிகர்கள் தாக்கினார்கள்' என்று பொருள் ஆகாது.

அண்ணாவின் அறிக்கை ஓரளவுக்குப் பதற்றத்தைத் தணித்தது. ஆனால் திருச்சியில் நடந்த பொதுக்கூட்டம் ஒன்றில் மீண்டும் பிரச்னை வெடித்தது. அந்தக் கூட்டத்தில் பேச வந்த கண்ணதாசன் மீது யாரோ அடையாளம் தெரியாத ஒருவர் செருப்பை வீசிவிட்டார். அந்த நபர் கைவசம் கத்தி ஒன்றைக் கொண்டுவந்ததும் தெரியவந்தது. அப்போது ஏற்பட்ட கைகலப்பில் கண்ணதாசனின் சட்டை கிழிந்தது. விஷயம் கேள்விப்பட்ட அண்ணா, கண்டன அறிக்கை ஒன்றை வெளியிட்டார். ஆனாலும் திருச்சி வன்முறைச் சம்பவம் காரணமாக சம்பத் கடும் அதிருப்தியில் இருந்தார். தனது அதிருப்தியை வெளிப்படுத்தும் வகையில் உண்ணாவிரதம் இருக்கத் தொடங்கினார் சம்பத்.

விஷயம் கேள்விப்பட்ட அண்ணா நேரே சம்பத்திடம் வந்து பேச்சுவார்த்தை நடத்தினார். திருச்சி மாவட்டச் செயலாளர் அன்பில் தர்மலிங்கத்தை நீக்கவேண்டும், மதுரை மாவட்டச் செயலாளர் எஸ். முத்துவைப் பதவி நீக்கம் செய்து, அவர்மீது ஒழுங்கு நடவடிக்கை எடுக்கவேண்டும் என்ற இரண்டு

நிபந்தனைகளை சம்பத் முன்வைத்தார். அதனையடுத்து கழகக் காவலர் கூட்டம் ஒன்றை 26 பிப்ரவரி 1961 அன்று திருவொற்றியூரில் கூட்டினார் அண்ணா. ஆனாலும் சம்பத் தொடர்ந்து நிபந்தனைகளை வலியுறுத்திக் கொண்டிருந்தார். உண்ணாவிரதம் தொடர்ந்தது. அதன்பிறகு அண்ணா ஆவேசம் பொங்கப் பேசினார்.

> நான் என்னால் முடிந்த முயற்சிகள் யாவும் செய்து சம்பத்தின் உண்ணா நோன்பை முடிக்க முயற்சி செய்தேன். சம்பத்தின் பிடிவாதத்தால் அவை தோல்வியுற்றன. எல்லோரும் விலகல் கடிதம் கொடுத்து விட்டார்கள். நானும் பொதுச்செயலாளர் பதவியில் இருந்து விலகி, கண்காணாத தேசத்துக்குச் சென்றுவிட முடிவுசெய்து விட்டேன். கழகத்தைச் சம்பத்திடம் ஒப்படைக்கிறேன். அவன் இஷ்டப்படி காரியம் நடக்கட்டும்.

பிறகு அண்ணா சார்பாக கே.ஏ. மதியழகன் சென்று சம்பத்திடம் பேசினார். அப்போது இதுவரை நடந்த சம்பவங்களைக் காவலர் கூட்டத்தில் அண்ணா எடுத்துக்கூறுவதோடு, வன்செயலைக் கண்டித்து ஒற்றுமையை உருவாக்க கழகத்தில் அமைதி ஏற்படுத்தினால் போதும் என்று கேட்டுக்கொண்டார் சம்பத். அது அண்ணாவின் கவனத்துக்கும் சென்றது.

இதற்கிடையே சம்பத்தின் உடல் மிகவும் பலவீனம் அடைந்தது. அண்ணாவின் வற்புறுத்தலை அடுத்து உண்ணாவிரதத்தை முடித்துக் கொண்டார் சம்பத். அதன்பிறகு நடந்த காவலர் கூட்டத்தில் கண்ணதாசன் நடந்த சம்பவங்களுக்கு மன்னிப்பு கேட்டார். கருணாநிதி தனது ராஜினாமா கடிதத்தைத் திரும்பப் பெற்றுக்கொண்டார்.

அமைதி திரும்பிய சூழலில் திமுக வரலாறு என்ற நூலை டி.எம். பார்த்தசாரதி எழுதியிருந்தார். அதற்கான வெளியீட்டு விழாவில் அண்ணா, ஈ.வெ.கி. சம்பத், மு. கருணாநிதி உள்ளிட்ட முக்கியத் தலைவர்கள் கலந்துகொள்வதாக அறிவிக்கப்பட்டிருந்தது. 7 ஏப்ரல் 1961 அன்று நடைபெற்ற அந்த விழாவில் அண்ணாவும் கருணாநிதியும் கலந்துகொள்ளவில்லை. ஆனால் டெல்லி சென்று திரும்பியிருந்த ஈ.வெ.கி. சம்பத் வந்திருந்தார். இருவரும் கலந்து கொள்ளாதது ஈ.வெ.கி. சம்பத்தை அதிருப்தி அடையச்செய்துவிட்டதாகவும் அதன் எதிரொலியாகவே திமுகவில் இருந்து முற்றிலுமாக விலக முடிவு செய்துவிட்டதாகவும் செய்திகள் கசிந்தன.

குறிப்பாக, நவ இந்தியா, தினச் செய்தி போன்ற இதழ்களில் திமுக வரலாறு புத்தக வெளியீட்டு விழா தொடர்பாக வெளியான செய்திகளில் திமுகவுக்குள் குழப்பத்தை அதிகரிக்கும் எண்ணம் வெளிப்பட்டது. சம்பத் கலந்துகொண்ட கூட்டம் - அண்ணாதுரை புறக்கணிப்பு - திமுகவுக்குள் மீண்டும் புயல் என்பன போன்ற செய்திகள் வெளியாகின. இந்தச் செய்திகளுக்கு திமுக வரலாறு புத்தகத்தின் ஆசிரியர் டி.எம். பார்த்தசாரதி எழுதிய மறுப்பு நம் நாடு மற்றும் தனி அரசு ஆகிய ஏடுகளில் வெளியாகின.

ஆனாலும் அதிருப்தியுடனேயே வலம் வந்தார் ஈ.வெ.கி. சம்பத். அடுத்து என்ன செய்யப் போகிறார் என்பதுதான் அனைவருடைய எதிர்பார்ப்பாக இருந்தது. அதற்கு ஏற்றாற்போல தன்னுடைய ஆதரவாளர்களுக்கு அழைப்பு விடுத்தார். திமுகவில் இருந்து விலகும் மனுவில் அவர்கள் கையெழுத்து போட்டனர். 9 ஏப்ரல் 1961 அன்று திமுகவில் இருந்து விலகுவதாக ஈ.வெ.கி. சம்பத் உள்ளிட்ட அவருடைய ஆதரவாளர்கள் கூட்டாகப் பத்திரிகைகளுக்குச் செய்தி கொடுத்தனர். இது அண்ணா உள்ளிட்டோரை அதிர்ச்சியடையச் செய்தது. முடிவை மறுபரிசீலனை செய்ய வேண்டும் என்று அண்ணா கேட்டுக்கொண்டார். ஆனால் அதை ஏற்க சம்பத் மறுத்துவிட்டார்.

அதன் தொடர்ச்சியாக 19 ஏப்ரல் 1961 அன்று சென்னை ஒற்றைவாடை தியேட்டரில் ஈ.வெ.கி. சம்பத்தின் ஆதரவாளர்கள் ஒன்றுகூடி ஆலோசனை நடத்தினர். இறுதியில், தங்களுக்கென்று புதிய கட்சியைத் தொடங்குவதாக அறிவித்தார் ஈ.வெ.கி. சம்பத். கட்சியின் பெயர், தமிழ் தேசியக் கட்சி. திமுக தொடங்கிய பன்னிரண்டு ஆண்டுகள் கழித்து முதன் முதலாகப் பிளவைச் சந்தித்தது.

42. பகல் கனவு

விலகிய நாள் தொடங்கி திமுகவையும் அண்ணாவையும் கடுமையாக விமரிசனம் செய்தார் ஈ.வெ.கி. சம்பத். குறிப்பாக, திராவிட நாடு கோரிக்கை பற்றிக் கேலியாகப் பேசிய அவர், 'அது ஒரு பகல் கனவு' என்றார். போதாக் குறைக்கு, திமுகவில் இருக்கும் நடிகர்கள் பற்றிக் கிண்டலாகப் பேசினார். அவருடன் சேர்ந்துகொண்டு கவிஞர் கண்ணதாசனும் திமுகவைக் கடுமையாக விமரிசனம் செய்தார்.

உண்மையில் கண்ணதாசனுக்கு திமுகவில் இருந்து உடனடியாக விலகவேண்டும் என்ற எண்ணம் இருக்க வில்லை. மாறாக, விரைவில் வரவிருக்கும் சட்டமன்ற, நாடாளுமன்றத் தேர்தலில் போட்டியிட்டு, வெற்றி பெற்று, அதன்பிறகு திமுகவில் இருந்து வெளியேற வேண்டும் என்பதுதான் எண்ணம். ஆனால் ஈ.வெ.கி. சம்பத் அதற்கு செவிசாய்க்கவில்லை. விலகுவது என்று முடிவுசெய்ததும் உடனடியாக விலகிவிட்டார்.

தான் தொடங்கியுள்ள தமிழ் தேசியக் கட்சியின் கொள்கையாக, 'மொழிவழித் தேசிய இனங்கள் ஒவ்வொன்றுக்கும் தன்னைத் தானே ஆண்டு கொள்ளும் பூரண சுதந்திரம், தம்மிச்சையாக ஒன்று கூடும் பிரிந்து போகும் உரிமையுடன் கூடியக் கூட்டமைப்பு வேண்டும்' என்று அறிவித்தார்.

இதற்காகவே காத்துக்கொண்டிருந்தது போல அண்ணா களத்தில் இறங்கினார்.

திராவிட நாடு கோரிக்கை பற்றியும் திமுகவில் இருக்கும் கலைஞர்கள் பற்றியும் கடந்த காலங்களில் ஈ.வெ.கி. சம்பத் பேசியதையும் எழுதியதையும் அப்படியே தனது தம்பிக்குக் கடிதங்களில் மறுபிரசுரம் செய்தார். அதற்குக் காரணம் இருந்தது. திமுகவில் இருந்தபோது தமிழ்த் தேசியம் பற்றியோ அல்லது திராவிட நாடு கோரிக்கையைக் கைவிடுவது பற்றியோ ஈ.வெ.கி. சம்பத் பகிரங்கமாகப் பேசியதில்லை. ஆனால் ரகசியமாகப் பேசியதாகப் பதிவு செய்திருக்கிறார் கவிஞர் கண்ணதாசன்.

அண்ணா அவர்களுடன் இதைப்பற்றிப் பேசுவது என்று முடிவுசெய்து வி.பி. ராமன் அவர்களுடைய வீட்டில் அண்ணா அவர்களைச் சந்தித்து திராவிட நாட்டுக் கொள்கையைக் கைவிட்டுவிட்டால் கழகத்திற்கு நல்ல எதிர்காலம் என்று சம்பத் அவர்களும் மற்றவர்களும் பேசினார்கள். அதற்கு அண்ணா அவர்கள் கைவிட முடியாது என்று சொல்லவில்லை. அவர் சொன்னது: 'காலம் வரும். காலத்தை எதிர்பார்த்துக் காரியம் செய்ய வேண்டும். ஒரு கட்டம் வரும்போது நானே அதை மாநாட்டில் அறிவித்துவிடுகிறேன். அதை திடீரென்று வெளியிட்டால் நம்முடைய தோழனுக்கு அதிர்ச்சி ஏற்பட்டுவிடும். அதனால் அதுவரையில் இதைப் பற்றிப் பேசவேண்டாம், விரிவாக விவாதிக்கவேண்டாம் என்பதே.'

கட்சியை விட்டு வெளியேறிய பிறகு ஈ.வெ.கி. சம்பத் பேசும் பேச்சுகளுக்குப் பதிலளிக்கும் வகையில் அண்ணா காரியம் ஆற்றத் தொடங்கினார். அதுவும், அவருடைய வார்த்தைகளைக் கொண்டே.

'திராவிடம் டில்லித் தொடர்பை அறுத்துக்கொண்டு தனியரசாய் அமைவதை விரும்பாதவன், ஒன்றும் அறியாத ஏமாளியாய் இருக்கவேண்டும். அல்லது, எல்லாம் தெரிந்தும் கொள்ளைக்காரர்களிடம் லஞ்சம் வாங்கிக்கொண்டு, நாட்டைக் காட்டிக் கொடுக்கும் துரோகியாக இருக்கவேண்டும்.'

'திராவிடம் சிறுநாடு; ஆகவே, பாதுகாப்பில்லை என்பது பத்தாம்பசலிகளின் பேதமைக் கூற்றே தவிர வேறில்லை. திராவிடத்தில் எந்தக் கட்சியாக இருந்தாலும், திராவிட விடுதலையைக் குறிக்கோளாக வைத்துக்கொள்ளாமல் வேறு எத்தகைய உலக மகா மேதாவிகளின் தத்துவங்களை லட்சியங்களாகக் கொண்டிருந்தாலும் அது மக்களையும் வாழ வைக்காது; தானும் வாழாது!'

அதேபோல திரைக் கலைஞர்கள் பற்றி ஈ.வெ.கி. சம்பத் கடந்தகாலங்களில் பேசிய பகுதிகளையும் பிரசுரம் செய்தார் அண்ணா.

கழகக் கலைஞர்கள் எல்லாம் ஏதோ திடீரெனக் கழகத்துக்கு வந்தவர்கள் அல்லர். இராசேந்திரனை எடுத்துக்கொண்டால், அவர் என் எதிரில் வரப் பயப்பட்டுக் கொண்டிருந்த பருவத்திலிருந்து, இன்றுவரை கழகத்தில் இருப்பவர். அப்படியேதான் பிறரும்... பல காலமாகக் கழகத்தில் இருப்ப வர்கள். கழகத்தில் சில டாக்டர்கள் இருக்கிறார்கள். சில எஞ்சினியர்கள் இருக்கிறார்கள். பேராசிரியர்கள் இருக்கிறார்கள். ஆசிரியர்கள் இருக்கிறார்கள். எழுத்தாளர்கள் இருக்கிறார்கள். உழவர்கள் இருக்கிறார்கள். தொழிலாளர்கள்

இருக்கிறார்கள். அவர்களைப் போலவே சில கலைஞர்களும் இருக்கிறார்கள், அவ்வளவுதான்.

•

அவைத்தலைவர் பதவியை வகித்துவந்த சம்பத் விலகிவிட்டதால் அவருடைய இடத்துக்கு இரா. நெடுஞ்செழியன் கொண்டுவரப்பட்டார். நெடுஞ்செழியன் வகித்துவந்த கொள்கைப் பரப்புச் செயலாளர் பொறுப்பு சத்திவாணி முத்துவிடம் ஒப்படைக்கப்பட்டது.

திமுகவில் இருந்து விலகி, தனிக்கட்சி தொடங்கிய ஈ.வெ.கி. சம்பத் பெரியாரை நேரில் சந்தித்துப் பேசினார். அப்போது புதிய கட்சியின் பெயர், கொள்கைகள் பற்றிச் சொன்னார். பெரியாருக்கு மிகுந்த மகிழ்ச்சி. திமுக பிளவு பட்டதில் அவருக்குக் கூடுதல் மகிழ்ச்சி. சம்பத்துக்கு வாழ்த்து கூறினார்.

'இவ்வளவு காலம் கழித்தாவது என் மகனுக்கு என் புத்தி வந்ததே என்று எண்ணி மகிழ்கிறேன்'

இதுதான் பெரியார் சொன்ன வாழ்த்து. உடனே நெடுஞ்செழியன், 'அன்று திராவிடர் கழகம் பிரிவதற்குத் தந்தை காரணமாக இருந்தார். இன்று திராவிட முன்னேற்றக் கழகம் பிரிவதற்குத் தனயன் காரணமாக இருக்கிறார்' என்று பெரியாருக்குப் பதில் கொடுத்தார்.

•

எல்லாப் பிரச்னைகளும் முடிந்தபிறகு பொதுத்தேர்தல் குறித்த பேச்சுகள் தொடங்கின.

1962 தேர்தலை புதிய வியூகம் அமைத்து சந்திக்கவேண்டும் என்பதில் உறுதி யாக இருந்தார் அண்ணா. 'ஏதேச்சதிகார வல்லமையைக் கொண்டிருக்கும் காங்கிரஸைத் தோற்கடிக்க வேண்டும் என்றால் நிலைமைக்கு ஏற்றபடி, கட்சிகளின் செல்வாக்குக்கு ஏற்றபடி, தொகுதிகளைப் பங்கீடு செய்துகொண்டு, ஒருமுனையாக நின்று போட்டியிடவேண்டும். அப்பொழுதுதான், வாக்குகள் சிதறிப்போகாமல் இருக்கும். அதுதான் நமக்கு ஏற்றதொரு வழியாக அமையும்' என்று பேசினார் அண்ணா.

1961 ஜூலை மாதத்தில் அண்ணா பேசியது முக்கியத்துவம் வாய்ந்த பேச்சு.

> பாகிஸ்தானைத் தரமறுத்தால் நான் எடுத்துக்கொள்வேன் என்று ஜின்னா அவர்கள் அன்று குறிப்பிட்டார். ஜின்னா அளவுக்கு நான் பலம் பெற்றால் 'திராவிட நாட்டை எடுத்துக்கொள்வேன்' என்று சொல்லமாட்டேன். எடுத்துக்கொண்டேன் என்றுதான் சொல்வேன். ஆகவே, ஜின்னா அளவுக்கு எனக்கு பலம் தரவேண்டியது உங்கள் கடமை. இத்தகைய பலத்தை நீங்கள் தேர்தலின் மூலம்தான் தந்தாகவேண்டும்.

மேலும் காங்கிரஸ் ஆட்சியின் ஊழல்கள் குறித்து மேடைக்கு மேடை பேசத் தொடங்கினார் அண்ணா.

காங்கிரஸ் ஆட்சியில் நாட்டின் பொருளாதார அமைப்பு முதலாளித்துவ பாணியில் உருவாகிக் கொண்டிருக்கிறது. பொருளாதாரத் துறையில் அயலவர்களின் ஊடுருவல் ஆபத்தான அளவில் பெருகிக் கொண்டிருக்கிறது. இரண்டு ஐந்தாண்டுத் திட்டங்கள் நிறைவேறியபோதிலும் வேலையில்லாத் திண்டாட்டம் வளர்ந்துகொண்டே இருக்கிறது. பணவீக்கம், தொற்றுநோய் போல பரவி வருகிறது. அதன் விளைவாக, விலைவாசி உயர்ந்துகொண்டிருக்கிறது. சுதந்தரம் பெற்று 14 ஆண்டுகள் ஆகியும் இன்னமும் மலம் தூக்குவதற்கு என்று ஓர் இனம் இருந்து வருகிறது. ஆதி திராவிடத் தாய்மார்கள் மலத்தைக் கூடையில் வைத்துத் தலையில் தூக்கிச்செல்லும் பரிதாபக் காட்சியை இன்னும் பார்க்கிறோம். இது ஆதி திராவிடருக்குச் செய்த நன்மையா? ஆகவே, இந்த ஆட்சியை ஒழித்துக்கட்ட 1962ல் பணியாற்றவேண்டும்.

43 அண்ணாவின் தோல்வி

தேர்தலை ஒட்டி கோவையில் தேர்தல் சிறப்பு மாநாடு 16 டிசம்பர் 1961 தொடங்கி இரண்டு நாள்கள் நடைபெற்றது. அதில் பேசிய அண்ணா தொண்டர்களைத் தேர்தலுக்குத் தயார்ப்படுத்தும் வகையில் எழுச்சி உரை நிகழ்த்தினார்.

> நான் இன்றைய நிகழ்ச்சியைப் பார்க்கும்போது 'இப்படை தோற்கின் எப்படை ஜெயிக்கும் என்ற சொல்லில் எனக்குத் தளராத நம்பிக்கை ஏற்படுகிறது. நீங்கள் எனக்குக் கொடுக்கும் ஒத்துழைப்பால், நீங்கள் காட்டும் ஆதரவால், உற்சாகத்தால் நான் காரியமாற்றிவருகிறேன். உங்களுடைய திறமையால், ஆற்றலால் எதையும் சாதிக்கமுடியும் என்று திடமாக நம்புகிறேன்... நான் ஒன்றுகூற ஆசைப்படுகிறேன். சுதந்தரா கட்சியுடனோ கம்யூனிஸ்ட் கட்சியுடனோ பேசச்சந்தர்ப்பம் கிடைத்தால் பேசவும் செய்வேன். காங்கிரஸை ஒழிக்க எல்லாக் கட்சிகளுடனும் பேசுவோம். அப்படிப் பேசுவதால் நம்முடைய லட்சியத்தை மாற்றிக்கொள்ள மாட்டோம்.

பிறகு திமுகவின் தேர்தல் அறிக்கை வெளியிடப்பட்டது. அதில் திமுகவின் கொள்கை மற்றும் தற்போதைய அரசியல் சூழல், எடுத்திருக்கும் நிலைப்பாடு ஆகியன பற்றி விரிவாக விளக்கப்பட்டன.

> இன்றைய அரசியல் அமைப்பு திராவிடத்தை அடிமைப்படுத்தவே பயன்படுகிறது என்பதைப்

பாரறியச் செய்யும் பணியில் திமுக தொடர்ந்து ஈடுபடுவதுடன், இந்த அமைப்புக்குள்ளாகவேகூடச் செய்யக்கூடிய முற்போக்கான காரியங்களைச் செய்யத் தவறிய காங்கிரஸின் எதேச்சாதிகாரத்தை முறியடித்து, சமதர்மத்தை நிலைநாட்டவேண்டும் என்று திட்டமிட்டிருக்கிறது.

உணவு, உடை, இருப்பிடம், கல்வி,மருத்துவ நலம், ஓய்வு ஆகிய அடிப்படைத் தேவைகள் எல்லா மக்களுக்கும் கிடைக்கத்தக்க வழி செய்வதுடன், இவற்றுக்கான தொழில்களும் தனியாருக்கு லாபவேட்டைக் காடாகிவிடும் நிலைமையை மாற்றியமைக்கும் திட்டம் மேற்கொள்ளப்படும்.

நாட்டின் மொத்த வருமானம் அதிகரித்து வருவதாகப் புள்ளிவிவரங்கள் காட்டப்பட்ட போதிலும் தனிப்பட்ட முறையில் பார்த்தால் பொது மக்களின் சராசரி வருமானம் குறைந்து வருவதுடன், காங்கிரஸ் ஆட்சியில் பணக்காரர் மேலும் பணக்காரராகவும் ஏழை மேலும் ஏழை ஆகவுமான நிலைமை இருப்பதால், வருமானங்களில் உள்ள ஏற்றத் தாழ்வைக் குறைக்க திமுக பாடுபடும்.

கட்டுப்பாடற்ற முறையில் வெளிநாட்டுக் கடன்களும் மூலதனங்களும் வருவது நாட்டின் பொருளாதாரத்தைச் சீர்குலைப்பதால் நிதி வசதிகளை அளவுடன் பெற்று, தக்கபலன் தரக்கூடிய திட்டங்களில் அவற்றை ஈடுபடுத்த கழகம் வற்புறுத்தும்.

ஏழை எளியவர்கள் மீதும் சிறு தொழில்கள் புரிவோர் மீதும் விழுந்திருக்கும் வரிப்பளுவைக் குறைக்க திமுக முயலும்.

தென்னாட்டுக் கனிவளங்களையும் இயற்கை வசதிகளையும் ஆராய்ந்து, தென்னாட்டைத் தொழில் மயமாக்கும் திட்டங்களைத் தொடங்கக் கழகம் பாடுபடும்.

தாழ்த்தப்பட்டவர்களுக்கான அரசாங்கச் சலுகைகளும் உதவிகளும் மதம் மாறிய தாழ்த்தப்பட்டவர்களுக்கும் அளிக்கப்பட வழிசெய்யும்.

ஏற்கெனவே தனியார் துறையில் உள்ள பெருத்த வருவாய் தரும் தொழில்களை நியாயமான நஷ்ட ஈடு, பத்திரங்கள் மூலம் தரப்பட்டு, பொதுத் துறைக்கு மாற்ற வழிகாண முனையும். பொருளாதார அமைப்பு, பணக்கார ஆதிக்கத்தில் சிக்கிக்கொள்ள பாங்கிகள் பயன்பட்டுவருவதால், அவற்றை சர்க்கார் உடைமைகளாக்கவேண்டிய ஏற்பாடுகளைச் செய்யும்.

நாட்டில் உள்ள தொழில்களும் வேலைகளும் வரையறுக்கப்பட்டு, தொழிலாளர்களுக்குக் குறைந்தபட்ச சம்பள விகிதங்களும் விடுமுறை, ஓய்வு, கிராஜுவட்டி போன்ற மற்ற சலுகைககளும் நிர்ணயிக்கப்பட்டு, அவற்றைத் திறம்பட அமுலாக்கவும் வழிமுறை காணும்.

தரிசுநிலம் என்ற தலைப்புடன் உள்ள விளைநிலமாகக் கூடியவற்றை உழவுத்தொழிலில் ஈடுபட்டுள்ள ஆதி திராவிடர்களுக்கும் நிலமற்ற

மற்றவர்களுக்கும் நஞ்சையாகக் கூடியதை மூன்று ஏக்கரும் புஞ்சையாகக் கூடியதை 5 ஏக்கரும் பகிர்ந்தளிக்கும் திட்டம் மேற்கொள்ளப்படும்.

திராவிட மொழி, கலை, நாகரிகம், இலக்கியம், வரலாறு, இசை ஆகியன குறித்து ஆராய்ச்சி நடத்தி, திராவிடத்தின் தொல்பெருமையையும் தனிச் சிறப்பையும் உலகுக்கு எடுத்துக்காட்டத் துணையாகும் வகையில் ஒரு திராவிட ஆராய்ச்சிப் பல்கலைக்கழகம் உண்டாக்க முற்படும்.

சிறுபான்மையினராக உள்ள முஸ்லிம், கிறித்தவர் எனும் மக்களுடைய குறைகளை நீக்க, அவர்களுடைய உரிமைகளைப் பாதுகாத்து, அவர்களது முன்னேற்றத்துக்கும் கழகம் பாடுபடும்.

தாழ்த்தப்பட்டோர், பின்தங்கிய வகுப்பினர், மலைவாழ் மக்கள் ஆகியோருக்குத் தனிச் சலுகைகளும் வாய்ப்புகளும் வழங்கி, மற்றவர் களுடன் ஒத்தநிலைக்கு அவர்களை முன்னேறச் செய்ய கழகம் அயராது பாடுபடும்.

இந்த நாட்டுக்கு ஏற்ற விகிதாச்சாரப் பிரதிநிதித்துவ முறைப்படித் தேர்தல் நடைபெறவும் ஒரு குறிப்பிட்ட பிரச்னையில் மக்களின் கருத்தை அறிய வாக்கெடுப்பு முறை ஏற்றுக்கொள்ளப்பட்டு, அத்தகைய வாக்கெடுப்பின் மூலம் கிடைக்கும் முடிவு அரசியல் சட்டப்படி செல்லுபடியாகக் கூடியதாக ஆக்கவும் தேர்ந்தெடுக்கப்பட்ட பிரதிநிதிகள் நெறி பிறழ்ந்து சென்றாலும் மக்களின் கருத்துக்கு மாறுபட்டு நின்றாலும் அத்தகையப் பிரதிநிதிகளைத் திரும்ப வரவழைத்துக்கொள்ளும் வாய்ப்பை வாக்காளர்களுக்கு அளிக்கவும் கழகம் அரசியல் முறையில் சட்டப்படி வழிவகை காண முற்படும்.

நேரடியாகவும் மறைமுகமாகவும் வரும் இந்தி ஆதிக்கத்தைத் தடுக்கவும் எவ்விதக் காலவரையறையும் இன்றி 1965க்குப் பிறகும் மத்திய ஆட்சி மொழியாக ஆங்கிலமே நீடிக்கச் செய்யவும் அரசியல் சட்டத்தின் 17வது பிரிவைத் திருத்தக் கழகம் எல்லாவகையான முயற்சிகளையும் மேற்கொள்ளும். சீர்திருத்தத் தமிழ்த் திருமணங்களையும் சட்டப்படி செல்லத்தக்கதாக்க முற்படும்.

தேர்தல் அறிக்கையை வெளியிட்டபிறகு திமுகவின் வேட்பாளர்கள் பட்டியல் அறிவிக்கப்பட்டது. திமுகவின் முக்கிய வேட்பாளர்களும் அவர்கள் போட்டியிட்ட தொகுதிகளும் கீழே:

காஞ்சிபுரம் - அண்ணா, துறைமுகம் - சி. பி. சிற்றரசு, பேசின் ப்ரிட்ஜ் - என்.வி. நடராசன், ஆயிரம் விளக்கு - கே.ஏ. மதியழகன், எழும்பூர் - க. அன்பழகன், திருவல்லிக்கேணி - நெடுஞ்செழியன், தஞ்சாவூர் - மு. கருணாநிதி, லால்குடி - அன்பில் தர்மலிங்கம், தேனி - எஸ்.எஸ். ராஜேந்திரன், திருப்பரங்குன்றம் - மதுரை எஸ். முத்து உள்ளிட்ட 142 பேர் சட்டமன்றத் தேர்தலில் போட்டியிட்டனர். நாடாளுமன்றத் தேர்தலைப் பொறுத்தவரை, தென்

சென்னையில் நாஞ்சில் மனோகரன், கிருஷ்ணகிரி - க. ராசாராம், பெரம்பலூர் - இரா. செழியன் உள்ளிட்ட பதினெட்டு வேட்பாளர்களும் நிறுத்தப்பட்டனர்.

திமுகவில் இருந்து வெளியேறிய பிறகு தமிழ் தேசியக் கட்சியைத் தொடங்கியிருந்த ஈ.வெ.கி. சம்பத் பொதுத்தேர்தலில் தமது கட்சி போட்டியிடும் என்று அறிவித்திருந்தார். குறிப்பாக, திமுகவை எதிர்த்துத் தங்களுடைய கட்சியின் சார்பில் வேட்பாளர்கள் நிறுத்தப்படுவார்கள் என்றும் அறிவித்திருந்தார். கடந்த தேர்தலின்போது திமுக சார்பில் நாமக்கல் தொகுதியில் இருந்து நாடாளுமன்றத்துக்குத் தேர்வாகியிருந்தவர் என்பதால் இந்தத் தேர்தலிலும் நாடாளுமன்றத் தொகுதியில் போட்டியிட முடிவு செய்திருந்தார். அதற்காக அவர் தேர்வு செய்த தொகுதியும் தேர்வுக்காக அவர் சொன்ன காரணமும் சுவாரஸ்யமானவை.

சிங்கத்தை அதன் குகைக்குள்ளேயே சென்று அதை அடக்குகிறேன் என்றார் ஈ.வெ.கி. சம்பத். ஆம். திமுகவுக்கு சென்னையில் செல்வாக்கு அதிகம் என்பதை அப்போது நடைபெற்ற தேர்தல்கள் நிரூபித்திருந்தன. ஆகவே அதை முறியடிக்கும் வகையில் தென் சென்னைத் தொகுதியில் தான் போட்டியிடப் போவதாக அறிவித்திருந்தார் ஈ.வெ.கி. சம்பத். சிங்கத்தை அதன் குகையில் சந்திக்கலாம்; அது ஒன்றும் பெரிய விஷயமில்லை; ஆனால் அதன்பிறகு வெளியே வருவது சிங்கமா, ஆளா என்று கேட்டார் அண்ணா. அவரை எதிர்த்து நாஞ்சில் கி. மனோகரன் நிறுத்தப்பட்டார். மொத்தம் பதினைந்து தொகுதிகளில் வேட்பாளர்களை நிறுத்தியிருந்தது தமிழ் தேசியக் கட்சி.

திமுகவும் தமிழ் தேசியக் கட்சியும் தேர்தலில் நிற்கும் சூழலில் திராவிடர் கழகத்தின் நிலைப்பாடு என்ன என்பதை 17 நவம்பர் 1961 அன்று பெரியார் தெளிவாக விளக்கினார்.

> தேர்தலில் கழகத்தின் நிலை என்னவென்றால், கண்ணை மூடிக்கொண்டு காங்கிரஸை ஆதரிப்பதுதான். காங்கிரஸ்காரர்கள் களிமண்ணையோ, மரக்கட்டையையோ நிறுத்தினாலும் நாம் நமக்காகவே வேலை செய்வதுபோல் பாடுபடவேண்டும். ஆகவேதான், காமராசரையே நம்பி, எல்லாப் பொறுப்புகளையும் அவர் மீதே போட்டு, அவரால் நிறுத்தப்படுகிற ஆட்களில் 100க்கு 90 பேருக்குக் குறையாமலாவது வெற்றிபெறும்படிச் செய்யவேண்டியது நம்முடைய கடமை.

அதைப்போலவே, 'கண்ணீர்த்துளிகள் சட்டசபையில் சாதித்தது என்ன?' என்ற தலைப்பில் கி. வீரமணி எழுதிய தொடர் கட்டுரை திமுகவின் செயல்பாடுகளைக் கடுமையாக விமரிசனம் செய்தது.

பார்ப்பனத் தோழர்களுக்கு என்ற தலைப்பிட்ட கட்டுரை ஒன்றை 1 ஜனவரி 1962 விடுதலையில் எழுதினார் பெரியார். பார்ப்பனர்கள் இந்தத் தேர்தலில் எந்தக் கட்சிக்கும், யாருக்கும் வோட்டுப் போடாமல் விலகி இருப்பதே புத்திசாலித்தனம். தேர்தலுக்குப் பிறகு அரசியல் திட்டம் எதுவாக இருந்தாலும் சமுதாயத் திட்டம் என்பது பார்ப்பனர் வெறுப்புத் திட்டமாகத்தான் இருக்கும்.

இனி, கண்ணீர்த் துளிகள் கட்சி தேர்தலுக்குப் பிறகு இந்த நாட்டில் உலவ வேண்டுமானால் பார்ப்பன வெறுப்புச் சாதனத்தைத்தான் கைத்தடியாகப் பிடித்துக் கொள்ள வேண்டியவர்கள் ஆவார்கள். இந்தக் காரியத்துக்கு என்னை அணுகலாம். நானும் ஆதரவளிக்கலாம். எனக்கு சமுதாயத் துறையில் பார்ப்பனர்களைத் தவிர வேறு யாரும் எதிரிகளல்லர் என்று அந்தக் கட்டுரையில் எழுதியிருந்தார். ராஜாஜிக்கு அந்தக் கட்டுரை ஆத்திரத்தை வர வழைத்தது. வாக்காளர்களை மிரட்டுகிறார் ஈ.வெ.ரா என்று கல்கி பத்திரிகையில் எழுதினார் ராஜாஜி.

கண்ணை மூடிக்கொண்டு காங்கிரஸுக்கு ஆதரவு என்று பெரியார் அறிவித்த பிறகு விடுதலை நாளிதழ் காங்கிரஸ் கட்சியின் பிரசார பீரங்கியாக மாறியது. காமராசர் ஆட்சியின் சாதனைகள் இந்தப் பத்தாண்டுகளில் என்று தினமும் ஒரு பட்டியலைப் பெட்டிச் செய்தியாக வெளியிட்டது விடுதலை. திமுகவைப் பித்தலாட்டக் கட்சி என்றும் பொறுக்கித் தின்னவே எதிர்க்கட்சியாக இருக் கிறார்கள் என்பது போலவும் கடுமையாக விமரிசித்துச் செய்திகள் வரத் தொடங்கின.

பெரியாரின் காங்கிரஸ் ஆதரவு அண்ணாவையும் மற்ற திமுக தலைவர் களையும் உத்வேகம் கொள்ளச் செய்தது. காங்கிரஸ் குறித்து, கை ராட்டை குறித்து, கதர் குறித்து, காந்தியம் குறித்து, தேசியம் குறித்து, பார்ப்பனர்கள் குறித்து பெரியார் அன்றும் இன்றும் ஒரே கருத்தைத்தான் கொண்டிருக்கிறார் என்பதைப் பட்டவர்த்தனம் செய்து 1961 நவம்பரில் எழுதி காங்கிரஸை தர்மசங்கடத்தில் நெளியவைத்தார் அண்ணா.

கதர் என்பது மூடத்தனம்; கைராட்டை ஒரு காட்டுமிராண்டிக் கருவி; காந்தியம் என்பது முட்டாள்தனம்; தேசியம் என்பது பித்தலாட்டம்; பார்ப்பனர்கள் பகைவர்களே; ராமன் அயோக்கிய சிகாமணிதான்; சீதை சோரம் போனவளே; தசரதன் சுத்தக்கோழை; விபீடணன் ஒரு காட்டிக் கொடுத்த துரோகி; இராவ ணன் ஒரு வீரன், திராவிடன்; கணபதி ஒரு அழுக்கு உருண்டை; கிருஷ்ணன் ஒரு காமுகன்; இதுதான் பெரியாரின் கருத்து. இன்றும் அதே நிலையில்தான் இருக்கிறார். இது காங்கிரஸ்காரர்களுக்கு நன்றாகவே தெரியும். இருந்தும் அவர்கள் பெரியாரிடமிருந்து வரும் ஆதரவை ஏற்கிறார்கள். ஏன்?' என்று கேள்வியெழுப்பினார் அண்ணா.

மேலும், 'பெரியாரின் எதிர்ப்பு திமுகவை ஒழிக்கும் நோக்குடன்தான் நடத்தப் படுகிறது என்றாலும் உள்ளபடி அது காங்கிரஸின் கர்வபங்கமாகத்தான் ஆகிறது என்பதை அரசியல் நுண்ணறிவு உள்ள எவரும் உணராமலிருக்க முடியாது... திமுகவின் இடைவிடாத கட்டுப்பாடான எதிர்ப்புதான் தமிழ்நாட்டுக் காங்கிரஸை பெரியாரின் காலடியில் விழச் செய்தது என்பதை இருசாராரும் ஒப்புக்கொள்ள மாட்டார்கள் என்றாலும் உண்மை அதுதான் என்பதை காங்கிரஸார் உணர்ந்துதான் இருக்கிறார்கள். உணர்ந்து? ஊராள ஆசை இருக்கிறதே! பெரியாரின் துணையையும் இழந்து விட்டால் என்ன ஆவது நிலைமை?'

உண்மையிலேயே காங்கிரஸ்காரர்கள் தர்மசங்கடத்தில் நெளிந்துகொண்டிருந்தனர். ஆனாலும் மறுப்பு தெரிவிக்க அவர்கள் தயாராக இல்லை. நிலைமை அப்படி. இருந்தும் திமுக சார்பில் 1957 தேர்தலில் வெற்றிபெற்றிருந்த பதினைந்து பேரையும் குறிவைத்துத் தேர்தல் வியூகம் வகுத்திருந்தார் காமராஜர். அந்தப் பதினைந்து பேருக்கு எதிராகவும் பலம் பொருந்திய வேட்பாளர்களை நிறுத்தினார். அண்ணா, கருணாநிதி போன்ற வேட்பாளர்கள் பெரிய தொழிலதிபர்களையும் பண முதலைகளையும் எதிர்கொள்ள வேண்டியிருந்தது. அண்ணாவை எதிர்த்து காஞ்சிபுரத்தில் நிறுத்தப்பட்ட நடேச முதலியார் பேருந்து முதலாளி. பரிசுத்த நாடார் என்ற பெரிய பணக்காரரை கருணாநிதி எதிர்க்க வேண்டியிருந்தது.

அண்ணாவும் மற்ற திமுக தலைவர்களும் பிரசாரத்தைக் கச்சிதமாக செய்தனர். காங்கிரஸ் கட்சியின் ஒவ்வொரு குறையையும் மக்கள் முன் பக்குவமாக எடுத்துவைத்தனர்.

'டாடா, பிர்லா எனும் இரண்டு செல்வவான்களிடம் மட்டும் இன்று உள்ள தொழில்கள் எவ்வளவு தெரியுமா? ஏறக்குறைய 600 கோடி ரூபாய் மூலதனம் போடப்பட்டுள்ள தொழில். கொழுத்த லாபம் கிடைக்கிறது. மானைக் கொல்வது வேங்கை. ஆனால் புதர் அருகே இருக்கும் நரிக்கும் சிறுசிறு துண்டுகள் உண்டல்லவா? அதுபோல இந்தக் கோடீஸ்வரர்கள் பெறும் கொள்ளை லாபத்தில் காங்கிரஸ் கட்சிக்கு பங்கு, தேர்தல் நிதியாகக் கிடைக்கிறது'

'பிற்படுத்தப்பட்ட வகுப்பினர், ஆதி திராவிடர் சமுதாயத்தினர். இவர்களின் எண்ணிக்கை பல கோடி. இவர்களிடம் தந்திரமாகப் பேசி, ஓட்டுக்களை வாங்கிக்கொண்டு, இவர்களைக் காங்கிரஸ் கட்சி இந்தக் கதியிலேயே வைத்திருக்கிறது'

திட்டங்கள், வாக்குறுதிகள் என்ற அடிப்படையில் திமுகவின் முன்னணித் தலைவர்கள் பிரசாரத்தில் ஈடுபட்டிருக்க, திமுகவைச் சேர்ந்த கலைஞர்களோ தேர்தல் பிரசாரத்தில் மிகுந்த ஈடுபாடு செலுத்தினர். முக்கியமாக எம்.ஜி.ஆரைச் சொல்லவேண்டும். திமுகவின் முக்கியப் பிரசார பீரங்கியான என்.எஸ். கிருஷ்ணன் மரணம் அடைந்துவிட்டார். போதாக்குறைக்கு சிவாஜி கணேசன் வேறு திமுகவில் இருந்து விலகியிருந்தார். அவர் விலகியது விநோதமான ஒரு விஷயம்.

1957ல் தமிழகம் மிகப்பெரிய புயலில் சிக்கிய சமயம் அது. திமுக சார்பில் புயல் நிவாரண நிதி திரட்டும் பணிகள் தொடங்கின. அண்ணாவின் கோரிக்கையை ஏற்று சிவாஜி கணேசன் உள்ளிட்ட பல நடிகர்கள் நிதி சேகரிக்கும் பணியில் ஈடுபட்டனர். படங்களில் பேசிய வசனத்தை மக்கள் முன்னிலையில் பேசினர். நல்ல வசூல் கிடைத்தது. அதிக நிதி வசூலித்துக் கொடுப்பவருக்குப் பாராட்டுவிழா ஏற்பாடானது. வில்லங்கமும் அங்குதான் வந்துசேர்ந்தது.

மேடைக்கு வரவழைக்கப்பட்டது எம்.ஜி.ஆர். ஆனால் சிவாஜி கணேசன் அந்த நிகழ்ச்சிக்கு வரவில்லை. காரணம் அவருக்கு அழைப்பு கொடுக்கவில்லை. அதிக நிதியை வசூலித்த எம்.ஜி.ஆரை, அண்ணா உள்ளிட்ட திமுக தலை வர்கள் பாராட்டினர். இது சிவாஜி கணேசனை அதிருப்தியடையச் செய்தது. அதிகம் நிதி வசூல் செய்தவன் நான். ஆனால் என்னை ஒதுக்கவேண்டும் என்பதற்காக எம்.ஜி.ஆரை மேடையேற்றிப் பாராட்டியிருக்கிறார்கள். வேண்டுமென்றே என்னைப் புறக்கணித்திருக்கிறார்கள் என்றார் சிவாஜி.

அதிருப்தியில் இருந்த சிவாஜி கணேசனை திருப்பதிக்கு அழைத்துச் சென்றார் இயக்குனர் பீம்சிங். திருப்பதி கோயிலின் சிறப்பு தரிசனங்களுள் ஒன்றான விஸ்வரூப தரிசனம் செய்தார். அவ்வளவுதான். விஷயம் பத்திரிகைகளுக்குத் தெரிந்துவிட்டது. நாத்திக கணேசன் ஆத்திகனாக மாறினார் என்று தினத்தந்தி செய்தி வெளியிட்டது. தரிசனம் முடித்துவிட்டு சென்னை வந்தார் சிவாஜி கணேசன். வழியில் சாலைகளில் எழுதப்பட்ட சில வாசகங்கள் அவருடைய கண்களில் தென்பட்டன.

திருப்பதி கணேசா, கோவிந்தா!

யாரோ சில தொண்டர்கள் எழுதிவைத்து சிவாஜியை வெறுப்பேற்றியிருந் தனர். நொறுங்கிப் போனார் சிவாஜி. போதாக்குறைக்கு அவருடைய போஸ்டர்கள் மீது சாணி வீசுவது, கல்லால் அடிப்பது போன்ற காரியங்கள் நடப்பதாக செய்திகள் வந்தவண்ணம் இருந்தன. இனியும் பொறுமை காப்பதில் அர்த்தம் இல்லை என்ற முடிவுக்கு வந்தார் சிவாஜி. உடனடியாக காமராஜரை சந்தித்துத் தன்னைக் காங்கிரஸ் கட்சியில் இணைத்துக்கொண்டார்.

'என்னை திமுககாரர்கள் தூக்கிக்கொண்டுபோய் காங்கிரஸில் போட்டார்கள்' என்றார் சிவாஜி கணேசன்.

ஆக, என்.எஸ்.கே., சிவாஜி போன்றவர்கள் இல்லாத குறையைத் தீர்க்கும் பொறுப்பை எம்.ஜி.ஆர் ஏற்றுக்கொண்டார். இத்தனைக்கும் எம்.ஜி.ஆரின் மனைவி சதானந்தவதிக்கு உடல்நிலை மோசமாக இருந்தது. ஆனாலும் பிரசாரத் திட்டத்தை மாற்றிக்கொள்ள எம்.ஜி.ஆர் விரும்பவில்லை. சுற்றுப் பயணத்தைத் தொடங்கினார்.

கருணாநிதி போட்டியிட்ட தஞ்சாவூர், எஸ்.எஸ். ராஜேந்திரன் போட்டியிட்ட தேனி என்று தொடர்ந்து பல தொகுதிகளுக்கும் பிரசாரம் செய்தார்.

17 பிப்ரவரி 1962 அன்று தேர்தல் தொடங்கி 24 பிப்ரவரி 1962 அன்று முடிந்தது. தேர்தல் முடிவுகள் அறிவிக்கப்பட்டபோது திமுக மிகப்பெரிய வெற்றியைப் பெற்றிருந்தது. ஆம். கடந்த தேர்தலில் வெறும் பதினைந்து இடங்களில் மட்டுமே வெற்றிபெற்றிருந்த திமுக, இந்தமுறை அதைப் போல மூன்று மடங்குக்கும் அதிகமான இடங்களைக் கைப்பற்றியிருந்தது. தமிழ்நாடு சட்டமன்றத்தில் ஐம்பது இடங்களில் வெற்றிபெற்ற திமுக, நாடாளு மன்றத்துக்கு 7 உறுப்பினர்களை அனுப்பியது. இது கடந்த நாடாளுமன்றத் தேர்தலைக் காட்டிலும் ஐந்து தொகுதிகள் அதிகம்.

ஆனாலும் அந்த வெற்றியைக் கொண்டாட முடியாத வகையில் காஞ்சிபுரம் தொகுதியில் அண்ணா தோல்வியைச் சந்தித்திருந்தார். போதாக்குறைக்கு, கடந்த தேர்தலில் வென்ற பதினைந்து பேரில் பதினான்கு பேர் தோல்வி யடைந்திருந்தனர். ஒருவரைத் தவிர. அவர், மு. கருணாநிதி. வெற்றி பெற்ற திமுக சட்டமன்ற உறுப்பினர்களில் இரா. நெடுஞ்செழியன், கருணாநிதி, கே.ஏ. மதியழகன், அன்பில் தர்மலிங்கம், எஸ்.எஸ். ராஜேந்திரன், செ. மாதவன் ஆகியோர் முக்கியமானவர்கள்.

(இந்தத் தேர்தலில் வெற்றிபெற்ற கோ.சி. மணி, எஸ். ஆறுமுகம் ஆகியோர் பின்னாளில் அமைச்சரானார்கள்.) நாஞ்சில் மனோகரன், இரா. செழியன், க. ராசாராம், இரா. தர்மலிங்கம், ராமபத்திரன், ஆர். முத்து, பி. சிவசங்கரன் ஆகியோர் நாடாளுமன்றத்துக்குத் தேர்வு பெற்றிருந்தனர்.

தேர்தல் முடிவுகள் குறித்த பெரியாரின் கருத்துகள் முக்கியமானவை. நடந்த சட்டமன்றத் தேர்தல்களில் அரசியல் வாழ்வுக் கட்சிகள் எல்லாமே தோல்வி அடைந்துள்ளன என்று விமரிசித்தார் பெரியார். தவிரவும், கண்ணீர்த்துளிகள் வெற்றி பெற்ற இடங்களில் தவறான முறைகளைக் கையாண்டனர்; சினிமா மோகத்தைப் பயன்படுத்திக்கொண்டனர் என்றும் திராவிடர் கழகம் சார்பாகக் குற்றச்சாட்டுகள் முன்வைக்கப்பட்டன.

தேர்தல் முடிவுக்குப் பிறகு அண்ணா எழுதிய கட்டுரை 'காஞ்சிபுரத்துத் தேர்தல் ரகசியம்' பின்னர் புத்தகமாக வெளியானது. அதில் அண்ணா பதிவு செய்திருக்கும் செய்திகள் முக்கியமானவை.

'காமராசர் ஒருமுறை என்னிடமே கேட்டார், 'ஒரு 5 லட்சம் ரூபாய் செலவிட்டால் உன்னைத் தோற்கடிக்க முடியாதா?' என்று. அதை அவர் இப்போது செய்துகாட்டினார்... எங்களைத் தோற்கடிக்க செலவிட்ட பணம் 5 லட்சம் அல்ல; கணக்கில்லா லட்சங்களைச் செலவழித்திருக்கிறார்கள். அதனால் வெற்றியும் பெற்றிருக்கிறார்கள்.'

அண்ணா தோல்வியடைந்தது திமுகவினரை அதிருப்தியில் ஆழ்த்தியது. உடனடியாக அவர்களைத் தேற்றும் காரியத்தில் இறங்கினார் அண்ணா.

> உள்ளம் உடைய இடம்கொடுக்கக் கூடாது. கண்ணீரைத் துடைத்துக் கொண்டு கழகக் காரியமாற்றப் புறப்படுங்கள். நான் வெளியே நிற்கிறேன். என் அணிவகுப்பு உள்ளே செல்கிறது. தலைவன் இல்லாமல் அணிவகுப்பு அமைக்கமுடியும். ஆனால் அணிவகுப்பு இல்லாத தலைவனை அமைக்க முடியாது. என் தோல்வி பற்றி வருந்து கிறவர்களுக்கு நான் இதைத்தான் சொல்லிக்கொள்கிறேன். என்னைத் திட்டமிட்டு ஒழித்துக் கட்டுவார்கள் என்பது முன்பே தெரியும். நெடுஞ்செழியனுடமும் கருணாநிதியிடமும் நான் இதுபற்றிப் பேசிக்கொண்டு இருந்திருக்கிறேன். எப்படி எங்கள் பதினைந்து பேரையும் ஒழிப்போம் என்றுகூறி ஐம்பது இடங்களைக் கோட்டை விட்டார்களோ, அதேபோல அடுத்த தேர்தலில் இந்த ஐம்பது பேரையும்

ஒழிப்போம் என்றுகூறி, இன்னொரு எழுபத்தைந்து இடங்களைக் கோட்டைவிடுவார்கள். வெற்றி பெற்று வருகிறது கழகம்! நாட்டு மக்களின் பேராதரவு வளர்ந்து வருகிறது! இது சாதாரணமானதல்ல; அரசியல் முக்கியத்துவம் வாய்ந்தது! இதை எண்ணி புதிய உற்சாகத்துடன் பணியாற்றுங்கள்!

44. பிரிவினைத் தடைச் சட்டம்

தமிழக அரசியல் களத்தில் திமுகவின் முத்திரை அழுத்தந்திருத்தமாகப் பதிவாகியிருந்தது. ஐம்பது தொகுதிகளில் வெற்றி. காங்கிரஸின் கோட்டையில் ஓட்டைகள் விழுந்திருந்தன. காங்கிரஸ் கட்சி 138 தொகுதிகளைக் கைப்பற்றியிருந்தது. கடந்த தேர்தலைக் காட்டிலும் 13 தொகுதிகள் குறைவு. எனினும், காங்கிரஸ் ஆட்சி அமைப்பதில் எந்தச் சிக்கலும் இல்லை.

15 மார்ச் 1962 அன்று மீண்டும் முதலமைச்சராகப் பதவி யேற்றார் காமராஜர். அமைச்சரவையில் பக்தவத்சலம், ஆர். வெங்கட்ராமன், கக்கன் உள்ளிட்ட ஒன்பது பேர் இடம்பெற்றனர். எண்ணிக்கை அளவில் கச்சிதமான அமைச்சரவையாக அமைந்தது.

திமுகவின் சட்டமன்றக் குழுத் தலைவராக நெடுஞ் செழியனும் துணைத் தலைவராக மு. கருணாநிதியும் தேர்ந்தெடுக்கப்பட்டனர். அந்தத் தேர்தலில் திமுக அபார வெற்றி பெற்றிருந்த சூழலில் காங்கிரஸுக்கு அடுத்த படியாக மக்கள் செல்வாக்கு பெற்றிருந்த கட்சியாகக் கருதப்பட்ட கம்யூனிஸ்ட் கட்சிக்கு சட்டமன்றத்தில் வெறும் இரண்டு இடங்களே கிடைத்திருந்தன. அதிலும் திருச்சி - 2 சட்டமன்றத் தொகுதியில் போட்டியிட்ட எம். கல்யாண சுந்தரத்துக்கு திமுகவின் ஆதரவு காரண மாகவே வெற்றி கிடைத்திருந்தது. நாடாளுமன்றத்தில் திமுக குழுவின் தலைவராக நாஞ்சில் மனோகரனும் துணைத்தலைவராக இரா. தர்மலிங்கமும் தேர்வு செய்யப்பட்டனர்.

திமுகவின் வெற்றி காங்கிரஸ் தலைமையை அசைத்துப் பார்த்தது. திமுகவின் வளர்ச்சிக்குப் பார்வையாளராக இருக்க காங்கிரஸ் தயாராக இல்லை. அடுத்து என்ன செய்வது என்று கையைப் பிசைந்துகொண்டிருந்தது. ஆனால் திமுகவோ அடுத்தக்கட்டத்துக்கு முன்னேறத் தயாரானது. வெற்றி வாய்ப்பை இழந்திருந்த அண்ணாவை டெல்லிக்கு அனுப்ப முடிவுசெய்தது திமுக. 20 ஏப்ரல் 1962 அன்று நாடாளுமன்ற மாநிலங்களவைக்குத் தேர்வுசெய்யப் பட்டார் அண்ணா. அங்கே பேச வாய்ப்பு கிடைத்தபோது திராவிட நாடு பற்றியும் தன்னுடைய எண்ணங்களையும் பதிவு செய்யும் வகையில் பேசினார் அண்ணா.

> நான் திராவிட இனவழி வந்தவன். நான் என்னைத் திராவிடன் என்று கூறிக் கொள்வதில் பெருமிதம் கொள்கிறேன். இவ்வாறு கூறிக்கொள் வதால் வங்காளியர், குஜராத்தியர், மராட்டியர் முதலியோருக்கு எதிராக இருப்பவன் என்று பொருள் படாது... நாங்கள் விழைவது அனைத்தும் சுயநிர்ணய உரிமையே ஆகும். சுதந்தரம் கிடைத்த பதினைந்து ஆண்டு காலத்துக்குப் பின்னர் தேசிய ஒருமைப்பாடு குறித்துப் பேசுவது வியப்புக்குரியதாகும்... ஆங்கில மொழி அறிந்த உறுப்பினர்கள் இந்தியில் கேள்வி எழுப்பி, விடை பெறுகின்ற போக்கினை ஒருமைப்பாட்டுக்கான முயற்சி என்பதா? ...திராவிட இனவழி வந்த எங்களுக்குச் சுய நிர்ணய உரிமை வேண்டும். நாங்கள் கோரக்கூடிய தனித்திருத்தல், பிரிவினையில் இருந்து மாறுபட்டதாகும். இதன் விளைவாக, மக்கள் இருப்பிடத்தை விட்டுப் பெயர்தல் என்ற பிரச்னை எழாதென்று உறுதி கூறுகிறேன்.

•

திமுகவின் தேர்தல் வெற்றிக்காகப் பிரசாரம் செய்திருந்த நடிகர் எம்.ஜி. ராமச்சந்திரன் தமிழ்நாடு சட்டமன்ற மேலவைக்குத் தேர்ந்தெடுக்கப்பட்டார். திமுகவில் நடிகர்களின் ஆதிக்கம் மிகுந்து விட்டது என்று ஈ.வெ.கி. சம்பத் குற்றம்சாட்டியிருந்தார் அல்லவா? அதற்கு பதிலளிக்கும் வகையில் நடிகர் எம்.ஜி. ராமச்சந்திரனுக்கும் சட்டமன்ற உறுப்பினராகியிருந்த நடிகர் எஸ்.எஸ். ராஜேந்திரனுக்கும் நடந்த பாராட்டுவிழாவில் பேசினார் அண்ணா.

> நம்முடைய கழகத்தின் சார்பில் மூன்று கலைஞர்கள் தமிழகச் சட்டமன்றங்களில் இடம்பெற்றுள்ளனர். இவர்கள் மட்டும் போதும் என்று நான் கருதவில்லை. மேலும் பல கலைஞர்களை அனுப்பிவைக்க வேண்டும் என்பது என் அவா. எழுத்தறிவு அதிகம் இல்லாத ஒரு நாட்டில் கலை மூலமே அதிகமாக - மக்களுக்குத் தேவையானவற்றைச் சாதிக்க முடியும். நல்ல கருத்துகளை மக்களிடையே பரப்பக் கலை உலகில் நல்ல வாய்ப்பு உள்ளது. அதைப்போல், சட்டமன்றத்தில் கலைஞர்கள் இடம்பெறுவதால் இதை இன்னும் செம்மையாக நடத்திக்காட்ட முடியும். நண்பர்கள் ராமச்சந்திரனும் ராசேந்திரனும் கலை உலகத்தில் தொடர்பு கொண்டுள்ளது கழகத்தின் புனிதத் தன்மையை அதிகரிக்கிறது.

•

வருடம் 1962. இந்தியாவுக்குச் சொந்தமான நிலப்பரப்பை சீனா ஆக்கிரமிப்பு செய்து கொண்டது தொடர்பாக இரு நாடுகளுக்கும் இடையே பதற்றம் ஏற்பட்டது. போர் மூளும் அபாயம் ஏற்பட்டது. விலைவாசி உயர்வுப் போராட்டத்தில் சிறைத்தண்டனை பெற்றிருந்த அண்ணா உள்ளிட்ட முக்கியத் தலைவர்கள் தண்டனைக் காலம் முடிந்து வெளியே வந்தனர். சீனாவுடனான யுத்த முயற்சிகளுக்கு பெரியார் ஆதரவு தெரிவித்திருந்த சூழலில் திமுகவின் நிலைப்பாடு என்ன என்பதைத் தெரிவிக்க வேண்டிய சூழல் உருவானது. அண்ணா அறிக்கை வெளியிட்டார்.

> திமுகழகத்தின் சார்பாகவும் அதன் பொதுச்செயலாளர் என்ற முறையிலும் சீன ஆக்கிரமிப்பை நசுக்கி, ஒடுக்குவதற்கு, இந்திய அரசாங்கம் மேற்கொள்ளும் எல்லா முயற்சிகளுக்கும் எனது கட்சியின் உடனடி முழு ஆதரவுக்கான உறுதியை இந்த அறிக்கையின் மூலம் தெரிவிக்கிறேன்.
>
> இந்த ஆக்ரமிப்பு நமது எல்லாப் பிரச்னைகளையும் விரோதங்களையும் இயற்கையாகவே உதறிவிட்டது. அதனால் எல்லா ஜனநாயகவாதிகளும் சீன ஆக்கிரமிப்புக்கு எதிராக ஒரு பலமான அணியாகத் திரண்டிருக் கிறார்கள்.
>
> திமுக, பிரதமர் நேரு தெரிவித்த உறுதியைப் பாராட்டுகிறது; வரவேற் கிறது. இறுதி வெற்றி குறித்து அவர் தெரிவித்த கருத்தை அவரோடு பகிர்ந்துகொள்கிறது. நெருக்கடியும் சோதனையும் மிக்க இந்தத் தருணத்தில் எல்லா ஜனநாயக சக்திகளும் கருத்து வேறுபாடின்றி, ஒன்றாக இருக்குமென்றே நிச்சயமாக நம்புகிறேன். ஜனநாயக அமைப்பு என்கிற முறையில் திமுக தனது தெளிவான முழு ஆதரவையும் பண்டித நேருவுக்கு இந்தச் சந்தர்ப்பத்தில் அளிக்கிறது.
>
> பிரதம மந்திரி எல்லா அரசியல் கட்சிகளிடமிருந்தும் ஒத்துழைப்பு வேண்டுமென்று கேட்டிருக்கிறார். அவரது கரத்தைப் பலப்படுத்து வதிலும் வெற்றிக்குப் பாடுபடுவதிலும் திமுகவின் முழு அமைப்பும் ஈடுபடுத்தப்படும் என்று பிரதம மந்திரிக்கு உறுதியளிக்கிறேன்.
>
> எல்லா வழிகளிலும் தாமதமின்றி, உடனடி ஆதரவு தரவேண்டும் என்று கழகத் தோழர்களையும் பொதுமக்களையும் வேண்டிக் கேட்டுக் கொள்கிறேன்.
>
> நெருக்கடியும் தொல்லையும் மிகுந்த இந்தக் காலகட்டத்தில் எந்தக் கிளர்ச்சிகளிலும் அவை எவ்வளவுதான் நியாயமான காரணங்களை அடிப்படையாகக் கொண்டிருந்தாலும் திமுக அதில் ஈடுபட்டுத் தனது சக்தியை சிதறடிக்காமல், பாண்டூங் மாநாட்டில் இருந்து பண்டித நேரு வைத்திருந்த நம்பிக்கைக்குத் துரோகம் இழைத்துவரும் கொள்கையற்ற சீனர்களின் காட்டுமிராண்டித்தனமான ஆக்கிரமிப்பை நசுக்க, கழகம் தனது முழு அமைப்பையும் பயன்படுத்தும் என்று பிரதம மந்திரிக்கு உறுதி யளிக்கிறேன்.

சீனாக்காரனை விரட்டும் முயற்சியில் மட்டுமல்லாமல், பணம் சேர்க்கும் பணியிலும் முழுமூச்சுடன் வேலை செய்யத் தயாராக இருக்கிறோம். நாடு காக்கும் பணியில் எங்களை நாங்கள் ஒப்படைத்து உள்ளோம் என்றும் அறிவித்தார் அண்ணா. அதன்படி திமுக சார்பில் யுத்த நிதி திரட்டும் கூட்டம் நடத்தி பெருமளவு நிதியை வசூலித்தது. ஒரே நாளில் முப்பத்தைந்தாயிரம் ரூபாய் ரொக்கமும் தங்க நகைகளும் திரண்டன. அவற்றை முதலமைச்சர் காமராஜரிடம் முறைப்படி ஒப்படைத்தது திமுக.

9 நவம்பர் 1962. தமிழ்நாட்டின் முக்கியப் பத்திரிகைகளில் விளம்பரம் ஒன்று வெளியானது.

பிரதம மந்திரியின் உத்தரவாதம் என்ற தலைப்பில் வெளியான அந்த விளம்பரத்தில் ஆங்கிலம் ஒரு இணை மொழியாக நீடித்து இருக்கும். இந்தி மொழி புழக்கத்தில் இல்லாத பிராந்தியங்களின் மக்கள் விரும்பும்வரை ஆங்கில மொழியை அகற்றமாட்டேன் - ஜவாஹர்லால் நேரு என்று எழுதப் பட்டிருந்தது. இதே விளம்பரம் 11 நவம்பர் 1962 அன்று விடுதலையில் வெளியானது.

7 ஜனவரி 1963 அன்று சென்னை வானொலியில் அண்ணா சீனப் படை யெடுப்பு குறித்துப் பேசினார். ஆம். ஆகாஷ்வாணி என்ற பெயரை உச்சரிப் பதை நிறுத்தும் வரை வானொலி நிகழ்ச்சிகளில் கலந்துகொள்ளக்கூடாது என்று முடிவு செய்திருந்த திமுக, சீனப்படையெடுப்பை முன்னிட்டு அந்த முடிவை ஒத்தி வைத்திருந்தது. 'இந்தியாவின் வரலாற்றில் எந்த நாள்களிலும் இன்றுபோல் என்றும் ஒற்றுமை உணர்ச்சியும் சகோதர பாசமும் மக்களிடையே பொங்கிப் பெருகி ஒருமைப்பாட்டை ஏற்படுத்தியதில்லை' என்று பேசினார் அண்ணா.

ஒருவழியாக இந்தியா - சீனா யுத்தம் முடிவுக்கு வந்தது. அரசியல் கட்சிகள் அனைத்தும் அவரவரது சொந்த நிகழ்ச்சி நிரல்களைக் கவனிக்கத் தொடங்கின. ஆனால் மத்திய அரசு தனது நிகழ்ச்சி நிரலில் முக்கியமான மாற்றம் ஒன்றைச் செய்தது. ஆம். தேசிய அனைத்துக் கட்சிக் கூட்டம் ஒன்றுக்கு அழைப்பு விடுத்தது. அந்தக் கூட்டத்துக்கு இந்தியாவில் செயல்பட்டு வருகின்ற பெரும்பாலான அரசியல் கட்சிகளுக்கும் அழைப்புகள் சென்றன. திமுகவுக்கு அந்த அழைப்பு அனுப்பப்படவில்லை.

அந்தக் கூட்டத்தின் முடிவில் தேசிய ஒருமைப்பாட்டுக் குழு என்ற பெயரில் சர். சிபி. ராமசாமி அய்யர் தலைமையில் ஒரு குழு உருவாக்கப்பட்டது. நாடு முழுக்கப் பயணம் செய்து மக்களைச் சந்தித்து, அவர்களுடைய எண்ணங் களைப் பதிவு செய்து அறிக்கை ஒன்றை மத்திய அரசுக்கு அளிக்கவேண்டும். விஷயம் இதுதான். திராவிட நாட்டுப் பிரிவினையை திமுக வலியுறுத்துகிறது. அதைச் சொல்லித்தான் தேர்தல் களத்தில் பிரசாரம் செய்கிறது. எனில், அதற்கு ஒரு கிடுக்கிப்பிடி போடவேண்டும். பிரிவினையைத் தடுக்க தேசிய ஒருமைப் பாட்டைக் கையில் எடுத்துக் கொண்டார்கள்.

அந்தக் குழுவினர் சென்னை வந்தனர். பல கட்சிகளிடம் இயக்கங்களிடமும் கருத்துகள் கேட்கப்பட்டன. ஆனால் திமுக தலைவர்கள் எவரையும் சந்தித்துக் கருத்து கேட்கவில்லை. ஏன் கேட்கவில்லை? தேவையில்லை என்பதாலோ... எனினும் அந்தக் குழு கொடுத்த அறிக்கையின் அடிப்படையில் பிரிவினைத் தடுப்புச் சட்டம் ஒன்றை உருவாக்கிய மத்திய அரசு, அதை மாநில சட்டமன்றங்களின் ஒப்புதலுக்கு அனுப்பியது.

25 ஜனவரி 1963 அன்று நாடாளுமன்ற மாநிலங்களவையில் பிரிவினைத் தடை மசோதா மீது அண்ணா பேசினார்.

சட்டத்தின் துணைகொண்டு அடக்கிவிட நீங்கள் முயலும் அந்த லட்சிய எண்ணத்தைப் புகுத்தியவன் என்ற முறையில் என் நோக்கத்தை மீண்டும் விளக்க அல்ல, ஆனால் எமது கோரிக்கை குறித்து ஏற்பட்டுள்ள சில தப்பர்த்தங்களைப் போக்க அந்த லட்சியம் பற்றிய விளக்கத்தையும் வரலாற்றையும் எடுத்துக்கூற விரும்புகிறேன். கனம் உறுப்பினர் ஒருவர், பிஸோ கேட்டதைக் கண்டு அல்லது அதைத் தொடர்ந்து திராவிடஸ்தான் கேட்கப்படுகிறது என்று கூறினார். உண்மை, அதற்கு வெகுதூரத்தில் இருக்கிறது. சுதந்தரம் வந்தபிறகு இப்படிப்பட்ட பிரிவினை உணர்ச்சிகள் கிளம்பின என்று மற்றோர் உறுப்பினர் கூறினார். இது உண்மைக்கு நெருங்கி வருவதாகும். ஆனால், உண்மை இது அல்ல; திமுக, திராவிடர் கழகத்திலிருந்து பிரிந்த அமைப்பு. திராவிடர் கழகம் சுதந்தரத்துக்கு மிக நீண்ட காலத்துக்கு முன்பே இருந்து வந்திருக்கிறது.

இப்போது இந்த மசோதா இந்தியாவுடைய அரசுரிமையையும் பிரதேச ஒற்றுமையையும் பாதுகாக்க, நிலைநிறுத்தக் கொண்டுவரப்பட்டிருக் கிறது. அந்த அரசுரிமைக்கு என்ன ஆபத்து வந்திருக்கிறது? எனக்குத் தெரியாது. எனக்குத் தெரிவிக்கவும் இல்லை. ஒருசமயம் சட்டமந்திரி புதிய சட்டம் ஏதாவது தயாரித்துக்கொண்டிருப்பார் போலிருக்கிறது. அதனால்தான் சபையில் இல்லை. அவர் இங்கு இருந்திருப்பாரானால் திரும்பிப்பார்த்துச் சொல்லுவார்; நாட்டிலே பிளவு சக்திகள் உள்ளனவே, அறியாயா? இந்தக் காரியத்துக்காகவே தேசிய ஒருமைப்பாட்டுக் கமிட்டி அமைத்தோமே, அறியாயா? தேசிய ஒருமைப்பாட்டுக் கமிட்டி கூறிய யோசனைகளை ஒட்டியே நடவடிக்கை எடுத்திருக்கிறோம், தெரியாதா? என்றெல்லாம் கேட்டிருப்பார்.

தேசிய ஒருமைப்பாடு கமிட்டி இந்தியா முழுவதும் உலா வந்தது. எங்கள் மாநிலத்துக்கும் வரவேண்டும் என்ற மரியாதை காட்டிற்று. பல்வேறு அரசியல் கருத்தினர்களைக் கண்டு கருத்தறிந்தது. ஆனால் திமுகவினரைப் பார்க்க இயலவில்லை. ஏனெனில், அதற்கிடையில் எங்களுக்கு எங்கள் மாநில அரசு வேலூர் மத்திய சிறையிலே அறைகள் கொடுத்துவிட்டது. எங்களைச் சந்திக்காததற்கு கமிட்டி கூறிய காரணம் இதுதான். எங்கள் அமைப்புச் செயலாளர் என்.வி. நடராசன் ஜெயிலுக்கு வெளியேதான் இருந்தார். க. ராசாராம் எம்.பி வெளியில் இருந்தார்.

மக்களாட்சி முறையின் நாகரிகத் தன்மைக்காகவாவது எங்கள் கட்சியினருடன் இந்தக் கட்சி தொடர்புகொண்டிருக்க வேண்டாவா, இல்லை! அவர்கள் அதைச் செய்யவில்லை.

'இந்த மசோதா சொல்லுகிறது, 'அண்ணாவை எதிர்த்துச் சமாளித்தாக வேண்டும். நீங்கள் அதிலே தோற்றுப்போய்விட்டீர்கள். எனவே, நான் வருகிறேன் - வரவிடுங்கள்' என்று சொல்லுகிறது. ஆளுங்கட்சி உறுப்பினர்களை வேண்டுகிறேன், சர்க்காருக்குச் சொல்லுங்கள் - 'நாங்கள் இருக்கிறோம், வீரமிக்க திடகாத்திரர்கள். பிளவுப் போக்குகளை எதிர்த்துப் போராட! அண்ணாவைக் கவனித்துக் கொள்கிறோம்! எங்களை விடுங்கள்! அவன் நோஞ்சான்! ஒரு பார்வை போதும்! அழுத்தமான ஒரு வார்த்தை போதும்! அந்தப் பயலைப் பொசுக்கித் தள்ள! என்று சொல்லுங்கள். உங்கள் கட்சிக்கும் உங்கள் சர்க்காருக்கும் இதுபோலச் சொல்லி, இந்த மசோதாவைத் திரும்பப்பெற்றுக்கொள்ளுங்கள், இல்லை என்றால், இது சட்டப் புத்தகத்தில் ஏறிவிட்டால், இப்போதைக்கு மட்டுமல்ல, எப்போதுமே கருதுவர், இந்தியாவிலே ஒரு நிலைமை ஏற்பட்டது, அப்போது ஒரு சிறு கட்சியினரைச் சமாளிக்க இந்திய அரசியல் சட்டத்துக்கே ஒரு திருத்தம் கொண்டுவர நேரிட்டது என்பர்.

பிரிவினைச் சட்டம் நிறைவேறியது. விளைவு, இந்தியாவைப் பிரிக்க வேண்டும் என்றும் தனியாகத் திராவிட நாட்டை உருவாக்க வேண்டும் என்ற கோரிக்கையை எழுப்பிவரும் திமுக பிரிவினை சக்தியாகக் கருதப்பட்டு, சட்டவிரோத இயக்கமாக அறிவிக்கப்படும். அதன் எதிரொலியாக திமுக தேர்தலில் போட்டியிட முடியாத நிலை உருவாகும். திமுகவின் எதிர்காலம் கேள்விக்குறியாகும். திமுக தன்னுடைய அடுத்தக்கட்டம் குறித்து யோசிக்க வேண்டிய நெருக்கடியான சூழல் உருவானது.

கட்சியின் முக்கியத் தலைவர்கள், பொதுக்குழு, செயற்குழு உறுப்பினர்கள் பலருடனும் ஆலோசனை செய்தார் அண்ணா. பிரிவினை சட்டத்தால் திமுக எதிர்கொள்ள இருக்கும் சிக்கல்கள், நெருக்கடிகள், சவால்கள் குறித்துப் பேசினார். இறுதியில், திமுகவின் மத்தியச் செயற்குழு 3 நவம்பர் 1963 அன்று இரா. நெடுஞ்செழியன் தலைமையில் கூடியது. அதில், கட்சியின் சட்டத்திட்டத் திருத்தக்குழு தந்த அறிக்கையை ஒப்புக்கொண்டு கழகக் குறிக்கோளைத் (விதி 2) திருத்துவது என முடிவு செய்யப்பட்டது.

திராவிட நாடு என்பதுதான் திமுகவின் குறிக்கோள் என்று கூறிய கட்சியின் விதி 2, 'தமிழகம், ஆந்திரம், கேரளம், கர்நாடகம் ஆகிய நான்கு மொழிவழி மாநிலங்களும் இந்திய அரசுரிமை, ஒருமைத் தன்மை, அரசியலமைப்புச் சட்டம் ஆகியவற்றுக்குள், இயன்ற அளவு கூடுதலான அதிகாரங்களைப் பெற்று, நெருங்கிய திராவிடக் கூட்டமைப்பாக நிலவப் பாடுபடுவது' என்று திருத்தப்பட்டது. அந்தத் திருத்தத் தீர்மானம் ஒருமனதாக நிறைவேற்றப் பட்டது.

எங்கள் முன்னேற்றத்துக்கு அழிவு தேடாது இருந்தால், சட்டத் துணையுடன் அடக்கி அழிக்கும் முறைகளைக் கொண்டுவராதிருந்தால் சென்னையில் அடுத்து வரப்போகும் ஆளுங்கட்சி நாங்கள் என்று மாநிலங்களவையில் பேசினார் அண்ணா. அதன் அர்த்தம் திமுகவின் உயிர்நாடிக் கொள்கையான திராவிட நாடு கோரிக்கைக்கு சட்டரீதியாக எந்தவிதமான சட்ட நெருக்கடியையும் கொடுக்கக்கூடாது என்பதுதான். ஆனால் அந்த நெருக்கடியின் மூலமே திமுகவைப் பலவீனப்படுத்த முடியும் என்று திட்டவட்டமாக நம்பியது காங்கிரஸ். பிரிவினைத் தடைச் சட்டம் மூலம் திராவிட நாடு கொள்கையை ஒத்திவைக்க வேண்டிய நிர்பந்தத்துக்கு ஆளானது திமுக.

உண்மையில் திமுக எடுத்த ஒத்திவைப்பு முடிவு காங்கிரஸ் மற்றும் மத்திய அரசுக்கு மிகப்பெரிய அதிர்ச்சிதான். காரணம், திராவிட நாடு கொள்கையைத் தொடர்ந்து திமுக வலியுறுத்தும்; போராடும்; அதையே சாக்காக வைத்து திமுகவை அரசியல் களத்தில் இருந்தே அப்புறப்படுத்தி விடலாம் என்பதுதான் அவர்களுடைய எதிர்பார்ப்பு. ஆனால் அண்ணாவோ துல்லியமாகக் கணித்துத் துணிச்சலாக முடிவெடுத்தார். கட்சியின் முன்னேற்றத்துக்கு இதுவொரு வேகத்தடைதான். எனினும் கூடுதல் உழைப்பைக் கொடுத்தால் முன்னேறிவிடலாம் என்பது அண்ணாவின் நம்பிக்கை. திமுக எடுத்துள்ள நிலைப்பாடு குறித்து பொதுமக்களுக்கு விளக்குங்கள். மக்கள் புரிந்துகொள்வார்கள் என்று சொல்லிவிட்டார்.

திராவிட நாடு கோரிக்கையை திமுக ஒத்திவைத்திருந்த நிலையில் பெரியார் தலைமையிலான திராவிடர் கழகத்தின் நிலைப்பாடு என்ன?

தென்னகத்தில் உள்ள நான்கு மாநிலங்களின் சட்டமன்ற மற்றும் நாடாளுமன்ற உறுப்பினர்களின் எண்ணிக்கை வருமாறு: ஆந்திரா: 301 : 43, கர்நாடகம்: 208 : 26, கேரளம்: 126:18, தமிழ்நாடு: 205:43. இவற்றில் தமிழ்நாடு நீங்கலாக மெஜாரிட்டி அவர்களாகவே இருப்பதால், இப்போதுள்ள சூழ்நிலையில் தமிழ்நாடு கேட்பதே புத்திசாலித்தனம்' - இது 20 செப்டெம்பர் 1962 அன்று விடுதலையில் வெளியானது.

ஆக, பிரதான திராவிட நாடு கோரிக்கையாளர்களான திராவிடர் கழகமும் திராவிட முன்னேற்றக் கழகமும் தமது கடந்த கால நிலைப்பாட்டில் இருந்து மிகப்பெரிய மாற்றத்தை மேற்கொண்டிருந்தன!

45 ஆட்சி மொழி மசோதா

1963 பிப்ரவரியில் மாநில முதலமைச்சர்களுக்குப் பிரதமர் நேரு கடிதம் எழுதினார். அதில் ஆங்கிலம் இணை ஆட்சிமொழியாக நீடிப்பதற்கான மசோதா அல்லது அரசியல் சாசனத் திருத்தம் நாடாளுமன்றத்தில் நடப்புக் கூட்டத்தொடரில் கொண்டுவரப்படும்' என்று எழுதியிருந்தார். ஆனால் அரசியல் சாசனத் திருத்தத்துக்குப் பதிலாக ஆட்சிமொழிகள் சட்டம் - 1963 என்ற பெயரில் புதிய சட்டம் ஒன்றைக் கொண்டுவருவது என்று முடிவு செய்யப்பட்டது.

13 ஏப்ரல் 1963. நாடாளுமன்றத்தில் உள்துறை அமைச்சர் லால் பகதூர் சாஸ்திரி ஆட்சி மொழி மசோதாவைக் கொண்டுவந்தார். மசோதா விதிகளின்படி 26 ஜனவரி 1965 முதல் இந்தி மொழி மட்டுமே ஆட்சிமொழி. இந்தி மொழிக்குத் துணையாக ஆங்கிலத்தைப் பயன்படுத்தலாம். அந்த தினத்துக்குப் பிறகு குடியரசுத் தலைவர் ஒப்புதலுடன் அரசு வெளியிடும் இந்தி மொழிபெயர்ப்பு, மத்திய அரசுச் சட்டங்கள், ஆணைகள் மற்றும் உத்தரவுகளை மாநில அரசுகளின் ஏட்டில் இந்தியில் மொழி பெயர்த்து, மாநில ஆளுநர் அனுமதியுடன் வெளியிட்டால் மட்டுமே அவை அதிகாரப் பூர்வமானவை. ஐ.ஏ.எஸ் மற்றும் ஐ.பி.எஸ் போன்ற தேர்வுகளையும் மத்திய அரசுப் பணிகளுக்கான தேர்வுகளையும் ஆங்கிலம் அல்லது இந்தியில் மட்டுமே எழுதமுடியும்.

இது இந்தி தவிர்த்த மற்ற மொழிகளுக்கு இழைக்கப்படும் அநீதியாகவே திமுக கருதியது. மத்திய அரசின் இந்த மசோதாவுக்குத் தமது கண்டனத்தைப் பதிவு செய்தனர் திமுகவின் நாடாளுமன்ற உறுப்பினர்கள். மசோதாவுக்கு எதிராகப் போராட்டங்களை நடத்தவும் தயாரானது திமுக. 'கந்தசாமியும் கலெக்டர், கார்த்திகேயனும் கலெக்டர் என்றாலும் இருவருக்கும் வேறுபாடு உண்டு. கந்தசாமி ஜில்லா கலெக்டர். கார்த்திகேயன் பில் கலெக்டர். அதைப்போலத்தான் இந்தியும் ஆட்சி மொழி, தமிழும் ஆட்சிமொழி என்று சொல்லப்படுவது' என்று சொன்ன அண்ணா, தனது எண்ணத்தை மாநிலங்களவையிலும் பகிரங்கமாக அறிவித்தார்.

விளைவைக் குறித்து அஞ்சப் போவதில்லை. இந்தித்திணிப்பை எதிர்த்துப் போராடுவோம். கடந்த ஓராண்டு காலத்தில் நாம் உருவாக்கிய அமைதியான சூழ்நிலையையும் ஒற்றுமை மனப்பான்மையையும் குலைத்து, குரோதத்தை இம்மசோதா ஏற்படுத்துகிறது. நான் அரசியலில் மெதுவாகச் செல்பவன். அவசரமாகப் போய் குழியில் விழுந்துவிட மாட்டேன். அதற்காகப் பயந்தவன் என்றோ, அஞ்சி ஒதுங்குபவன் என்றோ, யாரும் என்னை நினைத்துவிட வேண்டாம். இந்தியை எதிர்க்கும் போராட்டத்தில் 4 ஆண்டுகள் அல்ல; 40 ஆண்டுகள் ஆனாலும் சிறைக்குப் போகத் தயாராக இருக்கிறேன்.

திமுகவின் பொதுக்குழுக்கூட்டம் 8 ஆகஸ்டு 1963 அன்று கூடியது. அதில் சில முக்கியத்துவம் வாய்ந்த தீர்மானங்கள் நிறைவேற்றப்பட்டன. 'இந்தி மொழியை ஆட்சி மொழியென அரசியல் சட்டத்தில் நுழைத்துவைத்துக் கொண்டு, அதை நடைமுறைப்படுத்தச் சூழ்ச்சிகளும் சதிகளும் அரசால் கையாளப்படுவதை திமுக கண்டிக்கிறது. தென்னக மக்களை இரண்டாம் தரக் குடிமக்களாக ஆக்கும் சூழ்ச்சியை எதிர்த்து ஒழிக்கவும், தென்னக மக்களின் உரிமையை நிலைநாட்டவும் திமுக நேரடிப் போராட்டத்தைத் தொடங்க வேண்டும். மு. கருணாநிதி தலைமையில் போராட்டக் குழு ஒன்றை உருவாக்கவேண்டும். சட்டமன்றத் தொகுதிகளின் எண்ணிக்கையை 273 ஆக உயர்த்த வேண்டும் என்பன உள்ளிட்ட மேலும் சில தீர்மானங்கள் நிறை வேற்றப்பட்டன.

இந்தி எதிர்ப்பு மாநாடுகள் சேலம், தஞ்சாவூர், நெல்லை, சென்னை உள்ளிட்ட பல பகுதிகளிலும் இந்தி எதிர்ப்பு மாநாடுகள் நடத்தப்பட்டன. அக்டோபர் மாதத்தில் சென்னையில் நடைபெற்ற இந்தி எதிர்ப்பு மாநாட்டில் இந்தி திணிப்புக்கு ஆதரவாக இருக்கும் அரசியல் சட்டத்தின் பதினேழாவது பிரிவைத் தீயிட்டுக் கொளுத்தும் போராட்டத்தையும் மத்திய அரசு அலுவல கங்களுக்கு முன்னால் மறியல் நடத்தும் போராட்டத்தையும் நடத்தும் என்று அறிவிக்கப்பட்டது. அதுவும் 1965 ஜனவரி மாதம் வரை தொடர்ந்து நடத்தப்படும் என்ற அறிவிப்பு திமுகவினரை உத்வேகம் கொள்ளச் செய்தது.

தமிழ்நாடு முழுக்க அரசியல் சட்ட எரிப்புப் போராட்டம் நடந்தது. அதில் கலந்துகொள்வதற்காக அண்ணா காஞ்சிபுரத்தில் இருந்து சென்னை

வந்துகொண்டிருக்கும்போது வழியிலேயே கைது செய்யப்பட்டார். அவருடன் நான்கு திமுகவினரும் கைதாகினர். அரசியல் சட்டப்பிரிவைக் கொளுத்தும் போராட்டத்தை வெவ்வேறு இடங்களில் நடத்திய அண்ணா, மு. கருணாநிதி, என்.வி. நடராசன் ஆகியோரும் கைது செய்யப்பட்டனர். போராட்டத்தில் ஈடுபட்டவர்கள் மீது வழக்குகள் தொடுக்கப்பட்டன.

குறிப்பாக அண்ணா, டி.எம். பார்த்தசாரதி, டி.கே. பொன்னுவேலு, வி. வெங்கா, கே.பி. சுந்தரம் ஆகியோர் மீது இ.பி.கோ 120 பி பிரிவு, தேசிய அவமதிப்புச் சட்டம் 6வது பிரிவு, சென்னை சட்டம் 14(195) குற்றத்தின்கீழ் இந்திய அரசியல் சட்டம், ஆட்சிமொழிப் பகுதி, 17 வது பிரிவைக் கொளுத்தச் சதி செய்தார்கள் என்று குற்றம்சாட்டி சதி வழக்கு தொடரப்பட்டது. வழக்கு விசாரணையில் அண்ணாவுக்கு ஆறுமாத சிறைத்தண்டனை. கருணாநிதிக்கு ஆறுமாதம் கடுங்காவல் தண்டனை.

பல மாதங்களுக்கு அரசியல் சட்டப்பிரிவைக் கொளுத்தும் போராட்டங்கள் தொடர்ந்து நடந்தன. ஆறு மாத சிறைத்தண்டனை விதிக்கப்பட்ட அண்ணா சிறையில் அடைக்கப்பட்டார். அப்படிச் சிறையில் இருந்த சமயத்தில்தான் திமுக சட்டமன்ற மேலவை உறுப்பினராக இருந்த நடிகர் எம்.ஜி. ராமச் சந்திரன் திடீரென தனது பதவியை ராஜினாமா செய்தார். திமுகவில் பலத்த அதிர்வுகளை ஏற்படுத்தியது இந்த ராஜினாமா.

எம்.ஜி.ஆரின் சமீபத்திய படமான 'தெய்வத் தாய்' படத்தில் கவிஞர் வாலி எழுதிய பாடலுக்கு உணர்ச்சிப்பூர்வமாக நடித்திருந்தார் எம்.ஜி.ஆர். அந்தப் பாடல் மூன்றெழுத்தில் என் மூச்சிருக்கும்; அது முடிந்த பின்னாலும் என் பேச்சிருக்கும்'. திமுக மூன்றெழுத்து. அண்ணா மூன்றெழுத்து. இப்படி திமுக வுக்கும் அண்ணாவுக்கும் விசுவாசமாக இருந்த எம்.ஜி.ஆரின் ராஜினாமா அண்ணாவுக்கு ஆச்சரியத்தையும் அதிர்ச்சியையும் கொடுத்தது.

சிறையில் இருந்த அண்ணா இதுவிஷயமாகப் பதிவு செய்த தகவல் முக்கியமானது.

> கழகத்துக்கும் எம்.ஜி.ஆருக்கும் அமைந்துவிட்ட பாசம் சொல்லிக் கொடுத்து ஏற்பட்டதல்ல; தூண்டிவிட்டுக் கிளம்பியதுமல்ல. தானாக மலர்ந்தது. கனி என் கரத்திலே வந்து விழுந்தது என்று பெருமிதத்துடன் நாடோடி மன்னன் வெற்றி விழாக் கூட்டத்திலே நான் பேசியது என் நினைவுக்கு வந்தது. அவர் கழகத்தைத் துறந்துவிடுவதோ, கழகம் அவரை இழந்துவிடுவதோ, நினைத்துக் கூடப் பார்க்கக்கூடாது. எனவே, அவர் மேலவை உறுப்பினர் (எம்.எல்.சி) பதவியை விட்டு விலகி னாலும், கழகத்தை விட்டு விலகமாட்டார், என் நெஞ்சிலிருந்து விலக மாட்டார் என்று எனக்கு உறுதி உண்டு.

அதன்பிறகு ஏற்பட்ட சமாதான முயற்சிகள் காரணமாக நடிகர் எம்.ஜி. ராமச்சந்திரன், 'திமுகவில் இருந்து தான் விலகவில்லை' என்ற அறிவிப்பை வெளியிட்டார்.

•

சுதந்தரத்துக்குப் பிறகு காங்கிரஸுக்கு ஏற்பட்ட ஓரிரு தோல்விகள் காங்கிரஸ் தலைவர்களை பயமுறுத்தியிருந்தன. குறிப்பாக, சீனாவுடனான உறவில் நேருவின் கொள்கைகள் மற்றும் வியூகங்கள் இந்திய - சீன யுத்தம் காரணமாக பலவீனமடைந்து இருந்தன. இது நேருவின் மீதான செல்வாக்கைக் கணிசமாகக் குறைத்திருந்தது. காங்கிரஸ் கட்சியும் பலவீனமடைந்து காணப் பட்டது. எல்லாவற்றையும் சரிசெய்ய புதிய திட்டத்தைக் கொண்டுவந்தார் நேரு.

நீதிக்கட்சி, திராவிடர் கழகமாக மாற்றப்பட்டபோது தீர்மானங்களை வடித்தவர் பெரியார் என்றபோதும் அதை அண்ணாதுரை பெயரில் கொண்டு வந்தது போல தனது புதிய திட்டத்துக்குக் காமராஜ் திட்டம் என்று பெயர் வைத்தார் நேரு.

ஆட்சி மற்றும் அரசுப் பொறுப்புகளில் இருக்கும் காங்கிரஸ் மூத்த தலைவர்கள் அனைவரும் அந்தப் பதவிகளில் இருந்து விலகி, கட்சி வளர்ச்சிப் பணிகளில் ஈடுபடவேண்டும். இந்தத் திட்டத்தின்படி தமிழ்நாடு முதலமைச்சர் பதவியில் இருந்து காமராஜர் விலகினார். அவருக்குப் பதிலாக மூத்த காங்கிரஸ் தலைவர்களுள் ஒருவரான பக்தவத்சலம் முதலமைச்சரானார். உண்மையில் காமராஜர் எடுத்த முடிவில் பெரியாருக்குத் துளியும் விருப்பமில்லை.

> தாங்களாகவோ, பிறர் கருத்துக்கு இசையவோ, முதலமைச்சர் பொறுப்பு நீங்குதல் தமிழர்களுக்கும் தமிழ்நாட்டுக்கும் தங்களுக்கும் தற்கொலைக்கு ஒப்பானதாகும்

காமராஜர் திட்டத்தின்படி தேசிய அளவில் நாற்பதுக்கும் மேற்பட்ட காங்கிரஸ் தலைவர்கள் பதவி விலகி, கட்சி அரசியலுக்குத் திரும்பினர். முதலமைச்சர் பதவியில் இருந்து விலகிய காமராஜர், காங்கிரஸ் கட்சியின் அகில இந்தியத் தலைவரானார். காமராஜரின் விலகல் தமிழக அரசியலில் மிகப்பெரிய திருப்பம் என்றால் இந்திய கம்யூனிஸ்ட் கட்சியும் சித்தாந்த ரீதியாக பிளவுற்று இருந்தது. இந்திய கம்யூனிஸ்ட் கட்சி, மார்க்சிஸ்ட் கம்யூனிஸ்ட் கட்சி என்று இரண்டு பிரிவுகளாக கம்யூனிஸ்ட் கட்சி இயங்கத் தொடங்கியது.

அரசியலில் காட்சிகள் மாறிக்கொண்டே இருந்தன. திடீரென 27 மே 1964 அன்று பிரதமர் நேரு மரணம் அடைந்தார். நாடு முழுக்க பலத்த அதிர்வுகளை ஏற்படுத்தியது நேருவின் மரணம். துக்கம் அனுசரிக்கும் விதமாக திமுகவின் கொடிகள் அரைக் கம்பத்தில் பறக்கவிடப்பட்டன. அண்ணா தனக்கு ஏற்பட்ட துக்கத்தை இப்படி எழுதினார்.

> நேரு போய்விட்டாரா? ஒளி அணைந்துவிட்டதா? உலகமே அதிர்ச்சி அடையத்தக்க இழப்பு ஏற்பட்டுவிட்டதா... அய்யய்யோ, எப்படி இதனை நாடு தாங்கிக்கொள்ளப் போகிறது?

நேருவின் மறைவுக்குப் பிறகு இந்தியாவை வலுப்படுத்த சோசலிச சக்திகள் அனைவரும் காங்கிரசுடன் இணையவேண்டும் என்று அகில இந்திய காங்கிரஸ் தலைவர் காமராஜர் வேண்டுகோள் விடுத்தார். ஏற்கெனவே

காங்கிரஸுடன் நட்பு பாராட்டிக் கொண்டிருந்த ஈ.வெ.கி. சம்பத் தலைமை யிலான தமிழ் தேசிய கட்சி, காமராஜரின் அழைப்பை ஏற்றது. உண்மையில், பேச்சும் எழுத்துமே திமுகவை வளர்த்துக் கொண்டிருக்கிறது என்பது காமராஜரின் எண்ணம். ஆகவே, அற்புதமான பேச்சாளரான ஈ.வெ.கி. சம்பத், எழுத்துச் சித்தர்களுள் ஒருவரான கண்ணதாசன் போன்றவர்கள் காங்கிரஸுக்கு வந்தால் அது நல்ல லாபத்தைக் கொடுக்கும் என்று நம்பினார் காமராஜர். ஒருவழியாக, 6 செப்டெம்பர் 1964 அன்று காங்கிரஸ் கட்சியுடன் இணைந்தது தமிழ் தேசிய கட்சி.

நேருவின் இடத்துக்கு லால் பகதூர் சாஸ்திரி வந்திருந்தார். இந்தி ஆட்சிமொழி மசோதாவை நாடாளுமன்றத்தில் கொண்டுவந்தவரே அவர்தான் என்பதால் ஆட்சி மொழி விவகாரத்தில் திமுக அதன் வேகத்தைக் கொஞ்சமும் குறைத்துக்கொள்ளவில்லை. இந்தித் திணிப்புக்கு எதிராக நாடு தழுவிய அளவில் அரசியல் சட்ட எரிப்புப் போராட்டங்களை ஏற்கெனவே அறிவித் திருந்த திமுக, அவற்றைக் கொஞ்சமும் தொய்வில்லாமல் தொடர்ச்சியாக நடத்திவந்தது. இந்தித் திணிப்பு அமலுக்கு வருவதற்காக மத்திய அரசு விதித்திருந்த கெடு தேதியான 26 ஜனவரி 1965 அன்று கண்ணுக்கெட்டிய தூரத்தில் நின்றபடி மிரட்டிக் கொண்டிருந்தது.

46 மொழிப்போர்!

இந்தி மொழியை இந்தியாவின் ஆட்சி மொழியாக ஆக்கும் மத்திய அரசின் போக்கை எதிர்த்துப் போராட்டம் நடத்துவது தொடர்பாக தி.மு.கவின் தலைமைச் செயற் குழுக் கூட்டம் அவைத் தலைவர் நெடுஞ்செழியன் தலைமையில் 8 ஜனவரி 1965 அன்று சென்னை அறிவகத்தில் கூடியது.

> தென்னக மக்களின் இந்தி எதிர்ப்பு உணர்ச்சியையும் மனக் கொதிப்பையும் காட்டுவதன் அறிகுறியாக, 26 ஜனவரி 1965 நாளைத் துக்க நாளாகக் கொள்வது என்றும், அன்று எல்லா ஊர்களிலும் கண்டனக் கூட்டங்களை நடத்துவது என்றும் துக்க நாளின் அறிகுறியாக அன்று எங்கணும் கறுப்புக் கொடியை ஏற்றி வைப்பது என்றும் கறுப்புச் சின்னம் அணிந்து கொள்வது என்றும் இந்தச் செயற்குழுக் கூட்டம் முடிவு செய்கிறது.

அதன்பிறகு திமுக தலைவர்கள் சார்பில் கூட்டறிக்கை ஒன்று வெளியிடப்பட்டது.

> எமது கண்டனத்தையும் துக்கத்தையும் இந்தி ஆதிக்க நாளான ஜனவரி 26 அன்று காட்ட, பொதுக்கூட்டத் தில் பேசுவதன் மூலம் தென்னகம் இந்தி ஆதிக்க நாளைத் துக்க நாளாகக் கருதுகிறது என்பதை உலகறியச் செய்யத் தீர்மானித்துள்ளோம். இந்தக் கூட்டம், ஜனவரி 26ல் நடத்தப்படும் குடியரசு விழாவுக்கு எந்தவிதமான குந்தகமும் அவமதிப்பும்

ஏற்படுத்தக்கூடிய முறையிலோ, அந்த நோக்கத்துடனோ நடத்தப் படுவதல்ல. இதற்காகப் போலிஸ் துறையினரிடம் அனுமதி கேட்க இருக்கிறோம். எந்தக் காரணத்தாலாவது அந்த அனுமதி மறுக்கப் படுமானால், நாங்கள் தடைமீறிக் கூட்டத்தை நடத்துவது என்று முடிவு செய்திருக்கிறோம்.

அந்த அறிக்கையில் அண்ணா, இரா. நெடுஞ்செழியன், மு. கருணாநிதி, கே.ஏ. மதியழகன், க. அன்பழகன், இரா. செழியன், காஞ்சி மணிமொழியார் உள்ளிட்ட தலைவர்கள் கையெழுத்து போட்டிருந்தனர். அதன் தொடர்ச்சியாக 17 ஜனவரி 1965 அன்று திருச்சி தேவர் மன்றத்தில் இந்தித்திணிப்பு எதிர்ப்பு மாநாடு கூட்டப்பட்டது. தொடங்கி வைத்துப் பேசியவர் ராஜாஜி.

ஆம். இந்தித் திணிப்பைத் தொடக்கத்தில் இருந்து ஆதரித்து, அமல்படுத்திய அதே ராஜாஜிதான். 1959ல் காங்கிரஸில் இருந்து விலகி, சுதந்தரா கட்சி என்ற பெயரில் புதிய அரசியல் கட்சியைத் தொடங்கியிருந்தார். அத்தோடு, திமுகவுடனும் நெருக்கம் காட்டிக் கொண்டிருந்தார். இந்தி எதிர்ப்பு மாநாட்டில் ராஜாஜி பேசினார்.

> நாட்டுப்பற்றில் நான் யாருக்கும் தாழ்ந்தவன் அல்ல; வடவரின் கையில் உள்ள மத்திய அரசு இந்தியை மட்டும் ஆட்சிமொழியாக்குவதைத் தொடர்ந்து அமுல் செய்தால் இந்தியத் துணைக்கண்டம் 15 பகுதிகளாகத் தனித்துப் பிரிந்துவிடும். உண்மையைச் சொல்லுகிறேன். என்னுடைய உள்ளத்திலேகூட இப்போது பிரிவினை உணர்வு தோன்றிவிட்டது. பிரிவினை கூடாது என்று மத்திய அரசினர் முன்பு சட்டம் செய்தனர். இப்போது பிரிவினை மனப்பான்மையை உண்டாக்குவதற்குச் சட்டம் செய்துள்ளார்கள். அரசமைப்புச் சட்டத்தின் 17வது பிரிவு, இந்தியை ஆட்சி மொழி ஆக்குவதற்கு வழி செய்கிறது. அந்தப் பதினேழாவது பிரிவைத் தூக்கிக் கடலில் போடுங்கள்.

நீதிக்கட்சித் தலைவரான பி.டி. ராஜன் தலைமை உரை ஆற்றினார்.

'மக்களின் விருப்பத்தை அறிந்து நடப்பதே ஆட்சியாளரின் கடமை. படித்தவர்கள், அறிஞர்கள், பெரும்பான்மை மக்கள் இந்தி மொழி திணிக்கப் படுவதைக் கடுமையாக எதிர்க்கிறார்கள். இந்திமொழியை ஆட்சிமொழி ஆக்கு வதை விடுத்து, ஆங்கிலத்தையே தொடர்ந்து ஆட்சி மொழியாகக் கொள்வது தான் அறிவுடைமையான செயல் ஆகும். இந்தி மொழியைக் கட்டாயமாகத் திணிப்போர் அறிவுடையோர் ஆகமாட்டார்கள்.'

ஜனவரி 26தான் போராட்ட தினம் என்றபோதும் அதற்கு முந்தைய நாளில் இருந்தே திமுகவின் முக்கியத் தலைவர்கள் பலரும் கைது செய்யப்பட்டுக் கொண்டே வந்தனர். அண்ணா, நெடுஞ்செழியன், மு. கருணாநிதி, கே.ஏ. மதியழகன், க. அன்பழகன் உள்ளிட்ட பல தலைவர்களும் சிறையில் அடைக்கப்பட்டனர். ஆனாலும் வீடுகளில் கறுப்புக்கொடி கட்டும் போராட்டம் தடைபடவில்லை.

காவல்துறையின் கண்களுக்குச் சிக்காத திமுக தொண்டர்களும் மாணவர்களும் அவரவர் வீடுகளில் தங்களுடைய எதிர்ப்பைப் பதிவு செய்யும் விதமாகக் கறுப்புக்கொடிகளைப் பறக்கவிட்டனர். திமுகவின் தலைமை நிலையம், துணை நிலையங்கள், திமுக சார்பு பத்திரிகை அலுவலகங்கள் ஆகியன தாக்குதலுக்கு ஆளாகின.

இந்தித் திணிப்பு குறித்து தலைவர்கள் பேசியது தமிழ்நாட்டில் பலத்த அதிர்வுகளை ஏற்படுத்தியது. மாணவர்கள் மத்தியில் பலத்த எழுச்சி. இந்தித் திணிப்பை எதிர்த்துப் போராட்டத்தில் ஈடுபட ஒவ்வொரு வீட்டில் இருந்தும் ஒருவர், இருவராகப் புறப்பட்டனர். சென்னை மாணவர் குழு சார்பில் மாணவர்கள் துக்கநாள் அனுசரிக்கவேண்டும் என்று அழைப்பு விடுக்கப் பட்டது. அந்த அழைப்பு தந்தி மூலமாக அனைத்துக் கல்லூரிகளுக்கும் சென்றது.

திட்டமிட்டபடி மாணவர்கள் ஊர்வலம் சென்றனர். மதுரை, கோவை, திருச்சி, மேலூர், மாயவரம், தஞ்சாவூர், சிதம்பரம், கும்பகோணம், விருதுநகர், திருநெல்வேலி, ஈரோடு, திருப்பூர், நாகப்பட்டிணம் உள்ளிட்ட தமிழ்நாட்டின் முக்கிய இடங்கள் அனைத்திலும் மாணவர்கள் துக்கநாள் அனுசரித்தனர். களத்தில் இறங்கிய மாணவர்கள் இந்திப் புத்தகங்களைத் தீயிட்டுக் கொளுத்தினர். அரசியல் சட்டத்தின் பதினேழாவது பிரிவுக்குத் தீ வைத்தனர். உடனடியாக மாணவர்கள் மீது தடியடிப் பிரயோகம் நடத்தப்பட்டது.

தங்களுடைய கோரிக்கைகளை முதல் அமைச்சர் பக்தவத்சலத்திடம் நேரில் தெரிவிக்க மாணவர் தலைவர்கள் புறப்பட்டனர். ஆனால் சென்னை கோட்டையில் முதலமைச்சரைச் சந்திக்க மாணவர்களுக்கு அனுமதி மறுக்கப் பட்டது. ‘நான் எதற்காக மாணவர்களைச் சந்திக்கவேண்டும்? மாணவர்கள் கல்லூரிக்கு வராவிட்டால் போகட்டும்; எனக்கு ஐந்து கோடி ரூபாய் மிச்சம்’ என்று சொன்னார். கலைந்துசெல்ல மறுத்த மாணவர்கள் மீது தடியடி நடத்தப் பட்டது. அதனைத் தொடர்ந்து மாநிலம் தழுவிய அளவில் வன்முறை வெடித்தது.

திருச்சி மாவட்டம் கீழப்பழூர் கிராமத்தைச் சேர்ந்தவர் சின்னச்சாமி. வயது 21. திமுக தொண்டர். திமுக போராட்டம் அறிவித்த நொடியில் இருந்தே ஆவேசம் கொண்டவராக இருந்தார். தமிழுக்காகத் தன்னையே பலியாக்கிக் கொள்ளத் தீர்மானித்தார். 25 ஜனவரி 1965 அன்று தனது உடலில் பெட்ரோலை ஊற்றித் தீவைத்துக்கொண்டார். இந்த மொழிப் போராட்டத்தில் முதல் களபலி சின்னச்சாமிதான்.

சென்னை கோடம்பாக்கத்தைச் சேர்ந்த சிவலிங்கம் என்ற திமுக தொண்டர் 26 ஜனவரி 1965 அன்று தன்னுடைய உடலில் பெட்ரோலை ஊற்றிக்கொண்டு நெருப்புக்குப் பலியானார். இந்தச் சம்பவம் நடந்த மறுநாள் சென்னை விருகம்பாக்கத்தைச் சேர்ந்த ஓ. அரங்கநாதன் என்ற இளைஞர் பெட்ரோலை ஊற்றிக்கொண்டு தீக்கு இரையானார். தீக்குளிப்புகள் மாணவர்கள் மத்தியில் பதற்றத்தையும் எழுச்சியையும் ஆத்திரத்தையும் ஒருசேரக் கிளர்ந்தெழச்

செய்தன. மாணவர்கள் இந்தித் திணிப்பைக் கண்டித்து ஊர்வலம் செல்லத் தொடங்கினர். மாணவர்களைக் கட்டுப்படுத்துகிறோம் என்ற பெயரில் காவல் துறையினர் துப்பாக்கியைத் தூக்கினர். போராட்டம் வலுத்தது.

சென்னை, மதுரை போன்ற இடங்களில் ஊர்வலம் சென்ற மாணவர்கள் மீது தடியடி. எங்கு பார்த்தாலும் இந்தி ஒழிக! தமிழ் வாழ்க! என்ற முழக்கம் கேட்டது. இந்தித் திணிப்பை எதிர்த்து தீக்குளிப்பு சம்பவங்கள் தொடர்ந்தன. திருச்சி கீழப்பழூர் சின்னச்சாமி, சென்னை விருகம்பாக்கம் சிவலிங்கம், சென்னை திருவல்லிக்கேணி அரங்கநாதன், திருச்சி அய்யம்பாளையம் வீரப்பன், கோயம்புத்தூர் சத்தியமங்கலம் முத்து, மயிலாடுதுறை சாரங்கபாணி, விராலிமலை சண்முகம், கீரனூர் முத்து, சிவகங்கை ராஜேந்திரன், பீளமேடு தண்டபாணி ஆகியோர் தீக்குளித்து மரணம் அடைந்தனர். தீக்குளித்து இறப்பவர்கள் வறுமை காரணமாக செத்திருக்கலாம் அல்லது யாரேனும் அவர்களைக் கொலை செய்து நரபலி கொடுத்திருக்கலாம் என்று பேசினார் முதலமைச்சர் பக்தவத்சலம்.

இந்தித் திணிப்பை வாபஸ்பெற முடியாது என்று 3 பிப்ரவரி 1965 அன்று அறிவித்தார் பிரதமர் லால் பகதூர் சாஸ்திரி. அதைத் தொடர்ந்து மாணவர்கள் போராட்டம் தீவிரமடைந்தது. ரயில் மறியல் போராட்டம், உண்ணாவிரதப் போராட்டம் என்று போராட்டம் வளரத் தொடங்கியது. அரசாங்க அலுவலகங் களுக்குத் தீ வைக்கப்பட்டன. மாணவர்களின் போராட்டத்தை அடக்கும் நோக்கத்துடன் காவல்துறை நடத்திய துப்பாக்கிச்சூட்டில் 25 பேர் பலியாகினர். திடீர் திருப்பமாக இந்தித் திணிப்பைக் கண்டித்தும் ஆங்கில நீட்டிப்பு குறித்த உத்தரவாதத்தைக் கோரியும் 11 பிப்ரவரி 1965 அன்று தமிழ்நாட்டைச் சேர்ந்த மத்திய அமைச்சர்கள் சி. சுப்ரமணியமும் ஓ.வி. அள கேசனும் தமது பதவியை ராஜினாமா செய்தனர். ஆனால் அந்த ராஜினாமா பிறகு ஏற்கப்படவில்லை.

குடியரசுத் தலைவர் டாக்டர் ராதாகிருஷ்ணன் தனது கருத்தைப் பகிரங்கமாகவே பிரதமருக்குத் தெரிவித்தார்.

‘தமிழ்நாடு இந்தியாவில் இருந்து பிரிவதைத்தான் நீங்கள் விரும்புகிறீர்களா? இல்லையென்றால் உடனடியாக இந்தித் திணிப்பு முடிவை வாபஸ் பெறுங்கள்’

மத்திய அமைச்சர் குல்சாரி லால் நந்தா வேண்டுகோள் விடுத்தார். ‘தென்னாட்டில் ஏற்பட்டுள்ள இந்தி எதிர்ப்பு ஆர்ப்பாட்டத்தை அலட்சியப் படுத்த முடியவில்லை. நேருவின் உறுதிமொழி சட்டத்தில் இருந்தாலும் இல்லாவிட்டாலும் அது காப்பாற்றப்படும். இந்தி பேசாத மக்கள் விரும்பும்வரை ஆங்கிலம் நீடிக்கும். இதற்கு அரசியல் சட்டம் தடையாக இல்லை. ஆகவே, தென்னக மக்களும் மாணவர்களும் ஆர்ப்பாட்டத்தைக் கைவிட்டு நாட்டில் அமைதியைக் காணவேண்டும்.’

ஆனால் அவரது உறுதிமொழியை நம்புவதற்கு மாணவர் அமைப்புகள் தயார் நிலையில் இல்லை.

இது விஷயமாக அண்ணா ஏதேனும் செய்யவேண்டும், மாணவர்களை அமைதிப்படுத்த வேண்டும் என்று கோரிக்கை விடுக்கப்பட்டது. இதற்கு பதிலளித்த அண்ணா, ‘கிளர்ச்சி என் தலைமையில் நடைபெறவும் இல்லை. கழகக் கிளர்ச்சியும் அல்ல அது - நான் வாபஸ் பெற. எங்கள் கிளர்ச்சி 26ம் நாள் மட்டும் துக்கநாள் நடத்துவது. 25ம் நாள் நள்ளிரவே நாங்கள் கைது செய்யப்பட்டு, பிப்ரவரி 2ம் நாள்தான் விடுதலை செய்யப்பட்டோம்.’ என்றார். அதன்பிறகு அறிக்கை ஒன்றை வெளியிட்டார்.

‘இழைக்கப்படும் அநீதியை உலகறியச் செய்வதில் மாணவர் போராட்டம் வெற்றிபெற்றுவிட்டது. நேரடி நடவடிக்கையை நிறுத்திவையுங்கள்’

ஒருவழியாக, நாடாளுமன்ற விவகாரங்களுக்கான மத்திய அமைச்சர் சின்ஹா சென்னை வந்து அண்ணாவைச் சந்தித்துப் பேசினார். அதன் தொடர்ச்சியாக தமிழ்நாடு மாணவர் இந்தி ஆதிக்க எதிர்ப்புக்குழு போராட்டத்தை ஒத்திவைக்க முடிவுசெய்தது. கைது செய்யப்பட்டுள்ள மாணவர்கள் அத்தனைபேரும் உடனடியாக விடுதலை செய்யப்படவேண்டும் என்று 10 பிப்ரவரி 1965 அன்று அறிக்கை மூலம் வேண்டுகோள் விடுத்தார் அண்ணா.

இத்தனை போராட்டங்களும் நடந்துகொண்டிருந்த சமயத்தில் மொழிப் போராட்டத்தை பெரியார் எப்படிப் பார்த்தார் என்பதற்கு அவருடைய பேச்சுகளே சாட்சியங்கள்.

> இந்தியைத் திணிப்பதில்லையென அன்றே காமராசர் எனக்கு எழுதித் தந்திருக்கிறாரே! அந்த உறுதிமொழியை அரசினரும் மீறாதபோது, ஏன் கிளர்ச்சி செய்யவேண்டும்? பதவியைப் பிடிப்பதற்காகக் கண்ணீர்த் துளிகள் செத்த பாம்பை எடுத்து ஆட்டுகின்றனர்.
>
> அடக்குமுறை இல்லாத ஆட்சி அநாகரிக ஆட்சி. ஜனவரி 26 அன்றைய தினம் கண்ணீர்த்துளிகளை லட்சியம் செய்யாமல் விட்டுவிடுங்கள் என்று அரசுக்குச் சொன்னேன். இல்லாவிட்டால் கடினமான அடக்குமுறை நடவடிக்கைகளை மேற்கொள்ளச் சொன்னேன். இரண்டும் செய்ய வில்லை. தேர்தலைப் பற்றி இப்போதே நீங்கள் கவலைப்பட வேண்டாம். சுதந்திராக் கட்சி, கண்ணீர்த்துளிக் கட்சி இரண்டையும் சட்டவிரோதம் என்று தடை செய்யுங்கள். பத்திரிகைகளுக்கு வாய்ப்பூட்டு சட்டம் போடுங்கள். அதேசமயம், இந்தி விஷயமாக அரசாங்கத்தின் கொள்கை இன்னதுதான் என்று தெளிவாக வெளியிடுமாறு காமராசரை வேண்டுகிறேன்.

போராட்டத்தைக் கைவிடுங்கள் என்று அண்ணா அறிக்கை வெளியிட்டபோது, ‘பூனை கோணியிலிருந்து வெளிவந்துவிட்டது’ என்று கேலி செய்தது விடுதலை. தவிரவும், ‘நீ தானே முன்பு இந்தியை எதிர்த்தாய்? இப்போது ஏன் இப்படிச் சொல்கிறாய் என்று கேட்பீர்களானால், சொல்கிறேன், இப்போதும் நான் இந்தியை எதிர்க்கத்தான் செய்கிறேன். ஆனால், நீங்கள் சொல்வது போல, தமிழ் கெட்டுவிடுமே என்று அல்ல; இனிமேல் கெட தமிழில் என்ன பாக்கி

இருக்கிறது? ஆனால், நமக்கு ஆங்கில அறிவு தேவை என்பதால் இந்தியை எதிர்க்கிறேன். இந்தி எதிர்ப்பு மொழிப்பிரச்னை அல்ல; அரசியல் பிரச்னைதான். என்னைப் பொறுத்தவரையில் காமராஜர் ஆட்சி அவசியமா? இந்தி ஒழிய வேண்டியது அவசியமா? என்றால், காமராஜர் ஆட்சி இந்தியை ஒழித்துவிடும் என்று நம்புவதால் முதலில் காமராஜர் ஆட்சி நிலைக்கவே பாடுபடுவேன்' என்றார் பெரியார்.

மாணவர்கள் தீக்குளித்தது சர்வதேச கவனத்தை ஈர்த்தது. அமெரிக்கா உள்ளிட்ட வெளிநாட்டுப் பத்திரிகைகளில் மொழிப்போர் பற்றிய கட்டுரைகள் இடம்பெற்றன. ஐக்கிய நாடுகள் சபையில் தமிழ்நாட்டில் நடந்த மொழிப் போர் குறித்து அரை மணி நேரத்துக்கும் மேலாகப் பேசப்பட்டது. மாணவர் போராட்டம் மேலும் மேலும் மோசமாகச் செல்வதைத் தடுக்கும் வகையில் 24 பிப்ரவரி 1965 அன்று கூடிய காங்கிரஸ் காரியக் கமிட்டி சில முக்கிய முடிவுகளை எடுத்தது.

இந்தி பேசாத மக்கள் விரும்பும்வரை ஆங்கிலமே தொடர்ந்து நீடிக்கும் என்பதைச் சட்டப்பூர்வமாக உறுதி செய்தல்; எல்லா மாநிலங்களிலும் மும்மொழித் திட்டத்தை அமல்படுத்துதல்; மத்திய பொதுப்பணியாளர் தேர்வுக்குழுவால் நடத்தப்படும் தேர்வுகள் அனைத்தும், பங்கீட்டு முறையோடு, 14 தேசிய மொழிகளிலும் மற்றும் ஆங்கிலத்திலும் நடைபெறுவதற்கான வழி வகைகளைச் செய்தல்.

தீர்மானங்கள் குறித்து மத்திய அமைச்சரவையிலும் விவாதங்கள் நடந்தன. கருத்தொற்றுமை எதுவும் ஏற்படவில்லை. மாணவர்களை அழைத்துப் பேச்சு வார்த்தை நடத்தினார் அண்ணா. இந்தி ஆதிக்கத்தைத் தடுத்து நிறுத்தும் பொறுப்பைத் தானும் தன்னுடைய கட்சியும் ஏற்றுக் கொள்வதாக வாக்குறுதி கொடுத்தார். இதனையடுத்து போராட்டத்தை நிறுத்துவது குறித்து மாணவர் தலைவர்கள் ஆலோசனை செய்தனர். அண்ணாவின் வேண்டுகோளையும் உத்தரவாதத்தையும் ஏற்று, தங்களுடைய நேரடி நடவடிக்கையை நிறுத்திக் கொள்வதாக அறிவித்தனர்.

அமைதி திரும்பிவிட்டது என்றுதான் எல்லோரும் நினைத்தனர். ஆனால் அதற்குச் சில தினங்களுக்கு முன்பே திமுக மீது இன்னொரு தாக்குதலைத் தொடுத்திருந்தது தமிழக அரசு.

16 பிப்ரவரி 1965 அன்று திமுக பொருளாளர் மு. கருணாநிதி கைது செய்யப் பட்டார். இந்தியப் பாதுகாப்புச் சட்டம் 30(1)ன்கீழ். மாணவர்களைப் போராட்டத்துக்குத் தூண்டினார் என்பதுதான் அவர்மீதான குற்றச்சாட்டு. பாளையங்கோட்டை சிறையில் அடைக்கப்பட்டார். கருணாநிதி தவிர மேலும் பல திமுகவினர் தேசிய பாதுகாப்புச் சட்டத்தின்கீழ் கைது செய்யப்பட்டனர். தனிமைச் சிறையில் அடைபட்டிருந்த கருணாநிதியை ஏறக்குறைய இரண்டு மாதங்கள் கழித்தே விடுதலை செய்தது அரசு.

47 பதினோரு லட்சம்

இந்திய அரசியலில் முக்கியத்துவம் வாய்ந்த மாற்றம் நிகழ்ந்திருந்தது. இந்தியா - பாகிஸ்தான் இடையே 1965 செப்டெம்பரில் ஏற்பட்ட யுத்தம் தொடர்பாகப் பேச்சுவார்த்தை நடத்த இந்தியப் பிரதமர் லால் பகதூர் சாஸ்திரி சோவியத் நாட்டின் அங்கமாக இருந்த தாஷ்கண்ட் நகருக்கு (இன்றைய உஸ்பெகிஸ்தான்) வந்திருந்தார். அங்கே பாகிஸ்தான் பிரதமர் அயூப்கானும் வந்திருந்தார். சோவியத் அதிபர் கோஸிஜின் முன்னிலையில் இந்திய - பாகிஸ்தான் பிரதமர்கள் பேச்சுவார்த்தை நடத்துவதாகத் திட்டம்.

பேச்சுவார்த்தை தொடங்கியது. இறுதியாக தாஷ்கண்ட் பிரகடனம் தயாரானது. பணிகளை முடித்துவிட்டு உறங்கப் போனார் பிரதமர் சாஸ்திரி. மறுநாள் காலை எழுந்திருக்கவில்லை. மாரடைப்பு. பிரதமர் லால் பகதூர் சாஸ்திரியின் மறைவு காரணமாக நேருவின் மகள் இந்திராகாந்தி பிரதமர் பொறுப்புக்கு வந்திருந்தார்.

சில மாதங்களிலேயே பொதுத் தேர்தல் அறிவிக்கப்பட்டது. தேர்தலைச் சந்திப்பதற்கான அணி அமைக்கும் வேலைகளில் கொஞ்சம் முன்கூட்டியே ஈடுபடத் தொடங்கியது திமுக. முக்கியமாக, கம்யூனிஸ்ட் கட்சியுடன் தேர்தல் உடன்பாடு செய்துகொள்வதில் அண்ணா ஆர்வம் செலுத்தினார்.

காங்கிரஸ் தவிர்த்த மற்ற கட்சிகளுடன் தேர்தல் உடன்பாடு கொள்வது தொடர்பாகவும் கூட்டணி

வைப்பது தொடர்பாகவும் கடந்த சில ஆண்டுகளாகவே தொண்டர்களைத் தயார்ப்படுத்திக் கொண்டிருந்தார் அண்ணா. குறிப்பாக, மேடைகளிலும் தம்பிக்குக் கடிதங்களிலும் தேர்தல் உடன்பாடு பற்றி அடிக்கடி பேசியிருந்தார்.

சுதந்தரா கட்சியோடு பேசுவதற்குச் சந்தர்ப்பம் கிடைத்தால் பேசவும் செய்வேன். என் வீட்டில் ஒரு திருடன் திடீரென புகுந்துவிட்டால் அவனை அடிக்க எந்தத் தடி அகப்பட்டாலும் அதை எடுத்து அடிப்பேன். அப்போது, சுதந்தரா தடியென்றோ, கம்யூனிஸ்டு தடியென்றோ பார்க்கமாட்டேன். எல்லாத் தடிகளையும் உபயோகிப்பேன். காங்கிரஸ் கட்சியை வீழ்த்துவதற்காக மற்ற கட்சிகளுடன் உடன்பாடு செய்து கொள்வது தவறாகாது. கொள்கையில் பற்றும் இலட்சியத்தில் வலுவும் இருப்பவர்கள் யாருடன் சேர்ந்தாலும் அழிந்துவிடமாட்டார்கள். இதில் எனக்குத் துணிவும் நம்பிக்கையும் இருந்துவருகிறது.

பேச்சு மற்றும் எழுத்து மூலமாகத் தொண்டர்களைத் தயார் செய்து வைத்திருந்ததால் கூட்டணி குறித்தோ, தொகுதி உடன்பாடு குறித்தோ பிற கட்சிகளுடன் பேசுவதற்கு எந்தத் தடையும் அண்ணாவுக்கு இருக்கவில்லை. தொகுதி உடன்பாடு குறித்து கழகத்துடன் இடதுசாரி கம்யூனிஸ்டுகள் பேச்சு நடத்திய போது, ஒருவரை ஒருவர் மதித்து நடந்துகொள்ளும் இரண்டு நண்பர்களுக்கு இடையே நடந்திடும் உரையாடலாக அமைந்தது என்று தம்பிக்கு எழுதிய கடிதத்தில் தெரிவித்தார் அண்ணா.

ஏற்கெனவே சுதந்தராக் கட்சியுடன் நல்ல தொடர்பில் இருந்த திமுக, தேர்தலின்போதும் அந்தக் கட்சியுடன் அணி சேர்வதில் துளியும் தயக்கம் காட்டவில்லை. முஸ்லிம் லீக், ஃபார்வர்டு பிளாக், பிரஜா சோசலிஸ்ட் கட்சி, தமிழரசுக் கழகம், நாம் தமிழர் இயக்கம் (சி.பா. ஆதித்தனார்) ஆகிய கட்சிகளும் திமுக அணியில் இணைந்தன. அந்த அணிக்கு ஜனநாயக முற்போக்குக் கூட்டணி என்று பெயர் வைக்கப்பட்டது. இதன்மூலம் ஆளும் காங்கிரஸ் கட்சிக்கு எதிராகப் பிரம்மாண்டமான அணி உருவானது.

அந்தக் கூட்டணியின் தேர்தல் உடன்பாடு எப்படி தெரியுமா? கூட்டணியில் இணைந்துள்ள ஒவ்வொரு கட்சியும் தத்தமது தனித்தன்மைகளை அப்படியே காப்பாற்றிக்கொள்வது, வாய்ப்புள்ள தொகுதிகளில் தகுதி படைத்த கட்சியின் வேட்பாளர்கள் போட்டியிடுவது, அப்படிப் போட்டியிடும் கட்சிக்கு ஏனைய கட்சிகள் முழு ஆதரவை அளிக்கும்.

திமுகவின் நான்காவது பொது மாநாடு 29 டிசம்பர் 1966 தொடங்கி நான்கு நாள்களுக்கு சென்னை விருகம்பாக்கத்தில் நடைபெற்றது. அண்ணா தலைமையில் நடைபெற்ற அந்த மாநாட்டில் சுதந்தராக் கட்சியின் தலைவர் ராஜாஜி, காயிதே மில்லத் இஸ்மாயில் சாஹிப், ம.பொ. சிவஞானம் உள்ளிட்டோர் கலந்துகொண்டு பேசினர். அந்த மாநாட்டுக்கு முன்னர்தான் 'இந்தத் தேர்தலில் படுத்துக்கொண்டே ஜெயிப்பேன்' என்று கூறியிருந்தார் காமராஜ். அதற்கு பதிலளிக்கும் வகையில் பேசிய ராஜாஜி, 'படுப்பது நிச்சயம். ஆனால் வெற்றி நிச்சயமல்ல' என்றார். அந்த மாநாட்டில்தான் திமுக தேர்தல்

நிதியாக நிர்ணயிக்கப்பட்ட பத்து லட்சத்தைத்தாண்டி பதினோரு லட்சம் ரூபாயைத் திரட்டிக் கொடுத்தார் திமுக பொருளாளர் மு. கருணாநிதி.

மாநாட்டைத் திறந்துவைத்த மு. கருணாநிதி முக்கியத்துவம் வாய்ந்த உரை ஒன்றையும் ஆற்றினார்.

> தமிழக சட்டமன்றத்தில் திமுக 12 தனிநபர் மசோதாக்களைக் கொண்டு போயிருக்கிறது. பல ஒத்திவைப்புத் தீர்மானங்களைக் கொண்டு சென்றுள்ளது. 6117 வலிவுமிக்க வினாக்களை ஆட்சி மன்றத்தில் தொடுத்திருக்கிறது. சர்வீஸ் கமிஷன் தேர்வு தமிழ் மொழியிலேயே இருக்க வேண்டும் என்று ஒரு தீர்மானம் இராம. அரங்கண்ணலால் கொண்டுவரப் பட்டது. 14 மொழிகளையும் மத்திய ஆட்சி மொழியாக ஆக்கவேண்டும் என்ற தீர்மானம் கே.ஏ. மதியழகனால் கொண்டுவரப்பட்டது. சென்னைக்குத் தமிழ்நாடு என்று பெயர் வைக்கவேண்டும் என்று திமுக சார்பில் தீர்மானம் கொண்டுவரப்பட்டது. இப்படி திமுகவால் கொண்டு வரப்பட்ட தீர்மானங்கள் அனைத்தும் தோற்கடிக்கப்பட்டன. இந்தத் தீர்மானங்ளில் எது தேவையில்லை என்று கருதுகிறீர்கள்? ஆகவே, திமுக ஆட்சி ஏற்பட்டால் இதுபோன்ற நல்ல தீர்மானங்கள் செயல் படுத்தப்படும்.

பிறகு அண்ணா பேசும்போது, 'பதினோரு லட்சம் ரூபாயைத் தம்பி கருணாநிதி என்னிடம் தந்தார். நான் கேட்டது பத்து இலட்சம்! நீ கொடுத்தது பதினோரு லட்சம். ஆனால், மக்கள் மட்டும் சிக்க வேண்டிய நேரத்தில் உன்னிடம் சிக்கி இருந்தால் நீ இன்னமும் அதிகம் சேர்த்திருப்பாய்' என்று பேசினார்.

திமுகவினர் மிகுந்த எழுச்சியுடன் தேர்தல் களத்தின் இறங்கினர். திமுக சார்பில் தேர்தல் அறிக்கையும் வெளியிடப்பட்டது. பிரிவினைத் தடைச்சட்ட மசோதா நிறைவேறிய பிறகு திமுக கலந்துகொள்ளும் முதல் தேர்தல் இது என்பதால் தேர்தல் குறித்தும் திமுகவின் நிலைப்பாடு குறித்தும் அண்ணா சில விளக்கங்களைக் கொடுத்தார்.

வெறும் உணர்ச்சிக்கு மட்டுமே நாம் ஆட்பட்டவர்கள்; எனவே, அதனைத் தட்டிவிட்டு நம்மைத் தகர்த்து விடலாம் என்ற நினைப்புடன்தான் தம்பி, நாட்டுப் பிரிவினை கேட்பது கூடாது; கேட்போர் தேர்தலில் ஈடுபட முடியாது என்றவொரு சட்டம் இயற்றினர். சட்டம் வந்ததும் உணர்ச்சி வயப்பட்டுக் கொதிப்பார்கள், சட்டத்தை மீறுவார்கள், தேர்தலிலே ஈடுபடும் வழியிழந்து போவார்கள், நாம் எதிர்பாரற்றுத் தேர்தல் களம் புகுந்து வெற்றியைத் தட்டிக்கொண்டு போய்விடலாம் என்று ஒரு கணக்கு போட்டனர்.

நாம் உணர்ச்சியால் மட்டுமன்று, பகுத்தறிவினாலும் நமது பணியினைச் செம்மைப்படுத்திக் கொள்பவர்கள். ஆகவே தான், ஏன் இப்படி ஒரு சட்டம் கொண்டுவந்தார்கள் என்பது பற்றி யோசித்துப் பார்த்தோம். தேர்தலிலே நாம் ஈடுபடுவதை எப்படியாவது தடுத்திட வேண்டும் என்பதே இவர்களின் நோக்கம் என்பது புரிந்தது. புரிந்திடவே, நாம் நமது சட்டதிட்டத்தை மாற்றிக்

கொண்டு, நாட்டுப் பிரிவினை மூலம் எதெதனைப் பெற முடியுமோ அததனைப் பெறத் தக்கவிதமாக இந்திய அமைப்பிலே இருந்துகொண்டே பெறத்தக்க வழி காண்போம் என்று கூறினோம். தேர்தல் களத்திலேயே நிற்கிறோம்... காங்கிரஸின் எதேச்சாதிகாரத்தை எதிர்த்து நிற்கும் ஆற்றலுள்ள அமைப்பாக விளங்குகிறோம். என்றார் அண்ணா. ஆனால் அந்தத் தேர்தலில் அவர் போட்டியிடவில்லை.

1967 திமுக தேர்தல் அறிக்கையில் இருந்து சில பகுதிகள்:

உழுபவனுக்கே நிலம் என்ற திட்டத்தை அமுலாக்க கழகம் உறுதி கொண்டிருக்கிறது. நிலம் அற்றவர்களுக்கு நிலம் தருவதுடன், அவர்கள் நல்ல முறையில் விவசாயம் செய்திடத் தேவைப்படும் வசதிகளையும் தந்திட முனையும்.

தொழில்துறையை பொறுத்தமட்டில், சோசலிசம் பேசும் காங்கிரஸ், பெரிய முதலாளிகளிடமே தொழில்துறையை ஒப்படைத்துவிட்டதால், ஏழை - பணக்காரன் பேதம் வளர்ந்துவிட்டதுடன், அரசியலை ஆட்டிப்படைக்கவும், ஆட்சியை அடிமை கொள்ளவுமான வலிவும் ஆதிக்க உணர்வும் முதலாளி களுக்குத் தடித்துப் போய்விட்டதுடன் பாசிசம் உருவெடுக்கும் நிலை ஏற்பட்டிருப்பது கண்டு கழகம் வருந்துகிறது. இந்த முதலாளித்துவப் பிடியைப் போக்கிடும் முறையில் தொழில் துறையைத் திருத்தியமைக்கும் திட்டத்தை மேற்கொள்ள, கழகம் பொதுமக்களின் ஆதரவையும் ஆணையையும் எதிர்பார்த்து நிற்கிறது.

உழவர் மீது உள்ள கடன் சுமை அதிகமாகிக்கொண்டே போவதால் அதைத் தடுத்து நிறுத்தி, (குறிப்பிட்ட கால அளவுக்காவது) கடன் தொல்லையில் இருந்து மீள, கடன் நிவாரண மசோதாவைக் கொண்டுவர கழகம் விரும்புகிறது.

விகிதாச்சாரத் தேர்தல் முறையின் அடிப்படைத் தத்துவம் ஒத்துக்கொள்ளப் பட, இந்த நாட்டுக்கு ஏற்றவகையில் தேர்தல் முறையை மாற்றியமைக்க கழகம் பெருமுயற்சி எடுத்துக்கொள்ளும். முக்கியமான அரசியல் பிரச்னை களில் வெறும் சட்டமன்ற, நாடாளுமன்ற பலத்தை மட்டும் நம்பியிராமல், நேரடியாக மக்களின் கருத்தை அறிய, வாக்கெடுப்பு முறை கையாளப்பட வேண்டும். இந்தமுறை அரசியல் சட்டத்தில் ஒத்துக்கொள்ளப்பட வழிகாணும்.

மொழி, வரலாறு ஆகியவற்றில் தொடர்புடைய தமிழகம் - ஆந்திரா - கேரளம் - கர்நாடகம் ஆகிய நான்கு மாநிலங்களும் மேலும் அதிகமான நேசத் தொடர்பு கொண்டு விளங்கிடக் கழகம் பணியாற்ற விரும்புகிறது. இந்தியாவுக்குள் திராவிடம் என்ற இந்தத் திட்டம் திராவிட மொழி, பண்பாடு ஆகியவற்றின் தனித்தன்மைகளைப் பாதுகாத்திடவும் அவற்றின் சிறப்பியல்புகளை இந்தியாவின் பிறபகுதி மக்கள் போற்றி, வரவேற்று, ஏற்றுக்கொள்ளச் செய்வதற்கும் தேவைப்படுகிறது என்பதைக் கழகம் வலியுறுத்துகிறது.

மாநில உரிமைகளைப் பாதுகாத்திடும் முறையிலும் குறிப்பிடப்படாத மிச்ச அதிகாரங்கள் மத்திய சர்க்காரிடம் ஒப்படைக்கப்பட்டுள்ள முறையை மாற்றி, அவை மாநிலங்களுக்குத் தரப்பட வேண்டும் என்பதற்காகவும் கழகம் பாடுபடுவதுடன், அந்த நோக்கத்துடன் இந்திய அரசியல் சட்டத்தைத் திருத்த வேண்டிய அவசியத்தை வலியுறுத்த விரும்புகிறது.

கடந்த தேர்தல்களின்போது திமுக தேர்தல் அறிக்கையை வெளியிட்டிருந்த போதிலும் இந்த அறிக்கை முந்தைய அறிக்கையில் இருந்து மிகவும் வித்தியாசமாக இருந்தது. காங்கிரஸ் கட்சியையும் அதன் கொள்கைகளையும் அதன் போக்கையும் நேரடியாகக் கண்டிக்கும் வகையிலும் விமரிசனம் செய்யும் வகையிலும் வார்த்தைகள் பயன்படுத்தப்பட்டிருந்தன.

திமுக வேட்பாளர் பட்டியலில் இருந்து சில பகுதிகள் மட்டும் இங்கே:

சட்டமன்ற வேட்பாளர்கள்

இரா. நெடுஞ்செழியன் - திருவல்லிக்கேணி, சைதாப்பேட்டை - மு. கருணாநிதி, கே.ஏ. மதியழகன் - ஆயிரம் விளக்கு, சத்தியவாணி முத்து - பெரம்பூர், எம்.ஜி.ஆர் - பரங்கிமலை, இராம. அரங்கண்ணல் - மயிலாப்பூர், ப. உ. சண்முகம் - திருவண்ணாமலை, இரெ. இளம்வழுதி - கடலூர், எஸ். ராமச்சந்திரன் - பண்ருட்டி, எஸ். ஆறுமுகம் - வீரபாண்டி, என். கிட்டப்பா - மாயூரம், எல். கணேசன் - ஒரத்தநாடு, கோ.சி. மணி - கும்பகோணம், அன்பில் தர்மலிங்கம் - கடலூர், பெ. சீனிவாசன் - விருதுநகர், எஸ். மாதவன் - திருப்பத்தூர், ஆலடி அருணா - ஆலங்குளம் ஆகியோர் முக்கியமானவர்கள்.

இந்தப் பட்டியலில் திமுகவின் மிகமுக்கியத் தலைவரின் பெயர் இடம்பெற வில்லை. ஆம். கட்சியின் பொதுச்செயலாளர் அண்ணா 1967 தேர்தலில் எந்த சட்டமன்றத் தொகுதியிலும் நிற்கவில்லை. மாறாக, தென் சென்னை நாடாளுமன்றத் தொகுதியில் போட்டியிட்டார் அண்ணா. அவர் தவிர நாடாளுமன்ற வேட்பாளர்களாகப் போட்டியிட்டவர்களில் திருச்செங்கோடு - க. அன்பழகன், வடசென்னை - நாஞ்சில் கே. மனோகரன், சேலம் - க. ராசாராம், தஞ்சை - எஸ்.டி. சோமசுந்தரம், சிவகங்கை - தா. கிருஷ்ணன், கும்பகோணம் - இரா. செழியன், செங்கற்பட்டு - சிட்டிபாபு ஆகியோர் முக்கியமானவர்கள்.

ஆளும் காங்கிரஸ் கட்சிக்கு எதிராக மிகப்பெரிய அரசியல் கூட்டணியை உருவாக்கியதோடு, துல்லியமான வாக்குறுதிகளை வாக்காளர்களுக்குக் கொடுத்து, கச்சிதமாக வியூகம் வகுத்த அண்ணா, சட்டமன்றத் தேர்தலில் போட்டியிடாதது ஏன் என்ற கேள்வி அனைத்து தரப்பிலும் எழுந்தது.

இத்தனைக்கும் தமிழ்நாட்டில் காங்கிரஸ் கட்சிக்கு அடுத்த நிலையில் இருப்பது திமுகதான். மாடியின் உச்சியில் இருந்து போடப்படும் பொருள் அடுத்த மாடியில் இருப்பவர் கைக்குத்தான் கிடைக்கும். அதுபோலவே தமிழகத்தில் காங்கிரஸ் கட்சி ஆளுவதற்குத் தகுதியற்றது என்று மக்கள் முடிவுகொள்ளும்போது திமுகதான் ஆட்சிப் பொறுப்பேற்கவேண்டும் என்று

நாட்டில் உள்ள நல்லறிஞர்கள் விரும்புவதாக அண்ணா பேசிக்கொண்டிருந் தார். சட்டமன்றத் தேர்தலில் அண்ணா போட்டியிடாத சமயத்தில் தேசிய அரசியலுக்குச் சென்றிருந்த காமராஜர், விருதுநகர் சட்டமன்றத் தொகுதியில் போட்டியிட்டார். இது அரசியல் வட்டாரத்தில் பல கேள்விகளை எழுப்பியது.

தேர்தல் பிரசாரத்துக்காகப் பயன்படுத்தப்பட்ட வாசகங்களும் கவர்ச்சிகரமான வகையில் இருந்தன. இந்திப் போரில் பூவும், பொட்டும் அழித்தவர்களுக்கா ஓட்டு? பசியும் பஞ்சமும் மூட்டியவருக்கா ஓட்டு? நாணயத்தின் மதிப்பைக் குறைத்தவர்கள் நாட்டை ஆளலாமா? சேலம் இரும்பாலை எங்கே? கல்பாக்கம் திட்டம் எங்கே? காவிரி வட்ட எண்ணெய் எங்கே? ஆதிக்க இந்தி ஒழிய, அன்னைத் தமிழ் வாழ, உதயசூரியனுக்கு வாக்களிப்பீர் என்று பதாகைகள் வைக்கப்பட்டன.

கைத்தறியாளர் சின்னம் உதயசூரியன்! பாட்டாளியின் சின்னம் உதயசூரியன்; தியாகிகள் சின்னம் உதயசூரியன் என்ற வாசகங்களுடன் கூடிய சுவரொட்டிகள் தேர்தல் களத்தில் பளிச்சிட்டன.

சோறு போடு என்று கேட்கும் மக்களைப் பார்த்து, எலிக்கறியைத் தின்னுங்கள் என்றார்களே, அவர்களுக்கா மீண்டும் ஓட்டு? என்று வாக்காளர்களை நோக்கிக் கேள்வி எழுப்பினார் அண்ணா.

48 ஆட்சியில் திமுக

12 ஜனவரி 1967. மாலை நேரம். எம்.ஜி.ஆரின் ராமாவரம் தோட்ட வரவேற்பறையில் எம்.ஆர். ராதாவும் 'பெற்றால்தான் பிள்ளையா?' படத்தின் தயாரிப்பாளர் கே.கே.என். வாசுவும் காத்திருந்தனர். இண்டர்காம் மூலம் எம்.ஜி.ஆருக்குத் தகவல் தெரிவிக்கப்பட்டது. சிறிது நேரம் கழித்து ஒரு அலறல்.

'என்னண்ணே, இப்படிப் பண்ணிட்டீங்க?'

எம்.ஜி.ஆரின் அலறல் குரல் தோட்டத்தில் இருந்த வர்களைப் பதறச்செய்தது. இடதுகாதை அணைத்துப் பிடித்தபடி வரவேற்பறையில் இருந்து வெளியேறினார் எம்.ஜி.ஆர். ரத்தம் ஒழுகிக்கொண்டிருந்தது. அருகில் இருந்த சோபாவுக்குப் பக்கத்தில் ராதா. கையில் துப்பாக்கி. நெற்றிப்பொட்டு, தோள்பகுதிகளில் ரத்தம். கீழே முகம் புதைத்து விழுந்துகிடந்தார் ராதா.

வாசலுக்கு ஓடிவந்த எம்.ஜி.ஆர் அவசரகதியில் கார் டிரைவர் மாணிக்கத்தை அழைத்தார். எடு வண்டியை. வாசு, நீங்கள் போய் ராதாவைக் கவனியுங்கள். எம்.ஜி.ஆரின் கார் புறப்பட்டுவிட்டது. பிறகு தோட்டத்தில் இருந்து வெளியே வந்தார் ராதா. எதிரே தென்பட்டார் ராதா வீட்டு வாட்ச்மேன் முத்துநாதன். அவரை நோக்கியபடியே, 'சுட்டாச்சு... சுட்டாச்சு' என்று உரத்த குரலில் சொன்னார் ராதா. அப்போது அவருடைய உடல் ரத்தத்தால் தொப்பலாக நனைந்திருந்தது. தோளில் தோட்டா துளைத்ததற்கான அடையாளம் இருந்தது.

இருவருமே ராயப்பேட்டை மருத்துவமனையில் அனுமதிக்கப்பட்டனர். தனித்தனியாக வந்து சேர்ந்திருந்தனர். இருவருக்குமே முதலுதவிகள் நடந்தன. இரண்டு பேருக்கும் உடனடியாக அறுவை சிகிச்சை செய்யவேண்டும் என்று சொல்லிவிட்டார்கள். சுடப்பட்டது எம்.ஜி.ஆர். சுட்டவர் எம்.ஆர். ராதா. போதாது? சென்னை மாநகரமே கொந்தளித்தது. ரசிகர்களின் ரத்தக்கொதிப்பு விர்ர்ரென உச்சத்துக்குச் சென்றது. சாலைக்கு வந்துவிட்டனர். சென்னையில் வெடித்த குண்டு ஒட்டுமொத்த தமிழ்நாட்டுக்கும் கசிந்தது. எங்கு பார்த்தாலும் கலவரம். வன்முறை. பதற்றம். ராயப்பேட்டை மருத்துவமனை வளாகம் திமுக தொண்டர்களாலும் எம்.ஜி.ஆர் ரசிகர்களாலும் மூச்சுவிடத் திணறியது.

மறுநாள் முரசொலியின் முதல்பக்கத்தில் செய்தி வெளியாகியிருந்தது.

புரட்சி நடிகர் உயிர் தப்பினார். துப்பாக்கிக்குப் பலியாக்கிடச் செய்த முயற்சி பலிக்கவில்லை.

எம்.ஜி.ஆர். சுடப்பட்ட செய்தி காட்டுத்தீயாகப் பரவியது. எம்.ஜி.ஆர் ரசிகர்கள் மத்தியில் பதற்றம் நிலவியது. ரசிகர்கள் வன்முறையில் இறங்கினர். இது பெரியாருக்கு ஆத்திரத்தை வரவழைத்தது.

> *சாதாரணமாக ராதாவானாலும் ராமச்சந்திரன் ஆனாலும் இவர்களுக்கு பொது மக்கள் உலகத்தில் உள்ள மதிப்பு இவர்கள் கூத்தாடிகள், வேஷம் போட்டு நடிப்பவர்கள், காசுக்காக எந்த வேஷத்தையும், எப்படிப்பட்ட இழிமக்கள் தன்மையான கதையையும் எந்த உருவத்திலும் நடிப்பவர்கள் என்பதல்லாமல், இவர்களுக்கு பொதுநல யோக்கியதைக்கு ஏற்ற ஒழுக்கம், நாணயம், பொறுப்பு என்ன இருக்கமுடியும்? இவர்கள் நடிப்பால் பொதுமக்களுக்குப் பெரிதும் பல தீயகுணங்களும், ஒழுக்கக் கேடும் ஏற்படுவதல்லாமல் என்ன கலைஞானம் 100க்கு 90 மக்களுக்கு ஏற்பட்டுவிடும்? ஏற்படக்கூடும்? இக்காரியங்களில் ஈடுபட்ட இரண்டு கூத்தாடிக் கீழ்த்தர மக்களுக்குள் நடந்த மூர்க்கத்தனமான, காலித் தனமான சம்பவத்திற்காக எவ்வளவு ஆர்ப்பாட்டம், விளம்பரம், மக்கள் இடையில் உணர்ச்சி ஏற்பட்டு இருக்கிறது. அரசாங்க ஆக்கினைகள் எவ்வளவு என்று பார்த்தோம் என்றால் சமுதாயத்தின், ஆட்சியின் கீழ்த்தரம் எந்த அளவுக்கு இறங்கிவிட்டது என்று கவலைப்படுகிறேன். இதற்காக அரசாங்கம் நாட்டு நிகழ்ச்சிகளை ரூ. 1000, ரூ. 2000 செலவு செய்து ஏற்பாடு செய்திருந்த நிகழ்ச்சிகளை 144 உத்தரவு போட்டு தடுப்பது என்றால் இது என்ன கூத்தாடிகள் ராஜ்யமா? கூத்தாடிகள் அரசாங்கமா? என்றுதானே கேட்கத்தோன்றுகிறது. நிலைமை இப்படியே மோசமாக வளர்ந்து வருகிறது என்றால், இந்த ஆட்சிக்கு ஆளத்தகுதி இல்லை அல்லது ஜனநாயகத்துக்கும் நம் நாட்டுக்கும் மக்களுக்கும் பொருத்தம் இல்லை. ராணுவமோ, சர்வாதிகாரமோ கொண்டுதான் சமதர்மத்தை அமுல்நடத்த முடியும் என்கிற முடிவுக்கு வரவேண்டும்.*
>
> *ஏன் எனக்கு இப்படி விரக்தி முடிவு தோன்றுகிறது என்றால், இரண்டு கூத்தாடிகளுக்கு ஏற்பட்ட காலித்தன நிகழ்ச்சிக்காக, காங்கிரஸ் ஆபீசு*

கொளுத்தப்பட்டது, காமராசர் வீட்டுக்குக் காவல், பெரியார் வீட்டுக்குக் காவல், காமராஜருக்குக் காவல் என்றெல்லாம் காரியம் நடப்பதென்றால் பிறகு நாட்டில் யாருக்குத்தான் பாதுகாப்பு இருக்கமுடியும்? இந்தக் காலித்தனத்தின் பயனாக ஏற்பட்ட விளைவு இது என்றால், நாட்டில் உண்டாக்கப்பட்டு இருக்கும் உணர்ச்சி எப்படிப் பட்டதாக இருக்கிறது என்பதைப் பொதுமக்கள், அறிஞர்கள் சிந்தித்துப்பார்க்கவேண்டும் என்பதற்காகவே எழுதுகிறேன். காமராஜருக்கோ, காங்கிரஸ் கூட்டங் களுக்கோ, எனக்கோ, காமராஜர் தாயாருக்கோ, அவர் வீட்டிற்கோ என்ன தான் கேடு வந்தாலும் அதனால் உலகம் முழுகியாப் போய்விடும்?

தேர்தல் நெருங்கிக்கொண்டிருந்த சமயத்தில் ஆனந்த விகடன் பத்திரிகையில் கேலிச்சித்திரம் ஒன்று வெளியானது. அண்ணா, ராஜாஜி, காயிதே மில்லத், ம.பொ. சிவஞானம், பி. ராமமூர்த்தி ஆகியோர் கழுதை மீது ஏறிக்கொண்டு கோட்டை நோக்கிச் செல்வதாக அந்தக் கேலிச்சித்திரம் கூறியது. திமுக தலைவர்கள் உள்ளிட்ட பலருக்கும் அந்தக் கேலிச்சித்திரம் பலத்த ஆத்திரத்தை ஏற்படுத்தியது. ஆனால் ராஜாஜியோ துளியும் பதற்றப்படாமல் பதில் சொன்னார்.

'காங்கிரஸ் வசமுள்ள இந்தக் கோட்டையைப் பிடிக்க குதிரை தேவையில்லை; ஒரு கழுதையே போதும் என்று காங்கிரஸ் கட்சியினர் கருதினார்கள் போலும். எதிலே ஏறிப்போனால் என்ன? கோட்டைக்குப் போய்ச்சேர்ந்தால் சரி'

விகடனில் வெளியான அந்த கேலிச்சித்திரத்தை சுவரொட்டிகளாக மாற்றிப் பிரசாரம் செய்தது காங்கிரஸ் கட்சி. தலைவர்களைக் கேலி செய்யும் அந்தச் சுவரொட்டிகளுக்குத் தடை விதிக்காதது ஏன் என்று அரசைப் பார்த்துக் கேள்வி எழுப்பிய மு. கருணாநிதி, 'எவ்வளவு நாளைக்கு இந்த அதிகாரம் செய்ய முடியும் ஆட்சியாளர்களே! அதிகாரிகளே! இன்னும் ஆறே நாள்! அதிகாரம் மாறும்!' என்று 10 பிப்ரவரி 1967 அன்று பிரசாரக் கூட்டம் ஒன்றில் பேசினார்.

தமிழக சட்டமன்றத்துக்கு மொத்தம் 234 இடங்கள். அவற்றில் திருமங்கலம் தொகுதியில் போட்டியிட்ட வேட்பாளர் ஒருவர் மரணம் அடைந்துவிட்ட தால் அந்தத் தொகுதிக்கான தேர்தல் ஒத்திவைக்கப்பட்டது. மற்ற 233 தொகுதிகளுக்கும் தேர்தல் நடைபெற்றது. அவற்றில் திமுக 173 இடங்களில் போட்டியிட்டது. சுதந்தரா கட்சியும் ஃபார்வர்டு ப்ளாக்கும் கூட்டாக 26 இடங் களிலும், மார்க்சிஸ்ட் கம்யூனிஸ்ட் கட்சி 22 இடங்களிலும் முஸ்லிம் லீக் 4 இடங்களிலும் பிரஜா சோசலிஸ்ட் கட்சி 4 இடங்களிலும் தமிழரசுக் கழகம் 2 இடங்களிலும் நாம் தமிழர் (சி. பா. ஆதித்தனார்) மற்றும் சோசலிஸ்ட் கட்சி யின் க.ர. நல்லசிவம் ஆகியோர் தலா ஒரு இடத்திலும் போட்டியிட்டனர்.

திமுக அணிக்குச் சாதகமாகப் பல விஷயங்கள் நடந்துகொண்டிருந்தன. ஆனாலும் பெரியாரின் ஆதரவு காங்கிரஸ் கட்சிக்கே இருந்தது. அந்தச் சமயத்தில்தான் அண்ணாவிடம் இருந்து புதிய அறிவிப்பு வெளியானது. படி அரிசித் திட்டம். ஒரு ரூபாய்க்கு மூன்று படி அரிசி போடுவதாகக் காங்கிரஸ் ஒப்புக்கொண்டால் திமுக தேர்தலில் இருந்து விலகிக்கொள்ளும் என்றார்

அண்ணா. சவாலுக்குப் பதிலளிக்கும் வகையில் பேசிய காங்கிரஸார், 'திமுகவால் முடியுமா?' என்று எதிர்க்கேள்வி எழுப்பினர். இதற்காகவே காத்துக்கொண்டிருந்த அண்ணா, 'ரூபாய்க்கு மூன்று படி அரிசி லட்சியம்; ஒரு படி அரிசி நிச்சயம்' என்றார்.

அண்ணா கொடுத்த வாக்குறுதி தினத்தந்தி என்ற முக்கிய பத்திரிகையின் மூலம் அனைத்து தரப்பு மக்களையும் சென்றடைந்தது. அது தேர்தல் முடிவுகளில் எதிரொலித்தது. தமிழ்நாட்டு வாக்காளர்கள் தங்களுடைய பெருவாரியான ஆதரவைத் திமுகவுக்கு வழங்கியிருந்தனர். ஆம். திமுகவுக்கு 138 இடங்கள் கிடைத்தன. நாடாளுமன்றத்தில் 25 இடங்களில் திமுகவினர் வெற்றி பெற்றிருந்தனர். போட்டியிட்ட அனைத்து இடங்களிலும் வெற்றி. காங்கிரஸ் கட்சி அனைத்து இடங்களிலும் தனது வேட்பாளர்களை நிறுத்தியது. ஆனால் 49 இடங்களை மட்டுமே கைப்பற்ற முடிந்தது. இதில் பெரிய சோகம், தனது சொந்தத் தொகுதியான விருதுநகரில் போட்டியிட்ட காமராஜர், திமுக வேட்பாளரான பெ. சீனிவாசனிடம் தோற்றுப்போனதுதான்.

வெற்றிச் செய்தி வந்ததும் அண்ணா உள்ளிட்ட திமுகவின் தலைவர்கள் பெரியாரைச் சந்திக்க விரும்பினர். அப்போது பெரியார், திருச்சியில் இருந்தார். 29 பிப்ரவரி 1967 அன்று அண்ணா, நெடுஞ்செழியன், கருணாநிதி மூவரும் பெரியாரைச் சந்தித்தனர். பரஸ்பரம் நலம் விசாரித்துக் கொண்டனர். நாங்கள் எப்படி, எப்படி நடந்துகொள்ள வேண்டும் என்பதை நீங்கள்தான் அவ்வப் போது எங்களுக்குச் சொல்லித்தரவேண்டும் என்று கேட்டுக்கொண்டார் அண்ணா. உடனே பெரியார், அண்ணாவின் கைகளைப் பிடித்துக்கொண்டார்.

'என்னுடைய வாழ்த்துகளும் பாராட்டுகளும் உங்களுக்கு என்றென்றும் உண்டு. உங்களைத் தோற்கடிக்க எவ்வளவோ பாடுபட்டேன். ஆனால் நீங்கள் வென்றுவிட்டீர்கள். நான்தான் தோற்றுப்போய்விட்டேன். எனக்கும் என்னுடைய கொள்கைகளுக்கும் குறிக்கோள்களுக்கும் ஆதரவாக இருந்து வரக்கூடிய உங்களுக்கு என் ஆதரவும் ஒத்துழைப்பும் என்றென்றும் உண்டு. நீங்கள் ஆட்சிப் பொறுப்பை ஏற்க இருப்பதைக் கண்டு நான் பெரிதும் மகிழ்ச்சி அடைகிறேன்' என்றார் பெரியார்.

திமுகவின் வெற்றியைப் பற்றிப் பின்னாளில் பேசிய பெரியார், 'அண்ணா போலத் தனியான ஒரு கொள்கை ஏற்படுத்தி, அதன்பேரில் தேர்தலுக்கு நின்று, ஆட்சியைப் பிடித்தவர் உலகிலேயே லெனின் ஒருவர்தான்' என்றார்.

நாடாளுமன்றத் தேர்தலில் தென்சென்னையில் இருந்து அண்ணா, திருச்செங்கோட்டில் இருந்து க. அன்பழகன், வட சென்னையில் இருந்து நாஞ்சில் மனோகரன், செங்கல்பட்டில் இருந்து சிட்டிபாபு, கும்பகோணத்தில் இருந்து இரா. செழியன், சேலத்தில் இருந்து க. ராசாராம் உள்ளிட்டோர் வெற்றிபெற்றிருந்தனர். திமுக பிரம்மாண்ட வெற்றி பெற்றிருந்த சூழலில் அந்தக் கட்சியின் சார்பாக முதலமைச்சர் பொறுப்பை ஏற்கவேண்டிய அண்ணாவோ தென்சென்னை நாடாளுமன்ற உறுப்பினராக வெற்றி பெற்றிருந்தார்.

எனில், திமுக சட்டமன்றக் குழுவின் தலைவர் யார்? என்ற கேள்வி எழுந்தது. அந்தக் கேள்விக்கான விடை 1 மார்ச் 1967 அன்று தெளிவானது. சென்னை ராஜாஜி மண்டபத்தில் திமுக சட்டமன்ற உறுப்பினர்களின் கூட்டம் கூடியது. அதில் தலைவராக அண்ணாவின் பெயரை நெடுஞ்செழியன் முன்மொழிந் தார். கருணாநிதி வழிமொழிந்தார். அண்ணா ஏகமனதாகத் தேர்ந்தெடுக்கப் பட்டார். சட்டமன்ற உறுப்பினராகவோ அல்லது சட்ட மேலவை உறுப்பின ராகவோ இல்லாத ஒருவர் அமைச்சராகவோ, முதலமைச்சராகவோ பதவியேற்கலாம். ஆனால் அப்படிப் பதவியேற்ற ஆறு மாதங்களுக்குள் ஏதேனும் ஒரு அவைக்கு முறைப்படி தேர்வு செய்யப்பட வேண்டும். அந்த அடிப்படையிலேயே அண்ணா தேர்ந்தெடுக்கப்பட்டார்.

அடுத்து அமைச்சரவையில் யார், யாரை இடம்பெற வைப்பது என்ற விவகாரம் எழுந்தது. கட்சி தொடங்கிய நொடி முதல் திமுகவில் பணியாற்றி, போராட்டங்களில் கலந்துகொண்டு, சிறைக்குச் சென்று, கட்சி வளர்ச்சிக்காக உழைத்த ஏராளமான தலைவர்களும் தொண்டர்களும் இருந்ததால் அண்ணாவுக்கு பலத்த நெருக்கடி. பிரச்னையை சமாளிக்கும் விதமாக, நெடுஞ் செழியன், கருணாநிதி இருவரும் தங்களுக்கு அமைச்சர் பதவி வேண்டாம் என்று கேட்டுக்கொண்டனர். அண்ணாவுக்கு அதில் விருப்பமில்லை.

திமுக சட்டமன்ற உறுப்பினர்கள் கூட்டத்தில் அண்ணா பேசியபோது வெளிப் பட்ட வார்த்தைகள் உள்ளுக்குள் இருந்த புகைச்சலுக்கான சாட்சியங்கள்:

> சிலர் தங்களுக்கு அமைச்சர் பதவி அளிக்கவேண்டும் என்று வற்புறுத்தி னார்கள்; என்னிடம் காரசாரமாகக்கூட பேசினார்கள்; வெளியே போய் என்னைக் கண்டபடித் திட்டினார்கள்; சிலர் என் வீட்டுக்கு முன்னால் நின்று, மண்ணைவாரித் தூற்றினார்கள்; சிறிது காலம் பொறுத்து, நாமெல்லாம் பக்குவப்பட்டதற்குப் பிறகு இந்த ஆட்சி நமக்குக் கிடைத் திருக்கலாம்; மிகச்சீக்கிரமாகவே இந்த ஆட்சி நமக்குக் கிடைத்திருக்கிறது. எதிர்காலத்தில் நாம் மகிழ்ச்சியை விடத் தொல்லைகளையும் துயரங்களை யும்தான் அதிகமாகத் தாங்கவேண்டிவரும் என்று நான் கருதுகிறேன்.

பலத்த யோசனைகளுக்குப் பிறகு ஒன்பது பேர் கொண்ட அமைச்சரவை உருவாக்கப்பட்டது. திமுகவின் முதல் அமைச்சரவை இதுதான். இரா. நெடுஞ்செழியன் கல்வி அமைச்சர். கருணாநிதி பொதுப்பணித்துறை அமைச்சர். கே. ஏ. மதியழகனுக்கு உணவுத்துறை. சத்தியவாணி முத்துவுக்கு அரிசன நலத்துறை, ஏ. கோவிந்தசாமிக்கு வேளாண்மைத்துறை, மாதவனுக்கு சட்டத்துறை, சாதிக் பாட்சாவுக்கு சுகாதாரத்துறை, முத்துசாமிக்கு உள்ளாட்சித்துறை.

தன்னுடைய அமைச்சரவையில் இடம்பெறவேண்டியவர்கள் பட்டியலைத் தயார்செய்தபிறகு அதை நடிகர் எம்.ஜி.ஆரிடம் கொடுத்தனுப்பி, அவருடைய கருத்தையும் கேட்டபிறகே, பட்டியலைக் கொஞ்சம் மாற்றி, இறுதிசெய்தார் என்ற செய்தியை எம்.ஜி.ஆர் தன்னுடைய சுயசரிதத்தில் பதிவுசெய்துள்ளார்.

எம்.ஜி.ஆர் மருத்துவமனையில் சிகிச்சையில் ஈடுபட்டிருந்தார். அப்போது எம்.ஜி.ஆரைச் சந்திக்க இரா. செழியன் வந்தார். கையில் இருந்த காகிதத்தை எம்.ஜி.ஆரிடம் கொடுத்தார். அமைச்சர்கள், அவர்களுக்கு ஒதுக்கப்பட்ட துறைகள் அடங்கிய பட்டியல்.

அண்ணா காட்டச் சொன்னதாக செழியன் சொன்னதும் எம்.ஜி.ஆருக்கு ஏகாந்தமாக இருந்தது. ஆனால் அதில் இடம்பெற்ற ஒருபெயர் அவரை ஆத்திரப்பட வைத்தது. சி.பா. ஆதித்தனார். தினத்தந்தி அதிபர். நாம் தமிழர் இயக்கத்தின் தலைவர். அவருக்கும் எம்.ஜி.ஆருக்கும் எப்போதுமே ஏழாம் பொருத்தம்தான். கழகத்துக்கு எதிரானவருக்கு அமைச்சர் பதவியா?

இது என்ன நியாயம்? இரா. செழியனிடம் சீறினார் எம்.ஜி.ஆர்.

உண்மையில் திமுகவுக்கும் ஆதித்தனாருக்கும் எந்தப் பிரச்னையும் இல்லை. ஆனால் எம்.ஜி.ஆருக்கும் ஆதித்தனாருக்கும் இடையே சில தனிப்பட்ட மோதல்கள் இருந்தன. அதன் காரணமாகவே ஆதித்தனாரை அமைச்சரவையில் சேர்க்கக்கூடாது என்றார் எம்.ஜி.ஆர். அந்தத் தகவல் அண்ணாவுக்குச் சென்றது. உடனடியாகப் பட்டியல் திருத்தப்பட்டது. அமைச்சரவைப் பட்டியலில் இருந்து நீக்கி, சி.பா. ஆதித்தனாரை சபாநாயகர் ஆக்கினார் அண்ணா.

6 மார்ச் 1967. சென்னை ராஜாஜி மண்டபத்தில் திமுக அமைச்சரவை பதவியேற்றுக்கொண்டது. முதலமைச்சராக அண்ணாவுக்குப் பதவிப் பிரமாணம் செய்துவைத்தார் ஆளுநர் உஜ்ஜல் சிங். அதன்பிறகு அமைச்சர்கள் பதவியேற்றனர். முதல் அமைச்சரும் மற்ற அமைச்சர்களும் கடவுளின் பெயரால் உறுதிமொழி ஏற்பதுதான் கடந்தகாலங்களின் பின்பற்றப்பட்டுவரும் நடைமுறை. ஆனால் அண்ணா உள்ளிட்ட திமுக அமைச்சர்கள் 'உளமாற' உறுதியெடுத்துக் கொண்டனர்.

அண்ணா தலைமையில் திமுக அமைச்சரவை பதவியேற்றது பெரியாருக்கு எந்த அளவுக்கு மகிழ்ச்சியைக் கொடுத்தது என்பதற்கு விடுதலையில் அவர் எழுதிய தலையங்கத்தில் இடம்பெற்ற வார்த்தைகளே பொருத்தமான சாட்சியங்கள்.

> உண்மையாகச் சொல்லுகிறேன். காமராஜரைத் தவிர்த்து காங்கிரஸில் இருக்கும் எவரையும்விட திமுகவின் தலைவர்கள் தரத்தில் இருக்கும் எல்லாரிடமும் எனக்குக் கவர்ச்சி இருக்கிறது. அவர்கள் என்னிடம் தொடக்கம் முதல் இன்றுவரை தாட்சண்யமாகவே நடந்து வந்திருக்கிறார்கள். நான் அவர்களை மீதி இல்லாமல் எவ்வளவு கண்டித்துக் கடுமையான, குறைவான வார்த்தைகள் பயன்படுத்திய காலத்திலும் அவர்களில் ஒருவர்கூட என்னைக் கடிந்தோ, குறைகூறியோ, குற்றஞ் சாட்டியோ, தரக்குறைவாக ஒருவார்த்தையைக்கூடச் சொன்னது கிடையாது. இதை நாங்கள் அடிக்கடி பேசிக்கொண்டிருக்கிறோம். இன்றைய மந்திரிகள் யாரும் திருவாளர். பக்தவத்சலத்தைவிடக் கேடாகவும் மோசமாகவும் நடந்துகொள்ள மாட்டார்கள் என்றே தோன்றுகிறது.

49 அண்ணாவின் மரணம்

6 மார்ச் 1967. திராவிட இயக்கம் மீண்டும் ஆட்சியைக் கைப்பற்றிய தினம். ஆம். இருபதுகளில் தொடங்கி முப்பதுகள் வரை மூத்த திராவிட இயக்கமான நீதிக்கட்சி ஆட்சியில் இருந்தது. அதன்பிறகு நீண்ட இடைவெளிக்குப் பிறகு புதிய திராவிட இயக்கமான திராவிட முன்னேற்றக் கழகம் ஆட்சியைக் கைப்பற்றியது.

1936-ல் சென்னை மாநகராட்சிக்குத் தேர்தல் அறிவிக்கப் பட்டிருந்தது. அண்ணா அப்போது தங்கசாலைத் தெருவில் உள்ள வீட்டில் வாடகைக்குக் குடியிருந்தார். அன்றைய தேர்தல் விதிமுறைப்படி, குறிப்பிட்ட அளவுக்கு வரி செலுத்துபவர்களுக்கு மட்டுமே வாக்குரிமை இருந்தது. தேர்தலில் நிற்பது என்று முடிவு செய்துவிட்டார் அண்ணா. அதற்கு முன்னால் வாக்குரிமையைப் பெற ஒரு திட்டம் தீட்டினார்.

சென்னை கருப்பண்ண முதலித் தெருவில், அண்ணாவின் மனைவி ராணியின் மாமாவான சிவப்பிரகாசம் என்பவருக்கும் சொந்தமாக வீடு ஒன்று இருந்தது. அந்த வீட்டின் உரிமையை அவசர அவசரமாகத் தனது பெயருக்கு மாற்றினார். தனது பெயரில் வரியையும் செலுத்தி, அதன்மூலம் வாக்குரிமையைப் பெற்றுக் கொண்டார். அதன்பிறகு பெத்துநாயக்கன் பேட்டையில் நீதிக்கட்சி வேட்பாளராகப் போட்டியிட்டார். அவரை எதிர்த்து நின்ற காங்கிரஸ் வேட்பாளர் எம். பாலசுந்தரம் முதலியார். இறுதியில் அண்ணாவுக்குத் தோல்வியே மிஞ்சியது.

அதே அண்ணாதுரைதான் இப்போது திமுக சார்பில் முதல் அமைச்சர். மிகப்பெரிய பாரம்பரியம் கொண்ட திராவிட இயக்கத்தின் இன்னோர் அத்தியாயம் தொடங்கியது.

15 மார்ச் 1967 அன்று தமிழ்நாடு சட்டமன்றம் கூடியது. பேரவைத் தலைவராக ஆதித்தனாரும் பேரவைத் துணைத் தலைவராக புலவர் கோவிந்தனும் தேர்ந்தெடுக்கப்பட்டனர். அண்ணாவின் ஆட்சி தொடங்கியது.

புதிய கட்சி ஆட்சி பொறுப்பேற்கும்போது அரசு நிர்வாகத்தில் முக்கியப் பொறுப்புகளில் இருப்பவர்கள் பழைய கட்சிக்கு விசுவாசமானவர்களாக இருப்பார்கள் என்பதால் அவர்களுக்குப் பதிலாகப் புதியவர்களை நியமித்துக்கொள்ள புதிய ஆட்சியாளர்கள் விரும்புவது வழக்கம். அதில் அண்ணாவுக்கு விருப்பமில்லை. அரசியல்வாதிகளுக்கு ஐந்து ஆண்டுகாலம்; ஆனால் அதிகாரிகள் ஆயுட்காலம் முழுக்க இதே பணிகள்தான். ஆகவே, அவர்களை மாற்றவேண்டிய அவசியம் இல்லை என்று சொல்லிவிட்டார்.

ஆட்சிக்குத் தேவையான அறிவுரைகளை வழங்கவேண்டும் என்று பெரியாரிடம் கோரிக்கை வைத்திருந்தார் அண்ணா. அதற்கு ஏற்றவகையில் 16 மார்ச் 1967 அன்று விடுதலை தலையங்கம் மூலமாக திமுக அமைச்சர் மு. கருணாநிதிக்கு அறிவுரை ஒன்றை அனுப்பினார் பெரியார்.

'அடப்பாவமே, மந்திரி கலைஞர் கருணாநிதி தமிழுக்குக் கேடு வந்தால் மந்திரி பதவியை விட்டுவிடுவேன் என்று எதற்காகச் சொல்லவேண்டும்? அதற்காகவா மக்கள் ஓட்டுக் கொடுத்தார்கள்? நாம் வீட்டில் தமிழ் பேசுகிறோம். கடிதப் போக்குவரத்து, நிர்வாகம், மக்களிடம் பேச்சு இவற்றைத் தமிழில் நடத்துகிறோம். இதற்கு மேலும் சனியனான தமிழுக்கு என்ன வேண்டும்?'

14 ஏப்ரல் 1967. சென்னை செயிண்ட் ஜார்ஜ் கோட்டையில் தமிழ்நாடு அரசு - தலைமைச் செயலகம் என்ற பெயர்ப்பலகை வைக்கப்பட்டது. தமிழக அரசின் இலச்சினையில் உள்ள கோபுரச் சின்னத்தில் இருந்த கவர்மெண்ட் ஆஃப் மெட்ராஸ் என்ற ஆங்கில வாக்கியம் நீக்கப்பட்டு, தமிழக அரசு என்று மாற்றப்பட்டது. அந்தச் சின்னத்தில் இடம்பெற்றிருந்த சத்யமேவ ஜெயதே என்ற வடமொழி வாக்கியம் நீக்கப்பட்டு 'வாய்மையே வெல்லும்' என்று பொறிக்கப்பட்டது.

20 ஏப்ரல் 1967 அன்று சென்னையில் நீதிக்கட்சியின் சார்பாக திமுக அமைச்சர்களுக்கு வரவேற்புவிழா நடத்தப்பட்டது. பி.டி. ராஜன் கொடுத்த அந்த வரவேற்பில் அண்ணா பேசினார்.

> 'நீதிக்கட்சியால் வளர்க்கப்பட்டு, அரசியலிலே ஆளாக்கிவிடப்பட்ட நான் இன்றைய நிலையில் தமிழகத்தின் ஆட்சிப் பொறுப்பை ஏற்றிருக்கிறேன் என்று எண்ணிடும்போது பெருமகிழ்ச்சி அடைகிறேன். தமிழவேள் பி.டி. ராசன் போன்ற நீதிக்கட்சியின் பழம்பெருந்தலைவர்கள் எனக்கு என்றென்றும் பாதுகாப்பாகவும் பக்கவலிவாகவும் இருக்க

வேண்டும். நான் அரசியல் பாடத்தை நீதிக்கட்சியினிடத்திலும் சமுதாயச் சீர்திருத்த - பகுத்தறிவுப் பாடங்களைத் தந்தை பெரியாரின் சுயமரியாதை இயக்கத்தினிடத்திலும் கற்றுக்கொண்டேன். காங்கிரஸ் கட்சியின் பெரிய தலைவர்களோடு நெருங்கிப் பழகிவந்ததன் காரணமாக அவர்கள் கையாண்டு வந்த ராஜதந்திர முறையைக் கற்றுக்கொண்டுள்ளேன். பெரியாரின் சமுதாயச் சீர்திருத்தக் கொள்கைகளை எல்லா வழிகளிலும் நடைமுறைப்படுத்த முயலுவேன். நீதிக்கட்சியின் புகழையும் பெருமையையும் நிலை நாட்டுவேன்'

சென்னை மாநகராட்சித் தொகுதிக்கென தமிழ்நாடு சட்டமன்ற மேலவையில் காலியாக இருந்த இடத்துக்கு 22 ஏப்ரல் 1967 அன்று நடைபெற்ற இடைத் தேர்தலில் அண்ணா போட்டியிட்டு வெற்றிபெற்றார். திமுக தொடங்கியதில் இருந்து எந்தெந்த விஷயங்களுக்காகவெல்லாம் போராட்டம் நடத்தியதோ அவற்றுக்கெல்லாம் தனது ஆட்சிக் காலத்தில் தீர்வு காண விரும்பியது. அவற்றில் ஒன்றுதான், ஆகாஷ்வாணி என்ற பதத்துக்குப் பதிலாக வானொலி என்ற பதத்தையே பயன்படுத்தவேண்டும் என்பது. அதற்கான அறிவிப்பு 9 மே 1967 அன்று வெளியானது. அன்று தொடங்கி சென்னை, திருச்சி, கோயம் புத்தூர், திருநெல்வேலி ஆகிய வானொலி நிலையங்களில் ஆகாஷ்வாணிக்கு விடை கொடுக்கப்பட்டது.

படி அரிசித் திட்டம். தேர்தல் நெருங்கிய சமயத்தில் வாக்காளர்களுக்கு அண்ணா கொடுத்த முக்கியமான வாக்குறுதி இது. உண்மையில், திமுக வெளி யிட்ட தேர்தல் அறிக்கையில் இப்படியொரு வாக்குறுதி எதுவும் தரப்பட வில்லை. வாய்மொழியாகத் தரப்பட்ட வாக்குறுதிதான். ஆனாலும் அதனை உடனடியாக நிறைவேற்ற உத்தரவிட்டார் முதலமைச்சர் அண்ணா.

15 மே 1967 அன்று சென்னை மற்றும் கோயம்புத்தூர் மாவட்டங்களில் படி அரிசித் திட்டம் அமலுக்கு வந்தது. ஆனால் அந்தத் திட்டத்தை மற்ற மாவட்டங்களுக்கு விரிவுபடுத்த அரசின் நிதிநிலை இடம்கொடுக்கவில்லை. கோதுமைக்கு மானியம் தரத் தயாராக இருக்கும் மத்திய அரசு அரிசிக்குத் தருவதில்லை என்ற தனது அதிருப்தியையும் வெளிப்படுத்தினார்.

திமுக அரசின் அறிவிப்பில் பெரியாருக்குத் துளியும் விருப்பமில்லை. ரூபாய்க்கு ஒரு படி அரிசி போடுவது தவறு. மிகுந்த நட்டம் ஏற்படும். சிந்தித்துச் செயல்படவேண்டும். இந்த அரிசி விலைக் குறைப்பே ஒரு நியூசென்ஸ் என்றும் சொன்ன பெரியார், திமுக அரசுக்கு ஐந்து ஆண்டுகாலம் அவகாசம் தருவதாகவும் அதற்குப் பிறகு விமரிசனம் செய்வதாகவும் சொல்லிவிட்டு தனது இயக்க வேலைகளில் ஈடுபடுத்திக் கொண்டார்.

●

'நான் திராவிட நாடு கோரிக்கையைக் கைவிட்டுவிட்டேன். ஆனால் திராவிட நாடு கேட்டதற்கு என்னென்ன காரணங்கள் இருந்தனவோ அவற்றில் ஒன்றைக்கூட விட்டுவிடவில்லை. அதில் ஒளிவுமறைவு இல்லை. அதைச்

சொல்லிக்கொள்வதற்கு, வெட்கப்படுவதற்கு ஒன்றும் இல்லை. திராவிட நாடு என்று தனியாக இருந்தால் நாம் தொழில்வளர்ச்சி பெறமுடியும் என்று சொன்னோம். திராவிட நாடு வேண்டுமென்று கேட்டதற்குக் காரணமே இங்கே தொழில் வளர்ச்சி ஏற்பட வேண்டும் என்பதுதான். அதை நாங்கள் விட்டுவிடவில்லை. அடுத்து மொழி பாதுகாக்கப்பட வேண்டும் என்பதற்காக திராவிட நாடு கேட்டோம். மொழி பாதுகாப்புக் கொள்கையை கைவிட்டுவிட வில்லை. மாநில சர்க்கார் பல அதிகாரங்களைப் பல துறைகளிலும் பெறவேண்டும் என்பதற்காக திராவிட நாடு கேட்டோம். அதை நாங்கள் விட்டுவிடவில்லை. பண்பாடு காப்பாற்றப்பட வேண்டும் என்பதற்காகக் கேட்டோம். அதை நாங்கள் விட்டுவிடவில்லை. ஆகவே, திராவிட நாடு கேட்டதற்கான காரணங்களில் ஒன்றைக்கூட விட்டுவிடவில்லை.'

27 ஜூன் 1967 சட்டப்பேரவையில் பேசிய அண்ணா, அடுத்து முக்கியத்துவம் வாய்ந்த பிரச்னையை எடுத்துக்கொண்டார். மெட்ராஸ் ஸ்டேட் என்றும் சென்னை மாகாணம் என்றும் அழைக்கப்படும் நமது மாநிலத்துக்கு தமிழ்நாடு என்று பெயர் மாற்றம் செய்யவேண்டும் என்பது திமுகவின் நீண்டநாள் கோரிக்கை. அதை காங்கிரஸ் அரசு கண்டுகொள்ளாத காரணத்தால் திமுக அரசு பதவியேற்றதும் அதை செயல்வடிவத்துக்குக் கொண்டுவர முடிவு செய்யப்பட்டது. 18 ஜூலை 1967 அன்று சட்டமன்றத்தில் தீர்மானம் கொண்டுவரப்பட்டது.

'இந்திய அரசியலமைப்புச் சட்டத்தில் இம்மாநிலத்தைக் குறிப்பிடும் பெயர் தமிழ்நாடு என மாற்றி அமைக்கப்பட வேண்டும் என்று இப்பேரவை உறுதி யாகக் கருதுவதுடன், இதுகுறித்து அரசியல் அமைப்புச் சட்டத்தில் தேவை யான திருத்தங்கள் அமையும் வண்ணம் மாநில அரசு நடவடிக்கைகளை எடுத்துக்கொள்ள வேண்டும் என்று இப்பேரவை பரிந்துரைக்கிறது.'

சுயமரியாதைத் திருமணம். பெரியாரின் சுயமரியாதைச் சிந்தனையில் உருவான திட்டம். சுயமரியாதை இயக்கத்தைச் சேர்ந்தவர்கள் வைதீக முறையிலான திருமண ஏற்பாடுகளைப் புறக்கணித்துவிட்டு, தாலி போன்ற எந்தவிதமான வைதீக அடையாளங்களும் இல்லாமல் செய்துகொண்ட புரட்சிகரமான திருமணம். சுயமரியாதைத் திருமணம் என்ற இந்த முறையை சுயமரியாதை இயக்கத்தினர், திராவிடர் கழகத்தினர், திமுகவினர் என்று எல்லோருமே செய்துகொண்டனர்.

பல ஆண்டுகளாக நடைமுறையில் இருக்கும் சுயமரியாதைத் திருமணத்துக்கு சட்டரீதியான அங்கீகாரம் தரப்படவில்லை. சுயமரியாதைத் திருமணம், சீர்திருத்தத் திருமணம் போன்றவற்றைச் செய்துகொண்டவர்களுக்குச் சட்டப்படியான சொத்துரிமை போன்றவை கிடைக்கப்படவில்லை. திமுக ஆட்சிக்கு வந்ததும் 18 ஜூலை 1967 அன்று அந்த அங்கீகாரத்தைத் தருவதற்கான நடவடிக்கைகள் தொடங்கின. சட்ட அமைச்சர் செ. மாதவன் புதிய மசோதா ஒன்றை சட்டமன்றத்தில் கொண்டுவந்தார். பிறகு அது சட்ட மானது.

1967 நவம்பர் மாதத்தில் இடைத்தேர்தல் ஒன்று வந்தது. ஆம். தென்சென்னை நாடாளுமன்றத் தொகுதியில் போட்டியிட்டு வெற்றிபெற்றிருந்த அண்ணா, தமிழ்நாடு முதலமைச்சராகப் பதவியேற்க வேண்டிய சூழல் உருவானதால் தனது நாடாளுமன்ற உறுப்பினர் பதவியை ராஜினாமா செய்திருந்தார். அந்தத் தொகுதிக்குத்தான் இப்போது இடைத்தேர்தல். அதில் திமுக வேட்பாளராக முரசொலி மாறன் நிறுத்தப்பட்டார். பெரியார், அண்ணா உள்ளிட்ட தலைவர்கள் பலரும் முரசொலி மாறனுக்கு ஆதரவாகப் பிரசாரம் செய்தனர். தேர்தல் முடிவு திமுகவுக்குச் சாதகமாகவே வந்தது.

•

ஆட்சிக்கு வந்ததும் இரண்டாவது உலகத் தமிழ் மாநாட்டைத் தமிழ்நாட்டில் நடத்த முடிவு செய்தது திமுக அரசு. அண்ணாவைத் தலைவராகக் கொண்டு மாநாட்டுக் குழு உருவாக்கப்பட்டது. நெடுஞ்செழியன், மு. கருணாநிதி உள்ளிட்ட திமுக அமைச்சர்கள், திருக்குறள் முனுசாமி, மயிலை சீனி, வேங்கடசாமி, கவிஞர் சுரதா, டாக்டர் மு. வரதராசன், குன்றக்குடி அடிகளார், சி. இலக்குவனார் உள்ளிட்ட தமிழ் ஆர்வலர்கள் பலரும் அந்தக் குழுவில் இடம்பெற்றனர்.

சென்னைப் பல்கலைக்கழக வளாகத்தில் ஆராய்ச்சி அரங்கம் அமைக்கப் பட்டிருந்தது. ஆராய்ச்சி அறிஞர்கள் கூடி, ஆய்வுக்கட்டுரைகளைப் பற்றி விவாதிக்கும் வகையில் உருவாக்கப்பட்டிருந்தது அந்த ஆய்வரங்கம். சென்னை தீவுத்திடலில் பொது அரங்கம் ஒன்று அமைக்கப்பட்டு, இந்தியா மற்றும் வெளிநாடுகளில் இருந்து தமிழ் அறிஞர்களும் புலவர்களும் ஏராளமானத் தலைப்புகளில் உரை நிகழ்த்தினர்.

உலகத் தமிழ் மாநாட்டை முன்னிட்டு திருவள்ளுவர், அவ்வையார், கண்ணகி, கம்பர், வீரமா முனிவர், ஜி.யு. போப், கால்டுவெல், வ.உ. சிதம்பரனார், பாரதியார், பாரதிதாசன் ஆகியோருடைய சிலைகள் சென்னை கடற்கரையில் வரிசையாக அமைக்கப்பட்டன. ஆனால் உலகத் தமிழ் மாநாடு நடத்தி யதிலோ, சிலைகள் நடப்பட்டதிலோ பெரியாருக்குக் கொஞ்சமும் உடன் பாடில்லை.

'நமது இழிவை, சூத்திரத் தன்மையை நிலைநாட்ட விழாவா? மடமை இலக்கி யங்களுக்கெல்லாம் விழாவா? மூடநம்பிக்கைகள் கொண்ட கதாப்பாத்திரங ்களுக்கு வரிசையாகச் சிலைகளா? இதெல்லாம் மக்கள் பணத்தைப் பாழாக்கும் வீண் செலவுதானே?' என்று ஆத்திரப்பட்டார் பெரியார்.

இந்தித் திணிப்புக்கு எதிராகப் போராடி, பல இன்னல்களைச் சந்தித்த திராவிட முன்னேற்றக் கழகம், ஆட்சிக்கு வந்ததும் தனது ரணங்களுக்கு மருந்து தடவிக் கொள்ளும் வகையில் சில சட்டங்களைக் கொண்டுவந்தது. அவற்றில் ஒன்று, இந்தி ஒழிப்புத் தீர்மானம். இதற்குப் பின்னணியில் இருந்தது 8 ஜனவரி 1968 அன்று குடியரசுத் தலைவரின் ஒப்புதலைப் பெற்ற 1963ம் ஆண்டு ஆட்சிமொழி சட்டத்துக்கான திருத்தம்.

இதன்படி மத்திய அரசு நிர்வாகத்திலும் நாடாளுமன்ற நடவடிக்கைகளிலும் இந்தி பேசாத மாநிலங்களுடன் தொடர்பு கொள்வதற்கும் ஆங்கிலம் தொடர்ந்து பயன்படுத்தப்படும். அரசுப் பணிகளில் சேர்வதற்கு இந்தி அல்லது ஆங்கிலம் அறிந்திருந்தால் போதும். முக்கியமாக, இந்தச் சட்டத் திருத்தம் இந்தி, ஆங்கிலம் தவிர இன்னொரு தேசிய மொழியைக் கற்றுக்கொள்ளும் மும்மொழித் திட்டத்தைப் பரிந்துரை செய்தது.

இந்தச் சட்டத்திருத்தத்தில் தமிழ்நாடு முதலமைச்சர் அண்ணாவுக்கு திருப்தியில்லை. ஒரு பகுதி மக்களுக்கு மட்டுமே சாதகமாக இருக்கும் இந்தச் சட்டத்திருத்தத்தால் மாணவர்களுக்கு எந்தப் பலனும் இல்லை என்றார் அண்ணா. காரணம், இந்தி பேசும் மாணவர்கள் இந்தி, ஆங்கிலம் என்ற இரண்டு மொழிகளைப் படித்தால் போதும். ஆனால் இந்தி பேசாத மாணவர்கள் ஆங்கிலம், பிராந்திய மொழி, இன்னொரு தேசிய மொழி என்று மூன்று மொழிகளைக் கற்கவேண்டிய நிலை ஏற்படும். மாணவர்களின் பிரச்னைகளைப் புரிந்துகொண்ட முதலமைச்சர் அண்ணா, 23 ஜனவரி 1968 அன்று தமிழ்நாடு சட்டமன்றத்தில் புதிய தீர்மானத்தைக் கொண்டுவந்தார்.

'பல்வேறு மொழி, பண்பாடு, நாகரிகங்களைக் கொண்ட இந்தியாவில் ஒரு வட்டார மொழியை மட்டும் ஆட்சி மொழியாக்குவது இந்திய ஒற்றுமை யையும் ஒருமைப்பாட்டையும் குலைத்து ஒரு மொழிப் பகுதி மற்ற மொழிப் பகுதிகளை அடிமைகொள்ளச் செய்திடும் என்று உணரப்படுவதால் தமிழும் மற்ற தேசிய மொழிகளும் மத்திய ஆட்சி மொழிகளாக ஏற்றுக்கொள்ளப்பட்டு, அரசியல் சட்டம் திருத்தப்படவேண்டும். அதுவரையில் ஆங்கிலமே ஆட்சிமொழியாகத் தொடர்ந்து இருந்து வர வேண்டும். அதற்கு ஏற்றபடி இந்திய அரசியல் சட்டத்தின் மொழிப்பிரிவு திருத்தப்பட வேண்டும் என்று இந்த மன்றம் வற்புறுத்துகிறது...

மத்திய அரசின் இந்தித் திணிப்புத் திட்டத்தை இந்த மன்றம் ஏற்க மறுக்கிறது. மத்திய அரசின் மொழித் தீர்மானத்தை இந்த அரசு செயல்படுத்த மறுக்கிற வகையிலும், தமிழக மக்களும் மாணவர்களும் வெளியிட்டுள்ள கருத்து களுக்கு மதிப்பளிக்கும் முறையிலும் தமிழகத்தில் இருக்கும் அனைத்து பள்ளி களிலும் மும்மொழித் திட்டத்தை அகற்றிவிட்டு, தமிழ் மற்றும் ஆங்கிலத் துக்கு இடமளித்து, இந்தி மொழியை அறவே நீக்கிட இம்மன்றம் தீர்மானிக் கிறது.

நாட்டு நலப்பணித் திட்டம் போன்ற அணிகளில் பயன்படுத்தப்பட்டுவரும் இந்தி ஆணைச் சொற்களை நீக்கிவிடுவது என்றும் இதற்கு மத்திய அரசு அனுமதி அளிக்க மறுத்தால் அந்த அணிகளையே கலைத்துவிடுவது என்றும் இந்த மன்றம் தீர்மானிக்கிறது.'

●

காவிரி ஆறு. தமிழ்நாட்டு விவசாயிகளின் நம்பிக்கை நட்சத்திரம். அன்றைய மைசூர் மாகாணத்துக்கும் (இன்றைய கர்நாடகா) அன்றைய சென்னை

ராஜதானிக்கும் (இன்றைய தமிழ்நாடு) தண்ணீரை வாரி வழங்கும் ஆறு. இரு மாநிலங்களும் காவிரி நீரைப் பங்கிட்டுக் கொள்வது தொடர்பாக 1924-ம் ஆண்டு ஓர் ஒப்பந்தம் கையெழுத்தானது. அந்த நதிநீர்ப் பங்கீட்டு ஒப்பந்தத்தின்படி இரு மாகாணங்களும் நீரைப் பகிர்ந்துகொண்டன. அதேசமயம், ஐம்பது ஆண்டுகளுக்குப் பிறகு காவிரியின் உபரி நீரைப் பகிர்ந்துகொள்ளும் முறைகளைக் கண்டறிந்து, தீர்மானித்துவிடவேண்டும் என்றும் அதில் ஏதேனும் சிக்கல் எழுந்தால் மத்திய அரசின் மூலமாகவோ, நடுவர்மன்றத்தின் மூலமாகவோ முடிவெடுக்க 1974ல் ஆய்வு செய்யவேண்டும் என்பது அந்த ஒப்பந்தத்தின் முக்கிய அம்சம்.

ஒப்பந்தத்தின்படியே இரு மாநிலங்களும் காவிரி நீரைப் பகிர்ந்துகொண்டன. 1968-ம் ஆண்டு திடீரென கர்நாடக அரசு ஹேமாவதி மற்றும் ஹேரங்கி என்ற இரண்டு அணைகளைக் கட்டியது. ஒப்பந்தத்தை மீறி அணைகள் கட்டப்படுவது பற்றி உடனடியாக மத்திய அரசு தலையிட வேண்டும் என்று அண்ணா தலைமையிலான திமுக அரசு கோரிக்கை விடுத்தது. உடனடியாக 19 ஆகஸ்டு 1968 அன்று காவிரி சம்பந்தப்பட்ட மாநிலங்களின் அரசுப் பிரதிநிதிகள் கூட்டத்துக்கு ஏற்பாடு செய்தது மத்திய அரசு.

மத்திய நீர்ப்பாசனத்துறை அமைச்சர் கே.எல். ராவ் முன்னிலையில் நடந்த பேச்சுவார்த்தையில் தமிழ்நாடு அரசு சார்பில் பொதுப்பணித் துறை அமைச்சர் மு. கருணாநிதியும் கர்நாடக அரசு சார்பில் பொதுப்பணித் துறை பொறுப்பு வகித்த கர்நாடக முதல்வர் வீரேந்திர பாட்டீலும் கலந்து கொண்டனர். ஆனால் அந்தப் பேச்சுவார்த்தையில் எந்த முடிவும் எட்டப்படவில்லை.

•

அண்ணாவுக்குத் திடீரென உடல்நிலை பாதிக்கப்பட்டது. சாப்பிடமுடியவில்லை. மருத்துவச் சோதனையில் புற்றுநோய் உருவாகியிருப்பது தெரியவந்தது. உள்ளூர் மருத்துவம் உதவிக்கு வராது. அமெரிக்கா சென்று சிகிச்சை எடுத்துக்கொள்ளவேண்டும் என்று சொல்லிவிட்டார்கள்.

10 செப்டெம்பர் 1968 அன்று விமானத்தில் ஏறினார் அண்ணா. டாக்டர் மில்லரின் அறுவை சிகிச்சை அவருடைய உடலைத் தேற்றியது. ஓரளவுக்கு உடல்நலம் பெற்று மீண்டும் 1968 நவம்பரில் தமிழ்நாடு திரும்பினார். பிறகு பல பொதுநிகழ்ச்சிகளில் கலந்துகொண்டார்.

சில மாதங்களில் மீண்டும் உடல்நிலை பாதிக்கப்பட்டது. 3 பிப்ரவரி 1969 அன்று அண்ணா மரணம் அடைந்தார். திராவிட இயக்கத்தில் ஏற்பட்ட முக்கியமான இழப்பு. குறிப்பாக திராவிட முன்னேற்றக் கழகம் திடுதிப்பெனத் தனது தலைவரை, வழிகாட்டியை இழந்தது. காங்கிரஸ் என்ற இயக்கத்தை ஆட்சிக் கட்டிலில் இருந்து அகற்றியே தீருவது என்று கங்கணம் கட்டிக் களத்தில் இறங்கி, புதிய கட்சியை உருவாக்கி, பதினெட்டு ஆண்டுகாலப் போராட்டத்துக்குப் பிறகு கட்சியை ஆட்சிக்கட்டிலில் அமரவைத்த அண்ணா மறைந்தார். திராவிட இயக்கத்தின் முதல் பாகம் நிறைவடைந்தது.

முக்கிய ஆதாரங்கள்

ஆய்வுக்கும் ஒப்பீட்டு ஆய்வுக்கும் உதவிய முக்கிய நூல்கள் மட்டும் இங்கே.

1. நீதிக்கட்சி வரலாறு - பண்டித எஸ். முத்துசாமி பிள்ளை
2. நீதிக்கட்சி பொன்விழா மலர்
3. திமுக வெள்ளிவிழா மலர்
4. திராவிட இயக்க வரலாறு - தொகுதி 1 - இரா. நெடுஞ்செழியன்.
5. திராவிட இயக்க வரலாறு - முரசொலி மாறன்
6. தமிழர் தலைவர் - சாமி. சிதம்பரனார்
7. தந்தை பெரியார் வாழ்க்கை வரலாறு - கவிஞர் கருணானந்தம்
8. பெரியார் ஈ.வெ.ரா. சிந்தனைகள் - தொகுப்பு: வே. ஆனைமுத்து
9. ஈ.வெ. ராமசாமி என்கின்ற நான் - தொகுப்பு: பசு. கௌதமன்
10. பெரியாரின் எழுத்தும் பேச்சும் - தொகுப்பு: பெரியார் திராவிடர் கழகம்
11. பேரறிஞர் அண்ணா பேசுகிறார் - 3 பாகங்கள் - தமிழரசி பதிப்பகம்
12. பேரறிஞர் அண்ணாவின் பேருரைகள் - நான்கு பாகங்கள்
13. பேரறிஞர் அண்ணாவின் தன் வரலாறு - அண்ணா பரிமளம்
14. பேரறிஞர் அண்ணாவின் பெருவாழ்வு - அ. மறைமலையான்
15. தம்பிக்கு அண்ணாவின் கடிதங்கள் - எட்டு தொகுப்புகள்
16. திமுக வரலாறு - திமுக தலைமைக்கழக வெளியீடு - சி. சிட்டிபாபு
17. திமுக வரலாறு - டி.எம். பார்த்தசாரதி
18. நெஞ்சுக்கு நீதி - இரண்டு பாகங்கள் - கலைஞர் மு. கருணாநிதி
19. வாழ்வில் நான் கண்டதும் கேட்டதும் - இரா. நெடுஞ்செழியன்
20. ஏன் வேண்டும் இன்பத் திராவிடம்? - முரசொலி மாறன்
21. நீதிக்கட்சி வரலாறு (2 பாகங்கள்) - க. திருநாவுக்கரசு
22. பெரியார்: சுயமரியாதை சமதர்மம் - எஸ்.வி. ராஜதுரை - வ. கீதா
23. பெரியார்: ஆகஸ்டு 15 - எஸ்.வி. ராஜதுரை
24. ஆகஸ்டு 15: துக்கநாள் - இன்பநாள் - தொகுப்பு: எஸ்.வி. ராஜதுரை

25. திராவிட இயக்கத்தில் பிளவுகள் - முனைவர் கோ. கேசவன்
26. உலகத் தலைவர் பெரியார் - கி. வீரமணி
27. சுயமரியாதைத் திருமணம் : தத்துவமும் வரலாறும் - கி. வீரமணி
28. விடுதலைப் போரும் திராவிடர் இயக்கமும் - பி. ராமமூர்த்தி
29. விடுதலைப் போரும் திராவிட இயக்கமும் - உண்மை வரலாறு - கி. வீரமணி.
30. வகுப்புரிமைப் போராட்டம் - க. அன்பழகன்
31. குத்தூசி குருசாமி - குருவிக்கரம்பை வேலு
32. திராவிட இயக்க வேர்கள் - க. திருநாவுக்கரசு - நக்கீரன் பதிப்பகம்
33. இந்தித் சிக்கலும் இறுதித் தீர்வும் - கு.ச. ஆனந்தன்
34. விடுதலைப் போரில் தமிழகம் - 2 பாகங்கள் - ம.பொ. சிவஞானம்
35. திராவிட இயக்க இதழ்கள் - இரண்டு தொகுதிகள்
36. நீதிக்கட்சி அரசு பாடுபட்டது யாருக்காக? - முனைவர் பு. இராசதுரை
37. வைக்கம் போராட்ட வரலாறு - தொகுப்பு: கி. வீரமணி
38. நமது குறிக்கோள் - பெ.சு.பி.நி. வெளியீடு
39. என் சரிதம் - உ.வே.சா
40. சுயமரியாதை இயக்கம் - மங்கள முருகேசன்
41. வகுப்புரிமை வரலாறு - கி. வீரமணி - திராவிடர் கழக வெளியீடு
42. வகுப்புரிமைப் போராட்டம் ஏன்? - வே. ஆனைமுத்து
43. திமுக பொன்விழா மலர் - 1975 - திமுக தலைமைக்கழக வெளியீடு
44. நெஞ்சம் சுமக்கும் நினைவுகள் - 2 பாகங்கள் - ம. நடராசன்.
45. The Justice Party – A Historical Perspective – P. Rajaraman
46. The Politics of South India (1920 - 1937) – Baker
47. Tamil Renaissance and Dravidian Nationalism (1905 -1944) – Nambi Arooran
48. The Justice Movement, 1917 – P. Varadarajulu Naidu
49. The Dravidian Movement – Hardgrave. Jr
50. A History of India – K. Antonova, G. Bongard – Levin, G. Kotovsky (Volumes 1 and 2) – Progress Publishers Moscow.

[முழுமையான பட்டியலை இரண்டாம் பாகத்தில் காண்க.]

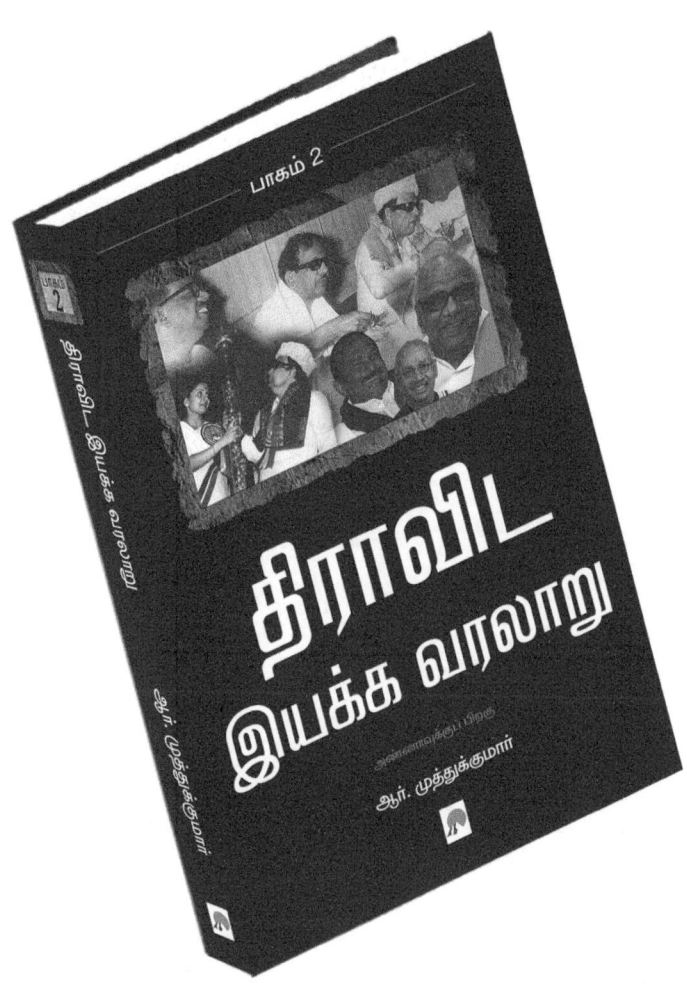

திராவிட இயக்க வரலாறு - பாகம் 2

அண்ணாவுக்குப் பிறகு